ಚಿರಂತನ

ಸಾಯಿಸುತೆ

ಸುಧಾ ಎಂಟರ್‌ಪ್ರೈಸಸ್
ನಂ. 761, 8ನೇ ಮುಖ್ಯರಸ್ತೆ, 3ನೇ ಬ್ಲಾಕ್,
ಕೋರಮಂಗಲ, ಬೆಂಗಳೂರು – 560 034

Chiranthana (Kannada): a social novel written by Smt. Saisuthe; published by Sudha Enterprises, # 761, 8th Main, 3rd Block, Koramangala, Bangalore - 560 034.

ಮೊದಲನೆಯ ಮುದ್ರಣ	:	2007
ಎರಡನೆಯ ಮುದ್ರಣ	:	2017
ಪುಟಗಳು	:	252
ಬೆಲೆ	:	ರೂ. 195
ಉಪಯೋಗಿಸಿದ ಕಾಗದ	:	70 ಜಿ.ಎಸ್.ಎಂ. ಮ್ಯಾಪ್ಲಿಥೋ
ಮುಖಪುಟ ವಿನ್ಯಾಸ	:	ಶ್ರೀ ಚಂದ್ರನಾಥ ಆಚಾರ್ಯ
ಹಕ್ಕುಗಳು	:	ಲೇಖಕಿಯವರದು
ISBN	:	978-93-83053-38-4

ಸಗಟು ಮಾರಾಟಗಾರರು
ವಸಂತ ಪ್ರಕಾಶನ
360, 10ನೇ 'ಬಿ' ಮುಖ್ಯರಸ್ತೆ, 3ನೇ ಬ್ಲಾಕ್,
ಜಯನಗರ, ಬೆಂಗಳೂರು – 560 011
ದೂರವಾಣಿ : 080–40917099 / ಮೊ: 7892106719
email : vasantha_prakashana@yahoo.com
website: www.vasanthaprakashana.com

ಅಕ್ಷರ ಜೋಡಣೆ :
ವಸಂತ ಪ್ರಕಾಶನ

ಮುದ್ರಣ :
ರೀಗಲ್ ಪ್ರಿಂಟ್ ಸರ್ವೀಸ್

ಮುನ್ನುಡಿ

ಬಹಳ ಜನ ಮೆಚ್ಚಿದ ಕಾದಂಬರಿ ಮತ್ತೊಮ್ಮೆ ಮುದ್ರಣಗೊಂಡಿದೆ. ಈ ಸಂದರ್ಭದಲ್ಲಿ ಎ. ಸಾಯಿಪ್ರಸಾದ್ ನೆನಪು ಹೆಚ್ಚು ಕಾಡಿದೆ. ಆ ನೆನಪು ಸದಾ ನನ್ನಲ್ಲಿ ಹಸಿರು.

ಈ ಸಲ ಸುಧಾ ಎಂಟರ್‌ಪ್ರೈಸಸ್ ಪ್ರಕಾಶನ ಸಂಸ್ಥೆಯ ಮೂಲಕ ಅಚ್ಚಾಗಿದೆ. ಪ್ರಕಾಶಕರಿಗೂ, ಮುಖಚಿತ್ರ ಕಲಾವಿದರಿಗೂ ಧನ್ಯವಾದಗಳು.

ಸಾಯಿಸುತೆ

"ಸಾಯಿಸದನ"
12, 2ನೇ ಮುಖ್ಯರಸ್ತೆ, 2ನೇ ಅಡ್ಡರಸ್ತೆ,
ಮಾರುತಿನಗರ, ಕೋಗಿಲೆ ಕ್ರಾಸ್, ಯಲಹಂಕ
ಓಲ್ಡ್ ಟೌನ್, ಬೆಂಗಳೂರು – 560064.

ನಮ್ಮಲ್ಲಿ ದೊರೆಯುವ ಸಾಯಿಸುತೆಯವರ ಇತರ ಕಾದಂಬರಿಗಳು

ನಂದಿನಿ... ನಂದಿತಾ... ನಂದಿನಿ ದತ್ ... ಪ್ರೀತಿಗೆ ನಂದೂ ಆಗಿರುವ ಚಿರಂತನದತ್ತರ ಒಬ್ಬಳೇ ಮಗಳು. ಹಾಗೆಂದು ಏಕ ಸಂತಾನವಲ್ಲ. ಅವಳಿಗಿಂತ ನಾಲ್ಕು ವರ್ಷ ಹಿರಿಯನಾದ ಅಣ್ಣ ಸಂದೀಪ್ ಇದ್ದ. ಇಬ್ಬರೂ ಬುದ್ಧಿವಂತರು. ಮೂರು ಜನ ಮನೆಯವರ ಜೊತೆ ಅಡಿಗೆ ಭಟ್ಟರು, ಒಬ್ಬ ಸೆಕ್ಯೂರಿಟಿ-ಕಂ-ವಾಚ್‌ಮನ್. ಇವರು ಚಿರಂತನ ದತ್ತ ಸರ್ವಿಸ್‌ನಲ್ಲಿದ್ದಾಗ ಸೇರ್ಪಡೆಯಾಗಿದ್ದವರು. ಆಮೇಲು ಇಲ್ಲೇ ಉಳಿದುಕೊಂಡಿದ್ದರು, ಮನೆಯವರಂತೆ.

ಚಿರಂತನ ದತ್ ಸರ್ವೀಸ್‌ನಿಂದ ನಿವೃತ್ತಿಯಾಗಿದ್ದರು. ಆದರೆ ಸಾರ್ವಜನಿಕ ಜೀವನದಿಂದ ಬೇರೆಯಾಗಿರಲಿಲ್ಲ. ಎಷ್ಟೋ ಸಂಸ್ಥೆಗಳಿಗೆ ಅವರು ಅಡ್ವೈಸರ್, ವಿವಿಧ ಹುದ್ದೆಗಳನ್ನು ಅಲಂಕರಿಸಿದ ಚಿರಂತನದತ್ ಐ.ಎ.ಎಸ್. ಪ್ರಾಮಾಣಿಕತೆಯಲ್ಲಿ ಮಾತ್ರವಲ್ಲ ಅತ್ಯಂತ 'ಎಫಿಷಿಯೆಂಟ್ ಆಫೀಸರ್' ಅನ್ನೋದರ ಜೊತೆಗೆ ಧೈರ್ಯವಂತ ಎನ್ನುವ ಬಿರುದು ಇತ್ತು. ನಿವೃತ್ತಿಯ ನಂತರವು ಕೆಲವು ಉನ್ನತ ಹುದ್ದೆಗಳು ಕಾದಿದ್ದರು ನಿರಾಕರಿಸಿದ ವ್ಯಕ್ತಿ. ಒಂದು ನಿಖರವಾದ ಜೀವನ ಶೈಲಿಗೆ ಹೊಂದಿಕೊಂಡಿದ್ದರು.

ಪ್ರತಿದಿನ ಬೆಳಗಿನ ಜಾಗಿಂಗ್ ಮುಗಿಸಿ ಬರುವ ವೇಳೆಗೆ ನಂದಿತಾ ಅವರಿಗಾಗಿ ಕಾಫೀ ಹಿಡಿದು ಕಾಯುತ್ತಿದ್ದಳು. ಆಮೇಲೆ ಅಪ್ಪ, ಮಗಳ ಮಾತು. ನಂತರವೇ ಮಿಕ್ಕ ಕಾರ್ಯಕ್ರಮ.

ಇಂದು ಬಂದ ಚಿರಂತನ ಹೊರಗಡೆ ಗಾರ್ಡನ್‌ನಲ್ಲಿಯೇ ಕೂತು ಕಾಫೀ ಕುಡಿದು "ದೀಕ್ಷಿತ್, ನಿನ್ನಮ್ಮನ ಕೈನ ಕಾಫೀ ಕುಡಿದು ಲೊಟ್ಟೆ ಹಾಕುತ್ತಿದ್ದ. ನೀನು ಜಾನಕಿ ತರಹನೇ ಕಾಫೀ ಮಾಡ್ತಿ. ಅವ್ನು ಈತ್ತೀಚಿನ ವರ್ಷಗಳಲ್ಲಿ ಬಂದಿಲ್ಲ. ಆರಾಮಾಗಿ ಆಸ್ಟ್ರೇಲಿಯ ಸೇರಿಬಿಟ್ಟಿದ್ದಾನೆ. ಒಮ್ಮೆ ನಿನ್ನಮ್ಮನ ವರಮಹಾಲಕ್ಷ್ಮಿ ಪೂಜೆಗೆ ಒಂದು ಬುಟ್ಟಿ ಹೂ ಹಿಡಿದು ಬಂದಿದ್ದ" ಹೇಳಿಕೊಂಡರು, ಬೃಂದಾವನಕ್ಕೆ ಮುಡಿಸಿದ ತಾವರೆಯನ್ನು, ನೋಡಿ. ಆಕಸ್ಮಿಕವಾಗಿ ಪರಿಚಯ. ದೀಕ್ಷಿತ್ ಆತ್ಮೀಯ ಗೆಳೆಯ.

"ನಮ್ಮ ವಾಚ್‌ಮ್ಯಾನ್ ಇಡ್ಕೊಂಡು ಬಂದು ಕೊಟ್ಟ. ಅಮ್ಮ ನನ್ನ ಪುಟ್ಟ ತಾವರೆ ಅಂತ ಕರೀತಾ ಇದ್ದರಂತೆ. ಅದನ್ನೆಲ್ಲ ನೆನಪಿಸಿಕೊಂಡ. ಅಮ್ಮ ಅವರುಗಳ ನೆನಪಿನಲ್ಲಿ ಕೂಡ ಭದ್ರವಾಗಿ ಉಳಿದು ಬಿಟ್ಟಿದ್ದಾಳೆ" ಅಂದ. ಅವಳ ದನಿ ಭಾರವಾಯಿತು. ಮಗಳ ಹೆಗಲ ಮೇಲೆ ಕೈ ಹಾಕಿ "ಸಂದೀಪ್ ಫೋನ್ ಮಾಡಿದ್ನಾ?" ಎಂದು ಒಳ ನಡೆದರು.

"ಅಪ್ಪ, ನಿಮ್ಹತ್ರ ಒಂದು ವಿಷ್ಯ ಮಾತಾಡಬೇಕೂಂತ ಇದ್ದೀನಿ" ಅನ್ನುವ ವೇಳೆಗೆ ಅವರು ರೂಮಿಗೆ ತಲುಪಿಯಾಗಿತ್ತು. ಹೆಂಡತಿಯ ನೆನಪಾದರೇ ರೂಮಿಗೆ ಹೋಗಿ ಮೌನವಾಗಿಬಿಡುತ್ತಾರೆ. ಅದು ನಂದಿತಾಗೆ ಗೊತ್ತು. ಆ ಸಮಯದಲ್ಲಿ ಅವರನ್ನು ಡಿಸ್ಟರ್ಬ್ ಮಾಡುವುದಿಲ್ಲ ಮಗಳು.

ಇಂದು ಕಿಟಕಿಯ ಬಳಿ ಹೋಗಿ ನಿಂತರು. 'ದಯವಿಟ್ಟು ರೂಮುಗಳಿಗೆ ಎ.ಸಿ. ಅಂಥದ್ದು ಮಾಡಿಸುವುದು ಬೇಡ. ಬಿ.ಪಿ. ಅಂಥದ್ದು ಬರುತ್ತಲ್ಲ! ವಿಶಾಲವಾದ ಕಿಟಕಿಗಳನ್ನು ತೆರೆದಿಟ್ಟರೇ-ಮೈ ಮನಃ ತಂಪಾಗುತ್ತೆ' ಈ ಬಂಗ್ಲೆ ಕಟ್ಟಿಸುವಾಗ ಹೆಂಡತಿಯ ಬುದ್ಧಿವಾದ. ಅದನ್ನು ಅಕ್ಷರಶಃ ಪಾಲಿಸಿದ್ದರು.

"ಅಪ್ಪ, ನಿಮ್ಗೇ ಫೋನ್. ಯಾವ್ದೋ ಅರ್ಜೆಂಟ್ ಕಾಲ್ ಅಂದ್ರು" ಎಂದು ಹ್ಯಾಂಡ್‌ಸೆಟ್ ಕೊಟ್ಟು ಬಾಗಿಲವರೆಗೂ ಹೋದವಳು ಅಲ್ಲೇ ನಿಂತಿದ್ದು "ಭಾರತಿ ನರ್ಸಿಂಗ್ ಹೋಂ... ಹ್ಞೂಂ.. ಹೇಳಿ..." ಅಂದು ಪೂರ್ತಿ ಕೇಳಿಸಿಕೊಂಡವರ ಮುಖ ಸೀರಿಯಸ್ಸಾಯಿತು. ಹುಬ್ಬುಗಳು ಗಂಟಾಯಿತು.

"ಯಾರೋ, ಡಾ॥ ರಾಧಾಕೃಷ್ಣ ಅನ್ನೋರು ಭಾರತಿ ನರ್ಸಿಂಗ್ ಹೋಂನಿಂದ ಫೋನ್ ಮಾಡಿದ್ರು. ನಿಮ್ಮ ಸೊಸೆ ಪುಣ್ಯ ಸಂದೀಪ್... ಅನ್ನೋರಿಗೆ ಡೆಲಿವರಿಯಾಗಿದೆ. ಆಕೆ ತುಂಬ ಅಳ್ತಾ ಇದ್ದಾರೆ. ನಿಮ್ಮ ಮಗ ನಿಮ್ಗೇ ತಿಳಿಸದೇ ಇರಬಹುದು. ಆದ್ರೂ, ಇಂಥ ಸ್ಥಿತಿಯಲ್ಲಿ ನೀವು ಬಂದು ತಾಯಿ, ಮಗುನ ನೋಡೋದು ಕರ್ತವ್ಯ ಅಂದ್ರು. ವೆರಿ ಸಿರಿಯಸ್ ಮ್ಯಾಟರ್" ಎಂದರು. ನಂದಿತಾ ಸುಸ್ತಾದಳು. ಮಾತೇ ಹೊರಡಲಿಲ್ಲ.

ಚಿರಂತನದತ್ತ ತೀರಾ ದುರ್ಬಲ ವ್ಯಕ್ತಿ ಅಲ್ಲ. ಕಟ್ಟಿಕೊಂಡ ಹುದ್ದೆಗಳಲ್ಲಿ ಎಂಥದನ್ನೋ ನಿರ್ವಹಿಸುತ್ತಿದ್ದರು. 'ಹೆದರಿಕೆ ಅನ್ನೋಂದು ಅವರ ಬಳಿ ಸುಳಿಯೋಲ್ಲ, ಅನ್ನುತ್ತಿದ್ದರು. ಬೇರೆ ವಿಷಯಗಳಲ್ಲಿ ಇಂಥ ಧೈರ್ಯ ಇದ್ದರೂ ತೀರಾ ಪರ್ಸನಲ್ ಆದಾಗ, ಅದು ಮಕ್ಕಳ ವಿಷಯವಾಗಿದ್ದರೆ ತಂದೆಯಾಗಿ ಕುಸಿದು ಬಿಡುವುದು ಸಹಜ.

"ಅದೇನಾದ್ರೂ.... ರಾಂಗ್..." ಷುರು ಮಾಡುವುದಕ್ಕೆ ಮುನ್ನವೇ ತಡೆದು "ಇಲ್ಲ, ಈ ಚಿರಂತನ್‌ದತ್‌ಗೆ ಬಂದ ಕಾಲ್ ಯಾವ್ದೇ ಹುಡುಗಿ... ಧನ್ಯಾ ಸಂದೀಪ್ ಅಂತಲೋ, ಪುಣ್ಯ ಸಂದೀಪ್ ಅಂತಲೋ ಹೇಳಿದರು. ಒಂದು ರೀತಿಯಲ್ಲಿ ಷಾಕಿಂಗ್ ನ್ಯೂಸ್. ರಾಖಿಯ ಬಗ್ಗೆ ಹೇಳಿದ್ದಾನೆ. ಈ ಮಧ್ಯೆ ಈಕೆ ಯಾರು?" ಚಿಂತಿತರಾಗಿ ನುಡಿದರು.

ನಂದಿತಾಗೆ ಏನೇನು ಅರ್ಥವಾಗಲಿಲ್ಲ. ಇಂಥ ಸಾಧ್ಯತೆ ಇದ್ಯಾ? ಸಂದೀಪ್ ಸಂಪರ್ಕಿಸಿದರೆ, ಹೇಗೆ? ಇಂಥ ಹೋಚನೆಗಳು ಅವಳ ಮಿದುಳಿನಲ್ಲಿ ಹಾದು ಹೋಯಿತು.

ಅವರ ಮುಖ ಗಂಭೀರವಾಯಿತು. "ಪುಣ್ಯ ಸಂದೀಪ್‌ಗೆ ಡೆಲಿವರಿಯಾಗಿದೆ.

ಹೆಣ್ಣು ಮಗು. ತಾಯಿ, ಮಗು ಆರೋಗ್ಯವಾಗಿದ್ದಾರೇಂತ ನಾವುಗಳು ಯಾರು ಹೋಗಿ ನೋಡದೇ ಇರೋಕೆ, ಆ ಹುಡುಗಿ ಒಂದೇ ಸಮ ಅಳ್ತಾ ಇದ್ದಾಳಂತೆ. ಅವಳೇ ಫೋನ್ ನಂಬರ್ ಕೊಟ್ಟು ವಿಷ್ಯ ಮುಟ್ಟಿಸೋಕೆ ಹೇಳಿದ್ದಾಳಂತೆ" ಸಹಜವಾಗಿ ಹೇಳಿದರು. ನಂದಿತಾ ಕಕ್ಕಾಬಿಕ್ಕಿಯಾದಳು. 'ಅರೇ, ಪುಣ್ಯ ಸಂದೀಪ್ ಯಾರು?' ತಂದೆಯ ಮುಖ ನೋಡಿದ್ದು ವಿಸ್ಮಿತಳಾಗಿ.

"ಅರೇ, ಇದೇನಿದು? ಪ್ಲೀಸ್, ನೀವು ಫೋನ್ ಮಾಡಿ ಮತ್ತೊಮ್ಮೆ ಕನ್‌ಫರ್ಮ್ ಮಾಡ್ಕೊಳ್ಳಿ. ಯಾರಾದ್ರೂ ಫೂಲ್ ಮಾಡೋಕೆ ಇಂಥ ಇನ್‌ಫರ್ಮೇಷನ್ ಕೊಟ್ಟಿದ್ದಾರೇನೋ. ನಾನು ರಿಸೆಪ್ಷನ್‌ನಲ್ಲಿ ವಿಚಾರಿಸ್ಲಾ?" ಎಂದು ಹ್ಯಾಂಡ್ ಸೆಟ್ ಎತ್ತಿಕೊಂಡು ಬಟನ್‌ಗಳನ್ನು ಒತ್ತಿ ಒಂದಿಷ್ಟು ಇನ್‌ಫರ್ಮೇಷನ್ ಕಲೆಕ್ಟ್ ಮಾಡಿಕೊಂಡು "ಭಾರತಿ ನರ್ಸಿಂಗ್ ಹೋಂನವರುದು ಮೂರು ಬ್ರಾಂಚ್‌ಗಳು ಇದೆಯಂತೆ. ಇಲ್ಲಿ ಪುಣ್ಯ ಸಂದೀಪ್ ಅನ್ನೋರು ಯಾರು ಮೆಟರ್ನಿಟಿ ವಾರ್ಡ್‌ನಲ್ಲಿ ಇಲ್ಲಾಂದ್ರು. ಅಲ್ಲಿ ಕೂಡ ವಿಚಾರಿಸ್ಲಾ?" ತಂದೆಯ ಪರ್ಮಿಷನ್ ಪಡೆದೇ, ಅಲ್ಲೆಲ್ಲ ವಿಚಾರಿಸಿದ್ದು. ವಿದ್ಯಾನಗರ ಬ್ರಾಂಚ್‌ನಲ್ಲಿ ಮಾತ್ರ ಮಿಸೆಸ್ ಸಂದೀಪ್ ಅನ್ನೋರು ಮೆಟರ್ನಿಟಿ ವಾರ್ಡ್‌ನಲ್ಲಿ ಇದ್ದಾರೆ ಅಂದ್ರು" ಎಂದಳು ಟೆನ್‌ಷನ್‌ನಲ್ಲಿಯೇ.

ಸಾಧಾರಣ ಜನಕ್ಕೆ ಇಂಥ ವಿಷಯಗಳು ಷಾಕ್ ನೀಡಬಹುದು. ಸಾರ್ವಜನಿಕ ಜೀವನದಲ್ಲಿ ಉನ್ನತ ಹುದ್ದೆಗಳನ್ನು ಅಲಂಕರಿಸಿದ್ದ ಅವರು ಬ್ಲಾಕ್‌ಮೇಲ್, ಬ್ಲಾಂಕ್ ಕಾಲ್‌ಗಳನ್ನು ನೋಡಿದ್ದರು. ಈಗ ಅವರಿದ್ದುದ್ದು ವಿಶ್ರಾಂತಿ ಜೀವನದಲ್ಲಿ. ಈಚೆಗೆ ಅವೆಲ್ಲದರಿಂದ ಮುಕ್ತರಾಗಿದ್ದರು.

"ಅಪ್ಪ, ಸಂದೀಪ್‌ನ ವಿಚಾರಿಸಿದರೇ, ಹೇಗೆ?" ಕೇಳಿದಳು.

"ಅನಗತ್ಯವಾದ ಟೆನ್ಷನ್ ಕೊಡೋದು ಬೇಡ. ಸತ್ಯ ಅಂಥ ಅನಿಸಿದರೇ ಸೊಸೆ, ಮಗುನ ಮನೆಗೆ ಕರ್ಕಂಡ್ ಬರ್ತೀನಿ. ಬಿ ಕ್ವಿಕ್, ಪೊಲೀಸ್‌ಗೆ ಇನ್‌ಫಾರ್ಮ್ ಮಾಡಿದರೆ, ಅವರೇ ತಲಾಷ್ ಮಾಡ್ತಾರೆ. ವಿಷ್ಯ ಗೋಜಲಾಗುತ್ತೆ. ತೀರಾ ಪರ್ಸನಲ್ ಆಗಬಹುದಾದ ವಿಚಾರ ಮಾಧ್ಯಮಗಳ ಪಾಲಾಗುತ್ತೆ. ಅದು ಬೇಡ. ನಾವೇ ಹೋಗೋಣ. ನಂಗೂ ಒಂದು ತರಹ ಕ್ಯೂರಿಯಾಸಿಟಿ. ರಾಖಿಗೆ ಮಾತ್ರ ಷಾಕ್ ಆಗಬಹುದು" ಕಡೆಯ ವಾಕ್ಯ ಹೇಳುವಾಗ ಅವರ ದನಿಯಲ್ಲಿ ನೋವಿತ್ತು.

ತಂದೆಯ ಮಾತು, ನಿರ್ಧಾರ ಯಾವಾಗಲೂ ಸರಿಯಾಗಿರುತ್ತದೆಯೆನ್ನುವುದು ಅವಳ ಅಭಿಪ್ರಾಯ. ಕೆಲವೊಮ್ಮೆ ಅನ್ನಿಸಿದನ್ನ ಹೇಳಲು ಹಿಂಜರಿಯಲಾರಳು.

ಅವರು ಹೇಳಿದ ನರ್ಸಿಂಗ್ ಹೋಂಗೆ ಹೋಗುವ ವೇಳೆಗೆ ಸಾಕಾಗಿದ್ದರು. ಸ್ವಲ್ಪ ಸಿಟಿಗಿಂತ ಇಂಟೀರಿಯರ್ ಪ್ರದೇಶ. ಹೊಚ್ಚ ಹೊಸ ನರ್ಸಿಂಗ್ ಹೋಂ. ಸಿಟಿಯ ಹೃದಯಭಾಗದಲ್ಲಿರುವ ಭಾರತಿ ನರ್ಸಿಂಗ್ ಹೋಂನ ಒಂದು ಬ್ರಾಂಚ್. ಸೊಫಿಸ್ಟಿಕೇಟೆಡ್ ಆಗಿತ್ತು. ಮುಂದೆ ಸುತ್ತಲೂ ಸುಂದರವಾದ ಗಾರ್ಡನ್. ರೋಗಿಗಳ ಕಡೆಯವರು ಬಂದರೆ ಕೂಡಲು ಅಮೃತ ಶಿಲೆಯ ಬೆಂಚಿನ ವ್ಯವಸ್ಥೆ. ಶಿಸ್ತನ್ನು ಕಾಪಾಡಲು ಶ್ರಮಿಸುವ

ಸೆಕ್ಯೂರಿಟಿಯವರು.

ಇಂದು ಚಿರಂತನ್‌ದತ್ ತಾನೇ ಡ್ರೈವ್ ಮಾಡಿಕೊಂಡು ಬಂದಿದ್ದರು. ಸತ್ಯಾಸತ್ಯಗಳು ತಿಳಿಯುವವರೆಗೂ ವಿಷಯನ ಗೋಪ್ಯವಾಗಿಡುವುದು ಅವರ ಉದ್ದೇಶವಾಗಿತ್ತು. ಕಾರುನಿಂದ ಇಳಿದರು. ಇವರ ಗತ್ತು ಗೈರತ್ತು ನೋಡಿ ಸೆಕ್ಯೂರಿಟಿಯವನು ಸೆಲ್ಯೂಟ್ ಹೊಡೆದು ಪಕ್ಕಕ್ಕೆ ನಿಂತ.

ರಿಸೆಪ್ಷನಿಷ್ಟ್ ಕೌಂಟರ್‌ನಲ್ಲಿ ವಿಚಾರಿಸಿ ಮೌನವಾಗಿ ನಿಂತರು.

"ಸೋ... ಸಾರಿ... ಸರ್... ಈಗ ತಾನೇ ಪುಣ್ಯ ಸಂದೀಪ್‌ನ ಡಿಸ್‌ಚಾರ್ಜ್ ಮಾಡ್ಸಿಕೊಂಡು ಅವರ ಪೇರೆಟ್ಸ್ ಕರ್ಕಂಡ್ ಹೋದರು" ವಿಷಯ ತಿಳಿಸಿದರು.

ಮಗಳತ್ತ ನೋಟ ಹರಿಸಿದರು. "ಅಪ್ಪ, ಹೇಗೂ ರೆಕಾರ್ಡ್ಸ್‌ನಲ್ಲಿ ಅವಳ ವಿಳಾಸ ಸಿಕ್ಕುತ್ತೆ. ಹಾಗೇ ಡಾ॥ ರಾಧಾಕೃಷ್ಣನ್ ಬಗ್ಗೆ ವಿಚಾರಿಸಬಹುದಲ್ಲ" ತಲೆದೂಗಿಸಿದರು. ಜೆ.ಪಿ. ನಗರದ ವಿಳಾಸ ಪಡೆದುಹೊರ ಬಂದವರು "ಹೇಗೂ ಬಂದಿದ್ದೀವಿ. ನೇರವಾಗಿ ಡಾ॥ ರಾಧಾಕೃಷ್ಣನ್ ಮೀಟ್ ಮಾಡೋದೇ ಸರಿಯೆನಿಸುತ್ತೆ. ಯು ಆರ್ ಕರೆಕ್ಟ್" ಅಂದಾಗ ನಂದಿನಿ "ನೀವು ಕಾರ್‌ನಲ್ಲಿ ಹೋಗಿ ಕೂತಿರಿ. ಅವರು ಇಲ್ಲಿ ಸಿಗೋದು ಡೆಫೆನೆಟ್ಟಾದರೆ, ನಾನೇ ಬಂದು ನಿಮ್ಮನ್ನು ಕರ್ಕಂಡ್ ಹೋಗ್ತೀನಿ. ಈಗ್ಲೂ ನಿಮ್ಮ ಕಣ್ಣುಗಳಲ್ಲಿ ಅಧಿಕಾರದ ಪ್ರಾಮಾಣಿಕತೆಯ ಶಾರ್ಪ್‌ನೆಸ್ ಇದೆ. ಅಷ್ಟು ಸಾಕು ಎದುರಿಗಿದ್ದವರು ಹೆದರೋಕೆ" ಎಂದು ತಂದೆಯತ್ತ ಅಭಿಮಾನದನೋಟ ಹರಿಸಿ ನರ್ಸಿಂಗ್ ಹೋಂನೊಳಕ್ಕೆ ಹೋದಳು.

ಹತ್ತು ನಿಮಿಷದ ನಂತರ ಬಂದವಳೇ "ಯಾವ್ದೋ ಸೆಮಿನಾರುನಲ್ಲಿ ಭಾಗವಹಿಸೋಕೆ ಮುಂಬಯಿಗೆ ಹೊರಟರಂತೆ ಫ್ಲೈಟ್ ಹಿಡಿಯಲು. ಅವರ ಮೊಬೈಲ್ ನಂಬರ್ ಸಿಕ್ಕಿದೆ. ಹೇಗೂ ವಿಳಾಸ ಸಿಕ್ಕಿದೆ. ಪುಣ್ಣ ಸಂದೀಪ್‌ನ ಹುಡುಕಲೇಬೇಕು" ಮಗಳ ನಿರ್ಣಯಕ್ಕೆ ಹ್ಞೂಂ ಗುಟ್ಟಿದರು. ಮುಂದೆ ಆಗಬಹುದಾದ ತೊಡಕಿನ ಬಗ್ಗೆ ಎಚ್ಚರ ಅಗತ್ಯವಿತ್ತು. ಇದೊಂದು ಸೆನ್‌ಸೇಷನಲ್ ನ್ಯೂಸ್ ಆಗುವುದು ಅವರಿಗೆ ಬೇಡ.

ಕಾರು ಹತ್ತಿದ ನಂತರ ಇನ್ನೊಂದು ಸಲಹೆ ಕೊಟ್ಟರು.

"ನಾವು ಪೇಷನ್ಸ್ ಕಳೆದುಕೊಳ್ಳದೇ ಸಹನೆಯಿಂದ ಇರೋಣ. ಮತ್ತೆ ರಿಪೀಟ್ ಆಗಬಹುದು. ಆಗ ಮತ್ತಷ್ಟು ಡಿಟೈಲ್ ಪಡೆದುಕೊಳ್ಳೋಣ. ಸತ್ಯವಾಗಿದ್ದರೆ ಮತ್ತೊಮ್ಮೆ ಪ್ರಯತ್ನಿಸೋಣ. ಇಂಥ ಸಿಚ್ಯುವೇಷನ್‌ಗಳಲ್ಲಿ ಪೇರೆಂಟ್ಸ್ ಗಲಾಟೆ ಮಾಡಿ ಕರೆದೊಯ್ಯುವುದು ನ್ಯಾಚುರಲ್. ಅವರಿಗೆ ತಮ್ಮ ಮಾನ, ಮರ್ಯಾದೆ ಮುಖ್ಯವಾಗುತ್ತೆ, ನಂತರವೇ ಮಗಳ ಭವಿಷ್ಯದ ಚಿಂತೆ. ಇದು ಒಂದು ವರ್ಗದ ಜನರ ಮನೋಭಾವ. ನಂಗೆ ಸಂದೀಪ್ ಮೇಲಿನ ಅನುಮಾನಕ್ಕಿಂತ ಅಂಥ ಸ್ಥಿತಿಗೆ ಸಿಕ್ಕಿದ ಹೆಣ್ಣು... ಏನು ತೋಚದೆ ಇಂಥದೊಂದು ಹೆಸರು ಹೇಳಿರಬಹುದು! ಅನಗತ್ಯವಾಗಿ ಎಮೋಷನಲ್ಲಾಗಿ ಸಂದೀಪ್‌ನ ವಿಚಾರಿಸೋದು ಬೇಡ, ನಮ್ಮ ಸಮಯನ ಹಾಳು ಮಾಡಿಕೊಳ್ಳುವುದು ಬೇಡ."

ತಂದೆಯ ಮಾತು ನಂದಿತಾಗು ಸರಿಯೆನಿಸಿತು. ಅಣ್ಣ ತಂಗಿಯರ ಮಧ್ಯೆ ಅಪಾರವಾದ

ಅನ್ಯೋನ್ಯತೆ ಇತ್ತು. ಬಹುಶಃ ಇಂಥ ಒಂದು ವಿಚಾರ ಅವನ ಜೀವನದಲ್ಲಿ ಸಂಘಟಿಸಿದ್ದರೇ, ಖಂಡಿತ ತಂಗಿಗೆ ತಿಳಿಸುತ್ತಿದ್ದ ಎನ್ನುವುದು ಅವಳ ನಂಬಿಕೆ. ರಾಖಿ ಮತ್ತು ಅವನ ಮಧ್ಯದ ಪ್ರೇಮದ ವಿಷಯವನ್ನು ನಂದಿತಾ ಮೂಲಕವೇ ಚಿರಂತನ್‌ದತ್‌ಗೆ ತಪುಪಿದ್ದು. ಆ ಬಗ್ಗೆ ಹೆಚ್ಚು ತಲೆಕೆಡಿಸಿಕೊಳ್ಳದೇ ಮಗನನ್ನು ಕರೆಸಿಕೊಂಡು ಅಸ್ತು ಎನ್ನುವ ಮೊದಲು ಹೇಳಿದ್ದರು.

"ನಿನ್ನ ತಾತ ಹಿರಿಯರು. ಅವರನ್ನು ಬಿಟ್ಟರೆ ನಮ್ಗೆ ಗಿರಿಜ ಚಿಕ್ಕಮ್ಮ, ಚಂದ್ರಮೌಳೇಶ್ವರ ಸ್ವಾಮಿಯೇ ಹಿರಿಯರು. ಮದ್ವೆ ಅಂಥ ಸಂದರ್ಭದಲ್ಲಿ ಅವರುಗಳ ಆಶೀರ್ವಾದ ಬೇಕಾಗುತ್ತೆ. ಎರಡು ಕುಟುಂಬ ಒಪ್ಪಿಗೆಯಿಂದ ಮದುವೆಯ ಶುಭಕಾರ್ಯ ನಡೆಸೋಣ."

ಆ ಮಾತುಗಳಿಗೆ ಅವನ ಸಮ್ಮತಿಯೇ. ರಾಖಿಯ ಬಗ್ಗೆ ಮಾತ್ರ ಅವನಿಗೇನು ಗೊತ್ತಿಲ್ಲ. ಬಹುಶಃ ಗಂಟೆಗಟ್ಟಲೇ ಚಾಟಿಂಗ್ ಮಾಡಿದ್ದರು. ಆಮೇಲೆ ಕೂತು ಮಾತಾಡಿದ್ದರು. ಭವಿಷ್ಯಕ್ಕೆ ಸಂಬಂಧಪಟ್ಟ ಗಂಭೀರವಾದ ವಿಷಯಗಳನ್ನು ಚರ್ಚಿಸಿಲ್ಲವೆನಿಸಿತು. ಅದನ್ನು ತಂಗಿಯ ಮುಂದೆ ಹೇಳಿಕೊಂಡಾಗ ಮುಕ್ತವಾಗಿ ನಕ್ಕಿದ್ದಳು.

ಆ ರಾಖಿಯೊಂದಿಗೆ ವಿವಾಹ ಮುಗಿಸುವುದೆಂದು ಚಿರಂತನ್ ದತ್ ತೀರ್ಮಾನಿಸಿರುವಾಗ... ಈ ಪುಣ್ಯ ಸಂದೀಪ್ ಯಾರು?

'ಚಿರಂತನ್' ಹಿಂದಿರುವಾಗ ವಾಚ್‌ಮನ್ ಬಂದು ಗೇಟ್ ತೆಗೆದ. ಇದೆಲ್ಲ ಈಗ ಅಗತ್ಯವಾ? ಅಧಿಕಾರ ಕೈಯಲ್ಲಿದ್ದಾಗ ಇಂಥದೆಲ್ಲ ಅನಿವಾರ್ಯ. ಆಮೇಲೆ ಬೇಡವೆನಿಸಿದ್ದುಂಟು. ಹಳೆ ವಾಚ್‌ಮ್ಯಾನ್ ಹಟ ಮಾಡಿ ಉಳಿದುಕೊಂಡಿದ್ದ. ಅವನು ಸಂಬಳಕ್ಕಾಗಿ ಕೆಲಸ ಮಾಡದೇ ಚಿರಂತನ್‌ದತ್ ಮನೆಯವರಲ್ಲಿ ಒಬ್ಬನಾಗಿದ್ದ.

ಕಾರ್‌ನಿಂದ ಇಳಿದ ಕೂಡಲೇ "ನಂದಿತಾ, ನಾವು ಒಂದು ನಾಲ್ಕು ದಿನವಾದರೂ ಅಂಕಣಕೊಪ್ಪಕ್ಕೆ ಹೋಗಬೇಕು. ತುಂಬ ಕಾತುರ. ನಿಮ್ಮ ಬಾಲ್ಯ, ನಂತರದ ದಿನಗಳನ್ನು ನಿಮ್ಮ ಜೊತೆ ನನ್ನ ಕಣ್ಣು, ಮನಸ್ಸಿನಿಂದ ನೋಡಬೇಕು. ನಿಮ್ಮ ದೃಷ್ಟಿಕೋನದಲ್ಲಿ ನಿಮ್ಮ ಬದುಕನ್ನು ಚಿತ್ರಿಸುವುದರ ಜೊತೆಗೆ ನನ್ನ ಅಭಿಪ್ರಾಯಗಳನ್ನು ವ್ಯಕ್ತಪಡಿಸಬೇಕು. ಇದು ನನ್ನ ಆ್ಯಂಬಿಷನ್. ನಿಮ್ಮ ಹೆಲ್ಪ್ ನಂಗೆ ಬೇಕು" ಎಂದ ಮಗಳತ್ತ ಮುಗುಳ್ನಗೆ ಬೀರಿ ಅವಳ ಹೆಗಲ ಮೇಲೆ ಕೈ ಹಾಕಿಕೊಂಡು ಒಳಗೆ ಹೋಗಿ ಕೂತ ನಂತರ ವ್ಯಾಖ್ಯನಿಸಿದ್ದು.

"ಅಪಾಯ ಅಂದರೆ, ನಾನು ಅದನ್ನು ಬರೀಯಲೀಂತ ನಿನ್ನ ಅಭಿಪ್ರಾಯನಾ? ನಾನೊಬ್ಬ ಸಾಧಾರಣ ವ್ಯಕ್ತಿ. ನನ್ನ ಹೆಸರಿನ ಪಕ್ಕ ಇದ್ದ ಐ.ಎ.ಎಸ್. ಕೆಲವು ಹುದ್ದೆಗಳನ್ನು ಅಧಿಕಾರವನ್ನು ವಹಿಸಿಕೊಟ್ಟಿತ್ತು. ಅದನ್ನು ಪ್ರಾಮಾಣಿಕವಾಗಿ ನಿರ್ವಹಿಸಿದ್ದೆ. ಅಷ್ಟು ಬಿಟ್ಟು ನಾನೇನು ಮಾಡಿಲ್ಲ. ಅದನ್ನೇ ದೊಡ್ಡ ಅಚೀವ್‌ಮೆಂಟ್ ಅಂತ ತಿಳಿದಿಲ್ಲ" ಎಂದರು.

ನಂದಿತಾ ಅವರ ಮುಂದೆ ಕೂತು "ನಂಗೆ ಹಾಗೆ ಅನ್ನಿಸೊಲ್ಲ. ಒಬ್ಬೊಬ್ಬರ ಬದುಕು, ಅನುಭವದಲ್ಲಿ ಡಿಫರೆಂಟಾದ ವೈಶಿಷ್ಟವಿರುತ್ತೆ. ನಿಮ್ಮ ಎಷ್ಟೋ ಅನುಭವಗಳು, ಆಗ ನೀವು ತೆಗೆದುಕೊಂಡ ತೀರ್ಮಾನಗಳು ಎಷ್ಟೋ ಐ.ಎ.ಎಸ್ ಅಧಿಕಾರಿಗಳಿಗೆ ಮಾರ್ಗದರ್ಶನವಾಗಬಹುದು. ಆ ಬಗ್ಗೆ ಅಕ್ಕರೆ ಇಟ್ಟುಕೊಂಡ ವಿದ್ಯಾರ್ಥಿಗಳು ನಿಮ್ಮ

ಆತ್ಮಕತೆ ಓದಿ ಉತ್ಸಾಹ ತುಂಬಿಕೊಳ್ಳಬಲ್ಲರು. ಇನ್ನೊಂದುಮುಖ್ಯವಾದ್ದುದ್ದು... ನಿಮ್ಮ ಬಾಲ್ಯವನ್ನು ಮತ್ತೆ ಹಿಂದಿರುಗಿ ನೋಡಬಹುದು" ಅಂತು ಒಪ್ಪಿಸಿದಳು.

ಎರಡು ದಿನ ಮತ್ತೆ ಯಾವುದಾದರೂ ಫೋನ್ ಕರೆ ಬರಬಹುದಾಂತ ಕಾದರು. "ಅದೊಂದು ಕ್ರೂಕ್ ಕಾಲ್ ಇರಬೇಕು. ಆ ಪುಣ್ಯ ಸಂದೀಪ್ ನಮ್ಮ ವಿಳಾಸ ಕೊಡೋಕೆ ಅವಳದೇ ಕಾರಣವಿರಬಹುದು. ಹೆಚ್ಚು ಸೀರಿಯಸ್ಸಾಗಿ ತಗೊಂಡರೇ, ಅನಗತ್ಯವಾದದಕ್ಕೆ ಸಮಯ ಹಾಳು ಮಾಡಿದಂತಾಗುತ್ತೆ ಸಂದೀಪ್... ಬರಲೀ" ಎಂದು ಮಗಳಿಗೆ ತಿಳಿಸಿದರು. ಆ ವಿಷ್ಯಕ್ಕೆ ಹೆಚ್ಚು ಪ್ರಿಫರೆನ್ಸ್ ಬೇಡವೆಂದು ಅವರ ಮಾತಿನ ಅರ್ಥ.

"ಓ.ಕೆ. ನಂಗೂ ಹಾಗೇ ಅನ್ನಿಸ್ತು. ಬೆಳಿಗ್ಗೆ ತಾತ ಫೋನ್ ಮಾಡಿದ್ರು. ಒಂದಿಷ್ಟು ವಿಚಾರಿಸಿಕೊಂಡು ಫೋನಿಟ್ಟರು. ಇಲ್ಲಿಗೆ ಬರುವ ಮಾತಾಡಲಿಲ್ಲ. ನಾನು ಸಂದೀಪ್ ವಿವಾಹದ ವಿಚಾರ ತಿಳಿಸಬೇಕೆನ್ನುವಷ್ಟರಲ್ಲಿ ಫೋನ್ ಕಟ್ಟಾಯಿತು." ಅಂಥದೊಂದು ಸುದ್ದಿ ಅವರ ಮುಂದಿಟ್ಟಾಗ ಭಾರವಾದ ಉಸಿರು ದಬ್ಬಿದರು.

"ಅಮ್ಮನ ಆರೈಕೆಯ ಅದೃಷ್ಟವಿಲ್ಲ. ಅಪ್ಪ ಇದ್ದು ಕೂಡ ತಮ್ಮ ಸಂತಾನದೊಂದಿಗೆ ಹೆಚ್ಚಿನ ಸಂಬಂಧ ಬೆಳೆಸಿಕೊಳ್ಳಲಿಲ್ಲ."

ನಂದಿತಾ ತಂದೆಯ ನೋವು ಅರ್ಥ ಮಾಡಿಕೊಂಡು ಸರಿದುಹೋದಳು.

ಗುರುದತ್‌ಗೆ ಹೆಚ್ಚು ಶ್ರೀಮಂತಿಕೆ ಇಲ್ಲದಿದ್ದರು, ಆರ್ಥಿಕವಾಗಿ ಪರದಾಟವಿರಲಿಲ್ಲ. ಸಮಾಜ ಮತ್ತು ಪರಿಸರದ ಏಳಿಗೆಗೆ ಶ್ರಮಿಸುತ್ತಿದ್ದರು. ಅಂಥವರ ಮಗನಾಗಿ ಹುಟ್ಟಿದ್ದಕ್ಕೆ ಚಿರಂತನ್ ದತ್‌ಗೆ ಒಂದಿಷ್ಟು ಪ್ರಾಮಾಣಿಕತೆ, ನಿಷ್ಠೆ ಜೊತೆಯಲ್ಲಿಯೆ ಬಂದಿತ್ತು. ಆದರೆ ಅವರು ಹೆಂಡತಿ ಸತ್ತಮೇಲೆ ಮಗನಿಂದ ದೂರ ಉಳಿದಿದ್ದರು.

ಅಂದು ಸಂಜೆ ವಾಕ್ ಮುಗಿಸಿಕೊಂಡು ಮನೆಗೆ ಬಂದಾಗ, ಏನೋ ಗುರುತು ಹಾಕಿಕೊಳ್ಳುತ್ತಿದ್ದ ನಂದಿತಾ ತಲೆಯೆತ್ತಿ "ಅಪ್ಪ, ಮತ್ತೊಂದು ಫೋನ್! ನಾನೇ ಅಟೆಂಡ್ ಮಾಡಿ, ಪುಣ್ಯ ಸಂದೀಪ್‌ನ ಮಗುವಿನೊಂದಿಗೆ ಮನೆಗೆ ಬಂದು ಬೀಡಿಂತ ಆಹ್ವಾನ ಕೊಟ್ಟೆ, ನಾವು ಹುಡ್ಕಿಕೊಂಡು ತಿರುಗಾಡೋ ಬದಲು ಅವರುಗಳೇ ಇಲ್ಲಿಗೆ ಬಂದರೆ, ಒಳ್ಳೇದೂಂತ ಅನ್ನಿಸ್ತು. ಸಾರಿ, ಇಷ್ಟು ಸ್ವತಂತ್ರ ತೆಗೆದುಕೊಂಡಿದ್ದಕ್ಕೆ" ಅಪಾಲೈಜ್ ಮಾಡಿಕೊಂಡಳು. ಅವರ ತುಟಿಯಂಚಿನಲ್ಲಿ ನಗು ಅರಳಿತು.

"ನೋ, ಯು ಆರ್ ಕರೆಕ್ಟ್, ಸಂದೀಪ್‌ನ ಫೋನ್ ಬಂದಿದ್ದರೆ ವಿಚಾರಿಸಬಹುದಿತ್ತು. ಇಲ್ಲ ನಾನಾಗಿ ಫೋನ್ ಮಾಡಿ ವಿಷ್ಯ ತಿಳಿಸಿದರೆ ಅವನು ಅಪ್‌ಸೆಟ್ ಆಗಬಹುದು. ಅದೆಲ್ಲ... ಯಾಕೆ?" ಎಂದರು. ಒಂದಿಷ್ಟು ತೊಡಕೆ. ಆದರೆ ಅವರಿಗೆ ಇಷ್ಟವಿಲ್ಲ.

ಕಾದು ಕಾದು ಹತ್ತರ ಸುಮಾರಿಗೆ ಊಟ ಮುಗಿಸಿ "ಹೋಗಿ ಮಲಕ್ಕೋ, ಮಧ್ಯರಾತ್ರಿಯಲ್ಲಂತು ಬರಲಾರರು. ನೀನು ಹೋಗಿ ಮಲಕ್ಕೊ. ಆಕಸ್ಮಾತ್ ಬಂದರೆ, ನಾನೇ ಎಬಿಸ್ತೀನಿ. ನಾನು ಎನ್‌ಕ್ವೈಯರಿ ಮಾಡಿದೆ. ಆ ಫೋನ್ ಮಲ್ಲೇಶ್ವರಂ ಎಂಟನೇ ಕ್ರಾಸ್‌ನಲ್ಲಿರುವ ಕಾಯಿನ್ ಬಾಕ್ಸ್‌ನಿಂದ ಬಂದಿದ್ದಂತೆ. ಇನ್ಸ್‌ಪೆಕ್ಟರ್ ಯಾಕೂಬ್ ಎಲ್ಲಾ

ತಲಾಷ್ ಮಾಡಿ ಬಂದು ತಿಳಿಸ್ತೀನೀಂತ ಹೇಳಿದ್ದಾನೆ. ಲೆಟ್ ಮಿ ಸೀ, ನೀನ್ಹೋಗಿ ಮಲಕ್ಕೋ" ಮಗಳನ್ನು ಮಲಗಲು ಕಳಿಸಿ, ತಾವು ಬಾಲ್ಕನಿಯಲ್ಲಿ ಹೋಗಿ ನಿಂತರು. ಯಾರಿರಬಹುದು?

ಮಗನ ಬಗ್ಗೆ ನಂಬಿಕೆ ಇತ್ತು. ಈ ರೀತಿ ಫೋನ್ ಮಾಡಿ ತಲೆ ಬಿಸಿ ಮಾಡುವ ಜನರಿಗೆ ಸಿಗುವುದಾದರು ಏನು? ಬಹಳ ಹೊತ್ತು ಎಚ್ಚರವಾಗಿದ್ದವರು ತಡವಾಗಿ ಮಲಗಿದರು ಅಭ್ಯಾಸ ಬಲದಿಂದ ಐದರ ಸುಮಾರಿಗೆ ಎದ್ದರು. ಪುಣ್ಯ ಸಂದೀಪ್ ಅನ್ನೋದೊಂದು ಷಾಕ್ ನ್ಯೂಸ್.

* * *

ಗೆಳತಿಯರ ಜೊತೆ ಬರುತ್ತಿದ್ದ ನಂದಿತಾಗೆ ಎದುರಾದ ಕರುಣಾಕರ "ಅರೇ, ಹುಡ್ಗೀ... ನಮ್ಮ ಗಲ್ಲಿಯಲ್ಲಿ ಅನಾಯಾಸವಾಗಿ ಸಿಕ್ಕಿದ್ದೀ. ನೀನು ಮನೆಗೆ ಬರಲೇಬೇಕು" ಎಂದು ಕರೆದೊಯ್ದ. ಆತ ಅವಳ ತಾಯಿಯ ಕಡೆಯ ಸಂಬಂಧದಲ್ಲಿ ಚಿಕ್ಕಪ್ಪನಾಗಬೇಕಿತ್ತು. ಜೊತೆಗೆ ತೀರಾ ಹತ್ತಿರದ ಸಂಬಂಧಿಕರಿಗಿಂತ ಅವರೇ ಇವರು ಕುಟುಂಬಕ್ಕೆ ಆತ್ಮೀಯರು. ಆಗಾಗ ಬಂದು ಹೋಗಿ ಮಾಡಿ ಸಂಬಂಧವನ್ನು ಗಟ್ಟಿ ಮಾಡಿಕೊಂಡಿದ್ದರು.

ಸ್ವಂತ ಫ್ಲಾಟ್‌ಗೆ ಕರೆದೊಯ್ದವರು ತಾವೇ ಕೀ ತೆಗೆದು "ವೆಲ್ ಕಮ್... ವೆಲ್ ಕಮ್.. ಸ್ವಲ್ಪ ಹೊತ್ತಾದ್ರೂ... ಈ ನಿಶ್ಶಬ್ದನ ಹೊರಗೆ ಹಾಕಬೇಕು" ನಗುಮೊಗದಿಂದ ಸ್ವಾಗತಿಸಿದರು. ನಾಟಕೀಯತೆ ಇಲ್ಲದ ಮುಕ್ತರ ಮನ ಅವರದು.

ಪ್ರತಿ ಸಲ ಬಂದಾಗಲೂ ನಂದಿತಾ ಗಮನಿಸುತ್ತಿದ್ದಳು. ಎಲ್ಲಾ ನಿಟಾಗಿರುತ್ತಿತ್ತು. ಅಲ್ಲಿ ಶಿಸ್ತುಗಿಂತ, ಅವಶ್ಯಕತೆಗಿಂತ ವೈಭವಕ್ಕೆ ಹೆಚ್ಚು ಒತ್ತು. ಫ್ಯಾಷನಬಲ್ ಥಿಂಗ್ಸ್ ಕಲೆಕ್ಟ್ ಮಾಡಿ ಇಡುವುದುದರಲ್ಲಿ ಚಿಕ್ಕಪ್ಪನಿಗಿಂತ ಚಿಕ್ಕಮ್ಮನಿಗೆ ಆಸಕ್ತಿ ಹೆಚ್ಚೆಂದು ಅವಳಿಗೆ ಗೊತ್ತು.

"ಪ್ರತೀಕ ಹೇಗಿದ್ದಾನೆ?" ಕೂಡುತ್ತ ಕೇಳಿದಳು. ಬರೀ ಮಾತಿಗಾಗಿ ಈ ಪ್ರಶ್ನೆ. ಅವನಿಗೆ ಈ ಅಕ್ಕನಲ್ಲಿ ಹೆಚ್ಚು ಪ್ರೀತಿ. ಎಷ್ಟೋ ವಿಷಯಗಳನ್ನು ಚರ್ಚಿಸುತ್ತಿದ್ದುದು ನಂದಿತಾ ಬಳಿಯಲ್ಲಿಯೇ. "ನಂಗಿಂತ ಅವ್ನ ಬಗ್ಗೆ ನಂಗೆ ಚೆನ್ನಾಗಿ ಗೊತ್ತಿರುತ್ತೆ. ನನ್ನ ಹತ್ರ ಅವ್ನು ಅಷ್ಟಕಷ್ಟೆ. ಮನೆಯಲ್ಲಿದ್ದರೆ 'ಮಮ್ಮಿ, ಮಮ್ಮಿ' ಅಂತ ಮಾಲಿನಿ ಹಿಂದೆ ಸವಾರಿ" ಎಂದು ಕೀ ಬಂಚ್ ನೇತು ಹಾಕಿ ಬಂದು ಅವಳ ಮುಂದೆ ಕೂತರು.

"ನಂದೂ, ನಂಗೆ ಈಗ್ಲೂ ಅಣ್ಣನ ಹತ್ತಿರ ಮಾತಾಡಬೇಕೂಂದರೆ ಭಯ. ಪ್ರತೀಕ ನನ್ನ ಯಾವ ಲೆಕ್ಕದಲ್ಲೂ ಇಡದಂತೆ ಮಾತಾಡ್ತಾನೆ. ಈಗಿನ ಹುಡ್ಗರು ತುಂಬ ಫಾಸ್ಟ್, ಆ ವಿಷ್ಯ ಬಿಡು. ನಿನ್ನ ವಿಷಯ ಹೇಳು. ಆರಾಮಾಗಿ ಒಂದು ಬಿ.ಇ. ನೋ, ಮೆಡಿಸನ್ನೋ ಮಾಡಬಹುದಾಗಿತ್ತು, ಸುಮ್ಮೇ ಬಿ.ಎ. ಗೆ ಸೇರ್ಕೊಂಡೆ. ಮಾಲಿನಿ ಆಗಾಗ ಪೇಚಾಡಿಕೋತಾಳೆ. ನಿಂಗೆ ಇದ್ದ ಮೆರಿಟ್‌ಗೆ ಬೇರೆ ಕೋರ್ಸ್‌ಗಳನ್ನು ಆಯ್ಕೆ ಮಾಡಿಕೊಳ್ಳಬಹುದಿತ್ತು ಅನ್ನೋದು ಅವಳ ಅಭಿಪ್ರಾಯ" ಅಂದರು.

"ನಂಗೇನು ಹಾಗೆ ಅನ್ನಿಸೊಲ್ಲ. ಫ್ಯೂಚರ್ ಸ್ಟಡೀಸ್ ಬಗ್ಗೆ ನಾನು ಯಾವ್ದೇ ನಿರ್ಧಾರಕ್ಕೆ

ಬಂದಿಲ್ಲ. ಮತ್ತೊಮ್ಮೆ ಆ ಬಗ್ಗೆ ಮಾತಾಡೋಣ" ಅಂದಿದ್ದಷ್ಟೆ. ಅವಳಲ್ಲಿ ಯಾವುದೇ ದ್ವಂದವಿರಲಿಲ್ಲ.

"ಓಕೇ ಮಗಳೇ, ನೀನು ಬುದ್ಧಿವಂತೆ. ನಿನ್ನ ನಿರ್ಧಾರಗಳು ಯಾವಾಗ್ಲೂ ಸರಿಯಿರುತ್ತೆ. ಸಂದೀಪ್ ಯಾವಾಗ ಬರ್ತಾನೆ? ಅವ್ನಿಗೆ ಇಲ್ಲೇ ಸಾಕಷ್ಟು ಆಪರ್ಚುನಿಟೀಸ್ ಇದೆ. ಕರೆದು ಕೆಲ್ಸ ಕೊಡ್ತಾರೆ. ಮೊನ್ನೆ ಫೋನ್ ಮಾಡಿದಾಗ ಅದನ್ನೇ ಹೇಳ್ದೆ. ನಂಗೂ ಒಂದು ಗ್ರಾಂಡಾದ ಮದ್ವೆಯಲ್ಲಿ ಓಡಾಡಬೇಕೆನಿಸಿದೆ. ಬೇರೆಯವರ ಮದ್ವೆಗಳಲ್ಲಿ ಓಡಾಡೋಕೆ ಹೋದರೆ, ನನ್ನ ಡ್ರೆಸ್ ನೋಡಿ ಒದ್ದು ಹೊರ್ಗೆ ಹಾಕಿಸ್ತಾರೆ. ಅದಕ್ಕೆ ಸಂದೀಪನ ಮದ್ವೇನೆ ಆಗ್ಬೇಕು" ಎಂದರು ತಮಾಷೆಯಾಗಿ.

"ಆದಷ್ಟು ಬೇಗನೆ! ಹೇಗೂ ರಾಖಿ ರೆಡಿ ಇದ್ದಾರೆ. ಹಿರಿಯರೆನಿಸಿಕೊಂಡವರು ಆಶೀರ್ವಾದ ಮಾಡೋಕೆ ರೆಡಿ ಇದ್ದರೆ ಸಾಕು" ಎಂದಳು.

ತಕ್ಷಣ ಮೇಲೆದ್ದು ಕರುಣಾಕರ ಕಿಚನ್‌ಗೆ ಹೋದರು.

ಕರುಣಾಕರ ಮಾಲಿನಿಯದು ಲವ್ ಮ್ಯಾರೇಜ್. ಆರಾಮಾಗಿ ವಿವಾಹವಾಗಿ ಸಂಸಾರ ಹೂಡಿದವರು. ನಂತರ ಹದಿನೈದು ವರ್ಷ ಕರುಣೇಶ್ವರದ ಕಡೆ ತಲೆ ಹಾಕದ ಆಸಾಮಿ. ಈಚೆಗೆ ಬುದ್ಧಿ ಬಂದು ಹೋಗಿ ಬಂದು ಮಾಡುತ್ತಿದ್ದರು. ಆದರೆ ಇಂದಿನವರೆಗೂ ಹೆಂಡತಿ ಮತ್ತು ಮಗನನ್ನು ಕರೆದೊಯ್ದು ಅಪ್ಪ, ಅಮ್ಮನ ಮುಂದೆ ನಿಲ್ಲಿಸಲು ಸಮರ್ಥರಾಗಿರಲಿಲ್ಲ ಎನ್ನುವುದೇ ಚಿರಂತನ್‌ದತ್‌ರ ನೋವು. ಸಮಯ ಸಿಕ್ಕಾಗಲೆಲ್ಲ ಬುದ್ಧಿವಾದ ಹೇಳಿದ್ದರು. ಛೀಮಾರಿ ಹಾಕಿದ್ದರು.

"ಇದೆಲ್ಲ ಕರುಣೇಶ್ವರದ್ದು. ಅಮ್ಮ ಈ ಸಲ ಹೋದಾಗ ಮಾಡಿ ಕಳಿಸಿದ್ದು. ಇಂಥದನ್ನು ತಿನ್ನೋವಾಗ ಮಾತಿಗ್ಯಾರಾದ್ರೂ ಇರಬೇಕು. ಕೆಲವೊಮ್ಮೆ ಪ್ರತೀಕ ಜೊತೆಯಾಗ್ತಾನೆ. ಮಾಲಿನಿಗೆ ನಿಷಿದ್ದ. ಇಂಥದನ್ನೆಲ್ಲ ತಿಂದು ಮೈ ತೂಕ ಹೆಚ್ಚಿಕೊಳ್ಳೋಕೆ, ನನ್ನ ಹೆಂಡ್ತಿ ಸಿದ್ಧವಿಲ್ಲ" ಎಂದು ಒಂದು ತಟ್ಟೆಯ ತುಂಬ ಚಕ್ಕುಲಿ, ಕೋಡುಬಳೆ, ಉಂಡೆ, ಹುರಿಗಾಳು ಅಂಥದ್ದು ಸುರಿದುಕೊಂಡು ಬಂದು ಅವಳ ಮುಂದಿಟ್ಟರು.

ತಟ್ಟೆಯ ಕಡೆ ನೋಡಿ ಕಣ್ಣಗಲಿಸಿ "ಅಮ್ಮ ಇದ್ದಾಗ್ಲೂ ಇದನ್ನೆಲ್ಲ ಮಾಡಿಡೋಳು. ಕರುಣೇಶ್ವರಕ್ಕೆ ಹೋದಾಗ ಅಜ್ಜಿ ಮಾಡಿ ಕಳಿಸೋಳು. ಎಲ್ಲಾ ಪ್ಯಾಕ್ ಮಾಡಿ ಕೊಟ್ಟು ಬಿಡಿ. ಮಾತಾಡುತ್ತ ತಿಂದು ಬಿಡಬಹುದು. ಆಮೇಲೆ ಸಮಸ್ಯೆಯಾಗುತ್ತೆ" ಎಂದು ಕೋಡುಬಳೆ ಕೈಗೆತ್ತಿಕೊಂಡು "ಚಿಕ್ಕಮ್ಮ ಎಷ್ಟೊತ್ತಿಗೆ ಬರ್ತಾರೆ"

ಹುರಿಗಾಳನ್ನು ಬಾಯಿಗೆ ಎಸೆದುಕೊಳ್ಳುತ್ತ "ಅವಳೀಗ ಆರ್ಡಿನರಿ ಮೇಡಮ್ ಅಲ್ಲ. ಎಂ.ಎ., ಬಿ.ಎಡ್. ಮಾಡಿದ ಒಂದು ಅಪ್‌ಗ್ರೇಡ್ ಕಾಲೇಜಿನ ಪ್ರಿನ್ಸಿಪಾಲ್. ಮಗನಿಗೆ ಬೈಕ್ ಕೊಡಿಸಿದ್ದಾಳೆ. ಆಗಾಗ ನನ್ನ ಕೂಡ ಪ್ರತೀಕ ಡ್ರಾಪ್ ಮಾಡ್ತಾನೆ. ಏನೇ ಆಗಲಿ, ಚಿರಂತನ್‌ದತ್ ಮಕ್ಕಳಷ್ಟು ನನ್ನ ಮಗ ಬುದ್ಧಿವಂತನಲ್ಲ. ಆದರೆ ಮಾಲಿನಿ ಕನಸುಗಳು, ಬೆಟ್ಟದಷ್ಟು. ಇವ್ನು ಎಜುಕೇಷನ್ ಸೀರಿಯಸ್ಸಾಗಿ ತಗೊಂಡಿಲ್ಲ. ಆರಾಮಾಗಿ ಓಡಾಡಿಕೊಂಡಿದ್ದಾನೆ" ಹೇಳಿದ್ದರಲ್ಲಿ ವ್ಯಂಗ್ಯವಿರಲಿಲ್ಲ. ಪ್ರತೀಕನ ಬಗ್ಗೆ ಇರುವಷ್ಟೆ ಅಕ್ಕರೆ

ನಂದಿತಾ ಮತ್ತು ಸಂದೀಪ್ ಬಗ್ಗೆ.

ಕಾಫೀ ಕುಡಿಯುವ ವೇಳೆಗೆ ಮಾಲಿನಿ ಬಂದರು. ಉಟ್ಟ ಸೀರೆ ಎಷ್ಟು ನಾಜೂಕಾಗಿತ್ತೆಂದರೆ, ಆಗ ಉಟ್ಟಂತಿತ್ತು. ಆಕೆಯ ಡ್ರೆಸ್‌ಸೆನ್ಸ್ ಚೆನ್ನಾಗಿತ್ತು. ಆ ಬಗ್ಗೆ ಕಾಮೆಂಟ್ಸ್ ಮಾಡುವಂತಿರಲಿಲ್ಲ.

"ಹೇಗಿದ್ದೀರಿ ಚಿಕ್ಕಮ್ಮ" ಕೇಳಿದಳು ಮೇಲಕ್ಕೆಳುತ್ತ.

"ಫೈನ್, ಚಿಕ್ಕಮ್ಮ ಅನ್ನೋ ಪದನ ನಿನ್ನ ಬಾಯಿಂದ ಮಾತ್ರ ಕೇಳಬೇಕಷ್ಟೇ. ಹೇಗಿದ್ದಾರೆ ನಿನ್ನ ಡ್ಯಾಡ್? ನಿನ್ನೆ ಫೋನ್ ಮಾಡಿದ್ದೆ. ಅವ್ರು 'ಹಲೋ' ಅಂದ ಕೂಡ್ಲೇ ನರ್ವಸ್ ಆದೆ. ಇಷ್ಟು ವರ್ಷದ ಬಂಧುತ್ವ, ಈಗ್ಲೂ ಅವರನ್ನು ಕಂಡರೆ ಭಯ" ಎಂದರು ಮಾಲಿನಿ.

ನಂದಿತಾ ಅದಕ್ಕೆ ಪ್ರತಿಕ್ರಿಯಿಸಲಿಲ್ಲ. ಮಾಲಿನಿಯವರನ್ನು ನೋಡಿದವರ ವಯಸ್ಸಿನ ಲೆಕ್ಕಾಚಾರ ತಪ್ಪಾಗುತ್ತಿತ್ತು. ಅತ್ಯಂತ ನಾಜೂಕಾಗಿ ತಮ್ಮ ಮೈ ಮಾಟವನ್ನು ಕಾಪಾಡಿಕೊಂಡಿದ್ದರು. ಒತ್ತಡಗಳು ಕೂಡ ಪರಿಣಾಮ ಬೀರಿದಂತಿಲ್ಲ. ಹದಿನೆಂಟು ವಯಸ್ಸಿನ ಮಗ ಇದ್ದರೂ ತೀರಾ ಚಿಕ್ಕ ವಯಸ್ಸಿನ ಹುಡುಗಿಯರನ್ನು ನಾಚಿಸುವಂಥ ದೇಹದ ಮಾಟ, ಲಾಸ್ಯ-ಲಾವಣ್ಯ.

"ಅಪ್ಪನ ವಿಷಯ ಬಿಡಿ. ಮುಖದಲ್ಲಿ ಸುಕ್ಕುಗಳು ಇದೆ. ನೆರೆಗೂದಲು ಇದೆ. ಅದಕ್ಕೆ ಅನುಗುಣವಾಗಿ ವಯಸ್ಸಿನ ಗಾಂಭೀರ್ಯವಿದೆ. ನೋಡಿದ ಕೂಡಲೇ ಎದ್ದು ನಿಂತು ಗೌರವ ಸೂಚಿಸಬೇಕೆನಿಸುತ್ತೆ. ನೀವು ಪೂರ್ತಿ ಡಿಫರೆಂಟ್. ಚಿಕ್ಕಪ್ಪನ ಪಕ್ಕ ನಿಮ್ಮನ್ನು ನಿಲ್ಲಿಸೋಕೆ ಕಷ್ಟವಾಗುತ್ತೆ" ಎಂದಳು. ಮಾಲಿನಿಯ ಮುಖ ಅರಳಿತು. ಕರುಣಾಕರ ಜೋರಾಗಿ ಚಪ್ಪಾಳೆ ತಟ್ಟಿ "ಷ್ಯೂರ್, ಡೆಫನೆಟ್ಲಿ... ನಾನು ಈಚೆಗೆ ಇವಳ ಜೊತೆ ಹೊರಗೆ ಹೋಗೋದನ್ನ ಬಿಟ್ಟಿದ್ದೀನಿ. ಇದು ಪೂರ್ತಿ ಸತ್ಯವಲ್ಲ, ಮಾಲಿನಿ ನನ್ನ ಜೊತೆಯಲ್ಲಿ ಹೊರಗೆ ಕರ್ಕಂಡ್ ಹೋಗೋಲ್ಲ. ನೋಡಿದೋರು, ಅವಳನ್ನ ನಿಮ್ಮ ಅಂಕಲ್ ಅಂತ ಕೇಳ್ತಾರೆ. ಆಗ ನಾನೇನೋ ನಕ್ಕು ಅರಗಿಸಿಕೊಳ್ಳಬಲ್ಲೆ. ಅವಳಿಗೆ ತೀರಾ ಮುಜುಗರ. ಅದಕ್ಕೆ ಹೊರಗೆ ಜೊತೆಯಾಗಿ ಹೋಗೋದನ್ನ ಬಿಟ್ಟಿದ್ದೀನಿ. ತೀರಾ ಹೋಗಲೇಬೇಕಾದ ಸಂದರ್ಭ ಬಂದರೆ ಮಾಲಿನಿ ಹೋದ ಅರ್ಧಗಂಟೆ ಬಿಟ್ಟು ನಾನು ಹೋಗ್ತೀನಿ" ಮಾತಿನ ಜೊತೆ ನಗು. ಹಾಸ್ಯದ ವ್ಯಕ್ತಿ.

"ಯು ಸ್ಟುಪಿಡ್" ಎಂದು ಗಂಡನ ಕಡೆ ದುರ ದುರ ನೋಡಿ "ನೋಡು, ಹೇಗೆ ಹೊಟ್ಟೆ ಬೆಳೆಸಿಕೊಂಡಿದ್ದಾರೆ. ಸ್ವಲ್ಪ ಡಯಟ್ ಮಾಡಿ, ಬೆಳಿಗ್ಗೆ ಎದ್ದು ಜಾಗಿಂಗ್ ಮಾಡಿ, ಯೋಗ ಮಾಡೀಂತ ಎಷ್ಟೋ ಸಲ ಹೇಳಿದ್ದೀನಿ. ಕೇಳಬೇಕಲ್ಲ. ಲೇಜಿ... ಫೆಲೋ... ಇನ್ನೆರಡ್ವರ್ಷ ಹೋದರೆ, ಇನ್ನಷ್ಟು ಮೈಯಲ್ಲಿ ಕೊಬ್ಬು ತುಂಬಿಕೊಂಡು ವಿಕಾರವಾಗಿ ಕಾಣ್ತೀರೀಂತ ಎಚ್ಚರಿಸಿದ್ದೀನಿ. ಸ್ವಲ್ಪ ನೀನಾದ್ರೂ ನಿನ್ನ ಅಂಕಲ್‌ಗೆ ಬುದ್ಧಿ ಹೇಳು." "ಸ್ವಲ್ಪ ಹೊತ್ತು ಕೂತ್ಕೋ, ನಂದಿತಾ. ಜಸ್ಟ್ ಫೈವ್ ಮಿನಿಟ್ಸ್" ಎಂದು ಹೇಳಿ ಹೋದ ಹೆಂಡತಿಯ ಕಡೆ ನೋಡಿ ನಕ್ಕರು.

"ಚಿಕ್ಕಮ್ಮ ಹೇಳೋದ್ರಲ್ಲಿ ಅರ್ಥ ಇದೆ ಅಲ್ವಾ, ಚಿಕ್ಕಪ್ಪ?" ಕೇಳಿದಳು

"ಒಂದುರೀತಿಯಲ್ಲಿ! ಇದೆಲ್ಲ ದೇಹದ ಸೌಂದರ್ಯ ಕಾಪಾಡಿಕೊಳ್ಳೋಕೆ ಮಾಡ್ತಾಳೆ. ಆದರೆ ಸದಾ, ಅಸ್ತವ್ಯಸ್ತ ಮನಸ್ಸು. ಡೈಲಿ ವೆಯಿಟ್ ಚೆಕ್ ಮಾಡ್ಕೋತಾಳೆ. ಕ್ಯಾಲೋರಿ ಪ್ರಕಾರ ಊಟ ಸೇವನೆ. ಹೆಚ್ಚು ತಿಂದರೂ ವಾಂತಿ ಮಾಡ್ಕೋತಾಳೆ. ನಂಗೆ ಅದೆಲ್ಲ ಇಷ್ಟವಾಗೋಲ್ಲ. ಸುಮ್ನೇ ಬಾಡಿ ಮೆಯಿನ್‌ಟೈನ್ ಅಂತ ಮೂರ್ಹೊತ್ತು ಹಾರಾಟದಲ್ಲಿ ಸವಿಯಾಗಿ ಚಪ್ಪರಿಸುತ್ತ ಊಟ, ತಿಂಡಿ ಮಾಡಿದ್ದುಂಟಾ? ಆ ಬಗ್ಗೆ ನಾನು ಕಾಮೆಂಟ್ಸ್ ಮಾಡೋಲ್ಲ. ಸುಮ್ನೆ ಪ್ರತೀಕನಿಗೂ ಕ್ಯಾಲರಿ ಊಟ, ತಿಂಡಿ. ಅವನು ಕದ್ದು ಮುಚ್ಚಿ ಹೋಟೆಲ್, ರೆಸ್ಟೋರೆಂಟ್‌ಗಳಲ್ಲಿ ಹಾಳು ಮೂಳು ತಿಂತಾನೆ. ಬೆಳೆಯೋ ಹುಡ್ಗನಿಗೆ ಅದೆಂಥ ಡಯಟ್?" ಬೇಸರ ತೋಡಿಕೊಂಡರು.

ಮಾಲಿನಿ ಮನೆ ಉಡುಪು, ನೈಟಿ ಗೌನ್‌ನಂಥದ್ದು ತೊಟ್ಟು ಬಂದು ಕೂತರು. ಕೂದಲ ಬಗ್ಗೆ ಅತಿಯಾದ ಮುತುವರ್ಜಿ. ಕಪ್ಪಗೆ ಮಿರಿಮಿರಿ ಮಿನುಗುತ್ತಿದ್ದ ಕೂದಲು ಕತ್ತಿನಿಂದ ಕೆಳಗೆ ಇಳಿದಿರಲಿಲ್ಲ. ಜಡೆ ಮಾಯವಾಗಿ ಸಾಕಷ್ಟು ಕಾಲವಾಗಿತ್ತು. ಒಂದು ಕೋಟ್ ಮೇಕಪ್ ಹಾಕಿಕೊಂಡೇ ಹೊರಗೆ ಬಂದಿದ್ದು.

"ಹೇಳು ನಂದಿತಾ, ಏನು ವಿಶೇಷ...?" ಕಾಲು ಮೇಲೆ ಹಾಕಿ ತಾವು ತೊಟ್ಟಿದ್ದ ನೈಟಿಯನ್ನು ಮೃದುವಾಗಿ ಸವರುತ್ತ ವಿಚಾರಿಸಿದ್ದು. "ಅಂಥದೇನಿಲ್ಲ, ಫ್ರೆಂಡ್ಸ್ ಜೊತೆ ಬಂದಿದ್ದವಳಿಗೆ ಸಿಕ್ಕಿದ್ದು ಚಿಕ್ಕಪ್ಪ. ಬಲವಂತದಿಂದ ಕರೆದುಕೊಂಡು ಬಂದು ಕೂಡಿಸಿಕೊಂಡರು. ಆ ಮಾತು ಈ ಮಾತಿನ ನಡುವೆ ಅಜ್ಜಿ ಕಳಿಸಿದ್ದ ತಿಂಡಿಯೆಲ್ಲ ಖಾಲಿಯಾಯ್ತು." ಬರಿದಾದ ತಟ್ಟೆಯ ಕಡೆ ನೋಟ ಹರಿಸಿದಳು. ಮಾಲಿನಿಗೆ ಗಂಡನ ತಿನ್ನುವಿಕೆಯ ಬಗ್ಗೆ ಬೇಸರವೇ.

"ಇದನ್ನೆಲ್ಲ ತಿನ್ನಬೇಡಿಂತ ಎಷ್ಟೋಸಲ ಹೇಳಿದ್ದೀನಿ. ಇವರು ಕೇಳಬೇಕಲ್ಲ. ಈಗ ಆಗಿರೋ ಸೈಜು ಸಾಲ್ದು" ಗಂಡನತ್ತ ನೋಟ ಹರಿಸಿ ಗೊಣಗಿದಾಗ ಮೇಲೆದ್ದು "ಬರ್ತೀನಿ ಚಿಕ್ಕಮ್ಮ, ಅಪ್ಪ ಕಾಯ್ತಾ ಇರ್ತಾರೆ. ನಂಗೇನು ಪ್ರಾಬ್ಲಮ್ ಇಲ್ಲ. ಆಟೋ ಹಿಡಿದು ಹೋಗಿ ಬಿಡ್ತೀನಿ" ವಿದಾಯ ಕೋರಿದಳು.

"ನಿನ್ನ ಅಂಕಲ್ ಮಾತುಗಳು ಬೋರೊಡೆಯಿತಾ? ಮೇಲೆದ್ದ ಮಾಲಿನಿ "ನೆನ್ನೆ ಷಾಪಿಂಗ್ ಹೋಗಿದ್ದೆ. ಸ್ಲೀಷ್ ಕಂಪನಿಯವರು ರಾತ್ರಿ ಉಡುಪುಗಳನ್ನು 'ಕಾಶ್ಮೀರಾ' ಹೆಸರಿನಡಿ ಮಾರುಕಟ್ಟೆಗೆ ಬಿಡುಗಡೆ ಮಾಡಿದ್ದಾರೆ. 25ಕ್ಕಿಂತ ಹೆಚ್ಚು ವೈರೆಟಿ. ನಾನು ಮೊನ್ನೆ ಹೋದಾಗ ತಂದೆ, ತೋರಿಸ್ತೀನಿ. ನಾನು ಐದು ವೈರೆಟಿ ತಂದಿದ್ದೀನಿ. ನೀನು ಬೇಕಾದರೆ ಒಂದೆರಡು ತಗೋಬಹ್ದು" ಧಾರಾಳತನ ತೋರಿದರು. ಆದರೆ ಅವಳು ಅದನ್ನೆಂದು ಸ್ವೀಕರಿಸಲಾರಳೆಂದು ಮೂವರಿಗೂ ಗೊತ್ತು. "ಬೇಡ ಚಿಕ್ಕಮ್ಮ. ಅನಗತ್ಯವಾಗಿ ಬಟ್ಟೆಕೊಂಡು ತುಂಬಿಕೊಳ್ಳಬಾರದು ಅನ್ನೋ ಮನೋಭಾವ ನಮ್ಮಲ್ಲಿ ಬೆಳೆಸಿರೋದ್ರಿಂದ ನಾನು ಅದಕ್ಕೆ ಬದ್ಧಳಾಗಿ ಬಿಟ್ಟಿದ್ದೀನಿ" ನೋಡೋಕೆ ಮುನ್ನವೇ ನಿರಾಕರಿಸಿದಳು. ಆದರೆ ಮಾಲಿನಿಯ ಬಲವಂತಕ್ಕೆ ನೋಡುವುದು ಮಾತ್ರ ಅನಿವಾರ್ಯವಾಯಿತು.

ಫ್ಲಾಟ್‌ನಿಂದ ಇಳಿಯೋಕೆ ಮುನ್ನವೇ ಎದುರಾದ ಪ್ರತೀಕ "ಹಾಯ್...ಹಲೋ ಅನ್ನೋದೇನು ಬೇಡ. ಆರಾಮಾಗಿ ಅಕ್ಕ ಅಂತ ಕರೀ. ಅದು ಇಷ್ಟವಾಗಿ ಬಿಡುತ್ತೆ" ಅವನು ತುಟಿ ತೆರೆಯುವ ಮುನ್ನ ಹೇಳಿದಾಗ ಸಂಕೋಚಿಸುತ್ತ "ಸಾರಿ, ನಾನು ಹಾಯ್... ಅನ್ನೋಕೆ ಹೊರಟಿದ್ದೆ. ಅದೇ ಅಭ್ಯಾಸವಾಗಿ ಬಿಟ್ಟಿರೋದ್ರಿಂದ... ಅಂತು ಅಕ್ಕ ಅಂತ ನಿನ್ನ ಕರೆಯೋ ಛಾನ್ಸ್ ಇಲ್ಲದಿದ್ದರೇ ಅಕ್ಕ ಅನ್ನೋ ಪದದ ಅರ್ಥನೇ ಗೊತ್ತಾಗ್ತಾ ಇರಲಿಲ್ಲ" ಅಂದ. ಅದರಲ್ಲಿ ಅಂಥ ವ್ಯಂಗ್ಯವೇನು ಇರಲಿಲ್ಲ. ಸಾದಾ-ಸೀದಾ ಹುಡುಗ.

"ಪ್ರತೀಕ, ನೀನು ಡ್ರಾಪ್ ಮಾಡ್ತೀಯ ಅಂತಲೇ ನಾನು ಇವಳ್ನ ನಿಲ್ಲಿಸಿಕೊಂಡಿದ್ದು, ಈಗ ಹೇಗೆ ಮಾಡೋದು?" ಕರುಣಾಕರ, "ಡೋಂಟ್ ವರೀ, ಮೈ ಡಿಯರ್ ಫಾದರ್... ನಾನು ಡ್ರಾಫ್ ಮಾಡಿ ಬರ್ತೀನಿ. ಮಮ್ಮಿಗೆ ಹೇಳ್ಬಿಡು" ಅವಳೊಂದಿಗೆ ಮೆಟ್ಟಿಲು ಇಳಿದು ಹೊರಟೇ ಬಿಟ್ಟ.

ಕೆಳಗಿಳಿದು ಬಂದ ಕರುಣಾಕರ ಅವರಿವರೊಂದಿಗೆ ಮಾತಾಡಿಕೊಂಡ ನಂತರ ಮೇಲೆ ಹೋಗಿದ್ದು. ಮೂರು ಅಂತಸ್ತಿನ, ಹತ್ತಾರು ಫ್ಲಾಟ್‌ಗಳುಳ್ಳ ಬಿಲ್ಡಿಂಗ್, ಕೊಂಡು ಒಂಧ್ಬತ್ತು ವರ್ಷಗಳೇ ಆಯಿತು. ಈಚೆಗೆ ಸ್ವಲ್ಪ ಮಾಲಿನಿಯದು ಕಸಿವಿಸಿ ಷುರುವಾಗಿದೆಯೆನಿಸುತ್ತಿತ್ತು. ಮತ್ತಷ್ಟು ದೊಡ್ಡ ಫ್ಲಾಟ್ ಕೊಳ್ಳುವ ಆಸೆ.

"ನಿಮ್ದು ಬರೀ ನ್ಯೂಸೆನ್ಸ್, ನಂದಿತಾ ಎಳೆ ಮಗುನಾ? ಅಥವಾ ಹೊರ್ಗೇ ಓಡಾಡದ ಹುಡ್ಗೀನಾ? ಅವಳ ಪಾಡಿಗೆ ಅವಳು ಹೋಗೋಳು. ಸುಮ್ನೆ ಅವನನ್ನ ಕಳಿಸಿದ್ರಿ. ಅವರು ಮಧ್ಯರಾತ್ರಿಯ ನಂತರವೇ ಬರೋದು. ನಿಮ್ಗೆ ಸ್ವಲ್ಪ ಕೂಡ ಕಾಮನ್‌ಸೆನ್ಸ್ ಇಲ್ಲ" ಗೊಣಗಿದರು ಮಾಲಿನಿ. ಅದು ತಮಗೆ ಕೇಳಲೇ ಇಲ್ಲವೆನ್ನುವಂತೆ ರಿಮೋಟ್ ಬಟನ್‌ಗಳನ್ನೊತ್ತಿ ಟಿ.ವಿ. ಆನ್ ಮಾಡಿದರು. ಈ ವಿಷಯದಲ್ಲಿ ಅವರಿಬ್ಬರಿಗೆ ಹೊಂದಿಕೆ ಇರಲಿಲ್ಲ. "ಸ್ಟಾರ್‌ಪ್ಲಸ್‌ನಲ್ಲಿ ಒಂದು ಇಂಗ್ಲೀಷ್ ಮೂವಿ ಇದೆ. ನೀವು ಯಾವುದೋ ಹಳೆ ಪ್ರೋಗ್ರಾಮ್‌ಗಳನ್ನು ಹಾಕಿಕೊಂಡು ಕೂಡಬೇಡಿ" ಎಂದು ದೊಪ್ಪನೆ ಕೂತಾಗ ತಟ್ಟನೆ ಆಫ್ ಮಾಡಿ "ನಾನು ಯಾವುದಾದ್ರೂ ಪೇಪರ್ ಓದ್ತೀನಿ" ಎದ್ದು ಹೋದರು. ಈಚೆಗೆ ಮಾಲಿನಿ ಬಹಳವಾಗಿ ಬದಲಾಗುತ್ತಿದ್ದಾಳೆನಿಸುತ್ತಿತ್ತು.

ಕೂದಲಿಗೆ ಯಾವುದೋ ಎಣ್ಣೆ ಹಚ್ಚಿ ಮಾಲೀಷ್ ಮಾಡುತ್ತಿದ್ದ ಮಾಲಿನಿ ಆ ಮಾತುಗಳು ತನಗೆ ಕೇಳಲೇ ಇಲ್ಲವೆನ್ನುವಂತೆ ಟಿ.ವಿ. ಸ್ವಿಚ್ ಆನ್ ಮಾಡಿ ಛಾನಲ್ ಛೇಂಜ್ ಮಾಡಿದರು. ಇತ್ತೀಚಿನ ಬೆಳವಣಿಗೆ ಇದು.

ಇದನ್ನೆಲ್ಲ ತಲೆಗೆ ಹಚ್ಚಿಕೊಳ್ಳುವುದು ಬಿಟ್ಟು ಬಹಳ ವರ್ಷಗಳೇ ಆಯಿತು. 'ಲವ್ ಮ್ಯಾರೇಜ್' ಎಂದು ಹೇಳಿಕೊಳ್ಳುವುದಕ್ಕೆ ಕರುಣಾಕರರಿಗೆ ನಗು ಬರುತ್ತಿತ್ತು. ಮೂರುವರ್ಷ ಮಾಲಿನಿ ಒಂದು ಮಾತು, ಮುಗುಳ್ನಗುವಿಗಾಗಿ ಕಾತರಿಸಿದ್ದು ಸುಳ್ಳಲ್ಲ. ಮೊದಲಿನಿಂದಲೂ ಓದಿನಲ್ಲಿ ಬುದ್ಧಿವಂತರಲ್ಲ. ಒಂದು ಪಾಲಿಟೆಕ್ನಿಕ್ ಮಾಡೋ ವೇಳೆಗೆ ಸುಸ್ತಾಗಿದ್ದರು. ಆಮೇಲೆ ಕರುಣೇಶ್ವರದಿಂದ ಬೆಂಗಳೂರಿಗೆ ಕೆಲಸಕ್ಕಾಗಿ ಬಂದಾಗ, ನಂದಿತಾ ತಾತನೇ ಫ್ಯಾಕ್ಟರಿಗೆ ಸೇರಿಸಿದ್ದು. ಫ್ಯಾಕ್ಟರಿಯ ನಿಯರ್ ಮನೆಯ ಹುಡುಗಿನೇ ಮಾಲಿನಿ. ಮೊದಲು

ನೋಟದಲ್ಲಿ ಷುರುವಾದ್ದದ್ದು ಮಾತಿನ ಹಂತಕ್ಕೂ ಬಂತು, ಕೊನೆಗೆ 'ಪ್ರೇಮ' ಅನ್ನೋ ಹತ್ತಿರ ಬಂದು ನಿಂತಿತು.

ಅಲ್ಪ ಸ್ವಲ್ಪ ಇವರ ಜವಾಬ್ದಾರಿ ತಗೊಂಡಿದ್ದ ಚಿರಂತನ್‌ದತ್ ಅಪ್ಪ "ಏನು ಇದೆಲ್ಲ! ಪ್ರೇಮ, ಪ್ರೀತಿಗೆ ಸಮಯ ಇದೆ. ಮೊದ್ಲು ನಿನ್ನಪ್ಪ ಅಮ್ಮನ ಬಗ್ಗೆ ಯೋಚ್ಸು. ತೀರಾ ಕಷ್ಟ ಪಟ್ಟಿದ್ದಾರೆ. ತೀರಾ ಇದ್ದ ಒಬ್ಬ ಮಗನ ಜೊತೆ ಇರಬೇಕೆನ್ನೋ ಆಸೆ ಇರುತ್ತೆ. ಅವರನ್ನ ನೀನು ಸಾಕಿ, ಸಲಹಬೇಕು. ನಿನ್ನ ಮಿದುಳಿನಲ್ಲಿ ಆ ವಿಷ್ಯ ಇರಲೀ" ಎಂದು ಬೈಯ್ದು ಬುದ್ಧಿ ಹೇಳಿದ್ದರು.

ಅದರೆ ಇದು ಸಾಧ್ಯವಿತ್ತಾ? ಸಾಧ್ಯವೇ ಇಲ್ಲ. ಮಾಲಿನಿ ಇಲ್ಲದ ಜಗತ್ತು ಶೂನ್ಯವಾಗಿ ಭಾಸವಾಯಿತು. ಪ್ರೇಮವನ್ನು ಅಜರಾಮರವಾಗಿಸಬೇಕೆಂದು ಅವಳ ಕುತ್ತಿಗೆಗೆ ತಾಳಿ ಕಟ್ಟಿ ಸಂಸಾರ ಹೂಡಿದವನು ಹದಿನೈದು ವರ್ಷಗಳು ಹೆತ್ತವರು ಬದುಕಿದ್ದಾರಾ, ಸತ್ತಿದ್ದಾರಾ? ಎಂದು ಆ ಕಡೆ ತಲೆ ಹಾಕಲಿಲ್ಲ. ಕರುಳ ಸಂಕಟ ತಡೆಯಲಾರದೆ ಅವರುಗಳೇ ಒಂದೆರಡು ಸಲ ಬಂದು ದೂರದಿಂದ ನೋಡಿಕೊಂಡು ಹೋಗಿದ್ದರು. ಆಗ ನಿರ್ಲಿಪ್ತರಾಗಿದ್ದ ಕರುಣಾಕರ ಜಗತ್ತಿನಲ್ಲಿ ಹೆಂಡತಿ ಮತ್ತು ಮಗ ಮಾತ್ರ.

ಬರೀ ಎಸ್. ಎಸ್. ಎಲ್. ಸಿ ವರೆಗೂ ಕಲಿತಿದ್ದ ಮಾಲಿನಿ ಅಲ್ಲೇ ಹತ್ತಿರದಲ್ಲಿದ್ದ ಶಾಲೆಗೆ ಉಪಾಧ್ಯಾಯನಿಯಾಗಿ ಸೇರಿಕೊಂಡಿದ್ದಳು. ಬುದ್ಧಿವಂತೆ, ವಿದ್ಯಾಭ್ಯಾಸ ಮುಂದುವರಿಸುತ್ತ ಹಂತ ಹಂತವಾಗಿ ಮೇಲೇರಿ ಪ್ರಿನ್ಸಿಪಾಲ್ ಆಗಿದ್ದಳು. ಈಗ ಅವಳ ಕ್ವಾಲಿಫಿಕೇಷನ್ ಎಂ.ಎ., ಬಿ.ಎಡ್. ಈ ಸಲ ಡಾಕ್ಟರೇಟ್‌ಗೆ ಪೇಪರ್ಸ್ ಕೂಡ ಪ್ರಸೆಂಟ್ ಮಾಡಿದ್ದಳು. ಆದರೆ ಕರುಣಾಕರ ಅಲ್ಲೆ ನಿಂತಿದ್ದರು. ಒಂದೆರಡು ಬಡ್ತಿ ಸಿಕ್ಕಿ ಸಂಬಳ ಜಾಸ್ತಿಯಾಗಿದೆ ಅನ್ನೋದು ಬಿಟ್ಟರೆ, ಮತ್ತೇನು ಬದಲಾವಣೆ ಬಂದಿರಲಿಲ್ಲ. ವಿನಯ ವಿದ್ಯಾರ್ಥಿಯಂತೆ ಫ್ಲಾಟ್ ಕೊಳ್ಳುವುದರಿಂದ ಹಿಡಿದು ಮಗನ ವಿದ್ಯಾಭ್ಯಾಸದವರೆಗೂ ಹೆಂಡತಿಯ ಮಾತನ್ನು ಕೇಳಿಕೊಂಡು ಬಂದವನು ಒಮ್ಮೆ ಟೈಫಾಯಿಡ್ ಆಗಿ ಮಲಗಿದ್ದು ಆಗ ಮಾಲಿನಿಗೆ ಪರೀಕ್ಷೆಯ ಸಮಯ. ಎಲ್ಲಾ ಬಿಟ್ಟು ಗಂಡನ ಶೂಶ್ರೂಷೆಗೆ ನಿಲ್ಲುವಂತಿರಲಿಲ್ಲ. ಆರಾಮಾಗಿ ಒಯ್ದು ನರ್ಸಿಂಗ್ ಹೋಂಗೆ ಅಡ್ಮಿಟ್ ಮಾಡಿ ಬಿಟ್ಟಳು.

ಆಗ ಬಂದ ಚಿರಂತನ್‌ದತ್ ತಂದೆ ಗುರುದತ್ ಅಲ್ಲೇ ನಿಂತು ನೋಡಿಕೊಂಡಿದ್ದು ಮಾತ್ರವಲ್ಲ, ಹೋಗುವಾಗ "ಕರುಣಾ, ಕೆಲವು ತಪ್ಪುಗಳಿಗೆ ಪಶ್ಚಾತ್ತಾಪ ಪಟ್ಟರೆ ದೇವರು ಕ್ಷಮಿಸ್ತಾನೆ, ನೀನು ಮಾಡಿದ ಅಪರಾಧಕ್ಕೆ ಕ್ಷಮೆ ಇರೊಲ್ಲ ಕಣೋ. ಹೆತ್ತು ಸಾಕಿ ಸಲಹಿದವರಗಿಂತ ನಿಂಗೆ ದಾಂಪತ್ಯ ಬದುಕು ಹೆಚ್ಚಾಯ್ತು. 'ಅಮ್ಮ... ಅಮ್ಮ' ಅಂತಲೇ ನರಳಿದ್ದು." ಛಿ... ಬೇಸರದ ಮಾತುಗಳನ್ನಾಡಿ ಹೋಗಿದ್ದರು. ಅಲ್ಲೇ ನರ್ಸಿಂಗ್ ಹೋಂನಲ್ಲಿಯೇ ಜ್ಞಾನೋದಯವಾಗಿದ್ದು.

ಒಂದಿಷ್ಟು ಆರೋಗ್ಯ ಸುಧಾರಿಸಿದ ನಂತರ "ಮಾಲಿನಿ, ನಾನು ನೀನು, ಪ್ರತೀಕ ಊರಿಗೆ ಹೋಗಿ ಬರೋಣ. ನನ್ನಿಂದ ಬಹಳ ದೊಡ್ಡ ತಪ್ಪಾಗಿದೆ" ಪಶ್ಚಾತ್ತಾಪದ ದನಿಯಲ್ಲಿ ನುಡಿದಾಗ ಅಚ್ಚರಿಯಿಂದ ಅವನತ್ತ ನೋಡಿದವಳು ಮಾತೇ ಆಡಲಿಲ್ಲ, ಕೆಲವು ನಿಮಿಷಗಳು.

ಮಹತ್ವಾಕಾಂಕ್ಷಿ, ಬಹಳ ಉಪಾಯವಾಗಿ ಒಂದೊಂದೆ ಹಂತ ಏರುತ್ತ ಬಂದವಳು. "ಮೈಗಾಡ್, ನಂಗೆ ಈಗ ಎಲ್ಲಿಗೂ ಬರೋ ಪುರಸತ್ತು ಇಲ್ಲ. ಈಗೇನು ದಿಢೀರಂತ ಅವರ ನೆನಪಾಗಿದ್ದು? ಎಂದೋ ದೂರ ಮಾಡಿದ ಸಂಬಂಧ, ಈಗ್ಯಾಕೆ ಸುಮ್ನೇ ತಲೆ ಕೆಡಿಸ್ಕೋತೀರಿ? ನಿಂತ ಹಂತ ಬಿಟ್ಟು ಮೆಟ್ಟಿಲು ಕೂಡ ಮೇಲೇರಲಿಲ್ಲ. ನನ್ನ ಪ್ರಯತ್ನವಿಲ್ಲದಿದ್ದರೇ ಈ ಫ್ಲಾಟ್ ಇರಲಿ, ಒಂದು ಬಾಡಿಗೆ ಮನೆಯಲ್ಲಿ ಇರೋಕೆ ಕೂಡ ಸಾಧ್ಯವಾಗ್ತಾ ಇರಲಿಲ್ಲ. ಬದ್ಕು ತುಂಬ ಫಾಸ್ಟಾಗಿದೆ. ಕನಿಷ್ಟ ತೀರಾ ಮೇಲೆರದಿದ್ದರೂ ಒಂದು ಒಳ್ಳೆಯ ಜೀವನ ಬೇಕಲ್ಲ, ಪ್ರತೀಕನಿಗೆ ಒಳ್ಳೆಯ ಭವಿಷ್ಯ ಕಟ್ಟಿ ಕೊಡಬೇಕು" ಇಂಥ ಮಾತೇನ್ನೇ ಆಡಿ ಬಾಯಿ ಮುಚ್ಚಿಸಿದರು ಮಾಲಿನಿ. ಆದರೆ ಗುರುದತ್ ದೊಡ್ಡಪ್ಪ ಹೇಳಿದ ಮಾತುಗಳು ತಲೆಯಲ್ಲಿ ಉಳಿದು ಹೋಗಿದ್ದರಿಂದ ಒಂದೆರಡು ದಿನಕ್ಕೆ ರಜೆ ಹಾಕಿದವರು ಹೋಗಲು ಕರುಣಾಕರ ನಿಶ್ಚಿಸಿದ ದಿನ ಚಿರಂತನ್‌ದತ್ ಮನೆಗೆ ಬಂದರು.

"ಅಣ್ಣ, ನಾನು ಹೋಗಿ ಅಪ್ಪ, ಅಮ್ಮನ್ನ ನೋಡ್ಕೊಂಡು ಬರ್ತೀನಿ" ಅಂತ ಸಂಕೋಚದಿಂದ ನಿಂತಾಗ ಅವರಿಗೆ ಅಚ್ಚರಿ. "ವೆರಿ ಸರ್‌ಪ್ರೈಜ್! ಈಗ್ಲೇ ತುಂಬ ತಡವಾಗಿದೆ. ಮತ್ತಷ್ಟು ತಡ ಮಾಡ್ಬೇಡ. ಡಿಸಿಷನ್ ಛೇಂಜಾಗೋಕೆ ಮೊದ್ಲು ಹೋಗ್ಬಾ. ಎಂದು ಹೋಗೋದೂಂತ ಇದ್ದೀ?" ಕೇಳಿದರು ಚಿರಂತನದತ್. ಇಂದಿಗೂ ಆಗಾಗ ಅವರು ಹೋಗಿ ಬರೋದುಂಟು. ಹಾಗೆಲ್ಲ ಮಗನ ಬಗ್ಗೆ ತೋಡಿಕೊಂಡು ಕಣ್ಣೀರು ಸುರಿಸುತ್ತಿದ್ದರು ಹೆತ್ತವರು. ಕೆಲವೊಮ್ಮೆ ಬುದ್ಧಿ ಹೇಳಿದ್ದರು, ಛೀಮಾರಿ ಹಾಕಿದ್ದರು. ಅದರಿಂದೇನು ಪ್ರಯೋಜನವಾಗಿರಲಿಲ್ಲ. ಆದರೂ ಈಗಿನ ನಿರ್ಧಾರವನ್ನು ಮೆಚ್ಚಿಕೊಂಡರು.

"ನಾಳೆಯೊಂದು ದಿನ ರಜೆ ಇದೆ. ಮತ್ತೆರಡು ದಿನ ಲೀವ್ ಮುಂದುವರಿಸಿದ್ದೀನಿ. ಎರಡು ದಿನ ಉಳಿದು ಬರೋದೂಂತ. ಆದ್ರೂ... ಯಾಕೋ ಭಯ" ಕರುಣಾಕರ ತಲೆ ತಗ್ಗಿತು. ಚಿರಂತನ ದತ್ ಭುಜದ ಮೇಲೆ ಕೈಯಿಟ್ಟು "ಡೋಂಟ್ ವರೀ, ಎಷ್ಟೇ ದೊಡ್ಡ ತಪ್ಪಾದರೂ ಹೆತ್ತವರು ಸುಲಭವಾಗಿ ಕ್ಷಮಿಸಿ ಅಪ್ಪಿಕೋತಾರೆ. ಮಾಲಿನಿ, ಪ್ರತೀಕ ಇಬ್ಬರನ್ನು ಕರ್ಕಂಡ್ ಹೋಗು. ಮತ್ತಷ್ಟು ಸಂತೋಷಪಡ್ತಾರೆ. ಆದರೂ... ಬಿ ಕೇರ್‌ಫುಲ್! ಈಗ ತಾನೆ ಚೇತರ್‍ಸಿಕೋತಾ ಇದ್ದೀ. ಆರಾಮಾಗಿ ಕಾರ್‌ನಲ್ಲಿ ಹೋಗ್ಬನ್ನಿ. ಬಂದ್ಮೇಲೆ ನನ್ನ ಬಂದು ಕಾಣೋದು ಮರೀಬೇಡ" ಉತ್ಸಾಹ ತುಂಬಿ ಕಳಿಸಿದರು.

ಮಾಲಿನಿ ಮಾತ್ರ ಸುತರಾಂ ಒಪ್ಪಲಿಲ್ಲ.

"ಈಗ ತಾನೇ ರಿಕವರ್ ಆಗ್ತಾ ಇದ್ದೀರಿ. ಜರ್ನಿ ಅಂಥದ್ದು ಬೇಡ" ಒಂದೇ ಪಟ್ಟು. ಹಿಂದೆ ಸೋಲು ಅವರದಾಗಿತ್ತು. ಯಾಕೋ ಕರುಣಾಕರನ ನಿರ್ಧಾರ ಬಲವಾಗಿತ್ತು. "ನಂಗೇನು ಆಗಿಲ್ಲ. ಹೋಗೋದೂಂತ ತೀರ್ಮಾನ ಮಾಡಿಯಾಗಿದೆ. ಪ್ಲೀಸ್ ಈ ವಿಷ್ಯದಲ್ಲಿ ತಲೆ ಹಾಕ್ಬೇಡ" ನೇರವಾಗಿಯೇ ಹೇಳಿದರು. ಮಾಲಿನಿ ಚಕಿತಳಾದಳು. ಎಲ್ಲಿ ತನ್ನ ಹಿಡಿತ ಸಡಿಲವಾಗುತ್ತಿದೆ, ಎಂದು ಚಿಂತಿಸುವಂತಾಯಿತು.

"ಕಾರು ತಗೊಂಡು ಹೋಗ್ತೀನಿ" ಅಂದಿದ್ದಕ್ಕೆ ಮಾಲಿನಿ ಸುತರಾಂ ಒಪ್ಪಲಿಲ್ಲ. "ಇನ್ನ ಲೋನ್ ಹಣ ಕೂಡ ತೀರಿಲ್ಲ. ಅಂಕು ಡೊಂಕಿನ ರಸ್ತೆಯಲ್ಲಿ ಹಾಳಾಗುತ್ತೆ. ಅವರು

ಎರಡು ದಿನ ಅಲ್ಲಿ ನಿಲ್ಲಿಸಿಕೊಂಡರೆ ನನ್ನ ಓಡಾಟಕ್ಕೆ ಏನು ಮಾಡ್ಲೀ?" ತಟ್ಟನೆ ನುಡಿದಳು. ತಮ್ಮದು ಪ್ರೇಮ ವಿವಾಹ. ಆದಷ್ಟು ಕಾಂಪ್ರಮೈಸ್ ಆಗಿ ಮಾದರಿಯ ಜೀವನ ನಡೆಸಬೇಕೆನ್ನುವ ಇರಾದೆಯಿಂದ ಅಪ್ಪಿಕೊಂಡ ಬದುಕು. "ಸದ್ಯಕ್ಕೆ ಸುಮ್ಮನಾಗಿ. ಪರೀಕ್ಷೆಗಳು ಮುಗಿದ್ಮೇಲೆ ರಜ ಬರುತ್ತೆ. ಆಗ ಬೇಕಾದರೆ ಒಂದೆರಡು ದಿನ ತಗೊಂಡು ಹೋಗಬಹುದು" ಇಂಥದೊಂದು ಹುಕುಂ ಕೂಡ ಜೊತೆಯಲ್ಲಿ.

"ಹೋಗ್ಲಿ ಬಿಡು, ಬಸ್‌ನಲ್ಲಿ ಹೋಗ್ತೀನಿ" ಎಂದರು.

"ನಾನ್ಸೆನ್ಸ್, ನಿಮಗ್ಯಾಕೆ ಬುದ್ಧಿ ಇಲ್ಲ, ಕರುಣ" ಅಂದ ಕೂಡಲೇ ಎಗರಿಬಿದ್ದರು. ಹೆಂಡತಿ ಹೆಸರು ಹಿಡಿದು ಕೂಗೋದು ಅವರಿಗೆ ಇಷ್ಟವಾಗದು. "ಷಟಪ್, ನೀನು ನನ್ನ ಕರುಣ ಅಂತ ಕೂಗೋದು ನಂಗೆ ಖಂಡಿತ ಇಷ್ಟವಾಗದು. ಟಿ.ವಿ. ಧಾರವಾಹಿಗಳ ತರಹ ಪದಕ್ಕೊಂದು ಸಲ ಗಂಡನ ಹೆಸರಿನ ಸಂಭೋದನೆ ನಂಗಿಷ್ಟವಾಗದು. ಇದೊಂದು ಅನನ್ಯ ಸಂಬಂಧ, ಬಂಧನ ಕಣೇ. ಹೆಸರಿಡಿದು ಕೂಗಿ ಅವಮಾನ ಮಾಡಬೇಡ. ಹೆಸರಿಡಿದು ಕೂಗೋಕೆ ಸಾಕಷ್ಟು ಜನ ಇರ್ತಾರೆ. ಹೆಸರಿಡಿದು ಕೂಗಬಾರದು ಅನ್ನೋದು ಕಟ್ಟಿಕೊಂಡ ಗಂಡನನ್ನ ಮಾತ್ರ. ಅಂಥ ಪರಂಪರೆ ನಮ್ದು. ಐ ಡೊಂಟ್ ಲೈಕ್ ಇಟ್" ಅಂದು ರೂಮಿಗೆ ಹೋಗಿ ಬಾಗಲು ಹಾಕಿಕೊಂಡರು.

ದೊಪ್ಪನೆ ಕೂತ ಮಾಲಿನಿ ಹಣೆ ಚಚ್ಚಿಕೊಂಡರು. ಹೌದು, ಮದುವೆಯಾದ ವರ್ಷಗಳ ನಂತರವು ಗಂಡನನ್ನು ಹೆಸರಿಡಿದು ಸಂಭೋದಿಸುತ್ತಿರಲಿಲ್ಲ. ಈಚೆಗೆ ಇದು ಪ್ರಾರಂಭವಾದದ್ದು. ಅದನ್ನು ಪ್ರಬಲವಾಗಿ ಕರುಣಾಕರ ವಿರೋಧಿಸುತ್ತಿದ್ದರು. ಆದರೂ ಟಿ.ವಿ. ಧಾರವಾಹಿಗಳಲ್ಲಿ ಮಾತಿಗೊಮ್ಮೆ, ವಾಕ್ಯಕ್ಕೆರಡು ಸಲ ಪದೇ ಪದೇ ಗಂಡನ ಹೆಸರನ್ನು ಸಂಭೋದಿಸುವುದು ಮಾಮೂಲಿಯಾಗಿತ್ತು. ಆದರೆ ಇನ್ಸ್ಪಿರೇಷನ್ನಾ?

ಅಷ್ಟರಲ್ಲಿ ಫೋನ್ ಸದ್ದು ಮಾಡಿತು. ಸ್ವಲ್ಪ ಬೇಸರದಿಂದಲೇ ಫೋನ್ ಎತ್ತಿದ್ದು. ಆ ಕಡೆ ಚಿರಂತನ್‌ದತ್ ಇದ್ದರು.

"ಹಲೋ...." ಅಂದ ಕೂಡಲೇ "ಮಾಲಿನಿ, ಇಷ್ಟು ವರ್ಷಗಳ ನಂತರ ಕರುಣಾಕರ ಅಪ್ಪ, ಅಮ್ಮನನ್ನ ನೋಡೋಕೆ ಊರಿಗೆ ಹೋಗ್ತೀನಿ ಅಂದ. ಅವನನ್ನ ತಡೀಬೇಡ. ಈಗ್ಲೇ ಸಾಕಷ್ಟು ತಪ್ಪುಗಳು ಆಗಿವೆ. ಈಗ ಇನ್ನೊಂದು ತಪ್ಪು ಮಾಡೋದು ಬೇಡ. ಸಾಧ್ಯವಾದರೆ ನೀನು, ಪ್ರತೀಕ ಕೂಡ ಹೊಗ್ಬನ್ನಿ" ಇಂಥ ಸಲಹೆಯನ್ನು ಕೊಟ್ಟಾಗ ಮಾಲಿನಿ ನಾಲಿಗೆಯಲ್ಲಿನ ಪಸೆಯಾರಿತು. ಚಿರಂತನ್‌ದತ್ ಎಂದರೆ ಅಪಾರವಾದ ಗೌರವದ ಜೊತೆ ಭಯ ಕೂಡ. ಈಗಲು ಮುಂದೆ ಕೂಡಲು ಹೆದರಿಕೆ. "ಆಯಿತು ಭಾವ, ಹೇಗಿದ್ದೀರಾ?" ವಿಚಾರಿಸಿದ್ದು ಮೆಲು ದನಿಯಲ್ಲಿ "ಚೆನ್ನಾಗಿದ್ದೀನಿ" ಫೋನಿಟ್ಟರು. ಅನಗತ್ಯ ಮಾತುಗಳು ಅವರಿಗೆ ಬೇಕಿಲ್ಲ. ಸ್ವಲ್ಪ ಹೆಚ್ಚು ಮಾತು ನಂದು ಹತ್ತಿರವೇ. ಮಗಳತ್ತ ನೋಟ ಹರಿಸಿ "ಕರುಣ ವಿವಾಹದ ನಂತರ ಹದಿನೈದು ವರ್ಷಗಳ ನಂತರ ಹೆತ್ತವರನ್ನು ನೆನೆಪಿಸಿಕೊಂಡಿದ್ದಾನೆ. ಮೊನ್ನೆ ಟೈಫಾಯಿಡ್‌ನಲ್ಲಿ ಮಲಗಿದ್ದಾಗ ಹೋಗಿದ್ದ. ನಿನ್ನ ತಾತ ವಾಮಗೋಚರ ಬೈದು ಹೋಗಿದ್ದಾರೆ. ಆಗ ಜ್ಞಾನೋದಯವಾಗಿರಬೇಕು" ಎಂದರು ವಿಷಾದದಿಂದ. ಬಂದಿದ್ದ

ತಂದೆ ಅರ್ಧ ಗಂಟೆಯ ಮೇಲೆ ಅವರಲ್ಲಿ ಉಳಿದಿರಲಿಲ್ಲ. ಅದೊಂದು ನೋವು ಚಿರಂತನ್‌ಗೆ.

"ಅಪ್ಪ, ಚಿಕ್ಕಪ್ಪನ ಜೊತೆ ನಾನು ಹೋಗ್ಬರ್ಲಾ?" ಈ ಬೇಡಿಕೆಗೆ ಕೆನ್ನೆ ಸವರಿ "ಷ್ಯೂರ್, ಖಂಡಿತ ಹೋಗ್ಬಾ" ಎಂದು ಹೊರ ನಡೆದರು. ಈಗಲೂ ಸಾರ್ವಜನಿಕ ಜೀವನದಲ್ಲಿ ತಮ್ಮನ್ನು ತೊಡಗಿಸಿಕೊಂಡಿದ್ದ ಅವರು ಬಿಜಿ. ಅಂಥ ಬದುಕು ಅವರಿಗೆ ಇಷ್ಟ ಕೂಡ.

ಕಾರ್‌ನವರೆಗೂ ಹೋದವರು ಹಿಂದಕ್ಕೆ ಬಂದು "ಕಾರಿನಲ್ಲಿ ಹೋಗ್ಬನ್ನಿ. ನಾನು ಇಲ್ಲಿ ಹೇಗಾದ್ರೂ ಮ್ಯಾನೇಜ್ ಮಾಡ್ಕೋತೀನಿ. ಈಗ ತಾನೇ ಟೈಫಾಯಿಡ್‌ನಿಂದ ಮಲ್ಗಿ ಎದ್ದಿದ್ದಾನೆ. ಒಂದಿಷ್ಟು ಜೋಪಾನವಾಗಿ ನೋಡ್ಕೋ" ಎಚ್ಚರಿಸಿದರು.

ತಕ್ಷಣ ಕರುಣಾಕರ ಚಿಕ್ಕಪ್ಪನಿಗೆ ಫೋನ್ ಮಾಡಿದಳು.

ದಾರಿಯುದ್ದಕ್ಕೂ ತಮ್ಮ ತಪ್ಪಿಗೆ ಕಣ್ಣೀರು ಸುರಿಸಿದರು ಕರುಣಾಕರ. ಬಾಲ್ಯದಲ್ಲಿ ಜೀವನವನ್ನು ಕಟ್ಟಿ ಕೊಟ್ಟ ಸ್ಥಳ. ಕಾರು ನಿಂತಾಗ ಇಳಿದು ಸುತ್ತಲು ನೋಟ ಹರಿಸಿದರು. ಅಂಥ ದೊಡ್ಡ ಬದಲಾವಣೆಗೆ ಕಾರಣ ರೋಡಿಗಿಂತ ಸ್ವಲ್ಪ ದೂರದಲ್ಲಿರುವ ಪುಟ್ಟ ಅಂಗಡಿ. ಅಲ್ಲಿ ಅಂಗಡಿಯ ಅಕ್ಕ ಪಕ್ಕ ಕಲ್ಲಿನ ಬೆಂಚುಗಳನ್ನು ಹಾಕಿಸಿದ್ದು ನೆನಪಿತ್ತು.

ಕರುಣಾಕರನಿಗೆ ಮುಂದೆ ಹೆಜ್ಜೆಗಳನ್ನು ಎತ್ತಿಡಲಾಗಲಿಲ್ಲ. ಅಪರಾಧ ಮನೋಭಾವದಿಂದ ನರಳಿದರು. ಆದರೆ ನಂದಿತಾ ತಂಗಾಳಿಯಂತೆ ಇಳಿದು ಹೋಗಿ ಅಂಗಡಿಯಿಂದ ಹೊರ ಬಂದ ಗಿರಿಜಮ್ಮನ ಕಾಲು ಮುಟ್ಟಿ ನಮಸ್ಕರಿಸಿ "ಅಜ್ಜಿ ಹೇಗಿದ್ದೀರಾ?" ಅಂದಾಗ ತಬ್ಬಿಕೊಂಡರು. ಚಿರಂತನ, ಅವನ ಮಕ್ಕಳು ಆಗಾಗ ಬಂದು ಹೋಗುತ್ತಿದ್ದರಿಂದ ಸಂತೋಷ ಪಡುತ್ತಿದ್ದ ವಯಸ್ಸಾದ ಜೀವ.

"ನಿಮಗೋಸ್ಕರ ಏನೋ ತಂದಿದ್ದೀನಿ" ಅಂದಳು ಉತ್ಸಾಹದಿಂದ.

"ಈ ಮನೆಗೆ ಹೊಸ ವಸ್ತುಗಳು ಏನಾದರೂ ಬಂದಿದ್ದರೆ ಚಿರಂತನ ತಂದು ಕೊಟ್ಟಿದ್ದು. ಇದೆಲ್ಲ ಬೇಡಾಂದ್ರು ಕೇಳೊಲ್ಲ ಚಿಂತು ಬರಲಿಲ್ಲವಾ? ಒಬ್ಳೇ ಬಂದ್ಯಾ?" ಕೇಳಿದರು. ಹಿಂದಕ್ಕೆ ನೋಟ ಹರಿಸುತ್ತ.

"ಇವತ್ತು ಅಪ್ಪ ಬಂದಿಲ್ಲ. ಆದ್ರೂ ನಿಮಗೊಂದು ಸರ್‌ಪ್ರೈಜ್ ಇದೆ. ನೀವು ಸ್ವಲ್ಪ ಊಹಿಸಿಕೊಳ್ಳಿ" ಎಂದಾಗ ಆಕೆ ವಿಷಣ್ಣತೆಯ ನಗೆ ಬೀರಿ "ನಿಂಗಿಂತ ಸರ್‌ಪ್ರೈಜ್ ಯಾವ್ದು ಇಲ್ಲ. ನೀನು ಬಂದೆಯಲ್ಲ, ಅಷ್ಟೆ ಸಾಕು" ಮನದ ಮಾತನ್ನು ಹೇಳಿದರು. "ತಾತ ಎಲ್ಲಿ? ನೀವು ನಡೀರಿ. ಅಂಥಿಂಥ ಸರ್‌ಪ್ರೈಜ್ ಅಲ್ಲ" ಹಿಂದಕ್ಕೆ ತೆರಳಿದವಳು "ಬನ್ನಿ ಚಿಕ್ಕಪ್ಪ, ಆಕೆ ನಿಮ್ಮ ಹೆತ್ತಮ್ಮ, ಮಕ್ಕಳ ಮೇಲೆ ಸದಾ ಸುರಿಸಲ್ಪಡುವುದು ಅಮೃತಧಾರೆ" ಮುದುಡಿ ಕೂತವರನ್ನು ಬಲವಂತವಾಗಿ ಕರೆದೊಯ್ದು ಆಕೆಯ ಮುಂದೆ ನಿಲ್ಲಿಸಿ ಮುಂದಿನ ಸೀನ್‌ಗಾಗಿ ಕಾದಳು. ಅತ್ಯಂತ ಫವರ್‌ಫುಲ್ ದೃಶ್ಯ. ಆ ಅದ್ಭುತವಾದ ದೃಶ್ಯಕ್ಕೆ ಅದೇ ಸಾಟಿ.

"ಯಾಕೆ ಇಷ್ಟೊಂದು ಬಡವಾಗಿದ್ದೀ?" ಕೆನ್ನೆ ಬೆನ್ನು ಸವರಿ ಅಪ್ಪಿಕೊಂಡರು.

'ಕ್ಷಮಯಾಧರಿತ್ರಿ' ಮಕ್ಕಳ ವಿಷಯದಲ್ಲಿ ತಾಯಿ ಯಾವಾಗಲೂ ಕ್ಷಮೆಯ ಸಮುದ್ರವೇ. ಸದಾ ಕಲ್ಮಷ ರಹಿತವಾದದ್ದು ಮಾತೃ ಹೃದಯ.

ನಂದಿತಾ ಕಣ್ಣಲ್ಲಿ ನೀರಾಡಿತು. ಅಮ್ಮನ ಪ್ರೀತಿಯನ್ನು ಅನುಭವಿಸಿದ್ದಳು. ಇವಳ ಸ್ವಭಾವ, ನಡೆ ನುಡಿಯಲ್ಲಿ ಸಂಸ್ಕೃತಿಯ ಲೇಪನವಿದ್ದರೆ ಅದಕ್ಕೆ ಆಕೆಯೇ ಕಾರಣ. ತಾಯಿ ನೆನಪಾದರೆ ದ್ರವಿಸಿಹೋಗುತ್ತಿದ್ದಳು.

"ಕ್ಷಮಿಸಿ ಬಿಡಮ್ಮ..." ಕಾಲಿಡಿದರು ಕರುಣಾಕರ.

"ಸಾಕು ಬಿಡು, ಅಂಥ ದೊಡ್ಡ ಅಪರಾಧವೇನು ಮಾಡಿದ್ದೀ?" ಮಗನ ತಪ್ಪನ್ನು ಕ್ಷಮಿಸಿ ಬಿಡುವಂಥ ಮಾತಾಡಿದರು. ಆಮೇಲೆ ಕೂತು ಮಾತಾಡಿಸಿದರು. ಸಂಜೆ ವೇಳೆಗೆ ಎಷ್ಟೊಂದು ಜನ ಬಂದು ನೋಡಿಕೊಂಡು ಹೋದರೋ, ಆಕೆಯ ಸಂತೋಷಕ್ಕೆ ಪಾರವಿರಲಿಲ್ಲ. ವಿವಾಹದ ನಂತರ ಹುಷಾರಿಲ್ಲ ಎಂದು ಯಾರೋ ಬಂದಿದ್ದರಿಂದ ಹೀಗೆ ಬಂದು, ಹಾಗೆ ಒಂಟಿಯಾಗಿ ಹೋಗಿದ್ದರಷ್ಟೆ. ಇವರೇ ಒಂದೆರಡು ಸಲ ಹೋಗಿ ನೋಡಿ ಬಂದಿದ್ದರಷ್ಟೆ. ಅದು ಬರೀ ನಿಮಿಷಗಳ ಅವಧಿಗೆ ಸರಿ ಹೋಗಿತ್ತು.

"ಅಪ್ಪ, ಎಲ್ಲಿ?" ಸುತ್ತಲು ನೋಟವರಿಸಿದರು.

"ಈಚೆಗೆ ತೀರಾ ವೈರಾಗ್ಯ ಬಂದಿದೆ. ಜೀವನದ ಜಂಜಾಟದಿಂದ ಮುಕ್ತರಾದಂತೆ ಎಲ್ಲೆಲ್ಲೋ ಹೋಗ್ತಾರೆ, ಬರ್ತಾರೆ. ಧ್ಯಾನಕ್ಕೆ ಕೂಡ್ತಾರೆ. ಹಿಂದೆ ಸದಾ ಮಗನ ಧ್ಯಾನ ಮಾಡುತ್ತ ದುಃಖಿಸುತ್ತಿದ್ದವರು ಈಚೆಗೆ ನಿನ್ನ ಸುದ್ದಿಯನ್ನು ಎತ್ತೋದು ಬಿಟ್ಟಿದ್ದಾರೆ" ಕಣ್ಣಲ್ಲಿ ನೀರಾಕಿಕೊಂಡರು. ಅದಕ್ಕೆ ತಾನೆಷ್ಟು ಕಾರಣಾಂತ ಪ್ರಶ್ನಿಸಿಕೊಳ್ಳುವಂತಾಯಿತು. ತುಟಿ ದಾಟಿ ಮಾತು ಹೊರ ಬೀಳಲಿಲ್ಲ.

ಒಂದೆರಡು ತಂಬುಳಿಗಳ ಜೊತೆ ನೀರು ಸಾರು, ಉದುರಾದ ಅನ್ನವನ್ನು ಇಬ್ಬರು ಹೊಟ್ಟೆಯ ತುಂಬ ಉಂಡರು. ಎಂಥದ್ದೋ ಉಂಡೆ, ಚಕ್ಕುಲಿ, ಬಾಳೆಹಣ್ಣನ್ನು ತಂದಿಟ್ಟರು ಗಿರಿಜಮ್ಮ.

"ತಿನ್ನು ಕರುಣ, ತುಂಬ ಇಳಿದು ಹೋಗಿದ್ದಿ" ಮಗನ ತಲೆ ಸವರಿದರು. "ಪ್ಲೀಸ್, ನೀವು ಅಲ್ಲಿ... ಏನು ಅನ್ಕೂಲವಿಲ್ಲದ ಪುಟ್ಟ ಮನೆಯಲ್ಲಿ ಎರಡು ದಿನ ಉಳಿಯೊದೂಂದರೇನು? ನೋಡಬೇಕು. ನೋಡ್ಬನ್ನಿ, ಅಷ್ಟು ಸಾಕು" ಆರ್ಡರ್ ಮಾಡಿದ್ದರು ಪ್ರಿನ್ಸಿಪಾಲ್ ಮಾಲತಿಯವರು. "ಎರಡು ದಿನಾ ಉಳಿಯೋದೂಂತ ತೀರ್ಮಾನ ಮಾಡಿದ್ದೀನಿ. ನೋ ಛೇಂಜ್. ನಾನು ಅಲ್ಲೇ ಹುಟ್ಟಿ ಬೆಳೆದು ಕಾಲೇಜ್‌ನ ಸಲುವಾಗಿ ಸಿಟಿಗೆ ಬಂದವನು. ನಿನ್ನ ಗಾಳದಲ್ಲಿ ಸಿಕ್ಕ ಮೇಲೆ ಅಲ್ಲಿಗೆ ದೂರವಾಗಿದ್ದು. ಇನ್ನ ನೀನು ಮಾತು ಬೆಳೆಸಬಾರದು" ಇಂಥದೊಂದು ಮಾತು ಆಡಿಸಿದ್ದು ದೃಢ ನಿಶ್ಚಯವೋ, ಇಲ್ಲ ಮಡದಿ ಮಾತಾಡಿ ತನ್ನನ್ನ ಕನ್ವಿನ್ಸ್ ಮಾಡಿ ಬಿಡುತ್ತಾಳೆನ್ನುವ ಭಯವೋ! ಅಂತು ಬಂದಿದ್ದು ದೊಡ್ಡ ಸಾಹಸ.

ಎಂಥದೋ ಸಂಭ್ರಮ! ವರ್ಷಗಳ ನಂತರ ಬಂದ ಮಗ ತಮ್ಮಲ್ಲಿ ಉಳಿದಿದ್ದೆ ದೊಡ್ಡ ಸಂತೋಷದ ವಿಷಯ ಆ ತಾಯಿಗೆ.

"ಒಂದೆರಡು ದಿನ ಇಲ್ಲಿ ಉಳಿಯಬೇಕೂಂತಲೇ ಬಂದಿದ್ದು. ಅಪ್ಪ ಬರ್ತಾರೆ, ತಾನೇ?" ಕೇಳಿದ್ದು ಸಂಕೋಚದಿಂದಲೇ. ಆಕೆ ವಿಸ್ಮಿತರಾದರು. ಇರು, ನನ್ನಪ್ಪ ಇದಕ್ಕಿಂತ ಸಂತೋಷವಿದ್ಯಾ? ನಿಮ್ಮಪ್ಪನಿಗೆ ಹೇಳಿ ಕಳಿಸ್ತೀನಿ, ಖಂಡಿತ ಬರ್ತಾರೆ" ಹರ್ಷದ ಕಣ್ಣೀರು ಸುರಿಸಿದರು.

ಕಾರನ್ನು ಒಂದು ಬದಿಗೆ ಒಯ್ದು ನಿಲ್ಲಿಸಿದರು.

ನಂದಿತಾ, ಕರುಣಾಕರ ಅಲ್ಲಲ್ಲಿ ಸುತ್ತಾಡಿ ಬಂದರು. ಅವರು ಓದುತ್ತಿದ್ದ ಪ್ರೈಮರಿ ಶಾಲೆಯನ್ನು ತೋರಿಸಿದರು. ಮೂರು ನಾಲ್ಕು ಕಿಲೋ ಮೀಟರ್ ನಡೆದು ಹೋಗಬೇಕಾದ್ದನ್ನು ಉತ್ಸಾಹದಿಂದ ಹೇಳುತ್ತ ಪುಳಕಗೊಂಡರು. ನಂದಿತಾ ತಾನು ಅಂಗಡಿಯಲ್ಲಿ ಕೂತು ಅತ್ಯಂತ ಸರಳವಾಗಿ ಬಂದ ಗಿರಾಕಿಗಳಿಗೆ ಸಾಮಾನು ಕೊಟ್ಟಳು. ಆಗಾಗ ಬಂದು ಹೋಗುತ್ತಿದ್ದರು, ಉಳಿದಿದ್ದು ಇಂದೇ. ಹೊಚ್ಚ ಹೊಸ ಅನುಭವ. ಅತ್ಯಂತ ಸರಳವಾಗಿ ಅನುಭವಿಸಿದರು.

ಎರಡು ದಿನ ಹೇಗೆ ಕಳೆಯಿತೋ, ಮೂರನೇ ದಿನ ಸಂಜೆ ವೇಳೆಗೆ ಚಂದ್ರಮೌಳೇಶ್ವರ ಸ್ವಾಮಿ ಬಂದರು. ಅವರೇನು ಕಾವಿ ಧರಿಸಿರಲಿಲ್ಲ. ಹಣೆಯಲ್ಲಿ ಯಾವ ಲಾಂಛನವೂ ಇರಲಿಲ್ಲ. ಮುಖದಲ್ಲಿ ಸಾತ್ವಿಕ ಭಾವ ಇತ್ತು. ಹಿಂದೆ ರೇಗಾಡಿ, ಶಪಿಸಿದವರು ಇವರೇನಾ? ಎನ್ನುವಂತೆ ವರ್ತಿಸಿದರು. ಮಗನನ್ನು ಬಾಯಿ ತುಂಬ ಮಾತಾಡಿಸಿ ಯೋಗಕ್ಷೇಮ ವಿಚಾರಿಸಿದರು. ಅವನ ಹೆಂಡತಿಯ ಮೇಲೆ ಕೋಪ ಕಾರುತ್ತಿದ್ದವರು ಇಂದು ಯೋಗಕ್ಷೇಮ ವಿಚಾರಿಸಿದರು. ಮೊಮ್ಮಗನ ಬಗ್ಗೆ ಕೇಳಿದರು. ಅಚ್ಚರಿಯಾಗುವಂತೆ ಸಮಾಧಾನದಿಂದ ನಡೆದುಕೊಂಡರು.

"ಹೇಗಿದ್ದಿ, ಮೊಮ್ಮಗಳೇ?" ನಂದಿತಾನ ಮಮತೆಯಿಂದ ಮಾತಾಡಿಸಿ "ನಿಮ್ಮಪ್ಪ ಚಿರಂತನ ಬಹಳ ದೊಡ್ಡವನಮ್ಮ. ಎಷ್ಟೊಂದು ಓದು ದೊಡ್ಡ ಹುದ್ದೆ ಇದ್ದರೂ ನಿಗರ್ವಿ. ಅಲ್ಲೇ ಇದ್ದಾರ, ನಿನ್ನ ತಾತ?" ಯಾರನ್ನೂ ಬಿಡದೇ ವಿಚಾರಿಸಿಕೊಂಡರು. ಅವರಲ್ಲಿ ಸಾಕಷ್ಟು ಬದಲಾವಣೆ ಬಂದಿದೆಯೆನಿಸಿತು ಇಬ್ಬರಿಗೂ.

"ಮುಂದಿನ ಸಲ ಬರುವಾಗ ಸೊಸೆ, ಮೊಮ್ಮಗನನ್ನು ಕರ್ಕಂಡ್ ಬಾ" ಹೊರಡುವಾಗ ಇಂಥ ಒಂದು ಮಾತಿನ ಜೊತೆ "ಮೊಮ್ಮಗ ಬೇಕೂಂತ ಅನ್ನಿಸ್ತಾನೆ" ಕಣ್ತುಂಬಿಕೊಂಡರು ಗಿರಿಜಮ್ಮ. ತಾಯಿಯ ಎರಡು ಕೈಗಳನ್ನು ಹಿಡಿದುಕೊಂಡು "ದೊಡ್ಡಪ್ಪ ಬೈಯ್ದು ಬುದ್ಧಿ ಹೇಳದಿದ್ದರೆ ತಪ್ಪಿನ ಜೊತೆ ತುಂಬ ಕಳ್ಕೊಂಡು ಬಿಡ್ತಾ ಇದ್ದೆ. ಬದುಕಿಗೆ ಎಲ್ಲರೂ ಬೇಕು, ಎಲ್ಲವೂ ಬೇಕು. ಅವರವರದ್ದು ಅವರುಗಳಿಂದಲೇ ಸಿಗಬೇಕೇ ಹೊರತು ಬೇರೆಯವರು ಅದನ್ನು ಪೂರೈಸೊಕ್ಕಾಗೊಲ್ಲ. ಖಂಡಿತ ಮುಂದಿನ ಸಲ ಬರೋವಾಗ ಮಾಲಿನಿ, ಪ್ರತೀಕನ್ನ ಕರ್ಕಂಡ್ ಬರ್ತೀನಿ" ಭರವಸೆ ಇತ್ತರು. ಅದನ್ನು ನೆರವೇರಿಸಬೇಕೆಂಬ ಬಲವಾದ ನಿಶ್ಚಯವು ಕರುಣಾಕರನಲ್ಲಿತ್ತು. ಅದು ತಕ್ಷಣ ಸಾಧ್ಯವಾಯಿತೆ? ಸಾಕಷ್ಟು ಕಾಯಬೇಕಾಯಿತು.

ಸೊಸೆ, ಮೊಮ್ಮಗನಿಗಾಗಿ ಸಾಕಷ್ಟು ತಿಂಡಿ ಮಾಡಿ ಕೊಡುವುದರ ಜೊತೆಗೆ ಮಾಲಿನಿಗೆ ದೊಡ್ಡ ಬುತ್ತಿಯನ್ನು ಕಟ್ಟಿಕೊಟ್ಟರು.

"ಇದೆಲ್ಲ ಚಿರಂತನನಿಗೆ ಇಷ್ಟ. ನಿನ್ನಮ್ಮ ಬದುಕಿದ್ದಾಗ ಇದೆಲ್ಲ ಮಾಡೋಳು. ಅಡಿಗೆ ಮನೆ ಅಂದರೆ ಅಕ್ಕರಾಸ್ತೆ ಅವಳಿಗೆ" ಅವಳಮ್ಮನನ್ನು ಜ್ಞಾಪಿಸಿಕೊಂಡರು. ಹೈಸ್ಕೂಲಿನಲ್ಲಿದ್ದಾಗ ಅವಳಮ್ಮ ತೀರಿಕೊಂಡಿದ್ದು. ಆಗ ಇಡೀ ಮನೆ ಸ್ಥಿತಿ ದಿಕ್ಕೆಟ್ಟಂತಾಗಿತ್ತು. ಮೊದಲ ಸಲ ಭೂಮಿಗೆ ಕುಸಿದಿದ್ದರು ಚಿರಂತನ್‌ದತ್. "ಹೌದು ಅಜ್ಜಿ, ಈಗಿನ ನನ್ನ ಫ್ರೆಂಡ್ಸ್ ಅಮ್ಮಂದಿರಲ್ಲಿ ನನ್ನ ಅಮ್ಮನ್ನ ನೋಡೋಕ್ಕಾಗೊಲ್ಲ. ನನ್ನಮ್ಮ ತುಂಬ ಡಿಫರೆಂಟ್" ಕಣ್ತುಂಬಿ ಹೇಳಿದಳು.

ಮತ್ತೊಂದು ಸಲ ಕರುಣಾಕರ ಅಪ್ಪ, ಅಮ್ಮನಿಗೆ ನಮಸ್ಕರಿಸಿದರು. ಇಷ್ಟು ಗೌರವ ವಿವಾಹದ ನಂತರ ಎಂದೂ ತೋರಿರಲಿಲ್ಲ. ಮಾಲಿನಿ ಅಷ್ಟು ಅವರನ್ನು ಆವರಿಸಿಕೊಂಡಿದ್ದಳು. ರೂಪದ ಜೊತೆ ನಿರಂತರವಾಗಿ ಓದುನ ಮುಂದುವರಿಸಿ ಒಂದೊಂದೇ ಹಂತ ಮೇಲೇರುವುದಕ್ಕೆ ಸಹಕಾರ ನೀಡಿದ್ದಲ್ಲದೇ, ಆ ಬಗ್ಗೆ ಹೆಮ್ಮೆ ಅಭಿಮಾನ ಕೂಡ ಇತ್ತು.

ಸ್ಟೀರಿಂಗ್ ವ್ಹೀಲ್ ಮುಂದೆ ಕೂತ ನಂದಿತಾ "ದಯವಿಟ್ಟು ತಪ್ಪು ತಿಳ್ಕೋಬೇಡಿ. ನೀವುಗಳು ಯಾಕೆ ನಮ್ಮಲ್ಲಿ ಬಂದು ಇದ್ದುಬಿಡಬಾರದು? ಅಪ್ಪ ಕೂಡ ಈ ಬಗ್ಗೆ ಎಷ್ಟೋ ಸಲ ಹೇಳಿದ್ದಾರೆ. ಆದರೆ ನಿಮ್ಮಗಳನ್ನು ಕೇಳೋ ಧೈರ್ಯ ಇರಲಿಲ್ಲ. ತಾತನ ಕೋಪ ಕಮ್ಮಿಯಾಗಿದೆ, ಅದಕ್ಕೆ ಕೇಳಿದೆ" ಇಂಥದೊಂದು ಬೇಡಿಕೆ ಅವರ ಮುಂದಿಟ್ಟಳು.

ಚಂದ್ರಮೌಳೇಶ್ವರ ಸ್ವಾಮಿ ಮಾತಾಡಲಿಲ್ಲ. ಗಿರಿಜಮ್ಮನಿಗೂ ಕೂಡ ಒಪ್ಪಿಗೆಯಾಗಲಿಲ್ಲ. "ಇಲ್ಲೇ ಇದ್ದು ಇದ್ದು... ಈ ಜಾಗದ ಮೇಲೆ ಬಿಟ್ಟಿರಲಾರದಷ್ಟು ಮೋಹ ಬೆಳೆದುಬಿಟ್ಟಿದೆ. ಇಲ್ಲಿನ ಜನ ಕಷ್ಟ ಸುಖಕ್ಕೆ ಆಗಿದ್ದಾರೆ. ಪ್ರೀತಿಯಿಂದ ಕಂಡಿದ್ದಾರೆ. ಅಂಥದರಲ್ಲಿ ಇಲ್ಲಿಂದ ಬರೋಕೆ ಸಾಧ್ಯನಾ?" ಇಲ್ಲವೆನ್ನುವುದು ಅವರ ಕಣ್ಣುಗಳು ಸೂಚಿಸಿದವು. ಮಾಲಿನಿ ಮೃದುವಾಗಿ "ನಾನು ತಪ್ಪಾಗಿ ಕೇಳಿ ನಿಮ್ಮ ಮನಸ್ಸು ನೋಯಿಸಿದೆನೇನೋ, ಏನೋ ದೂರದ ಒಂದು ಆಸೆ, ಬರ್ತೀವಿ" ಕಾರಿಗೆ ಜೀವ ಕೊಟ್ಟಳು. ಒಂದೆರಡು ಫರ್ಲಾಂಗ್ ಬಂದು ನಿಂತಿತು. ರೋಡ್‌ನ ಪಕ್ಕದಲ್ಲಿ ಒಂದು ಕಾಲು ದಾರಿಯಲ್ಲಿ ನಡೆದರೆ ಕಲ್ಯಾಣಿಗೆ ಸಮೀಪದಲ್ಲೊಂದು ಕರುಣೇಶ್ವರ ದೇವಾಲಯವಿತ್ತು. ದೊಡ್ಡದಾಗಿ ಪ್ರಸಿದ್ಧಿಗೆ ಬರದಿದ್ದರೂ ನೂರಾರು ಮನೆಯ ದೇವರು. ಭಕ್ತರು ಇದ್ದೇ ಇರುತ್ತಿದ್ದರು. ಕರುಣಾಕರ ಮನೆಯ ಕುಲ ದೇವರು. ವರ್ಷಕ್ಕೆ ನಾಲ್ಕಾರು ಸಲ ಬಂದು ಪೂಜೆ ಸಲ್ಲಿಸಿ ಹೋಗುತ್ತಿದ್ದರು. ವಿವಾಹದ ಇಷ್ಟು ವರ್ಷಗಳ ನಂತರ ಮೊದಲ ಸಲ ಸಂಸಾರವನ್ನು ಬಿಟ್ಟು ಕುಲ ದೇವರ ದರ್ಶನಕ್ಕೆ ಬಂದಿದ್ದು ಸೋಜಿಗವಲ್ಲ, ಗಿರಿಜ ಹಣ್ಣುಕಾಯಿ, ಹೂ, ಕರ್ಪೂರದ ಬುಟ್ಟಿ ಕೊಟ್ಟು ಪೂಜೆ ಸಲ್ಲಿಸಿ ಹೋಗಲು ತಿಳಿಸಿದ್ದರು.

ಪಾಪ ಪ್ರಜ್ಞೆ ಒಂದೇ ಸಮ ಕಾಡುತ್ತಿತ್ತು ಕರುಣಾಕರನನ್ನು. ದೇವಾಲಯದ ಮುಂಭಾಗದಲ್ಲಿ ಕೂತು ಬಿಕ್ಕಿ ಬಿಕ್ಕಿ ಅತ್ತರು.

"ನನ್ನ ಪಾಪಕ್ಕೆ ಕ್ಷಮೇನೇ ಇಲ್ಲ."

ನಂದಿತಾ ಸನ್ನಿಹದಲ್ಲಿ ಕೂತು ಸಮಾಧಾನಿಸಿದಳು.

"ಕಳೆದು ಹೋಗಿದ್ದಕ್ಕೆ ಚಿಂತಿಸಿ ಫಲವಿಲ್ಲ. ಅದು ನಮಗೆ ಪಾಠವಾದರೆ ಸಾಕು.

ಮುಂದಿನ ಸಲ ಚಿಕ್ಕಮ್ಮ, ಪ್ರತೀಕನನ್ನು ಕೂಡ ಕರ್ಕಂಡ್ ಬರಬಹುದು. ಗಿಲ್ಟ್ ಕಡಿಮೆಯಾಗುತ್ತಾ ಹೋಗುತ್ತೆ."

ಪೂಜೆ ಮುಗಿಸಿಕೊಂಡು ಅಡ್ಡಾಡಿ, ಗಿರಿಜಮ್ಮ ಅವರು ಕೊಟ್ಟಿದ್ದ ತಿಂಡಿ, ತಿಂದು ಮುಗಿಸಿ "ಚಿಕ್ಕಮ್ಮ ಇಂಥ ಪ್ರಶಾಂತ ವಾತಾವರಣದಲ್ಲಿ ಕೂತು ಒಂದೆರಡು ಗಂಟೆ ಧ್ಯಾನ ಮಾಡಿದರೆ ಬಿ.ಪಿ., ಷುಗರ್ ಅಂಥದ್ದು ಹತ್ತಿರ ಸುಳಿಯೊಲ್ಲ" ಭಾವುಕಳಾಗಿ ನುಡಿದಳು ನಂದಿತಾ.

"ಹೌದು, ಈಗ ಮರಗಿಡಗಳು ಕಡ್ಮೆಯಾಗಿದೆ. ಹಿಂದೆ ಹಸಿರು ದಟ್ಟವಾಗಿ ವಾತಾವರಣದಲ್ಲಿ ಡಿಫರೆಂಟ್ ಅನ್ನಿಸ್ತಾ ಇತ್ತು. ಹರಕೆ, ಅಭಿಷೇಕ ಅಂಥ ದಿನ ದಿನ ಪೂರ್ತಿ ಉಳೀತಾ ಇದ್ವಿ, ಅರ್ಚಕರು ಪ್ರಸಾದ ರೂಪವಾಗಿ ಕೊಡೋ ಪೊಂಗಲ್ ಮೊಸರನ್ನಗಳೇ ಊಟವಾಗಿಬಿಡ್ತಾ ಇತ್ತು. ಅಮ್ಮನಿಗೆ ಹಿಂದೆ ವ್ರತ, ಪೂಜೆ, ಪುನಸ್ಕಾರ ಅಂಥದರಲ್ಲಿ ತುಂಬ ಭಕ್ತಿ. ಈಚೆಗೆ ಕಮ್ಮಿಯಾಗಿದೆ. 'ದೀಪ ಹಚ್ಚಿ ಕೈ ಮುಗಿಯೋಕೆ ಸೀಮಿತವಾಗಿ ಬಿಟ್ಟಿದೆ' ಅಂದಳು ಅಮ್ಮ. ಈಗ ಎರಡು ಕೆಲಸಗಳನ್ನು ತೂಗಿಸೋಕೆ ಕೈಯಾಲ್ಲಾಗೊಲ್ಲ. ಮೊದಲಿನ ಹಾಗೆ ಅಂಗಡಿಯ ಜವಾಬ್ದಾರಿಯನ್ನು ಅಪ್ಪ ತಗೊಂಡಿಲ್ಲ. ಅಮ್ಮ ಒಬ್ಬಳೇ ಹೇಗೋ ಮ್ಯಾನೇಜ್ ಮಾಡ್ತಾ ಇದ್ದಾಳೆ. ಆ ಪುಟ್ಟ ಅಂಗಡಿಯಿಂದಲೇ ನನ್ನ ಬೆಳೆಸಿದ್ದು. ದೊಡ್ಡ ದೊಡ್ಡ ಓದು ಓದಿಸೋ ಇಚ್ಛೆ ಇದ್ದರೂ ನಾನು ಪಾಲಿಟೆಕ್ನಿಕ್ ಮಾಡೋ ವೇಳೆಗೆ ಸುಸ್ತಾದೆ. ಆಗ ಕೆಲ್ಸ ಕೊಡಿಸಿದ್ದು ದೊಡ್ಡಪ್ಪ. ದೊಡ್ಡ ದೊಡ್ಡ ಮಹತ್ವಾಕಾಂಕ್ಷೆಗಳನ್ನು ಇಟ್ಟುಕೊಂಡವನಲ್ಲ. ನಾನು ಬಾಡಿಗೆಗೆ ಇದ್ದ ವಠಾರದಲ್ಲಿ ಮಾಲಿನಿ ಮನೆ. ಷುರುವಾಯಿತು ನಮ್ಮಗಳ ಪ್ರೇಮ ವ್ಯವಹಾರ. ಒಂದೆರಡು ಮೂರು ತರಗತಿಗಳಲ್ಲಿ ಫೇಲಾಗಿಯೇ ಅವಳು ಎಸ್. ಎಸ್. ಎಲ್. ಸಿ. ಮುಗಿಸಿದ್ದು. ಅವಳಿಲ್ಲದೇ ಬದುಕೋಕೆ ಸಾಧ್ಯವಿಲ್ಲವೆನಿಸಿತು. ಅಪ್ಪ, ಅಮ್ಮ ಕೂಡ ಇನ್ನ ಒಂದೆರಡು ವರ್ಷ ವಿವಾಹ ಬೇಡ, ಸಂಬಂಧದಲ್ಲಿಯೇ ಹುಡ್ಗೀನ ನೋಡಿದ್ದೀವಿಂದ್ರು. ಅವಳ ಮನೆ ಕಡೆ ಕೂಡ ವಿರೋಧ. ರಿಜಿಸ್ಟರ್ ಆಫೀಸಿನಲ್ಲಿ ವಿವಾಹವಾಗಿ ಸಂಸಾರ ಹೂಡಿಯೇ ಬಿಟ್ವಿ, ಕೆಲ್ಸ ಗಿಟ್ಟಿಸಿಕೊಂಡಳು. 'ಓದುವ ಛಲ ಬೆಳೆಯಿತು. ಹಂತ ಹಂತವಾಗಿ ಆ ಶಾಲೆಯಂತೆ ಬೆಳೆದು ಪ್ರಿನ್ಸಿಪಾಲ್ ಪಟ್ಟದಲ್ಲಿ ಕೂತಳು. ನಾನು ಮಾತ್ರ ಅಷ್ಟಕ್ಕೆ ಸಂತೃಪ್ತನಾದೆ" ದಾರಿಯುದ್ದಕ್ಕೂ ಹೇಳಿಕೊಂಡರು. ಅದು ಅವಳಿಗೆ ತಿಳಿದ ಕಥೆಯೆ. ಆ ಬಗ್ಗೆ ಎಲ್ಲರಿಗೂ ಮೆಚ್ಚುಗೆಯೇ. ಆದರೆ ಸ್ವಾರ್ಥಪರ ಧೋರಣೆ ಇಷ್ಟವಾಗುತ್ತಿರಲಿಲ್ಲ. ಎಲ್ಲಕ್ಕಿಂತ ಹೆತ್ತವರಿಂದ ಕರುಣಾಕರನ ದೂರವಿರಿಸಿದ್ದರ ಬಗ್ಗೆ ಬೇಸರ.

* * *

ಸಂಜೆ ಐದರ ಸಮಯ. ಹೊರಗೆ ಬಂದ ನಂದಿತಾ ಲಾನ್ ಮೇಲಿದ್ದ ಛೇರ್ ಮೇಲೆ ಕೂತಳು ತಂದೆಗಾಗಿ ಕಾಯುತ್ತ. ಅವರು ಇಂದು ಬಂದಿದ್ದ ಗೆಳೆಯರ ಜೊತೆ ಮಾತಾಡುತ್ತ ಕ್ಲಬ್‌ಗೆ ಹೋಗಿ ನಂತರ ವಾಕ್ ಮುಗಿಸಿಕೊಂಡು ಬರುತ್ತೀನೆಂದು ಹೇಳಿ ಹೋಗಿದ್ದರು. ಒಳ್ಳೆ 'ಬಿಲಿಯರ್ಡ್ ಪ್ಲೇಯರ್' ಷಟಲ್ ಕಾಕ್ ಆಡುತ್ತಿದ್ದರು. ಅವರ

ಆಸಕ್ತಿಯ ವಿಷಯ ಹಲವು. ಜೀವನವನ್ನು ಸರಳವಾಗಿ ತಗೊಳ್ಳುತ್ತಿದ್ದರು.

"ಅಮ್ಮ, ಯಾರೋ ಸಾಹೇಬರನ್ನು ಹುಡುಕಿಕೊಂಡು ಬಂದಿದ್ದಾರೆ" ಎಂದ ವಾಚ್‌ಮ್ಯಾನ್ ಬಂದು. "ನಿನ್ನೆ ತಾತ ಫೋನ್ ಮಾಡಿ. ಒಬ್ಬ ವಿದ್ಯಾರ್ಥಿನಿಯನ್ನ ಕಳಿಸಿದ್ದೀನಿ. ಅವನಿಗೆ ಕೌನ್ಸಿಲಿಂಗ್ ಅಗತ್ಯ ಅಂದಿದ್ರು. ಬಂದರೇ ಕೊಡಿಸು. ಅಂಥ ಸಂಧಿಗ್ಧತೆ ಇರೋವಾಗ ಸಂಕೋಚ ಹೆಚ್ಚಿರುತ್ತೆ" ಎಂದು ಹೇಳಿ ಹೋಗಿದ್ದು ಅವಳ ನೆನಪಿನಲ್ಲಿತ್ತು. "ಬರೋದಕ್ಕೆ ಹೇಳು. ತಾತನ ಕ್ಯಾಂಡಿಡೇಟ್ ಅಂದರೆ, ಅಪ್ಪ ಬೇಗನೇ ಬರ್ತಾರೆ" ಎಂದು ಓದುತ್ತಿದ್ದ ಮ್ಯಾಗಝೀನ್ ಟೀಪಾಯಿ ಮೇಲೆ ಹಾಕಿ ಮೇಲೆದ್ದಳು.

ಬಂದ ಇಬ್ಬರು ಯುವಕರು ಅತ್ತಿತ್ತ ನೋಡಿದರು. ಆಮೇಲೆ ಮುಂದಕ್ಕೆ ಹೆಜ್ಜೆ ಹಾಕಿದಾಗ ಈ ಕಡೆಯಿಂದ ಹೆಜ್ಜೆ ಹಾಕಿದ ನಂದಿತಾ "ಹಲೋ... ನಮಸ್ತೆ" ಅಂದಾಗ ಇಬ್ಬರು ತಟ್ಟನೆ ನಿಂತರು. ಅವರಲ್ಲಿ ಒಬ್ಬ ಯುವಕ "ನೀವು ನಂದಿತಾ ಇರಬಹುದು. ನಾನು ಯಶವಂತ್ ಅಂತ. ರಾಖಿ ನನ್ನ ಅಂಕಲ್ ಮಗಳು" ಪರಿಚಯಿಸಿಕೊಂಡಾಗ ಅವರಿಬ್ಬರನ್ನು ಕರೆದೊಯ್ದು ವಿಸಿಟಿಂಗ್ ರೂಂನಲ್ಲಿ ಕೂಡಿಸಿ "ಅಪ್ಪ ಹೊರ್ಗಡೆ ಹೋಗಿದ್ದಾರೆ. ಬರೋದು ಏಳರ ನಂತರವೇ. ಒಂದ್ಗಂಟೆ ಕಾಯಬೇಕಾಗುತ್ತೆ. ಕಾಫೀ ಕುಡಿದು ಮ್ಯಾಗಝೀನ್ ನೋಡಬಹುದು" ಎಂದವಳು ತಾನೇ ಕಾಫೀ ತಂದುಕೊಟ್ಟು "ಹೇಗಿದ್ದಾರೆ, ರಾಖಿ?" ವಿಚಾರಿಸಿದರು. ಸಧ್ಯಕ್ಕೆ ಅವಳ ಕುಟುಂಬದಲ್ಲಿ ಅವಳೊಬ್ಬಳೇ ಪರಿಚಯಸ್ಥಳು!

"ಚೆನ್ನಾಗಿದ್ದಾಳೆ. ನೀವು ಮಾತಾಡಬಹುದಲ್ಲ" ಅಂಥ ಒಂದು ಆಫರ್ ಬಂದಾಗ "ಸಾರಿ, ಏನೇನೋ ಮಾತಾಡೋದು ನಂಗಿಷ್ಟವಾಗೊಲ್ಲ" ನೇರವಾಗಿಯೇ ಹೇಳಿ ಹೋಗಿದ್ದು. "ಈ ಫ್ಯಾಮಿಲಿಯವರೆಲ್ಲ ಒಂದು ತರಹ ಧೀಮಾಕ್‌ನವರೂಂತ ರಾಖಿ ಹೇಳಿದ್ಲು. ಎಲ್ಲಾ ನೇರ... ನೇರ... ಏನಿ ವೇ... ಬ್ಯೂಟಿಫುಲ್ ಗರ್ಲ್" ಇಂಥದೊಂದು ಮೆಚ್ಚಿಗೆಯು ಮೂಡಿತು ಹೇಳಿದವನ ಮನದಲ್ಲಿ.

ಏಳಲ್ಲ... ಚಿರಂತನ್ ಮನೆಗೆ ಬಂದಾಗ ಏಳೂವರೆಯಾಗಿ ಹೋಗಿತ್ತು. "ಸಾರಿ ಮಗಳೇ, ಅಪ್ಪ ಕಳಿಸಿದ ಕ್ಯಾಂಡಿಡೇಟ್ ಬಂದಿದ್ದಾರಾ? ಸ್ವಲ್ಪ ಯಡವಟ್ಟಾದರೂ ನಿಂಗೆ ಟೈಮ್ ಸೇನ್ಸ್ ಇಲ್ಲಾಂತ ಬೈಯ್ತಾರೆ. ಈಗ್ಲೂ ನಂಗೆ ಅವ್ರನ್ನ ಕಂಡರೆ ಭಯ" ತಂದೆಯ ಮಾತುಗಳಿಗೆ ಗಾಜಿನ ಬಳೆಯ ಝುಣ ಝುಣ ಸದ್ದಿನಂತೆ ನಕ್ಕಳು. "ಹೌದು, ಆ ಆಸಾಮಿ ಬಂದಿಲ್ಲ. ಬೇರೆ ಅಂದರೆ ಭಾವಿ ಅತ್ತಿಗೆ ರಾಖಿ ಅವರ ಅಣ್ಣಾಂತ ಹೇಳ್ಕೊಂಡು ಒಬ್ಬರು ಬಂದಿದ್ದಾರೆ. ಅವರ ಜೊತೆ ಇನ್ನೊಬ್ಬರು" ತಿಳಿಸಿದಳು. ಚಿರಂತನ್ ಹುಬ್ಬುಗಳು ಮೇಲೇರಿ ಇಳಿಯಿತು. ಯಾರು ಈ ರಾಖಿಯ ಚಿಕ್ಕಪ್ಪನ ಮಗ? ಊಹೆಗಿಂತ ಒಮ್ಮೆ ಭೇಟಿಯಾದ ನಂತರ ಲೆಕ್ಕಾಚಾರ ಹಾಕಬಹುದೆಂದು ಕೊಂಡರು.

ಅದರೇನು ಅವಸರಿಸಲಿಲ್ಲ. ಈ ವೇಳೆಯ ಕೆಲಸಗಳನ್ನು ಮುಗಿಸಿಕೊಂಡು ವಿಸಿಟಿಂಗ್ ರೂಂಗೆ ಹೋಗಿದ್ದು. ಅನಾಯಾಸವಾಗಿ ಅವರಿಬ್ಬರು ಮೇಲೆಕ್ಕೆದ್ದು ಗೌರವ ತೋರಿಸಬೇಕಾಯಿತು. ಅಷ್ಟು ವರ್ಚಸ್ಸಿನ ವ್ಯಕ್ತಿ.

"ಗುಡ್ ಇವ್ನಿಂಗ್ ಸಾರ್" ಅಂದರು.

"ಗುಡ್ ಇವ್ನಿಂಗ್, ಪ್ಲೀಸ್ ಕೂತ್ಕೊಳ್ಳಿ. ಮೊದಲು ನಿಮ್ಮನ್ನ ನೋಡಿದ ನೆನಪಿಲ್ಲ. ರಾಖಿ ನಿಮ್ಮ ಅಂಕಲ್ ಮಗಳೆಂದು ನಂದು ತಿಳಿಸಿದ್ಲು. ಏನಿ ವೇ ಬಂದಿದ್ದು ಒಳ್ಳೇದು" ಒಮ್ಮೆ ಕೈಯಲ್ಲಿನ ವಾಚ್ ಕಡೆ ನೋಡಿದರು. ತೀರಾ ಕಾಡು ಹರಟೆ ಅವರಿಗೆ ಇಷ್ಟವಾಗದು.

"ಹೌದು, ರಾಖಿ ನನ್ನ ಅಂಕಲ್ ಮಗಳು. ತೀರಾ ಸ್ವಂತವಲ್ಲ ನಮ್ದು ಬ್ಲಡ್ ರಿಲೇಷನ್‌ಷೀಪ್. ನನ್ನ ಮಮ್ಮಿ, ಅವಳಮ್ಮ ಚಿಕ್ಕಪ್ಪ, ದೊಡ್ಡಪ್ಪನ ಮಕ್ಕಳು ನನ್ನ ಮಮ್ಮಿಗೆ ಹೆಣ್ಣು ಮಕ್ಕಳು ಇಲ್ಲ, ಅದರಿಂದ ರಾಖಿನ ತುಂಬ ಹಚ್ಚಿಕೊಂಡಿದ್ದಾರೆ" ಷುರುಮಾಡಿದವನು ಹೇಳುತ್ತ ಹೋದಾಗ ಚಿರಂತನ್‌ಗೆ ನಗು ಬಂತು. ಜೋರಾಗಿ ನಗದಿದ್ದರೂ ಮುಖದಲ್ಲಿ ಅದರ ಛಾಪು ಮೂಡಿತು. ಅರಿತು ಯಶವಂತ್ ತನ್ನ ಮಾತನ್ನು ನಿಲ್ಲಿಸಿದ. ರಾಯ್ ಫ್ಯಾಮಿಲಿಗೆ ಸೇರಿದ್ದವ.

"ಬಹಳ ಚೆನ್ನಾಗಿ ತಿಳ್ಕುಕೊಂಡಿದ್ದೀರಾ? ವಂಶ ವೃಕ್ಷ ಇಟ್ಟುಕೊಂಡು ಬರೆಯೋ ಇರಾದೆಯೇನಾದ್ರೂ ಇದ್ಯಾ? ಹೇಗಿದ್ದಾಳೆ ರಾಖಿ, ಅವರ ಪೇರೆಂಟ್ಸ್?" ಕೇಳಿದರು ತುಸು ಸಮಾಧಾನದಿಂದಲೇ. ಇಂದಿನವರೆಗೂ ರಾಖಿಯ ಪೇರೆಂಟ್ಸ್ ಬಂದು ಅವರನ್ನು ಭೇಟಿಯಾಗಿರಲಿಲ್ಲ.

"ಫೈನ್ ಸಾರ್, ಒಂದು ಕ್ಲಾರಿಫಿಕೇಷನ್‌ಗಾಗಿ ಬಂದೆ. ಫಿಫ್ತ್ ಯಾರೋ ಭಾರತಿ ನರ್ಸಿಂಗ್ ಹೋಂನಿಂದ ಡಾ. ರಾಧಾಕೃಷ್ಣ ಅನ್ನೋರು ಫೋನ್ ಮಾಡಿ ಸಂದೀಪ್‌ದತ್‌ಗೆ ಮಗುವಾಗಿದೇಂತ ತಿಳಿಸಿದರಂತೆ. ನೀವು ಕೂಡ ಸೊಸೆ ಮೊಮ್ಮಗುವನ್ನ ಭೇಟಿ ಮಾಡೋಕೆ ಹೋಗಿದ್ದರಂತೆ" ಅಂದ ಕೂಡಲೇ ಚಿರಂತನ್ ಹುಬ್ಬು ಗಂಟಕ್ಕಿದ್ದರು. ಸ್ವಲ್ಪ ಕೋಪ ಬಂತು ಕೂಡ. "ಯಾವುದರ ಬಗ್ಗೆ ನಿಮ್ಮ ಕ್ಲಾರಿಫಿಕೇಷನ್? ಮೊದ್ಲು ನೀವು ನರ್ಸಿಂಗ್ ಹೋಂಗೆ ಹೋಗಿ ಡಿಟೈಲ್ ಕಲೆಕ್ಟ್ ಮಾಡ್ಕೊಳ್ಳಿ. ನಂತರ ನಾನು ಸೊಸೆ, ಮೊಮ್ಮಗುವನ್ನ ನೋಡೋಕೆ ಹೋಗಿದ್ನಾ ಅಥ್ವಾ ಇಲ್ವಾಂತ ತಿಳಿಸ್ತೀನಿ" ಮೇಲೆದ್ದರು. ರಾಖಿ ಏನು ವಿಷಯವಾಂತ ಅವಳೇ ವಿಚಾರಿಸಬಹುದಿತ್ತು. ಇಲ್ಲ ಅವಳ ಪೇರೆಂಟ್ಸ್ ವಿಚಾರಿಸಿಕೊಳ್ಳಬಹುದಿತ್ತು. ಅವರೆಡು ಬಿಟ್ಟು ಈ ಮಾರ್ಗದಲ್ಲಿ ಬಂದಿರೋದು ಅವರಿಗೆ ಇಷ್ಟವಾಗಲಿಲ್ಲ.

"ಎಕ್ಸ್‌ಕ್ಯೂಜ್ ಮಿ, ನಂಗೆ ಬೇರೆ ಕೆಲ್ಸ ಇದೆ" ಹೊರಟೇ ಬಿಟ್ಟರು.

"ಮನುಷ್ಯ ಸ್ವಲ್ಪ ರಿಸರ್ವ್ಡ್ ಅಂತ ಕಾಣಿಸುತ್ತೆ. ಇಂಥ ಅಪ್ಪನ ಬೆಳವಣಿಗೆಯಲ್ಲಿ ಮಗಳದು ಅದೇ ಕ್ಯಾರೆಕ್ಟರ್. ಆದ್ರೂ ಇಷ್ಟವಾಗಿ ಬಿಡ್ತಾಳೆ. ಕಾರಣ ಅಂಥ ದೊಡ್ಡದೇನಲ್ಲ. ಇಂಥ ಹುಡ್ಗಿಯರನ್ನು ಈಗ ಎಲ್ಲೂ ಕಾಣೋಕೆ ಸಾಧ್ಯವಿಲ್ಲ. ಕೆಲವೊಮ್ಮೆ ಹುಡ್ಗಿಯರ... ಹುಡುಗರ ಅನ್ನೋ ಡೌಟು" ನಕ್ಕು ಮೇಲೆದ್ದ ಯಶವಂತ್ ಫ್ರೆಂಡ್.

ಇಬ್ಬರು ವಿಸಿಟರ್ಸ್ ರೂಂನಿಂದ ಹೊರಗೆ ಬಂದಾಗ ಎದುರಾದ ನಂದಿತಾ "ಈಗ ಅವರದು ಕ್ಲಬ್‌ಗೆ ಹೋಗೋ ಸಮಯ. ಪಂಕ್ಚುಯಾಲಿಟಿನ ಇಷ್ಟಪಡೋದೆ ಅವರ ಜೀವನ ಶೈಲಿ, ನಮಸ್ಕಾರ" ಎರಡು ಕೈಗಳನ್ನು ಜೋಡಿಸಿದಳು. ತಾವು ಎಲ್ಲಿದ್ದೇವೆಂದು ಯೋಚಿಸುವಂತಾಯಿತು. ಅವರಿಬ್ಬರಿಗೂ "ಸಾರಿ, ಜೊತೆಗೆ ಒಳಗೆ ಕರೆದು ಕಾಫೀ ಕೊಟ್ಟಿದ್ದಕ್ಕೆ

ಥ್ಯಾಂಕ್ಸ್. ರಾಖಿ ಪೇರೆಂಟ್ಸ್‌ಗೆ ಯಾರೋ ಫೋನ್ ಮಾಡಿ ಡಿಸ್ಟರ್ಬ್ ಮಾಡಿ ಬಿಟ್ಟಿದ್ದಾರೆ. ನಿಮ್ಮ ಬ್ರದರ್‌ಗೆ ಮೊದ್ಲೇ ವಿವಾಹವಾಗಿತ್ತ?" ಕೇಳಿದ ಯಶವಂತ್. ಅವಳ ಮುಖದ ಭಾವನೆಗಳೇನು ಬದಲಾಗಲಿಲ್ಲ.

"ರಾಖಿನ ವಿಚಾರಿಸೋಕೆ ಹೇಳಿ" ಎಂದಳು ಚುಟುಕಾಗಿ. ಮತ್ತೆ ಮಾತು ಬೇಡವೆಂದು ಅವಳ ನೋಟವೇ ಹೇಳಿತು.

ಇಬ್ಬರು ಹೊರಗೆ ಬಂದರು. ವಿಶಾಲವಾದ ಕಾಂಪೌಂಡ್. ತೀರಾ ಅದ್ಭುತವೆನಿಸುವ ಗಾರ್ಡನ್ನೇನು ಅಲ್ಲ. ಇಲ್ಲು ಕೂಡ ಸಿಂಪ್ಲಿಸಿಟಿ ಕ್ಲಾಯ್ದುಕೊಂಡಂತಿತ್ತು. ಅತಿ ಎತ್ತರವಾದ ಗೇಟು, ಕಾಂಪೌಂಡು, ಹೊರಗೆ ಓಡಾಡುವ ಜನಕ್ಕೆ ಒಳಗಿನ ಚಟುವಟಿಕೆಗಳೇನು ಕಾಣಿಸುತ್ತಿರಲಿಲ್ಲ. ಅಲ್ಲೊಂದು ಬೃಂದಾವನ.

ಇಬ್ಬರು ಗೇಟ್‌ನಿಂದ ಹೊರಗೆ ಬಂದರು. ಕಾರು ಹೊರಗಡೆಯೆ ಇತ್ತು. ಕಾರು ಹತ್ತುವ ಮುನ್ನ ಮೊಬೈಲ್ ಬಟನ್‌ಗಳನ್ನೊತ್ತಿ ರಾಖಿನ ಸಂಪರ್ಕಿಸಿದ.

"ನಂಗೆ ಕುತೂಹಲ ಕಮ್ಮಿ. ಡಿಟೆಕ್ಟಿವ್‌ನಲ್ಲಿ ಅಂಥ ಆಸಕ್ತಿಯೇನೂ ಇಲ್ಲ. ಚಿರಂತನ್... ಅಂಥ ಅಪ್ಪನ ಬೆಳವಣಿಗೆಯಲ್ಲಿ ಬೆಳೆದವ. ಬಹುಶಃ ಅವನಿಗೆ ವಿವಾಹವಾಗಿದ್ದರೆ, ನಿನ್ನಲ್ಲಿ ಲವ್ ಅಫೇರ್ ಇಟ್ಟುಕೋತಾ ಇರಲಿಲ್ಲ ಅನಿಸುತ್ತೆ ಈಗೇನ್ಮಾಡ್ಲೀ..." ಕೇಳಿದ.

"ಸ್ಟುಪಿಡ್, ನೀನ್ಹೋಗಿ ಚಿರಂತನ್‌ದತ್ತನ ಭೇಟಿಯಾಗಿದ್ಯಾ?"

"ಖಂಡಿತ, ಇನ್ನೆರಡು ಮಾತು ಹೆಚ್ಚಿಗೆ ಆಡಿದ್ದರೇ ಬಹುಶಃ ವಾಚ್‌ಮ್ಯಾನ್ ಕರೆದು ಹೊರ್ಗೇ ದಬ್ಬುತ್ತ ಇದ್ದರೇನೋ? ನನ್ನ ತಾತ ಸೆಂಟ್ರಲ್‌ನಲ್ಲಿ ಡಿಫೆನ್ಸ್ ಮಿನಿಸ್ಟರ್ ಆಗಿದ್ದವರು, ನನ್ನ ನಿನ್ನ ಸಂಬಂಧ ಹೇಗೇಂತ ಕೂಡ ವಿವರಿಸ್ದೆ" ವರದಿ ಒಪ್ಪಿಸಿದ. ನಂತರ "ನಾನು ನರ್ಸಿಂಗ್ ಹೋಂನಲ್ಲಿ ಎನ್‌ಕ್ವೈರಿ ಮಾಡಿದೆ, ಪುಣ್ಯ ಸಂದೀಪ್‌ದತ್ತ ಅನ್ನೋರಿಗೆ ಡೆಲಿವರಿ ಆಗಿದ್ದು ಮಾತ್ರ ನಿಜಾಂದ್ರು. ಮಿಕ್ಕ ಡಿಟೈಲ್ಸ್ ಸಿಗಲಿಲ್ಲ. ಸಂದೀಪ್‌ನ ನೇರವಾಗಿ ವಿಚಾರಿಸ್ತೀನಿ ಬಿಡು" ಅಂದಳು ರಾಖಿ. ತಕ್ಷಣ "ಫೋನ್ ಕಟ್ ಮಾಡ್ಬೇಡ. ಚಿರಂತನ್‌ದತ್‌ಗೆ ತುಂಬ ಬ್ಯೂಟಿಫುಲ್ಲಾದ ಮಗ್ಳು ಇದ್ದಾಳೆ. ನಂಗೆ ನೀನು ಹೆಲ್ಪ್ ಮಾಡಬೇಕಾಗುತ್ತೆ" ಎಂದು ಫೋನ್ ಕಟ್ ಮಾಡಿದ.

ಅವನ ಫ್ರೆಂಡ್ ಹಣೆಯೊತ್ತಿಕೊಂಡ "ಏಯ್ ಯಶವಂತ್, ನಿನ್ನ ಚಿಂತನೆಗಳು ತೀರಾ ಮಾಡ್ರನ್. ನಿನ್ನ ಬ್ಯೂಟಿಯ ಹುಡುಕಾಟ ಬೇರೆ ರೀತಿಯದು. ಸುಮ್ನೇ ರಿಸ್ಕ್ ತಗೋಳೋಕೆ ಹೋಗಬೇಡ" ಬುದ್ಧಿ ಹೇಳಿದ.

ಯಶವಂತ್ ಕ್ರಾಪ್ ಹಾರಿಸಿ ನಕ್ಕ. ಇಂದು ಅವನ ಚಿಂತನೆಗೆ ಸವಾಲ್ ಎಳೆದಿದ್ದಳು. ಅಪರೂಪದ ಅತಿ ನಾಜೂಕಾದ, ಅದ್ಭುತವಾದ ಡ್ರೆಸ್‌ಗಳೆಲ್ಲ ನಂದಿತಾ ಸೀರೆಯ ಮುಂದೆ ಶರಣಾಗಿದ್ದವು.

* * *

ಪ್ರತೀಕ ಕಾಲೇಜುಗೆ ಹೋಗುವ ಸಿದ್ಧತೆಯಲ್ಲಿದ್ದ. ಅವನ ಡ್ರೆಸ್‌ಗಳ ಸೆಲೆಕ್ಷನ್ ಎಲ್ಲಾ

ಅವನ ಮಮ್ಮಿಯದೇ. ಕರುಣಾಕರ ಈ ವಿಷಯದಲ್ಲಿ ತಲೆ ಹಾಕರು. ಅಂದು ಕೆಲಸಕ್ಕೆ ರಜೆ ಇದ್ದುದ್ದರಿಂದ ಆರಾಮಾಗಿ ಮನೆಯಲ್ಲೇ ಇದ್ದರು. ಸ್ವಲ್ಪ ಸಮಾಜಮುಖಿ ಮನುಷ್ಯ ಯಾವುದಾದರೊಂದಿಗೆ ತೊಡಗಿಕೊಂಡು ಹೆಂಡತಿಯ ಕೈಯಲ್ಲಿ ಬೈಸಿಕೊಳ್ಳುತ್ತಿದ್ದರು. ಸ್ವಭಾವವಂತು ಬದಲಾಗಿರಲಿಲ್ಲ.

"ಡ್ಯಾಡ್ ಮಮ್ಮಿದು ಒಂದೇ ಗಲಾಟೆ. ಡಾಕ್ಟ್ರು ಅಥವಾ ಇಂಜಿನಿಯರ್ ಕನಸು, ನಂಗಂತು ಅವರೆಡು ಇಷ್ಟವಿಲ್ಲ. ಈಗಾಗಲೇ ನನ್ನ ಫ್ರೆಂಡ್ಸ್ ಹತ್ರವೆಲ್ಲ ಹೇಳಿಕೊಂಡು ಬಿಟ್ಟಿದ್ದಾರೆ. ಈ ವಿಷಯದಲ್ಲಿ ನನ್ನ ಪರ ನೀವು ನಿಲ್ಲಬೇಕು" ಎದುರು ಬಂದು ಕೂತು ಹೇಳಿದ ಮಗನ ಕಡೆ ನೋಡಿ ಮೆಲು ನಗೆ ಬೀರುತ್ತ "ನಿನ್ನ ಮಮ್ಮಿ ಮಹತ್ವಾಕಾಂಕ್ಷಿ. ಲಕ್ಷಾಂತರವಲ್ಲ, ಡಾಲರ್ ಲೆಕ್ಕದಲ್ಲಿ ಆಸೆ ಇಟ್ಕೊಂಡು ಇರೋದು ದೊಡ್ಡ ತಪ್ಪೇನು ಅಲ್ಲ. ಪೂರೈಸಲೇಬೇಕೆಂದು ಒತ್ತಡವೇರೋದು ಮಾತ್ರ ತಪ್ಪು" ಹಾಗೇ ಅಂದು ಅತ್ತಿತ್ತ ನೋಡಿದರು. ಹೆಂಡತಿಯ ವಿಷಯದಲ್ಲಿ ಸ್ವಲ್ಪ ಭಯವೇ! ಅವಳು ಈಗ ಪ್ರಿನ್ಸಿಪಾಲ್. ಅಂತು ಅಮ್ಮ ಮಗನ ಮಧ್ಯೆ ಕೈ ಹಾಕರು. ಪ್ರತೀಕ ಮುಖ ಒಂದು ತರಹ ಮಾಡಿದ.

ಕೂದಲು ಬ್ರಷ್ ಮಾಡುತ್ತ ಬಂದ ಮಾಲಿನಿ "ನೀವು ಅಲ್ಪ ತೃಪ್ತರು. ಅದಕ್ಕೆ ನಿಂತ ಕಡೇನೆ ನಿಂತುಬಿಟ್ಟಿರಿ, ಒಂದಿಂಚು ಕೂಡ ಜರುಗಲಿಲ್ಲ. ಅವನನ್ನು ಹಾಗೇ ಬಿಡೋಲ್ಲ. ಈಗ್ಲೇ ಇಂಥದೊಂದು ಕನಸು ತುಂಬಿದರೇನೇ ಅವನು ಇನ್ನಷ್ಟು ಕಷ್ಟಪಟ್ಟು ಓದೋದು. ಇಲ್ಲ ಆರಾಮಾಗಿ ಬಿ.ಎ.ಗೆ ಸೇರಿಸಬೇಕಾಗುತ್ತೆ. ಇಲ್ಲ ನಿಮ್ಮ ಹಾಗೇ ಯಾವುದಾದರೊಂದು ಡಿಪ್ಲೋಮ ಕೋರ್ಸ್‌ಗೆ ಸೇರಿಸಬೇಕಾಗುತ್ತೆ ಅದು ನಂಗೆ ಇಷ್ಟವಿಲ್ಲ" ಎಂದಳು. ಹಂತ ಹಂತವಾಗಿ ಏರುವುದಕ್ಕೆ ಇದು ಒಂದು ಕಾರಣವೇ ಇರಬೇಕು.

"ಓ.ಕೇ, ನಿನ್ನಿಷ್ಟ. ನಾನಾಗಿ ಏನು ಹೇಳೋಕೆ ಹೊರಟಿಲ್ಲ. ಹೆತ್ತವರು ತಮ್ಮ ಆಸೆ, ಆಕಾಂಕ್ಷೆಗಳನ್ನು ಮಕ್ಕಳ ಮೇಲೇರುವುದು ಮಾತ್ರ ಇಷ್ಟವಿಲ್ಲ. ಕೆಲವನ್ನು ಅವನ ನಿರ್ಧಾರಕ್ಕೆ ಬಿಡು ಮಾಲಿನಿ" ಎಂದರು ಕರುಣಾಕರ. ಮುಂದಿದ್ದ ಕೂದಲನ್ನು ಹಿಂದಕ್ಕೆ ತಳ್ಳಿಕೊಂಡು "ನಾನು ಯೋಚ್ಸಬಲ್ಲೆ. ಈ ವಿಷಯದಲ್ಲಿ ನಿಮ್ಮ ಅಡ್ವೈಸೇನು ಬೇಕಿಲ್ಲ" ಎಂದು ರೂಮಿನತ್ತ ಹೊರಟ ಹೆಂಡತಿಯನ್ನು ನೋಡಿದರು. ಪರ್‌ಫ್ಯೂಮ್ ಇಲ್ಲದೆ ಹೊರಗೆ ಹೊರಡುತ್ತಿರಲಿಲ್ಲ. ಜಡೆ, ಗಂಟು ಅಂಥದೆಲ್ಲ ಹೋಗಿ, ಯು ಷೇಪ್‌ನಲ್ಲಿ ಕೂದಲು ಕತ್ತರಿಸಿಕೊಂಡು ಕ್ಲಿಪ್ ಹಾಕುತ್ತಿದ್ದ ಮಾಲಿನಿ ಈಗ ಕೂದಲಿಗೆ ಕಂಡೀಷನರ್ ಹಾಕಿ ಸ್ವಚ್ಛಂದವಾಗಿ ಬಿಡುತ್ತಿದ್ದರು. ಅಂದರೆ ಬಿಚ್ಚು ಕೂದಲು, ಈ ಫ್ಯಾಷನ್ ಕೇವಲ ಒಂದೂವರೆ ವರ್ಷದಿಂದ ಷುರುವಾಗಿತ್ತು. "ಇದು ಬೇಕಾ?" ಅಂದಿದ್ದರು ಒಮ್ಮೆ "ಹೌದು, ಬೇಕೇ... ಬೇಕು! ಹಳ್ಳಿ ಮುದ್ಕಿಯಂಗೆ ಆಫೀಸಿಗೆ ಹೋಗ್ಲಾ? ಡಿಗ್ನಿಫೈಯ್ಡಾಗಿ ಇರಬೇಕು. ಆಗ ಸ್ಟೂಡೆಂಟ್ಸ್ ಬಿಹೇವಿಯರ್ ಬೇರೆ ತೆರನಾಗಿ ಇರುತ್ತೆ. ನನ್ನ ಬಗ್ಗೆ ನಂಗೆ ಚೆನ್ನಾಗಿ ಗೊತ್ತು" ಎಂದು ಬಾಯಿ ಮುಚ್ಚಿಸಿದರು. ತೆಪ್ಪಗಿರುವುದು ಅನಿವಾರ್ಯವಾಯಿತು. ಮತ್ತೆ ಹೊರಗೆ ಬಂದು "ಕರುಣ ನೀವೊಂದಿಷ್ಟು ಬದಲಾಗಬೇಕು" ಅಂದ ಕೂಡಲೇ ಅವರು "ಷಟಪ್, ನೀನು ನನ್ನ ಹೆಸರಿಡಿದು ಕೂಗೋದು ನಂಗಿಷ್ಟವಾಗೋಲ್ಲ. ಎಷ್ಟೋ ಸಲ ಹೇಳಿದ್ದೀನಿ. ನನ್ನೊತೆ ಮಾತಾಡೋಕೆ ನಿಂಗೆ ಇಷ್ಟವಿಲ್ಲದಿದ್ದರೇ ಬಿಡು. ಟಿ.ವಿ. ಧಾರವಾಹಿಗಳ ತರಹ ಪದಕ್ಕೊಮ್ಮೆ, ವಾಕ್ಯಕ್ಕೊಮ್ಮೆ

ಗಂಡನ ಹೆಸರು ಬಳಸೋದು ಖಂಡಿತ ನಂಗಿಷ್ಟವಾಗೊಲ್ಲ. ನೀನೊಬ್ಬ ಅಪರಿಚಿತಳಾಗೇ ಭಾಸವಾಗ್ತಿ. ನನ್ನ, ನಿನ್ನ ಮಧ್ಯೆ ಯಾವ್ದೇ ಸಂಬಂಧವಿಲ್ಲವೆನಿಸುತ್ತೆ" ರೇಗಿ ಕೆಂಡವಾದರು. ಹೆಂಡತಿಯ ಬಾಯಲ್ಲಿ ತಮ್ಮ ಹೆಸರು ಅವರಿಗಿಷ್ಟವಾಗದು. ಈ ಬಗ್ಗೆ ಆಗಾಗ ಮಾತುಕತೆ ನಡೆಯುತ್ತಿತ್ತು.

ಪ್ರತೀಕ ಮೂಕನಾದ. ಈಚೆಗೆ ಎಷ್ಟೋ ಸಲ ಈ ವಿಷಯಕ್ಕಾಗಿ ತಂದೆ ರೇಗಾಡಿದ್ದು ಗೊತ್ತು. ಹಿಂದೆ ಅವನಮ್ಮ ಹೆಸರಿಡಿದು ಸಂಬೋಧಿಸುತ್ತಿರಲಿಲ್ಲವೆಂದು ಅವನಿಗೆ ಗೊತ್ತು.

"ಡ್ಯಾಡಿ, ಇದೊಂದು ಸಣ್ಣ ವಿಷಯವಲ್ವಾ? ಅದಕ್ಯಾಕೆ ಇರಿಟೇಟ್ ಮಾಡ್ಕೋತೀರಾ?" ಅಂದ ಕೂಡಲೇ ಕರುಣಾಕರ ಮುಖ ಮತ್ತಷ್ಟು ದಪ್ಪವಾಯಿತು. "ಇದು ಹೃದಯಕ್ಕೆ ಸಂಬಂಧಪಟ್ಟ ಪ್ರಶ್ನೆ. ಸಂಬಂಧಕ್ಕೆ ಧಕ್ಕೆ ತರುವಂಥದ್ದು. ಯಾವ್ದೇ ಲಾಜಿಕ್ ಬೇಡ, ನಂಗಿಷ್ಟವಾಗೊಲ್ಲ. ನಾವು ಒಂದೊಂದೆ ಸಂಬಂಧಗಳ ಪದಗಳ ಅರ್ಥ ಕಳೆದುಕೊಳ್ಳುತ್ತಿದ್ದೇವೆ. ಮುಂದೆ ಯಾವ್ದೂ ಇರೊಲ್ಲ" ವ್ಯಥೆಯಲ್ಲಿ ಉಸುರಿ ಎದ್ದು ಹೋಗಿ ಬಾಲ್ಕನಿಯಲ್ಲಿ ನಿಂತರು.

ಪ್ರತೀಕ ಕೆಳಗೆ ಹೋದ. ಅವನ ಗೆಳೆಯರ ಹಿಂಡು ದೊಡ್ಡದಾಗಿತ್ತು. ಆಯ್ಕೆಯುಅವನ ಮಮ್ಮಿಯದಾಗುತ್ತಿತ್ತು. "ನೀನು ತೀರಾ ಅಂತಿಂಥವರ ಸ್ನೇಹ ಮಾಡ್ಬೇಡ. ನಮ್ಗೆ ಸಮಾಜದಲ್ಲಿ ಸ್ಟೇಟಸ್ ಬೇಕಾಗುತ್ತೆ' ಇಂಥ ಬುದ್ಧಿ ವಾದಗಳು ಅವನ ಬೆಳವಣಿಗೆಯಲ್ಲಿ ಸಾಕಷ್ಟು ಪರಿಣಾಮ ಬೀರಿತ್ತು.

ಏನು ಅನ್ನಿಸಿತೋ ಮಗನ ಮೊಬೈಲ್‌ಗೆ ಫೋನ್ ಮಾಡಿದರು.

"ನೀನು ಕೆಳಗಡೆನೇ ಇರು, ನಾನು ಬರ್ತೀನಿ. ಒಂದಿಷ್ಟು ಹೇಳೋದು ಇದೆ" ಎಂದು ಬಾಗಿಲು ತೆಗೆದುಕೊಂಡು ಮೆಟ್ಟಿಲು ಇಳಿಯತೊಡಗಿದರು. ಇದೊಂದು ಮೂರು ಅಂತಸ್ತಿನ ಕಟ್ಟಡ. ಇದು ತೀರಾ ಕೆಳ ಮಧ್ಯಮ ದರ್ಜೆಯವರ ಕನಸಿನ ಕುಟೀರವಲ್ಲ, ಅವರಿಗಿಂತ ಸ್ವಲ್ಪ ಮೇಲೆ ಅಂದರೆ ಪ್ರಯತ್ನ ಪೂರ್ವಕವಾಗಿಯಾದರೂ ನಕ್ಷತ್ರಗಳನ್ನು ಎಟುಕಿಸಿಕೊಳ್ಳುವವರ ಕನಸು. ಅಂದರೆ ಸಾಲ, ಸೋಲ ಮಾಡುವುದರ ಜೊತೆಗೆ ತಮ್ಮಲ್ಲಿರುವುದನ್ನ ಮಾರಿ ಫ್ಲಾಟ್‌ಗಳನ್ನು ಕೊಂಡವರೇ ಹೆಚ್ಚಿನ ಮಂದಿ ಇಲ್ಲಿ ವಾಸಿಸುತ್ತಿದ್ದುದ್ದು. ಫ್ಲಾಟ್ ಕೊಳ್ಳುವುದರ ಬಗ್ಗೆ ಒಂದಿಷ್ಟು ವಿರೋಧವಿದ್ದುದ್ದು ನಿಜವಾದರೂ, ಅದು ಅಂಥ ಪ್ರಬಲವಾಗಿಯೇನು ಇರಲಿಲ್ಲ. ಹೆಂಡತಿಯ ಬಗ್ಗೆ ವಿಶ್ವಾಸ, ನಂಬಿಕೆ, ಭರವಸೆ ಇದ್ದುದ್ದರಿಂದಲೇನೋ, ಬೇಗ ಹಿಂದೆ ಸರಿಯುವ ಅಭ್ಯಾಸವಾಗಿ ಬಿಟ್ಟಿತಷ್ಟೆ.

ಕೆಳಗಿಳಿದು ಬಂದಾಗ ಬೈಕ್ ಮೇಲೆ ಕೂತು ಕಾಯುತ್ತಿದ್ದ ಪ್ರತೀಕ "ಏನು ಡ್ಯಾಡ್, ಅಂಥ ಇಂಪಾರ್ಟ್‌ಟೆಂಟ್?" ಅಂದ ಇಳಿಯುತ್ತ. ಈ ವಿಷಯದಲ್ಲಿ ಹೆಂಡತಿಯ ಮಾತು ಅವರಿಗೆ ಒಪ್ಪಿಗೆಯಾಗಿರಲಿಲ್ಲ. "ನೀನು ಹೇಗೆ ತಗೋತೀಯೋ? ನೀನೇ ಪ್ರಸ್ತಾಪವೆತ್ತಿದ್ದರಿಂದ, ನಂಗೆ ಹೇಳಬೇಕೂಂತ ಅನ್ನಿಸಿದೆ. ಸ್ವಲ್ಪ... ಬಾ..." ಅವನನ್ನು ಪಾರ್ಕ್‌ನ ಬಲಭಾಗಕ್ಕೆ ಕರೆದೊಯ್ದು ಕ್ಷಣ ನೇರವಾಗಿ ನೋಡಿದರು. ಇವನು ಫ್ಯಾಷನ್ ಪ್ರಿಯನೇ, ಆದರೆ ಎಡಬಿಡಂಗಿ ವೇಷಗಳನ್ನು ಹಾಕುತ್ತಿರಲಿಲ್ಲ. ಅದೊಂದು ದೊಡ್ಡ

ಸಮಾಧಾನ.

"ನಿಂಗೆ ಡಾಕ್ಟ್ರು ಅಥವಾ ಇಂಜಿನಿಯರ್ ಆಗೋದಕ್ಕೆ ಇಷ್ಟವಿಲ್ವಾ?" ಕೇಳಿದರು. ಅವನ ನೋಟ ನೆಲವನ್ನು ಕೆದಕಿತು. "ಖಂಡಿತ ಇಲ್ಲ ಡ್ಯಾಡ್, ನಂಗೆ ಬೇರೆನಾದ್ರೂ ಮಾಡಬೇಕೂಂತ ಅನ್ನಿಸಿದೆ. ಅದೂ ಅಲ್ಲದೆ... ಅದು ಲಕ್ಷ ಲಕ್ಷಗಳ ವ್ಯಾಪಾರ. ತಗೊಂಡ ಫ್ಲಾಟ್ ಸಾಲ ಮೊನ್ನೆ ಮೊನ್ನೆ ತೀರಿತು. ಅಕಸ್ಮಾತ್ ನಂಗೆ ಮೆರಿಟ್ ಸೀಟು ಸಿಗದಿದ್ದರೆ, ಪೇಮೆಂಟ್ ಸೀಟು ಕಡೆ ದೃಷ್ಟಿ ಹರಿಸಬೇಕಾಗುತ್ತೆ. ಆಮೇಲೆ... ಡೊನೇಷನ್! ಅದಕ್ಕೆ ಬೇಡಾಂತ ಅನ್ನಿಸಿದೆ. ಬೇಸಿಕ್ಕಾಗಿ... ನಂಗೆ ಆ ಪ್ರೊಫೆಷನ್‌ಗಳ ಬಗ್ಗೆ ಇಂಟರೆಸ್ಟ್ ಇಲ್ಲ. ಮಮ್ಮಿ ಮೂರ್ಹೊತ್ತು ಮೆಡಿಸಿನ್, ಸಾಫ್ಟ್‌ವೇರ್ ಅಂತ ಜಪ ಮಾಡ್ತಾರೆ. ಅದೇ ತಲೆ ಬಿಸಿಯಾಗೋದು" ಕ್ರಾಪ್‌ಗೆ ಕೈ ಹಾಕಿ ಬೇಸರ ತೋರ್ಪಡಿಸಿದ. ಅಷ್ಟೆಲ್ಲ ಓದು ಅವನಿಗೆ ಬೇಸರವೆನಿಸಿತು.

"ಒಂದ್ಕೆಲ್ಸ ಮಾಡು ಮಗನೇ! ಈ ವಿಚಾರದಲ್ಲಿ ನಿನ್ನ ದೊಡ್ಡಪ್ಪ, ಅಕ್ಕನ ಸಲಹೆ ತಗೋ. ಅಣ್ಣ ಬುದ್ಧಿವಂತ ಮಾತ್ರವಲ್ಲ ವಿವೇಕಿ ಕೂಡಾ. ಬದುಕಿನ ಬಗ್ಗೆ ತನ್ನದಾದ ಒಲವನ್ನು ಬೆಳೆಸಿಕೊಂಡವ. ಅವನ ಜೀವನ ಶೈಲಿ ಇಷ್ಟವಾಗುವಂಥದ್ದು. ನಮ್ಮ ನಂದೂ.... ನಂದಿತಾ... ನ ನೋಡು" ಅಭಿಮಾನದಿಂದ ಮೈ ಮರೆತಂತೆ ಹೇಳಿದರು. ಅದು ಅವನಿಗೂ ಇಷ್ಟವಾಯಿತು. "ಷ್ಯೂರ್..., ನನ್ನ ತಲೆಯಲ್ಲಿನ ಗೊಂದಲ ನಿವಾರಣೆಯಾದರೇ, ಓದಿನ ಕಡೆ ಕಾನ್ಸೆನ್‌ಟ್ರೇಟ್ ಮಾಡಬಹುದು, ಇಲ್ಲ ಆರಾಮಾಗಿ ಓದದಯೇ ಫೇಲ್ ಆಗಿ ಬಿಡ್ತೀನಿ" ನಗೆ ಹಾರಿಸಿದ. ಹಾಗೆ ಮಾಡುವಂಥವನೆ ಮಮ್ಮಿಯ ಮುದ್ದಿನ ಮಗ.

ಕರುಣಾಕರ ಕೂಡ ನಕ್ಕರು.

"ನಿನ್ಮಮ್ಮನಿಗೆ ಹೇಳಲಾ? ಸುಮ್ನೇ ಟೆನ್‌ಷನ್ ಮಾಡ್ಕೊಂಡುಬಿಡ್ತಾಳೆ. ಚೆನ್ನಾಗಿ ಓದು" ಅವನ ಕ್ರಾಪ್ ಕೆದರಿದರು.

ಈಚೆಗೆ ಹೋದಾಗಲೆಲ್ಲ ಅವನಮ್ಮ "ಏಯ್ ಕರುಣ, ನಿನ್ನ ಮಗನನ್ನು ಕರ್ಕಂಡ್ ಬಾರೋ. ನಮ್ಮ ಮನೆ ದೇವರಿಗೆ ಕರೆದೊಯ್ದು ಹುಟ್ಟು ಕೂದಲು ತೆಗೆಸಬೇಕಿತ್ತು. ಅಲ್ಲೇ ಕಿವಿ ಚುಚ್ಚಬೇಕಿತ್ತು ಕೂಡ. ನಿನ್ನ ಕಿವಿ ಉಂಗುರಗಳು, ಲೋಲಾಕು ಹಾಗೆಯೇ ಇದೆ" ಜ್ಞಾಪಿಸುತ್ತಿದ್ದರು. ಆಗೆಲ್ಲ ಮುಗುಳ್ನಗೆಯೇ ಉತ್ತರ. ಈಗ ಅವೆಲ್ಲ ಸಾಧ್ಯವಾ? ಇವರುಗಳಿಂದ ವರ್ಷಾನುಗಟ್ಟಲೇ ದೂರವಿದ್ದೆ ಅವನನ್ನು ಬೆಳೆಸಿದ್ದು. ಈಗ ಕಿವಿ ಚುಚ್ಚೋ ವಯಸ್ಸು ಅಲ್ಲ. ಹುಟ್ಟು ಕೂದಲು ತೆಗೆಸೋಕೆ ಸಾಧ್ಯನಾ?

ಆಕೆಗೂ ಅದೆಲ್ಲ ಅರ್ಥವಾಗಿರಬೇಕು. "ಹೋಗ್ಲಿ, ಒಂದ್ಸಲ ಕರ್ಕಂಡ್ ಬಾ, ಕಣ್ತುಂಬ ನೋಡ್ತೀನಿ" ಇಂಥದೊಂದು ಬೇಡಿಕೆ ಸಲ್ಲಿಸುತ್ತಲೇ ಬಂದಿದ್ದರು. ಅದನ್ನು ಪೂರೈಸೋಕೆ ಸಾಧ್ಯವೇ ಆಗಿರಲಿಲ್ಲ. ಅಂಥ ಒಂದು ಪ್ರಯತ್ನ ಮಾಡಿದಾಗಲೆಲ್ಲ "ಈ ಸಂಡೇ ಅವ್ನಿಗೆ ಕ್ರಿಕೆಟ್ ಮ್ಯಾಚ್ ಇದೆ ಅಂದೋ, ಬೇರೆ ಯಾವುದಾದರೂ ಪ್ರೋಗ್ರಾಂ ಹೇಳಿ ಮುಂದೂಡುತ್ತಲೇ ಬಂದಿದ್ದಳು. ತನ್ನದು ಕೂಡ ತಪ್ಪಿದ್ದುದ್ದರಿಂದ ಹೆಂಡತಿಯನ್ನು ನಿಂದಿಸದೇ ಸುಮ್ಮನಾಗುತ್ತಿದ್ದರು.

ಕರುಣಾಕರ ಭಾರವಾದ ಉಸಿರು ದಬ್ಬಿ "ನನ್ನ, ನಿನ್ನ ದೊಡ್ಡಪ್ಪನ ಮನೆಗೆ ಡ್ರಾಪ್ ಮಾಡಿಬಿಡು. ಹೇಗೂ ರಜ... ಒಂದೆರಡು ಗಂಟೆ ಅಣ್ಣನ ಜೊತೆಯಲ್ಲಿ ಕಳೆಯಬಹುದು. ನಿನ್ನಮ್ಮನಿಗೆ ಅಲ್ಲಿಂದಲೇ ಫೋನ್ ಮಾಡ್ತೀನಿ" ಎಂದು ಇಂಥದ್ದೊಂದು ಅನಿಸಿಕೆ ಅವನ ಮುಂದಿಟ್ಟಾಗ "ಅರೇ, ಈ ಡ್ರೆಸ್‌ನಲ್ಲಿ" ಅಡಿಯಿಂದ ಮುಡಿಯವರೆಗೂ ನೋಟ ಹರಿಸುತ್ತ ನಗುತ್ತ ಕೇಳಿದ. ಗಂಡನ ಡ್ರೆಸ್ ಬಗ್ಗೆ ಮಾಲಿನಿ ಕಾಮೆಂಟ್ಸ್ ಇದ್ದೆ ಇರುತ್ತಿತ್ತು.

"ಪರ್ವಾಗಿಲ್ಲ ಕಣೋ, ಮಗನೇ! ಅಣ್ಣನ ಮನೆಗೆ ತಾನೇ? ಇನ್ನ ಮೇಲೆ ಹೋದರೆ, ಅವಳು ಒಪ್ಪಿಗೆ ಕೊಡದಿರಬಹುದು. ನನ್ನ ಬಳಿ ಕ್ರಾಪ್‌ಗೆ ಬಣ್ಣ ಹಚ್ಚದೇ ಹೊರಗಡೆ ಹೋಗೋದು ಅವಳಿಗೆ ಇಷ್ಟವಾಗದು" ಎಂದು ಮಗನ ಹೀರೋ ಹೋಂಡ ಸ್ಪೈಡರ್ ಮೇಲೆರಿದರು.

ವಾಚ್‌ಮ್ಯಾನ್ ಸೆಲ್ಯೂಟ್ ಹೊಡೆದು ಗೇಟು ಓಪನ್ ಮಾಡಿದ.

"ಡ್ಯಾಡ್, ನಂಗೂ ಬರೋ ಆಸೆ. ಕಾಲೇಜಿಗೆ ಚಕ್ಕರ್ ಹಾಕಿ ಬರೋದು ದೊಡ್ಡಪ್ಪನಿಗೆ ಇಷ್ಟವಾಗೊಲ್ಲ. ನೀವು ಸಂಜೆಯವರ್ಗೂ ಇರೋದಾದ್ರೆ ನಾನು ಕಾಲೇಜು ಮುಗ್ಸಿಕೊಂಡು ನೇರವಾಗಿ ಇಲ್ಲಿಗೆ ಬರ್ತೀನಿ. ಸ್ವಲ್ಪ ನನ್ನ ಪ್ರಾಬ್ಲಮ್ ಪ್ರಸ್ತಾಪಿಸಿರು. ಮಮ್ಮಿ ಅವ್ರಿಗೆ ತುಂಬಾನೆ ಹೆದರುತಾಳೆ" ಎಂದ ಅನುನಯಿಸುವ ದನಿಯಲ್ಲಿ. ಅವನಿಗೆ ದೊಡ್ಡಪ್ಪನೆಂದರೆ ತುಂಬಾ ಗೌರವ.

ಮಗನ ಭುಜ ತಟ್ಟಿ "ಹೇಗೂ ರಜೆ ಹಾಕಿದ್ದೀನಿ. ಮನೆಗೆ ಹೋಗಿ ಏನ್ಮಾಡ್ಲೀ? ಇಲ್ಲೇ ಇರ್ತೀನಿ ನೀನು ಬರೋವರ್ಗೂ. ಹೇಗೂ ಕಾಲೇಜಿನಲ್ಲಿ ಇರ್ತಾಳೆ. ಎಂ.ಎಡ್ ಮುಗಿಸಿದ್ದಕ್ಕೊಂದು ಪಾರ್ಟಿ ಅಂದ್ಲು. ಈಗ ಅವಳ ಕಣ್ಣು ಡಾಕ್ಟರೇಟ್ ಮೇಲೆ. ಅಂದಿನ ಎಸ್.ಎಸ್.ಎಲ್.ಸಿ ಮಾಡಿದ ಪೂರ್ ಗರ್ಲ್ ಇವಳೇನಾ ಅನಿಸುತ್ತೆ. ಆದರೂ ನಿಂದು ಅದೃಷ್ಟ ಕಣೋ" ಎಂದರು. ಹೆಂಡತಿಯ ಮೇಲೆ ಅಭಿಮಾನ ವ್ಯಕ್ತಪಡಿಸಿದ.

ಪ್ರತೀಕ ನಕ್ಕು ಬೈಕ್ ಸ್ಟಾರ್ಟ್ ಮಾಡಿದ. ಈ ಸೈಟ್‌ನಲ್ಲಿ ಮನೆ ಕಟ್ಟಿಸಿದಾಗ ಚಿರಂತನ ಹೆಂಡತಿ ಬದುಕಿದ್ದರು. ಆಗ ಅವರ ಅನಿಸಿಕೆ, ನಿರ್ಧಾರದ ಮೇಲೆಯೇ ಮನೆ ನಿರ್ಮಾಣಗೊಂಡಿದ್ದು. ಅಂದಿನ ಅಂಗಳ ಇಂದಿನ ಮನೆ ಮುಂದಿನ ಗಾರ್ಡನ್ ಆಗಿದ್ದರೂ ತುಳಸಿಕಟ್ಟೆ ಅಲ್ಲೇ ಇತ್ತು. ಈಗಲೂ ನಂದಿತಾ ಬೆಳಿಗ್ಗೆ, ಸಂಜೆ ಬೃಂದಾವನ ಮುಂದೆ ದೀಪ ಹಚ್ಚುತ್ತಿದ್ದಳು. ಅದು ಮನೆ ಯಜಮಾನನಿಗೆ ಇಷ್ಟ ಕೂಡ. ಅಲ್ಲಿ ನಿಂತು ನೆನಪುಗಳನ್ನು ಮೆಲಕು ಹಾಕುತ್ತಿದ್ದರು. ಹೆಂಡತಿಯೆಂದರೆ ಪ್ರೀತಿ, ಅಭಿಮಾನ ಕೂಡ.

ಸಿಟ್ಟಿಂಗ್ ರೂಂನಲ್ಲಿ ಕೂತು ಯಾರೊಂದಿಗೋ ಚಿರಂತನ್‌ದತ್ತ ಮಾತಾಡುತ್ತಿದ್ದರಿಂದ ಕರುಣಾಕರ ನೇರವಾಗಿ ಒಳಗೆ ಹೋದವರು ಮೂಗು ಅರಳಿಸಿದರು. ಹುಳಿಯನ್ನದ ಗೊಜ್ಜು ಕುದಿದ ವಾಸನೆ ಬಂತು. ಈಗಲೂ ಈ ಮನೆಯಲ್ಲಿ ಭಾರತೀಯ ಸಾಂಪ್ರದಾಯಿಕ ಅಡಿಗೆಗಳೇ. ಬ್ರೆಡ್, ಬನ್ ಪಿಜ್ಜಾ ಅವೆಲ್ಲ ಇಷ್ಟವಾಗದು.

"ನಂದೂ..." ಕೂಗಿದರು.

ರೂಮಿನೊಳಗಿನಿಂದ ಬಂದ ನಂದಿತಾ ತುಟಿಯಂಚಿನಲ್ಲಿ ಒಂದು ನಗುವಿನ ಹಾಯಿ ದೋಣಿ ಇತ್ತು. "ಬನ್ನಿ ಚಿಕ್ಕಪ್ಪ, ಅಪ್ಪ ಇವತ್ತು ನಿಮ್ಮ ಬಗ್ಗೆ ಮಾತಾಡಿದ್ರು, ನಿಮ್ಗೆ ಇಷ್ಟವಾದ ಹುಳಿಯನ್ನದ ಗೊಜ್ಜು ಕುದಿಸಿದ್ದೀನಿ. ಇಂದೇನು ರಜಾನಾ?" ಆತ್ಮೀಯತೆಗೆ ಮೀರಿದ ಭಾವವಿತ್ತು ಅವಳ ದನಿಯಲ್ಲಿ.

ಮೊದಲು ಆರಾಮಾಗಿ ಕೂತು "ಇವತ್ತು ರಜೆ ಹಾಕಿದ್ದೀನಿ. ಒಂದೇ ರೀತಿಯ ವರ್ಕ್. ಹಳೆ ಗೆಳೆಯರನ್ನು ನೋಡುವ ಕಾರ್ಯಕ್ರಮದಲ್ಲಿ ಅಣ್ಣನ ದರ್ಶನ, ಮಗಳ ಕೈಯಲ್ಲಿನ ಉಪಚಾರದಿಂದ ಕಾರ್ಯಕ್ರಮದ ಉದ್ಘಾಟನೆ" ಎಂದರು. ಅದ್ಭುತವಾದ ನಗೆ ಬೀರುತ್ತ.

ಒಂದು ಕಪ್ ಕಾಫೀ ತಂದಿಟ್ಟ ನಂದಿತಾ ಅವರ ಮುಂದೆ ಕೂತಳು. ಏನೇನು ಬದಲಾವಣೆ ಇಲ್ಲ. ಹಾಗೇ ನೋಡಿದರೇ ಮಾಲಿನಿ ಸಾಕಷ್ಟೇನು ಹೆಚ್ಚಿಗೆ ಬದಲಾಗಿದ್ದರು. ಉಡುಪು, ನಡೆ, ನುಡಿ, ಶೈಲಿಯಲ್ಲಿ. ಎಲ್ಲೋ ವಿಷಾದದ ನೆರಳಾಡಿ ಮಾಯವಾಯಿತು.

"ಯಾಕೋ, ಒಂದೇ ಸಮನೆ ನೋಡ್ತೀರಾ? ನನ್ನಲ್ಲೇನಾದ್ರೂ ಹೊಸತನ ಕಾಣ್ತಾ ಇದ್ಯಾ?" ತುಟಿಯಂಚಿನಲ್ಲಿ ನಗೆ ಅರಳಿಸುತ್ತ ಕೇಳಿದಳು. ಆರಾಮಾಗಿ ಕಾಫೀ ಕುಡಿದಿಟ್ಟ ನಂತರ ಹೇಳಿದರು ."ನೋಡ್ತಾ... ನೋಡ್ತಾ... ಎಲ್ಲಾ ಬದಲಾಗ್ತಾ ಇದೆ. ಮನುಕುಲದ ಇತಿಹಾಸದಲ್ಲಿ ಕಳೆದ ಒಂದು ಶತಮಾನದಲ್ಲಿ ನಡೆದಷ್ಟು ವೈಜ್ಞಾನಿಕ ಪ್ರಗತಿ ಇನ್ನಾವ ಕಾಲದಲ್ಲಿ ನಡೆದಿಲ್ಲ. ಅದರಲ್ಲಿ ಹೆಚ್ಚಿನದು ಹಿತ ಸುಖ ಸಾಧನಗಳು. ಇಡೀ ಜಗತ್ತನ್ನೇ ಒಂದು ಹಳ್ಳಿಯಾಗಿಸಿ ಬಿಟ್ಟಿದೆ. ಟೆಲಿಫೋನ್ ಮತ್ತು ಇಂಟರ್‌ನೆಟ್ ಸಂಪರ್ಕಗಳು. ಅದು ಹೆಚ್ಚಿನ ಪರಿಣಾಮ ಬೀರಿರುವುದು ಯುವ ಜನತೆಯ ಮೇಲೆ ಅನಿಸುತ್ತೆ. ಹುಡುಗಿಯರಿಗೆ ಹೆಚ್ಚಿನ ವಿದ್ಯಾಭ್ಯಾಸ ಸಿಕ್ಕಿದೆ. ಅದರ ಉಪಯುಕ್ತತೆ ಬಗ್ಗೆ ಯೋಚ್ಸ ಬೇಕಾಗಿದೆ. ನಮ್ಮ ಪ್ರತೀಕನ ಫ್ರೆಂಡ್ ಎಂದು ಹೇಳುವ ಹುಡುಗಿಯರು ಪ್ಯಾಂಟು, ಟಾಪ್ ಧರಿಸಿ ಸಿಗರೇಟು ಸೇದೋ ಮಟ್ಟಕ್ಕೆ ಬಂದಿದ್ದಾರೆ" ಅದ್ಭುತವನ್ನು ಕಂಡಂತೆ ಹೇಳಿದಾಗ ನಂದಿತಾ ನಕ್ಕುಬಿಟ್ಟಳು. ಆ ವೇಳೆಗೆ ಚಿರಂತನ್‌ದತ್ ಬಂದವರನ್ನು ಕಳಿಸಿ ಒಳಗೆ ಬಂದರು.

ಇಬ್ಬರೂ ಎದ್ದು ನಿಂತರು. ಚಿರಂತನ್ ನಗು ಅರಳಿಸಿ "ಕರುಣ, ಇದೇನಿದು ಇವತ್ತೇನು ರಜ ಹಾಕಿದ್ದೀಯ?" ಅನ್ನುತ್ತಲೇ ಬಂದು ಕೂತವರು "ಸಾರಿ, ಮಗಳ ಜೊತೆ ಡಿಸ್ಕಷನ್‌ನಲ್ಲಿದ್ರಿ ಡಿಸ್ಟರ್ಬ್ ಆಯ್ತು" ಕೇಳಿದಕ್ಕೆ ಕರುಣಾಕರರಿಗೆ ಚಡಪಡಿಸುವಂತಾಯಿತು. "ಅಂಥದೇನಿಲ್ಲ, ಇವತ್ತೊಂದು ದಿನ ರಜೆ ಹಾಕಿದ್ದೆ. ಅಂದಕ್ಕೇ ಬಂದೆ. ಪ್ರತೀಕ ಡ್ರಾಪ್ ಮಾಡಿ ಹೋದ" ಅಂದರು.

"ಕೂತ್ಕೋ, ನಾನು ಸಂದೀಪನ ಫೋನ್‌ಗೆ ಕಾಯ್ತಾ ಇದ್ದೆ. ಎಲ್ಲಾ ಪ್ರೋಗ್ರಾಂ ಕ್ಯಾನ್ಸಲ್ ಮಾಡ್ಕೊಂಡು ಮನೆಯಲ್ಲಿ ಉಳಿಯೋದ್ರಿಂದ ಒಂದಿಷ್ಟು ಮಾತಾಡೋಣ" ಅಂದರು. ನಂದಿತಾ ಒಳಗೆ ಹೋದಳು.

"ಪ್ರತೀಕ ತನ್ನ ಮುಂದಿನ ಎಜುಕೇಷನ್ ಬಗ್ಗೆ ನಿಮ್ಮ ಸಲಹೆ ಪಡಕೋಬೇಕು ಅಂತ

ಇದ್ದಾನೆ. ಮಸ್ಟ್ ಅಂಡ್ ಶುಡ್ ಅವನು ಮೆಡಿಸಿನ್‌ಗೆ ಸೇರ್ಕೋಬೇಕು ಇಲ್ಲ ಸಾಫ್ಟ್‌ವೇರ್ ಕ್ಷೇತ್ರಕ್ಕೆ ಮಗನ ಸೇವೆ ಸಲ್ಲಬೇಕೆನ್ನುವುದು ಮಾಲಿನಿಯ ಪಟ್ಟು. ಇದು ಇವನಿಗೆ ಇಷ್ಟವಿಲ್ಲ. ಅದೊಂದು ಸಮಸ್ಯೆಯಾಗಿದೆ" ಹೇಳಿಕೊಂಡರು ಕರುಣಾಕರ. ಅವರಿಗೆ ಅಚ್ಚರಿಯೆನಿಸಿತು. "ಇಲ್ಲೇನು ಸಮಸ್ಯೆ ಅವನಿಗಿಷ್ಟವಾದುದನ್ನು ಆರಿಸಿಕೊಳ್ಳಲಿ ಬಿಡಿ, ಆಯ್ಕೆ ಅವನದೇ ಆಗಿದ್ರೆ ಒಳ್ಳೆಯದು" ಸಿಂಪಲ್ಲಾಗಿ ಹೇಳಿಬಿಟ್ಟರು. ಅದು ಅಷ್ಟು ಸುಲಭವೆನಿಸಿತ್ತು.

"ಅದು ಒಳ್ಳೇದೆ. ಆದರೆ ಮಾಲಿನಿ ಒಪ್ಪೊಲ್ಲ. ಮಗನ ಬಗೆಗಿನ ಅವಳ ಕನಸೇ ನನಸಾಗಬೇಕೆನ್ನೋ ಹಟ. ತುಂಬ ಅನ್ಯೋನ್ಯವಾಗಿದ್ದ ಅಮ್ಮ, ಮಗನ ಮಧ್ಯೆ ಇಂಥದೊಂದು ಚರ್ಚೆ ಷುರುವಾಗಿದೆ.

"ಫೂಲಿಷ್‌ನೆಸ್ ಅಷ್ಟೆ. ಮೊದಲಿನ ಹಾಗಿಲ್ಲ. ಬೇರೆ ಬೇರೆ ಛಾಯ್ಸ್ ಇದೆ. ಇಂದಿನ ಮಕ್ಕಳು ಎಲ್ಲಾ ವಿಚಾರಗಳಲ್ಲೂ ತಮಗೆ ಸ್ವತಂತ್ರ ಬೇಕೆನ್ನೋ ಸಿದ್ಧಾಂತದವರು. ಹಿರಿಯರು ಮಾರ್ಗದರ್ಶನ ಇಟ್ಟುಕೊಂಡು ಆಯ್ಕೆಯ ಸ್ವತಂತ್ರವನ್ನು ಅವರಿಗೆ ಬಿಡಬೇಕು. ಇಲ್ಲ ತಾವಾಗಿ ತಗೋತಾರೆ. ಸಂದೀಪ ಎಷ್ಟು ಡೀಸೆಂಟ್ ಹುಡ್ಗ ಅಂತ ಗೊತ್ತು. ಆದರೂ ದಿಢೀರನೆ ನಾನು ರಾಖಿ ಅನ್ನೋ ಹುಡ್ಗೀನ ಪ್ರೀತಿಸಿದ್ದೀನಿ. ಅವಳ್ನ ವಿವಾಹವಾಗಬೇಕೂಂತ ಹೇಳಿದಾಗ ನಂಗೆ ಕೆಲವು ನಿಮಿಷ ಷಾಕಿಂಗ್ ನ್ಯೂಸ್ ಅನ್ನಿಸ್ತು. ಆಮೇಲೆ ಸಹಜವಾಗಿ ತಗೊಂಡೆ. ಅಗತ್ಯಕ್ಕಿಂತ ಹೆಚ್ಚಿನ ಮಾರ್ಗದರ್ಶನವಿಲ್ಲ, ಕರೆದ ಕಡೆ ಹೋಗಿ ಆಶೀರ್ವದಿಸಿ ಬರಬೇಕಷ್ಟೆ" ವಿವೇಕಯುತವಾಗಿ ಮಾತಾಡಿದರು.

ಆ ತಪ್ಪನ್ನು ಬಹು ಹಿಂದೆಯೇ ಕರುಣಾಕರ ಮಾಡಿದ್ದರಿಂದ ಒಂದು ರೀತಿಯ ಕಸಿವಿಸಿ. ಅದನ್ನು ಸುಲಭವಾಗಿ ಅರ್ಥಮಾಡಿಕೊಂಡವರಂತೆ ಚಿರಂತನ್‌ದತ್ "ನಿಂಗೆ ಹರ್ಟ್ ಆಯ್ತ? ಇದು ಹಾಗೇನೇ? ಆ ವಿಷ್ಯ ಬಿಡು. ಊರಿಗೆ ಹೋಗಿದ್ಯಾ, ಹೇಗಿದ್ದಾರೆ? ಚಿಕ್ಕಪ್ಪ, ಚಿಕ್ಕಮ್ಮ? ನಂಗೂ ಹೋಗೋದಿದೆ" ಅಂದರು. ಎಲ್ಲೋ ದೂರವಿರೋ ತಂದೆಗಿಂತ, ಅವರೇ ಹೆಚ್ಚಿನ ಆತ್ಮೀಯ ವ್ಯಕ್ತಿಗಳಾಗಿದ್ದರು.

"ಹೋದ ತಿಂಗಳು ಹೋದವನು ಮೂರು ದಿನ ಅಲ್ಲೇ ಉಳಿದಿದ್ದೆ. ಅಪ್ಪ ಪೂರ್ತಿ ವಿರಾಗಿಯಾಗಿದ್ದಾರೆ. ಲೌಕಿಕದ ಮೇಲೆ ಆಸಕ್ತಿ ಇಲ್ಲ. ಕೆಲವೊಮ್ಮೆ ಮೂರು ನಾಲ್ಕು ದಿನ ಮನೆಗೆ ಬರೋಲ್ಲ. ಅಲ್ಲಿನ ಜನರ ನೆರವು ಇರೋದ್ರಿಂದ ಅಮ್ಮ ಅಲ್ಲಿರೋಕೆ ಸಾಧ್ಯವಾಗಿದೆ. ನಾನು ಬನ್ನಿಂತ ಬಲವಂತ ಮಾಡಿದೆ. ಅವರು ಒಪ್ಪಿಕೊಳ್ಳಲಿಲ್ಲ" ಕರುಣಾಕರ ತೊಡಿಕೊಂಡರು. ಈಗ ಹೆತ್ತವರನ್ನು ತಮ್ಮ ಬಳಿಯಲ್ಲಿ ಇಟ್ಟುಕೊಳ್ಳುವ ಮಹದಾಸೆ. ಅದಕ್ಕೆ ಹೆಂಡತಿ ಸಪೋರ್ಟ್ ಮಾಡುತ್ತಾಳಾ, ಇಲ್ಲವಾ ಎನ್ನುವುದು ಬೇರೆಯ ವಿಚಾರ. ಆದರೂ ಅಂಥದೊಂದು ಆಸೆ ಇತ್ತು.

ಚಿರಂತನ್ ಭಾರವಾದ ಉಸಿರೆಳೆದು ದಬ್ಬಿದರು. ಈ ಒಂದು ವಿಷಯದಲ್ಲಿ ಅವರು ನಿಸಹಾಯಕರೇ. ಇಪ್ಪತ್ತು ವರ್ಷಗಳಷ್ಟು ದೀರ್ಘಕಾಲ ಸೈನ್ಯದಲ್ಲಿ ಕೆಲಸ ಮಾಡಿದ ಮೇಜರ್ ಗುರುದತ್ ಈಗಲೂ ಒಂಟಿಯಾಗಿಯೇ ತಮ್ಮ ಬದುಕನ್ನು ಸಾಗಿಸುತ್ತಿದ್ದರು.

"ನನ್ನಪ್ಪನದು ಇದೇ ನಿರ್ಧಾರ. ಈಗಾಗ್ಲೇ ಸುಮಾರು ದಣಿದಿದ್ದಾರೆ. ಆದರೂ

ಜೊತೆಯಲ್ಲಿ ಬಂದಿರೋಕೆ ಒಪ್ಪೋಲ್ಲ. ಅವರಿಗೆ ಮೊಮ್ಮಗಳ ಮೇಲೆ ಬಹಳ ಪ್ರೀತಿ ಇರೋದ್ರಿಂದ ಆಗಾಗ ಬಂದು ಹೋಗ್ತಾರೆ. ಈ ನೋವನ್ನು ಯಾರ್ಮುಂದೆ ಹೇಳಿಕೊಳ್ಳಲಿ?" ಮನದ ಮಾತನ್ನು ಸ್ಪಷ್ಟಪಡಿಸಿದರು.

ಆಮೇಲೆ ಹಿಂದಿನ ಸಂಗತಿಗಳೆಲ್ಲ ಬಂದು ಹೋದ ನಂತರ ನರ್ಸಿಂಗ್ ಹೋಂನಿಂದ ಫೋನ್ ಬಂದ ವಿಷಯ ತಿಳಿಸಿದರು.

"ಷಾಕ್ ಎನಿಸಿದರು, ಸಹಜವಾಗಿ ತಗೊಂಡೆ. ನಮ್ಮ ಪುರಾಣಗಳಲ್ಲಿ ಇಂಥ ಎಷ್ಟೋ ವಿಚಾರಗಳು ಇವೆ. ಮಹಾಭಾರತದ ಅರ್ಜುನನ ವಿಚಾರ ತಗೋ, ಹೀಗೆ... ದುಷ್ಯಂತ ಮಹಾರಾಜನ ವಿಷಯ. ಶಕುಂತಲೆಯ ಜೊತೆ ಗಾಂಧರ್ವ ವಿವಾಹದ ಸಮಾಗಮ ನಂತರ ಭರತನ ಜನನ. ಹಾಗೇ ಅಂದುಕೊಂಡೆ, ಡಾ. ರಾಧಕೃಷ್ಣ ತಾವು ಫೋನ್ ಮಾಡಿಲ್ಲವೆಂದು ತಿಳಿಸಿದ ಮೇಲೆ, ಇದೊಂದು ಕುಚೇಷ್ಟೆ ಅನಿಸಿತು.

"ಅವರಿಗೆ ಇದರಿಂದ ಸಿಗೋದೇನಿದೆ?" ಕರುಣಾಕರ ಪ್ರಶ್ನೆ.

"ಮತ್ತೇನು ಎಕ್ಸ್‌ಟ್ರಾ ಸಿಗಬೇಕು? ಟೆನ್‌ಷನ್ ನಮ್ಮ ಬಿ.ಪಿ. ನ ರೈಸ್ ಮಾಡಿಸುತ್ತೆ. ಷುಗರ್ ಹೆಚ್ಚಿಸುತ್ತೆ. ಜಠರದ ಮೇಲೆ ಪರಿಣಾಮ ಬೀರಿ ಅಸಿಡಿಟಿ ಹೆಚ್ಚಿಸುತ್ತೆ.. ಇಷ್ಟು ಸಾಕಲ್ವಾ?" ಲಾಜಿಕ್ಕಾಗಿ ಹೇಳಿದರು ನಗುತ್ತ.

"ಶತ್ರುನ ಬಗ್ಗು ಬಡಿಯೋಕೆ ಅವನ ನಿದ್ದೆ ಕೆಡಿಸಿದರೇ ಸಾಕೂಂತ ಒಮ್ಮೆ ಅಪ್ಪ ಹೇಳಿದ್ದು ನೆನಪಿದೆ. ನನ್ನ ಕಾಡ್ತಾ ಇರೋದು ಅದಲ್ಲ. ನಮ್ಮ ಸಂದೀಪ್ ಇಷ್ಟಪಟ್ಟಿರೋ ರಾಖಿಗೆ ಇದೇ ರೀತಿ ಫೋನ್ ಮಾಡಿದ್ದಾರೆ. ಪ್ರೀತಿಸಿದ ಹುಡ್ಗೀ, ಈಗಿನ ಅವನ ಮನಸ್ಥಿತಿ, ಸ್ವಭಾವದ ಬಗ್ಗೆ ತಿಳ್ಕೊಬೇಕಲ್ಲ. ಅರ್ಥಮಾಡಿಕೊಂಡು ಪ್ರೀತಿಸಿ ಮದ್ವೆ ಆಗಬೇಕೂಂತಾರೆ. ಆದರೆ ಪ್ರೀತಿಯ ವ್ಯಾಖ್ಯಾನದ ಮೊದಲ ಸಾಲಿನ ಅರಿವೆ ಇಲ್ಲ. ಇದೆಲ್ಲ ಬೇಸರವೆನಿಸುತ್ತೆ" ಅಂದರು ಮತ್ತೆ. ಕರುಣಾಕರಗೆ ಉಗುಳು ನುಂಗುವಂತಾಯಿತು. ವಿಷಯ ಮತ್ತೆ ಅವರ ಸುತ್ತಲು ಗಿರಕಿ ಹೊಡೆಯಿತು. ಮತ್ತೆ "ಸಾರಿ.... ನಿನ್ನ ಕುರಿತದಲ್ಲ. ಪ್ಲೀಸ್ ನೀನು ಮುಖ ಚಿಕ್ಕದು ಮಾಡ್ಕೋಬೇಡ. ಷುರುನು ಇದೇ, ಅಂತ್ಯನು ಇದೇಂತ ಅನ್ನಿಸಿ ಬಿಟ್ಟಿದೆ" ಎಂದು ಎದ್ದರು.

ಊಟದ ಸಮಯದಲ್ಲೂ ಚಿರಂತನ್ "ನಮ್ಮ ನಂದು ಅಂಕಣಕೊಪ್ಪಕ್ಕೆ ಹೋಗೋ ಪ್ಲಾನ್ ಹಾಕ್ಕೊಂಡಿದ್ದಾಳೆ. ಅವಳಿಗೆ ನನ್ನ ಹಿಂದಿನ ದಿನಗಳನ್ನು ತಿಳಿಯೋ ಕುತೂಹಲ. ಜೊತೆಗೆ ನಿಂಗೆ ಇನ್ನೊಂದು ವಿಷಯ ಗೊತ್ತಾ? ನನ್ನ ಬಗ್ಗೆ ಪುಸ್ತಕ ಬರೀತಾಳಂತೆ. ಅದಕ್ಕಾಗಿ ವಿಷಯನ ಕಲೆ ಹಾಕೋಕೆ ಷುರು ಮಾಡಿದ್ದಾಳೆ. ಇನ್ನು ಅವಳ ಮುಂದಿನ ವಿಷಯ ವಿದ್ಯಾಭ್ಯಾಸದ ಬಗ್ಗೆ ಯಾವ್ದೇ ತೀರ್ಮಾನಕ್ಕೆ ಬಂದಿಲ್ಲ" ಹೇಳಿದರು. ಮೊದಲ ವಿಷಯ ಮಾತ್ರ ಹೊಸ್ದು. ಎರಡನೆಯದು ಅವರಿಗೆ ಗೊತ್ತಿತ್ತು.

ಮತ್ತೆ ಅವರೇ "ನಂಗೆ ಅದು ಅಗತ್ಯವಿಲ್ಲಾಂತ ಅನಿಸುತ್ತೆ. ಆದರೂ ಈ ವಯಸ್ಸಿನಲ್ಲಿ ಆ ನೆನಪುಗಳು ಬೇಕೂಂತ ಅನ್ನಿಸುತ್ತೆ. ಸಾಕಷ್ಟು ವರ್ಷಗಳೇ ಆಗಿದೆ, ಅಲ್ಲಿಗೆ ಹೋಗಿ. ನಂಗೂ ಒಮ್ಮೆ ಹೋಗಿ ಬರೋಣಾಂತ ಅನಿಸಿದೆ" ಅಂದರು ಮಗಳತ್ತ ನಗುವಿನ ನೋಟ

ಹರಿಸುತ್ತ.

"ಛೆ, ನಂಗ್ಯಾಕೆ ನಂದೂ ಅಂಥ ಮಗಳು ಇರಬಾರದಾಗಿತ್ತೂಂತ ಅನ್ನಿಸುತ್ತೆ. ಯುಆರ್ ಲಕ್ಕೀ, ಅಣ್ಣಿ" ಅಂದು ಮುಖ ಚಿಕ್ಕದು ಮಾಡಿಕೊಂಡರು ಕರುಣಾಕರ್. "ಸಾರಿ, ನಂಗೆ ಈಗಲೂ ಮಗಳೇ. ಮಾಲಿನಿ ಹೊಟ್ಟೆಯಲ್ಲಿ ಹುಟ್ಟಿದ ಮಗಳು ನಂದೂ ಗುಣ, ನಡತೆಯನ್ನು ಹೊಂದಿರೋಕೆ ಸಾಧ್ಯನೇ ಇಲ್ಲ. ನನ್ನ ಹೆಂಡ್ತಿ ತೀರಾ ಡಿಫರೆಂಟ್, ಜಾಗತೀಕರಣದ ಅನುಗುಣವಾಗಿ ಬದಲಾಗ್ತಾ ಇದ್ದಾಳೆ" ಅಂದಿದ್ದಕ್ಕೆ ಚಿರಂತನ ದತ್ ಕೂಡ ನಕ್ಕರು.

ಆಮೇಲೆ ಮಾತಾಡಿದ್ದೆಲ್ಲ ಕರುಣಾಕರ. ಊಟ ಮಾಡುತ್ತ ಆಲಿಸಿದರು ಚಿರಂತನ. ಚಿಕ್ಕಮ್ಮನ ಮಗನೆನ್ನುವ ಸಂಬಂಧವಾದರೂ ಕರುಣಾಕರ ಮನಕ್ಕೆ ಹತ್ತಿರವಾದ ಸಂಬಂಧ: ಸ್ವಂತ ತಮ್ಮನೆನ್ನುವ ಭಾವ.

"ಅಪ್ಪ, ನೀವು ರೆಸ್ಟ್ ತಗೊಳ್ಳಿ" ಕೂತಿದ್ದವರಿಗೆ ನಂದಿತಾ ಹೇಳಿದಾಗ ಚಿರಂತನ ಮೇಲೆದ್ದು "ರಿಟೈರ್ಡ್ ಆದ್ಮೇಲೆ ನಮ್ಮ ನಂದೂನೆ ಬಾಸ್. ಇವಳು ವಿವಾಹವಾಗಿ ಗಂಡನ ಮನೆಗೆ ಹೋದರೆ, ನನ್ನ ಗತಿಯೇನು? ಹೆಚ್ಚಿನ ಓದಿನ ಸಲುವಾಗಿ ವಿದೇಶಕ್ಕೆ ಹಾರಿದರೇ..." ಅದರ ಪರಿಣಾಮದ ಬಗ್ಗೆ ಊಹಿಸಿಕೊಂಡರು.

"ಸದ್ಯಕ್ಕೆ ಎರಡು ಇಲ್ಲ. ಈಗ ನಿಮ್ಮ ರೆಸ್ಟ್‌ನ ಸಮಯ. ಸಂಜೆ ಯಾವುದೋ ಮೀಟಿಂಗ್ ಇದೇಂತ ಹೇಳಿದ್ರಿ" ನೆನಪಿಸಿಯೇ ಅವರನ್ನು ಕಳಿಸಿ ಕರುಣಾಕರನತ್ತ ಗಮನ ಹರಿಸಿದ್ದು. "ಸಂದೀಪ್ ಯಾವಾಗ ಬರ್ತಾನೆ? ಅಣ್ಣ, ಅಂದಿನ ಫೋನ್ ಬಗ್ಗೆ ತಿಳಿಸಿದ್ರು" ಅವರ ಮಾತಿಗೆ ತಲೆಗೂಗಿದ ನಂದಿತಾ "ನಂಗೂ ಮೊದ್ಲು ಗಾಬರಿಯೆನಿಸಿದರು, ಸಂದೀಪ್ ಅಣ್ಣನ ಬಗ್ಗೆ ಆ ನಿಲುವಿಗೆ ಬರಲು ಮನ ಒಪ್ಪಲಿಲ್ಲ. ಬಹುಶಃ ಅದು ಇಲ್ಲಿಗೆ ಮುಗಿಸಿದ್ದರೆ, ನೆಗ್ಲೆಕ್ಟ್ ಮಾಡಬಹುದೆನಿಸಿತು. ಇದು ರಾಖಿಯವರೆಗೂ ಹೋಗಿದೆ. ನೇರವಾಗಿ ಅಣ್ಣನ್ನ ಕೇಳದೇ ಇನ್‌ವೆಸ್ಟಿಗೇಷನ್‌ಗೇಂತ ಇನ್ನೊಬ್ಬ ವ್ಯಕ್ತಿನ ಕಳಿಸಿದ್ದು ಅಪ್ಪನಿಗೆ ಬೇಸರವೆನಿಸಿದೆ. ಆದರೆ ಅಣ್ಣನ ಮುಂದೆ ಹೇಳಿಲ್ಲ ಅಷ್ಟೆ" ನಿಧಾನವಾಗಿ ಉಸುರಿದಳು. ಇವಳು ಕೂಡ ಸಂದೀಪ್‌ಗೆ ಆ ವಿಷಯ ಮುಟ್ಟಿಸಿರಲಿಲ್ಲ.

ಕರುಣಾಕರ ಸುಮ್ಮನೆ ಕೂತರು. ನೆನಪನ್ನ ಕೆದಕಿದರೆ ಅವರದು ಇದಕ್ಕಿಂತ ವರ್ಸ್ಟ್ ಕೇಸ್. ಇನ್ನಷ್ಟು ಕನ್ವಿನ್ಸ್ ಮಾಡಿದ್ದರೆ ಬಂದು ನಾಲ್ಕು ಅಕ್ಷತೆ ಕಾಳು ಹಾಕಿ ಆಶೀರ್ವದಿಸುವಂಥ ಹೆತ್ತವರೇ. ಆ ಬಗ್ಗೆ ಅಂದು ತಲೆಕೆಡಿಸಿಕೊಂಡಿರಲಿಲ್ಲ. ಇಂದು ಮಾತ್ರ ಅಪರಾಧವಾಗಿ ಕಾಣುತ್ತಿತ್ತು.

"ನಂದೂ, ಸಂದೀಪ್ ಬಗ್ಗೆ ನಾನೇನು ಹೇಳ್ಲೀ? ನಾನು ದೊಡ್ಡ ಅಪರಾಧಿನೇ. ಮಾಲಿನಿ ಸಿಕ್ಕ ಅಮಲಿನಲ್ಲಿ ಹದಿನೈದು ವರ್ಷ ಅಪ್ಪ, ಅಮ್ಮನ್ನ ನಿಶ್ಚಿಂತೆಯಿಂದ ಮರ್ತು ಬಿಟ್ಟಿದ್ದೆ. ಮೊಮ್ಮಗುನ ನೋಡೋ ಹಂಬಲ. ಸಿಕ್ಕವರ ಕೈಯಲ್ಲಿ ಹೇಳಿ ಕಳಿಸಿದ್ರು, ಕಲ್ಲಾಗಿದ್ದೆ. ನಂದೂ ಪ್ರೀತಿ ಅಂದರೆ ಆ ಸಮಯದಲ್ಲಿ ಬರೀ ಹೆಣ್ಣು-ಗಂಡು ಮಧ್ಯದ ಆಕರ್ಷಣೆಯಾಗಿತ್ತು. ಮಾಲಿನಿ ಪ್ರೀತಿಗಾಗಿ ಎಷ್ಟು ಹುಚ್ಚನಾಗಿದ್ದೆನೆಂದರೆ ಅವಳ ಸಲುವಾಗಿ ಸಾಯೋಕೆ ಕೂಡ

ಸಿದ್ದವಾಗಿದ್ದೆ" ತೋಡಿಕೊಂಡಾಗ ನಂದಿತಾ ನಕ್ಕುಬಿಟ್ಟಳು. ಏನು ಹೇಳಲಿಲ್ಲ.

ಪ್ರತೀಕ ಅರ್ಧದಿನದ ಕಾಲೇಜು ಬಂಕ್ ಮಾಡಿ ನೇರವಾಗಿಯೇ ಇಲ್ಲಿಗೆ ಬಂದ. ಆ ವೇಳೆಗೆ ಮಾಲಿನಿ ಮನೆಗ ಮೊಬೈಲ್‌ಗೆ ಫೋನ್ ಮಾಡಿ ವಿಷ್ಯ ತಿಳಿದು "ಅದ್ಯಾಕೆ, ಹೀಗೆ ಮಾಡ್ತಾರೋ! ಹೇಗಿದ್ದವರು ಹಾಗೇ ಹೊರಟು ಬಿಟ್ಟಿದ್ದಾರೆ. ಈ ಮನುಷ್ಯನಿಗೆ ಕಲ್ಚರ್ ಅನ್ನೋದೆ ಗೊತ್ತಿಲ್ಲ" ಸಿಡುಕಿದ್ದರು.

"ಅಯ್ಯೋ ಬಿಡಿ, ದೊಡ್ಡಪ್ಪನ ಮನೆಗೆ ತಾನೇ ಹೋಗಿರೋದು. ಕಲ್ಚರ್ ಬಗ್ಗೆ ಅವರ ವ್ಯಾಖ್ಯಾನ ಬೇರೆ ಇರುತ್ತೆ. ಬೈ..." ಎಂದು ಫೋನ್ ಕಟ್ ಮಾಡಿದ್ದು ಅದನ್ನು ಬಂದ ಕೂಡಲೇ ತಿಳಿಸಿದ. "ಮಮ್ಮಿಗೆ ಬೇಜಾರಾಗಿದೆ. ಇಲ್ಲಿಗೆ ಬಂದಿದ್ದಕ್ಕೆ ಬೇಸರವಿಲ್ಲ. ಸ್ವಲ್ಪ ನೀಟಾಗಿ ಹೋಗಬೇಕಿತ್ತು ಅನ್ನೋದು ಮಮ್ಮಿಯ ತಕರಾರು" ಎಂದವನು ತನ್ನ ಬ್ಯಾಗ್ ತೆಗೆದಿಟ್ಟು, ಮೇಲಿನ ಜರ್ಕಿನ್ ಬಿಚ್ಚಿ ಮುಂದಿನ ಗೆಸ್ಟ್ ರೂಂನಲ್ಲಿದ್ದ ಹ್ಯಾಂಗರ್‌ಗೆ ತಗುಲಿ ಹಾಕಿ ಬಂದು ತಂದೆಯ ಎದುರು ಕೂತ.

"ನಿಂಗೇನು ಊಟನಾ, ತಿಂಡಿನಾ?" ಕೇಳಿದಳು ನಂದಿತಾ.

"ಊಟಾನೇ ಇರಲೀ ಅಕ್ಕ. ಮಮ್ಮಿ ಈಚೆಗೆ ready to eat ಪ್ಯಾಕೆಟ್ ತಂದು ಬಿಡ್ತಾಳೆ. ಹತ್ತು ನಿಮಿಷದಲ್ಲಿ ಅಡಿಗೆ ರೆಡಿ. ವೈರೆಟಿ ಇರುತ್ತೆ, ಯಾಕೋ ಡ್ಯಾಡ್, ಅಜ್ಜಿ ಕೈಯಿಂದ ಮಾಡೋ ತಿಂಡಿನೇ ಇಷ್ಟವಾಗಿಬಿಡುತ್ತೆ. ಅದು ಸಿಕ್ಕೋದು ಇಲ್ಲಿ ಮಾತ್ರ. ಬೇಗ ಬಂದು ಬಿಡ್ತೀನಿ" ಬಾತ್ ರೂಂನತ್ತ ಓಡಿದ. ಈಗ ಅವನಿಗೆ ಸರಿಯಾಗಿ ಹದಿನೇಳು ವರ್ಷ. ಇವಳಿಗಿಂತ ಮೂರು ವರ್ಷದಷ್ಟು ಕಿರಿಯ.

ಅವನಿಗೆ ಡೈನಿಂಗ್ ಟೇಬಲ್ ಮೇಲೆ ಬಡಿಸಿ ಎದುರಿನಲ್ಲಿಯೇ ಕೂತು "ಹೇಗೆ, ನಡೀತಾ ಇದೆ ಸ್ಟಡೀಸ್?" ಕೇಳಿದಳು. ತಟ್ಟೆಯ ಅಂಚಿಗೆ ಕಾಯಿ ಚಟ್ನಿ ಬಡಿಸುತ್ತ "ಪರ್ವಾಗಿಲ್ಲ, ತೀರಾ ಮೆರಿಟ್ ಸ್ಟೂಡೆಂಟ್ ಅಲ್ಲದಿದ್ದರೂ, ಡಲ್ ಅಲ್ಲ. ಮಮ್ಮಿ ಮೂರ್ಹೊತ್ತು ಸಾಫ್ಟ್‌ವೇರ್, ಮೆಡಿಕಲ್ ಬಗ್ಗೆ ಜಪ ಮಾಡಿ ನನ್ನ ಕಾನ್ಸನ್‌ಟ್ರೇಷನ್ ಹಾಳು ಮಾಡಿ ಬಿಟ್ಟಿದ್ದಾಳೆ. ಹಾಗೇ ಬಲವಂತ ಮಾಡೋಕೆ ಷುರು ಮಾಡಿದರೇ, ಫೈಲ್ ಆಗಿ ಬಿಡ್ತೀನಿ" ಅಂದ ಅನ್ನ ಕಲೆಸುತ್ತ. ಅವಳ ತುಟಿಯಂಚಿನಲ್ಲಿ ನಗು ತೇಲಿತು.

"ಆಮೇಲೇನು? ಭವಿಷ್ಯದ ಬಗ್ಗೆ ಅತಂತ್ರ ಸ್ಥಿತಿ ನಿರ್ಮಾಣವಾಗುತ್ತೆ. ಏನೇನೋ ಯೋಚ್ನೆ ಮಾಡ್ಬೇಡ. ಪ್ರತಿಯೊಬ್ಬ ಅಮ್ಮನಿಗೂ ಮಗನ ಬಗ್ಗೆ ಒಂದು ಕನಸು ಇರುತ್ತೆ. ವಿದ್ಯಾಭ್ಯಾಸ ಒಂದು ಹಂತ ತಲುಪೋ ವೇಳೆಗೆ ಬಡಬಡಿಕೆ ಷುರುವಾಗುತ್ತೆ. ಒತ್ತಡವಿರಬಾರದು. ನಿನ್ನ ಕನಸಿಗೆ ಪ್ರಾಧಾನ್ಯ ಸಿಗಬೇಕು. ಮಾಲಿನಿ ಚಿಕ್ಕಮ್ಮ ಶಿಕ್ಷಕಿಯಾಗಿ ವಿದ್ಯಾರ್ಥಿಗಳ ಮಧ್ಯೆ ಇದ್ದವರು. ಈಗ ನಾಳಿನ ವಿದ್ಯಾರ್ಥಿಗಳನ್ನು ನಿರೂಪಿಸುವಂಥ ಕಡೆಯೇ ಇರೋದು. ಎಲ್ಲರಿಗಿಂತ ವಿದ್ಯಾರ್ಥಿಗಳ ಮನಸ್ಸು ಆಕೆಗೆ ಅರ್ಥವಾಗುತ್ತೆ. ನೀನು ಸುಮ್ನೆ ತಲೆ ಕೆಡಿಸ್ಕೋಬೇಡ" ನವಿರಾಗಿ ಹೇಳಿದಳು. ಅವನ ಮುಖವೇನು ಅರಳಲಿಲ್ಲ. ಅಮ್ಮನ ಪಟ್ಟು ಸಡಿಲವಾಗುವಂಗೆ ಕಂಡಿರಲಿಲ್ಲ.

ಊಟ ಮುಗಿಸಿ ಮೇಲೆದ್ದವ ನ್ಯಾಪ್‌ಕಿನ್‌ಗೆ ಕೈಯೊರೆಸುತ್ತ "ಅದಕ್ಕೆ ಇವತ್ತು

ಬಂದಿರೋದು. ಡ್ಯಾಡ್ ಬರೀ ಡಿಪ್ಲೋಮ ಮಾಡಿರೋರೆಂದು ಮಮ್ಮಿ ಅವರನ್ನು ಬುದ್ಧಿವಂತರ ಲಿಸ್ಟ್‌ನಲ್ಲಿ ಸೇರಿಸೋಕೆ ಇಷ್ಟಪಡೋಲ್ಲ. ಅವರ ಸಜೆಷನ್ ತಳ್ಳಿ ಹಾಕ್ತಾರೆ. ಆದರೆ ದೊಡ್ಡಪ್ಪನ ವಿಷ್ಯ ಹಾಗಲ್ಲ. ಐ.ಎ.ಎಸ್ ಅಂಥ ದೊಡ್ಡ ಓದು ಓದಿರೋದು. ದೊಡ್ಡ ದೊಡ್ಡ ಹುದ್ದೆಯನ್ನು ನಿರ್ವಹಿಸಿದವರು ಪ್ರಧಾನಮಂತ್ರಿಗಳ ಕಾರ್ಯಾಲಯದಲ್ಲಿ ಕೆಲಸ ಮಾಡಿದವರು. ಅವರಿಗೆ ಜಾಸ್ತಿ ಮಾರ್ಕ್‌ಗಳು ಹಾಕೋ ಮಮ್ಮಿಗೆ ದೊಡ್ಡಪ್ಪನೆಂದರೆ ಒಂದಿಷ್ಟು ಭಯ. ಅವರೇನಾದರೂ ಹೇಳಿದರೆ ತೆಪ್ಪಗೆ ಒಪ್ಕೋತಾರೆ. ಈ ವಿಷಯದಲ್ಲಿ ನಿನ್ನ ಹೆಲ್ಪ್ ಕೂಡ ಬೇಕಾಗುತ್ತೆ, ಪ್ಲೀಸ್ ಅಕ್ಕ" ಅಂತ ರಿಕ್ವೆಸ್ಟ್ ಮಾಡಿಕೊಂಡ. ಪಟಾಲಂ ಕಟ್ಟಿಕೊಂಡು ಜುಮ್ ಅಂತ ಓಡಾಡುವವನು ಇಲ್ಲಿ ವಿನಮ್ರವಾಗಿಬಿಡುತ್ತಿದ್ದ.

ಕರುಣಾಕರ ಬಂದು ಹಾಲ್‌ನಲ್ಲಿ ಕೂತು ಇರುವ ಮ್ಯಾಗಝೀನ್‌ಗಳನ್ನೆಲ್ಲ ತಿರುವಿ ಹಾಕುತ್ತಿದ್ದರು. ಅವರಿಗೆ ಇಂಗ್ಲೀಷ್ ಭಾಷೆ ಅಷ್ಟಕಷ್ಟೆ, ಹರಕು ಇಂಗ್ಲೀಷ್‌ನಲ್ಲಿ ಮಾತಾಡುತ್ತಿದ್ದರು. ಅದು ಮಾಲಿನಿಗೆ ಇಷ್ಟವಾಗುತ್ತಿರಲಿಲ್ಲ. 'ಒಂದಿಷ್ಟು ಇಂಗ್ಲೀಷ್ ಪೇಪರ್ ಓದೋದು ಅಭ್ಯಾಸ ಮಾಡ್ಕೊಳ್ಳಿ" ಎಷ್ಟೋ ಸಲ ತಲೆಯ ಮೇಲೆ ಮೊಟಕುವಂತೆ ಹೇಳುತ್ತಿದ್ದರು. ಆ ಪ್ರಯತ್ನ ಮಾಡಿದರೂ ಅವರಿಗೆ ಹೆಚ್ಚಿಗೆ ಇಷ್ಟವಾಗುತ್ತಿದ್ದುದ್ದು ಕನ್ನಡವೇ.

"ಇವತ್ತು ದೊಡ್ಡಪ್ಪನ ಹತ್ತಿರ ಮಾತಾಡಬೇಕೂಂತ ತೀರ್ಮಾನ ಮಾಡ್ಕೊಂಡು ಬಂದಿದ್ದೀನಿ. ನೀನು ಜೊತೆಯಲ್ಲಿದ್ದು ನನ್ನ ಸಮಸ್ಯೆನ ಮನದಟ್ಟಾಗುವಂತೆ ವಿವರಿಸು. ಜೊತೆಗೆ ಅವರು ಮಮ್ಮಿಗೆ ನಾಲ್ಕು ಮಾತುಗಳನ್ನು ಹೇಳಬೇಕು" ಅಂದ ಒತ್ತಡವೇರುವಂತೆ ಪ್ರತೀಕ.

ಅಷ್ಟರಲ್ಲಿ ಫೋನ್ ರಿಂಗಾಯಿತು. ಕರುಣಾಕರ ಹೋಗಿ ಎತ್ತಿದರು. ಆ ಸ್ವತಂತ್ರ ಅವರಿಗೆ ಇತ್ತು. "ಹಲೋ ಕರುಣಾಕರ ಸ್ಪೀಕಿಂಗ್..." ಅಂದು ನಾಲಿಗೆ ಕಚ್ಚಿಕೊಳ್ಳುವ ವೇಳೆಗೆ "ಹೇಗಿದ್ದೀ ಚಿಕ್ಕಪ್ಪ? ನಾನು ಸಂದೀಪ್. ಅಪ್ಪನ ರೆಸ್ಟ್ ಸಮಯವೆಂದು ಅವರ ಮೊಬೈಲ್‌ಗೆ ಫೋನ್ ಮಾಡಲಿಲ್ಲ" ಒಂದಿಷ್ಟು ಮಾತಿನ ನಂತರವೇ ನಂದಿತಾಗೆ ಕೈಗೆ ಕೊಟ್ಟಿದ್ದು. "ಹಲೋ ನಂದೂ... ಒಂದಿಷ್ಟು ಬಿಡುವು ಸಿಕ್ಕಿದೆ, ನಾಳಿನ ಫ್ಲೈಟ್‌ನಲ್ಲಿ ಹಾರಿ ಬರ್ತಾ ಇದ್ದೀನಿ. ರಾಖಿ ಫೋನ್ ಮಾಡಿದ್ಲು" ಅಂದಾಗಲೇ ನಂದಿತಾ ಊಹಿಸಿಕೊಂಡು "ತಲೆಕೆಡಿಸಿ ಕೊಳ್ಳುವಂಥ ವಿಚಾರವಲ್ಲ. ನೀನೇನು ಅಪ್‌ಸೆಟ್ ಆಗ್ಬೇಡ" ಅಂದೇ ಫೋನ್ ಇಟ್ಟಿದ್ದು. ವಿಚಿತ್ರವೆನಿಸಿತು. ಅವರುಗಳ ಪ್ರೇಮ ವರ್ಷಗಳಷ್ಟು ಹಳೆಯದೇ ಆದರೂ... ಅವಳಿಗೇನು ಅರ್ಥವಾಗಲಿಲ್ಲ. ಆ ವಿಷಯವನ್ನು ಮನಸ್ಸಿನಲ್ಲಿ ಪಕ್ಕಕ್ಕೆ ಸರಿಸಿದಳು. "ನಾಳೆ ಅಣ್ಣ ಬರ್ತಾ ಇದ್ದಾನೆ. ನಿಮ್ಗೇನು ತೊಂದರೆ ಇಲ್ಲದಿದ್ದರೆ, ನಾಳೆ ರಾತ್ರಿ ಇಡೀ ಫ್ಯಾಮಿಲಿ ಇಲ್ಲಿ ಡಿನ್ನರ್‌ಗೆ ಬಂದು ಬಿಡಿ. ಎಲ್ಲಾ ಒಟ್ಟಿಗೆ ಕೂತು ಊಟ ಮಾಡೋಣ" ಇಂಥದೊಂದು ಆಹ್ವಾನ ಕೊಟ್ಟಾಗ ಅಪ್ಪ, ಮಗನಿಗೆ ಖುಷಿಯೇ. "ಇಡೀ ಸಂಸಾರ ಬರೋ ಗ್ಯಾರಂಟಿ ಕೊಡ್ಲಾರೆ. ಮಾಲಿನೀ ಯಾವುದಾದ್ರೂ ಪ್ರೋಗ್ರಾಂನಲ್ಲಿ ಬಿಜಿಯಾಗಿ ಇರ್ತಾಳೆ. ಪ್ರಿನ್ಸಿಪಾಲ್ ಆದ ಮೇಲೆ..." ಅಂದು ಸುಮ್ಮನಾದರು. ವಿವರಿಸಬೇಕೆನಿಸಲಿಲ್ಲ. ದಿನ ಬಳಸುವ ಸೆಂಟ್‌ಗೆ ನೂರಾರು ಸುರಿಯಲು ಶುರು ಮಾಡಿದ್ದು ಆ ಪದವಿ ಸಿಕ್ಕ ಮೇಲೆಯೇ.

ಆ ಬಗ್ಗೆ ನಂದಿತಾ ಕಾಮೆಂಟ್ಸ್ ಮಾಡಲಿಲ್ಲ.

ರೂಂನಿಂದ ಚಿರಂತನ್‌ದತ್ ಹೊರಗೆ ಬಂದಾಗ ಐದರ ಸುಮಾರು. ಕ್ಲಬ್, ವಾಕ್; ಫ್ರೆಂಡ್ಸ್, ಬಿಲಿಯರ್ಡ್ಸ್– ಎಲ್ಲಾ ಇದ್ದರೂ ಮಗಳ ಜೊತೆ ಬ್ಯಾಡ್ಮಿಂಟನ್ ಷಟಲ್‌ಕಾಕ್ ಆಡುವುದೆಂದರೆ ಅವರಿಗೆ ತುಂಬ ಇಷ್ಟ.

“ಏನಯ್ಯ ಪ್ರತೀಕ ಏನು ವಿಶೇಷ? ಸ್ಟಡೀಸ್ ಹೇಗೆ ನಡೀತಾ ಇದೆ?” ಅನುತ್ತಲೇ ಕೂತರು. ಅವನಿಗೆ ಅವರ ಮುಂದೆ ಕೂಡುವುದೆಂದರೇ ಕಷ್ಟವೇ. ಎದ್ದು ಅಷ್ಟು ದೂರಕ್ಕೆ ನಿಂತಾಗ ಕರೆದು ಪಕ್ಕದಲ್ಲಿ ಕೂಡಿಸಿಕೊಂಡು ಭುಜದ ಮೇಲೆ ಕೈಯಿಟ್ಟಾಗ ಬೆವತು ಬಿಟ್ಟ. ಭಯಕ್ಕಿಂತ ಅವರ ಬಗ್ಗೆ ಇದ್ದ ಗೌರವ, ಅಭಿಮಾನ ಅವನ ಮೈಯಲ್ಲಿ ಕಂಪನವನ್ನುಂಟು ಮಾಡುತ್ತಿತ್ತು. “ಎಲ್ಲಾ ಚೆನ್ನಾಗಿದೆ, ದೊಡ್ಡಪ್ಪ. ಒಂದ್ನಿಮ್ಷ ಹೊರ್ಗೆ ಹೋಗಿ ಬರ್ತೀನಿ” ಅಂದು ಕರ್ಚೀಫ್‌ನಿಂದ ಮುಖದ ಬೆವರನ್ನು ತೊಡೆಯುತ್ತ ಹೊರಗೆ ನಡೆದ. ‘ಯಾಕೆ?’ ಎನ್ನುವಂತೆ ತಮ್ಮನ ಕಡೆ ನೋಡಿದ.

“ನಿಮ್ಮನ್ನು ಕಂಡರೇ ಭಯದ ಜೊತೆ ಗೌರವ, ಅಭಿಮಾನ ಕೂಡ. ನಿಮ್ಹತ್ರ ಅವನ ಫ್ಯೂಚರ್ ಎಜುಕೇಷನ್ ಬಗ್ಗೆ ಮಾತಾಡಬೇಕಂತೆ. ಅದಕ್ಕೆ ನನ್ನ ಕಟ್ಟಿ ಇಲ್ಲಿ ಕೂಡಿಸಿದ್ದಾರಣ್ಣ. ಸೆಕೆಂಡ್ ಇಯರ್ ಪಿ.ಯು, ಇಲ್ಲೇ ಎಜುಕೇಷನ್‌ಗೆ ತಿರುವು ಸಿಗಬೇಕು. ಮಾಲಿನಿಗೆ ಮಗ ಡಾಕ್ಟ್ರು ಆಗಬೇಕು, ಇಲ್ಲ ಸಾಫ್ಟ್‌ವೇರ್ ಇಂಜಿನಿಯರ್ ಆಗಬೇಕೆನ್ನೋ ಕನಸು. ಮೂರ್ಹೊತ್ತು ಅದೇ ಪ್ರಸ್ತಾಪ. ಪ್ರತೀಕ ಒಂದು ರೀತಿ ಕನ್‌ಫ್ಯೂಷನ್‌ನಲ್ಲಿದ್ದಾನೆ. ನಿಮ್ಮ ಸಲಹೆಗಾಗಿ ಬಂದಿದ್ದಾನೆ” ಕರುಣಾಕರ ವಿಷ್ಯ ಬಿಡಿಸಿಟ್ಟರೂ ಎರಡನೆಯ ಸಲ ಚಿರಂತನ ಕಣ್ಣುಗಳಲ್ಲಿ ಅಚ್ಚರಿ ಇಣಕಿತು.

“ಇಲ್ಲಿ ಅವನ ಇಂಟರೆಸ್ಟ್ ಮುಖ್ಯವಾಗುತ್ತೆ. ಮಾಲಿನಿ ಈಗ್ಲೂ ಯಾಕೆ ಡಾಕ್ಟ್ರು, ಇಂಜಿನಿಯರ್ ಬಗ್ಗೆ ಕನಸು ಕಾಣ್ತಾಳೆ? ಈಗ ಸಾಕಷ್ಟು ಕೋರ್ಸ್‌ಗಳು ಇವೆ. ಅದರ ಜೊತೆಗೇನೆ ಒಳ್ಳೆ ಆಪರ್ಚುನಿಟೀಸ್ ಇದೆ. ಅದನ್ನು ಎಲ್ಲಾ ಮಾಧ್ಯಮಗಳು ತಿಳಿಸಿ ಕೊಡ್ತಾ ಇದೆ. ಅಂಥದರಲ್ಲಿ ಗೊಂದಲ ಯಾಕೆ?”

ಕರುಣಾಕರ ಅಣ್ಣನ ಮಾತಿಗೆ ತಲೆದೂಗಿದರು. “ಎಲ್ಲಾ ನಿಜವೇ ಆದ್ರೂ, ಅಷ್ಟರಿಂದಲೇ ಅವ್ಳು ಕನ್ವಿನ್ಸ್ ಆಗ್ತಾ ಇಲ್ಲ. ಅದಕ್ಕೆ ನಿಮ್ಮ ಮೊರೆ ಹೊಕ್ಕಿದ್ದಾನೆ. ಇನ್ನೊಂದು ಜವಾಬ್ದಾರಿಯು ನಿಮ್ಮ ಮೇಲಿದೆ” ನುಣುಚಿಕೊಂಡರು. ಹೆಂಡತಿ ತಮ್ಮ ಸಲಹೆಗೆ, ಬುದ್ಧಿಮತ್ತೆಗೆ ಎಷ್ಟು ಬೆಲೆ ಕೊಡುತ್ತಾಳೆಂದು ಅವರಿಗೆ ಗೊತ್ತು. ಆ ಬಗ್ಗೆ ಬೇಸರಿಸುವಂಥ ವ್ಯಕ್ತಿಯಲ್ಲ.

ಮುಖ ತೊಳೆದುಕೊಂಡು ನೀರು ಕುಡಿದು ಸುಧಾರಿಸಿಕೊಂಡು ನಂದಿತಾ ಜೊತೆ ಬಂದ ಪ್ರತೀಕ ಸುಮ್ಮನೆ ನಿಂತಾಗ ಚಿರಂತನ್‌ಗೆ ನಗು “ಕೂತ್ಕೋ ಮಗನೇ, ಒಂದು ರೀತಿಯ ಕೌನ್ಸಲಿಂಗ್. ನಿನ್ನಮ್ಮ ಕೂಡ ಇದ್ದಿದ್ದರೇ ಚೆನ್ನಿತ್ತು” ಎಂದರು. ಒಂದಿಷ್ಟು ಸಂಕೋಚದಿಂದಲೇ ತಂದೆಯ ಪಕ್ಕ ಕೂತು, ಮತ್ತೊಮ್ಮೆ ಮುಖದ ಮೇಲೆ ಕರ್ಚೀಫ್ ಆಡಿಸಿದ.

“ಏನು ನಿನ್ನ ಸಮಸ್ಯೆ?” ಸರಿಯಾಗಿ ಕೂತರು.

ನಾಲ್ಕೇ ಮಾತಿನಲ್ಲಿ ತನ್ನ ಜಿಜ್ಞಾಸೆ ವಿವರಿಸಿ “ಸಾಫ್ಟ್‌ವೇರ್ ಕಡೆ ನನ್ನ ಆಸಕ್ತಿ ಇಲ್ಲ.

ಮೆಡಿಸಿನ್ ನಂಗೆ ಇಷ್ಟವಿಲ್ಲದ ಸಬ್ಜೆಕ್ಟ್. ಮಮ್ಮಿಗೆ ಮಾತ್ರ ಇವೆರಡರಲ್ಲಿ ಒಂದನ್ನ ಆರಿಸಿಕೊಳ್ಳಬೇಕೆನ್ನುವ ಹಟ. ನೇರವಾಗಿ ಹೇಳಿದರು ಕೇಳ್ತಾ ಇಲ್ಲ" ಎಂದು ಅಳೋಕೆ ಷುರು ಮಾಡಿದ. ಕರುಣಾಕರ ಮತ್ತಷ್ಟು ಮುದುರಿ ಕೂತರು. "ಸ್ಟಾಪ್ ಇಟ್ ಪ್ರತೀಕ. ಈಗ ಅಳೋ ಅಂಥಾದ್ದು ಏನಾಯ್ತು? ಈಗ ಮುಖ ತೊಳೆದು ಫ್ರೆಷ್ ಆಗಿ ಬಾ, ಮಾತಾಡೋಣ" ಅವನನ್ನು ಕಳಿಸಿದರು ಚಿರಂತನ್‌ದತ್. ಮಾಲಿನಿ ಮಹತ್ವಾಕಾಂಕ್ಷೆಯ ಹೆಣ್ಣೆಂದು ಗೊತ್ತು. ಆ ಬಗ್ಗೆ ಅಭಿಮಾನವು ಇತ್ತು. ಮಗನ ಭವಿಷ್ಯದ ನಿರ್ಧಾರ ತನ್ನದೆಂದು ತಿಳಿದಿದ್ದು ತಪ್ಪೆನಿಸಿತು.

ಆಮೇಲೆ ಪ್ರತೀಕನನ್ನು ಕೂಡಿಸಿಕೊಂಡು ಪ್ರಶ್ನಿಸಿದರು. ಅವನಿನ್ನು ಸರಿಯಾಗಿ ತನ್ನ ಕೆರಿಯರ್ ಬಗ್ಗೆ ಯಾವುದೇ ನಿರ್ಧಾರಕ್ಕೆ ಬಂದಿರಲಿಲ್ಲ.

"ನಾನು ಯಾವುದಾದ್ರೂ ಕಂಪನಿಯಲ್ಲಿ ದೊಡ್ಡ ಹುದ್ದೆಯಲ್ಲಿ ಇರಲು ಇಷ್ಟಪಡ್ತೀನಿ. ಬಿ. ಕಾಮ್ ಅಥವಾ ಬಿ.ಬಿ.ಎಮ್ ಮುಗ್ಸಿ ಎಂ.ಬಿ.ಎಗೆ ಸೇರಿಕೋ ಬೇಕೆನ್ನೋ ಯೋಚ್ನೇ ಇದೆ." ಇಂಥದೊಂದು ವಿಷಯವನ್ನು ಅವರ ಮುಂದಿಟ್ಟ

"ಮಾಡಬಹುದು. ಆದರೆ ಯಾವುದೇ ಕಂಪನಿ ಒಂದು ಹುದ್ದೆಗೆ ಅಭ್ಯರ್ಥಿಯನ್ನು ಅರಿಸುವಾಗ ಕೆಲವು ಅರ್ಹತೆಗಳನ್ನು ಪಟ್ಟಿ ಮಾಡಿರುತ್ತೆ. ಅಲ್ಲಿ ಮುಖ್ಯವಾಗಿ ನೀವು ಯಾವ ಪದವಿ ಪಡೆದಿರುತ್ತಿರೆಂಬುದು ಮುಖ್ಯವಾದರೂ, ಅವರೊಡ್ಡುವ ಪರೀಕ್ಷೆಯನ್ನು ಎಷ್ಟರ ಮಟ್ಟಿಗೆ ಸಮರ್ಥವಾಗಿ ಎದುರಿಸುತ್ತೀರಿ ಎನ್ನುವುದನ್ನು ಅವಲಂಬಿಸಿರುತ್ತೆ ನಿನ್ನ ಆಯ್ಕೆಯನ್ನು. ಇನ್ನು ಮೂರನೇಯದಾಗಿ ಮ್ಯಾನೇಜ್‌ಮೆಂಟ್ ಸ್ಟಡೀಸ್‌ನಲ್ಲಿ ಒಳ್ಳೆಯ ಹೆಸರು ಪಡೆವಂಥ ಸಂಸ್ಥೆಗಳಲ್ಲಿ ಸೇರಿದರೆ ಸ್ಪರ್ಧಾತ್ಮಕವಾಗಿ ಬೆಳೆಯಬಹುದು. ಅಲ್ಲಿ ಉತ್ತೀರ್ಣರಾದವರನ್ನು ವಿಶೇಷವಾಗಿ ಪರಿಗಣಿಸುತ್ತೆ ಹೆಸರಾಂತ ಕಂಪನಿಗಳು. ನಮ್ಮ ದೇಶದಲ್ಲಿರುವ ಐ.ಐ.ಎಂ. ಸಂಸ್ಥೆಗಳಿಗೆ ಪ್ರವೇಶ ನೀಡಲು ಪ್ರತಿ ವರ್ಷ ಕ್ಯಾಟ್ (ಸಿ.ಎ.ಟಿ) ಪರೀಕ್ಷೆ ನಡೆಯುತ್ತದೆ. ನೀನು ಡಿಗ್ರಿ ಮಾಡುತ್ತಿರುವಂತೆಯೇ ಸಿದ್ಧತೆ ಬೇಕಾಗುತ್ತೆ. ಮುಖ್ಯವಾಗಿ ಜನರಲ್ ಇಂಗ್ಲಿಷ್ ರಿಸನೀಂಗ್ ಎಬಿಲಿಟಿ, ಮೆಂಟಲ್ ಎಬಿಲಿಟಿ, ಕಾಂಪ್ರಹೆನ್ಸ್‌ನ್ ಇವುಗಳ ಮೇಲೆ ನೀನು ಹಿಡಿತ ಸಾಧಿಸಬೇಕಾಗುತ್ತೆ. ಕಠಿಣ ಪರಿಶ್ರಮ, ದೃಢನಿರ್ಧಾರ, ಅಧ್ಯಯನಶೀಲ ಮನಸ್ಸು ಇದಕ್ಕೆ ಮುಖ್ಯವಾಗುತ್ತೆ. ಎಜುಕೇಷನ್ ವಿಚಾರದಲ್ಲಿ ಛಾಯ್ಸ್‌ನಿಂದೆ ಆಗಿರಲಿ ಇಷ್ಟನ್ನು ನಿನ್ನಮ್ಮನಿಗೆ ಹೇಳು" ಬಿಡಿಸಿ ಹೇಳಿದರು.

ಸಾಲದು ಎನ್ನುವಂತೆ ಕುತೂಹಲದಿಂದ ತಲೆಯೆತ್ತಿ "ದೊಡ್ಡಪ್ಪ ಇನ್ನೊಂದು ವಿಚಾರ. ನನ್ನ ಕೆಲವು ಫ್ರೆಂಡ್ಸ್ ಐ.ಐ.ಟಿಗೆ ಜಾಯಿನ್ ಆಗೋದ್ರಿಂದ ಒಳ್ಳೆ ಫ್ಯೂಚರ್ ಇದೇಂತ ಅಂತಾರೆ. ಮಮ್ಮಿಗೆ ನಾನು ಸಮಾಜದಲ್ಲಿ ಒಳ್ಳೆ ಸ್ಟೇಟಸ್ ಸಂಪಾದಿಸಬೇಕೆಂಬ ಆಸೆ" ಎಂದ ಸ್ವಲ್ಪ ತಡವರಿಸುತ್ತ.

"ಇಂಡಿಯನ್ ಇನ್‌ಸ್ಟ್ಯೂಟ್ ಆಫ್ ಟೆಕ್ನಾಲಜಿ (ಐ.ಐ.ಟಿ) ಬಹು ಜನ ಯುವಕರ ಕನಸು. ಅಲ್ಲಿ ಬಿ.ಟೆಕ್. ಹಾಗೂ ಎಂ.ಟೆಕ್ ಮಾಡಿದರೆ ಉತ್ತಮ ಭವಿಷ್ಯವಿದೆ. ಕೇಂದ್ರ ಮಾನವ ಸಂಪನ್ಮೂಲ ಇಲಾಖೆಯ ನೇರ ಅನುದಾನ ವ್ಯಾಪ್ತಿಗೆ ಬರುವ ಈ ಪ್ರತಿಷ್ಠಿತ

ಎಂಜಿನಿಯರಿಂಗ್ ಶಿಕ್ಷಣ ಸಂಸ್ಥೆಗಳಿಗೆ ವಿದೇಶದಲ್ಲೂ ಕೂಡ ಮಾನ್ಯತೆ ಇದೆ. ದೇಶದಲ್ಲಿ ಏಳು ಐ.ಐ.ಟಿ ಗಳು ಇವೆ. ಐ.ಐ.ಟಿ ಪ್ರವೇಶಕ್ಕೆ ಇರುವ ಜಂಟಿ ಪ್ರವೇಶ ಪರೀಕ್ಷೆ (ಜೆ.ಇ.ಇ) ಎದುರಿಸಬೇಕಾಗುತ್ತೆ. ಮುಖ್ಯ ಪರೀಕ್ಷೆಯಲ್ಲಿ ಪಡೆದ ಅಂಕಗಳು ಆಧರಿಸಿ ಅಖಿಲ ಭಾರತ ರ್‍ಯಾಕಿಂಗ್ ನೀಡಲಾಗುತ್ತೆ. ವಿದ್ಯಾರ್ಥಿಗಳು ತಮಗೆ ಬಂದ ರ್‍ಯಾಂಕಿಂಗ್ ಆಧರಿಸಿ ಐ.ಐ.ಟಿ ಹಾಗೂ ವಿಷಯಗಳನ್ನು ಆಯ್ಕೆ ಮಾಡಿಕೊಳ್ಳಬಹುದು" ಅನ್ನುವ ವೇಳೆಗೆ ಅವರ ಮೊಬೈಲ್ ಸದ್ದು ಮಾಡಿತು. ಸಂದೀಪ್ ನಾಳಿನ ಫ್ಲೈಟ್‌ಗೆ ಬರುವ ವಿಷಯವನ್ನು ತಂದೆಗೆ ತಿಳಿಸಿದ.

"ಗುಡ್, ಸುಮ್ನೇ ಟೆನ್‌ಷನ್ ಬೇಡ. ಚೆನ್ನಾಗಿ ಓದು" ಎಂದು ಮೇಲೆದ್ದವರು "ನಿನ್ನಲ್ಲೇ ಇನ್ನು ತೀರ್ಮಾನವಿಲ್ಲ. ಇನ್ನ ನಿನ್ನಮ್ಮನನ್ನು ಹೇಗೆ ಕನ್ವಿನ್ಸ್ ಮಾಡ್ತೀಯಾ? ಮೊದ್ಲು ಈ ಪರೀಕ್ಷೆಯಲ್ಲಿ ಚೆನ್ನಾಗಿ ಮಾಡು" ಭುಜ ತಟ್ಟಿ ಅವನಲ್ಲಿ ಭರವಸೆ ತುಂಬಿದರು.

ಅಪ್ಪ, ಮಗ ಹೊರಟರು. ಮಗನನ್ನು ಬೈಕ್ ಬಳಿ ನಿಲ್ಲಿಸಿ ಹಿಂದಕ್ಕೆ ಬಂದ ಕರುಣಾಕರ "ನಂದು ತುಂಬ ತಪ್ಪಾಗಿದೆ. ಅಪ್ಪ, ಅಮ್ಮನ್ನ ಜೊತೆಯಲ್ಲಿ ಇಟ್ಕೋಬೇಕೂಂತ ಮನಸ್ಸು ಒದ್ದಾಡ್ತಾ ಇದೆ. ಹೋದ್ಸಲ ಹೋದಾಗ ಎರಡು ದಿನ ಅಲ್ಲಿ ಉಳಿದುಕೊಂಡರೂ, ಅಪ್ಪನ್ನ ನೋಡಲಾಗಲಿಲ್ಲ. ಅಮ್ಮ ಒಂಟಿಯಾಗಿ ಎಲ್ಲಾ ನಿಭಾಯಿಸಿಕೊಂಡು ಹೋಗೋದು ನೋಡಿದರೇ ಸಂಕಟವಾಗುತ್ತೆ. ಅಣ್ಣ, ಅವ್ರಿಗೆ ನೀವೊಂದು ಮಾತು ಹೇಳಿ ಒಪ್ಸಿ" ಇಂಥದೊಂದು ರಿಕ್ವೆಸ್ಟ್ ಅವರ ಮುಂದಿಟ್ಟಾಗ ಅವರ ಮುಖದಲ್ಲೂ ವೇದನೆ ಮಿನುಗಿತು. "ನಿಂಗೆ ಎಲ್ಲಾ ಗೊತ್ತಿದೆ. ನಂಗೂ ನನ್ನಪ್ಪನನ್ನು ತಂದಿಟ್ಟುಕೊಳ್ಳೋ ಆಸೆ. ನನ್ನಪ್ಪ ಮೇಜರ್ ಗುರುದತ್ ಇದಕ್ಕೆ ಒಪ್ಪೊಲ್ಲ. ಮೊಮ್ಮಕ್ಕಳು ಸಲುವಾಗಿ ಗಂಟೆಗಳು ಮಾತ್ರ, ಅಂಥದರಲ್ಲಿ ನಿನ್ನ ನೋವನ್ನು ಹೇಗೆ ಸರಿಪಡಿಸ್ಲೀ? ಅಂತು ಪ್ರಯತ್ನಪಡ್ತೀನಿ" ಭರವಸೆ ಕೊಟ್ಟು ಬೀಳ್ಕೊಡುವ ಮುನ್ನ "ಪ್ರತೀಕನ ವಯಸ್ಸು ಎಷ್ಟು? ಮಾಲಿನಿಗೆ ಬೇಗ ವೆಹಿಕಲ್ ಕೊಡ್ಸಿ ತಪ್ಪು ಮಾಡಿದ್ಲೂಂತ ಅನ್ನಿಸೋಲ್ವಾ? ಅವ್ನು ಏನು ಜೋಷ್‌ನಲ್ಲಿ ವೆಹಿಕಲ್ ಓಡಿಸ್ತಾನೆ, ಗೊತ್ತಾ? ಸ್ವಲ್ಪ ಕಂಟ್ರೋಲ್ ಮಾಡಿಕೊಳ್ಳೋಕೆ ಹೇಳು" ಎಚ್ಚರಿಕೆಯನ್ನು ನೀಡಿದ್ದರು ಕೂಡ. ವಿನಮ್ರತೆಯಿಂದ ಸರಿಯೆನ್ನುವಂತೆ ತಲೆದೂಗಿದರು ಕರುಣಾಕರ. ಮಗ ವೇಗವಾಗಿ ವೆಹಿಕಲ್ ಓಡಿಸುವುದು ಮಾಲಿನಿಗೆ ಇಷ್ಟ. ಇದೆ ಅವರಿಗೆ ಅರ್ಥವಾಗದ ಸಂಗತಿ.

ಮಗನ ಹಿಂದೆ ಹತ್ತಿ ಕೂತ ಕರುಣಾಕರ "ಅಣ್ಣ, ಕರ‍್ದು ಏನು ಹೇಳಿದರು ಗೊತ್ತಾ? ಸ್ವಲ್ಪ ನಿಧಾನವಾಗಿ ವೆಹಿಕಲ್ ಓಡ್ಸು" ಅವನ ಭುಜದ ಮೇಲೆ ಕೈಯಿಟ್ಟು ಬುದ್ಧಿ ಹೇಳಿದರು. ಅಲ್ಲಿಂದ ಹೊರಟಿದ್ದು ಸ್ಲೋ ಆಗೇನೇ, ಆಮೇಲೆ ಮಾಮೂಲಿ ವೇಗಕ್ಕೆ ಬರುತ್ತಾ "ಮಮ್ಮಿ, ನನ್ನ ಮೊಬೈಲ್‌ಗೆ ಎಸ್. ಎಮ್. ಎಸ್. ಕಳಿಸಿ ಬೇಗ್ಬಾಂದ್ರು" ಮಗನ ಮಾತಿಗೆ ಹಣೆಯೊತ್ತಿಕೊಂಡರು.

ಮೇಲಿನ ಬಾಲ್ಕನಿಯಲ್ಲಿ ನಿಂತು ನೋಡುತ್ತಿದ್ದ ಮಾಲಿನಿ ಪರಿಪೂರ್ಣವಾಗಿ ಅಲಂಕೃತಳಾದಂತೆ ಕಂಡಳು. ಸಂಜೆಗಳಲ್ಲಿ ಮೊದಲು ಹೊರಗೆ ಹೋಗದೆ ಮನೆ, ಮಗ, ಗಂಡ, ಎಂದುಕಳೆಯುತ್ತಿದ್ದವರು ಈಚೆಗೆ ತನ್ನ ಸ್ಟೇಟಸ್ ಬೆಳೆಸಿಕೊಳ್ಳಲು ತಮ್ಮ ಅಂತಸ್ತಿಗಿಂತ ಜಾಸ್ತಿ ಇದ್ದವರ ಜೊತೆ ಒಡನಾಟ ಬೆಳೆಸಿಕೊಂಡಿದ್ದಳು.

"ನೀವು ತುಂಬ ಬದಲಾದ್ರಿ?" ಬಂದ ಕೂಡಲೇ ದಬಾವಣೆ. "ಸಾರಿ, ಮೇಡಮ್... ವಯಸ್ಸು ನನ್ನ ದೇಹದಲ್ಲಿ ಬದಲಾವಣೆ ತಂದಿರಬಹುದು. ನಾನು ಮಾತ್ರ ಆಸ್ ಇಟ್ ಈಸ್. ಫ್ಯಾಕ್ಟರಿಯವರು ಯೂನಿಫಾರಂ ಕಲರ್‌ನಲ್ಲಿ ಒಂದಿಷ್ಟು ಬದಲಾವಣೆ ತಂದಿದ್ದಾರೆ. ಅಲ್ಲೊಂದಿಷ್ಟು ಸೀನಿಯ್ಯಾರಿಟಿ ಸಿಕ್ಕಿದೆ. ಸ್ಕೇಲ್ ಜಾಸ್ತಿಯಾಗಿರ್ರೋದ್ರಿಂದ ಸಂಬಳ ಜಾಸ್ತಿಯಾಗಿದೆ. ಮೊದ್ಲು ಸಣ್ಣ, ಪುಟ್ಟ ಬಾಡ್ಗೆ ಮನೆಗಳಲ್ಲಿ ಇದ್ವಿ, ಈಗ ಸ್ವಂತ ಫ್ಲಾಟ್. ಇದಿಷ್ಟು ಅಂಥ ದೊಡ್ಡ ಬದಲಾವಣೆಗಳು ಅಲ್ಲ" ಒಂದು ಸಣ್ಣ ಮಾತಿಗೆ ದೀರ್ಘವಾಗಿ ಉತ್ತರಿಸಿ ರೂಂಗೆ ಹೋದರು.

ಬಂದ ಮಾಲಿನಿ ಅವರ ಎದುರು ಕೂತು "ನಾನು ನಿಮ್ಮನ್ನು ನವೀನ್ ಜೈನ್ ಮೊಮ್ಮಗನ ಬರ್ತ್‌ಡೇ ಪಾರ್ಟಿಗೆ ಕರ್ಕಂಡ್ ಹೋಗ್ಬೇಕೂಂತ ಇದ್ದೆ. ನೀವು ನೋಡಿದರೆ ಈ ಅವತಾರದಲ್ಲಿ ಇದ್ದೀರಿ" ಕೋಪ ಪ್ರದರ್ಶನ ಗಂಡನ ಮೇಲೆ. ಈಚೆಗೆ ಇಬ್ಬರೂ ಹೊರಗೆ ಹೋಗುತ್ತಿದ್ದುದ್ದೇ ಕಮ್ಮಿ. "ಸಾರಿ, ಚಿನ್ನ... ಮೊದ್ಲೇ ಗೊತ್ತಿದ್ದರೇ, ಯಾವುದಾದ್ರೂ ಜೆಂಟ್ಸ್ ಬ್ಯೂಟಿ ಪಾರ್ಲರ್‌ಗೆ ಹೋಗಿ ಬಂದು ಬಿಡ್ತಾಇದ್ದೆ" ಹೆಂಡತಿಯ ಗಲ್ಲ ಸವರಿ "ನಾನು ಗುಡ್ ಮೂಡ್‌ನಲ್ಲಿ ಇದ್ದೀನಿ. ಹಾಗೇ ಒಂದೆರಡು ಗಂಟೆಗಳು ಇರೋಕೆ ಬಿಡು. ನಂಗೆ ಆ ಶ್ರೀಮಂತರ ಮನೆಯ ಬರ್ತ್‌ಡೇ ಪಾರ್ಟಿಗಳು ಇಷ್ಟವಾಗೋಲ್ಲ. ನೀನು ಆರಾಮಾಗಿ ಹೋಗಿದ್ದು ಬಾ" ಎಂದವರೇ ಅಡಿಯಿಂದ ಮುಡಿಯವರೆಗೂ ನೋಟ ಹರಿಸಿ ದಿಗ್ಭ್ರಾಂತರಾದರು. ಹೊಕ್ಕಳು ಕೆಳಗೆ ಉಟ್ಟ ತೆಳುವಾದ ಜಾರ್ಜೆಟ್, ಅದರದೇ ಚೋಲಿ, ಚೋಲಿ ಅಂಚಿಗೆ ಜರಿ ಕೆಲಸ ಮಾಡಿದ್ದರು. ಸೀರೆಯ ಒಡಲೆಲ್ಲ ಮಿನುಗುವ ನಕ್ಷತ್ರಗಳು. ಹಾರಿ ಬಿಟ್ಟ ಭುಜದವರೆಗಿನ ಕೂದಲು, ಅವರ ಹುಬ್ಬುಗಳು ನಿಧಾನವಾಗಿ ಗಂಟಾಯಿತು.

"ಏನು ನಿನ್ನ ಅವತಾರ? ನೀನು ಹೋಗ್ತಾ ಇರೋದು ಬರ್ತ್‌ಡೇ ಪಾರ್ಟಿಗಾ? ಇಲ್ಲ ಫ್ಯಾಷನ್‌ಪೆರೆಡ್‌ಗಾ? ಸ್ವಲ್ಪ ಕೂಡ ಮ್ಯಾನರ್ಸ್ ಇಲ್ಲ. ಈ ಅವತಾರಗಳಿಂದ ಸಮಾಜದಲ್ಲಿ ಸೋಷಿಯಲ್ ಸ್ಟೇಟಸ್ ಬೆಳೆಸಿಕೊಳ್ಳೋದು ಬೇಡ" ತಾಳ್ಮೆ ಕಳೆದುಕೊಂಡು ಕೂಗಾಡಿದರು. ಇದೆಲ್ಲ ಇಷ್ಟವಾಗದು.

ಬಾಗಿಲು ಮುಚ್ಚಿ ಬಂದು ಗಂಡನ ತೋಳಿಡಿದು ಕೈಯಿಂದ ಬಾಯಿ ಮುಚ್ಚಿ "ಅಕ್ಕ ಪಕ್ಕಕ್ಕೆ ಕೇಳಿಸುತ್ತೆ. ಬಾಗಿಲು ಕೂಡ ಹಾಕಿಲ್ಲ. ಪ್ರತೀಕ ಇದ್ದಾನೆ. ಸ್ವಲ್ಪ ಕೂಡ ಕಾಮನ್‌ಸೆನ್ಸ್ ಇಲ್ಲ. ನಾನು ಹಿಂದಿನ ಪ್ರೈವೇಟ್ ಪ್ರೈಮರಿ ಶಾಲೆಯ ಹಳೆ ಮೇಡಮ್ ಅಲ್ಲ. ಆಗಿನ ಪ್ರೈಮರಿ ಸ್ಕೂಲು ಹಳೆಯ ಕಟ್ಟಡದಲ್ಲಿ ವರ್ಕ್ ಮಾಡ್ತಾ ಇಲ್ಲ. ಈಗ ಅಪ್‌ಗ್ರೇಡ್ ಕಾಲೇಜಿನ ಪ್ರಿನ್ಸಿಪಾಲ್. ಮೊದಲಿನ ಹಾಗೆ, ಹಳೆ ಮಾದರಿಯ ನೂಲಿನ ಸೀರೆ ಉಟ್ಕೊಂಡು ಎಣ್ಣೆ ಜಿಡ್ಡಿನ ತಲೆಯಲ್ಲಿ ಹೋದರೇ ಮರ್ಯಾದೆನಾ? ನೀವು ಯಾಕೆ ಇದನ್ನೆಲ್ಲ ಯೋಚಿಸೊಲ್ಲ?" ಕಣ್ಣಂಚು ಒದ್ದೆ ಮಾಡಿಕೊಂಡರು. ಅಷ್ಟಕ್ಕೆ ಕರುಣಾಕರ ಕೂಡ ತಣ್ಣಗಾಗಿ "ಹಾಳಾಗಿ ಹೋಗು, ಆದರೆ ಈ ವಿಪರೀತದ ಅವತಾರ ಕಮ್ಮಿ ಮಾಡ್ಕೊಂಡು ಒಂದು ರೇಶಿಮೆ ಸೀರೆಯುಟ್ಟು ಹೋಗು" ಬುದ್ದಿ ಹೇಳಿ ಎದ್ದು ಬಾತ್ ರೂಂನಲ್ಲಿ ಹೋಗಿ ಬಾಗಿಲು ಹಾಕಿಕೊಂಡರು. ಕೆಲವು ವಿಷಯಗಳಲ್ಲಿ ಹೆಂಡತಿಯ ಬಗ್ಗೆ ಮರುಕ, ಜೀವನದ

ಬಗೆಗಿನ ಅವಳ ಛಲದ ಬಗ್ಗೆ ಮೆಚ್ಚಿಗೆ. ಅದಕ್ಕೆ ಈ ಪರಿಯ ಬದಲಾವಣೆ ಮಾತ್ರ ಇಷ್ಟವಾಗದು.

ಆ ಸೀರೆ ಬಿಚ್ಚಿ ರೇಶಿಮೆ ಸೀರೆಯೇನು ಉಡಲಿಲ್ಲ. ಮುಖವನ್ನು ಒಂದಿಷ್ಟು ಟಚ್ ಅಪ್ ಮಾಡಿಕೊಂಡು, ಸೀರೆ ಸರಿಮಾಡಿಕೊಂಡು ಲಿಪ್‌ಸ್ಟಿಕ್ ಸರಿಯಾಗಿದೆಯೋ, ಇಲ್ಲವೋ ಅಂದು ಮುಖವನ್ನು ಎಲ್ಲಾ ಭಂಗಿಯಲ್ಲಿ ಅವಲೋಕಿಸಿ ಹೊರಗೆ ಹೊರಟಿದ್ದು.

"ವಾವ್, ಸೂಪರ್ಬ್ ಮಮ್ಮಿ, ಐ ಯಾಮ್ ರಿಯಲೀ ಪ್ರೌಡ್ ಆಫ್ ಯು. ನಾನು ಬರ್ಲಾ?" ಕೇಳಿದ. ಪರ್ಸ್ ಮತ್ತು ಗಿಫ್ಟ್ ಪ್ಯಾಕೆಟ್ ಕೈಗೆತ್ತಿಕೊಂಡು "ಕಾಲೇಜು ಸ್ಟಾಫ್ ಒಟ್ಟಿಗೆ ಹೋಗೋ ಯೋಚ್ನೇ ಇದೆ. ಬೈ..." ಅಂದು ಮಾಲಿನಿ ಹೊರಗೆ ಹೋದರು.

ಅಮ್ಮನನ್ನು ನೋಡುತ್ತ ಬೆಳೆದವನು. ರಾತ್ರಿಯೆಲ್ಲ ಕೂತು ಓದಿ ಪರೀಕ್ಷೆಗಳನ್ನು ಪಾಸ್ ಮಾಡುವುದರ ಜೊತೆಗೆ ಆ ಪುಟ್ಟ ಪ್ರೈಮರಿ ಶಾಲೆ ಕಾಲೇಜು ಎತ್ತರಕ್ಕೆ ಬೆಳೆದಲ್ಲಿ ಆಕೆಯ ಶ್ರಮವಿತ್ತೆಂದು ಅವನಿಗೆ ಗೊತ್ತು. ಅಪಾರ ಕನಸುಗಳನ್ನು ಸಾಕಾರ ಮಾಡಿಕೊಳ್ಳಲು ಎಷ್ಟೋ ಹುಡುಗರಿಗೆ ಟ್ಯೂಷನ್ ಹೇಳಿದ್ದುಂಟು. ಮಗ ಒಂದಿಷ್ಟು ಸಮಾಜದಲ್ಲಿ ಸ್ಟೇಟಸ್ ಇರುವ ಮಕ್ಕಳೊಂದಿಗೆ ಬೆರೆಯಬೇಕು, ಗುರುತಿಸಲ್ಪಡಬೇಕೆಂದು ಪದೇ ಪದೇ ಚಿರಂತನ್‌ದತ್ತ ಹೆಸರನ್ನು ಹೇಳಿಕೊಂಡು ಬಂದದ್ದು ತಾವು ಹೆಚ್ಚು ಓದಿದ ದೊಡ್ಡ ಹುದ್ದೆಯಲ್ಲಿದ್ದ ಜನರ ಕುಟುಂಬದಲ್ಲಿದ್ದವರೆಂದು ತಿಳಿಸಲ್ಪಡುವುದು ಮಾಲಿನಿಯ ಉದ್ದೇಶವಾಗಿತ್ತು. ಅದೆಲ್ಲ ಪುಟ್ಟ ಹುಡುಗ ಪ್ರತೀಕನಿಗೆ ಅರ್ಥವಾಗದಿದ್ದರೂ ಈಚೆಗೆ ಅಷ್ಟಿಷ್ಟು ಅರ್ಥಮಾಡಿಕೊಂಡಿದ್ದರು ಚಿಂತಿಸಲು ಹೋಗಿರಲಿಲ್ಲ.

ಬಟ್ಟೆ ಬದಲಾಯಿಸಿ ಬಂದು ಕರುಣಾಕರ ಬಾಲ್ಕನಿಯಲ್ಲಿ ನಿಂತರು. ಇಂಥದೊಂದು ಫ್ಲಾಟ್ ಹೊಂದಲು ಹೆಂಡತಿ ಕಾರಣವೆಂದು ಗೊತ್ತು. ಆ ಸಾಲಕ್ಕೆ ಅವರ ಮುಕ್ಕಾಲು ಸಂಬಳ ಹೋಗುತ್ತಿತ್ತು. ಹೆಂಡತಿ ಜಾಣೆಯೆಂದು ತಿಳಿದ ಮೇಲೆ ಹಣದ ಬಗ್ಗೆ ತಲೆಕೆಡಿಸಿಕೊಳ್ಳದೇ ಅವಳ ಕೈಯಲ್ಲಿ ಹಾಕಿ ಬೇಕಾದಾಗ ಸಣ್ಣ ಪುಟ್ಟ ಖರ್ಚುಗಳಿಗೆ ಅವಳಿಂದ ಹಣ ಪಡೆಯುವುದು ಅವಮಾನವೆಂದೇನು ಭಾವಿಸಿದ ಮನುಷ್ಯನಲ್ಲ.

"ಯಾಕೋ, ಇವತ್ತು ನಿನ್ನಮ್ಮನಿಗೆ ಕಂಪನಿ ಕೊಡಲಿಲ್ಲವಾ?" ಕೇಳಿದರು ಸೋಫಾ ಬೆನ್ನಿಗೆ ಒರಗಿ ಕೊಳ್ಳುತ್ತ. "ಇಲ್ಲ, ಅವ್ರ ಸ್ಟಾಫೆಲ್ಲ ಒಟ್ಟಿಗೆ ಹೋಗ್ತಾರಂತೆ. ಭರ್ಜರಿಯಾಗಿ ಡಿನ್ನರ್ ಕೂಡ ಇರುತ್ತೆ. ಹತ್ತಾರು ಸ್ವೀಟ್ಸ್... ನಂಗ್ಯಾಕೋ ಇವತ್ತು ಅವೆಲ್ಲ ಬೇಕಿಲ್ಲವೆನಿಸಿತು. ಡ್ಯಾಡ್, ನಂದಕ್ಕಾ ತುಂಬ ಚೆನ್ನಾಗಿ ಅಡಿಗೆ ಮಾಡ್ತಾರೆ" ಮಧ್ಯಾಹ್ನದ ಹುಳಿ, ಸಾರುಗಳನ್ನು ನೆನಪಿಸಿಕೊಂಡು ಬಾಯಿ ಚಪ್ಪರಿಸಿದ. ಊಟ, ತಿಂಡಿ ವಿಷಯದಲ್ಲಿ ಮಾಲಿನಿ ಕಟ್‌ನಿಟ್–ಎಲ್ಲದರ ಬಳಕೆಯಲ್ಲಿ ಮಿತವ್ಯಯವೇ.

ತಕ್ಷಣ ನೆನಪಿಸಿಕೊಂಡು "ಏಯ್ ಪ್ರತೀಕ, ಈ ಸಲ ಅಜ್ಜಿ, ತಾತನ್ನ ನೋಡೋಕೆ ಊರಿಗೆ ಹೋಗೋಣ. ಹೋದಾಗಲೆಲ್ಲ ಅಮ್ಮ ನಿನ್ನನ್ನ ಕರ್ಕಂಡ್ ಬರೋಕೆ ಹೇಳ್ತಾಳೆ. ಪ್ರತಿ ಸಲನು ಒಂದೊಂದು ಕೊಕ್ಕೆ ಹಾಕ್ತಾಳೆ, ನಿನ್ನಮ್ಮ. ಈ ಸಲಾನಾದ್ರೂ... ಬಾರೋ. ತಪ್ಪು ನಿನ್ನದಲ್ಲ. ಅವರುಗಳಿಂದ ನಿನ್ನ ದೂರವಿಟ್ಟೆ ಬೆಳೆಸಿದೆ. ಇದೇನು ಸಣ್ಣ ಅಪರಾಧವಲ್ಲ.

ಒಂದು ಜನರೇಷನ್ ಪ್ರೀತಿನೇ ನಿಂಗೆ ಸಿಗ್ಲಿಲ್ಲ. ಬಾಲ್ಯಕ್ಕೆ ಅಜ್ಜಿ, ತಾತನ ಪ್ರೀತಿ ಅನಿವಾರ್ಯ. ನಿನ್ನಮ್ಮ ಕೂಡ ಅಮ್ಮ ಅಪ್ಪನಿಂದ ದೂರವಿದ್ಲು. ಸಂಬಂಧವೇ ಕಡಿದು ಹೋಗುವಂತೆ ಅವ್ರುಗಳು ದ್ವೇಷಿಸಿದ್ರು, ಬಿಡು. ಅದೆಲ್ಲ ಮುಗ್ದುಹೋದ ಕತೆ. ಈ ಸಲ ಊರಿಗೆ ಬಾ ಅಷ್ಟೆ" ಅಂದರು. ಮಗನನ್ನು ಕರೆದೊಯ್ಯುವ ಆಸೆ.

ಸ್ವಲ್ಪ ಹೊತ್ತು ಮೌನವಾಗಿದ್ದ ಪ್ರತೀಕ ಒತ್ತಡಕ್ಕೆ ಎನ್ನುವಂತೆ "ಆಯ್ತು ಡ್ಯಾಡ್ ಒಂದು ದಿನ ಮಾತ್ರ ಹೇಗಾದ್ರೂ ಉಳಿಯಬಹುದು. ಈಗ ಮಮ್ಮಿಗೆ ಗೊತ್ತಾದರೆ ಒಂದು ಸೈಜು ಕಲ್ಲು ಇಟ್ಕೊಂಡು ಇರ್ತಾಳೆ, ಆ ಸಮಯಕ್ಕೆ ಎತ್ತಿ ಹಾಕಿ ಬಿಡ್ತಾಳೆ. ಒಂದು ಸಣ್ಣ ಕ್ಲೂ ಕೂಡ ಸಿಗೋದು ಬೇಡ" ಇಂಥದೊಂದು ಪ್ಲಾನ್ ಮಾಡಿದರು ತಂದೆ, ಮಗ.

ಮಾಲಿನಿಗೆ ಯಾರ ಮೇಲೂ ದ್ವೇಷವಿಲ್ಲದಿದ್ದರೂ ಉಪಯೋಗಕ್ಕೆ ಬಾರದ ಸಂಬಂಧಗಳನ್ನು ಗಂಟು ಹಾಕುವುದು ಬೇಕಿರಲಿಲ್ಲ. ಅವಳ ಹೆತ್ತವರ ವಿಷಯದಲ್ಲೂ ಇದೇ ಧೋರಣೆ. ಅಪ್ಪಿ ತಪ್ಪಿ ಅತ್ತ ತಿರುಗಿ ನೋಡುವುದು ಇರಲಿ, ನೆನಪಿಸಿಕೊಳ್ಳುವ ಇಷ್ಟವು ಇರಲಿಲ್ಲ.

ಅಂತು ಪ್ರತೀಕನಿಗೆ ಮಮ್ಮಿ, ಡ್ಯಾಡಿನನ್ನು ಬಿಟ್ಟರೆ ಸಂಬಂಧಿಕರೆಂದರೆ, ದೊಡ್ಡಪ್ಪನ ಮನೆಯವರು ಮಾತ್ರ.

* * *

ಅಪ್ಪ, ಮಗಳು ಹೋಗಿ ಸಂದೀಪನ ರಿಸೀವ್ ಮಾಡಿಕೊಂಡು ಬಂದರು. ಮನೆಯಲ್ಲಿ ಒಂದು ರೀತಿಯ ಸಂಭ್ರಮ. ಹಳೆಯ ವಾಚ್‌ಮ್ಯಾನ್‌ನಿಂದ ಹಿಡಿದು ವಯಸ್ಸಾದ ಭಟ್ಟರವರೆಗೂ ಸಂತೋಷಿಸಿದರು. ಅವರೆಲ್ಲ ಸರ್ವಿಸ್‌ನಲ್ಲಿದ್ದಾಗ ಇದ್ದವರು. ರಿಕ್ವೆಸ್ಟ್ ಮಾಡಿಕೊಂಡು ಪರ್ಮನೆಂಟಾಗಿ ಉಳಿದಿದ್ದರು. ಕೆಲವೊಮ್ಮೆ ಅಗತ್ಯ ಅನಗತ್ಯಗಳಿಗಿಂತ ಒಂದು ರೀತಿಯಲ್ಲಿ ಸಂಬಂಧಿಕರಾಗಿ, ಈ ಮನೆಯ ಮತ್ತು ಇವರ ಒಡನಾಟದ ಕರ್ಮಚಾರಿಗಳಾಗಿದ್ದರು.

ಊಟ ಅಂಥದೆಲ್ಲ ಮುಗಿದ ಮೇಲೆ ಮೂವರು ಹೋಗಿ ಬಾಲ್ಕನಿಯಲ್ಲಿ ಕೂತಾಗ ಕರುಣಾಕರ ಫೋನ್ ಮಾಡಿ "ಮಗನೇ, ನಂಗೂ ಆ ಆಹ್ವಾನ ಇತ್ತು. ಅಂಥ ಅಗತ್ಯವೇನಿಲ್ಲ. ಒಂದು ಸಮಸ್ಯೆಯಲ್ಲಿ ಸಿಕ್ಕಿ ಹಾಕಿಕೊಂಡಿರೋದ್ರಿಂದ ಬರಲಿಕ್ಕಾಗಲಿಲ್ಲ. ನಾಳೆ ಸಂಜೆ ಹಾಜರಾಗಿ ಬಿಡ್ತೀನಿ. ಅಷ್ಟೇನು ಬುದ್ಧಿವಂತನಲ್ಲದ ಅಷ್ಟೇನು ವಿದ್ಯಾವಂತನಲ್ಲದ, ತೀರಾ ಸಾಮಾನ್ಯರಲ್ಲಿ ಸಾಮಾನ್ಯನಾದ ಈ ಚಿಕ್ಕಪ್ಪನೊಂದಿಗೆ ಒಂದರ್ಧ ಗಂಟೆ ಬೈಠಕ್" ಆತ್ಮೀಯ ಭಾವ ಹರಿದು ಬಂತು.

"ನಂಗೆ ಈ ತರಹ ಮಾತಾಡೋದು ಇಷ್ಟವಾಗೊಲ್ಲ. ಮುನಿಸು ತೋರಿದ ಸಂದೀಪ್. ಅಂಥ ಭಾವ ಅವನಲ್ಲಿ ಇಲ್ಲ.

"ನಂಗೆ ಅಭ್ಯಾಸವಾಗಿ ಬಿಟ್ಟಿದೆ, ಮಗನೆ. ನೀನು ಸೈರಿಸಿಕೋಬೇಕು. ಫೋನ್ ಕಟ್ ಮಾಡ್ತೀನಿ. ಅಣ್ಣನಿಗೊಂದು ಸಣ್ಣ ನಮಸ್ಕಾರ ತಿಳ್ಸು" ಫೋನ್ ಕಟ್ ಮಾಡಿದರು. "ಅಪ್ಪ, ಚಿಕ್ಕಪ್ಪ ಒಂದ್ಚೂರು ಬದಲಾಗಿಲ್ಲ" ಅಂದ ಮೆಲ್ಲಗೆ.

"ಅವನು ಬದಲಾಗದೆ ಇರೋದ್ದೆ ಮಾಲಿನಿಗೆ ದೊಡ್ಡ ಸಮಸ್ಯೆ. ಅವಳ ಬದಲಾವಣೆಯ ಪೋಸ್ ಝುಗ್ಗರಿಸಿ ಅಲ್ಲೇ ಉಳಿದ. ಅದು ಅವನಿಗೆ ಇಷ್ಟವಾಯಿತು. ಕಿರಿಕಿರಿಯೆನ್ನುವ ಜೀವನಕ್ಕಿಂತ ಸಂತೋಷ ಕೊಡುವ ಸಂತೃಪ್ತಿ ನೀಡುವ ದಿನಗಳೇ ಹಿತವೆನಿಸೋದು" ಅಂದರು ಚಿರಂತನ. ತಮ್ಮನ ಸರಳ, ಔದಾರ್ಯ ಸ್ವಭಾವ ಮೆಚ್ಚಿಕೊಂಡವರಲ್ಲಿ ಅವರು ಒಬ್ಬರು.

"ಅಪ್ಪ, ನಿಮ್ಮ ಸಲುವಾಗಿ ಮಹಮದ್ ರಫಿಯ ಕೆಲವು ಹಿಟ್ಸ್ ತಂದಿದ್ದೀನಿ. 1957ರ 'ಬೈಜು ಭಾವ್ರಾ' ಚಿತ್ರದ 'ಓ ದುನಿಯಾಕೆ ರಖವಾಲೆ' ಎಷ್ಟು ಇಷ್ಟವಾಗುತ್ತೆ ಅಂದರೆ ರಾಖಿಯ ಅಣ್ಣ.... ಅಂದರೆ ಬಹುಶಃ ಚಿಕ್ಕಪ್ಪ, ಚಿಕ್ಕಮ್ಮ ಮಕ್ಕಳು ತರಹ ಅಣ್ಣ ಯಶ್ವಂತ್ ಅದನ್ನ ತುಂಬ ಚೆನ್ನಾಗಿ ಹಾಡ್ತಾನೆ. ಅವನೇ ಸಿ.ಡಿ. ಆಯ್ಕೆ ಮಾಡಿಕೊಟ್ಟ. ರಫೀ ನಿಮ್ಮ ಫೆವರೇಟ್ ಸಿಂಗರ್ ಅಲ್ವಾ?" ಅಂದ ಮಾತುಗಳ ನಡುವೆ ಅವರು ಹೌದೆಂದು ತಲೆದೂಗಿ "ರಫೀ ಇಷ್ಟವಾಗೋಕೆ ಬೇರೆ ಸಿಂಗರ್‌ಗಳಿಗಿಂತ ಭಿನ್ನವಾಗಿ ನಿಲ್ಲೋಕೆ ಯಾವುದೇ ರೀತಿ ಬ್ರಾಂಡ್ ಆಗಿರಲಿಲ್ಲ. ರೊಮ್ಯಾಂಟಿಕ್ ಗೀತೆಗಳಿಗೆ ಕಿಶೋರ್ ಕುಮಾರ್, ಶೋಕ ಗೀತೆಗಳಿಗೆ ಮುಖೇಶ್ ಒಂದು ತರಹ ಬ್ರಾಂಡ್ ಆಗಿದ್ದರು. ಆದರೆ ರಫಿ ಪ್ರೇಮವಿರಲಿ, ಸರಸವಾಗಲೀ, ವಿರಹ ಗೀತೆ ಇರಲೀ, ದುಃಖ, ತುಂಟ ಗೀತೆಗಳಾಗಲೀ, ಅನುಭವಿಸಿ ಅತ್ಯಂತ ಭಾವ ಪೂರ್ವಕವಾಗಿ ಹಾಡುತ್ತಿದ್ದರಿಂದಲೇ ಹೆಚ್ಚು ಜನಕ್ಕೆ ಇಷ್ಟವಾದರು. ಮಹಾತ್ಮ ಗಾಂಧೀಜಿಯವರ ಹತ್ಯೆಯಾದಾಗ, 'ಸುನೋ ಸುನೋ ಏ ದುನಿಯಾವಾಲೋ, ಬಾಪು ಕಿ ಹೇ ಅಮರ್ ಕಹಾನೀಯಾ' ಎಂದು ಹಾಡಿ ಭಾರತೀಯರನ್ನು ಭಾವಪರವಶರನ್ನಾಗಿ ಮಾಡಿದ್ದರು. 60ರ ದಶಕವಂತು ಸಂಪೂರ್ಣವಾಗಿ ರಫೀ ಮಯ" ಅಂದರು ಒಂದು ರೀತಿಯ ಭಾವ ಪರವಶತೆಯಲ್ಲಿ. ಇನ್ನಷ್ಟು ಕಾರಣಗಳಿಗೆ ರಫಿ ಇಷ್ಟ.

ತಟ್ಟನೆ ನೆನಪಿಸಿಕೊಂಡಂತೆ "ಅದೇ ನೆನಪಿಗೆ ಬಂತು. ರಾಖಿಯ ಅಣ್ಣ ಯಶವಂತ್ ತನ್ನೊಬ್ಬ ಫ್ರೆಂಡ್ ಜೊತೆ ಬಂದಿದ್ದ. ತಂದ ವಿಷಯ ಇಷ್ಟವಾಗಲಿಲ್ಲ. ಮಿಕ್ಕಿದ್ದು ನಂದಿತಾನ ಕೇಳು" ಎದ್ದು ಹೋದರು. "ಇದು ಅವರ ಸ್ವಭಾವ, ಪೂರ್ಣ ಸ್ವತಂತ್ರ ಮಕ್ಕಳಿಗೆ ಇತ್ತಿದ್ದ ತಂದೆ. ಪ್ರೇಮ-ಪ್ರೀತಿ, ಅವರ ಸ್ವಂತ ಆಯ್ಕೆಯ ಬಗ್ಗೆ ಅವರದೇನು ವಿರೋಧವಿರಲಿಲ್ಲ. ಆದರೆ ಯಾವ ಕಾರಣಕ್ಕೆ ಎಂದು ಸ್ಪಷ್ಟವಾಗದಿದ್ದರೂ, ಅವಳು ಮಾತ್ರ ಇಷ್ಟವಾಗಿರಲಿಲ್ಲ.

ನಂದಿತಾ ಅದನ್ನು ವಿವರಿಸಿದಳು.

"ನಿನ್ನ ಡಿಸ್ಟರ್ಬ್ ಮಾಡೋಕೆ ಇಷ್ಟವಿಲ್ದ ಕಾರಣ ವಿಷ್ಯನ ನಮ್ಮಲ್ಲಿ ಉಳಿಸಿಕೊಳ್ಳಬೇಕಾಯ್ತು. 5ನೇ ತಾರೀಖು ಸಂಜೆ ಯಾರೋ ಭಾರತೀ ನರ್ಸಿಂಗ್ ಹೋಂನಿಂದ ಡಾ. ರಾಧಕೃಷ್ಣ ಅನ್ನೋರು ಫೋನ್ ಮಾಡಿ ನಿಮ್ಮ ಸೊಸೆ ಪುಣ್ಯ ಸಂದೀಪ್ ಅನ್ನೋರಿಗೆ ಡೆಲಿವರಿ ಆಗಿದೆ. ನೀವುಗಳು ಬಂದು ನೋಡಿಲ್ಲಲ್ಲಾಂತ ಫೀಲ್ ಮಾಡ್ತಾ ಇದ್ದಾರೆ. ಶಿ ಈಸ್ ವರೀಡ್. ನಿಮ್ಮಂಥವರು ಸಮಾಜಕ್ಕೆ ಬುದ್ಧಿ ಹೇಳೋ ಜನ ಕಿರಿಯರ ತಪ್ಪನ್ನು ಕ್ಷಮಿಸಬೇಕಾಗುತ್ತೆ ಅಂದರು. ಈ ಇನ್‌ಫರ್ಮೇಷನ್‌ಗೆ ಅಪ್ಪ ಷಾಕಾದರು. ಆಮೇಲೆ ನಾನು, ಅಪ್ಪ ಹೋದಾಗ, ಆರನೇ ನಂಬರ್ ಬೆಡ್‌ನ ಪೇಷಂಟ್ ಡಿಸ್ಚಾರ್ಜ್ ಆಗಿ ಮನೆಗೆ ಹೋಗಿದ್ರು, ನಾವು ವಿಳಾಸ ಪಡೆದು ಹುಡಕಾಡಿದ್ವಿ, ಆಮೇಲೆ ನರ್ಸಿಂಗ್

ಹೋಂನ ಡಾ. ರಾಧಾಕೃಷ್ಣನ್ ಮೊಬೈಲ್‌ಗೆ ಫೋನ್ ಮಾಡಿದ್ವಿ. ಈ ವಿಷ್ಯ ಗೊತ್ತಿಲ್ಲ ಅಂದಾಗ ಯಾರೋ ಕುಚೇಷ್ಟೆಯೆಂದುಕೊಂಡು ಮುಂದಿನ ವಿಚಾರನ ಕೈ ಬಿಟ್ವಿ. ರಾಖಿಗೂ ಇಂಥ ಕುಚೇಷ್ಟೆಯ ಫೋನ್ ಹೋಗಿರಬಹುದು. ತನಿಖೆ ಸಲುವಾಗಿ ಯಶವಂತನ ಕಳಿಸಿದ್ರು. ನಾವು ಕೂಡ ಅಪರಾಧಿಗಳು ಅನ್ನೋ ತರಹ ಮಾತಾಡಿದ್ರು. ನೀವು ಸೊಸೇನ ನೋಡೋಕೆ ನರ್ಸಿಂಗ್ ಹೋಂಗೆ ಹೋಗಿದ್ರಂತೆ" ಅಂದಾಗ ಅಪ್ಪನಿಗೆ ಕೋಪ ಬಂತು. ರಾಖಿ ನೇರವಾಗಿ ಫೋನ್‌ನಲ್ಲಿ ವಿಷಯ ತಿಳಿಯಬೇಕಿತ್ತು. ಇಲ್ಲವಾ, ನಿನ್ನ ಹತ್ರ ಮಾತಾಡಬಹುದಿತ್ತು. ಪ್ರೇಮಿಸಿಕೊಂಡವರು, ಅಂಥದರಲ್ಲಿ ನಂಬಿಕೆ ಬೇಡ್ವಾ? ಆದಷ್ಟು ಬೇಗ ಮ್ಯಾರೇಜ್ ಆಗಿ ಬಿಡೋದು ಉತ್ತಮ ಅಂತ ಅನಿಸುತ್ತೆ" ಸಂಕ್ಷಿಪ್ತವಾಗಿ ವಿಷಯನ ಅವನ ಮುಂದಿಟ್ಟಳು.

ಸಂದೀಪ್ ಮುಖದಲ್ಲಿ ಬೇಸರ ಇಣುಕಿತು. ರಾಖಿ ಆ ಬಗ್ಗೆ ಅವನೊಂದಿಗೆ ಜಗಳವಾಡುವುದರ ಜೊತೆಗೆ ಇನ್ನೇನ್ನೋ ರಹಸ್ಯವಿದೆಯೆನ್ನುವಂತೆ ಮಾತಾಡಿ ಅನುಮಾನಿಸಿದ್ದು ಖೇದವೆನಿಸಿತ್ತು.

"ಒಂದಿಷ್ಟು ಆತುರವಾಗಿ ಪ್ರೇಮಿಸಿ ನಿರ್ಧಾರ ತಗೊಂಡೇಂತ ಅನ್ನಿಸ್ತಾ ಇದೆ. ಪರಿಚಯದ ನಂತರ ಸ್ನೇಹದಿಂದ ಪ್ರೇಮದ ಹಂತ ಮೀರಿ ವಿವಾಹವಾಗಬೇಕೆಂಬ ನಿರ್ಧಾರದ ನಂತರವೇ ನಾನು ಅಪ್ಪನಿಗೆ ಹೇಳಿದ್ದು, ಅವರ ಮನೆಯಲ್ಲೂ ವಿಷ್ಯ ತಿಳಿಸಿದ್ದು. ಅವರಿಂದ ವಿರೋಧವೇನಿಲ್ಲ, 'ಗೋ ಅಹೆಡ್' ಅನ್ನುವ ತರಹ ಮಾತಾಡಿದರೇ ವಿನಹಃ ಯಾವುದೇ ಜವಾಬ್ದಾರಿಯನ್ನು ಹಾಕಿಕೊಳ್ಳಲು ಸಿದ್ಧವಾಗಿದ್ದಂತೆ ಕಾಣಲಿಲ್ಲ. ಅಪ್ಪ ವಿರೋಧ ತೋರದಿದ್ದರೂ, ಸುಮುಖರಾಗಿದ್ದಂತೆ ಕಾಣಲಿಲ್ಲ. ಆದರೂ ಹತ್ತಾರು ಸಲ ನನ್ನ ಪ್ರಶ್ನಿಸಿದ್ದರು. ಅವರ ಹೆತ್ತವರ ವಿಚಾರವೇನು? ಅವರಾಗಿ ಮುಂದಾಗದಿದ್ದರೂ ಶಾಸ್ತ್ರ, ಸಂಪ್ರದಾಯದ ತರಹ ನಾವೇ ಹೋಗಿ ಹೆಣ್ಣು ಕೇಳೋಣ. ಇಲ್ಲ ನೀನು ರಾಖೀನ ಕರ್ಕಂಡ್ ಬಂದರೂ ಓಕೆ. ನೀನು ಮಾತಾಡು ಅಂದರೇ ಅವರ ಹಿರಿಯರಲ್ಲಿ ಮಾತಾಡ್ತೀನಿ ಅಂದರು. ಯಾಕೋ, ಅವಳು ಇದನ್ನೆಲ್ಲ ಪೋಸ್ಟ್‌ಪೋನ್ ಮಾಡಿದ್ಲು. ಈಗ ಅನುಮಾನ ವ್ಯಕ್ತಪಡಿಸಿ ಕೂಗಾಡಿದ್ಲು. ಐ ಯಾಮ್ ಟೋಟಲೀ ಕನ್‌ಫ್ಯೂಸ್ಡ್" ಎಂದವನ ದನಿಯಲ್ಲಿ ಒಂದು ರೀತಿಯ ಆವೇದನೆ ಇತ್ತು.

ತಂದೆಯಂತೆ ಮಗನು ಕೂಡ ಓದಿನಲ್ಲಿ ಬುದ್ಧಿವಂತ. ತಮ್ಮ ಕಾರ್ಯ ಒತ್ತಡದಿಂದಲೂ ಎಂದೂ ಚಿರಂತನದತ್ತ ಮಕ್ಕಳನ್ನು ನಿರ್ಲಕ್ಷಿಸಿದವರೇ ಅಲ್ಲ. ಸ್ವಲ್ಪ ಸಮಯ ಸಿಕ್ಕರೂ ಅವರೊಂದಿಗೆ ಕಳೆಯುತ್ತಿದ್ದರು. ಸಂದೀಪ್‌ಗೆ ಹದಿನಾಲ್ಕು ವರ್ಷ, ನಂದಿತಾಗೆ ಹತ್ತು ವರ್ಷವಿದ್ದಾಗ ಅಮ್ಮ ಅನ್ನಿಸಿಕೊಂಡ ದೇವತೆ ತೀರಿ ಹೋಗಿದ್ದು. ನಂತರ ಸಂಸ್ಕಾರವಂತ ಚಿರಂತನ್‌ದತ್ ಅಮ್ಮನ ಸ್ಥಾನವನ್ನು ತಾವೇ ವಹಿಸಿಕೊಂಡು ಬೆಳೆಸಿದ್ದರು.

ಸ್ವಲ್ಪ ಹೊತ್ತು ಸುಮ್ಮನೆ ಕೂತ ನಂದಿತಾ "ನಂಗೇನು ಅರ್ಥವಾಗ್ತಾ ಇಲ್ಲ. ನಿನ್ನ ಆಯ್ಕೆ ಸರಿಯೆನಿಸುತ್ತೆ. ಆ ಬಗ್ಗೆ ನಂಗೆ ಡೌಟ್ ಇಲ್ಲ. ನಂಗೂ ಅತ್ತಿಗೆ ಆಗುವ ರಾಖಿಯವರನ್ನು ನೋಡುವ, ಮಾತಾಡುವ ಆಸೆ ಇದೆ. ಒಮ್ಮೆ ಫೋನ್ ಮಾಡಿದಾಗ, ಅವರು ಮಾತುಕತೆಗೆ ಉತ್ಸಾಹ ತೋರಲಿಲ್ಲ. ಆ ಬಗ್ಗೆ ನಾನೇ ಫುಲ್‌ಸ್ಟಾಪ್

ಹಾಕಿಕೊಳ್ಳಬೇಕಾಯ್ತು. ಎಲ್ಲರ ಸ್ವಭಾವ ಒಂದೇ ತೆರನಾಗಿ ಇರೊಲ್ಲ. ತುಂಬ ಬಿಜಿ ತರಹ ಕಂಡ್ರು" ಎಂದಳು. ಏನು ಗೊತ್ತಿಲ್ಲದ ರಾಖಿಯ ಬಗ್ಗೆ ಮಾತಾಡಲು ಸಮ್ಮತವಿಲ್ಲ.

ಮತ್ತಷ್ಟು ಗಂಭೀರವಾದ ಸಂದೀಪ್ – ತಂಗಿಯೊಂದಿಗೆ ಅವನದು ಬಿಚ್ಚು ಮನಸ್ಸಿನ ಮಾತುಕತೆಯೇ. ಒಂದು ಹಂತಕ್ಕೆ ಬರುವವರೆಗೂ ತಾನು ಮನಃ ಪೂರ್ವಕವಾಗಿ ಮುಚ್ಚಿಟ್ಟನೇ? ಇದರ ಹಿಂದಿನ ಕಾರಣವೇನು? ಸ್ವಲ್ಪ ಕನ್‌ಫ್ಯೂಸ್ ಆದ. "ಪ್ರೇಮ, ಪ್ರೀತಿ ಅನ್ನೋದರ ಹುಟ್ಟು ಬೆಳವಣಿಗೆಗಳೇ ಗೊತ್ತಗೊಲ್ಲ. ಚಾಟ್ ಮಾಡುತ್ತ ಪರಿಚಯ ಬೆಳೆದಿದ್ದು. ಪ್ರತಿಯೊಂದನ್ನು ನಿನಗೆ ವರದಿ ಒಪ್ಪಿಸುತ್ತಿದ್ದ, ನಾನ್ಯಾಕೆ ಈ ವಿಚಾರಾನ ತಿಳಿಸ್ಲಿಲ್ಲ? " ಮತ್ತೇ ತಾನೇ ಕೇಳಿದ.

ನಂದಿತಾ ಮುಗುಳ್ನಗುತ್ತ "ಪ್ರೀತಿ, ಪ್ರೇಮದ ವಿಷ್ಯ ತೀರಾ ಪರ್ಸನಲ್. ಅದು ಹೃದಯಕ್ಕೆ ಸಂಬಂಧಪಟ್ಟದ್ದು. ಹೇಗೂ, ನೀನು ಇಲ್ಲೇ ಇದ್ದೀ. ಒಮ್ಮೆ ರಾಖಿ ಅವಳ ತಾಯಿ–ತಂದೆಯವರೊಂದಿಗೆ ಬಂದು ಹೋಗಲಿ, ವಿಚಾರ ಪಕ್ಕಾ ಆಗಿ ನಂಗಂತೂ ಅತ್ತಿಗೇನಾ ಬೇಗ ಮನೆ ತುಂಬಿಸಿಕೊಳ್ಳುವ ಆಸೆ" ಉತ್ಸಾಹ ತೋರಿದಳು. ತಕ್ಷಣ ಮೊಬೈಲ್‌ನಲ್ಲಿ ರಾಖಿನ ಸಂಪರ್ಕಿಸಿದ. "ಹಲೋ, ಸಂದೀಪ್ ಹೌಡೂ ಯು ಡು? ಎರಡು ದಿನ ದೆಹಲಿಗೆ ಬರಬಹುದಿತ್ತು" ಇಂಥದೊಂದು ಆ ಮಾತನ್ನ ಅವನ ಮುಂದಿಡಿದಳು.

"ಅದ್ನ ಮುಕ್ತ ಮಾತಾಡೋಣ. ನಾನು ಇಲ್ಲೇ ಇದ್ದೀನಿ. ನನ್ನಪ್ಪ, ನನ್ತಂಗಿಗೆ ನಿನ್ನ ನೋಡೋ ಕುತೂಹಲ. ಒಮ್ಮೆ ನಿನ್ನ ಡ್ಯಾಡ್, ಮಮ್ಮಿ ಜೊತೆ ಇಲ್ಲಿಗೆ ಬಾ" ಹೇಳಿದ. ರಾಖಿ ಬೇಗ ಬಂದು ವಿವಾಹದ ದಿನ ನಿಶ್ಚಯಿಸಿವುದಕ್ಕೆ ಮುನ್ನ ತಂಗಿ, ತಂದೆ ನೋಡಲಿ ಎನ್ನುವ ಅಭಿಪ್ರಾಯ ಅವನದು "ಐ ಯಾಮ್ ವೆರಿ ಬಿಜಿ. ಡ್ಯಾಡಿ, ಮಮ್ಮಿಗೆ ಇದೆಲ್ಲ ಇಷ್ಟವಾಗೊಲ್ಲ. ಅಂಥದರಲ್ಲಿ ಹೇಗೆ ಬರೋದು? ಒಂಧ್ಕೆಲ್ಸ, ಇಫ್ ಯು ಆರ್ ಇಂಟರೆಸ್ಟ್‌ಡ್, ಬಂದು ಮಾತಾಡು. ನಿನ್ನ ಜೊತೆ ಡಿನ್ನರ್‌ಗೆ ಫಿಕ್ಸ್ ಮಾಡ್ತೀನಿ" ಎಂದು ಹೇಳಿದ ಕೂಡಲೇ ಅವನ ಮುಖ ಸೀರಿಯಸ್ಸಾಯಿತು. "ನಾನು ಹೇಳಿದ್ದೀನಿ. ನಮ್ದು ಟ್ರೆಡಿಷನಲ್ ಫ್ಯಾಮಿಲಿ. ನಂದೂ ಒಂದು ತರಹ ಟ್ರೇಡಿಷನಲ್ ಮೈಂಡ್, ನೀನು ಇಲ್ಲಿಗೆ ಬರೋದು ಮುಖ್ಯ" ಫೋನ್ ಕಟ್ ಮಾಡಿದ.

ನಂತರ ಹತ್ತು ನಿಮಿಷಕ್ಕೆ "ನಿಂಗೆ ಕೋಪ ಬಂತಾ? ನನ್ನ ಡ್ಯಾಡಿ, ಮಮ್ಮಿ ಬಗ್ಗೆ ಏನು ಹೇಳೋಕ್ಕಾಗೊಲ್ಲ. ನಾನು, ಯಶವಂತ್ ನಾಳೆ ಫ್ಲೈಟ್‌ಗೆ ಬರ್ತೀವಿ" ಕಟ್ ಮಾಡಿದಳು. ಸಂದೀಪ್‌ಗೆ ಸ್ವಲ್ಪ ಕಸಿವಿಸಿಯೆ. ತಾವು ಒಬ್ಬರಿಗೊಬ್ಬರು ಅರ್ಥವಾಗಿದ್ದೀವಾ? ಮಗಳ ಭವಿಷ್ಯ ಅಷ್ಟೊಂದು ನೆಗ್ಲೆಕ್ಟ್ ಮಾಡುವ ಅವಳ ಪೇರೆಂಟ್ಸ್ ಹೇಗೆ ಬೆಳೆಸಿರಬೇಕು? ನಾಳೆ ನಮ್ಮ ಬದುಕು ಹೊಂದಿಕೆಯಾಗಬಲ್ಲದೇ? ಮನ ಸೂಕ್ಷ್ಮವಾಗಿ ಅನುಮಾನಿಸತೊಡಗಿತು.

"ಅಣ್ಣ, ಯಾಕೆ ಒಂದು ತರಹ ಇದ್ದೀ?" ಕೇಳಿದಳು ಸ್ವಲ್ಪ ಆತಂಕದಿಂದಲೇ "ಚಾಟಿಂಗ್ ಬರೀ ಸ್ನೇಹಕ್ಕಾಗಿದ್ದರೇ ಚೆನ್ನಿತ್ತು. ಆಗ ಜಗತ್ತಿನಲ್ಲಿ ನಮ್ಮಿಬ್ಬರೇ ಇದ್ದಂಥ ಅನುಭವ. ಈಗ ನೀನು, ಅಪ್ಪ, ಅಂಕಲ್ ಎಲ್ಲಾ ಇದ್ದೀರಿ, ಅವ್ರ ಪೇರೆಂಟ್ಸ್ ಇದ್ದಾರೆ.

ಪರಂಪರೆ, ಸಮಾಜ ಎಲ್ಲವು ಇದೆ. ಇದೆಲ್ಲದರ ನಡ್ವೆ ನಾವು! ಇದೊಂದು ಸರಳ ಸತ್ಯ. ಇದು ವ್ಯಕ್ತಿ ಬದುಕಿನಲ್ಲಿ ಕಣ್ಣಾ ಮುಚ್ಚಾಲೆಯಾಡುವುದರಿಂದ ಅನೇಕ ಸಮಸ್ಯೆಗಳು ಹುಟ್ಟಿಕೊಳ್ಳುತ್ತೆ. ಹರಯದಲ್ಲಿ ಒಂದಿಷ್ಟು ಎಚ್ಚರ ತಪ್ಪಿದರೂ ಜೀವನದ ಕೊನೆಯ ದಿನಗಳವರೆಗೂ ನರಳಾಟವೇ" ಅರ್ಥಪೂರ್ಣವಾಗಿ ವಿಶ್ಲೇಷಿಸಿದ.

ಸದ್ಯಕ್ಕೆ ಆ ವಿಷಯ ಎಳೆದಾಡುವುದು ಅವಳಿಗೆ ಬೇಡವೆನಿಸಿತು.

"ಅಣ್ಣ, ನಾನು ಅಪ್ಪ ಅಂಕಣಕೊಪ್ಪಗೆ ಹೋಗೋಣಾಂತ. ಬಹುಶಃ ಅಂಥ ಪರಿಸರದಲ್ಲಿ ಹೆತ್ತವರು ಇಲ್ಲದಿದ್ದರೂ ಅಜ್ಜಿ, ತಾತನ ಮಡಿಲಲ್ಲಿ ಮಮತೆಯನ್ನು ಸಂಪೂರ್ಣವಾಗಿ ಸವಿದಿರುತ್ತಾರೆ. ಆ ಬಗ್ಗೆ ಅದೇ ಜಾಗದಲ್ಲಿ ಅವ್ರ ನೆನಪುಗಳ ನಡುವೆ ನಲಿದಾಡುವುದು ಥ್ರಿಲಿಂಗ್ ಎನಿಸುತ್ತೆ. ಈಗಾಗಲೇ ಒಂದು ಯೋಜನೆ ರೆಡಿಯಾಗಿದೆ. ಅದು ಕಾರ್ಯರೂಪಕ್ಕೆ ಬರಲು ಪ್ರಾಥಮಿಕ ಸಿದ್ಧತೆಗಳು ಅನಿವಾರ್ಯ. ಬರೆಯೋ 'ಚಿರಂತನ'ದಲ್ಲಿ ನಾನು, ನೀನು ಎಲ್ಲ ದಾಖಲಾಗಿ ಬಿಡುವುದು ಅದೃಷ್ಟ. ಅದಕ್ಕೆ ನಿನ್ನ ಹೆಲ್ಪ್ ಬೇಕು" ಇಬ್ಬರು ಕೂತು ಆ ಬಗ್ಗೆ ಮಾತಾಡಿದರು. ಈಗಾಗಲೇ ಪ್ರಕಟವಾಗಿರುವ ಕೆಲವು ಮಹನೀಯರ ಆತ್ಮಚರಿತ್ರೆಗಳು ಸಂಗ್ರಹಿಸಿ ಓದಿರುವ ಬಗ್ಗೆ ನಂದಿತಾ ವಿಚಾರ ವಿನಿಮಯ ಮಾಡಿಕೊಂಡಳು.

ಆಮೇಲೆ ತೀರಾ ಮೃದುವಾಗಿ "ಡಿಗ್ರಿ ಮುಗಿಯಿತು. ಮುಂದಿನ ಕೆರಿಯರ್ ಬಗ್ಗೆ" ವಿಚಾರಿಸಿದ ಕೂಡಲೇ ನೋಟ ಮೇಲಕ್ಕೆತ್ತಿ "ಆ ಶ್ರೀಹರಿಗೆ ಗೊತ್ತು. ಅಮ್ಮನ ತರಹನೇ ಶ್ರೀಹರಿಯನ್ನು ತುಳಸಿಯಿಂದಲೆ ಪೂಜಿಸಿದ್ದೀನಿ. ಅಮ್ಮ ಹಾಡ್ತಾ ಇದ್ದ ಎಲ್ಲ ಸಾಧನವಿದ್ದು ತುಳಸಿ ಇಲ್ಲದ ಪೂಜೆ। ಒಲ್ಲನೋ ಶ್ರೀ ಹರಿ ಕೊಳ್ಳನೋ। ಸಿಂಧು ಶತಕೋಟಿ ಗಂಧೋದಕವಿದ್ದು। ಗಂಧ ಸುಪರಿಮಳ ವಸ್ತ್ರವಿದ್ದು ಚಂದುಳ್ಳ ಆಭರಣ ಧೂಪ ದೀಪಗಳಿದ್ದು । ಬೃಂದಾವನ ಶ್ರೀ ತುಳಿಸಿ ಇಲ್ಲದ ಪೂಜೆ..." ನಿಲ್ಲಿಸಿ ಕಣ್ಣೀರು ತೊಡೆದುಕೊಂಡಳು. ಜಾನಕಿ ಯಾರ ನೆನಪಿನಿಂದಲೂ ಮಸುಕಾಗಿರಲಿಲ್ಲ.

ಸಂದೀಪ್‌ನ ಮನಸ್ಸು ಭಾರವಾಯಿತು. ಇಲ್ಲಿ ವಿಷಯಾಂತರವಾಗಿಹೋಗಿತ್ತು.

"ಅಮ್ಮನ ನೆನಪೇ ಹಾಯೆನಿಸುತ್ತೆ. ಆಕೆ ತಾನು ಚಿರಂತನ್‌ದತ್ ಅನ್ನೋ ಒಬ್ಬ ಐ.ಎ.ಎಸ್ ಆಫೀಸರ್ ವ್ಯಕ್ತಿಯ ಪತ್ನಿಯೆಂದು ಭಾವಿಸಿದಳೇ ವಿನಾ ತಾನು ಒಬ್ಬ ಐ.ಎ.ಎಸ್ ಆಫೀಸರ್ ಹೆಂಡ್ತಿಯೆನ್ನುವ ಡೌಲು ಬಜಾಯಿಸಲಿಲ್ಲ. ಅದೆಂಥ ಸರಳತೆ, ತೀರಾ ಅಂಕಣಕೊಪ್ಪದ ಕಾಶೀನಾಥ ಶಾಸ್ತ್ರಿಗಳ ಮಗಳು. ನಂಗೂ ಅಲ್ಲಿಗೆ ಬರಬೇಕೆನಿಸಿದೆ. ಅಪ್ಪನಲ್ಲಿ ಅಮ್ಮನ ಬಗ್ಗೆ ಕೇಳಬೇಕೆನಿಸುತ್ತೆ. ಅದೆಲ್ಲ ನಿನಗೆ ಒದಗಿಬಂದಿದೆ"ಎಂದ ಭಾವುಕನಾಗಿ.

ಅಣ್ಣನ ಕ್ರಾಪ್‌ನೊಳಗೆ ಬೆರಳಾಡಿಸುತ್ತ ಅತ್ಯಂತ ನವಿರಾದ ದನಿಯಲ್ಲಿ 'ಅತ್ಯಂತ ಪ್ರಿಯಳಾದ ತುಳಸಿ... ಷುರು ಮಾಡಿದಳು. ಅಮ್ಮನ ನೆನಪಿನಿಂದ ಅವಳ ಗಂಟಲು ಗದ್ಗದವಾಯಿತು. ಕಣ್ಣಂಚಿನ ನೀರು ಕೆನ್ನೆಯ ಮೇಲೆ ಇಣಕಿ ನಿಧಾನವಾಗಿ ಹರಿದು ಸಂದೀಪನ ಕೆನ್ನೆ ಮೇಲೆ ತೊಟ್ಟಿಕ್ಕಿ ಎಚ್ಚರಿಸಿತು. ಮೇಲೆದ್ದು ಅವಳ ಕಣ್ಣೀರು ತೊಡೆದು "ಸಾರಿ ನಂದೂ, ಅಮ್ಮನ ವಿಷಯ ಬಂದರೇ ತೀರಾ ಎಮೋಷನಲ್ ಆಗಿ ಬಿಡ್ತೀನಿ. ಇನ್ನ ಅವರ ಸಾವನ್ನು ಅರಗಿಸಿಕೊಳ್ಳೋದು ನಮ್ಮಿಂದ ಆಗ್ತಾ ಇಲ್ಲ" ತಂಗಿಯನ್ನು

ಎದೆಗೊರಗಿಸಿಕೊಂಡು ಸಂತೈಸಿದ.

ಆಮೇಲೆ ಬೇರೆ ಬೇರೆ ಮಾತುಗಳನ್ನಾಡಿದರು. "ದೆಹಲಿಯಲ್ಲಿ ಬುಕ್ ಫೇರ್‌ಗೆ ಹೋದಾಗ ಅಪ್ಪನ ಸಲುವಾಗಿ ಒಂದು ಪುಸ್ತಕ ತಂದೆ. ಹರಿವಂಶರಾಯ್ ಬಚ್ಚನ್ ಅವರ ಆತ್ಮಚರಿತ್ರೆ. 'ಕ್ಯಾ ಭೂಲೂಂ, ಕ್ಯಾ ಯಾದ್ ಕರೂಂ' (ಏನನ್ನು ಮರೆಯಲೀ, ಯಾವುದನ್ನು ನೆನಪಿಡಲಿ) ನಾನು ಪೂರ್ತಿ ಓದಲಿಲ್ಲ. ಅಲ್ಲಲ್ಲಿ ತಿರುವಿ ಹಾಕಿದೆ. ಹೇಗೂ ಅಪ್ಪನ ಜೀವನಚರಿತ್ರೆ ನೀನು ಬರೆಯೋಕೆ ಹೊರಟಿದ್ದೀಯ. ಒಮ್ಮೆ ಓದು, ಅಪ್ಪ, ಹಿಂದಿ ಸಾಹಿತ್ಯದ ಎಷ್ಟೋ ಪುಸ್ತಕಗಳನ್ನು ಓದಿದ್ದಾರೆ" ತಂಗಿಯ ಕೈಯಲ್ಲಿಟ್ಟ. ತಂದೆಯ ಬಗ್ಗೆ ಬರೆಯಲು ಹೊರಟವಳಿಗೆ ನೆರವು ನೀಡಲು ಸಿದ್ಧವಿದ್ದ.

ಕೂತು ಆ ಬಗ್ಗೆ ಮಾತಾಡಿದರು. ಚರ್ಚಿಸಿದರು. ವೇಳೆ ಸರಿದಿದ್ದೆ ಗೊತ್ತಾಗಲಿಲ್ಲ.

* * *

ಮಧ್ಯಾಹ್ನವೇ ಹೆಂಡತಿಗೆ ಫೋನ್ ಮಾಡಿದ ಕರುಣಾಕರ "ಸ್ವಲ್ಪ ಬೇಗ ಮನೆಗೆ ಬಾ. ಅಣ್ಣನ ಮನೆಗೆ ಹೋಗೋದಿದೆ. ಒಂದು ರೀತಿಯಲ್ಲಿ ಹುಡುಗಿಯನ್ನು ನೋಡುವ ಸಲುವಾಗಿ ಅಂತಿಟ್ಕೋ, ಸಂದೀಪ್ ನಿಶ್ಚಯಿಸಿಕೊಂಡ ಹೆಣ್ಣು ಬರೋಳು ಇದ್ದಾಳೆ. ಅಣ್ಣ ಫೋನ್ ಮಾಡಿ ವಿಷಯ ತಿಳಿಸಿ ಬರೋದಕ್ಕೆ ಹೇಳಿದ್ದಾರೆ" ವಿಷಯ ಮುಟ್ಟಿಸಿದವರು ಅರ್ಧ ದಿನ ರಜೆ ಹಾಕಿ ಆಸ್ಪತ್ರೆಯಲ್ಲಿ ಆಡ್ಮಿಟ್ ಆದ ತನ್ನ ಸ್ನೇಹಿತನ ಹೆಂಡತಿಯನ್ನು ನೋಡಿಕೊಂಡು ಮನೆಗೆ ಬಂದಾಗ ಆರು ಗಂಟೆ. ಡೂಪ್ಲೀಕೇಟ್ ಕೀ ಇದ್ದುದ್ದರಿಂದ ಪ್ರಾಬ್ಲಮ್ ಇರಲಿಲ್ಲ. ಹೆಣ್ಣು ದುಡಿಯಲು ಹೊರಗೆ ಹೋಗುವವರ ಎಲ್ಲರ ಮನೆಯ ಹಣೆಬರಹವು ಇಷ್ಟೆ. ಮಗನ ಬಳಿ ಒಂದು ಡೂಪ್ಲಿಕೆಟ್ ಕೀ ಇತ್ತು. ಅವನು ಕಳೆದಿದ್ದು ಎಷ್ಟು ಬಾರಿಯೋ? ನೆರೆ ಫ್ಲಾಟ್‌ನವರ ಬಳಿ ಪರ್ಮನೆಂಟಾಗಿ ಒಂದು ಡೂಪ್ಲೀಕೇಟ್ ಕೀ ಇದ್ದೇ ಇತ್ತು. ಕೆಲವೊಮ್ಮೆ ಹೆಚ್ಚು ಕಡಿಮೆಯಾದಾಗ ಅದು ನೆರವಿಗೆ ಬರುತ್ತಿತ್ತು.

ತಮ್ಮ ಬಳಿಯಿದ್ದ ಡೂಪ್ಲೀಕೇಟ್ ಕೀ ಯಿಂದ ಬಾಗಿಲು ತೆರೆದು ಒಳಕ್ಕೆ ಹೋದವರು ಅಲ್ಲಿ ಇಲ್ಲಿ ಹರಡಿಕೊಂಡು ತೀರಾ ಅಸ್ತವ್ಯಸ್ತವಾಗಿರುವ ವಸ್ತುಗಳನ್ನು ಅಲ್ಲಲ್ಲಿಗೆ ಸೇರಿಸಿ ಹೆಂಡತಿ ಮೊಬೈಲ್‌ಗೆ ಫೋನ್ ಮಾಡಿದರು. ಅವರು ರಿಸೀವ್ ಮಾಡಿಕೊಳ್ಳದಿದ್ದಾಗ ಮಗನಿಗೆ ಮಾಡಿದರು.

"ಡ್ಯಾಡ್, ನಾನು ಕೆಳಗಡೆ ಇದ್ದೀನಿ. ಬೈಕ್‌ನ ಸರ್ಯಾಗಿ ಪಾರ್ಕ್ ಮಾಡಿ ಬಂದು ಬಿಡ್ತೀನಿ. ಹೇಗೂ ಮಮ್ಮಿ ಕಾರು ಇದೆಯಲ್ಲ. ಮೇಲ್ಬಂದು ಬೇಗ ರೆಡಿಯಾಗಿ ಬಿಡ್ತೀನಿ" ಇಂಥದೊಂದು ಉತ್ತರ ಕೊಟ್ಟಾಗ " ಅದು ಸರಿ, ಎಲ್ಲಿ ನಿನ್ನಮ್ಮ? ನಂಗೂ ಅವಳ ಮೊಬೈಲ್‌ಗೆ ಫೋನ್ ಮಾಡಿ ಸಾಕಾಯ್ತು" ಸ್ವಲ್ಪ ಬೇಸರವಿತ್ತು ಅವರ ಸ್ವರದಲ್ಲಿ.

"ಈಗ ಮಮ್ಮಿ ನಂಗೆ ಫೋನ್ ಮಾಡಿದ್ಲು. ಬ್ಯೂಟಿ ಪಾರ್ಲರ್‌ಗೆ ಹೋಗಿದ್ದಾಳೆ, ಫೇಶಿಯಲ್ ಮಾಡ್ಸಿಕೊಳ್ಳಲು. ನಾವಿಬ್ರೂ ರೆಡಿಯಾಗೋ ವೇಳೆಗೆ ಬಂದು ಬಿಡ್ತಾಳೆ" ಅಂದು ಮೊಬೈಲ್ ಕಟ್ ಮಾಡಿದ.

ಈತ್ತೀಚಿನ ಸಿನಿಮಾದ ಒಂದು ಸಾಂಗ್ ಗುನುಗುತ್ತಲೇ ಬಂದವ "ಡ್ಯಾಡ್, ನಂಗೂ ಸಂದೀಪಣ್ಣ ಆಯ್ಕೆಯ ಬಗ್ಗೆ ಕ್ಯೂರಿಯಾಸಿಟಿ ಇದೆ. ಅತ್ತಿಗೆ ಅನ್ನೋ ಪದಾನ ಆಗಾಗ ಬಳಕೆ ಮಾಡಬಹುದು" ಅಂದ ಬ್ಯಾಗನ್ನು ಸೋಫಾ ಮೇಲೆಸೆದು, ಷೂ ಬಿಚ್ಚಿ ಬಾತ್ ರೂಂಗೆ ಹೋದ. ಅವನು ಫ್ರೆಶ್ ಆಪ್ ಆಗಿ ಬರಲು ಹದಿನೈದು ನಿಮಿಷಗಳೇ ಬೇಕಾಯಿತು. ಆ ವೇಳೆಗೆ ಶ್ರೀಮತಿಯವರು ಕೂಡ ಫುಲ್ ಮೇಕಪ್‌ನೊಂದಿಗೆ ದಯಮಾಡಿಸಿದರು. ಕೂದಲಿಗೆ ಹೊಸ ಶೇಪ್ ಬಂದಿತ್ತು. ಒಂದು ತರಹ ಬುಟ್ಟಿ ಕೂಡಿಸಿದಂತಿತ್ತು.

"ನೀವು ರೆಡಿನಾ? ನಂದು ಡ್ರೆಸ್ ಛೇಂಜ್ ಮಾಡಿಬಿಟ್ಟರೇ ಮುಗ್ದು ಹೋಯ್ತು" ರೂಮಿನತ್ತ ನಡೆದರು. ಒಳ್ಳೆ ಬಣ್ಣ, ಮೈಕಟ್ಟು ಇದ್ದ ಮಾಲಿನಿ ಚೆಲುವೆಯೇ. ಈ ವಿಪರೀತಗಳನ್ನು ಮಾತ್ರ ಒಯ್ದು ಫ್ಯಾಷನ್ ಪೆರೇಡ್‌ನಲ್ಲಿ ನಿಲ್ಲಿಸಿದಂತಿತ್ತು. ಕೋಣೆಯೊಳಕ್ಕೆ ಇಣಕಿದ ಕರುಣಾಕರ "ಮಾಲಿನಿ, ಹೋಗ್ತಾ ಇರೋದು ಚಿರಂತನ ದತ್ ಅಣ್ಣನ ಮನೆಗೆ. ಜೊತೆಗೆ ಹುಡ್ಗಿಯನ್ನು ನೋಡುವ ಕಾರ್ಯಕ್ರಮ. ನೀನೇ ತುಂಬ ಬ್ಯೂಟಿಯಾಗಿ ಕಂಡರೆ, ಅವಳಿಗೆ ಇರುಸು ಮುರುಸು ಆಗುವ ಅಪಾಯವಿದೆ. ಯಾವುದಾದ್ರೂ ರೇಶಿಮೆ ಸೀರೆಯುಟ್ಟರೇ ಚೆಂದ" ಇಂಥದ್ದೊಂದು ಸಲಹೆ ಕೊಟ್ಟು ಬಂದು ಕೂತರು. ವ್ಯಾಯಾಮದ ಜೊತೆ ಶಟಲ್ ಕಾಕ್, ಬ್ಯಾಡ್ಮಿಟನ್ ಆಡುತ್ತಿದ್ದ ಅವಳು ಫಿಗರ್ ಉಳಿಸಿಕೊಳ್ಳುವ ನಿರಂತರ ಪ್ರಯತ್ನ ಮಾಡುತ್ತಾಳೆಂದು ಗೊತ್ತು. ಆ ಬಗ್ಗೆ ಅಭಿಮಾನವೇ. ಆದರೆ ಸೌಂದರ್ಯದ ಕಡೆಗಿನ ಅತಿರೇಕ ಮಾತ್ರ ಇಷ್ಟವಿಲ್ಲ.

ಅತ್ಯಂತ ನಾಜೂಕಾಗಿ ಸಣ್ಣ ಬಾರ್ಡರ್‌ನ ನೀಲಿ ಕಲರ್‌ನ ರೇಶಿಮೆ ಸೀರೆಯುಟ್ಟು ಬಂದಾಗ ಕಣ್ಣರಳಿಸಿದರು. "ಮಾಲಿನಿ, ನಿಂಗೆ ಕಾಲೇಜಿಗೆ ಹೋಗೋ ಮಗ ಇದ್ದಾನೆ. ಫಿಗರ್‌ನ ಕಾಪಾಡಿಕೊಳ್ಳುವುದು ತಪ್ಪಂತ ನಾನು ಹೇಳ್ತಾ ಇಲ್ಲ. ಡ್ರೆಸ್ ಮಾಡಿಕೊಳ್ಳುವಾಗ ಬೆರೆಯುವ ಜನ, ಸಂದರ್ಭವನ್ನು ಕೂಡ ಗಣನೆಗೆ ತಂದು ಕೊಳ್ಳಬೇಕಾಗುತ್ತೆ. ಒಂದಿಷ್ಟು ಮೈಮಾಟದ ನಾಜೂಕನ್ನು ಕಮ್ಮಿ ಮಾಡಿಕೊಂಡು ಸೀರೆಯುಟ್ಟು ಬಾ. ನೀನು ಭಾವಿ ಸೊಸೆಯನ್ನು ನೋಡೋಕೆ ಹೊರಟಿರೋದು. ಪ್ಲೀಸ್, ಸ್ವಲ್ಪ ಅರ್ಥ ಮಾಡ್ಕೋ. ಅಲ್ಲಿ ಚಿರಂತನ ಇರ್ತಾನೆ. ನಿಂಗೆ ಭಾವ, ನಿನ್ನ ಗಂಡನಿಗೆ ಅಣ್ಣ" ಸ್ವಲ್ಪ ಸಿಡುಕಿದರು. ಆಮೇಲೆ ರೂಮಿನಿಂದ ಹೊರ ಬರಲು ಹತ್ತು ನಿಮಿಷವೇ ಆಯಿತು. ಆಮೇಲೆ ಕರುಣಾಕರ ಹೆಂಡತಿಯುಟ್ಟ ಸೀರೆಯತ್ತ ಗಮನವರಿಸಲಿಲ್ಲ.

ರೂಮಿನಿಂದ ಪರಫ್ಯೂಮ್ ಸಿಂಪಡಿಸಿಕೊಂಡು ಹೊರಬಂದ ಪ್ರತೀಕ "ಬ್ಯೂಟಿಫುಲ್, ಫೆಂಟಾಸ್ಟಿಕ್ ಮಮ್ಮಿ! ಈಗಿನ ಕಾಲೇಜು ಹುಡುಗಿಯರು ಕೂಡ ನಿನ್ನ ನೋಡಿದರೇ ನಾಚ್ಕೋಬೇಕು. ರಿಯಲೀ, ಯು ಲುಕ್ ಸೋ ಯಂಗ್" ಅಮ್ಮನನ್ನು ಹೊಗಳಿ ಅಟ್ಟಕೇರಿಸಿದ.

ಆ ಜಂಬ ಮನದಲ್ಲಿ ತುಂಬಿಕೊಂಡು ಗಂಡನತ್ತ ನೋಟ ಹರಿಸಿದ ಮಾಲಿನಿ "ಕರುಣಾ, ನೀವು ಈ ಅವತಾರದಲ್ಲಿ" ಅಂದ ಕೂಡಲೇ ಸಿಡಿದು "ಷಟಪ್, ಹೆಸರಿಡಿದು ಕೂಗೋದು ನಂಗಿಷ್ಟವಾಗೋಲ್ಲಾಂತ ಗೊತ್ತಿಲ್ವಾ? ನಾನು ಗಂಡ, ನೀನು ಹೆಂಡ್ತಿ. ಆ ಸಂಬಂಧಕ್ಕೆ ಅರ್ಥವಿದೆ, ಅನುರಾಗವಿದೆ, ಗೌರವವಿದೆ. ಯಾರೋ ಮೂರನೆಯವರು ಕರೆದಂತೆ ಕರುಣಾ ಎಂದು ಕರೆದರೆ ಸುತರಾಂ ನಂಗಿಷ್ಟವಾಗೋಲ್ಲ" ಗುಡುಗಿ ಹೊರಗೆ

ಹೋದರು. ಆ ಸಂಬೋಧನೆ ಸುತರಾಂ ಇಷ್ಟವಾಗದು.

"ಮಮ್ಮಿ, ಡ್ಯಾಡ್‌ಗೆ ಹೆಸರಿಡಿದು ಕೂಗಿಸಿಕೊಳ್ಳೋದು ಇಷ್ಟವಾಗದಿದ್ದರೆ, ನೀನ್ಯಾಕೆ ಅಂಥ ರಿಸ್ಕ್ ತಗೋತೀಯ?" ಸಮಾಧಾನಿಸಿ ಕರೆತಂದ ಪ್ರತೀಕ.

ಪಾರ್ಕ್ ಮಾಡಿದ್ದ ಕಾರನ್ನು ಹಿಂದಕ್ಕೆ ತಗೊಂಡಳು. ಲೋನ್ ಮೇಲೆ ಕೊಂಡ ಕಾರು. ಆ ಬಗ್ಗೆ ಕರುಣಾಕರ ಚಕಾರವೆತ್ತಲಿಲ್ಲ. ಹಾಗೆಂದು ಅದನ್ನು ಸ್ವಂತಕ್ಕೆ ಬಳಸಿಕೊಳ್ಳಲು ಹೋಗುತ್ತಿರಲಿಲ್ಲ.

ಮಾಲಿನಿ ಬಂದ ಹುಡುಗಿ, ಅವರ ಮನೆಯವರ ಬಗ್ಗೆ ಯೋಚಿಸುತ್ತಿದ್ದಳು. ಯಾರ ಕಣ್ಣಲ್ಲಿ ತಾವು ಸಣ್ಣಗಾಗುವುದು ಇಷ್ಟವಿಲ್ಲ.

"ಒಂದ್ಮಾತು, ಯಾರ ಮುಂದಾದ್ರೂ ಆಟೋಗ್ರಾಫ್ ತಿರುವಿ ಹಾಕೋದು ನಂಗಿಷ್ಟವಿಲ್ಲ. ಸಂದೀಪ ಮೆಚ್ಚಿಕೊಂಡ ಹುಡ್ಗೀ ಅಂದರೆ ಅವರು ತುಂಬ ದೊಡ್ಡ ಜನಾನೇ ಇರ್ಬೇಕು" ಡ್ರೈವ್ ಮಾಡುತ್ತಾ ಶುರು ಹಚ್ಚಿದ್ದು.

"ಅಂತು ನೀನು ಮಂತ್ಲೀ ಬೇಸಿಸ್ ಮೇಲೆ ನರ್ಸರಿಗೆ ಮೇಡಂ ಆಗಿದ್ದು ಯಾರ್ಗೂ ಗೊತ್ತಾಗಬಾರ್ದು. ನಿನ್ನ ಜೈನ್ ಕಾಲೇಜು ಪ್ರಿನ್ಸಿಪಾಲ್ ಅಂತಲೇ ಪರಿಚಯ ಮಾಡಿಸೋಣ ಬಿಡು. ಆದರೆ ನಾನು ಅಲ್ಲೇ ಇದ್ದೀನಿ, ಪರಿಚಯ ಮಾಡಿಕೋ ಬೇಕಾಗುತ್ತೆ. ನಿನ್ನ ತಕರಾರೇನು ಇಲ್ವಲ್ಲ!" ಛೇಡಿಸಿ ಸುಮ್ಮನೆ ಕೂತರು, ದೊಡ್ಡಸ್ತಿಕೆಯ ಬಿಗುಮಾನ ಅವರದಲ್ಲ.

ಬೇರೆ ಯಾರಿಗೂ ಆಹ್ವಾನವಿಲ್ಲದಿದ್ದರಿಂದ ಮನೆ ಆಸ್ ಇಟ್ ಈಸ್ ಹಾಗೆಯೇ ಇತ್ತು. ಕಿಚನ್‌ನಿಂದ ಹೊರ ಬರುತ್ತಿದ್ದ ನಂದಿತಾ "ಬನ್ನಿ, ಚಿಕ್ಕಪ್ಪ... ಬನ್ನಿ ಚಿಕ್ಕಮ್ಮ" ಎಂದು ಆತ್ಮೀಯವಾಗಿ ಬರಮಾಡಿಕೊಂಡು "ಅಣ್ಣನಿಗೆ ನಿಮ್ಮಗಳದೇ ಜಪ. ಮೇಲಿನ ಕೋಣೆಯಲ್ಲಿದ್ದಾನೆ. ಜ್ಯೂಸ್ ತರಲಾ, ಕಾಫಿ ತರಲಾ?" ಕೇಳಿದಳು. ರಾಖಿ ಇಷ್ಟವಾಗಿರಲಿಲ್ಲ ಆದರೂ ಅಸಂತುಷ್ಟಿ ವ್ಯಕ್ತಪಡಿಸಲಾರಳು.

"ಅಣ್ಣ... ಎಲ್ಲಿ?" ಕೇಳಿದರೂ ಕೈಯಲ್ಲಿನ ವಾಚ್ ಕಡೆ ನೋಡುತ್ತ.

"ಒಂದು ಮೀಟಿಂಗ್ ಅಟೆಂಡ್ ಮಾಡೋಕೆ ಹೋಗಿದ್ದಾರೆ. ಡಿನ್ನರ್ ವೇಳೆಗೆ ಬಂದು ಬಿಡ್ತಾರೆ" ಅನ್ನುವ ವೇಳೆಗೆ ಮೆಟ್ಟಿಲು ಇಳಿದು ಬರುತ್ತಿದ್ದ ಸಂದೀಪ್ "ಹಾ... ಚಿಕ್ಕಪ್ಪ..." ಎಂದು ಅವರ ಕಾಲುಗಳಿಗೆರಗಿದಾಗ ಬಿಗಿಯಾಗಿ ತಬ್ಬಿಕೊಂಡ ಕರುಣಾಕರ್ ಕಣ್ಣಲ್ಲಿ ನೀರಿತ್ತು. ಇಂದಿಗೂ ಅದೇ ಪ್ರೀತಿ. ಎಂದೂ ತನ್ನ ವಿದ್ಯಾಭ್ಯಾಸದ ಬಗ್ಗೆಯಾಗಲೀ ಕೆಲಸದ ಬಗ್ಗೆಯಾಗಲೀ ತಾತ್ಸಾರ ತೋರಿದವನೇ ಅಲ್ಲ.

ಅವನ ಹಿಂದೆ ಬಂದು ನಿಂತ ರಾಖಿ, ಯಶವಂತ್ ಕಣ್ಣರಳಿಸಿದರು. ತೀರಾ ಸಾಧಾರಣವಾಗಿ ಕಾಣುವ ವ್ಯಕ್ತಿಯ ಬಗ್ಗೆ ಇಷ್ಟೊಂದು ಅಕ್ಕರೆ!

"ಸ್ವಂತ ಅಂಕಲ್?" ಯಶವಂತ್ ಪ್ರಶ್ನೆಗೆ ಉತ್ತರಿಸಿದ್ದು ಕರುಣಾಕರ್ "ಸ್ವಂತ ಅಂಕಲ್ ಅಲ್ಲ... ಚಿಕ್ಕಪ್ಪ... ಅವನಪ್ಪ ನನ್ನ ಅಣ್ಣ. ಅಂಕಲ್ ಅನ್ನುವವರ ಸಾಲು ಸಾಲೇ ಇರುತ್ತಾರೆ. ಚಿಕ್ಕಪ್ಪ ಅನ್ನೋದು ಒಂದು ಸಂಬಂಧ ಸೂಚಿಸುತ್ತೆ. ಬಂಧುತ್ವ ಗುರುತಿಸಬಹುದು.

ಇಲ್ಲಿ ಎರಡು ಮನಗಳ ಮಿಡಿತವುಂಟು" ಅಂದ ಗಂಡನಿಗೆ ಸನ್ನೆ ಮಾಡಿ ಸೋತ ಮಾಲಿನಿ ಪೆಚ್ಚು ನಗೆ ಬೀರುತ್ತ ತನ್ನನ್ನು ಪರಿಚಯಿಸಿಕೊಂಡಳು. ರಾಖಿ ಪ್ರತೀಕನ ಕೈ ಕುಲುಕಿ "ವೆರಿ ಸ್ಮಾರ್ಟ್ ಬಾಯ್... " ಅಂದು ಅವನ ಕಾಲೇಜಿನ ಪೂರ್ವಾಪರ ವಿಚಾರಿಸಿದಳು.

ಜೊಂಪೆ ಕೂದಲು ದಟ್ಟವಾಗಿ ಹರಡಿಕೊಂಡಿತ್ತು. ಕಲರಿಂಗ್ ಮಾಡಿದ್ದರಿಂದ ಫಳ ಪಳ ಹೊಳೆಯುತ್ತಿತ್ತು. ಪ್ರಜ್ವಲವಾದ ಬಿಳುಪಿನ ಬಣ್ಣವಲ್ಲ. ಸುಮಾರಾದ ಎತ್ತರ, ದೃಢವಾದ ಮೈ ಕಟ್ಟು, ಕಿವಿಯಲ್ಲಿ ರಿಂಗ್‌ಗಳು, ಬಲಗೈಯ ತೋರು ಬೆರಳಲ್ಲಿ ಒಂದು ಪ್ಲಾಟಿನಂ ಉಂಗುರ. ಆರಾಮಾಗಿ ಜೀನ್ಸ್ ತೊಟ್ಟು, ಮೇಲೊಂದು ಜಾಕೆಟ್ ತೊಟ್ಟ ಈ ಹುಡುಗಿ ಹೇಗೆ ಇಷ್ಟವಾದಳು ಸಂದೀಪನಿಗೆ? ಕರುಣಾಕರರಲ್ಲಿ ಜಿಜ್ಞಾಸೆ ಮೂಡಿಸಿತು. ಅವರೇನು ಕೈ ಕುಲುಕಲು ಮುಂದಾಗಲಿಲ್ಲ. ನುಣುಚಿಕೊಂಡು ಮಾತುಗಳಿಗೆ ಅವರನ್ನು ಬಿಟ್ಟು ತಾವು ಮಾತ್ರ. 'ಲವ್ ಈಸ್ ಬ್ಲೈಂಡ್' ಅನ್ನೋ ಮಾತು ನಿಜವಿರಬೇಕು. ತಮ್ಮ ಪ್ರೇಮ ಪ್ರಕರಣವನ್ನೇ ನೆನಪಿಸಿಕೊಂಡು ಮನದಲ್ಲಿಯೇ ನಕ್ಕರು.

ಹೊರಗೆ ಬಂದು ಗಾರ್ಡನ್ ಕ್ಲೀನ್‌ಗೆ ನಿಂತರು.

ವರ್ಷಗಳ ಹಿಂದಿನ ದಿನದ ಅತ್ತಿಗೆಯ ಮಾತುಗಳನ್ನು ನೆನಪು ಮಾಡಿಕೊಂಡರು. "ಕರುಣಾ, ನಿಂದು ತಪ್ಪು ಅನ್ನೋಲ್ಲ. ನಿನ್ನ ಹೆತ್ತವರಿಗೆ ನೀನೊಬ್ಬನೆ ಮಗ. ಹೇಗೋ ಮದ್ವೆಯಾಯ್ತು. ಹೋಗಿ ಕ್ಷಮೆ ಕೇಳಿ ಅವರ ಆಶೀರ್ವಾದ ಪಡಕೋ."

"ಇಲ್ಲ ಅತ್ತಿಗೆ.... ಅವರಿಗೆ ನಾನು ಬೇಡವಾದ್ಮೇಲೆ ನಂಗೆ ಅವರು ಬೇಕಿಲ್ಲ. ನಂಗೆ ಸಮಸ್ತವು ಮಾಲಿನಿಯೆ. ಇನ್ನು ಆ ಕಡೆ ತಿರುಗಿ ನೋಡೋಲ್ಲ." ಪ್ರೇಮದ ಪರವಶತೆಯಲ್ಲ, ಭಾವೋದ್ವೇಗದಿಂದ ಹಾರಾಡಿದ್ದು ಈ ಕರುಣಾಕರನೇ.

"ಯಾಕೋ, ಇಲ್ಲಿ ನಿಂತೆ?" ಚಿರಂತನ ದನಿ ಕೇಳಿ ಅತ್ತ ತಿರುಗಿದರು. "ಅಲ್ಲ ನಾನು ಮಾತಾಡೋದು ಏನಿಲ್ಲ ಅನ್ನಿಸ್ತು. ಅದಕ್ಕೆ ಇಲ್ಬಂದೆ?" ಅನ್ನುವ ವೇಳೆಗೆ ಲಾನ್ ಮೇಲೆ ಹಾಕಿದ್ದ ಕುರ್ಚಿಯ ಮೇಲೆ ಬಂದು ಕೂತು "ಕೂತ್ಕೋ... ಬಾ. ಮಾಲಿನಿ, ಪ್ರತೀಕ ಬಂದಿದ್ದಾರೆ, ತಾನೇ?" ವಿಚಾರಿಸಿ ತಲೆ ಮೇಲೆತ್ತಿ ಆಕಾಶದ ಕಡೆ ನೋಡಿದರು. ಕತ್ತಲು ಆಕ್ರಮಿಸಿತ್ತು. ಸ್ವಚ್ಛ ಆಕಾಶದ ಅಂಗಳದಲ್ಲಿ ರಂಗೋಲಿಯ ಚಿತ್ತಾರ.

"ರಾಖಿನ ಪರಿಚಯ ಮಾಡಿಕೊಂಡ್ಯಾ?" ಕೇಳಿದರು ಎರಡು ಕೈ ಬೆರಳುಗಳನ್ನು ಬೆಸೆಯುತ್ತ "ಒಂದು ಲೈನ್ ಪರಿಚಯ. ಮಿಕ್ಕಿದ್ದೆಲ್ಲ ಮಾಲಿನಿಗೆ ಬಿಟ್ಟಿದ್ದೀನಿ. ಹಿಂದಿನ ಕತೆ ಇಲ್ಲಿ ಅಪ್ರಸ್ತುತ ಅನ್ನೋ ಮನೋಭಾವ ಅವಳದು. ಅವಳ ಓಡಾಟದ ನಡಿಗೆಗೆ ನಾನು ಜೊತೆಯಾಗದೆ ನಿಂತಲ್ಲೇ ನಿಂತೆ ಎನ್ನುವ ಇರುಸು ಮುರುಸು. ಹೇಗೆ ಅನ್ನಿಸಿದಳು ಭಾವಿ ಸೊಸೆ?" ಮೆಲ್ಲಗೆ ಪ್ರಸ್ತಾಪಿಸಿದ್ದು.

"ದಟ್ಸ್ ಓಕೆ. ಈಗಿನ ಜನರೇಷನ್! ಅವರುಗಳ ಮಧ್ಯ ಶೃತಿ, ಲಯ ಸರಿ ಇದ್ದರೆ ಸಾಕು. ಪ್ರೀತಿ, ಪ್ರೇಮ ವಿಕೃತ ರೂಪ ಪಡೆದುಕೊಳ್ಳಬಾರದು. ಪ್ರೀತಿ ಹೆಸರಿನಲ್ಲಿ ಒಂದು ಕೆಟ್ಟ ಸಂಪ್ರದಾಯವೇ ಬೇಳಿತಾ ಇದೆ. Girls use sex to get love and boys use love to get sex ಹುಡುಗಿಯರು ಮೈ ಕೊಟ್ಟು ಪ್ರೀತಿಯನ್ನು ಪಡೆಯಲು ಪ್ರಯತ್ನಿಸುತ್ತಾರೆ. ಆದರೆ ಹುಡುಗರು ಸೆಕ್ಸ್‌ಗಾಗಿ ಪ್ರೀತಿಯನ್ನು ದಾಳವಾಗಿಸಿಕೊಳ್ತಾರೆ. ಹಾಗಂತ ಹುಡುಗರನ್ನಾಗಲೀ, ಪ್ರತ್ಯೇಕವಾಗಿ ಹುಡುಗಿಯರನ್ನಾಗಲೀ ದೂಷಿಸುವಂತಿಲ್ಲ. ಇಬ್ಬರೂ ತಪ್ಪು ಮಾಡೋಕೆ ಷುರು ಮಾಡಿದ್ದಾರೆ. ಇತ್ತೀಚಿನ ತಾನಿಯ ಬ್ಯಾನರ್ಜಿ ಪ್ರಕರಣವನ್ನೇ ನೋಡು. ಕೊಲೆ ದೊಡ್ಡ ಅಪರಾಧ. ಆದರೆ ತಾನಿಯಾ ಕೂಡ ಇಲ್ಲಿ ತಪ್ಪಿತಸ್ಥೆ 'ಪ್ರೀತ್ಸೆ–ಪ್ರೀತ್ಸೆ' ಎಂದು ಬಲವಂತವಾಗಿ ಪ್ರೀತಿಯನ್ನು ಪಡೆಯುವ ಚಲನಚಿತ್ರ ಕೂಡ ಬಂದು ಯುವ ಜನತೆಯನ್ನು ಹುಚ್ಚೆಬ್ಬಿಸುತ್ತಿದೆ. ವೆರಿ ಬ್ಯಾಡ್..." ಅಂದರು. ಆದರೆ ಮಗನನ್ನು ಆ ವರ್ಗಕ್ಕೆ ಸೇರಿಸಲು ಇಷ್ಟಪಡಲಿಲ್ಲ.

ತಂದೆ ಬಂದಿರುವುದನ್ನು ಗಮನಿಸಿ ಬಂದ ನಂದಿತಾ "ಕುಡಿಯಲಿಕ್ಕೆ ಏನಾದ್ರೂ ತರಲಾ?" ವಿಚಾರಿಸಿದಾಗ ಕೂಡುವಂತೆ ಸನ್ನೆ ಮಾಡಿ "ರಾಖಿ ಹೇಗೇಂತ?" ಕೇಳಿದರು.

"ವೆರಿ ಬೋಲ್ಡ್... ಫ್ರಾಂಕ್. ಹೆಣ್ಣು ಮನೆಯಲ್ಲಿರುವುದು ಒಪ್ಪದ ಮನಸ್ಥಿತಿ. ಸದ್ಯಕ್ಕೆ ಅಷ್ಟು ಮಾತ್ರ ಗೊತ್ತು" ಹೇಳಿದಳು ನಿಂತೆ. ಬಹುಶಃ ಅವರಿಗೆ ಅನ್ನಿಸಿದ್ದು ಕೂಡ ಅಷ್ಟೆ. "ಸಂದೀಪ್ ಏನಾದ್ರೂ ಹೇಳಿದ್ನಾ? ರಾಖಿ ತಾಯಿ ತಂದೆ ಬಂದಿದ್ದರೇ ಮಾತಾಡಬಹುದಿತ್ತು. ಅವ್ನು ಕೂಡ ಪ್ರಸ್ತಾಪಿಸಲಿಲ್ಲ. ಈಗ ಮದ್ವೆ ವಿಷಯ ಹೇಗೆ?" ಚಿರಂತನ್ ಸ್ವಲ್ಪ ನರ್ವಸ್ ಆದಂತೆ ಕಂಡರು. ಇತ್ತೀಚಿನ ಪ್ರೇಮದ ಅತೀರೇಕದ ಆಸಿಡ್ ಹಾಕುವಿಕೆ, ಸಾವುಗಳು ಅವರನ್ನು ಬಹಳ ತಟ್ಟಿತ್ತು.

ಆ ವೇಳೆಗೆ ಒಬ್ಬರಾದ ಮೇಲೊಬ್ಬರು ಪ್ರತೀಕ, ಸಂದೀಪ್ ಬಂದು ನಿಂತರು. ಸ್ವಲ್ಪ ಅಂದೋಳನದಲ್ಲಿದ್ದಂತೆ ಕಂಡ ಅವರು ಸ್ವಲ್ಪ ಮುಜುಗರದಿಂದಲೇ ಮಾತು ಷುರು ಮಾಡಿದ್ದು.

"ಈಗ ನಾನೇ ರಾಖಿ ಹತ್ರ ವಿವಾಹದ ವಿಷಯನ ಪ್ರಸ್ತಾಪ ಮಾಡ್ಲಾ? ನಂಗೆ ಅಷ್ಟು ಸರಿ ಅನ್ನಿಸೊಲ್ಲ. ಬಹುಶಃ ಏಜ್‌ನ ಫ್ಯಾಕ್ಟರ್‌ಇರಬಹುದು ಇಲ್ಲ, ನೀವಿಬ್ರೆ... ಡಿಸೈಡ್ ಮಾಡ್ಕೋಬಹ್ದು" ಪೂರ್ತಿ ಸ್ವತಂತ್ರವನ್ನು ಮಗನಿಗೆ ಕೊಟ್ಟರು.

ಅವನು ಚಿಂತಿತನಾದ. ರಾಖಿಯ ಬಗ್ಗೆ ಸ್ವಲ್ಪ ಬೇಸರವು ಕೂಡ. ಕೋ–ಎಜುಕೇಷನ್‌ನಲ್ಲಿ ಓದಿದವಳು. ಶ್ರೀಮಂತ ಮನೆತನದ ಹೆಣ್ಣು. ಸಂಪೂರ್ಣ ಸ್ವತಂತ್ರವಿತ್ತು. ಉಡುಗೆ ತೊಡುಗೆಯಲ್ಲಿ ಮಾತ್ರವಲ್ಲ ಎಲ್ಲದರಲ್ಲೂ ಕೂಡ.

"ನಾನು, ಯಶವಂತ್ ಭಾರತಿ ನರ್ಸಿಂಗ್ ಹೋಂ ಹೋಗಿ ಬಂದ್ವಿ. ನಿನ್ತಂದೆ, ತಂಗಿ ಅಲ್ಲಿಗೆ ಹೋಗಿದ್ದು ನಿಜ. ಯಾಕೆ ಹೋಗಿದ್ರು? ಆ ಬಗ್ಗೆ ನಂಗೆ ಡಿಟೈಲ್ಸ್ ಬೇಕು. ನನ್ನ ಡ್ಯಾಡ್ ಮುಂದೆ ಇದೆಲ್ಲ ಹೇಳಬೇಕಾಗುತ್ತೆ" ಈ ರೀತಿ ಹೇಳಿದ ಮೇಲೆ 'ಪ್ರೀತಿ, ಪ್ರೇಮ, ಆಕರ್ಷಣೆ' ಎಲ್ಲಾ ಗೋಜಲು ಗೋಜಲೆನಿಸಿತ್ತು ಸಂದೀಪನಿಗೆ.

"ಐ ಕಾಂಟ್ ಟಾಲರೇಟ್. ಅವರಿಗೂ ಯಾರೋ ನಿಂಗೆ ಫೋನ್ ಮಾಡಿದಂತೆ ಫೋನ್ ಮಾಡಿದ್ದಾರೆ. ಹೋಗಿ ಬಂದಿದ್ದಾರೆ. ಅದು ತಪ್ಪಲ್ಲ. ಈಗ ಕ್ಲಾರಿಫಿಕೇಷನ್ ನೀಡಬೇಕಾದ ಅಗತ್ಯ ನಂಗಿಲ್ಲ. ದಿಸ್ ಈಸ್ ಟೂ ಮಚ್ ರಾಖಿ" ಎಂದು ಎದ್ದು

ಬಂದಿದ್ದ.

ಸಂದೀಪನಿಗೆ ಇದು ಇಷ್ಟವಾಗಿರಲಿಲ್ಲ. ಮುಖ ಬಿಗಿದೇ ಇತ್ತು.

"ಬಿಡು, ಹೇಗೂ ನಿನ್ನ ಚಿಕ್ಕಪ್ಪ, ಚಿಕ್ಕಮ್ಮ ಬಂದಿದ್ದಾರೆ. ಅವರುಗಳೇ ಮಾತಾಡ್ಲಿ. ಹಿರಿಯರು ಬೇಡಾಂದರೆ, ನಾವೇ ಎಂಗೇಜ್‌ಮೆಂಟ್ ಮಾಡಿ ಒಂದು ದಿನ ಗೊತ್ತು ಮಾಡೋಣ. ಎಲ್ಲಿ, ಹೇಗೆ ಅನ್ನೋದ್ನ ನೀವಿಬ್ರೂ ಮಾತಾಡಿ ನಿರ್ಧರಿಸಬಹುದು" ಇಂಥದೊಂದು ಸಲಹೆಯನ್ನು ಕೂಡ ಕೊಟ್ಟರು ಚಿರಂತನ.

ಕರುಣಾಕರಗೆ ಸಂಧಿಗ್ಧ. ತನ್ನದು ಲವ್ ಮ್ಯಾರೇಜ್ ಇರಬಹುದು. ಆದರೆ ಬೇರೆಯವರಿಗೆ ಲವ್ ಮ್ಯಾರೇಜ್ ಪೌರೋಹಿತ್ಯ ವಹಿಸುವುದು ತನ್ನಿಂದಾಗದೆನ್ನುವ ತೀರ್ಮಾನಕ್ಕೆ ಬಂದಿರುವ ಮನುಷ್ಯ.

"ಅಣ್ಣ, ನಿಮ್ಮ ಪ್ರಕಾರ ಮದ್ವೆ ವಿಷ್ಯ ಮಾತಾಡೋಕೆ ನಾನು ಸೂಕ್ತ ಅನ್ನಿಸಿರಬಹುದು. ಆದರೆ ..." ಉಗುಳು ನುಂಗಿದರು ಕರುಣಾಕರ. "ಅರೇ, ಅದಕ್ಯಾಕೆ ಅಷ್ಟೊಂದು ಹೆದರಿಕೆ? ಕೌನ್ಸಿಲಿಂಗ್‌ನಲ್ಲಿ ಎಷ್ಟೋ ಸಮಸ್ಯೆಗಳನ್ನು ನಾನು ಬಿಡಿಸಿರಬಹುದು. ತೀರಾ ಪರ್ಸನಲ್ಲಾದಾಗ ನಮ್ಮ ಮನಸ್ಥಿತಿ ಬೇರೆಯಾಗಿ ಬಿಡುತ್ತೆ" ನಗುತ್ತ ಹೇಳಿದರು.

ಚಿರಂತನ ಮಾತಿಗೆ ಪೆದ್ದು ಪೆದ್ದಾಗಿ ನಗೆ ಬೀರಿದರಷ್ಟೆ. ಸೆರಗು ಹಾರಿಸುತ್ತ ಬಂದ ಮಾಲಿನಿ ಸ್ವಲ್ಪ ಸಂಕೋಚಿಸುತ್ತ ಅಷ್ಟು ದೂರದಲ್ಲಿ ನಿಂತಾಗ, ಚಿರಂತನ ನಗುತ್ತ "ಹೋಗಯ್ಯ. ಏನೋ ನಿಂಗೆ ಹೇಳೋದಿದೆ ಅಂತ ಅರ್ಥ. ಈ ಸೂಕ್ಷ್ಮ ಕೂಡ ಗೊತ್ತಾಗದಿದ್ದರೆ ಹೇಗೆ?" ಅಂದಾಗ ಕರುಣಾಕರ ಎದ್ದು ಹೋದರು. "ತೋಳು ಪೂರ್ತಿಯಾಗಿ ಮುಚ್ಚಿರೋ ಜರ್ಕಿನ್ ಹಾಕ್ಕೊಂಡ ರಾಖಿನ ನೋಡಿ ಪರ್ವಾಗಿಲ್ಲ, ಅಂದ್ಕೊಂಡೆ. ಈಗ ಜರ್ಕಿನ್ ಬಿಚ್ಚಿ ತೋಳು ಇಲ್ಲದ ಜಾಕೆಟ್‌ನಲ್ಲಿದ್ದಾಳೆ, ಸ್ವಲ್ಪ ಗಮನಿಸಿ. ಚಿರಂತನ್ ದತ್ ಐ.ಎ.ಎಸ್ ಅವರ ಒಬ್ಬನೇ ಮಗ, ಇಂಡಸ್ಟ್ರೀಯಲ್ ಇಂಜಿನಿಯರಿಂಗ್ ಮಾಡಿದ್ದಾನೆ. ಅಂಥದರಲ್ಲಿ ಇವಳ್ನ ಹೇಗೆ ಆರಿಸಿಕೊಂಡ?" ಪಿಸುಪಿಸು ಷುರು ಮಾಡಿದರು.

"ಅದಾ ಸಂಗ್ತೀ? ಹಿಂದೆ ಮುಖ ನೋಡಿ ಕಣ್ಣುಗಳನ್ನು, ಮೂಗನ್ನೋ, ತುಟಿಗಳನ್ನೋ ಮೆಚ್ಚಿಕೊಂಡು ಲವ್ ಮಾಡ್ತಾ ಇದ್ದ ಕಾಲ ತುಂಬ ಹಳೆಯದು ಕಣೇ. ನಂಗೆ ನಿನ್ನ ಕಣ್ಣುಗಳು ಇಷ್ಟವಾಗಿತ್ತು. ಅದರೊಳಗೆ ಬಿದ್ದೆ. ನೀನು ನನ್ನಲ್ಲಿ ಏನು ನೋಡಿ ಮೆಚ್ಚಿ ಹಳ್ಳಕ್ಕೆ ಬಿದ್ಯೋ! ಇವರದು ಆ ತರಹ ಅಲ್ಲ. ಕಂಪ್ಯೂಟರ್‌ನಲ್ಲಿ ಚಾಟಿಂಗ್ ಮಾಡುತ್ತಲೇ ಪ್ರೇಮ ಬೆಳೆದಿರೋದು. ನಂತರ ಒಬ್ಬರೊನ್ನಬ್ಬರು ನೋಡುವಿಕೆ. ಇಲ್ಲಿ ಮನಸ್ಸು, ಬುದ್ಧಿವಂತಿಕೆಗೆ ಮಹತ್ವ. ನೀನು ಡೀಸೆಂಟಾಗಿ ಮೂವ್ ಮಾಡು" ಅಂದು ಹೆಂಡತಿಯನ್ನು ಕಳಿಸಿ ಅಣ್ಣನ ಮುಂದೆ ಕೈ ಕಟ್ಟಿ ನಿಂತರು.

"ಏನೀ... ಸೀಕ್ರೆಟ್? ತೀರಾ ಪರ್ಸನಲ್ಲಾದರೇ ನಿನ್ನಲ್ಲೇ ಇರಲೀ. ಸಂದೀಪ್... ರಾಖಿಗೆ... ಸಂಬಂಧಿಸಿದಾದರೇ, ಹೇಳು" ಅಂದಾಗ ಕರುಣಾಕರ ಬಾಯಿ ಬಿಡಲಿಲ್ಲ. "ನಾನು ಹೇಳ್ಲಾ? ಹುಡ್ಗೀದು ಅಂಥ ಬಣ್ಣ ಅಲ್ಲ, ವಾಯ್ಸ್ ಸ್ವಲ್ಪ ಗಟ್ಟಿ. ಇಂಥ ಹುಡ್ಗೀನ ಸಂದೀಪ್ ಹೇಗೆ ಪ್ರೇಮಿಸಿದ ಅನ್ನೋ ಸಣ್ಣ ತಕರಾರು ಇರ್ಬಹ್ದು. Beauty lies in the eyes of the beholder ಅಂತಾರೆ. ನೋಡುವ ಕಣ್ಣುಗಳಷ್ಟೆ ಕಾಣುವ ಸೌಂದರ್ಯ ಬೇರೆ, ಮನಸ್ಸು ಗುರುತಿಸಿವ ಸೌಂದರ್ಯ ಬೇರೆ ಅಂತಾರೆ, ಆ ವಿಷ್ಯ ಬಿಡು, ಸಂದೀಪನ ಒಪ್ಗೆ ಅಷ್ಟು ಸಾಕು. ಡಿನ್ನರ್‌ಗೆ ಮುನ್ನ ನೀನು, ಮಾಲಿನಿ ಕೂತು ರಾಖಿಯೊಂದಿಗೆ ಮಾತಾಡಿ. ಇಲ್ಲ, ಅವ್ರ ಪೇರೆಂಟ್ಸ್ ಎದುರು ಮಾತಕತೆಯಾಗಲೀ ಅಂದರೆ... ಹೋಗಿ ಮಾತಾಡೋಣ" ಹೇಳಿದರು. ತಂದೆಯ ಬಗ್ಗೆ ಸಂದೀಪನಿಗೆ ಮತ್ತಷ್ಟು ಅಭಿಮಾನ ಮೂಡಿತು.

"ಅಪ್ಪ, ಮೊದ್ಲು ನಾನು ಮಾತಾಡ್ತೀನಿ. ಆಮೇಲೆ ಅವ್ರುಗಳು ಮಾತಾಡ್ಲಿ" ಸಂದೀಪ ಹೇಳಿದ. ಮುಗುಳ್ನಗು ಬೀರಿ ಮೇಲೆದ್ದು ಅವನ ಬೆನ್ನ ಮೇಲೆ ಕೈಯಿಟ್ಟು "ದಟ್ಸ್ ಗುಡ್, ನೀನೇ ಮೊದ್ಲು ಮಾತಾಡು, ಅಗತ್ಯವೆನಿಸಿದರೆ ಮಾತ್ರ ಅವ್ರುಗಳು ಮಾತಾಡ್ತಾರೆ. ಸುಮ್ನೆ ಕನ್‌ಫ್ಯೂಷನ್ ಬೇಡ. ಗೋ ಅಹೆಡ್ ನಿನ್ನ ಭವಿಷ್ಯ ರೂಪಿಸಿಕೊಳ್ಳುವಲ್ಲಿ ನೀನೇ... ಹೀರೋ" ಅಂದು ಮುಂದೆ ನಡೆದರು. ಎಲ್ಲರೂ ಹಿಂಬಾಲಿಸಿದರು.

ಕರುಣಾಕರ ಕಣ್ಣಂಚು ಒದ್ದೆಯಾಯಿತು. ವಿವಾಹವಾದಾಗ ಸಹಾಯ ಮಾಡಿದವರು ಇವರೊಬ್ಬರೇ. ತೀರಾ ಕಷ್ಟದ ಸ್ಥಿತಿಯಲ್ಲಿ ನೆರವಿಗೆ ಬಂದಿದ್ದರು, ಹಣಕಾಸಿನ ಸಹಾಯದ ಜೊತೆ.

"ನನ್ನ ಮನೆಯಲ್ಲಿಯೇ ಉಳಿದುಕೊಳ್ಳಿ. ಜಾನಕಿಯೇನು ತಕರಾರು ತೆಗೆಯೋಲ್ಲ. ನಾನು ಚಿಕ್ಕಪ್ಪ, ಚಿಕ್ಕಮ್ಮನಿಗೆ ಹೇಳಿಕೋತೀನಿ" ಅಂದು ಆಹ್ವಾನಿಸಿದ ಪುಣ್ಯಾತ್ಮ. ಆ ಅಂತರದಲ್ಲಿಯೇ ಜಾನಕಿ ತೀರಿಕೊಂಡಿದ್ದು. ನೆನಪುಗಳು ಕನವರಿಸಿದವು. ಮನಸ್ಸು ಭಾರವಾಯಿತು.

ನಂದಿತಾ ಜೊತೆ ಕಿಚನ್ ಸೇರುವ ಅಗತ್ಯವಿತ್ತು. ಮಾಲಿನಿ ರೇಸಿಮೆ ಸೀರೆಯನ್ನು ನಾಜೂಕಾಗಿ ಸರಿಸುತ್ತಲೇ ಅಲ್ಲಿ ಇದ್ದಿದ್ದು. ಅದು ಇದು ಮಾತೇ ಹೊರತು ಕೈ ಗಲೀಜು ಮಾಡಿಕೊಳ್ಳಲಿಲ್ಲ. ಸೊಂಟಕ್ಕೆ ಸೆರಗು ಸಿಕ್ಕಿಸಿ ಭಟ್ಟರ ಸಮಕ್ಕೂ ಅಡಿಗೆ ಕೆಲಸ ಮಾಡುತ್ತಿದ್ದ ನಂದಿನಿಯೆಡೆ ಮುಗುಳ್ನಗುತ್ತ ಕಣ್ಣು ಅರಳಿಸಿದ್ದು ಮಾತ್ರವಲ್ಲ, 'ಈ ಹುಡುಗಿಗೇ ಇದೆಲ್ಲ ಬೇಕಿತ್ತಾ?' ಅವಳ ರಾಶಿ ಕೂದಲು ತೆಳ್ಳಗೆ ಹೆಣೆದ ಜಡೆಯಾಗಿತ್ತು. ಸೊಂಟದಿಂದ ತೀರಾ ಕೆಳಗಿನವರೆಗಿದ್ದ ಜಡೆ ಕಂಡಾಗ ಒಮ್ಮೊಮ್ಮೆ ಅಸೂಯೆಯಾದರೂ ತೀರಾ ಓಲ್ಡ್ ಎನ್ನಿಸುತ್ತಿತ್ತು.

ಮಾಡಿದ್ದ ಖಾದ್ಯಗಳೆಲ್ಲ ಡೈನಿಂಗ್ ಟೇಬಲ್‌ಗೆ ಮೇಲೆ ಜೋಡಿಸಿದ ನಂದಿತಾ ಮೊದಲು ಹೋಗಿ ಕರೆದಿದ್ದು ಚಿರಂತನ್‌ದತ್‌ನ, ಆಮೇಲೆ ಎಲ್ಲರೂ ಒಬ್ಬರಾದ ಮೇಲೊಬ್ಬರು ಬಂದು ಕೂತರು. ಸ್ವಲ್ಪ ರಿಸರ್ವ್ ಆಗಿ ಮಗ ಕಂಡಾಗ ಚಿರಂತನ ಹುಬ್ಬೇರಿಸಿದರು. ಈ ಸಂದರ್ಭಕ್ಕೆ ಬೇಕಾದ ಉಲ್ಲಾಸ, ಉತ್ಸಾಹ ಕಾಣದಿದ್ದಾಗ ಬೇಸರವೇ.

"ಏಯ್ ನಂದು, ನೀವು ಕೂತ್ಕೊಳ್ಳಿ" ರಾಖಿ ಹೇಳಿ ಮೊದಲು ಉಪ್ಪಿನಕಾಯಿ ಹೋಳನ್ನು ಕಚ್ಚಿ ಟೇಸ್ಟ್ ನೋಡುತ್ತ "ನಂಗೆ ಪಿಕಲ್ ಅಂದರೆ ತುಂಬ ಇಷ್ಟ. ವೆರಿ ಟೇಸ್ಟಿ. ಆದರೆ ನಮ್ಮ ಮನೆಯಲ್ಲಿ ಉಪಯೋಗ ಕಡಿಮೆ" ಎಂದು ಪೂರ್ತಿಯಾಗಿ ಬಾಯಲ್ಲಿಟ್ಟಳು.

"ಅಯ್ಯೋ, ನೀವು ಸ್ವೀಟ್ಸ್‌ನಿಂದ ಪ್ರಾರಂಭಿಸಬೇಕಿತ್ತು ಡಿನ್ನರ್‌ನ" ಅಂದರು ಕರುಣಾಕರ.

"ಹೋಗ್ಲೀ, ಈಗ ಪಾಯಸ ಕುಡಿಯೋದರ ಮೂಲಕ ಡಿನ್ನರ್ ಪ್ರಾರಂಭಿಸಿ" ಅಂಥದೊಂದು ಸಲಹೆ ಕೂಡ.

"ಮೈ ಗಾಡ್, ಮೋಸ್ಟ್‌ಲೀ ಐ ಡೋಂಟ್ ಲೈಕ್ ಸ್ವೀಟ್ಸ್. ನಾನು ಸ್ವಲ್ಪ ಡಯಟ್ ಮಾಡದಿದ್ದರೆ ಮತ್ತಷ್ಟು ಊದಿ ಬಿಡ್ತೀನಿ. ನನ್ನ ಗ್ರ್ಯಾಂಡ್ ಮಾ ನ ನೋಡ್ಬೇಕು. ಅವರ ಓಡಾಟಕ್ಕೆ ವಿಶೇಷ ಬಾಗಿಲುಗಳ ವ್ಯವಸ್ಥೆಬೇಕು" ಹರಿಯುವ ನೀರಿನ ಸದ್ದಿನಂತೆ ನಕ್ಕಳು.

ಯಶವಂತ್ ಅದಕ್ಕೆ ಪ್ರತಿಕ್ರಿಯಿಸಿ ತಮಾಷೆ ಮಾಡಿದ. ಆ ಸಂದರ್ಭದಲ್ಲಿ ಒಂದು ವಿಷ್ಯ ಹೊರ ಬಿತ್ತು. ಸಂದೀಪ್‌ಗಿಂತ ರಾಖಿ ಮೂರು ವರ್ಷ ಹಿರಿಯಳು. ಅದು ಸಂದೀಪ್‌ಗೆ ಕೂಡ ಗೊತ್ತಿರಲಿಲ್ಲ! ಎಲ್ಲರ ಮಿದುಳು ಕೆಲವು ಕ್ಷಣ ಸ್ತಬ್ಧವಾಯಿತು. ಚೇತರಿಸಿಕೊಳ್ಳಲು ನಿಮಿಷಗಳು ಬೇಕಾಯಿತು. ರಾಖಿ ಮಾತು, ನಗು ಎರಡು ಜೋರು. 'ರಾಯ್ ಇಂಡಸ್ಟ್ರೀ'ಗಳ ಮಾಲೀಕರ ಮಗಳು, ಉದ್ದಿಮೆಗಳ ಬಗ್ಗೆ ಬಡಬಡಿಸಿ ಆಡಿದ ಮಾತಿನ ವೇಗಕ್ಕೆ ಚಕಿತರಾದರು ಚಿರಂತನ.

"ತೀರಾ ಬೇಸತ್ತಾಗ, ಕಂಪ್ಯೂಟರ್ ಮುಂದೆ ಕೂತು ಚಾಟ್ ಮಾಡಿದಾಗ ಸಿಕ್ಕವರೇ ಸಂದೀಪ್" ಫ್ರಾಂಕಾಗಿ ಹೇಳಿದಳು. "ದಟ್ಸ್‌ಗುಡ್..." ಎಂದು ಚಿರಂತನ ಊಟ ಬೇಗ ಮುಗಿಸಿ "ಎಕ್ಸ್‌ಕ್ಯೂಜ್ ಮಿ, ನಾನು ಟೈಮ್ ಮ್ಯಾನೇಜ್‌ಮೆಂಟ್ ಇಷ್ಟಪಡ್ತೀನಿ" ಎದ್ದು ಹೋದರು. ಮಾತು ಇರಬೇಕು, ಡಿನ್ನರ್‌ಗೆ ಕೂತಾಗ ಹಿತ ಮಿತವಾಗಿರಬೇಕು. ಸಂತೃಪ್ತಿ, ಸಂತೋಷ ಕೊಡುವ ಸ್ನೇಹಪೂರ್ವಕ ವಾತಾವರಣವಿರಬೇಕೆಂದು ಜಾನಕಿ ಹೇಳುತ್ತಿದ್ದುದ್ದು ನೆನಪಿತ್ತು. ಅದರ ಪಾಲನೆ ಇಂದಿಗೂ ಮನೆಯಲ್ಲಿ ಜಾರಿಯಲ್ಲಿತ್ತು.

ಮೇಲಿನ ಬಾಲ್ಕನಿಗೆ ಹೋಗಿ ಗಾಳಿಯಲ್ಲಿ ಅಡ್ಡಾಡತೊಡಗಿದರು. ಮುಂದೇನು? ವಿವಾಹದ ನಂತರ ರಾಖಿ ಇಲ್ಲಿ ಉಳಿಯಬಲ್ಲಳೇ? ಅವಳಿಗೆ ಇಷ್ಟವಾಗದೇ ಇರಬಹುದು. ತನಗೂ ಹೊಂದಿಕೊಳ್ಳುವುದು ಕಷ್ಟ ವಿವಾಹದವರೆಗೂ ನಂದಿತಾ ಜೊತೆಯಲ್ಲಿ ಇರಬಹುದು. ಆಮೇಲೆ ತಾನು... ಒಂಟಿ! ನಂತರದ ದಿನಗಳು... ಕಣ್ಮುಂದೆ ಹರಡಿಕೊಂಡಾಗ ತಂದೆಯ ನೆನಪು ಮಾಡಿಕೊಂಡರು. ಒಂಟಿತನವನ್ನು ಅಪ್ಪಿಕೊಂಡವರು ಅದರಲ್ಲಿಯೇ ಲೀನವಾಗಿದ್ದರು. ಅಂಟಿಯು ಅಂಟಿಕೊಳ್ಳದವರಂತೆ ಬದುಕಿದ್ದು ಮಾತ್ರ ವಾಸ್ತವ.

ಕರುಣಾಕರ ಹೆಂಡತಿ, ಮಗನ ಜೊತೆ ಬಂದು "ಅಣ್ಣ, ನಾವು ಮನೆಗೆ ಹೊರಟಿದ್ದೀವಿ" ಹೇಳಿದ ಕೂಡಲೇ ತಲೆಯೆತ್ತಿ ತಮ್ಮನ ಕಣ್ಣುಗಳನ್ನು ನೋಡಿ "ಮಾತಾಡಿದ್ರಾ? ಎಲ್ಲಾ ಒಂದು ಹಂತಕ್ಕೆ ಬಂದರೆ ಒಳ್ಳೆಯದು. ಹಿರಿಯರೆನಿಸಿಕೊಂಡ ಜನಕ್ಕೆ ಪುರಸೊತ್ತಿಲ್ಲ. ಈಗಾಗಲೇ ತೀರಾ ಚಾಟ್ ಮಾಡಿ ದಣಿದ್ಹಂಗೆ ಕಾಣ್ತಾರೆ. ಆ ಹುಡ್ಗಿ ಉಪ್ಪಿನಕಾಯಿ ಚಪ್ಪರಿಸುವ ಮೂಲಕ ಡಿನ್ನರ್ ಶುರು ಮಾಡಿದ್ಲು. ದಟ್ಸ್ ಓ.ಕೆ., ಈಗೇನು?" ಕೇಳಿದರು.

"ಹೇಗೆ, ಷುರು ಮಾಡೋದು? ಏನು ಮಾತಾಡೋದೂಂತ ಗೊತ್ತಾಗ್ತಾ ಇಲ್ಲ. ಸಂದೀಪ್ ವಿಚಾರಿಸಿಕೊಂಡರೇ ಸಾಕೂಂತ ಅನ್ನಿಸುತ್ತೆ" ಕರುಣಾಕರ ನಿಸ್ಸಾಯಕತೆ ತೋಡಿಕೊಂಡರು. "ನೀವು ಸ್ವಲ್ಪ ಹೊತ್ತು ಇರಿ" ಅಂದವರು ಮೊಬೈಲ್‌ನಲ್ಲಿ ಮಗನನ್ನ ಸಂಪರ್ಕಿಸಿ "ಸ್ವಲ್ಪ ಮೇಲಿನ ಬಾಲ್ಕನಿಗೆ ಬಾ" ಎಂದು ಕರೆದರು.

ಸೆಂಟ್ರಲ್ ಗೌರ್‍ನಮೆಂಟ್ ಸುಪರ್ದಿಗೆ ಬರುವಂಥ ಉದ್ದಿಮೆದಾರರು 'ರಾಯ್ ಇಂಡಸ್ಟ್ರೀಸ್ ಆಫ್ ಗ್ರೂಪ್ಸ್'. ಸ್ವದೇಶದಲ್ಲಿ ಮಾತ್ರವಲ್ಲ, ವಿದೇಶದಲ್ಲೂ ಕೂಡ ಅವರ ವಹಿವಾಟು ಇತ್ತು. ರಾಖಿ ಆ ವಂಶಕ್ಕೆ ಸೇರಿದ ಹುಡುಗಿಯೆಂದು ಇಂದೇ ಗೊತ್ತಾಗಿದ್ದು. ಗತ್ತು, ಗೈರತ್ತು, ಮಾತಿಗೆ ಕಾರಣ ಗೊತ್ತಾಗಿತ್ತು.

"ಯಾಕೆ ನಿಂತಿದ್ದೀರಾ? ಹೋಗಿ, ಕೂತ್ಕೊಳ್ಳಿ" ಅಂದರು. ಆಮೇಲೆ ಅವರು ಬಾಲ್ಕನಿಯ ಮೆಂಚಿಗೆಯ ಮೇಲೆ ಹಾಕಿದ್ದ ಛೇರ್‍ಗಳ ಮೇಲೆ ಹೋಗಿ ಕೂತರು. ಮುಖ ಮುಖ ನೋಡಿಕೊಂಡರು. ಇಂಥ ಸಮಸ್ಯೆಯನ್ನು ಚಿರಂತನರು ಎದುರಿಸುತ್ತಿರುವುದು ಮೊದಲ ಸಲ! ಎರಡೆರಡು ಸಲ ಅನುಭವಿಸೋಕೆ ಅವರಿಗೆ ವಿವಾಹಕ್ಕೆ ಬಂದ ಮಗ ಒಬ್ಬನೇ ಇರುವುದು.

ಬಂದ ಸಂದೀಪ್ ತಂದೆಯೊಂದಿಗೆ ಐದು ನಿಮಿಷ ಚರ್ಚಿಸಿದ ನಂತರ ಅವರು ಅವನ ಭುಜದ ಮೇಲೆ ಕೈ ಹಾಕಿ ಏನೋ ಹೇಳಿದ್ದು ಕೇಳಿಸದಿದ್ದರೂ ಮೇಲೆದ್ದು ಇತ್ತ ಬಂದರು.

"ಕರುಣ ನೀವುಗಳು ಹೋಗ್ಬನ್ನಿ. ಎನಿ ವೇ ನೀವೆಲ್ಲ ಬಂದಿದ್ದು ಸಂತೋಷ" ಅಷ್ಟನ್ನು ಚಿರಂತನ್ ಹೇಳಿ ಬೀಳ್ಕೊಟ್ಟರು. ಸಂದಿಗ್ಧದಿಂದ ಪಾರಾಗದಿದ್ದರೂ ಅದು ಸ್ವಲ್ಪ ಮುಂದಕ್ಕೆ ಹೋಗಿದ್ದು ಸಮಾಧಾನವೆನಿಸಲಿಲ್ಲ. ಇದನ್ನು ಪ್ರೀತಿ ಅಂತಾರಾ? ಸ್ನೇಹದ ಹಿಂದಿನ ಉದ್ದೇಶವೇನು? ಒಬ್ಬ ಇಂಡಸ್ಟ್ರೀಯಲ್ ಇಂಜಿನಿಯರ್‍ನ ತಮ್ಮಲ್ಲಿ ಉಳಿಸಿ, ಬಳಸಿಕೊಳ್ಳುವುದಾ ಅವಳ ಉದ್ದೇಶ? ಇಲ್ಲಿ ಅವಳ ಹೆತ್ತವರು ವರ್ತಿಸಿದ್ದು ಮಾಲೀಕರಾಗಿಯೇ.

ಚಿರಂತನ ಮುಖ ಸ್ವಾಭಿಮಾನದಿಂದ ಬಿಗಿದುಕೊಂಡಿತು. ವಿವಾಹ ಅನ್ನೋ ಹೆಸರಿನಲ್ಲಿ ಕಟ್ಟಿ ಒಯ್ಯಬೇಕೆಂದಿರುವ ರಾಖಿ ಪೂರ್ತಿಯಾಗಿ ಅವರಲ್ಲಿ ಉಳಿಸಿಕೊಳ್ಳುವುದು ಸಾಧ್ಯವೇ? ಸಂದೀಪ್ ಒಗ್ಗಿಕೊಳ್ಳಲು ಸಾಧ್ಯವೇ? ಮಗನನ್ನು ಅಲ್ಲಿ ನಿಲ್ಲಿಸಿ ನೋಡುವುದು ಅವರಿಗೆ ಖಂಡಿತ ಇಷ್ಟವಾಗಲಿಲ್ಲ.

ಚಿಕ್ಕಪ್ಪ, ಚಿಕ್ಕಮ್ಮನನ್ನು ಕಳುಹಿಸಿ ತಂದೆಯನ್ನರಿಸಿಕೊಂಡು ಬಾಲ್ಕನಿಗೆ ಬಂದ ನಂದಿತಾ ಮೌನವಾಗಿ ನಿಂತಳು. ಸಮಸ್ಯೆಯ ಮಧ್ಯೆ ಇದ್ದಾಗ ಅದರ ಪರಿಹಾರದ ಸಲುವಾಗಿ ಹುಡುಕಾಡುವಾಗ ಈ ರೀತಿ ಶತಪಥ ಹಾಕುವುದು ಅವರ ಸ್ವಭಾವ.

"ಅಪ್ಪ, ತುಂಬ ಡಿಸ್ಟರ್ಬ್ ಆದಂಗೆ ಕಾಣ್ತೀರಾ?" ಅಂದಳು ತುಸು ದನಿ ತಗ್ಗಿಸಿ. "ಪ್ರೇಮ–ಪ್ರೀತಿ ಅಂಥದ್ದು ಈ ವಯಸ್ಸಿನಲ್ಲಿ ಸಹಜ. ಈಚೆಗೆ ಮಿಡ್ಲ್ ಸ್ಕೂಲಿನಲ್ಲಿ ಓದುವ ಹುಡುಗ, ಹುಡುಗಿಯರು ಪ್ರೇಮ ಪತ್ರಗಳನ್ನು ವಿನಿಮಯ ಮಾಡಿಕೊಳ್ಳುತ್ತಾರೆನ್ನುವದನ್ನ ಕೇಳಿದ್ದೆ. ನಮ್ಮ ರಾಖೀದು ಎಂಥ ಪ್ರೀತಿ? ಅವಳೇ ಅವನನ್ನು ಪ್ರೀತಿ ಅನ್ನೋ ಆಕರ್ಷಣೆಯಲ್ಲಿ ಗುತ್ತಿಗೆಗೆ ಪಡೆಯಹೊರಟಿದ್ದಾಳೆ. ಇದ್ನ ಪ್ರೀತಿ ಅಂತಾರಾ?" ಸ್ವಲ್ಪ ಎಕ್ಸೈಟ್ ಆಗಿಯೇ ರೇಗಾಡಿದರು.

"ಪ್ರೀತಿ ಅನ್ನೋದು ಕ್ರೌರ್ಯಕ್ಕೆ ತಿರುಗುತ್ತಿದೆಯೆನಿಸುತ್ತೆ, ರಾಖಿದು ಯಾವ ರೀತಿ ಕೌರ್ಯ? ಸಂದೀಪ್ ಇನ್ನೋಸೆಂಟಾ? ಮೈಯೆಲ್ಲ ಉರಿಯುತ್ತೆ" ಅಂದವರೇ "ಬೆಳಿಗ್ಗೆ

ರಾಖಿ, ಯಶವಂತ್ ಹೊರಡೋವಾಗ ಮಾಮೂಲಿ ಟ್ರೀಟ್‌ಮೆಂಟ್ ಇರಲಿ. ಹೊರಗೆ ತೆಗೆದಿರಿಸಿದ್ದ ಸೀರೆ, ಉಂಗುರ ಅಂಥದ್ದು ಕೊಡೋದು ಬೇಡ. ಸಂದೀಪ್ ಯಾರ ಮಗ ಅಂತ ಅವರಿಗೆ ಗೊತ್ತಾಗ್ಲೀ! ನಾನು ನನ್ನ ಸರ್ವಿಸ್‌ನಲ್ಲಿ ಸಾಕಷ್ಟು ಇಂಥ ಜನಾನ ನೋಡಿದ್ದೀನಿ" ತಾಳ್ಮೆ ಕಳೆದುಕೊಂಡು ಮಾತಾಡಿದರು.

ಮತ್ತಷ್ಟು ತಂದೆಯ ಸನ್ನಿಹಕ್ಕೆ ಬಂದು "ನಾವೆಷ್ಟು ಎಚ್ಚರಿಕೆ ವಹಿಸಿದರೂ ಇದೆಲ್ಲ ನಡೆಯುವಂಥದ್ದೆ. ಬೆಳಿಗ್ಗೆ ಮಾತಾಡಬಹುದು. ಪ್ಲೀಸ್, ರೆಸ್ಟ್ ತಗೊಳ್ಳಿ" ಅಂದು ಅವರು ಮಲಗಿದ ನಂತರ ಕೆಳಗಿಳಿದು ಬಂದಾಗ ಮುಂದಿನ ಸಿಟ್ಟಿಂಗ್ ರೂಮಿನಿಂದ ರಾಖಿ ಮತ್ತು ಯಶವಂತ್ ನಗು ಕೇಳಿಸಿತು.

ಬಾಗಿಲ ಬಳಿ ನಿಂತು "ಅಣ್ಣಾ...." ಅಂದ ಕೂಡಲೇ ರಾಖಿ ಎದ್ದು ಬಂದು ಅವಳ ಕೈಹಿಡಿದು ಕರೆದುಕೊಂಡು "ವೆರಿ ಇಂಟರೆಸ್ಟಿಂಗ್ ಗರ್ಲ್, ಯಶವಂತ್ ಕೂಡ ಅಣ್ಣನ ತರಹ ಸಂಬಂಧಿಯೇ. ಆದರೆ ಸ್ವಂತ ಅಣ್ಣನ್ನ ಕೂಡ ಹಾಗೇ ಕೂಗಿ ಅಭ್ಯಾಸವಿಲ್ಲ" ಅಂದು ಕೂತಳು.

"ಬೆಳಿಗ್ಗೆ ನೀವು ಇಲ್ಲಿಂದ ಹೊರಡೋದು ಯಾವ ಸಮಯಕ್ಕೆ? ನಿಮ್ಮ ಬ್ರೇಕ್‌ಫಾಸ್ಟ್ ಬಗ್ಗೆ ಭಟ್ಟರಿಗೆ ಮೊದ್ಲೇ ಹೇಳಬೇಕು" ಕೇಳಿದ್ದು ನೋಡಿ ರಾಖಿ ಕಣ್ಣರಳಿಸಿ "ಓ ಮೈ ಗಾಡ್, ಇನ್ನು ನಾಲ್ಕು ದಿನ ನನ್ನ ಬಲವಂತವಾಗಿಯಾದರೂ ನಿಲ್ಲಿಸ್ಕೋತೀರೀಂತ ಅಂದುಕೊಂಡಿದ್ದೆ. ನಂಗೂ ಇಲ್ಲೆಲ್ಲ ಓಡಾಡೋದು ಮನಸ್ಸಿತ್ತು. ಸಾಕಷ್ಟುಸಲ ಬಂದಿದ್ದೀನಿ. ಯಾವಾಗ್ಲೂ ನೆಂಟರಿಷ್ಟರ ಮನೆಗಳು ಇದ್ದರೂ ಫೈವ್‌ಸ್ಟಾರ್ ಹೋಟೆಲ್‌ನಲ್ಲಿಯೇ ಉಳಿದುಕೋತಾ ಇದ್ದಿದ್ದು. ಕೆಲವೊಮ್ಮೆ ಒಂದು ಗಂಟೆ ಫಂಕ್ಷನ್ ಸಲವಾಗಿ ಫ್ಲೈಟ್‌ನಲ್ಲಿ ಬಂದು ಹೊರಟ್ಹೋಗೋದಿದೆ" ರಾಖಿಯದು ತೋರಿಕೆಯ ಮಾತುಗಳೇನು ಆಗಿರಲಿಲ್ಲ. ಅಂಥ ವಹಿವಾಟು, ಶ್ರೀಮಂತಿಕೆ ಇತ್ತು ಅವಳ ಕುಟುಂಬಕ್ಕೆ.

"ನಾನು ನಿಮ್ಮ ಡ್ಯಾಡಿ ಹತ್ರ ಮಾತಾಡಬೇಕಿತ್ತು" ಮತ್ತೆ ಅವಳೇ ಹೇಳಿದಾಗ "ಸಾರಿ, ಅವ್ರು ಮಲ್ಗೀಕೊಳ್ಳೋಕೆ ಹೋದ್ರು. ಈಗ ಡಿಸ್ಟರ್ಬ್ ಮಾಡೋಕೆ ಆಗೊಲ್ಲ. ಏನು ವಿಷ್ಯ?" ಕೇಳಿದ್ದು ನಂದಿತಾನ. ಆ ಬಗ್ಗೆ ಮಾಲಿನಿ ಕ್ಲೂ ಕೊಟ್ಟು ಹೋಗಿದ್ದು ಪ್ರಯೋಜನಕ್ಕೆ ಬಂತು.

ಸರಿಯಾಗಿ ಕೂತ ರಾಖಿ "ನೀನು, ಡ್ಯಾಡಿ ಭಾರತಿ ನರ್ಸಿಂಗ್ ಹೋಂಗೆ ಹೋಗಿದ್ದರಂತೆ. ಆ ಬಗ್ಗೆ ಕ್ಲಾರಿಫೀಕೇಷನ್ ಬೇಕಿತ್ತು" ಅಂದವಳ ಮುಖಕ್ಕೆ ಅಪ್ಪಳಿಸುವಂತೆ ಮಾತು ಬಂತು. "ಷಟಪ್, ಅದಕ್ಕೆ ನಿಮ್ಗೆ ವಿವರಣೆ ಕೊಡಬೇಕಾದ ಅಗತ್ಯವಿಲ್ಲ. ಬಹುಶಃ ಅವರ ಮುಂದೆ ಈ ಪ್ರಸ್ತಾಪ ಮಾಡೋಕೆ ಹೋಗ್ಬೇಡಿ, ಗುಡ್‌ನೈಟ್" ಅಂತ ಎದ್ದು ಹೋದವಳ ಜಡೆ ರಾಖಿಯ ಮುಖಕ್ಕೆ ರಾಚ ಬೇಕಾಗಿದ್ದು ಕೂದಲಿನ ಅಂತರದಲ್ಲಿ ತಪ್ಪಿ ಹೋಗಿತ್ತು.

"ಗುಡ್‌ನೈಟ್, ಬೊಥ್ ಆಫ್ ಯು" ಎಂದು ಸಂದೀಪ್ ಹೊರಟ. ರಾಖಿ ಮುಖ ಒಂದು ತರಹ ಮಾಡಿ "ಈಡಿಯಟ್ಸ್, ಸ್ವಲ್ಪ ಕೂಡ ಕಾಮನ್‌ಸೆನ್ಸ್ ಇಲ್ಲ. ಸಂದೀಪ್... ಫೂಲ್! ಕರೆಸಿ ಅವಮಾನ ಮಾಡಿದ್ದಾನೆ. ಡ್ಯಾಡ್ ನಮ್ಮ 'ರಾಯ್ ಗ್ರೂಪ್ಸ್‌ಗಾಗಿ ಕೆಲ್ಸ

ಮಾಡ್ಬೆ. ಅವನ ಇಂಡಸ್ಟ್ರೀಯಲ್ ಇಂಜಿನಿಯರಿಂಗ್ ನಮ್ಗೆ ಉಪಯೋಗಕ್ಕೆ ಬರುತ್ತೆ. ತುಂಬ ಬ್ರೊಲಿಯಂಟ್ ಅಂತ ಗೊತ್ತಾಗಿದೆ. ಡೋಂಟ್ ವರಿ ಹೋಗ್ಬಾ... ಅವನ ಡ್ಯಾಡ್ ಕೂಡ ಸ್ವಂತ ಬುದ್ಧಿವಂತಿಕೆ, ಪ್ರಾಮಾಣಿಕತೆಯಿಂದ ದೊಡ್ಡ ದೊಡ್ಡ ಹುದ್ದೆಗಳನ್ನು ಅಲಂಕರಿಸಿ ಕೆಲ್ಸ ಮಾಡಿದವರು. ಅದರಿಂದಲೇ ನೆಗ್ಲೆಕ್ಟ್ ಮಾಡಬೇಡಾಂತ ಹೇಳೋದು. ನಿನ್ನ ಕೈ ಹಿಡಿದ ಮೇಲೆ ರಾಯ್ ಫ್ಯಾಮಿಲಿಗೆ ಸೇರಿ ಹೋಗುವ ಸ್ಕೀಮ್" ಅಂದಿದ್ದರು. ರಾಯ್ ಇಂಡಸ್ಟ್ರೀಯಲ್ ಛೇರ್ ಪರ್ಸನ್ ಭಾಟಿಯಾ ತುಂಬ ಲೆಕ್ಕಾಚಾರದ ವ್ಯಕ್ತಿ. ಮಹತ್ವಾಕಾಂಕ್ಷಿ.

ಯಶವಂತ್ ದೀರ್ಘವಾಗಿ ಉಸಿರೆಳೆದು ದಬ್ಬಿದ. ಬಹಳ ಸೂಕ್ಷ್ಮವಾಗಿ ಗಮನಿಸಿದ್ದ. ಬಂದಾಗಿನಿಂದ ಅವರ ಕುಟುಂಬಗಳಿಗೂ, ಇಲ್ಲಿಗೂ ಬಹಳ... ಬಹಳ ವ್ಯತ್ಯಾಸವಿರುವಂತೆ ಕಂಡಿತು. ನಗುವಿನಿಂದ ಹಿಡಿದು ಪ್ರತಿಯೊಂದು ನೈಜತೆ ಕಳೆದುಕೊಂಡ ತಮ್ಮ ಕುಟುಂಬ ಬಂಧು ಬಾಂಧವರಿಗಿಂತ, ಇಲ್ಲಿನ ಜನರ ಮೂಮೆಂಟ್ ತೀರಾ ಡಿಫರೆಂಟಾಗಿ ಕಂಡಿತು. ಇಷ್ಟವೆನಿಸಿತ್ತು ಕೂಡ.

ಅತ್ಯಂತ ತನ್ಮಯತೆಯಿಂದ ಚಿಂತಿಸಿ ನಂತರ ನುಡಿದ.

"ಏಯ್ ರಾಖಿ, ಇಲ್ಲಿನ ವಾತಾವರಣ ಇಷ್ಟವೆನಿಸೊಲ್ವಾ! ಆ ಓಲ್ಡ್ ವಾಚ್‌ಮ್ಯಾನ್‌ನಿಂದ ಹಿಡಿದು ಭಟ್ಟರವರೆಗೂ ಸರ್ವೆಂಟ್ಸ್ ಅನ್ನಿಸೋಲ್ಲ. ತೋರೋ ಮುತುವರ್ಜಿಯಲ್ಲಿ ಪ್ರೀತಿ ಎದ್ದು ಕಾಣುತ್ತೆ. ಅದೇ .... ನಂದೂ ... ನಂದಿತಾ... ತೀರಾ ಸಾಧಾರಣವಾಗಿ ಸೆರಗು ಹಾರಿಸುತ್ತ ಓಡಾಡುವುದನ್ನು ಕಂಡಾಗ ಮತ್ತೆ ಯಾವುದೋ ಲೋಕ ಪ್ರವೇಶಿಸಿದಂತಾಗುತ್ತೆ. ಐ ಲೈಕ್ ದಿಸ್ ಎನ್ವಿರ್‌ನ್‌ಮೆಂಟ್. ಐ ಲೈಕ್ ದೀಸ್ ಪೀಪಲ್" ಅಂದ ಭಾವುಕತೆಯಿಂದ. ಹೆಚ್ಚು ಕಡಿಮೆ ಅವನ ವಿದ್ಯಾಭ್ಯಾಸವೆಲ್ಲ ಕರ್ನಾಟಕದಲ್ಲಿಯೇ ಆಗಿದ್ದರಿಂದ ಇಲ್ಲಿನ ಜನ ಜೀವನದ ಬಗ್ಗೆ ಗೊತ್ತು.

ರಾಖಿ ಆದಮೇಲೆ ಹಾರಾಡಿದ್ದೆಲ್ಲ ಇಂಗ್ಲೀಷಿನಲ್ಲಿ. ನಂದಿತಾ ಷಟಪ್ ಅಂದಿದನ್ನ ತುಂಬ ಮನಸ್ಸಿಗೆ ಹಚ್ಚಿಕೊಂಡಂಗೆ ಹಾರಾಡಿ "ಈ ಪೀಪಲ್ಸ್‌ನ ಬಿಟ್ಟು ಬಂದರೇನೆ, ರಾಯ್ ಇಂಡಸ್ಟ್ರೀಸ್‌ನೊಳಕ್ಕೆ ಪ್ರವೇಶಾಂತ ಹೇಳ್ತೀನಿ. ಐ ಡೋಂಟ್ ಕೇರ್. ನನ್ನ ತಾತ, ಮುತ್ತಾತ ಕಟ್ಟಿದ ಸಾಮ್ರಾಜ್ಯದೊಳಕ್ಕೆ ಪ್ರವೇಶಿಸಬೇಕೆನ್ನುವ ಮನುಷ್ಯ ನಿಷ್ಠಾವಂತನಾಗಿರಬೇಕು."

ಸುಮ್ಮನೆ ಮೌನವಾಗಿ ಕೇಳಿಸಿಕೊಂಡ ಯಶವಂತ್ ಎದ್ದು ಹೋಗಿ ಮಲಗುವ ಮುನ್ನ ಮರುದಿನದ ಫ್ಲೈಟ್ ಟಿಕೆಟ್‌ನ ಕನ್ಫರ್ಮ್ ಮಾಡಿಕೊಂಡ. ನಂದಿತಾಳ ತುಂಬು ವ್ಯಕ್ತಿತ್ವ ಕಣ್ಮುಂದೆ ಕುಣಿದಂತಾಯಿತು.

* * *

ಮನೆಗೆ ಬಂದ ಪ್ರತೀಕ ಮೊದಲು "ಡ್ಯಾಡ್..." ಅಂದ ಕಿಚನ್ ಬಾಗಿಲಲ್ಲಿ ನಿಂತು. ಹಿಂದಕ್ಕೆ ತಿರುಗಿದ ಕರುಣಾಕರ "ಷಟಪ್, ಈ ಸಂಬೋಧನೆ ನಂಗೆ ಇಷ್ಟವಾಗೋಲ್ಲಾಂತ ಎಷ್ಟು ಸಲ ಹೇಳಿಲ್ಲ. ಆದರೆ ಮಾಲಿನಿಗೆ ಇಷ್ಟ, ಹೋಗ್ಲಿ ಬಿಡು. ಅಂಥ ಐ.ಎ.ಎಸ್ ಮಾಡಿ ಭಾರತದ ಪೂರ್ತಿ ಓಡಾಡಿದ ಚಿರಂತನ್‌ದತ್ ಮಗಳೇ ಪ್ರೀತಿಯಿಂದ 'ಅಪ್ಪ' ಅಂತ

ಕರೀತಾಳೆ. ಇನ್ನ ಸಂದೀಪ್ ಎಂ.ಟೆಕ್ ಮಾಡಿದವ, ತಂದೆಯನ್ನು ಸಂಬೋಧಿಸೋದು ಅಚ್ಚ ಕನ್ನಡದಲ್ಲಿ 'ಅಪ್ಪ' ಅಂತ. ನಾನು ಎಸ್.ಎಸ್. ಎಲ್. ಸಿ ಮೇಲೆ ಒಂದು ಟೆಕ್ನಿಕಲ್ ಕೋರ್ಸ್, ಅದಕ್ಕೆ ಡ್ಯಾಡಿ ಅನ್ನೋ ಮರ್ಯಾದೆ. ಇದೆಲ್ಲ ಏನು ಮಾಡೋಕ್ಕಾಗೊಲ್ಲ. ನಂದೆ ಕಿಚನ್ ಇನ್‌ಚಾರ್ಜ್. ಅವಳಿಗೆ ಯಾವ್ದೋ ಮೀಟಿಂಗ್... ಬರೋದು ತಡವಾಗುತ್ತೇಂತ ಫೋನ್ ಮಾಡಿದ್ಲು. ನೀನು ಕೈ ಕಾಲು ತೊಳ್ದು ತಿಂಡಿಗೆ ರೆಡಿಯಾಗಿ ಬಂದ್ಬಿಡು" ಇಂಥದೊಂದು ಸೂಚನೆಕೊಟ್ಟು ಅಡಿಗೆ ಮನೆಗೆ ಹೋದರು. ಎಂದು ಇಂಥ ಕೆಲಸಗಳಿಗೆ ಬೇಸರ ಪಟ್ಟವರೇ ಅಲ್ಲ. ಇದೆಲ್ಲ ಇಷ್ಟವೆ.

ಡೈನಿಂಗ್ ಟೇಬಲ್ ಮುಂದೆ ಬಂದು ಕೂತ ಪ್ರತೀಕ ಸ್ಪೂನ್‌ನಿಂದ ತಟ್ಟೆಯ ಮೇಲೆ ಸದ್ದು ಮಾಡುತ್ತ "ಡ್ಯಾಡಿ, ಮಮ್ಮಿ ನೀನು ಲವ್ ಮಾಡಿ ಮದ್ವೆಯಾದ್ರ?" ಇಂಥದೊಂದು ಪ್ರಶ್ನೆ ಎತ್ತಿದಾಗ ಕರುಣಾಕರಗೆ ಅಚ್ಚರಿಯೆ.

"ನಿಂಗೆ ಈ ಬಗ್ಗೆ ಖಂಡಿತ ಡೌಟು ಬೇಡ. ಹಂಡ್ರೆಡ್ ಪರ್ಸೆಂಟ್ ನಿಜ. ನಿನ್ನ ಮಮ್ಮಿ ಕಡೆಯ ಜುಜುಬಿ ಜನ ಈ ಕಡೆ ತಲೆ ಹಾಕಿದ್ದಿಲ್ಲ. ಇವಳು ಹಟವಾದಿ ಬಿಡು. ಯಾಕೆ, ಈ ಪ್ರಶ್ನೆ? ನಿಂಗೂ ಅಂಥ ಸಾಹಸ ಮಾಡೋ ಉದ್ದೇಶವಿದ್ಯಾ? ತುಂಬ ಕಷ್ಟಪಡಬೇಕಾಗುತ್ತೆ. ಅಂಥದೇನಾದ್ರೂ ಇದ್ದರೆ ಕ್ಲೂ ಕೊಡು" ಮಗನಿಗೆ ಕಣ್ಣೊಡೆದು ದಿಢೀರ್ ಶಾವಿಗೆ ಪ್ಲೇಟಿಗೆ ಬಡಿಸಿದ ಚಟ್ಣಿ ಜೊತೆಗೆ ಇನ್ನೊಂದು ಮಾತು ಸೇರಿಸಿದರು. "ಅದ್ರಿಂದ ನಾನು ತುಂಬಾನೆ ಕಳಕೊಂಡೆ. ಹದಿನೈದು ವರ್ಷ ಅವ್ರ ಪ್ರೀತಿಯಿಂದ ದೂರವಿದ್ದೆ. ಹಿಂದೆ ನಾನು, ಮಾಲಿನಿ ಪ್ರೇಮಿಗಳಾಗಿದ್ದಾಗ, ವಿವಾಹವಾಗದಿದ್ದರೆ ಆತ್ಮಹತ್ಯೆ ಮಾಡ್ಕೊಂಡು ಬಿಡಬೇಕು ಅನ್ನೋ ತೀರ್ಮಾನಕ್ಕೆ ಎಷ್ಟೋ ಸಲ ಬಂದಿದ್ವಿ. ಅದೆಲ್ಲ ಬೊಗಸ್. ವಯಸ್ಸಿನ ಗಮತ್ತು ಅಷ್ಟೆ. ಹುಚ್ಚು ಮನಸ್ಸಿನ ಆವೇಶಕ್ಕೆ 'ಪ್ರೀತಿ' ಅನ್ನೋ ಹೆಸರು ಕೊಡ್ತೀವಿ'' ವಿರಕ್ತ ಭಾವ ಮಿನುಗಿತು ದನಿಯಲ್ಲಿ. ಆ ಬಗ್ಗೆ ಪಶ್ಚಾತ್ತಾಪವಾಗಿದೆಯೆನಿಸಿತು ಪ್ರತೀಕನಿಗೆ.

ಅವನ ಮನಸ್ಸಿಗೂ ನೋವಾಯಿತು. "ಮಮ್ಮಿ, ಮಮ್ಮಿ" ಎಂದು ಒದ್ದಾಡುವ ತಾನು ಅಂಥದನ್ನು ಕಲ್ಪಿಸಿಕೊಳ್ಳುವುದು ಸಾಧ್ಯವಿಲ್ಲ. ಪ್ರೇಮಕ್ಕಾಗಿ ಹೆತ್ತವರನ್ನು ಹೇಗೆ ತ್ಯಾಗ ಮಾಡುವುದು?

"ಪ್ಲೀಸ್, ವರೀ ಮಾಡ್ಕೋಬೇಡಿ ಡ್ಯಾಡಿ. ನಾನಂತು ಈ ಸಲ ಕರುಣೇಶ್ವರಕ್ಕೆ ಬರ್ತೀನಿ. ನಂಗೂ ಅವರನ್ನು ನೋಡಬೇಕೆನಿಸಿದೆ" ತಂದೆಗೆ ಸಹಕಾರ ನೀಡಲು ಮನಸ್ಸು ಮಾಡಿದ. ಪ್ರತಿ ಸಲ ಕರುಣಾಕರ ಅವನನ್ನು ಕರೆದೊಯ್ಯಲು ಪ್ರಯತ್ನಿಸಿದಾಗಲೂ ಮಾಲಿನಿ ಏನಾದರೊಂದನ್ನು ಹೇಳಿ ಉಳಿಸಿಕೊಳ್ಳುತ್ತಿದ್ದರು. ಹಂತ ಹಂತವಾಗಿ ಒಂದು ನೆಲೆಗೆ ಬಂದಾಗಿತ್ತು. ಈಗ ಬೇರೆಯವರ ಪ್ರವೇಶ ಬೇಕಿರಲಿಲ್ಲ. ಇನ್ನಷ್ಟು ಉತ್ತಮ ಜೀವನ ಬೇಕೆಂದುಕೊಳ್ಳುವುದು ಅಪರಾಧವಾಗಿರಲಿಲ್ಲ.

ಬಗ್ಗಿ ಮಗನ ಕೆನ್ನೆ ತಟ್ಟಿ "ನಿನ್ನಜ್ಜಿಗೆ ತುಂಬ ಸಂತೋಷವಾಗುತ್ತೆ. ಪ್ರತಿಸಲ ಹೋದಾಗಲೂ ನನ್ನ ಅಕ್ಕ ಪಕ್ಕ ಹಿಂದೆಯೆಲ್ಲ ನೋಟ ಹರಿಸುತ್ತಾಳೆ. ನಾನು ಮಾಲಿನಿ ಜೊತೆ ಒಂದಿಷ್ಟು

ಕಷ್ಟದ ಬದ್ಕು ಹಾಯ್ದುಕೊಂಡರು, ಖುಷಿಯಾಗಿ, ಸಂತೋಷವಾಗಿ ಮಜಾ ದಿನಗಳನ್ನು ವ್ಯಯಿಸುತ್ತಿದ್ದಾಗ ನನ್ನಮ್ಮಕಣ್ಣೀರು ಸುರಿಸುತ್ತ ನಿಮಿಷಗಳನ್ನು ದಿನಗಳನ್ನು ದೂಡಿದ್ದಾಳೆ. ಆ ಪಾಪದ ಭಯ ನಂಗಿದೆ ಕಣೋ, ಆಕಸ್ಮಾತ್ ನನ್ನ ತರಹ ನೀನು ನಮ್ಮಿಂದ ದೂರ ಹೋಗಿ ಬಿಟ್ಟರೆ, ನಮ್ಮ ಸ್ಥಿತಿ" ಮಗನನ್ನು ಅಪ್ಪಿಕೊಂಡು ಗೋಳೋ ಎಂದು ಅಳಲು ಷುರು ಮಾಡಿದಾಗ ಪ್ರತೀಕನಿಗೆ ದಿಕ್ಕು ತೋಚದಂತಾಗಿ "ಡ್ಯಾಡ್, ಖಂಡಿತ ನಿಮ್ಮನ್ನು ಬಿಟ್ಟು ಎಲ್ಲೂ ಹೋಗೋಲ್ಲ" ಅನ್ನುವ ವೇಳೆಗೆ ಫೋನ್ ಸದ್ದು ಮಾಡಿತು. ಇಲ್ಲದಿದ್ದರೇ ಸೀನ್ ಇನ್ನು ಎಮೋಷನಲ್ಲಾಗಿ ಮುಂದುವರಿಯುತ್ತಿತ್ತು.

"ಹಲೋ..." ಎಂದ ಪ್ರತೀಕ.

"ಪ್ರತೀಕಾನ! ಯಾಕೋ ಕಾರು ಒಂದಿಷ್ಟು ಪ್ರಾಬ್ಲಮ್, ಒಂಬತ್ತರ ಸುಮಾರಿಗೆ ನೀನು ಕಾಲೇಜು ಹತ್ತಿರಕ್ಕೆ ಬೈಕ್ ತರ್ತಿಯಾ? ನಿನ್ನ ಡ್ಯಾಡಿಗೆ ಮೆಕ್ಯಾನಿಕ್ ಸೂರಪ್ಪನ ಕಳಿಸೋಕೆ ಹೇಳು. ಅಕಸ್ಮಾತ್ ಮರೆತರೆ, ಪ್ರಾಬ್ಲಮ್" ಎಚ್ಚರಿಕೆ ನೀಡಿಯೇ ಫೋನ್ ಮಾಡಿದ್ದು.

"ಆಟೋ ಮಾಡ್ಕೊಂಡು ಬರಬಹುದಿತ್ತು. ಪ್ರಿನ್ಸಿಪಾಲ್ ಕಾರು ಬಿಟ್ಟು ನೆಲದ ಮೇಲೆ ಓಡಾಡಬಾರ್ದು ಅನ್ನೋ ತೀರ್ಮಾನಕ್ಕೆ ಬಂದು ಬಿಟ್ಟರು" ಬೇಸರದ ಮುಖ ಮಾಡಿಕೊಂಡು ತಿಂಡಿಯನ್ನು ತೆಗೆದಿಟ್ಟು ರೂಮಿಗೆ ಹೋದ.

ಹಂತ ಹಂತವಾಗಿ ಬೆಳೆದಂತೆ ಮಾಲಿನಿ ಬದಲಾಗಿದ್ದು ನಿಜ. ನೀಳವಾದ ಕೂದಲು ತುಂಡಾಗುತ್ತ ಹೋಗಿ ಭುಜದವರೆಗೂ ಬಂದು ನಿಂತಿತು. ಎಲ್ಲೋ ಅಪರೂಪಕ್ಕೆ ಬ್ಯೂಟಿ ಪಾರ್ಲರ್‌ಗೆ ಕದ್ದು ಮುಚ್ಚಿ ಹೋಗುತ್ತಿದ್ದಳು ವಾರಕ್ಕೊಮ್ಮೆ ಮುಲಾಜಿಲ್ಲದೆ ಹೊರಡೋ ಪರಿ ನೋಡಿ ಹಾಸ್ಯ ಮಾಡಿದರೇ ವಿನಹಃ ವ್ಯಂಗ್ಯ ಮಾಡಲು ಹೋಗಿರಲಿಲ್ಲ. ಫ್ಲಾಟ್‌ಗೆ ಮಾಡಿದ ಸಾಲಕ್ಕೆ ಕಂತು ಕಂತಾಗಿ ಕರುಣಾಕರ ಸಂಬಳದಿಂದ ಹಣ ಹೋಗುತ್ತಿತ್ತು. ಇನ್ನ ಮಿಕ್ಕವನ್ನು ಕೂಡ ಹೆಂಡತಿಯ ಕೈಗೆ ಹಾಕಿ ಬರೀ ಖರ್ಚುಗಾಗಿ ಚಿಲ್ಲರೆ ಉಳಿಸಿಕೊಳ್ಳುವುದು ರೂಢಿ ಆಯ್ತು.

"ಹೇಗೆ ಬೇಕೋ ಹಾಗೆ ... ಮನೆ ಮ್ಯಾನೇಜ್ ಮಾಡ್ಕೋ ನಂಗೆ ಅಷ್ಟೇನು ಖರ್ಚಿರೋಲ್ಲ. ಫ್ಯಾಕ್ಟರಿ ವೆಹಿಕಲ್ ಬರುತ್ತೆ. ಅಲ್ಲಿ ಕ್ಯಾಂಟೀನ್. ತಿಂಗಳಿಗೊಮ್ಮೆ ಕೂಪನ್ ತಗೊಂಡರೇ ಸಾಕು. ನಂಗೆ ದೊಡ್ಡದಾಗಿ ಬಟ್ಟೆ ಖರ್ಚು ಕೂಡ ಇರೋಲ್ಲ. ನೀನು ನಮಗಿಂತ ಬುದ್ಧಿವಂತೆ ಅನ್ನೋದ್ನ ರುಜುವಾತು ಮಾಡಿದ್ದೀಯ. ಸಂಸಾರದ ಪೂರ್ತಿ ಸೂತ್ರ ನಿನ್ನ ಕೈಯಲ್ಲಿದ್ದರೇ ಸುಭದ್ರ" ಎಂದು ಹೆಂಡತಿಗೆ ಹೇಳಿದ್ದ ಧಾರಾಳಿ.

ಷರಟು ಹಾಕ್ಕೊಂಡು ಮಗನ ರೂಮಿನಲ್ಲಿ ಇಣಕಿದ ಕರುಣಾಕರ. "ನಿಂಗೆಲ್ಲಾದ್ರೂ ಹೋಗೋದಿದ್ದರೇ ಹೋಗು. ನಾನು ಹೋಗಿ ಕರ್ಕಂಡ್ ಬರ್ತೀನಿ. ಯಾಕೋ ಅವಳಿಗೆ ಇಷ್ಟವಾಗೋಲ್ಲ. ಮೆಕ್ಯಾನಿಕ್ ಸೂರಪ್ಪನ ಕಳ್ಸಿಕೊಡ್ತೀನಿ" ಹೇಳಿ ಫ್ಲಾಟ್‌ನಿಂದ ಹೊರ ಬಂದರು.

ಈಚೆಗೆ ಅವರಿಗೆ ಅರ್ಥವಾಗಿತ್ತು. 'ನೀವೇನ್ರಿ, ಸ್ವಲ್ಪ ಡ್ರೆಸ್ ಬಗ್ಗೆ ಗಮನ

ಕೊಡೋಕ್ಕಾಗೊಲ್ಲ. ಹೇಗೆಂದರೇ ಹಾಗೆಯೇ ಇರ್ತೀರಾ ನನಗೆ ಲೈಕ್ ಆಗ್ತಾ ಇಲ್ಲ" ಎಷ್ಟೋ ಸಲ ಇಂಥ ಮಾತುಗಳನ್ನು ಆಡಿದ್ದುಂಟು. ನಕ್ಕು ತಳ್ಳಿ ಹಾಕುತ್ತಿದ್ದರು. "ನನ್ನ ಪ್ರಿಯೆ ಸೆಲೆಕ್ಟ್ ಮಾಡಿಕೊಟ್ಟ ಡ್ರೆಸ್ ಹಾಕ್ಕೋತೀನಿ" ಆ ಲೆವೆಲ್‌ಗೆ ಕಾಂಪ್ರಮೈಸ್ ಆದಂಥ ಮನುಷ್ಯ. ಆದರೆ ತನ್ನ ವ್ಯಕ್ತಿತ್ವಕ್ಕೆ ಧಕ್ಕೆಯಾದರೇ ಮಾತ್ರ ಸಹಿಸರು.

ಅಲ್ಲೇ ತಿರುವಿನಲ್ಲಿದ್ದ ಸೂರಪ್ಪನ ಮೆಕ್ಯಾನಿಕ್ ಷಾಪ್‌ಗೆ ಹೋಗಿ ಅವನನ್ನು ಕಳುಹಿಸಿ ಹಿಂದಿರುಗಿ ಬಂದವರು ತಾಯಿಗಾಗಿ ಖರೀದಿಸಿ ತಂದಿದ್ದ ಕಂಚಿ ಶುದ್ಧ ಕಾಟನ್ ಸೀರೆಯನ್ನು ತೆಗೆದು ಮುಂದಿಟ್ಟುಕೊಂಡ ಕರುಣಾಕರ ಕಣ್ಣಲ್ಲಿ ನೀರಾಡಿತು. ಆಕೆ ರೇಶಿಮೆ ಸೀರೆ ಅಂಥದ್ದು ಉಟ್ಟಿದ್ದಿಲ್ಲ. ಈಚೆಗೆ ಹೊರಟಾಗಲೆಲ್ಲ ಅಮ್ಮನಿಗೇನಾದ್ರೂ ಒಯ್ಯಬೇಕೆನಿಸುತ್ತಿತ್ತು. ಆದರೆ ಸಾಧ್ಯವಾಗದಿದ್ದಕ್ಕೆ ಒಂದು ಕಾರಣವಿತ್ತು.

"ತುಂಬಾನೇ ತಾಪತ್ರಯ! ನಮ್ಮಂಥವರು ಮೇಲು ಮಧ್ಯಮ ದರ್ಜೆಗೆ ಹೊಂದಿಕೊಂಡಂತೆ ಬದುಕಬೇಕಾದರೇ, ಒಂದಿಷ್ಟು ತ್ಯಾಗ ಅಗತ್ಯ. ಸೋಫಾಸೆಟ್‌ಗೆ ಇಪ್ಪತ್ಮೂರು ಸಾವಿರ. ಅದರ ಕಂತು ಈ ತಿಂಗಳಿನಿಂದ ಷುರು. ವರ್ಷ ಪೂರ್ತಿ ಒಂದಿಷ್ಟು ಇಕ್ಕಟ್ಟಾಗಿಯೇ ಮ್ಯಾನೇಜ್ ಮಾಡ್ಕೋಬೇಕು" ಇಂಥದನ್ನು ಹೇಳಿಯೇ ಲಕ್ಷ್ಮಣ ರೇಖೆ ಎಳೆದುಕೊಂಡು ಬಂದ ಮಾಲಿನಿ ಬುದ್ಧಿವಂತೆಯೆ. ಹೌದು ಗಂಡ, ಮಗ ತಮ್ಮ ಸ್ಟೇಟಸ್ ಬಿಟ್ಟು ಬೇರೆಯವರತ್ತ ಯೋಚಿಸಳು.

ಈ ಸಲ ಸಾಲ ಮಾಡಿಯೇ ತೀರಾ ಸುಮಾರಾದ ಸೀರೆ ತಂದಿದ್ದರು. ಅದನ್ನು ತೋರಿಸಿದಾಗ ಏನು ವ್ಯಕ್ತಪಡಿಸದೇ ಮಾಲಿನಿ ಎದ್ದು ಹೋಗಿದ್ದು ಬೇಸರ ತಂದಿತ್ತು ಅವರಿಗೆ.

ರೂಂನಲ್ಲಿದ್ದ ಪ್ರತೀಕ ಹೊರಗೆ ಬಂದವನೆ "ಯಾರ್ಗೇ ಡ್ಯಾಡ್ ಸೀರೆ? ಮಮ್ಮಿ ಯಾವ ಸೀರೆಯುಟ್ಟರು ಚೆನ್ನಾಗಿ ಇರ್ತಾರೆ. ಸರ್‌ಪ್ರೈಜ್ ಗಿಫ್ಟಾ?" ಎಂದು ಸೀರೆಯನ್ನೆತ್ತಿಕೊಂಡಾಗ "ಅಲ್ಲ ಕಣೋ, ನಮ್ಮಮ್ಮನಿಗೆ. ಆಗಾಗ ಸರ್‌ಪ್ರೈಜ್ ಗಿಫ್ಟ್‌ಗಳನ್ನು ಕೊಡೋಕೆ ಕುಬೇರನಾ? ನೀನೇನು ಮಾಲಿನಿನ ಕರ್ಕಂಡ್ ಬರೋಕೆ ಹೋಗೋದು ಬೇಡ. ಹೇಗೂ ಸೂರಪ್ಪ ಹೋಗಿದ್ದಾನೆ., ಆಕಸ್ಮಾತ್ ಕಾರು ರಿಪೇರಿಯಾಗದಿದ್ದರೂ ಕೂಡಿಸಿಕೊಂಡು ತಳ್ಳಿಕೊಂಡು ಬಂದು ಫ್ಲಾಟ್ ಮುಟ್ಟಿಸ್ತಾನೆ. ಈಚೆಗೆ ತಿರ್ಗಾಟಾನೆ ಜಾಸ್ತಿ ಆದಂಗಿದೆ. ಸ್ವಲ್ಪ ಓದಿನತ್ತ ಗಮನವಿರಲೀ, ಆಮೇಲೆ ಸ್ವಲ್ಪ ಎಡವಟ್ಟಾದರೂ ನನ್ನಂಗೆ ಯಾವುದಾದ್ರೂ ಡಿಪ್ಲೋಮೋ ಮಾಡಿ ಸಣ್ಣ ಪುಟ್ಟ ಕೆಲ್ಸ ಹಿಡಿಯಬೇಕಾಗುತ್ತೆ. ಅದು ನಿಮ್ಮಮ್ಮನಿಗೆ ಇಷ್ಟವಾಗೋಲ್ಲ" ನಗುತ್ತ ತಮಾಷೆ ಮಾಡಿದರು.

ತಟ್ಟನೆ ಅವರ ಮುಂದೆ ಕೂತ ಪ್ರತೀಕ "ಸಂದೀಪಣ್ಣ ಬಂದಿದ್ದಾನೆ. ಅವ್ನ ಹತ್ರ ನನ್ನ ಕೆರಿಯರ್ ಬಗ್ಗೆ ಮಾತಾಡ್ಲಾ?" ಅವನ ತಲೆ ಕೆಡುವುದು ನಿಂತಿರಲಿಲ್ಲ. "ಮಮ್ಮಿ, ನಾನು ಐ.ಎ.ಎಸ್ ಮಾಡ್ತೀನಿಂದರೇ ಬೇಡ ಅನ್ನೊಲ್ಲ. ಯಾಕೆ ಗೊತ್ತಾ? ಈಗ್ಲೂ ದೊಡ್ಡಪ್ಪನ ಮುಂದೆ ನಿಂತು ಮಾತಾಡೋಕೆ ಹೆದರ್ತಾರೆ. ಅವ್ರ ಮಾತೂಂದರೇ, ತಕ್ಷಣ ಹ್ಞೂಂ ಅಂದುಬಿಡ್ತಾರೆ. ಅದಕ್ಕೆ ಕಾರಣ ಚಿರಂತನ್‌ದತ್ ಐ.ಎ.ಎಸ್ ಮಾಡಿರೋದೆ

ಕಾರಣವಿರಬಹುದು." ಅಂದು ಬಡಬಡಿಸಿದ ಮಗನ ಕ್ರಾಪ್ ಕೆದರಿ ನಸು ನಗೆ ಬೀರಿದರು.

"ಅದೊಂದೆ ಕಾರಣವಿರಲಾರದು, ಚಿರಂತನ್‌ದತ್ ಸಂಪೂರ್ಣ ವ್ಯಕ್ತಿತ್ವ ಮುಖ್ಯವಾಗುತ್ತೆ. ಎಂಥೆಂಥ ಪೋಸ್ಟ್‌ನಲ್ಲಿಯೋ ಇದ್ದವರು ಸಾಕಷ್ಟು ಹಣ, ಆಸ್ತಿ ಮಾಡೋದು ದೊಡ್ಡದಾಗಿರೋಲ್ಲ. ಆದರೆ ಅದ್ನ ಅವ್ರು ಮಾಡ್ಲಿಲ್ಲ. ಹಲವರಿಗೆ ಸಹಾಯ ಮಾಡಿರಬಹುದು, ಒಳ್ಳೆಯ ಕೆಲಸಗಳಿಗೆ ಸಹಕಾರ ಕೊಟ್ಟಿರಬಹುದು. ಸಮಾಜ ಹಿತ ಕಾರ್ಯಗಳನ್ನು ಮಾಡುವಾಗ ಕೆಲವರ ನಿಷ್ಠುರ ಕಟ್ಟಿಕೊಂಡಿರಬಹುದು. ಆದರೆ ಎಂದೂ ತಪ್ಪು ಹೆಜ್ಜೆ ಇಡಲಿಲ್ಲ, ರೋಲ್ ಮಾಡಲ್" ಅಭಿಮಾನದಿಂದ ಹೇಳಿಕೊಂಡರು.

ಪ್ರತೀಕ ಹಾಗೆಯೇ ಮೆಲಕು ಹಾಕಿದ.

ಗುರುವಾರದವರೆಗೂ ಹಳ್ಳಿಗೆ ಹೋಗುವ ವಿಚಾರವನ್ನು ಅಪ್ಪ, ಮಗ ಮುಚ್ಚಿಟ್ಟರು. ಶುಕ್ರವಾಗ ಬೆಳಿಗ್ಗೆ ಸ್ನಾನ ಮುಗಿಸಿ ಬಂದು ಬಟ್ಟೆ ತೊಟ್ಟ ನಂತರ ಕರುಣಾಕರ "ಮಾಲು, ನಾನು ಪ್ರತೀಕ ಅಪ್ಪ, ಅಮ್ಮನ್ನ ನೋಡೋಕೆ ಹಳ್ಳಿಗೆ ಹೋಗ್ತಾ ಇದ್ದೀವಿ. ಎರಡು ದಿನ ಉಳ್ಕೊಂಡು ಸೋಮವಾರ ಬರ್ತೀವಿ. ನಿಂಗೂ ಹೊರಡೋ ಅಕ್ಕರೆ.... ಇದ್ದರೆ ನಮ್ಜೊತೆ ಬಾ" ಇಂಥ ಒಂದು ಸೂಚನೆ ಕೊಟ್ಟಾಗ ಮಾಲಿನಿ ಬೆಚ್ಚಿದ್ದು.

"ಅರೇ, ಹೋದ ತಿಂಗ್ಳು ಎರಡು ದಿನ ರಜ ಇದ್ದಾಗ ಅಲ್ಲೇ ಹೋಗಿ ಕಳಿದ್ರಿ. ಈಗ ಮತ್ಯಾಕೆ? ಭಾನುವಾರ ನಾನು ಬೇರೆ ಪ್ರೋಗ್ರಾಂ ಹಾಕ್ಕೊಂಡಿದ್ದೀನಿ. ಈ ಸಲ ಹೋಗೋಕೆ ಸಾಧ್ಯವಿಲ್ಲ. ಸಂಡೇ ರಜಾನ ನಂಗೂ ಗಂಡ, ಮಗನ ಜೊತೆ ಎಂಜಾಯ್ ಮಾಡಬೇಕೂಂತ ಇರೋಲ್ವಾ? ಸದ್ಯಕ್ಕೆ ನೀವು ಹೋಗಿ ಬರೋ ಖರ್ಚು ಜಾಸ್ತಿಯಾಗಿದೆ. ಅಂಥದರಲ್ಲಿ ಪ್ರತೀಕ ಯಾಕೆ? ಅವನ ಸ್ಟಡೀಸ್, ಕೆರಿಯರ್ ಬಗ್ಗೆ ಕಾನ್ಸೆನ್‌ಟ್ರೇಟ್ ಮಾಡೋ ಸಮಯ. ಆಂಥ ಸಮಯದಲ್ಲಿ ಅವ್ನ ಗಮನ ಬೇರೆ ಕಡೆ ಹರಿಯೋಂಗೆ ಮಾಡ್ಬೇಡಿ. ಅವನಿಗೋಸ್ಕರವೇ, ನನ್ನ ಸ್ಟೇಟಸ್ ರೈಸ್ ಮಾಡ್ಕೊಂಡು ಬಂದಿರೋದು" ತಿರುಗಿ ಬಿದ್ದರು. ಒಮ್ಮೆ ತಣ್ಣಗೆ ನೋಟ ಬೀರಿದ ಕರುಣಾಕರ "ಅವ್ನು ನನ್ಜೊತೆ ಬರ್ತಾ ಇದ್ದಾನೆ, ಅಷ್ಟೆ" ಬ್ಯಾಗ್ ಕೈಗೆತ್ತಿಕೊಂಡರು.

ಪ್ರತೀಕ ಒಂದು ಸ್ಪೋರ್ಟ್ಸ್ ಬ್ಯಾಗ್ ತಗುಲಿ ಹಾಕ್ಕೊಂಡು ಬಂದು "ಸಾರಿ ಮಮ್ಮಿ, ಈಗಂತು ಹೋಗ್ಲೇಬೇಕೂಂತ ತೀರ್ಮಾನ ಮಾಡಿದ್ದೀನಿ. ಆ ವಿಷ್ಯಕ್ಕೆ ನೀನು, ಡ್ಯಾಡ್ ಜಗಳ ಕಾಯೋದು ಬೇಡ" ಅಂದವನು ಹೋಗಿ ತನ್ನ ಷೂ ಏರಿಸಿದ. "ಪ್ರತೀಕ, ಐ ಡೋಂಟ್ ಮೈಂಡ್, ನಾನು ಬರೀ ಎಸ್.ಎಸ್.ಎಲ್.ಸಿ ಮಾಡ್ಕೊಂಡು ಟೆಂಪರರಿ ಕೆಲ್ಸಕ್ಕೆ ಸೇರಿದಾಗ ಎಷ್ಟು ನೋವು, ಅವಮಾನ ಅನುಭವಿಸಿದ್ದೀನಿ, ಗೊತ್ತಾ?" ಮಾಲಿನಿ ಕಣ್ಣೀರು ಧಾರೆಯಾಯಿತು.

ಬಹುಶಃ ಮೊದಲಾಗಿದ್ದರೆ ಕರುಣಾಕರ ಹೆಂಡತಿಯ ಕಣ್ಣೀರ ಧಾರೆಗೆ ಕರಗಿ ಶರಣಾಗತನಾಗಿ ಬಿಡುತ್ತಿದ್ದರು. ಆದರೆ ಈಗ ಬರೀ ಅವರು ಒಬ್ಬ ಗಂಡನು ಮಾತ್ರವಲ್ಲ, ಮಗ ಕೂಡ. ಮೊದಲನೆಯದಕ್ಕಿಂತ ಎರಡನೆಯದೇ ಅತಿ ಮುಖ್ಯವೆನಿಸಿತು, ಆ ಸಮಯದಲ್ಲಿ.

"ಅದು ನಿನ್ನದೇ ತಪ್ಪು. ಪ್ರತಿಯೊಬ್ಬರಿಗೂ ಅವರದೇ ಆದ ವ್ಯಕ್ತಿತ್ವವಿರುತ್ತೆ, ಎತ್ತರವಿರುತ್ತೆ.

ಸಹ್ಯಾದ್ರಿ, ಹಿಮಾಲಯದ ಪಕ್ಕ ನಿಂತು ಅವಮಾನವೆಂದು ಭಾವಿಸಲಾಗುತ್ತ? ಬಂದು ಆ ಬಗ್ಗೆ ಮಾತಾಡೋಣ. ಆರಾಮಾಗಿ ರಿಲ್ಯಾಕ್ಸ್ ಮಾಡ್ಕೋ. ಏನಾದ್ರೂ ಪುರಸತ್ತು ಇದ್ದರೇ ಅಣ್ಣನ ಮನೆಗೆ ಹೋಗ್ಬಾ. ಈಗ ಸಂದೀಪ ಕೂಡ ಇರೋದ್ರಿಂದ... ಸಂಭ್ರಮ ತುಂಬಿಕೊಂಡಿರುತ್ತೆ" ಹೇಳಿ ಮಗನನ್ನು ಹೊರಡಿಸಿಕೊಂಡು ಹೊರಟು ಬಿಟ್ಟರು.

ಕೆಳಗೆ ಹೋದ ಮೇಲೆ ಪ್ರತೀಕ ತಲೆಯೆತ್ತಿ ತಮ್ಮ ಫ್ಲಾಟ್‌ಕಡೆ ನೋಡಿ "ಮಮ್ಮಿಗೆ ಬೇಜಾರಾಗಿದೆ" ದನಿ ಮೆತ್ತಗಾಗಿತ್ತು. ಅವನೆಲ್ಲಿ ಮನಸ್ಸು ಬದಲಾಯಿಸಿ ಹಿಂದಕ್ಕೆ ಓಡಿ ಬಿಡುತ್ತಾನೋ ಎಂದು "ಖಂಡಿತ ಇಲ್ಲ. ನೆನಪುಗಳನ್ನು ಕೆದಕಿ ತಪ್ಪುಗಳನ್ನು ಅರಿಯೋಕೆ ಆಗಾಗ ಒಂಟಿತನ ಬೇಕು."

ಪ್ರತೀಕ ಮಾತಾಡಲಿಲ್ಲ. ಆಟೋ ಹಿಡಿದು ಬಸ್ ಸ್ಟ್ಯಾಂಡಿಗೆ ಬಂದು ಬಸ್ಸು ಹತ್ತುವವರೆಗೂ ಸುಮ್ಮನಿದ್ದ ಕರುಣಾಕರ ಹತ್ತು ಕಿಲೋಮೀಟರ್ ನಂತರ "ನಿನ್ನ ಮೊಬೈಲ್ ಕೊಡು, ಅಣ್ಣನಿಗೆ ಒಂದು ಫೋನ್ ಮಾಡ್ತೀನಿ ಅಂದರು. ಇನ್ನು ಸ್ವಲ್ಪ ಬೇಸರದಿಂದಲೇ ಇದ್ದ ಅವನು ತುಟಿ ಬಿಚ್ಚದೆ ಮೊಬೈಲ್‌ನ ಅಪ್ಪನ ಕೈಯಲ್ಲಿಟ್ಟ. ನಂಬರ್‌ಗಳನ್ನೊತ್ತಿ ಸಾಕಾದವರು ಬಹುಶಃ ಛಾರ್ಜಿಂಗ್ ಇದ್ದಂಗೆ ಕಾಣೋಲ್ಲ" ಹಿಂದಿರುಗಿಸಿದರು.

"ಹೌದು, ಛಾರ್ಜ್ ಆಗಿಲ್ಲ! ನಾನು ಛಾರ್ಜರ್ ಕೂಡ ತಗೊಂಡಿಲ್ಲ. ಈಗೇನು ಮಾಡೋದು ಡ್ಯಾಡ್?" ಕಳವಳವಿತ್ತು ದನಿಯಲ್ಲಿ. ಅವನಿಗೆ ಡ್ಯಾಡ್ ಎಂದು ಕೂಗುವುದೇ ಅಭ್ಯಾಸ. ಕೆಲವೊಮ್ಮೆ ಕರುಣಾಕರ ಗಲಾಟೆಗೆ ಅಪ್ಪ ಅನ್ನುತ್ತಿದ್ದನಷ್ಟೆ, ಅದು ಅವರಿಗೂ ಗೊತ್ತು.

"ಏನು ತೊಂದರೆ ಇಲ್ಲ. ಅಲ್ಲು ಟೆಲಿಫೋನ್ ಸೌಲಭ್ಯವಿದೆ. ಧಾರಾಳವಾಗಿ ಮಾತಾಡಬಹುದು. ಮಗನೇ ಈ ಮೊಬೈಲ್ ಬಂದು ಎಷ್ಟು ವರ್ಷವಾಯ್ತು? ಅದಕ್ಕೆ ಮೊದಲು ನಾವು ಬದುಕಿರಲೇ ಇಲ್ಲವೇ? ಜಗತ್ತಿನ ಆಗು ಹೋಗು ತಮ್ಮ ಪಾಡಿಗೆ ತಾವು ನಡೆಯುತ್ತಿರಲಿಲ್ಲವಾ? ಒಂದೆರಡು ದಿನ ಮ್ಯಾನೇಜ್ ಮಾಡ್ಕೋ" ಸಮಾಧಾನ ಮಾಡಿದರು.

ಬಸ್ಸು ನಿಲ್ಲುವ ವೇಳೆಗೆ ಕತ್ತಲು ಮುಸುಕಿತ್ತು. ದಾರಿಯಲ್ಲಿ ಬಸ್ಸು ಕೆಟ್ಟು ನಿಂತಿದ್ದರಿಂದ ಒಂದಿಷ್ಟು ತಡವಾಯಿತಷ್ಟೆ. ರೋಡ್‌ನಲ್ಲಿ ಇಳಿದು ಲೈಟು ಉರಿಯುತ್ತಿದ್ದ ಕಡೆಗೆ ಕೈ ಮಾಡಿದರು.

"ಅದೇ, ನಮ್ಮ ಅಂಗಡಿ! ಆ ವ್ಯಾಪಾರದ ಹಣದಿಂದಲೇ ನಿಮ್ಮಪ್ಪ ಓದಿದ್ದು, ಬೆಳೆದಿದ್ದು" ಅನ್ನುವಾಗ ಅವರೆದೆ ತುಂಬಿ ಬಂತು. ಒಂದೆರಡು ಸಲ ನೋಡಿದ್ದುಂಟು ಪ್ರತೀಕನಿಗೆ. ಬಹುಶಃ ಇಲ್ಲಿಗೆ ಬಂದಿದ್ದು ಮೊದಲ ಸಲವೇನೋ!

ಮೌನವಾಗಿ ತಂದೆಯ ಜೊತೆಗೆ ಹೆಜ್ಜೆ ಹಾಕಿದ. ರೋಡ್‌ನ ಇನ್ನೊಂದು ಬದಿಗಿದ್ದ ಅಂಗಡಿ. ತೀರಾ ದೊಡ್ಡದು ಅಲ್ಲ, ಕಿಂಡಿಯಂಥದ್ದು ಅಲ್ಲ. ದೊಡ್ಡದಾಗಿ ಡೆಕೋರೇಷನ್ ಮಾಡದ ಸಾಧಾರಣ ಅಂಗಡಿ. ಮುಂದೆ ಬಾಟಲುಗಳಲ್ಲಿ ಪೆಪ್ಪರ್‌ಮೆಂಟ್, ಚಾಕಲೇಟು ಅಂಥವುದರ ಜೊತೆಗೆ ದೇಸಿ ತಿನಿಸುಗಳಾದ ಎಳ್ಳಿನುಂಡೆ, ಕಳ್ಳೇ ಬೀಜದ ಉಂಡೆ, ಕೊಬ್ಬರಿ ಮಿಠಾಯಿ, ಖಾರ ಹಾಕಿದ ಕಳ್ಳೇಕಾಯಿ ಬೀಜ ಅಂಥದೆಲ್ಲ ಇತ್ತು.

"ಅಜ್ಜಿಗೆ ನಮಸ್ಕಾರ ಮಾಡು. ನಿನ್ನ ಕೆರಿಯರ್‌ಗೆ ಅವ್ರ ಆಶೀರ್ವಾದ ತೀರಾ ಅಗತ್ಯ" ಭುಜ ತಟ್ಟಿ ಹೆಮ್ಮೆಯಿಂದ ಹೆಜ್ಜೆ ಹಾಕಿದರು ಎದೆಯುಬ್ಬಿಸಿ. ಇದೊಂದು ದೊಡ್ಡ ಸಾಧನೆಯೆನ್ನುವ ಸಂತೋಷದ ಕ್ಷಣಗಳು. ಅಂಗಡಿಯ ಮುಂದೆ ಕೂತಿದ್ದ ಒಬ್ಬಿಬ್ಬರು ಮೇಲೆದ್ದು "ಅಮ್ಮಾವರೇ, ನಿಮ್ಮ ಮಗ ಅವ್ರು... ಬಂದರು" ವಿಷ್ಯ ಮುಟ್ಟಿಸಿದ ಕೂಡಲೆ ಒಂದು ನಡುವಯಸ್ಸಿನ ಹೆಣ್ಣು ಮಗಳೊಬ್ಬಳು ಹೊರಗೆ ಬಂದಳು. "ಅಮ್ಮ, ನಿನ್ನ ಮೊಮ್ಮಗನ್ನ ಕರ್ಕಂಡ್ ಬಂದಿದ್ದೀನಿ, ನೋಡು" ಅಂದಿದ್ದೇ ತಡ, ಆಕೆಯ ಬಾಯಿಂದ ಮಾತುಗಳು ಹೊರಡಲಿಲ್ಲ.

"ನಮಸ್ಕಾರ ಮಾಡು, ಮಗನೇ" ಎಂದರು.

ಕಾಲಿಗೆರಗಿದಾಗ ತಬ್ಬಿಕೊಂಡರು. ಕಣ್ಣೀರು ಸುರಿಸಿದರು, ಮುಖ ಸವರಿದರು, ಕ್ರಾಪಿನಲ್ಲಿ ಕೈಯಾಡಿಸಿ ತಮ್ಮ ವಾತ್ಸಲ್ಯವನ್ನು ವ್ಯಕ್ತಪಡಿಸಿದರು ಗಿರಿಜಮ್ಮ.

"ಬಾ... ಬಾ... ಒಳ್ಗಡೆ... ಬಾ" ಕೈ ಹಿಡಿದು ಕರೆದೊಯ್ದರು. ಅಂಗಡಿಗೆ ತಾಕಿಕೊಂಡೇ ಇದ್ದ ನಡು ಮನೆಯಲ್ಲಿ ಒಂದು ದೊಡ್ಡದಾದ ಮರದ ಮಂಚ ಇತ್ತು. ಅದರ ಪಕ್ಕದಲ್ಲೊಂದು ಮರದ ಟೇಬಲ್ಲು, ಜೊತೆಗೆ ಎರಡು ಕುರ್ಚಿಗಳು, ಮೂಲೆಯಲ್ಲಿ ಒಂದು ಸುಮಾರಾದ ಸ್ಟೂಲು ಇತ್ತು. ನೆಲಕ್ಕೆ ಕೆಂಪು ರೆಡ್ ಆಕ್ಸೈಡ್, ಗೋಡೆಗಳಿಗೆ ಸುಣ್ಣ, ತಲೆಯ ಮೇಲೊಂದು ಮಾಡು– ಇದಿಷ್ಟೆ ಇನ್‌ಡೋರ್ ಡೆಕೋರೇಷನ್. ಅದಕ್ಕೆ ಅಂಟಿಕೊಂಡಂಗೆ ಎರಡು ಕೋಣೆಗಳು. ಅಡಿಗೆ ಮನೆ, ಬಚ್ಚಲು ಮನೆ ಜೊತೆಗೆ ಹಿಂದುಗಡೆ ಕಕ್ಕಸು ಎಲ್ಲಾ ಇತ್ತು. ತಾನು ಎಂದೋ ಹಿಂದೆ ನೋಡಿದ ನೆನಪು.

ಅಪ್ಪ, ಮಗ ಹೋಗಿ ಹಿತ್ತಲಲ್ಲಿ ಕೈ ಕಾಲು ಮುಖ ತೊಳೆದು ಬಂದರು. ಸಾರು, ಹುಳಿ ಇತ್ತು. ಅನ್ನಕ್ಕೆ ಇಟ್ಟಿದ್ದರಿಂದ ಒಂದು ರೀತಿಯ ಘಮಲು. ಇಲ್ಲಿ ಕುಕ್ಕರ್ ಅಂಥದ್ದರ ಬಳಕೆ ಇರಲಿಲ್ಲ.

"ಕಾಫಿ ಮಾಡಿ ಕೊಡ್ಲಾ?" ಕೇಳುತ್ತಲೇ ಹಿಂದಿನ ಕೊಟ್ಟಿಗೆಗೆ ಹೋಗಿ ಹಾಲು ಕರೆದುಕೊಂಡು ಬಂದರು, ಕೊಳಗದ ತುಂಬ. "ಆರಾಧ್ಯ ಏನೋ ಹೆಂಡ್ತಿ ಮನೆಗೆ ಹೋಗ್ತೀನೀಂತ ಹಸುಗಳ್ನ ತಂದು ನಮ್ಮಕೊಟ್ಟಿಗೆಯಲ್ಲಿ ಕಟ್ಟಿ ಹಾಕಿ ಹೋಗಿದ್ದಾನೆ. ತೀರಾ ಸಾಧು ಪ್ರಾಣಿ. ಕೆಚ್ಚಲು ಕೈ ಹಾಕಿದ ಕೂಡಲೇ ಪೊರೆ ಬಿಡುತ್ತೆ" ಹಸುವನ್ನು ಹೊಗಳಿಕೊಂಡರು.

"ಅಮ್ಮ, ಅಪ್ಪ... ಎಲ್ಲಿ?" ಕೇಳಿದ ಕರುಣಾಕರ.

"ಕರುಣೇಶ್ವರ ದೇವಸ್ಥಾನಕ್ಕೆ ಬಂದು ಯಾರೋ ಸ್ವಾಮಿಗಳು ಬೀಡು ಬಿಟ್ಟಿದ್ದಾರೆ. ಒಳ್ಳೆ ಧ್ವನಿ. ಬಹಳ ಚೆನ್ನಾಗಿ ಭಜನೆಗಳನ್ನಾಡುತ್ತಾರೆ. ಹಗಲಿಡಿ ಅವರ ಜೊತೆಯಲ್ಲಿ ಇದ್ದು ರಾತ್ರಿಗೆ ಮನೆಗೆ ಬರ್ತಾರೆ. ಇನ್ನೇನು ಬರೋ ಸಮಯ. ಈ ಲೌಕಿಕ ವ್ಯಾಪಾರಗಳಿಂದ ಮುಕ್ತರಾದಂತೆ ಮಾತಾಡ್ತಾರೆ. ನನಗೆ ಹೀಗೆಯೇ ಒಂದು ದಿನ ಕಾಣೆಯಾಗಿ ಬಿಡ್ತಾರೇನೋ ಅನ್ನೋ ಅನುಮಾನ" ಕಣ್ಣೀರಿಟ್ಟರು. ಹೃದಯ ಕಿತ್ತು ಬಾಯಿಗೆ ಬಂದಂತಾಯಿತು ಕರುಣಾಕರನಿಗೆ. "ನಾನು ಅಪ್ಪನ ಹತ್ರ ಮಾತಾಡ್ತೀನಿ. ಭಜನೆ ಅಂಥದ್ದು ಮನೆಯಲ್ಲೇ ಮಾಡ್ಕೊಳ್ಳಿ" ಅಪ್ಪ ಹೇಳಿದಕ್ಕಿಂತ ಇನ್ನೆರಡು ಹೆಜ್ಜೆ ಮುಂದಕ್ಕೆ ಹೋದ ಪ್ರತೀಕ. "ಈಗ

ಕ್ಯಾಸೆಟ್‌ಗಳೇನು, ಸಿಡಿಗಳು ಕೂಡ ಬಂದಿವೆ. ಒಂದು ಡಿವಿಡಿ ಪ್ಲೇಯರ್ ತಂದು ಹಾಕ್ಕೊಂಡು ಮನೆಯಲ್ಲೇ ಭಜನೆ ಮಾಡಬಹುದು" ಇಂಥದೊಂದು ಸಲಹೆಯನ್ನು ಕೂಡ ಕೊಟ್ಟ.

ಆಮೇಲೆ ನಿಧಾನವಾಗಿ ಸಾಗಿತು ಊಟ, ಮೊದಲು ಇರುಸು ಮುರುಸು ಎನಿಸಿದರು ಸಿಹಿ ಮೊಸರು, ಹಪ್ಪಳ ಸಂಡಿಗೆ, ಉಪ್ಪೇರಿಯಂಥದ್ದು ನಂಜಿಕೊಂಡು ಭರ್ಜರಿಯಾಗಿಯೇ ಊಟವನ್ನೊಡೆದ ಪ್ರತೀಕ, ಸಾಕಷ್ಟು ಮಾತಾಡಿದ. ಇಂಥದೊಂದು ಸಂಬಂಧ ಇಷ್ಟವೆನಿಸಿತು.

ಅಂಗಡಿಗೆ ಬಂದು ಹೋಗುವುದು ಮುಗಿದಾಗ ಬಾಗಿಲು ಹಾಕಲು ಯಾರೋ ಸಹಾಯ ಮಾಡಿದರು. ಮುಂದಿದ್ದ ಬೆಂಚ್‌ಗಳನ್ನು ಎತ್ತಿಟ್ಟರು. ಈ ನಿರಂತರ ಸಹಾಯ ಕಷ್ಟವಿಲ್ಲದೆ ದಿನಗಳನ್ನು ದೂಡುವಂತೆ ಮಾಡಿತ್ತು.

"ಕರುಣೇಶ್ವರ ದೇವಸ್ಥಾನದಲ್ಲಿದ್ದಾರೆ, ನಮ್ಮ ಕರುಣ, ಅವನ ಮಗ ಬಂದಿದ್ದಾನೇಂತ ಹೇಳಿ" ಯಾರೊಂದಿಗೋ ಹೇಳಿ ಕಳಿಸಿದರು.

ಮಗ, ಮೊಮ್ಮಗನೊಂದಿಗೆ ಮಂಚದ ಮೇಲೆ ಹಾಸಿಗೆ ಬಿಡಿಸಿ ಕೊಟ್ಟು ಗಿರಿಜಮ್ಮ ಕೂತರು. ಅಲ್ಲೆ ಬಂದು ನೆಲದ ಮೇಲೆ ಕೂತ ಕರುಣಾಕರ. "ನೀನು ಊಟ ಮಾಡು ನಡಿ, ಅಪ್ಪನ ಸ್ವಭಾವ ತಿಳಿದ ನಂತರವು ಕಾಯೋದರಲ್ಲಿ ಅರ್ಥವಿದ್ಯಾ?" ಅಂದರು. ಆಕೆ ನಿಟ್ಟುಸಿರು ಚಿಮ್ಮಿದರು.

"ಅಂತು ಹನ್ನೊಂದು ಗಂಟೆಯವರೆಗೂ ಕಾಯ್ತೀನಿ. ಆ ಮೇಲೆ ಊಟ ಮಾಡ್ತೀನಿ. ಒಮ್ಮೆ ಒಂದ್ವಾರ ಮನೆಗೆ ಬರದಿದ್ದುಂಟು. ಅವರಿಗೆ ವೈರಾಗ್ಯ ಬಂದಿದೆ. ಹಿಂದೆ ಅಂಗಡಿ ಮುಚ್ಚಿದ ಮೇಲೆ ನಿನ್ನ ಬಗ್ಗೆನೇ ನಿದ್ದೆ ಬರೋವರ್ಗೂ ಮಾತಾಡ್ತಾ ಇದ್ವಿ, ಮಾತಾಡಿ... ಮಾತಾಡಿ... ಅವರಿಗೂ ಬೇಸರವಾಗಿ ಒಂದು ದಿನ ಜ್ಞಾನೋದಯವಾಯ್ತುಂತ ಕಾಣುತ್ತೆ. ಮೌನವಾಗಿರೋಕೆ ಷುರು ಮಾಡಿದ್ರು. ಯಾತಕ್ಕೆ ಈ ಹುಚ್ಚು ಗಿರಿಜ? ಇದೊಂದುರೀತಿಯ ಮಾಯೆ. ಹಣದ ಹುಚ್ಚು, ಆಸ್ತಿಯ ಹುಚ್ಚು, ಮಕ್ಕಳ ಹುಚ್ಚು ಈ ಮೋಹದಿಂದ ಯಾವ ಪ್ರಯೋಜನವು ಇಲ್ಲ. ಅದಕ್ಕಿಂತ ಪರಮಾತ್ಮನ ಹುಚ್ಚು ಹಚ್ಚಿಕೊಂಡರೆ, ಮುಕ್ತಿಗೆ ಮಾರ್ಗ. ಇವೆಲ್ಲ ನಶ್ವರ ಅಂತ ತಿಳಿದ್ಮೇಲೆ ಯಾತಕ್ಕೆ ಇವುಗಳ ಮೇಲೆ ಹುಚ್ಚು' ಅಂದರು. ಅಂದಿನಿಂದಲೇ ಅವರ ಜೀವನ ಶೈಲಿಯಲ್ಲಿ ಬದಲಾವಣೆ ಷುರುವಾಯಿತು. ಹಂತ.. ಹಂತವಾಗಿ ಪ್ರತಿಯೊಂದರ ಮೇಲು ಆಸಕ್ತಿ ಕಡಿಮೆ ಮಾಡಿಕೊಂಡರು. ನನ್ನ ಅಳು, ಜಗಳದಿಂದ ಯಾವುದೇ ಪ್ರಯೋಜನವಾಗದಿದ್ದಾಗ ಸುಮ್ಮನಾದೆ." ಮನ ಬಿಚ್ಚಿ ಮಗನ ಮುಂದಿಟ್ಟರು. ಕರುಣಾಕರ ಮೌನವಹಿಸಿದರು.

ಎಲ್ಲಾ ಹೇಳುತ್ತ ಕೂತಿದ್ದ ಪ್ರತೀಕ ಆಕಳಿಸಿದಾಗ, ಗಿರಿಜ ಮೊಮ್ಮಗನನ್ನು ತೊಡೆಯ ಮೇಲೆ ಮಲಗಿಸಿಕೊಂಡು ಕೂದಲಲ್ಲಿ ಹಿತವಾಗಿ ಬೆರಳುಗಳನ್ನಾಡಿಸ ತೊಡಗಿದ್ದಕ್ಕೆ ಮೊದಲು ಸಂಕೋಚವೆನಿಸಿದರೂ, ಇಷ್ಟವೆನಿಸಿತು. ಆರಾಮಾಗಿ ನಿದ್ದೆ ಹೋದ. ಎಷ್ಟೋ ಹೊತ್ತಿನ ತರುವಾಯ ಅವನ ತಲೆಯನ್ನು ದಿಂಬಿನ ಮೇಲಿಟ್ಟು ಮಲಗಿಸಿ ಹೊದ್ದಿಸಿ, ಅವನ ಹಣೆ ಸವರಿದರು. ಎಂಥ ಅದ್ಭುತವಾದ ತೃಪ್ತಿ, ಸಂತೋಷ ಸಿಕ್ಕಿತೆಂದರೆ, ಹಿಂದೆಂದು ಸಿಗದಂಥದ್ದು.

"ದ್ರಿಷ್ಟೀ ಆಗೋಂಗೆ ಬೆಳೆದಿದ್ದಾನೆ. ಮಾಲಿನಿ ಕೂಡ ಬಂದಿದ್ದರೆ ಚೆನ್ನಾಗಿತ್ತು. ನಮ್ಗೇನು

ಕೋಪ ಇಲ್ಲ. ಈ ಮನೆ ಸೊಸೆ, ನಂಗೆ ಹೆಣ್ಣು ಮಗು ಇಲ್ಲದಿದ್ದರಿಂದ ಅವಳು ಮಗಳು ಕೂಡ" ಮನದುಂಬಿ ಹೇಳಿಕೊಂಡರು. ಕರುಣಾಕರನ ವಯಸ್ಸನ್ನು ಮರೆತು ಅಮ್ಮನ ತೊಡೆಯ ಮೇಲೆ ತಲೆಯಿಟ್ಟು ಕೊಂಡು ಮಲಗಿ ಕಣ್ಮುಚ್ಚಿ "ಅಮ್ಮ, ನಾನು ಮಾಡಿದ್ದು ಬರೀ ತಪ್ಪಲ್ಲ. ದೊಡ್ಡ ಅಪರಾಧನೇ. ನೀನೇನೋ ಧಾರಾಳ ಮನಸ್ಸಿನಿಂದ ಕ್ಷಮಿಸಬಿಡಬಹುದು. ಆದರೆ ದೇವರು ಕ್ಷಮಿಸೊಲ್ಲ. ಆ ಅಪರಾಧಕ್ಕೆ ಶಿಕ್ಷೆ ಆಗುತ್ತೇಂತ ನಂಗೆ ಗೊತ್ತುಂಟು" ಅಂದರು ಪಶ್ಚಾತ್ತಾಪದ ದನಿಯಲ್ಲಿ.

"ಹಾಗೆಲ್ಲ ಮಾತಾಡಬೇಡ. ಆ ತಪ್ಪಿನಲ್ಲಿ ನಮ್ಮ ಪಾಲು ಕೂಡ ಇರುತ್ತೆ. ಅದಕ್ಕೆ ಸುಮಾರು ನೋವು ಅನುಭವಿಸಿದ್ದೀವಿ. ಅದೆಲ್ಲ ಬಿಟ್ಟು ನಿದ್ದೆ ಮಾಡು. ಮುಂದಿನ ಸಲ ಬರೋವಾಗ ಸೊಸೆನ ಕರ್ಕಂಡ್... ಬಾ," ಇಂಥದೊಂದು ಮಾತನ್ನು ಹೇಳಿದರು ಕೂಡ.

ಬೆಳಿಗ್ಗೆ ಇಡೀ ಕುಟುಂಬ ಕರುಣೇಶ್ವರ ದೇವಸ್ಥಾನ್ಕೆ ಹೋದರು. "ನಿಮ್ಮ ಕುಲ ದೇವರು. ಈ ದೇವರ ಹೆಸರನ್ನ ನಿಮ್ಮಪ್ಪನಿಗೆ ಇಟ್ಟಿರೋದು" ಅಂದರು ಗಿರಿಜ. ಅಲ್ಲಿ ಸಿಕ್ಕ ಕರುಣಾಕರ ಅಪ್ಪ ಅತ್ಯಂತ ಪ್ರೀತಿ, ವಾತ್ಸಲ್ಯದಿಂದ ಮೊಮ್ಮಗನ ಮುಖ, ಮೈ ತಡವಿ ತಮ್ಮ ಕೈ ಉಂಗುರದ ಬೆರಳಿನಲ್ಲಿದ್ದ ಹಳೆಯ, ಸವೆದ ಉಂಗುರವನ್ನು ತೆಗೆದು ಮೊಮ್ಮಗನ ಕೈಯಲ್ಲಿಟ್ಟು "ಇದ್ನ ಇಟ್ಕೋ" ಅಷ್ಟೇ ಹೇಳಿದ್ದು. ಆಮೇಲೆ ಮಗನನ್ನು ದೂರಕ್ಕೆ ಕರೆದೊಯ್ದು ಹತ್ತು ನಿಮಿಷ ಮಾತಾಡಿದರು. ಹಿಂದಿನ ಕೋಪ, ಸಿಟ್ಟು, ಸೆಡವಿನ ತಂದೆ ಅಲ್ಲ. ಬಹಳ ಭಿನ್ನವಾಗಿ ಕಂಡರು. ಅವರ ಚಿಂತನೆಯ ದಿಕ್ಕು ಪೂರ್ತಿ ಬದಲಾಗಿತ್ತು.

ಎರಡು ದಿನ ಪೂರ್ತಿಯಾಗಿ ಉಳಿದುಕೊಂಡು ಹಿಂದಿರುಗಿದರು. ಬರೋವಾಗ ಅಜ್ಜಿ ಕೈ ಹಿಡಿದುಕೊಂಡು "ಅಜ್ಜಿ, ನೀವಿಲ್ಲಿ ಒಬ್ಬರೇ ಆಗಿ ಬಿಟ್ಟಿದ್ದೀರಾ, ಅಲ್ಲಿಗೆ ಬನ್ನಿ..." ಎಂದು ಬಲವಂತ ಮಾಡಿ ಬಂದ ಪ್ರತೀಕ. ಅದೇ ಗುಂಗುನಲ್ಲಿ ಇದ್ದವನು "ಮಮ್ಮಿ, ಅಜ್ಜಿನ ತಾತನ್ನ ಕೂಡ ಇಲ್ಲಿಗೆ ಕರೆದುಕೊಂಡು ಬಂದು ಬಿಡೋಣ. ನಂಗಂತು ಅವರನ್ನು ಬಿಟ್ಟು ಬರೋಕೆ ಮನಸ್ಸಾಗಲಿಲ್ಲ" ಮಾಲಿನಿಗೆ ದುಂಬಾಲು ಬಿದ್ದ. ಅದು ಇಷ್ಟವಾಗಲಿಲ್ಲ. ತಾವು ಸಮಾಜದಲ್ಲಿ ಇನ್ನು ಎತ್ತರದ ಸ್ಥಾನಗಳಿಸಬೇಕು, ಅದು ಪ್ರತೀಕನ ಕಾಲಕ್ಕಾದರೂ ದಕ್ಕಬೇಕು ಎಂದು ಮಹತ್ವಾಕಾಂಕ್ಷೆ ಇರಿಸಿಕೊಂಡಿದ್ದ ಹೆಣ್ಣು.

"ನಿಂಗ್ಯಾಕೆ, ಅದೆಲ್ಲ? ಬರೀ ನಿನ್ನ ಕೆರಿಯರ್ ಬಗ್ಗೆ ಯೋಚ್ಸು" ಒರಟಾಗಿ ಗದರಿ ಮಗನ ಬಾಯಿ ಮುಚ್ಚಿದರು. ಅಂತದೊಂದು ಭಾವ ಮೊಳಕೆಯೊಡೆದದ್ದನ್ನ ಕಿತ್ತು ಹಾಕಲಾಗಲಿಲ್ಲ ಮಾಲಿನಿ ಕೈಯಲ್ಲಿ.

ಮಗ ಬಂದು ಹದಿನೈದು ದಿನವಾಗಿತ್ತು. ಕೆಲಸಕ್ಕೆ ಹಿಂದಿರುಗುವ ಬಗ್ಗೆ ಒಂದು ಮಾತು ಅಡದಿದ್ದಾಗ ಚಿರಂತನ್‌ದತ್‌ಗೆ ಅಚ್ಚರಿ. ಮಗನನ್ನು ನೇರವಾಗಿ ಪ್ರಶ್ನಿಸದೆ ಮಗಳನ್ನು ಸಂಜೆ ಕ್ಲಬ್‌ಗೆ ಹೋಗುವ ಮುನ್ನ ಪ್ರಶ್ನಿಸಿದರು.

"ಸಂದೀಪ್ ಕೆಲ್ಸಕ್ಕೆ ಹಿಂದಿರುಗುವ ಬಗ್ಗೆ ಆಸಕ್ತಿ ಇದ್ದಂಗೆ ಕಾಣ್ಲಿಲ್ಲ" ಅಂದರು. ಹತ್ತು ಸೆಕೆಂಡ್ ಮೌನದ ನಂತರ "ಹೌದು, ಬಹುಶಃ ಅಣ್ಣ ಇಲ್ಲೇ ಉಳಿಯೋ ತೀರ್ಮಾನಕ್ಕೆ

ಬಂದಿರಬೇಕು. ಕೆಲಸದ ಪ್ರಯತ್ನ ಮೇಲೆ ಇರಬೇಕು" ಅಂದಾಗ ಒಂದು ಕ್ಷಣ ಆನಂದದಿಂದ ಅವರೆದೆ ಉಬ್ಬಿತು. "ದಟ್ಸ್ ಗುಡ್, ಬಹುಶಃ ರಾಖಿಗೆ ಅದು ಇಷ್ಟವಾಗಲಾರದೊಂತ ಅನ್ನಿಸುತ್ತೆ. ಮತ್ತೆ ಘರ್ಷಣೆ ಇಂಥದೆಲ್ಲ... ಬೇಕಾ?"

ನಂದಿತಾಗೆ ತಕ್ಷಣ ಏನು ಹೇಳಬೇಕೋ ಗೊತ್ತಾಗಲಿಲ್ಲ.

"ನಂಗೆ ಅರ್ಥವಾಗಲಿಲ್ಲ" ಅಂದಿದ್ದು ಮೆಲ್ಲಗೆ.

"ಅರ್ಥವಾಗೋಂಥದೇನಿಲ್ಲ! ಬಹುಶಃ ಇವನನ್ನು 'ರಾಯ್ ಫ್ಯಾಮಿಲಿ' ಸ್ವೀಕರಿಸಲು ಸಿದ್ಧವಿದೆ. ಬಹುಶಃ ಅವರು ಸಾಕಷ್ಟು ಉದ್ದಿಮೆದಾರರು, ಮೆಕ್ಯಾನಿಕಲ್ ಇಂಜಿನೀಯರ್‌ಗಳ ಯಾವ ಉತ್ಪಾದನೆಗಳನ್ನು ತಯಾರಿಸಬೇಕೋ, ಅವುಗಳ ರಚನೆ ಮತ್ತು ಬೇಕಾದ ಯಂತ್ರ ಸಾಮಗ್ರಿಗಳು, ಅವುಗಳ ವಿನ್ಯಾಸದ ಅನುಕೂಲವಾಗುವಂತೆ 'ಎಲೆಕ್ಟ್ರಿಕಲ್ ಸಿಸ್ಟಮ್' ತರಬೇತಿ ಪಡೆದಿರುತ್ತಾರೆ. ಇಂಡಸ್ಟ್ರಿಯಲ್ ಇಂಜಿನಿಯರ್‌ಗಳು, ಕಾರ್ಮಿಕರು, ಸಾಮಾಗ್ರಿ, ಯಂತ್ರ, ಕೆಲಸ ಮಾಡುವ ರೀತಿ ಇತ್ಯಾದಿಗಳನ್ನು ಗಮನವಿಟ್ಟುಕೊಂಡು ಉತ್ಪಾದನೆ ಹೆಚ್ಚಿಸುವುದರ ಜೊತೆಗೆ ಗುಣ-ಮಟ್ಟವನ್ನು ಗಮನದಲ್ಲಿ ಇಟ್ಟುಕೊಂಡಿರುತ್ತಾರೆ. ಸಂದೀಪ್ ಶಾಫ್, ಇಷ್ಟಪಟ್ಟು ಆರಿಸಿಕೊಂಡ ಕೋರ್ಸ್ – ಅವನಿಂದ ಅವರಿಗೆ ತುಂಬ ಉಪಯೋಗವಿದೆ. ಇಂಥ ಲೆಕ್ಕಾಚಾರ ಅವರ ಮನಸ್ಸಿನಲ್ಲಿ ಇರುತ್ತೆ. ರಾಖಿ ಡೈರೆಕ್ಟಾಗಿ ಇದನ್ನೆಲ್ಲ ಹೇಳದಿದ್ದರೂ ಮಾತುಗಳಲ್ಲಿ ವ್ಯಕ್ತಪಡಿಸಿದ್ದಾಳೆ" ಎಂದರು. ಇದು ಅವರಿಗೆ ಇಷ್ಟವಿಲ್ಲ. ಆದರೆ ಪ್ರೇಮ, ಪ್ರೀತಿಯ ವಿಷಯಗಳಲ್ಲಿ ಮೂಗು ತೂರಿಸುವುದು ಅವರಿಗಿಷ್ಟವಿಲ್ಲ. ಮಗ ಯಾವುದೋ ಫ್ಯಾಮಿಲಿಯಲ್ಲಿ ಸೇರಿಹೋಗುವುದು ಸಮ್ಮತವಲ್ಲ.

"ಇದಕ್ಕೆ ನಿಮ್ಮ ಒಪ್ಗೆ ಇದ್ಯಾ?" ಕೇಳಿದಳು.

"ಹೆತ್ತವರು ಮಕ್ಳು ತಮ್ಮ ಪ್ರಾಪರ್ಟಿ ಅನ್ನೋ ತರಹ ನಡೆದುಕೊಳ್ಳುವುದು ಅಮಾನವೀಯತೆ. ಇಲ್ಲಿ ನನ್ನ ಕನವರಿಕೆಗಿಂತ ಅವನ ಕನಸು ಮುಖ್ಯ.. ನಂದು, ಇದು ನನ್ನ ಅಭಿಪ್ರಾಯ ಅವ್ನ ಹತ್ರ ಮಾತಾಡು. ನಮ್ಮಿಬ್ಬರ ನಡುವೆ ಕಮ್ಯೂನಿಕೇಷನ್ ಗ್ಯಾಪ್ ಇರುತ್ತೆ" ಎಂದು ಹೇಳಿಕೊಂಡು ಹೊರಟವರನ್ನು ನೋಡಿದಳು. 'ರಿಯಲೀ ಗ್ರೇಟ್' ಎಂದಿತು ಮನ.

ಚಿರಂತನ್‌ದತ್ ಪ್ರತಿ ಸಂದರ್ಭದಲ್ಲೂ ತಮ್ಮ ಎತ್ತರವನ್ನು ಇಂಪ್ರೂ ಮಾಡಿಕೊಂಡವರೆ ವಿನಾ ಕಾಲಿಂಚು ಇಳಿದವರಲ್ಲ. ವೈಯಕ್ತಿಕ ಬದುಕಿನಲ್ಲೂ ಅಷ್ಟೆ, ಸಾಮಾಜಿಕ ಜೀವನದಲ್ಲೂ ಅಷ್ಟೆ.

ಯಾರೊಂದಿಗೋ ಸಂಭಾಷಿಸುತ್ತ ಬಂದ ಸಂದೀಪ್ "ಐ ವಿಲ್ ಕಾಲ್ ಯು ಲೇಟರ್" ಎಂದು ಮೊಬೈಲ್‌ನ ಆಫ್ ಮಾಡಿ "ಡೂ ಯು ಹ್ಯಾವ್ ಎನಿ ಇಂಪಾರ್ಟ್‌ಟೆಂಟ್ ವರ್ಕ್? ನಿನ್ಹತ್ರ ಮಾತಾಡೋದಿದೆ" ಅಂದ. ಒಂದು ರೀತಿಯ ಜಿಜ್ಞಾಸೆ ಅವನ ಮುಖದ ಮೇಲಿತ್ತು. "ಲಾನ್ ಮೇಲೆ ಕೂತು ಮಾತಾಡೋಣ. ಈಗ ರಾಖಿ ಫೋನ್ ಮಾಡಿದ್ದು. ಮಗಳಿಗೆ ಬೇಗ ವಿವಾಹ ಮಾಡಿ ಬಿಡೋ ಆತುರನಂತೆ, ಅದೇ ಹತ್ತು ನಿಮಿಷ ಹೇಳಿದ್ದು" ಹೋಗಿ ಕೆನ್ ಛೇರ್ ಮೇಲೆ ಕೂತ.

ನಂದಿತಾ ಅವನ ಎದುರುನಲ್ಲಿ ಕೂತು "ಅದು ಸರಿಯೆನಿಸುತ್ತೆ ಕೂಡ. ಎಜುಕೇಷನ್ ಮುಗಿದಿದೆ. ಕೆಲ್ಸ ಇದೆ. ಸ್ಟಿಲ್ ಬ್ಯಾಚುಲರ್. ವಿವಾಹವಾಗೋಕೆ ಇಷ್ಟೊಂದು ಅರ್ಹತೆ ಸಾಕು" ನಸು ನಗು ಚೆಲ್ಲಾಡಿತು.

ಮುಖ ಮೇಲೆತ್ತಿ ತೇಲಾಡುವ ಮೋಡಗಳನ್ನು ನೋಡಿದ. ಆ ದೃಶ್ಯ ತುಂಬ ಇಷ್ಟವಾಗಿಬಿಟ್ಟಿತು. ನಿಮಿಷಗಳ ತರುವಾಯ ನೋಟ ಇಳಿಸಿ ನೇರವಾಗಿ ತಂಗಿಯನ್ನು ಕಣ್ಣುಗಳಲ್ಲಿ ತುಂಬಿಕೊಳ್ಳುವಂತೆ ನೋಡಿ ನಸು ನಕ್ಕ.

"ನಂಗೆ ರಾಖಿ ಒಂದು ವಿಷಯನ ಜವಾಬ್ದಾರಿನ ನೆನಪು ಮಾಡಿದ್ಲು. ಮೊದ್ಲು ಮಗಳನ್ನು ಕಳಿಸಿ, ಆಮೇಲೆ ಸೊಸೆಯನ್ನು ತಂದುಕೊಳ್ಳೋದು ಒಳ್ಳೆಯ ಪದ್ಧತಿ ಅಂದ್ಲು?"

ಅಣ್ಣನ ಮಾತುಗಳಿಗೆ ಸ್ವಲ್ಪವು ವಿಚಲಿತಳಾಗದಂತೆ "ಡೋಂಟ್ ವರೀ ಅಂತ ರಾಖಿಗೆ ಹೇಳು. ಏಕೆಂದರೆ ಅಣ್ಣನ ಸಮಸ್ತ ಪ್ರೀತಿ ನಿಂಗೆ ಬೇಕು ಅನ್ನೋ ಸ್ವಾರ್ಥಿ ನಾನಲ್ಲ. ತಂಗಿಯ ಮೇಲಿನ ಪ್ರೀತಿ, ಹೆಂಡತಿಯ ಮೇಲಿನ ಪ್ರೇಮ ಬೇರೆ... ಬೇರೆ... ಆಗಿರುತ್ತೆ. ಸದ್ಯಕ್ಕೆ ತಂಗಿಯ ಸ್ಥಾನ ಯಾರು ಕಿತ್ತು ಕೊಳ್ಳೋಕ್ಕಾಗೊಲ್ಲ. ಇದು ಹೊರಗಿನಿಂದ ಬರುವ ಸಂಬಂಧವಲ್ಲ, ಹುಟ್ಟಿನೊಂದಿಗೆ ಬೆಳೆದುಕೊಂಡ ಸಂಬಂಧ. ಇನ್ನ ಅತ್ತಿಗೆ, ನಾದಿನಿ ಜಗಳ ಖಂಡಿತ ಸಾಧ್ಯವಿಲ್ಲಾಂತ ಹೇಳು" ಲಾಜಿಕ್ಕಾಗಿ ನಗು ನಗುತ್ತಲೇ ಹೇಳಿ ಮುಗಿಸಿದಳು.

ಸಂದೀಪ್ ಮುಖ ಗಂಭೀರವಾಯಿತು.

"ಸಾರಿ ನಂದೂ, ನಾನು ನಿನ್ನ ಬಗ್ಗೆ ಯೋಚ್ಸಬೇಕಿತ್ತು. ಪ್ರೇಮ, ಪ್ರೀತಿಯ ಬೆನ್ನಟ್ಟಿ ನನ್ನ ವಿವಾಹದ ಬಗ್ಗೆ ಅಪ್ಪನ ಹತ್ತಿರ ಮಾತಾಡಿದ್ದು ತಪ್ಪು. ಎನಿವೇ, ಮುಂದೇನು ಮಾಡ್ಬೇಕೂಂತ ಇದ್ದೀ? ಇಲ್ಲ, ಆರಾಮಾಗಿ ವಿವಾಹಕ್ಕೆ ರೆಡಿಯಾಗಿ ಬಿಡ್ತೀಯಾ? ಪ್ರೇಮ, ಪ್ರೀತಿ... ಅಂತದೇನಾದ್ರೂ..." ಛೇಡಿಸಿದ.

ಸಹಜವಾಗಿ ಅವಳ ಮುಖ ಕೆಂಪಾಯಿತು.

ಸ್ವಲ್ಪ ನಿಧಾನವಾಗಿಯಾದರೂ ಸಹಜ ಸ್ಥಿತಿಗೆ ಮರಳಿತು.

"ಪ್ರೇಮ-ಪ್ರೀತಿ ಅಂಥದೇನಿಲ್ಲ. ಸದ್ಯಕ್ಕೆ ಮದ್ವೆ ಬಗ್ಗೆ ಮುಂದಿನ ನನ್ನ ಕೆರಿಯರ್ ಬಗ್ಗೆ ತಲೆ ಕೆಡಿಸಿಕೊಂಡಿಲ್ಲ. ಅಪ್ಪನ ಬಯೋಡಾಟ... ಆಟೋಗ್ರಾಫ್... ನೆನಪಿನ ಚಿತ್ರಗಳನ್ನು ದಾಖಲಿಸಿಕೊಂಡು ಪುಸ್ತಕ ಬರ್ಯೋ ಇಚ್ಚೆ. ಅದಕ್ಕೆ ನಿನ್ನ ಪೂರ್ಣ ಸಹಕಾರ ಬೇಕು. ನೀನು ಮದ್ವೆಯಾಗಿ ಬಿಟ್ಟರೇ ಮತ್ತಷ್ಟು ಒಳ್ಳೆಯದು. ಈಗ ನಿನ್ನ ವಿಷ್ಯ ಹೇಳು. ನೀನು ರಜದ ಮೇಲೆ ಬಂದಿರಬಹುದೆಂದುಕೊಂಡೆ. ಯಾಕೋ ನಿಂಗೆ ದೆಹಲಿಗೆ ಹೋಗುವ ಮನಸ್ಸು ಇದ್ದಂಗೆ ಕಾಣುತ್ತಿಲ್ಲ. ಇದು ಬರೀ ನನ್ನ ಸಂದೇಹ ಮಾತ್ರವಲ್ಲ, ಅಪ್ಪನ ಅನಿಸಿಕೆ ಕೂಡ."

ತಂಗಿಯ ಮಾತಿಗೆ ಹ್ಞೂಂ ಗುಟ್ಟಿದ. "ಹೌದು, ಮತ್ತೆ ದೆಹಲಿಗೆ ಹೋಗೋ ಮಾತಿಲ್ಲ. ಎಕ್ಸ್‌ಪೀರಿಯನ್ಸ್ ಸಲುವಾಗಿ 'ನ್ಯೂ ಮಾಡರ್ನ್' ಇಂಡಸ್ಟ್ರೀಸ್‌ಗೆ ಜಾಯಿನ್ ಆಗಿದ್ದು.

ಸಾಕಷ್ಟು ಕರ್ನಾಟಕದಲ್ಲೇ ಅವಕಾಶಗಳು ಇವೆ. ಜರ್ಮನಿಗೂ ಹೋಗಿ ಬಂದೆ. ಆಗಲೇ ಪುಣ್ಯಾ ಸಂದೀಪ್ ಫೋನ್. ಐ ಡೋಂಟ್ ನೋ ಪುಣ್ಯ ಸಂದೀಪ್. ಆದ್ರೂ ರಾಖಿಯ ಸ್ವಭಾವದ ಪರಿಚಯ ಮಾಡಿಕೊಡಲು ಕಾರಣವಾದಳು. ಕೆಲವು ಕಂಪೆನಿಗಳು ಆಫರ್ ಮಾಡಿವೆ. ಅಂಥ ಒಂದು ಪ್ರಯತ್ನದಲ್ಲೇ ಇದ್ದೀನಿ. ಹೇಗೂ... ಈ ವರ್ಷ ನಿನ್ನ ಪ್ರಾಜೆಕ್ಟ್‌ನಲ್ಲಿ ಬಿಜಿಯಾಗ್ತೀಯಾ. ನಂಗೂ ಆ ಬಗ್ಗೆ ಕುತೂಹಲವಿದೆ. ಮತ್ತೊಂದು ವಿಷ್ಯ ನಂದೂ, ರಾಖಿ ಅಣ್ಣ ಯಶವಂತ್‌ನ ನೋಡಿದೆಯಲ್ಲ, ಏನನ್ನಿಸಿತು?" ಕೊನೆಯಲ್ಲಿ ಇಂಥದೊಂದು ಪ್ರಶ್ನೆ ಕೇಳಿದ್ದಕ್ಕೆ ಅಚ್ಚರಿಗೊಂಡಳು.

"ಯಾಕೆ ಈ ಪ್ರಶ್ನೆ! ಯಶವಂತ್ ಬಗ್ಗೆ ನಂಗೇನು ಅನ್ನಿಸಲಿಲ್ಲ. ಸ್ವಲ್ಪ ರಾಖಿಯ ಬಗ್ಗೆ ಮಾತ್ರ ತಲೆಕೆಡಿಸಿಕೊಂಡಿದ್ದು. ಈ ಮನೆಗೆ ಸೊಸೆಯಾಗಿ ಬರೋಳು. ಚಿರಂತನ್‌ದತ್ ಐ.ಎ.ಎಸ್‌ಗೆ ಸೊಸೆಯಾಗೋದು ಕೂಡ ಅದೃಷ್ಟ. ನನ್ನಣ್ಣನ ಫಿಯಾನ್ಸಿ ಅನ್ನೋ ಒಂದು ಕಾರಣ ಇತ್ತು. ಅವಳ ಬಗೆಗಿನ ಚಿಂತನೆಗೆ ಯಶವಂತ್ ಬಗ್ಗೆ ನನ್ನ ಅಭಿಪ್ರಾಯ ಅಪ್ರಸ್ತುತ. ಈಗ್ಬಂದೆ..." ಹೊರಟ ನಂದಿತಾನ ನೋಡಿದ. ಹೊರ ಜಗತ್ತಿನ ಬದಲಾವಣೆಗಳು ತನ್ನ ಮೇಲೆ ಪ್ರಭಾವ ಬೀರಿಲ್ಲವೆನ್ನುವ ನಡೆನುಡಿ.

ಮತ್ತೆ ರಾಖಿ ಫೋನ್.

"ಡ್ಯಾಡ್, ಡೇಟ್ಸ್ ಫೀಕ್ಸ್ ಮಾಡಿದ್ದಾರೆ. ನೀವುಗಳು ಬರೋಕೆ ಫ್ಲೈಟ್‌ನಲ್ಲಿ ಸೀಟು ರಿಸರ್ವ್ ಮಾಡಿಸ್ತಾರೆ" ಈ ರೀತಿಯಲ್ಲಿಯೇ ಅವಳ ಮಾತಿನ ಧಾಟಿ ಷುರುವಾಗಿದ್ದು. "ನಂಗೇನು ಅರ್ಥವಾಗ್ಲಿಲ್ಲ!" ಅಷ್ಟು ಅಂದಿದ್ದಕ್ಕೆ ಮ್ಯಾರೇಜ್ ಛತ್ರದಿಂದ ರಿಸೆಪ್ಷನ್ ಹೋಟೆಲ್‌ವರೆಗೂ ಹೇಳಿ ಬರುವ ಗೆಸ್ಟ್‌ಗಳ ಸಂಖ್ಯೆಯನ್ನು ಖಚಿತವಾಗಿ ಹೇಳಿದಾಗ "ಐ ಯಾಮ್ ವೆರಿ ಬಿಜಿ, ಇನ್ವಿಟೇಷನ್ ಕಳಿಸಿದರೆ, ಸಾಧ್ಯವಾದರೆ ಮದುವೆ ಅಥವಾ ಅರತಕ್ಷತೆಯ ಸಮಯಕ್ಕೆ ಬರ್ತೀನಿ. ಆಮೇಲೆ ಫೋನ್ ಮಾಡ್ತೀನೀಂತ"ಫೋನ್ ಕಟ್ ಮಾಡಿದ್ದ.

ಆ ಸಮಯದಲ್ಲಿ ಕೋಪದಿಂದ ಅವನ ಮೈ ಕಂಪಿಸುತ್ತಿತ್ತು. ತನ್ನ ಮೇಲೆ ಪೂರ್ತಿ ಹತೋಟಿ ಪಡೆದಂತೆ ಮಾತಾಡುತ್ತಿದ್ದ ರಾಖಿಯ ಮೇಲೆ ಸಿಡಿದೇಳಬೇಕೆನಿಸುತ್ತಿತ್ತು. ಆದರೆ ಒಂದು ತಪ್ಪು ಆಗಿಬಿಡುವ ಸಂಭವವಿತ್ತು. ಅದರ ಹೆಚ್ಚಿನ ಪರಿಣಾಮ ತಂದೆಯ, ತಂಗಿಯ ಮೇಲೆ ಬೀಳುತ್ತದೆಯೆಂದು ತಾಳ್ಮೆ ತಂದುಕೊಂಡಿದ್ದ.

ರಾತ್ರಿ ಊಟದ ಸಮಯದಲ್ಲಿ ತಂದೆಗೆ ನೇರವಾಗಿ ಹೇಳಿದ.

"ನಂದು ವಿವಾಹದ ನಂತರ ನಾನು ಮದ್ವೆ ಆಗಬೇಕೂಂತ ತೀರ್ಮಾನಿಸಿದ್ದೀನಿ. ದೆಹಲಿ ಕೆಲ್ಸಕ್ಕೆ ರಿಜೈನ್ ಮಾಡಿದೆ. ಸದ್ಯಕ್ಕೆ ಇಲ್ಲೇ ಕೆಲ್ಸದ ಪ್ರಯತ್ನ. ನಂದಿತಾ ನಿಮ್ಮ ಜೊತೆ ಅಂಕಣಕೊಪ್ಪಕ್ಕೆ ಹೋಗೋದು ತಿಳಿಸಿದ್ಲು, ವೆರಿ ಇಂಟರೆಸ್ಟಿಂಗ್/"

ಮಗನ ಮಾತುಗಳನ್ನು ಪೂರ್ತಿಯಾಗಿ ಕೇಳಿಸಿಕೊಂಡರೂ ಡಿನ್ನರ್ ಮುಗಿಯುವವರೆಗೂ ಮಾತಾಡಲಿಲ್ಲ. ಬಟ್ಟಲಿನಲ್ಲಿದ್ದ ಅಡಿಕೆಯ ಪುಡಿಯನ್ನು ಬಾಯಿಗೆ ಹಾಕಿಕೊಂಡು ಬಂದು ಹಾಲ್‌ನ ಸೋಫಾ ಮೇಲೆ ಕೂತರು. ವಿವಾಹವಾದಂದಿನಿಂದ

ರಾತ್ರಿಯ ಊಟದ ನಂತರ ತಾಂಬೂಲ ಮೆಲ್ಲುವ ಅಭ್ಯಾಸ ಹೆಂಡತಿ ಬದುಕಿರುವವರೆಗೆ. ನಂತರ ಮಾತ್ರ ಅಡಿಕೆ ಪುಡಿಯನ್ನು ಬಾಯಿಗೆ ಹಾಕಿಕೊಂಡು ಸವಿಗಳಿಗೆಗಳ ಲೆಕ್ಕ ಹಾಕುವ ಅಭ್ಯಾಸ.

"ಇದಕ್ಕೆ ರಾಖಿ ಒಪ್ಕೋತಾಳಾ? ತುಂಬ ಪೊಸೆಸ್ಸೀವ್ ಅನಿಸಿದ್ಲು. ಎರಡು ದಿನದ ಹಿಂದೆ ಮತ್ತೆ ಪುಣ್ಯ ಸಂದೀಪ್ ಯಾರು? ಒಂದು ಡಿಟೆಕ್ಟಿವ್ ಏಜೆನ್ಸಿಗೆ ವಹಿಸಿ ಡೀಟೆಲ್ಸ್ ತರ್ಸಿಕೊಂಡಿದ್ದೀನಿ. ಅವ್ಳು ಒಬ್ಬ ಐ.ಎ.ಎಸ್. ಆಫೀಸರ್ ಮಗಳಂತೆ. ಲವ್ ಕೇಸ್‌ನಲ್ಲಿ ಫೈಲ್ಯೂರ್ ಆಗೋಷ್ಟು ಇನ್ನೋಸೆಂಟಾ? ಫೋನ್ ಬಂದ ತಕ್ಷಣ ನೀವುಗಳು ಅಲ್ಲಿಗೆ ಹೋಗಿದ್ದು ಯಾಕೆ? ಸಿಕ್ಕಾಪಟ್ಟೆ ತಲೆ ತಿಂದ್ಲು. ನಿನ್ನ ಮದ್ವೆ ಮೂಲಕ ಕಾನೂನು ರೀತ್ಯಾ ತೊಡಕಾಗುವುದು ಇಷ್ಟವಿಲ್ಲ. ಹೀಗೆಲ್ಲ ಮಾತಾಡಿದ್ಲು. ಷಟಪ್ ಅಂದೆ" ತಿಳಿಸಿದರು ಚಿರಂತನ್‌ದತ್.

ಕೋಪದಿಂದ ಅವನ ಮೈ ಉರಿಯಿತು. ಮುಷ್ಟಿಯನ್ನು ಬಿಗಿ ಹಿಡಿದವನು ಬಹಳ ನಿಧಾನವಾಗಿ ಕೋಪವನ್ನು ನುಂಗಿಕೊಂಡು "ಸಾರಿ ಅಪ್ಪ, ನಾನು ತುಂಬ ಫೂಲಿಷ್ ಆಗಿ ಬಿಹೇವ್ ಮಾಡ್ದೆ. ಎಕ್ಸ್‌ಟ್ರೀಮ್ಲೀ... ಸಾರಿ. ತೀರಾ ನಾಚಿಕೆಯನಿಸುತ್ತೆ. ಎಲ್ಲಾ ವಿಷಯಗಳನ್ನು ವಿನಿಮಯ ಮಾಡಿ ಕೊಳ್ತಾ ಇದ್ವಿ. ಪರಸ್ಪರವಾಗಿ ಒಬ್ಬರ ಭಾವನೆಗಳು ಒಬ್ಬರಿಗೆ ಅರ್ಥವಾಗಲಿಲ್ಲ. ನಂಗೇನು ಅಂಥ ಪೊಸೆಸ್ಸಿವ್ ಅನಿಸಲಿಲ್ಲ. ತೀರಾ ಮಾಡರ್ನ್ ಸೊಸೈಟಿಯಲ್ಲಿ ಮೂವ್ ಆದ ಹುಡ್ಗಿ. ನಂದಿತಾ ವಿವಾಹದವರೆಗೂ ಸಮಯವಿದೆ. ಇಲ್ಲಿ ನಂಗೆ ರಾಖಿಯೊಬ್ಬಲೇ ಮುಖ್ಯವಾಗಿ ಬಿಡೊಲ್ಲ. ನಾನು ಚಿರಂತನ್ ಮಗ" ಸ್ವಲ್ಪ ಬಿಗುವಿನಿಂದಲೇ ಹೇಳಿದ. ಕ್ಷಣ ಹೆಮ್ಮೆಯೆನಿಸಿತು ಅವರಿಗೆ.

ಆಮೇಲೆ ಬೇರೆ ಬೇರೆ ವಿಷಯಗಳೆಲ್ಲ ಮಾತಕತೆಯ ನಡುವೆ ಬಂತು. ಅದರಲ್ಲಿ ಕರುಣಾಕರ ತಾಯಿ, ತಂದೆ ಮುಖ್ಯವಾಗಿ ನುಸುಳಿದ್ದು.

"ಜೀನ್ಸ್ ಮೂಲಕವೇ ಹರಿದು ಬಂದಿದ್ದೇನೋ. ಚಂದ್ರು ಚಿಕ್ಕಪ್ಪ ಈಗ ಮನೆಗೆ ಬರೋದೆ ಕಡ್ಮೆ ಮಾಡಿದ್ದಾರೆ. ಚಿಕ್ಕಮ್ಮ ಅದೇ ಪುಟ್ಟ ಅಂಗಡಿ, ವಿಶಾಲವಾದ ಮನೆಯ ಸುತ್ತಲಿನ ಜಾಗ, ಅದರ ಪಕ್ಕದ ಪುಟ್ಟ ತೋಟದಲ್ಲಿ ದಿನಗಳನ್ನು ದೂಡುತ್ತಿದ್ದಾರೆ. ನನ್ನಪ್ಪ, ಅಮ್ಮ ಸತ್ತ ಮೇಲೆ ನನ್ನ ಪಾಲಿನ ಯಾವ್ದೇ ಜವಾಬ್ದಾರಿ ಹೊತ್ತುಕೊಳ್ಳಲಿಲ್ಲ. ರಿಟೈರ್ಡ್ ಆದ ಮೇಲೂ ಮೇಜರ್ ಸಾಹೇಬರು ಈ ಮಗನೊಂದಿಗೆ ಬಂದು ಇರಬಹುದಿತ್ತು. ಅವನಿಗೆ ಇಷ್ಟವೆನಿಸಲಿಲ್ಲ. ಮೊಮ್ಮಕ್ಕಳ ಮೇಲಿನ ಪ್ರೀತಿ ಸಲುವಾಗಿ ಆಗಾಗ ಬಂದು ಹೋಗೋದೆ ಅದೃಷ್ಟ ಅಂದ್ಕೋಬೇಕು. ಎನಿ ವೇ ಅವರಂತು ಹ್ಯಾಪಿಯಾಗಿ ಇದ್ದಾರೆ" ಎಂದರು ಕೈಗಳನ್ನು ಆಡಿಸುತ್ತ. ಆಮೇಲೆ ಇನ್ನೊಂದು ಮಾತು ಹೇಳಿದ್ದು "ಇಲ್ಲೂ, ನನ್ನ ಮಕ್ಕಳಿಗೆ ಅಮ್ಮನ ಪ್ರೀತಿ ಸಿಗ್ಲಿಲ್ಲ. ನನ್ನ ಜವಾಬ್ದಾರಿಗಳ ಮಧ್ಯೆ ಅವರೇನಾದ್ರೂ ನೆಗ್ಲೆಕ್ಟ್ ಮಾಡಿದ್ನ ಅನ್ನೋದೊಂದು ವಿಚಾರ ನನ್ನ ಕೊರೀತಾ ಇದೆ."

"ಖಂಡಿತ ಇಲ್ಲ, ಅಪ್ಪ. ನಮ್ಮನ್ನ ಬಹಳ ಚೆನ್ನಾಗಿ ನೋಡಿಕೊಂಡಿದ್ದೀರಿ. ಆ ಪ್ರೀತಿಯೆ ನಮ್ಮನ್ನ ಕಟ್ಟಿ ಹಾಕಿರೋದು. ನಮ್ಮ ನಂದು ಅಂತ ಬುದ್ಧಿವಂತ ಹುಡ್ಗಿ ತನ್ನ

ಕೆರಿಯರ್ ಬಗ್ಗೆ ತಲೆ ಕೆಡಿಸಿಕೊಳ್ಳದೆ, ಅಪ್ಪನ ಬಗ್ಗೆ ಪುಸ್ತಕ ಬರೆಯಲು ಹೊರಟಿರೋದು. ಎಂಥ ಫೆಂಟಾಸ್ಟಿಕ್ ವಿಷ್ಯ" ಅಭಿಮಾನ ಮೂಡಿತು ಅವರ ಸ್ವರದಲ್ಲಿ.

ಎದ್ದು ಹೊರಡುವ ಮುನ್ನ "ನೀನು, ನಂದೂ, ಹೋಗಿ ಚಿಕ್ಕಮ್ಮನ್ನ ನೋಡ್ಕೊಂಡು ಬನ್ನಿ. ಆಕೆಗೂ ಸಂತೋಷವಾಗುತ್ತೆ. ನಾಳೆನೇ ಹೊರಡಿ ಒಂದು ದಿನ ಅಲ್ಲಿ ಉಳಿದರು, ಪರ್ವಾಗಿಲ್ಲ. ಆಮೇಲೆ ನಿಂಗೆ ಅಪಾಯಿಂಟ್ ಆದ ನಂತರ ಬಿಡುವು ಸಿಗೋಲ್ಲ. ನನಗೂ ಬರೋ ಯೋಚ್ನೆ ಇದೆ. ನನ್ನ ಫ್ರೆಂಡ್ ದಾಸ್ ಬಡ್ಡಿಕನಲ್ಲಿ ಏನೋ ಗೊಂದ್ಲ. ವಿದೇಶದಲ್ಲಿರೋ ಅವನ ಮಕ್ಳು ಬರ್ತಾ ಇದ್ದಾರಂತೆ. ನನ್ನ ಒಂದಿಷ್ಟು ಬಾ... ಅಂದಿದ್ದಾನೆ. ಬೆಳಿಗ್ಗೆ ಯಾವ್ದೂ ಹೇಳ್ತೀನಿ ನೀವುಗಳು ಹೊರಡೋಕೆ ರೆಡಿ ಮಾಡ್ಕೊಳ್ಳಿ" ಹೇಳಿದರು ಚಿರಂತನ್.

ಈ ವಿಷಯ ಕೇಳಿ ನಂದಿತಾಗೂ ಸಂತೋಷವೇ. ಅಷ್ಟರಲ್ಲಿ ಅವಳನ್ನ ಕರೆದ ಚಿರಂತನ್ "ಚಿಕ್ಕಮ್ಮನಿಗೆ ಒಂದು ಒಳ್ಳೆ ರೇಶಿಮೆ ಸೀರೆ ತಗೊಂಡು ಹೋಗು. ನಿಮ್ಮ ನಿರ್ಣಯ ಮತ್ತು ನಿರ್ಧಾರಗಳಿಗೆ ಬೇಕು" ಹೇಳಿದರು, ತುಸು ಎಮೋಷನಲ್ಲಾಗಿ.

"ಷ್ಯೂರ್, ನೀವು ಇನ್ನ ಮಲಗಿ ಬಿಡಿ" ಎಂದು ಹೇಳಿ ಹೊರಗೆ ಬಂದವಳು ಫೋನ್‌ನ ಬಟನ್‌ಗಳನ್ನೊತ್ತಿ "ಹಲೋ.... ಚಿಕ್ಕಪ್ಪ! ನಿಮ್ಗೊಂದು ತುಂಬಾ ಇಷ್ಟವಾದ ನ್ಯೂಸ್. ನಾನು, ಅಣ್ಣ ನಾಳೆ ಬೆಳಿಗ್ಗೆ ಕರುಣೇಶ್ವರಕ್ಕೆ ಹೋಗ್ತಾ ಇದ್ದೀವಿ ಅಜ್ಜಿ, ತಾತನ್ನ ನೋಡೋ ಸಲುವಾಗಿ. ಏನಾದ್ರೂ ಹೇಳೋದುಂಟಾ?" ಕೇಳಿದ ಕೂಡಲೇ "ಹೋದ್ವಾರ ಹೋಗಿದ್ದೆ. ರಜ ಇದ್ದಿದ್ದರೇ ನಾನು ಕೂಡ ಬಂದು ಬಿಡ್ತಾ ಇದ್ದೆ, ನಂದು. ಪ್ರತೀಕ ಏನೋ ಕುಣೀತಾ ಇದ್ದ" ಎಂದು ಅಲ್ಲೇ ಇದ್ದ ಮಗನನ್ನ "ಏಯ್, ನಂದೂ ಸಂದೀಪ ಕರುಣೇಶ್ವರಕ್ಕೆ ಹೋಗ್ತಾ ಇದ್ದಾರಂತೆ" ಅಂದಿದಷ್ಟೆ. "ನಾನಂತು ಹೊರಡೋನೇ..." ಎಂದು ಹೇಳಿದ ಪ್ರತೀಕ "ನಾನಂತು ಬರ್ತೀನಿ, ನಂಗೂ ಅಜ್ಜಿನ ನೋಡೋದಿದೆ. ಎಷ್ಟೊತ್ತಿಗೆ ಹೊರಡೋದು? ಅಲ್ಲಿಗೆ ಬಂದು ಬಿಡ್ಲಾ?" ಅವಸರ, ಉತ್ಸಾಹ ಅವನ ಸ್ವರದಲ್ಲಿ ತೇಲಿತು. "ಏಯ್ ಕಾಲೇಜು! ಚಿಕ್ಕಮ್ಮನನ್ನು ಒಂದ್ಮಾತು ಕೇಳು. ಎಲ್ಲ ಡಿಸಿಷನ್ ನೀನೇ ತಗೊಂಡರೆ... ಹೇಗೆ?" ತಿದ್ದುವ ಪ್ರಯತ್ನ ಅವಳದು.

"ಸಾರಿ, ಮಮ್ಮಿ ಅಂತು ಒಪ್ಗೇ ಕೊಡೊಲ್ಲ. ನಾನೇ ನನ್ನ ಡಿಸಿಷನ್ ಛೇಂಜ್ ಮಾಡ್ಕೋ ಬೇಕಾಗುತ್ತೆ. ನಾನು ಬರ್ತೀನಿ, ಯಾವ ಸಮಯಾಂತ ತಿಳ್ಸಿ ಬಿಡಿ" ಗೋಗೆರೆದ. ಒಮ್ಮೆ ಹೋಗಿ ಅಜ್ಜಿಯ ಪ್ರೀತಿಯುಂಡ ಮೇಲೆ ಅದರಿಂದ ತಪ್ಪಿಸಿಕೊಳ್ಳಲಾಗಲಿಲ್ಲ. ರಜ ಸಿಕ್ಕರೆ ಕರುಣೇಶ್ವರಕ್ಕೆ ಅನ್ನುತ್ತಿದ್ದುದ್ದು ಮಾಲಿನಿಗೆ ಪ್ರಾಬ್ಲಮ್ ಆಗಿತ್ತು.

"ಸ್ವಲ್ಪ ಬೇಗ ಹೊರಡೋ ಉದ್ದೇಶವಿದೆ. ಆನ್ ದ ವೇ ಹೋಗಬೇಕಾಗಿರೋದ್ರಿಂದ ... ನೀನು ರೆಡಿಯಾಗಿದ್ದರೆ ಸಾಕು. ಒಳ್ಗೆ ಕರೆಯೋ ತೊಂದರೆ ತಗೊಬೇಡ. ಗುಡ್ ನೈಟ್" ಎಂದು ಫೋನಿಟ್ಟು ಸುಮ್ಮನಾದಳು.

ಅಲ್ಲಿ ರಾಮಾಯಣ ಷುರುವಾಯಿತು. ಮಾಲಿನಿಗಂತು ಪದೇ ಪದೇ ಮಗ ಕರುಣೇಶ್ವರಕ್ಕೆ ಹೋಗುವುದು ಇಷ್ಟವಿಲ್ಲ. ಕೆರಿಯರ್ ದೃಷ್ಟಿಯಿಂದ ಒಳ್ಳೆಯದಲ್ಲವೆಂದು ಆಕೆಯ ಅಭಿಮತ.

"ಏನು ನಿಮ್ಮ ಉದ್ದೇಶ?" ಗಂಡನ ಎದುರು ಕೂತಳು ಮಾಲಿನಿ. ಅರ್ಥವಾಗಿತ್ತು ಕರುಣಾಕರಗೆ. ಮುಂದಿದ್ದ ಪೇಪರನ್ನು ಪಕ್ಕಕ್ಕೆಸರಿಸುತ್ತ "ಅಂಥ ದೊಡ್ಡ ಉದ್ದೇಶವೇನಿಲ್ಲ! ನಾನು ತೀರಾ ಸಾಮಾನ್ಯ. ಅಂಥ ಮಹತ್ವಾಕಾಂಕ್ಷೆ ಇರೋ ಮನುಷ್ಯನಲ್ಲಾಂತ ನಿಂಗೆ ಗೊತ್ತಿದೆ. ನಿನ್ನ ಪ್ರೇಮಿಸಿದಾಗ ವಿವಾಹವಾಗೋ ಮಹತ್ವಾಕಾಂಕ್ಷೆ ಇತ್ತು. ದೇವರ ದಯೆಯಿಂದ ಅದು ಈಡೇರಿದೆ" ಮತ್ತೆ ಪೇಪರೊದಲು ಷುರು ಮಾಡಿದರು. ಸದ್ಯಕ್ಕೆ ಒಂದು ಪುಟ್ಟ ಜಗಳದ ಪ್ರಾರಂಭವೆಂದು ಅವರಿಗೆ ಗೊತ್ತು.

"ನೀವು ಮಹತ್ವಾಕಾಂಕ್ಷಿಯಲ್ಲವೆಂದು ನಂಗೆ ಗೊತ್ತು. ಆದರೆ ನಂಗೆ ಆಂಬಿಷನ್ ಇದೆ. ಅಂಥದೇನು ನಂಗಿಲ್ಲದಿದ್ದರೆ, ಇಂಥದೊಂದು ಸ್ವಂತ ಫ್ಲಾಟ್ ಮಾಡಿಕೊಂಡು ಸಮಾಜದಲ್ಲಿ ಸ್ಟೇಟಸ್ ಬೆಳೆಸಿಕೊಳ್ಳೋಕೆ ಸಾಧ್ಯವಾಗ್ತಾ ಇರಲಿಲ್ಲ. ನೀವು ಎಸ್.ಎಸ್.ಎಲ್.ಸಿ ಮೇಲೊಂದು ಡಿಪ್ಲೋಮ. ನಿಮ್ಮ ಮಗ ಪಿಯುಸಿ ಮೇಲೆ ಯಾವುದಾದ್ರೂ ಒಂದು ಡಿಪ್ಲೋಮಾ ಮಾಡಿಕೊಳ್ಳಲಿ ಅನ್ನೋ ಅಭಿಲಾಷೇನಾ? ದಯವಿಟ್ಟು ನೀವು ತಂದೆಯಾಗಿ ಯಾವುದೇ ಸಪೋರ್ಟ್ ಮಾಡದಿದ್ದರೂ ಅವನ ಕೆರಿಯರ್ ಹಾಳು ಮಾಡಬೇಡಿ. ಹೆತ್ತವರಾಗಿ ಅವನ ಬ್ರೈಟ್ ಫ್ಯೂಚರ್‌ನ ಪ್ಲಾನ್ ಮಾಡಬೇಕು. ಅವ್ನು ಕಾಲೇಜು ಬಿಟ್ಟು ಪದೇ ಪದೇ ಕರುಣೇಶ್ವರಕ್ಕೆ ಹೋದರೆ ಮುಗಿದೇ ಹೋಯ್ತು. ಅವನು ಹೋಗಕೂಡದು" ಮಾಲಿನಿ ದನಿಯಲ್ಲಿ ಹಟವಿತ್ತು.

"ಅದ್ನ ಅವನ ಮುಂದೆ ಹೇಳು. ನಾನೇನು ಹೊರಟಿಲ್ಲ. ಅಕಸ್ಮಾತ್ ನಂಗೆ ಮಹತ್ವಾಕಾಂಕ್ಷೆ ಇಲ್ಲದಿದ್ದರಿಂದ ನನು ವಾಲಂಟರಿ ತಗೊಂಡು ಅಲ್ಲೇ ಹೋಗಿ ನಿಂತರೂ, ನಿನ್ನ ಸ್ಟೇಟಸ್ ನೀನು ಕಾಪಾಡಿಕೊಳ್ಳುವೇಂತೆ ನನಗೆ ಗೊತ್ತು." ಅಂದು ಎದ್ದು ಹೋದರು. ಪ್ರತಿ ಸಲ ಅವರು ಕರುಣೇಶ್ವರಕ್ಕೆ ಹೊರಟಾಗಲೆಲ್ಲ ಇಂಥದೊಂದು ಪಂಚಾಯಿತಿ ಆಗುತ್ತಲೇ ಇತ್ತು. ಅದಕ್ಕೆ ಮಾಲಿನಿ ಕನ್ನಡಿಯ ಮುಂದೆ ನಿಂತು ಕಾರಣಗಳನ್ನು ಹುಡುಕುತ್ತಿದ್ದರು.

ರೂಮ್‌ನಲ್ಲಿದ್ದ ಮಗನ ಮುಂದೆ ಹೋಗಿ ಕೂತ ಮಾಲಿನಿ "ನಿನ್ನ ಸ್ಟಡೀಸ್ ಹೇಗೆ ನಡೀತಾ ಇದೆ?" ಕೇಳಿದರು. ಅವನಿಗೆ ಕಾರಣ ಗೊತ್ತು. "ನಾಟ್ ಬ್ಯಾಡ್..." ತಲೆಯೆತ್ತಿದ. ಮುಖ, ಕೈಕಾಲುಗಳಿಗೆ ಕ್ರೀಮ್ ಬಳೆದುಕೊಂಡಿದ್ದರಿಂದ ಸುಗಂಧಯುಕ್ತ ವಾಸನೆ. "ಮಮ್ಮಿ, ಈ ತರಹ ಕ್ರೀಮ್‌ಗಳು, ಪರ್‌ಫ್ಯೂಮ್‌ಗಳು ಹಿಂದೆ ಬಳಿಸ್ತಾ ಇರಲಿಲ್ಲ ಅಲ್ವಾ? ಐ ಲೈಕ್ ಯು ಮಮ್ಮಿ, ಪ್ಲೀಸ್, ನನ್ನ ಡಿಸ್ಟರ್ಬ್ ಮಾಡ್ಬೇಡ. ಈ ಸಲ ಅಪ್ಪ ಕರುಣೇಶ್ವರಕ್ಕೆ ಹೋದಾಗಲೂ ನನ್ನನ್ನ ತಡೆದು ನಿಲ್ಲಿಸಿದೆ. ನಂಗೆ ಈಗ ಅಜ್ಜಿನ ನೋಡಬೇಕೂಂತ ಅನ್ನಿಸಿದೆ. ನಾಳೆ ನಂದು ಅಕ್ಕ, ಸಂದೀಪಣ್ಣ ಹೋಗ್ತಾ ಇದ್ದಾರೆ."

ಮಗನನ್ನು ಮಣಿಸಿಯೇ ಬಿಡಬೇಕೆಂದು ತೀರ್ಮಾನಕ್ಕೆ ಬಂದಿದ್ದ ಮಾಲಿನಿ ಮೊದಲು ಜೋರು ಮಾಡಿದರು.

"ನೀನು ಕರುಣೇಶ್ವರಕ್ಕೆ ಹೋಗಕೂಡದು. ಹೋದ ತಿಂಗಳೆಲ್ಲ ಹೋಗಿದ್ದೆ. ನಿನ್ನ ರಜಾನ್ನೆಲ್ಲ ಅಲ್ಲಿ ಮೀಸಲಿಟ್ಟರೆ ಬೇರೆ ಆಕ್ಟಿವೀಟಿಸ್ ಗತಿಯೇನು? ಸ್ವಲ್ಪ ಕೂಡ ನಿನ್ನ ಫ್ಯೂಚರ್ ಬಗ್ಗೆ ಯೋಚ್ನೆ ಇಲ್ಲ. ವೆರಿ ಬ್ಯಾಡ್, ಇನ್ನ ಅದಕ್ಕೆ ನಾನು ಅವಕಾಶ ಕೊಡೊಲ್ಲ.

ನಿನ್ನ ಡ್ಯಾಡಿ ತರಹ ನೀನು ಆಗಬೇಡ. ಯಾವೊಂದು ಬದಲಾವಣೇನು ಇಲ್ಲ. ನಾನು ಅವರ್ಹಾಗೇ ಸುಮ್ಮನಿದ್ದರೆ, ನೀನು ಎಲ್ಲೋ ಇರ್ತಾ ಇದ್ದೆ. ನಾನೆಷ್ಟು ಅವಮಾನ, ನೋವು ಅನುಭವಿಸಿದ್ದೀನಿ ಗೊತ್ತಾ?" ಮನದ ದುಃಖ ದನಿಯಲ್ಲಿ ಕರಗಿ ಪ್ರವಹಿಸಿ ಬಿಟ್ಟಿತು.

ಆದರೆ ಪ್ರತೀಕ ಮುಂದೆ ಬಂದು ಗಿರಿಜಮ್ಮ ನಿಂತರು. ಬದುಕಿನ ಸೆಣಸಾಟದ ನಡುವೆಯೂ ಎಂಥ ವಾತ್ಸಲ್ಯ. ತಲೆ ತುಂಬ ಎಣ್ಣೆಯೊತ್ತಿ "ಮೈನ ಬಿಸಿ ಕಡ್ಮೆಯಾಗುತ್ತೆ. ತಲೆ ತಂಪಾಗುತ್ತೆ" ನೆನಪು ಅವನನ್ನು ಗಟ್ಟಿ ಮಾಡಿತು.

"ಬದಲಾವಣೆಗಳು ಬೇಕು, ಮಮ್ಮಿ. ಹಾಗಂತ ಹಿರಿಯರನ್ನ ದೂರವಿಡೋದಲ್ಲ. ನಾನಂತು ಈ ಸಲ ಹೇಗೋ ತೀರ್ಮಾನ ಮಾಡಿದ್ದೀನಿ. ನನ್ನ ಕೆರಿಯರ್‌ಗೆ ಅಜ್ಜಿ ಆಶೀರ್ವಾದಾನು ಬೇಕಾಗುತ್ತೆ. ಮುಂದೆ ಹೋಗೋವಾಗ ನಿನ್ನ ಪರ್ಮಿಷನ್ ತಗೋತೀನಿ" ಅಮ್ಮನ ಕೆನ್ನೆ ಸವರಿ ಎದ್ದು ಹೋಗಿ ಬಾಲ್ಕನಿಯಲ್ಲಿ ನಿಂತ.

ಮಾಲಿನಿಗೆ ಒಂಟಿಯೆನಿಸಿತು. ಭಯ ಕಾಡಿತು. ಮಗ ತನ್ನಿಂದ ದೂರ ಹೋಗುವ ಆತಂಕ ಸಹಿಸಲಾರದಾದರು.

ಆಗಲೇ ಮಲಗಿದ್ದ ಗಂಡನನ್ನ ಎಬ್ಬಿಸಿ ಕೂಡಿಸಿ "ಪ್ಲೀಸ್, ನನ್ನ ಮಗನ್ನ ನನ್ನಿಂದ ದೂರ ಮಾಡಬೇಡಿ" ಅಂದಿದ್ದಕ್ಕೆ ಅವರು ನಕ್ಕರು. ಅದರಲ್ಲಿ ಇದ್ದಿದ್ದು ವಿಷಾದ. ಮನದಲ್ಲಿ ಅಪ್ಪಳಿಸುತ್ತಿದ್ದ ಭಾವ ತರಂಗಗಳನ್ನು ಹೆಂಡತಿಯ ಮುಂದೆ ಬಿಚ್ಚಿಡುವುದು ಬೇಡವೆನಿಸಿತು. "ಸುಮ್ನೇ ಮಲಕ್ಕೋ, ಅವನೆಲ್ಲಿ ಹೋಗ್ತಾನೆ? ಸಿಟಿಯಲ್ಲಿ ಹುಟ್ಟಿ ಬೆಳೆದ ಹುಡುಗರಿಗೆ ಕರುಣೇಶ್ವರಂಥ ಕುಗ್ರಾಮ ಇಷ್ಟವಾಗೊಲ್ಲ. ನಂದು, ಸಂದೀಪ್ ಹೊರಟಿರೋದ್ರಿಂದ ಅವ್ನು ಉತ್ಸಾಹದಿಂದ ಹೊರಟಿದ್ದಾನೆ. ಅದಕ್ಯಾಕೆ ಟೆನ್ಷನ್ ಮಾಡ್ಕೋತೀಯ?" ಸಮಾಧಾನ ಮಾಡಿದರು.

ಅಂತು ಅವರೊಂದಿಗೆ ಪ್ರತೀಕ ಹೊರಡುವುದು ಗ್ಯಾರಂಟಿ ಆಯಿತು.

* * *

ಗ್ಲೋಬಲ್ ಇಂಡಸ್ಟ್ರೀಸ್‌ಗೆ ಜಾಯಿನ್ ಆದ ಮೇಲೆ ಚಾಟ್ ಮಾಡುವುದು ನಿಂತಿತು. ಅವಳ ಈ-ಮೇಲ್‌ಗೆ ಉತ್ತರಿಸುವುದನ್ನು ನಿಲ್ಲಿಸಿದ್ದ ಸಂದೀಪ್. ಅವನೆದೆಯಲ್ಲಿ ಪ್ರೇಮ-ಸ್ನೇಹದ ತರಂಗಗಳನ್ನು ಎಬ್ಬಿಸಿದ್ದ ರಾಖಿ ಈಗ ಅವನ ಎಲ್ಲಾ ಸ್ವಭಾವಗಳಿಗೆ ವ್ಯತಿರಿಕ್ತವಾಗಿ ದೂರ ನಿಂತಂತೆ ಕಾಣಿಸಿದಳು. ಭಾರತಿ ನರ್ಸಿಂಗ್ ಹೋಂನಿಂದ ಬಂದ ಫೋನ್ ಕಾಲ್ ಬಗ್ಗೆ ತಂದೆಯನ್ನು ಪ್ರಶ್ನಿಸಿದ್ದು ಅವನಿಗೆ ಸರಿ ಕಂಡಿರಲಿಲ್ಲ.

ಆಗ ತಾನೇ ಮನೆಗೆ ಬಂದು ಸಂದೀಪನ ಎದುರು ಬಂದು ನಿಂತಿದ್ದು ಪ್ರತೀಕ. "ಅಣ್ಣ, ನಂಗ್ಯಾಕೋ ತೀರಾ ಕನ್‌ಫ್ಯೂಷನ್. ದೊಡ್ಡಪ್ಪನ ಹತ್ತಿರ ಸಾಕಷ್ಟು ಮಾತಾಡಿದೆ. ಈ ಪಿ.ಯುಸಿ. ಹಂತನೇ ಒಂದು ತರಹ ಟೆನ್ಷನ್. ಪದೇ ಪದೇ ಮಮ್ಮಿ ಕೆರಿಯರ್... ಕೆರಿಯರ್... ಅಂದು ಅಂದು ಸಾಫ್ಟ್‌ವೇರ್, ಮೆಡಿಸಿನ್‌ಗಳು ಭೂತಗಳಾಗಿ ಕಾಡೋಕೆ ಷುರುವಾಗಿದೆ. ಎದುರು ಬಂದರೆ ಇದೇ ವಿಷಯದ ಪ್ರಸ್ತಾಪ. ಡ್ಯಾಡಿ, ಕರುಣೇಶ್ವರದಂಥ

ಸಣ್ಣ ಊರಿನಲ್ಲಿ ಹುಟ್ಟಿ ಓದನ್ನು ಪ್ರಾರಂಭಿಸಿದರೆನ್ನುವ ಟೀಕೆ ಬೇರೆ. ಅಜ್ಜಿ, ತಾತ ಅಂಥ ಕಲಿತವರೇನಲ್ಲ" ಅವನ ದನಿಯಲ್ಲಿನ ನಿರಾಸೆ ಗುರ್ತಿಸಿದ ಸಂದೀಪಗೆ ಬೇಸರವಾಯಿತು.

"ನಿನ್ನ ಮಮ್ಮಿ ಹತ್ರ ನಾನು ಮಾತಾಡ್ತೀನಿ. ಬರೀ ಸಾಫ್ಟ್‌ವೇರ್, ಮೆಡಿಸಿನ್ ನಿನ್ನ ತಲೆಯೊಳಗೆ ಯಾಕೆ ತುಂಬ್ತಾ ಇದ್ದಾರೆ? ಪ್ರತಿಭೆಯನ್ನು ಡಿಗ್ರಿಗಳ ಮೂಲಕ ಗುರುತಿಸೋಕ್ಕಾಗೊಲ್ಲ. ನಿನ್ನಜ್ಜಿ, ತಾತ ಖಂಡಿತ ಬುದ್ಧಿವಂತರೇ, ಅವರುಗಳ ಕ್ಷೇತ್ರದಲ್ಲಿ, ಜೀವನದಲ್ಲಿ ಅದ್ಭುತ ಯಶಸ್ಸನ್ನು ಸಾಧಿಸಿದ ಮಹನೀಯರ ಇತಿಹಾಸ ಪುಟಗಳನ್ನು ತಿರುವಿ ಹಾಕಿದರೆ ಗ್ರಾಮೀಣ ಪ್ರದೇಶದ ಬಡ ಕುಟುಂಬಗಳಿಗೆ ಸೇರಿದವರೆ. ಜೀವನದ ಯಶಸ್ಸಿನ ಸಾಧನೆಗೆ ಬೇಕಾಗಿರುವುದು ಅಚಲವಾದ ವಿಶ್ವಾಸ, ಛಲ, ಸತತ ಪ್ರಯತ್ನ, ಪರಿಶ್ರಮಗಳೇ ಹೊರತು ಮಿಕ್ಕ ಯಾವುದು ಇಲ್ಲ. ಅಪ್ಪ ಒಂದು ಮಾತು ಪದೇ ಪದೇ ಹೇಳೋರು. ನಿಜವಾದ ಸಾಧಕನು ತನ್ನೊಳಗಿನಿಂದಲೇ ಸ್ಫೂರ್ತಿ, ಚೈತನ್ಯಗಳನ್ನು ಪಡೆದುಕೊಳ್ಳುತ್ತಾನೆ ವಿನಾ ಹೊರಗಿನ ನಕಾರಾತ್ಮಕ ಪ್ರಭಾವಗಳಿಗೆ ಒಳಗಾಗಲಾರ. ಇಷ್ಟನ್ನು ಮನಸ್ಸಿನಲ್ಲಿ ಇಟ್ಕೋ" ಬುದ್ಧಿ ಹೇಳಿದ.

ಪೆದ್ದು ನಗೆ ಬೀರಿದ ಪ್ರತೀಕ. "ಇವತ್ತು ಇಲ್ಲೇ ಇರೋಣಾಂತ ಬಂದೆ" ಅಂದಾಗ ತಲೆಯ ಮೇಲೆ ಮೊಟಕಿ "ಯಾರು ಬೇಡಾಂದ್ರು? ನಿನ್ನ ಮಮ್ಮಿ ಪರ್ಮಿಷನ್ ಪಡೆದು ಕೊಂಡಿದ್ದೀಯ? ನಿನ್ನ ವಿಷ್ಯದಲ್ಲಿ ತುಂಬ ಪೊಸೆಸಿವ್ ಅಂತ ಕೇಳ್ದೆ. ಅದು ಸಹಜ ಕೂಡ. ಮೊದ್ಲು ಫೋನ್ ಮಾಡಿ ತಿಳ್ಸು, ಸುಮ್ನೇ ಸುಳ್ಳು ಕೇಳಿ ನಮ್ಮಗಳ ಬಗ್ಗೆ ಚಿಕ್ಕಮ್ಮ ಬೇಸರ ಮಾಡಿಕೊಳ್ಳೋದು ಬೇಡ."

ರೂಮಿಗೆ ಹೋದ ರಾಖಿ ಫೋನ್ ಮಾಡಿ ಇಲ್ಲಿ ಅಪಾಯಿಂಟ್ ಮೆಂಟ್‌ನಲ್ಲಿರೋದರ ಬಗ್ಗೆ ಬೇಸರ ವ್ಯಕ್ತಪಡಿಸಿದ್ದು ಕಸಿವಿಸಿ ಅನ್ನಿಸಿತು. "ಸಂದೀಪ್, ನೀನ್ಯಾಕೆ ಈ ಡಿಸಿಷನ್‌ಗೆ ಬಂದೆ? ಅಲ್ಲಿ ಸ್ಯಾಲರಿ ಚೆನ್ನಾಗಿತ್ತು. ನಿನ್ನ ಬುದ್ಧಿವಂತಿಕೆಗೂ ಸವಾಲಾಗುವಂಥ ಇಂಡಸ್ಟ್ರೀ. ತಿಳ್ದು ತುಂಬ ಅಪ್‌ಸೆಟ್ ಆದೆ."

"ನಾನು ಹ್ಯಾಪಿಯಾಗಿದ್ದೀನಿ" ಚುಟುಕಾಗಿ ಹೇಳಿದ್ದ.

ಅವಳು ರೇಗಾಡಿ ಫೋನ್ ಕಟ್ ಮಾಡಿದಾಗ, ತಾನು ಎಲ್ಲಿ ತಪ್ಪಿದ್ದು ಎಂದು ಯೋಚಿಸಿದ್ದ. ಎಲ್ಲಾ ಆಕಸ್ಮಿಕಗಳಂತೆ ಇದೊಂದು ಆಕಸ್ಮಿಕವೇ?

ಹಿಂದೆಯೇ ಬಂದ ನಂದಿತಾ "ಸಾರಿ, ನಿಂಗೆ ಹೇಳಲೇ ಬೇಕು. ರಾಖಿ ಫೋನ್ ಮಾಡಿದ್ರು. ನೀನು ದೆಹಲಿಯಲ್ಲಿನ ಕೆಲ್ಸ ಬಿಟ್ಟು ಇಲ್ಲಿ ಉಳಿದಿದ್ದಕ್ಕೆ ಕಾರಣ ಕೇಳಿದ್ರು. ತುಂಬ ವಿಚಿತ್ರ ಅನ್ನಿಸುತ್ತೆ. ಯಾಕೆ, ಅವರು ಈ ತರಹ ಯೋಚಿಸ್ತಾರೆ? ನಾವೇನು ಸೀಕ್ರೇಟ್ ಮೈನಟೇನ್ ಮಾಡ್ತಾ ಇದ್ದೀವಿ. ಅನ್ನೋದು ಅವನ ಅನುಮಾನ ಅಂತ ಕಾಣುತ್ತೆ. ಈ ಮಾತುಗಳೆಲ್ಲ ಅಪ್ಪನ ಹತ್ರ ಬೇಡಾಂತ ಹೇಳು. ಯಾವುದೋ ಡಿಟೆಕ್ಟಿವ್ ಏಜನ್ಸಿ ಮೂಲಕ ನಮ್ಮಗಳ ಡಿಟೈಲ್ ತರಿಸಿಕೊಳ್ಳೊದೂಂದರೇ, ಏನರ್ಥ? ಇವರಂಗೆ ನಾವು ಇಂಡಸ್ಟ್ರೀಯಲಿಸ್ಟ್ ಅಲ್ಲ, ರಾಜಕಾರಣಿಗಳು ಮೊದಲೇ ಅಲ್ಲ. ಗೂಂಡಾಗಳು, ದೇಶದ್ರೋಹಿಗಳು ಕರೆಪ್ಟ್ ಪರ್ಸನ್ಸ್ ನಮ್ಮಿಂದ ದೂರವೇ. ಅಂಥದರಲ್ಲಿ ನಮ್ಮನ್ನ ಕೆದಕಿ...

ಕೆದಕಿ... ಯಾವುದೋ ಒಂದು ವಿಷಯನ..." ತಾಳ್ಮೆ ಕಳೆದುಕೊಂಡು ಹೇಳಿದವಳ ಕಣ್ಣಲ್ಲಿ ನೀರು ಇಣಕಿತು.

ಸಂದೀಪ್ ಪೂರ್ತಿ ಅಪ್ ಸೆಟ್ ಆದ. ರಾಖಿ ಇನ್ನೋಸೆಂಟಾ, ಪೊಸೆಸಿವಾ? ಇಲ್ಲ ಇವೆರಡನ್ನು ಬಿಟ್ಟು ಬೇರೆ ಉದ್ದೇಶವೇನಾದರೂ ಇದ್ದೀತಾ?

"ಸಾರಿಮ್ಮ ನಂದು, ನಂಗೇನು ಅರ್ಥವಾಗ್ತಾ ಇಲ್ಲ..." ಆ ಪುಣ್ಯ ಯಾರೂಂತ ನಂಗೆ ಗೊತ್ತಿಲ್ಲಾಂತ ಹೇಳಿದ್ದೀನಿ. ಅಂಥದರಲ್ಲಿ... ಹಲ್ಲುಮುಡಿ ಕಚ್ಚಿಡಿದ. ತಕ್ಷಣ ಎಚ್ಚೆತ್ತುಕೊಂಡು ನಂದಿತಾ "ಪ್ಲೀಸ್, ನೀನು ಎಗ್ಸೈಟ್ ಆಗ್ಬೇಡ. ನಮಗಿಂತ ಹೆಚ್ಚು ಸಮಾಜವನ್ನು ಕಂಡವರು ಅಪ್ಪ. ಅವರೇನು ಕೇರ್ ಮಾಡೋಲ್ಲ. ನಂಗೆ ಅರ್ಥವಾಗದೇ ಇರೋದು ರಾಖಿ ಸ್ವಭಾವ. ಇಂಥ ವಿಚಾರದಲ್ಲಿ ಹುಡುಗಾಟವಾಡಿದರೆ, ಮನಸ್ಸುಗಳು ಹಾಳಾಗುತ್ತೆ. ನವಿರಾಗಬಹುದಾದ ಸಂಬಂಧಗಳಲ್ಲಿ ಮುಚ್ಚಲಾರದ ಬಿರುಕುಗಳು ಮೂಡುತ್ತೆ. ನಿಂಗಿಂತ, ನಮ್ಮಿಂತ ಡಿಟೆಕ್ಟಿವ್ ಏಜನ್ಸಿಯನ್ನೇ ನಂಬೋದಾದರೆ ನಂಬಿಕೊಳ್ಳಿ. ನಂಗೆ ಗೊತ್ತಿಲ್ಲದ ಪುಣ್ಯ ಬಗ್ಗೆ ಕುತೂಹಲ ಮೂಡುತ್ತ ಇದೆ. ಸಾರಿ, ಅಣ್ಣ ಬೆಳಿಗ್ಗೆ ಅಂಕಣಕೊಪ್ಪಕ್ಕೆ ಹೋಗೋಕೆ ಲಗೇಜ್ ರೆಡಿ ಮಾಡಿಕೊಳ್ತಾ ಇದ್ದೆ. ಅಪ್ಪ ಹುಟ್ಟಿದ್ದ ಮನೆ ಈಗ ಖಾಲಿಯಾಗಿಯೇ ಇದೆಯಂತೆ. ಅಲ್ಲೇ ನಮಗೆ ಉಳಿದುಕೊಳ್ಳೋಕೆ ಅನ್ಕೂಲ ಮಾಡಿ ಕೊಡ್ತೀನೀಂತ ಪರಮಣ್ಣ ಮಾಸ್ತರು ಹೇಳಿದ್ದಾರೆ. ಅಪ್ಪ ಅಲ್ಲಿಗೆ ಹೋಗೋದು ಕೆಲವರಿಗಂತು ಖುಷಿಯ ವಿಷಯ. ಕೆಲವು ದಿನ ಉಳಿಯಬೇಕಾಗುತ್ತೆ. ವೀಕ್ಲಿ ಹಾಲಿಡೇಸ್‌ನಲ್ಲಿ ಒಮ್ಮೆ ಬಾ. ಅಂತು ಪ್ರತೀಕ ನಾವು ಬರೋವರ್ಗೂ ಇಲ್ಲೇ ಉಳಿದುಕೊಳ್ಳೋ ಸೂಚನೆ ಕೊಟ್ಟಿದ್ದಾನೆ. ಚಿಕ್ಕಮ್ಮನ ಒಪ್ಗೆ ಸಿಗೋಲ್ಲ. ನಾವುಗಳು ಡೀಸೆಂಟಾಗಿರಬೇಕಷ್ಟೆ" ನಗುವ ಪ್ರಯತ್ನ ಮಾಡಿದಳು.

"ಓಕೆ, ನಂದು. ನಂಗೂ ಅಪ್ಪನ ಚಿಕ್ಕಂದಿನ ದಿನಗಳ ಬಗ್ಗೆ ಕುತೂಹಲ. ನೆನಪಿನ ಬುತ್ತಿಗೆ ಕೈ ಹಾಕಿದ್ದಿ. ಇದು ಹೇಗೆ ನಿನ್ನ ಮನಸಿಗೆ ಬಂತು? ದೊಡ್ಡ ಸಾಹಿತಿಗಳು, ದಾರ್ಶನಿಕರು, ಕೆಲವು ಅಧಿಕಾರಿಗಳು ಕೂಡ ಆತ್ಮಚರಿತ್ರೆ, ಬರವಣಿಗೆಗೆ ಕೈ ಹಾಕಿದ್ದುಂಟು. ನೀನು ಇತಿಹಾಸ ಮೇಜರ್ ಸಬ್ಜೆಕ್ಟ್ ಆಗಿ ತಗೊಂಡಿದ್ದು ಇದೇ ಕಾರಣಕ್ಕಾ?" ಕೇಳಿದ. ಮೌನವಾಗಿ ಕೂತಳು.

"ಈಚೆಗೆ, ಅಂದರೆ ಡಿಗ್ರಿಯ ಎರಡನೆಯ ವರ್ಷದಲ್ಲಿದ್ದಾಗ ನಾವೆಲ್ಲ ಅಂದರೆ ಕೆಲವು ಕಾಲೇಜ್ ಮೇಟ್ಸ್ ಜೊತೆ ಅಕಿರಾ ಕುರಸೋವಾ ಅಂದರೆ ಸುಲಭವಾಗಿ ನೆನಪಿಗೆ ಬರೋದು "ಸೆವೆನ್ ಸಮುರಾಯ್ ರಾಶಮೋನ್' ಮುಂತಾದವುಗಳು. ಅವರದೇ ಒಂದು ಚಿತ್ರ. 'ಹಿಡನ್ ಫೋರ್ಟರ್ಸ್' ಅಂತ. ನನ್ನ ಗೆಳತಿಯೆರಲ್ಲ ಇದೊಂದು ಚಂದಮಾಮ ಕತೆ ಅಂತ ಹಾಸ್ಯ ಮಾಡಿದ್ರು. ಕೆಲವು ಅಂಶಗಳು ನನ್ನ ಮನಸ್ಸಿನಲ್ಲಿ ಅಚ್ಚಳಿಯದೇ ಉಳಿಯಿತು. ಅಲ್ಲಿ ಹಾಸ್ಯವಿತ್ತು, ಯುದ್ಧವಿತ್ತು. ಹೃದಯ ಸ್ಪರ್ಶಿ ಸನ್ನಿವೇಶಗಳು ಇತ್ತು. ಯುದ್ಧದ ನಂತರ ಒಬ್ಬ ರಾಜಕುಮಾರಿ ತನ್ನ ರಾಜ್ಯದಿಂದ ಬೇರೆಯಾಗಿ ಕಾಡಿನಲ್ಲಿ ಬಚ್ಚಿಟ್ಟುಕೊಂಡಿರುತ್ತಾಳೆ. ಇಬ್ಬರು ಆಸೆ ಬುರುಕ ರೈತರೊಂದಿಗೆ ಆ ರಾಜಕುಮಾರಿಯನ್ನು ಒಬ್ಬ ಸೇನಾಧಿಪತಿ (ಸಮುರಾಯ್) ಗೆ ಸುರಕ್ಷಿತವಾಗಿ ಒಪ್ಪಿಸುವ ಸೆಣಸಾಟ ನಡುವೆ ಆ ರಾಜಕುಮಾರಿ ಸಾಮಾನ್ಯ ಜನರ ಜೀವನವನ್ನು ಕಂಡು ತನ್ನ ಜೀವನ ದೃಷ್ಟಿಯನ್ನೇ

ಬದಲಾಯಿಸಿಕೊಳ್ಳುವ ಹಂತದಲ್ಲಿ ಸಾಮುರಾಯ್ ಬುದ್ಧಿಶಕ್ತಿ, ದೇಹಶಕ್ತಿ ಸಮರಶಕ್ತಿಗಳು ಎದ್ದು ಕಾಣುತ್ತವೆ. 1958ರ ಹೊತ್ತಿನಲ್ಲಿ ತೆಗೆದ ಚಿತ್ರ. ಈಗಿನ ಹಾಗೆ ಯಾವುದೇ ಗ್ರಾಫಿಕ್ಸ್ ತಂತ್ರಜ್ಞಾನವಿಲ್ಲದೆ ನೂರಾರು ಸಹ ನಟರನ್ನು ಬಳಸಿ ಯುದ್ಧವನ್ನು ನೈಜವಾಗಿ ಕಟ್ಟಿಕೊಡುವುದು ಇಷ್ಟವಾಯ್ತು. ಮುಖ್ಯವಾಗಿ ಜೀವನ ಮೌಲ್ಯಗಳನ್ನು ಕಟ್ಟಿಕೊಡುವ ರೀತಿ ನನ್ನ ಮನಸ್ಸಿನಲ್ಲಿ ನಿಂತು ಬಿಟ್ಟಿತು. ಅದಕ್ಕೂ, ಅಪ್ಪನ ಬಗ್ಗೆ ಬರೆಯೋಕು ಏನು ಸಂಬಂಧ ಅಂತ ಕೇಳಬೇಡ. ಬರೆದು ಮುಗಿಸಿದ ನಂತರ ಹೇಳ್ತೀನಿ" ಅಂದಳು. ಆ ವೇಳೆಗೆ ಕರುಣಾಕರ ಬಂದು ನಿಂತಿದ್ದರು. ಜೊತೆಗೆ ಮಾಲಿನಿ ಇದ್ದರು.

"ಇವನು ಬಂದು ಇಲ್ಲಿ ಕೂತಿದ್ದಾನೆ. ಮಾಲಿನಿ ಗೋಳಾಡಿಕೊಂಡು ಬಂದ್ಲು. ಅವನು ಇಲ್ಲೇ ಇದು ಅಣ್ಣನ ಸುಪರ್ದಿನಲ್ಲಿದ್ದರೆ ಒಳ್ಳೇ ವ್ಯಕ್ತಿ ಆಗ್ತಾನೇಂತ ನನ್ನ ಅನಿಸಿಕೆ. ಅದು ಅವಳಿಗೆ ಇಷ್ಟವಿಲ್ಲ" ಮೆಲ್ಲಗೆ ಗೊಣಗಿದರು. ಅದು ಅವರಿಗೆ ಹೆಂಡತಿಯ ಮೇಲಿದ್ದ ಪ್ರೀತಿಯೆ ಕಾರಣ.

ಇಬ್ಬರು ನಗುತ್ತಲೇ ಹೊರಗೆ ಬಂದರು.

ಅಮ್ಮ, ಮಗ ಗುಸು ಗುಸು ಅನ್ನುತ್ತಲೇ ಜಗಳ ಪ್ರಾರಂಭ ಮಾಡಿದ್ದರು. ಮಗನ ಕೋಪ, ಹಣ ಜೊತೆ ಅಮ್ಮನ ಬೇಸರ ಕಣ್ಣೀರು ವಾದಿ ಪ್ರತಿವಾದಿಗಳಾಗಿದ್ದರು.

"ಅವ್ನು ಬೆಳಿಗ್ಗೆ ಬರ್ತಾ ಇದ್ದ" ಅಂದಿದ್ದು ಸಂದೀಪ್.

"ನಂಗೆ ಭಯ!" ಕಣ್ಣಿರೊರೆಸಿಕೊಂಡರು ಮಾಲಿನಿ.

"ಒಳ್ಳೇದು ಆಯ್ತು! ಎಲ್ಲಾ ಒಟ್ಟಿಗೆ ಕೂತು ಊಟ ಮಾಡೋಣ. ನಾನು, ಅಪ್ಪ ಬೆಳಿಗ್ಗೆ ಅಂಕಣಕೊಪ್ಪಗೆ ಹೊರಟಿದ್ದೀವಿ. ಆಮೇಲೆ ಫೋನ್ ಮಾಡಿ ತಿಳಿಸ್ತಾ ಇದ್ದೆ. ಇಲ್ಲಿ ಹೇಗೂ ಸಂದೀಪ ಒಬ್ನೇ.... ಬೇಕಾದರೆ ಪ್ರತೀಕ ಬಂದು ಇದ್ದು ಕೊಳ್ಳಿ" ಅತ್ಯಂತ ಲೆಕ್ಕಾಚಾರವಾಗಿ ನಂದಿನಿ ಹೇಳಿದಳು. ಯಾಕೋ ಬೇರೆಡೆ ಅಗ್ರೆಸಿವ್ (Agressive) ಆಗಿ ಮುನ್ನುಗ್ಗಬೇಕೆನ್ನುವ ಸ್ವಭಾವಕ್ಕೆ ಇಲ್ಲಿ ಹಿನ್ನಡೆಯುಂಟಾಗುತ್ತಿತ್ತು. "ನಂಗೆ ಅವನಿಲ್ಲದಿದ್ದರೆ ಏನು ತೋಚಲ್ಲ" ಅಷ್ಟೇ ಅಂದಿದ್ದು ಮಾಲಿನಿ.

ಎಲ್ಲರೂ ಒಟ್ಟಿಗೆ ಕೂತು ಊಟ ಮಾಡಿದರು.

"ಬಹಳ ವರ್ಷಗಳ ನಂತರ ಅಂಕಣಕೊಪ್ಪಕ್ಕೆ ಹೋಗ್ತಾ ಇದ್ದೀವಿ. ಪ್ರೈಮರಿ, ಮಿಡ್ಲ್‌ಕ್ಲಾಸ್‌ನಿಂದ ಕಾಲೇಜುವರೆಗೂ ಅಲ್ಲೇ ವಿದ್ಯಾಭ್ಯಾಸ. ಅಂದರೆ ಕಾಲೇಜು ವಿದ್ಯಾಭ್ಯಾಸ ಮುಗಿಯುವರೆಗೂ ಅಲ್ಲಿಗೆ ಹೋಗಿ ಬರ್ತಾ ಇದ್ದೆ. ತಾತ, ಅಜ್ಜಿ ವರ್ಷಾಂತ್ಯಕ್ಕೆ ಹೋಗಿ ಬಂದಿದ್ದೆ ಕೊನೆದಾಯ್ತು. ಆಮೇಲೆ ಅಂದಿನ ಬಂಧುಗಳ ಬಗ್ಗೆ ಊರಿನ ಬಗ್ಗೆ ಬೇರೆಯವರು ಹೇಳಿದನ್ನ ಮಾತ್ರ ಕೇಳಿದ್ದಷ್ಟೆ. ಈಗ ಏನೋ ಉತ್ಸಾಹ. ಆ ಬಾಲ್ಯದ ನೆನಪುಗಳು ಎಷ್ಟು ಚೇತೋಹಾರಿ. ನಿಂತಲ್ಲಿಂದ ಹಿಂದಿರುಗಿ ನೋಡಿದಾಗ ಖಂಡಿತ ಜೀವನದ ಹೆಜ್ಜೆ ಗುರುತುಗಳು ಕಾಣುತ್ತೆ. ಅರವತ್ತರ ನಂತರ ಸವರಿ ನೋಡುವ ಗಮ್ಮತ್ತು ಬೇರೆ" ಅಂದರು ಚಿರಂತನ ಖುಷಿ ಖುಷಿಯಾಗಿ. ಅಣ್ಣನ ಈ ಪರಿಯ ಸಂತೋಷ ಮೊದಲ ಸಲ ಕಂಡಂತಾಯಿತು

ಕರುಣಾಕರನಿಗೆ.

"ನಾನು ಒಮ್ಮೆ ಬರ್ತೀನಿ ಅಣ್ಣ. ಬಾಲ್ಯದಲ್ಲಿ ಹಬ್ಬದ, ಜಾತ್ರೆ ಅಂತ ಒಂದೆರಡು ಸಲ ಅಂಕಣಕೊಪ್ಪಕ್ಕೆ ಹೋಗಿದ್ದ ವಿಷಯನ ಹೇಳೋರು" ಜ್ಞಾಪಿಸಿಕೊಂಡರು.

ಅಂತು ಪ್ರತೀಕನನ್ನು ಜೊತೆಗೆ ಕರೆದೊಯ್ದರು ಮಾಲಿನಿ. ವಿದ್ಯಾಭ್ಯಾಸದ ಕಷ್ಟ ಆಕೆಗೆ ಗೊತ್ತಿತ್ತು. ಬರೀ ಒಂದು ಎಸ್.ಎಸ್.ಎಲ್.ಸಿ. ಮಾಡಿಕೊಂಡು ಒಂದು ಸಣ್ಣ ಸ್ಕೂಲಿನಲ್ಲಿ 300 ರೂಪಾಯಿ ಸಂಬಳಕ್ಕೆ ಸೇರಿಕೊಂಡು, ಈ ಹಂತಕ್ಕೆ ಬೆಳೆದಿದ್ದು ಸಾಧಾರಣ ವಿಷ್ಯವಲ್ಲ. ಓದಿನ ಬಗ್ಗೆ ಅಷ್ಟೊಂದು ಮುತುವರ್ಜಿ ವಹಿಸಿದಿದ್ದರೆ ಈ ಹಂತ ತಲುಪುತ್ತಲೇ ಇರಲಿಲ್ಲ.

"ಪ್ರತೀಕ, ನಂಗೆ ಇದು ಸ್ವಲ್ಪನು ಇಷ್ಟವಿಲ್ಲ!" ಮನೆಗೆ ಬಂದ ಕೂಡಲೆ ತರಾಟೆಗೆ ತಗೊಂಡರು. "ಏನಾಯ್ತು ಮಮ್ಮಿ, ಅದು ನನ್ನ ದೊಡ್ಡಪ್ಪನ ಮನೆ. ಅಲ್ಲಿ ಹೋಗಿದ್ದು ತಪ್ಪಾ?" ಜೋರು ಮಾಡಿದ.

"ಅವ್ರ ಎತ್ತರ ನಮ್ಮ ಎತ್ತರದ ನಡುವೆ ಎಷ್ಟೊಂದು ಡಿಫರೆನ್ಸ್ ಇದೆ ಗೊತ್ತಾ? ನಿನ್ನ ದೊಡ್ಡಪ್ಪ ಐ.ಎ.ಎಸ್., ಸಂದೀಪ ಎಂ.ಟೆಕ್ ನಲ್ಲಿ ರ್‍ಯಾಂಕ್, ಪಿ.ಯು.ಸಿ ಯಲ್ಲಿ ನಂದಿತಾ ಮಾರ್ಕ್ಸ್ ಗೊತ್ತಾ? ಈಸಿಯಾಗಿ ಮೆಡಿಸಿನ್‌ಗೆ ಸೇರ್ಕೋಬಹುದಿತ್ತು. ಇಂಜಿನಿಯರಿಂಗ್‌ನಲ್ಲೂ ಸೀಟು ಸುಲಭವಾಗಿ ಸಿಕ್ತಾ ಇತ್ತು. ಇಷ್ಟಪಟ್ಟು ಬಿ.ಎ.ಗೆ ಸೇರ್ಕೋಂಡ್ಲು. ಆಗ್ಲೂ ಅವಳಿಗೆ ಹೊಗಳಿಕೆ ಸಿಕ್ತು. ನೀನೇನಾದ್ರೂ ಬಿ.ಎ.ಗೆ ಹೋದರೆ..." ಈ ರಾಗ ಮುಂದುವರೆಯುತ್ತಿತ್ತೇನೋ, ಕರುಣಾಕರ ಫುಲ್‌ಸ್ಟಾಪ್ ಹಾಕಿದರು. "ಏನಾಗ್ತಾ ಇತ್ತು? ಬಿ.ಎ. ಪಾಸಾದ ಸರ್ಟಿಫಿಕೇಟ್ ಸಿಕ್ತಾ ಇತ್ತು. ಸುಮ್ನೆ ನೀನು ತಲೆ ಬಿಸಿ ಮಾಡ್ಕೊಂಡು ಅವನಿಗೂ ತಲೆ ಬಿಸಿ ಮಾಡಬೇಡ. ನಂದಿತಾ ಒಳ್ಳೆ ಊಟ ಹಾಕಿ ಕಳಿಸಿದ್ದಾಳೆ. ಅವನನ್ನ ನೆಮ್ದಿಯಾಗಿ ಮಲಗೋಕೆ ಬಿಡು" ಮಗನನ್ನ ಎಬ್ಬಿಸಿ ಕಳುಹಿಸಿದರು. ತಾವು ಹೋಗಿ ಮಲಗಿದರು.

ಈಚೆಗೆ ಮಾಲಿನಿ ಸಮಸ್ಯೆಯಾದಳು. ಡಯಟ್ ಜೊತೆ ವ್ಯಾಯಾಮ ಮಾಡುವುದು ತಪ್ಪಿಸಿರಲಿಲ್ಲ. ವೆಯಿಟ್ ಚೆಕ್ ಮಾಡೋ ಮೆಷಿನ್ ತಂದಿರಿಸಿಕೊಳ್ಳುವುದರ ಜೊತೆಗೆ ಪ್ರತಿದಿನ ಟೇಪ್ ಹಿಡಿದು ಸೊಂಟದ ಸುತ್ತಳತೆ ಚೆಕ್ ಮಾಡುವುದು ಮುಖ್ಯವಾದ ದಿನಚರಿಯಾಗಿತ್ತು.

ಕೇಳಬೇಕೆಂದುಕೊಂಡಿದ್ದವರು ಇಂದು "ಯಾವುದಾದ್ರೂ ಬ್ಯೂಟಿ ಕಾಂಪಿಟೇಷನ್‌ಗೆ ಹೋಗ್ತಾ ಇದ್ದೀಯಾ? ಇಲ್ಲ ಮಾಡಲಿಂಗ್ ಬಗ್ಗೆ ಏನಾದ್ರೂ ನಿನ್ನ ಗಮನ ಹರಿದಿದ್ಯಾ?" ತೀರಾ ಖಾರವಾಗಿತ್ತು ಅವರ ದನಿ.

"ಅದರಿಂದ ನಿಮ್ಗೇನು ತೊಂದರೆ? ಫಿಗರ್ ಕಾಪಾಡಿಕೊಳ್ಳುವುದು ಆರೋಗ್ಯ ದೃಷ್ಟಿಯಿಂದ ಒಳ್ಳೇದು" ಇಂಥದೊಂದು ಉಡಾಫೆ ಮಾತೆಸೆದು ಉಡುಪು ಬದಲಾಯಿಸಿ ನೈಟಿ ಧರಿಸಿ ಬಂದು ಮಂಚದ ಮೇಲೆ ಕೂತು "ನಂಗೆ ಪ್ರತೀಕನಷ್ಟು ವಯಸ್ಸಿನ ಮಗ ಇದ್ದಾನೆಂದರೆ, ಯಾರು ನಂಬೊಲ್ಲ. ಹೊಸ್ದಾಗಿ ಬಂದಿದ್ದ ಪ್ರೊಫೆಸರ್ ಸುಷ್ಮಾ, ನಿಮ್ಮ ತಮ್ಮನ ಅಂತ ಕೇಳಿದ್ರು" ಅಂದ ಹೆಂಡತಿಯ ಮುಖವನ್ನೆ ದಿಟ್ಟಿಸಿ ಗಾಬರಿಯಾದರು.

ದುಂಡಗಿನ ಕೆನ್ನೆಗಳು ಚಪ್ಪಟೆಯಾಗಿದೆಯೆನಿಸಿತು. "ಆ ವಿಷಯ ಇರಲೀ! ಹುಷಾರಾಗಿದ್ದೀ ತಾನೆ? ಕೆನ್ನೆಗಳೆಲ್ಲ ಬತ್ತಿ ಹೋಗಿದೆ. ಏನು ವಿಶೇಷ? ಮತ್ತೆ ಬಯಕೆ, ಸಂಕಟ ಅಂಥದ್ದು. ಈಗ ರಜೆ ಹಾಕಿ ನಾನು ಆರೈಕೆ ಮಾಡ್ತೀನಿ. ಅಂದಿನ ಹಾಗೆ ಫೈನಾಷಿಯಲ್ ಡಿಪ್ರೆಷನ್ ಈಗಿಲ್ಲ" ತಮಾಷೆ ಮಾಡುತ್ತ ಹೆಂಡತಿಯನ್ನು ಬಳಸಿ ಹತ್ತಿರ ಎಳೆದುಕೊಂಡಾಗ, ಕೊಸರಿಕೊಂಡ ಮಾಲಿನಿ "ನೀವು ಏನೇನೋ ಮಾತಾಡ್ತೀರಾ? ನಮ್ಗೆ ಮಕ್ಕಳು ಬೇಡಾಂತ ಎಂದೋ ತೀರ್ಮಾನ ಮಾಡಿದ್ದೇವಲ್ಲ. ನಿಮ್ಗೆ ಸ್ವಲ್ಪ ಕೂಡ ನಾಚ್ಕೆ ಇಲ್ಲ" ಅಂದಾಗ ಸಹಜವಾದ ಕೆಂಪು ಮುಖವನ್ನ ಆವರಿಸಿದ್ದು ಅರಿವಾಗದಂತೆ ಮಾಲಿನಿಗೆ ಕೋಪ ಬಂದಿತ್ತು.

ಕರುಣಾಕರನ ಮುಖ ಸಪ್ಪಗಾಯಿತು.

"ಅದು ನಿನ್ನೊಬ್ಬಳ ನಿರ್ಧಾರವಾಗಿತ್ತು. ನಂಗೆ ಒಬ್ಬ ಮಗಳಿರಬೇಕೆಂಬ ಆಸೆ ಇತ್ತು. ನನ್ನ ನಿಲುವನ್ನು ವಿರೋಧಿಸಿ ಅಬಾರ್ಷನ್ ಮಾಡ್ಸಿಕೊಂಡೇ, ಈಗ ಅಂಥದೊಂದು ಪ್ರಯತ್ನ ಮಾಡೋಣ, ಪ್ರತೀಕನಿಗೆ ಒಬ್ಬ ತಂಗಿ ಇರಲಿ" ಕೇಳಿದ್ದು ಹಾಸ್ಯಕ್ಕಾಗಿಯಲ್ಲ. ಅಂಥ ಒಂದು ಆಸೆ, ಇಚ್ಛೆ ಅವರ ಮನದ ಮೂಲೆಯಲ್ಲಿತ್ತು. ಮಾಲಿನಿ ಸಿಡಿದು ಅಷ್ಟು ದೂರಕ್ಕೆ ಹೋದರು.

"ನಂಗೆ ಅಂಥದೊಂದು ಬೇಡ. ಈಗ ಗರ್ಭ ಹೊತ್ತು, ಹೆತ್ತು ಹಡೆಯೋಕೆ ಸಮಯಾನು ಇಲ್ಲ, ಪೇಷನ್ಸ್ ಇಲ್ಲ. ವಾಟ್... ಕರುಣ..." ಅನ್ನೋಕೆ ಹೋಗಿ ಬಾಯಿ ಮುಚ್ಚಿಕೊಂಡರು. ಹೆಸರಿಡಿದು ಕೂಗುವುದು ಅವರಿಗೆ ಬೇಕಿರಲಿಲ್ಲ. "ಆಯ್ತು ಮಲಕ್ಕೋ" ಹೇಳಿ ಹೋಗಿ ಬಾಲ್ಕನಿಯಲ್ಲಿ ನಿಂತರು.

ಕೆಲವು ವರ್ಷಗಳ ಹಿಂದಿನದು ನೆನಪಾಯಿತು. ಪ್ರತೀಕನಿಗೆ ನಾಲ್ಕು ವರ್ಷವಾಗಿದ್ದಾಗ ಮತ್ತೆ ಮಾಲಿನಿ ಗರ್ಭಿಣಿಯಾಗಿದ್ದು ಸಂತೋಷ ತರಿಸಿತ್ತು. ಆದರೆ ಮಾಲಿನಿ ಮತ್ತೆ ಮಗುವನ್ನು ಸ್ವಾಗತಿಸಲು ಸಿದ್ಧವಿರಲಿಲ್ಲ.

"ಈ ಮಗು ಬೇಡ! ಇದ್ರಿಂದ ತುಂಬ ತೊಂದರೆಯಾಗುತ್ತೆ. ನಾನು ಪರೀಕ್ಷೆಗೆ ಹೋಗೋಕ್ಕಾಗೊಲ್ಲ. ಕೆಲ್ಸದಲ್ಲಿ ಕೂಡ ಯಡವಟ್ಟಾಗೋ ಸಂಭವವಿದೆ" ಕಣ್ಣೀರು ಮಿಡಿಯುತ್ತ ಕೂತಳು.

"ಹಾಗೇನು ಆಗೊಲ್ಲ, ಪರೀಕ್ಷೆಯ ವೇಳೆಗೆ ಬರೀ ಎಂಟು ತಿಂಗಳಾಗುತ್ತೆ. ಇನ್ನ ಹೆರಿಗೆಗೆ ಏನು ತೊಂದರೆ ಆಗೊಲ್ಲ. ಮೆಟರ್ನಿಟಿ ಲೀವ್ ಕೊಟ್ಟೆ ಕೊಡ್ತಾರೆ. ಇದೊಂದು ಮಗುವು ಇರಲಿ ಮಾಲು. ಆ ಕಷ್ಟಗಳ ನಡುವೆ ಎಳೆಯ ಕಂದನ ಸುಖ ಅನುಭವಿಸಲೇ ಇಲ್ಲ. ಈಗ ಮನಸ್ಸು ಹಾಲು ಗಲ್ಲದ ಹಸುಳೆಗಾಗಿ ಹಾತೊರೆಯುತ್ತೆ" ಹೆಂಡತಿಯ ಮುಂದೆ ಹಲುಬಿದ್ದರು. ಅದು ಮಾಲಿನಿಗೆ ಇಷ್ಟವಾಗಿರಲಿಲ್ಲ. "ನಮ್ಗೆ ಒಂದ್ಮಗು ಸಾಕು. ಅದ್ನ ಒಳ್ಳೆ ರೀತಿಯಲ್ಲಿ ಸಮಾಜದಲ್ಲಿ ಒಳ್ಳೆ ಸ್ಟೇಟಸ್ ಸಿಗೋ ಹಾಗೀ ನೋಡಿಕೊಳ್ಳೋಣ" ಎಂದು ಗಂಡನ ಮಾತನ್ನು ತಳ್ಳಿ ಹಾಕಿದ್ದರು. ಈ ವಿಷಯಕ್ಕಾಗಿ ಗಂಡ–ಹೆಂಡತಿಯರ ನಡುವೆ ಒಂದು ಸಣ್ಣ ಯುದ್ಧವೇ ಆಯಿತು. ಮಾಲಿನಿ ಈ ವಿಷಯದಲ್ಲಿ ಎಷ್ಟು ಹಟ

ಮಾಡಿದರೇಂದರೇ ನಾನು ಆತ್ಮಹತ್ಯೆ ಮಾಡಿಕೊಳ್ಳುತ್ತೀನೆಂದು ಬೆದರಿಕೆ ಹಾಕಿದಾಗ ಕರುಣಾಕರ ಸೋಲೊಪ್ಪಿಕೊಂಡರು.

ಅದು ಆಗಾಗ ಕಾಡುತ್ತಿತ್ತು. ಅಕ್ಕ, ತಂಗಿಯರು ಇಲ್ಲದೆ ಬೆಳೆದವರು. ಒಂದು ಹೆಣ್ಣು ಮಗುವಿನ ಹಂಬಲಿಕೆ ಇದ್ದೇ ಇತ್ತು. ಅದಕ್ಕೆ ಮಾಲಿನಿ ಒಪ್ಪಲಿಲ್ಲ. ಇನ್ನೊಂದು ಮಗುವಿನ ಲಾಲನೆ, ಪಾಲನೆ, ರಿಸ್ಕ್ ಜೊತೆಗೆ ತಮ್ಮ ಸಂಪಾದನೆಯ ಅನ್ವಯ ಇನ್ನೊಂದು ಮಗುವಿನ ಹೆತ್ತು ಸಾಕುವ ಕಷ್ಟವೆನ್ನೋ ತೀರ್ಮಾನ, ಪ್ರತೀಕನಿಗೆ ತೃಪ್ತಿಪಟ್ಟುಕೊಳ್ಳಬೇಕಾಯಿತು.

ಮರುದಿನ ಕರುಣೇಶ್ವರ ಗುಡಿಯ ಪೂಜಾರಿಗಳು ಫ್ಯಾಕ್ಟರಿಯ ಬಳಿಗೆ ಬಂದು ಒಂದು ವಿಷಯ ಮುಟ್ಟಿಸಿದರು. "ಯಾರೋ, ಹಿಮಾಲಯದ ಸಾಧುಗಳೆಂದು ಬಂದು ದೇವಸ್ಥಾನದಲ್ಲಿ ತಂಗಿದ್ದರು ಒಂದು ನಾಲ್ಕು ದಿನ. ಅವರ ಸೇವೆಯ ಕೈಂಕರ್ಯಕ್ಕೆ ನಿನ್ನಪ್ಪ ಚಂದ್ರಮೌಳೇಶ್ವರ ನಂತರ ಅವರೊಂದಿಗೆ ಹೊರಟುಬಿಟ್ಟಿರಬೇಕು. ನಿನ್ನಮ್ಮ ಕಂಗಾಲಾಗಿದಾಳೆ. ಒಮ್ಮೆ ಬಂದು ನೋಡು. ನಿಂಗೂ ಮಧ್ಯದ ವಯಸ್ಸು. ಹೆತ್ತವರ ನೋವು, ಸಂಕಟಗಳು ಗೊತ್ತು. ನಿನ್ನಮ್ಮನ ನೋವು ನಿನ್ನ ಬೆನ್ನಟ್ಟಬಾರ್ದು" ಬುದ್ಧಿ ಮಾತನ್ನು ಹೇಳಿ ಹೋದಾಗ ಕರುಣಾಕರ ಮಸ್ತಿಷ್ಕವೇ ಸ್ತಬ್ಧವಾಯಿತು.

ಅರ್ಧ ದಿನಕ್ಕೆ ಲೀವ್ ಹಾಕಿ ಮನೆಗೆ ಬಂದವರು ತಲೆಯ ಮೇಲೆ ಕೈಯೊತ್ತು ಕೂತರು. ದಿಕ್ಕೇ ತೋಚದಂಥ ಸ್ಥಿತಿ. ಅಮ್ಮನ್ನ ನೆನಸಿಕೊಂಡು ಗಳಗಳ ಅತ್ತರು. ಮನಕ್ಕೆ ಹತ್ತಿರವಾದವರಲ್ಲಿ ನೋವು ತೋಡಿಕೊಂಡಾಗಲೇ ದುಃಖ ಕಡಿಮೆಯಾಗುವುದು. ಹೆಂಡತಿ ಮೊಬೈಲ್‌ಗೆ ಫೋನ್ ಮಾಡಿ ವಿಷಯ ಮುಟ್ಟಿಸಿದರು.

"ಇಷ್ಟಕ್ಕೆ ಯಾಕೆ ಅಪ್‌ಸೆಟ್ ಆಗ್ತೀರಾ? ನಿಮ್ಮಪ್ಪ ಆಗಾಗ ನಾಪತ್ತೆಯಾಗೋ ವಿಚಾರ ಹೊಸದಲ್ಲ. ನಿಮ್ಮಮ್ಮ ಒಂಟಿಯಾಗಿಯೆ ಎಲ್ಲವನ್ನು ನಿಭಾಯಿಸುವ ಶಕ್ತಿ ಪಡೆದುಕೊಂಡಿದ್ದಾರೆ. ಅಂಥದರಲ್ಲಿ ನಿಮಗ್ಯಾಕೆ ಆತಂಕ ಕರುಣ..." ಅಂದೇ ಬಿಟ್ಟರು. "ಷಟಪ್, ಯು ರಾಸ್ಕಲ್, ಹೆಸರಿಡಿದು ಕೂಗೋಕೆ ಸಾಕಷ್ಟು ಜನ ಸಿಕ್ತಾರೆ. ಅದಕ್ಕೆ ಗಂಡನನ್ನು ಬಳಸಿಕೊಳ್ಳಬೇಕಾಗಿದ್ದಿಲ್ಲ." ರೇಗಿದರು.

ಈ ಸಮಯಕ್ಕೆ ಚಿರಂತನ್ ಸೂಕ್ತ ವ್ಯಕ್ತಿಯೆಂದುಕೊಂಡು ಅಲ್ಲಿಗೆ ಫೋನಚ್ಚಿದರು. "ಹಲೋ, ಹೇಳು ಕರುಣ. ನಾವು ಅಂಕಣಕೊಪ್ಪದ ಹಾದಿಯಲ್ಲಿ ಇದ್ದೀವಿ" ಎಂದರು.

"ಸಾರಿ ಅಣ್ಣ, ನಾನು ಮರ್ತು ಬಿಟ್ಟಿದ್ದೆ. ಏನೋ ಹೇಳೋದಿತ್ತು... ಅಲ್ಲಿಗೆ ತಲುಪಿದ ಮೇಲೆ ಹೇಳ್ತೀನಿ" ಇಂಥದೊಂದು ಡೈಲಾಗ್‌ಗೆ ರೇಗಿ "ಪರ್ವಾಗಿಲ್ಲ ಹೇಳು. ನಾನು, ನಂದಿತಾ ಆರಾಮಾಗಿ ಮಾತಾಡ್ತಾ ಹೋಗ್ತಾ ಇದ್ದೀವಿ. ತುಂಬ ಹುರುಪು, ಉತ್ಸಾಹ ಕಣೋ. ರಿಯಲೀ... ಫೆಂಟಾಸ್ಟಿಕ್" ಬಲವಂತ ಮಾಡಿದರು.

ಸ್ವಲ್ಪ ನಿಧಾನವಾಗಿಯೇ ವಿಚಾರ ವಿವರಿಸಿದರು.

"ಸಾಧ್ಯವಾದರೆ ಈಗಲೇ ಕರುಣೇಶ್ವರಕ್ಕೆ ಹೊರಡು. ಚಿಕ್ಕಮ್ಮನಿಗೆ ಸಮಾಧಾನ ಮಾಡು. ಅವರನ್ನ ಹುಡುಕಿಸುವ ವ್ಯವಸ್ಥೆ ಮಾಡೋಕೆ ಸಾಧ್ಯವೇನೋ ನೋಡು. ಹೇಗಾದ್ರೂ ಒಪ್ಪಿಸಿ ಅವರನ್ನು ಬೆಂಗಳೂರಿಗೆ ಕರ್ಕಂಡ್ ಬಾ" ಸಲಹೆ ಕೊಡುವುದರ ಜೊತೆಗೆ "ನೀನು

ಧೈರ್ಯಗೆಡಬೇಡ. ಈ ಸಲ ಚಿಕ್ಕಪ್ಪ ಕಣ್ಣಿಗೆ ಬಿದ್ದ ಕೂಡಲೇ ಕೈ ಕಾಲು ಹಿಡಿದು ತಂದು ಮನೆಗೆ ಇಟ್ಕೋ. ಒಪ್ಪಲಿಲ್ಲಾಂದರೆ ನನ್ನೊಜತೆ ಇರಲಿ" ಎಂದರು.

ಕರುಣಾಕರನಿಗೆ ಅದು ಸರಿಯೆನಿಸಿತು. ಮಾಲಿನಿ ಎಷ್ಟು ಹೇಳಿದರು ಕೇಳದೆ ರಾತ್ರಿಯ ಬಸ್ಸಿನಲ್ಲಿ ಕರುಣೇಶ್ವರಕ್ಕೆ ಹೊರಟೇ ಬಿಟ್ಟರು. ಅಮ್ಮನ ನೆನಪಿನಿಂದ ಕಣ್ಣೀರು ತೊಡೆದುಕೊಂಡರು. ಒಂದು ರೀತಿಯ ಒದ್ದಾಟ.

ಅಂತು ಬೆಳಕು ಹರಿದಾಗ ಕರುಣೇಶ್ವರ ಮುಟ್ಟಿದರು. ಹೈವೆ ಟಾರು ರೋಡಿನಲ್ಲಿ ನಿಂತು ರೋಡ್‌ನ ಮಗ್ಗುಲಿಗಿದ್ದ ಮನೆ-ಕಂ-ಅಂಗಡಿಯ ಕಡೆ ನೋಡಿದರು. ಆಗಲೇ ಅಂಗಡಿ ತೆರೆದಿತ್ತು. ಹೂ ಬುಟ್ಟಿಗಳನ್ನು ಇಟ್ಟುಕೊಂಡ ಇಬ್ಬರು ಹೆಂಗಳೆಯರು ನಿಂತಿದ್ದು ಕಂಡು ಬಂತು. ಅಡಕೆಲೆ ಸಣ್ಣಪುಟ್ಟ ದಿನಸಿ, ಸಾಂಬಾರು ಪದಾರ್ಥಗಳೊಂದಿಗೆ ಕಾಫೀ ಪುಡಿ, ಟೀ ಪುಡಿ, ಬೀಡಿ, ಸಿಗರೇಟು ಅಂಥದ್ದರ ವ್ಯಾಪಾರ ಬೆಳಗಿನ ಹೊತ್ತು ಜೋರು.

ಬ್ಯಾಗ್ ಹಿಡಿದು ನಿಧಾನವಾಗಿ ಹೆಜ್ಜೆ ಹಾಕಿದರು. ಇದು ಪರಿಚಿತ ಸ್ಥಳ. ಇಲ್ಲೇ ಹುಟ್ಟಿ ಬೆಳೆದಿದ್ದು. ಬಾಲ್ಯದ ಒಡನಾಟವೆಲ್ಲ ಇಲ್ಲಿಯೇ.

"ಮಗಾವರು... ಬಂದರು" ಒಬ್ಬ ಹೆಂಗಸು ಹೇಳಿ ಹೂವನ್ನು ಮಾರು ಹಾಕಿ ಬುಟ್ಟಿ ಸಮೇತ ಅಲ್ಲಿಟ್ಟು "ಹತ್ತು ಮಾರು ಇದೆ" ಎಂದು ಹೊರಟಳು.

ಹೊರಗೆ ಬಂದ ಗಿರಿಜಮ್ಮ ಕಣ್ಣರಳಿಸಿದರು. ಅವನೆದೆಯ ಮೇಲೆ ತಲೆ ಇಟ್ಟು ಬಿಕ್ಕಿ ಬಿಕ್ಕಿ ಅಳಬೇಕೆನಿಸಿತು. "ಕರುಣ..." ಎಂದು ಕಣ್ಣು ಉಜ್ಜಿಕೊಂಡು "ದಿಢೀರಂತ ಬಂದಿದ್ದು. ಅಲ್ಲೆಲ್ಲ ಹೇಗಿದ್ದಾರೆ?" ಯೋಗಕ್ಷೇಮ ವಿಚಾರಿಸಿದರು. ಒಬ್ಬ ತಾಯಿ ಮಾತ್ರ ಈ ರೀತಿ ಯೋಚಿಸಬಲ್ಲಳೇನೋ!

"ಎಲ್ಲಾ ಚೆನ್ನಾಗಿದ್ದಾರೆ. ನೀನು ಹೇಗಿದ್ದೀ?" ತಾಯಿಯ ತೀರಾ ಸನಿಹದಲ್ಲಿ ಬಂದು ನಿಂತರು. ಒಂದ್ಹತ್ತು ವರ್ಷ ಹೆಚ್ಚಾದವರಂತೆ ಕಂಡಾಗ "ಯಾಕೆ, ಹೀಗಾಗಿದ್ದೀ?" ಎಂದು ದುಃಖವನ್ನು ನುಂಗಿಕೊಂಡು ಅಂಗಡಿಯೊಳಗಿನಿಂದ ಮನೆಯೊಳಕ್ಕೆ ಹೋದರು. ಗಿರಿಜಮ್ಮ ಮಗನನ್ನು ಅಪ್ಪಿಕೊಂಡು "ಓಹೋ..." ಎಂದು ಅಳತೊಡಗಿದರು. ಅದುಮಿಟ್ಟ ಕಣ್ಣೀರು ಜಲಪಾತದಂತೆ ಧುಮ್ಮಿಕ್ಕಿತು. ಸಂತೈಸಲಾರದೆ ಹೋದರು ಕೆಲವು ಕ್ಷಣಗಳು.

"ಎಲ್ಲೋ ಹೋಗಿದ್ದಾರೆ, ನಾಲ್ಕು ದಿನ ಬರ್ತಾರೆ ಬಿಡು" ಅಂದರು ಪ್ರಯಾಸದಿಂದ. ಆಮೇಲೆ ತಾಯಿ ಮಗ ಕೂತು ಮಾತಾಡಿದರು. "ನಂಗ್ಯಾಕೋ, ಭಯ ಆಗ್ತಾ ಇದೆ ಕರುಣ. ಬಹುಶಃ ಈ ಲೌಕಿಕ ಜಂಜಾಟಗಳನ್ನು ಮರೆತಂತೆ ವರ್ತಿಸುತ್ತಿದ್ದರು. ಕೆಲವು ದಿನಗಳ ಮುನ್ನ ಪೆಟ್ಟಿಗೆಯಲ್ಲಿದ್ದ ಚಿನ್ನ, ಬೆಳ್ಳಿಯನ್ನು ತೆಗೆದು "ಇವೆಲ್ಲ ಕರುಣ ಬಂದರೆ ಕೊಟ್ಟು ಬಿಡು. ಇನ್ನ ಇಂಥದೆಲ್ಲ ಬೇಕೂಂತ ಅನ್ನಸೊಲ್ಲ" ಅಂದವರು ಏನೇನೋ ಮಾತಾಡಿದರು. ಏನೂ ಅರ್ಥವಾಗಲಿಲ್ಲ. ಸಾಧು, ಸನ್ಯಾಸಿಗಳ ಹಿಂದೆ ಬಿದ್ದು ಈ ರೀತಿ ಮಾತಾಡುವುದನ್ನ ಕಲಿತಿದ್ದಾರೆ ಅಂದುಕೊಂಡೆ" ತಮ್ಮೆದೆಯ ನೋವನ್ನು ಮಗನ ಮುಂದೆ ವ್ಯಕ್ತಪಡಿಸಿದರು.

ಅಂದು ಉಳಿದು ಕರುಣೇಶ್ವರ ದೇವಸ್ಥಾನಕ್ಕೆ ಹೋಗಿ ಬಂದರು. ಚಂದ್ರಮೌಳೇಶ್ವರ ಸ್ವಾಮಿ ಊರು ಬಿಟ್ಟು ಒಂಬತ್ತು ದಿನಗಳು ಆಗಿ ಹೋಗಿತ್ತು. ಎಲ್ಲೇ ಹೋದರು ಒಂದೆರಡು ಮೂರು ದಿನ ತಿರುಗಾಡಿಕೊಂಡು ಹಿಂದಿರುಗುತ್ತಿದ್ದರು. ಬಂದಿದ್ದ ಸಾಧುಗಳ ಬಗ್ಗೆಯೆಲ್ಲ ಜಾಲಾಡಿದರು. ಅವರು ಈ ಕಡೆಯವರಲ್ಲ ಎಂದು ಮಾತ್ರ ತಿಳಿಯುವುದರ ಜೊತೆಗೆ ರಸ್ತೆ ಅಗಲಿಕರಣದನ್ವಯ ಅಂಗಡಿ ಮನೆ ಜೊತೆ ಸುತ್ತ ಮುತ್ತಲಿನ ಜಮೀನು ಸರ್ಕಾರ ವಹಿಸಿಕೊಳ್ಳುತ್ತದೆ ಎಂದು ತಿಳಿದ ನಂತರ ಗಿರಿಜಮ್ಮ ಪಾತಾಳಕ್ಕೆ ಕುಸಿದಿದ್ದರು.

ಈಗಾಗಲೇ ಜಮೀನು, ತೋಟವನ್ನು ಬಂದು ಮಾರ್ಕ್ ಮಾಡಿಕೊಂಡು ಹೋಗಿದ್ದರಿಂದ ಆ ಜಾಗವನ್ನು ಬಿಟ್ಟುಕೊಡಲೇ ಬೇಕಿತ್ತು. ಅದಕ್ಕೆ ಬದಲಾಗಿ ಹಣ ಸಿಗುತ್ತಿತ್ತು.

ಅದನ್ನು ತಾಯಿಯ ಬಳಿ ಪ್ರಸ್ತಾಪಿಸಿದರು.

"ರೋಡುಗಳ ಸಲುವಾಗಿ ನಮ್ಮ ಮನೆ, ಅಂಗಡಿ ಜಮೀನನ್ನು ಮಾರ್ಕ್ ಮಾಡಿಕೊಂಡು ಹೋಗಿದ್ದಾರಂತಲ್ಲ, ಇದನ್ನೆಲ್ಲ ಬಿಟ್ಟು ಕೊಡುವುದು ಅನಿವಾರ್ಯ" ವಿಷಯನ ವಿವರಿಸಿದರು. ಈಗಾಗಲೇ ಕೆಲವರು ತಮ್ಮ ಜಮೀನುಗಳು ಒಪ್ಪಿಸಿ ಹಣಕ್ಕಾಗಿ ಕಾಯುತ್ತಿದ್ದರು. ಅದೆಲ್ಲ ಆಕೆಗೆ ತಿಳಿದಿತ್ತು.

"ನನ್ನೊಜತೆ ಬಂದು ಬಿಡು" ಹೇಳಿದರು.

"ಹೇಗೆ ಬರಲೀ? ನಿನ್ನಪ್ಪ ಬರ್ತಾರೆ, ನೋಡೋಣ" ಅಂದರೆ ವಿನಾ ಒಪ್ಪಿಕೊಳ್ಳಲಿಲ್ಲ. ಆಸೆ ಅಕ್ಕರೆ ಇದ್ದರು ಸೊಸೆಯ ಮನೆಯಲ್ಲಿ ಹೋಗಿ ಉಳಿಯಲು ಆಕೆಗೆ ಇಷ್ಟವಿರಲಿಲ್ಲ. ಅಂತು ಕರುಣಾಕರ ತೀರಾ ವ್ಯಥೆಯಿಂದಲೇ ಊರಿಗೆ ಹಿಂದಿರುಗಿದರು.

ಇದನ್ನೆಲ್ಲ ಕೇಳಿದ ಮಾಲಿನಿ ಸಪ್ಪಗೆ ಮುಖ ಮಾಡಿಕೊಂಡು "ನಂಗೆ ಅವರುಗಳಿಗೆ ಮುಖ ತೋರಿಸೋಕೆ ನಾಚ್ಕೆ. ಈ ಸಲ ನಾನು ಜೊತೆಗೆ ಬರ್ತೀನಿ, ಹೇಗಾದರೂ ಮಾಡಿ ಅವರನ್ನು ಕರೆದುಕೊಂಡು ಬರೋಣ. ಅದನ್ನು ನಂಗೆ ಬಿಡಿ" ಇಂಥ ಜವಾಬ್ದಾರಿಯನ್ನು ಹೆಂಡತಿ ಹೊತ್ತುಕೊಂಡಾಗ ಅವರಿಗೆ ಗಾಬರಿ, ಜೊತೆಗೆ ಮೆಚ್ಚಿಗೆ, ಹೆಂಡತಿಯನ್ನು ಬಾಯಿ ತುಂಬ ಹೊಗಳಿದ್ದು ಮಾತ್ರವಲ್ಲ, ಅಪ್ಪಿ ಮುದ್ದಾಡಿ ಬಿಟ್ಟರು.

ಅಜ್ಜಿ ಬಂದು ಇಲ್ಲಿ ಇರುವುದು ಪ್ರತೀಕನಿಗೂ ಇಷ್ಟವೇ.

ಅಂಕಣಕೊಪ್ಪದ ಮನೆ ಅಚ್ಚುಕಟ್ಟಾಗಿತ್ತು! ಹಾಗೆಂದು ಬೆಂಗಳೂರಿನಲ್ಲಿ ಚಿರಂತನ್‌ದತ್ ಬಂಗ್ಲೆಗೆ ಹೊಲಿಸಲು ಸಾಧ್ಯವೇ? ಬಂದು ಒಂದು ವಾರ ಆಗಿತ್ತು. ಪುಟ್ಟ ಊರಿನ ಮೂಲೆ ಮೂಲೆಯನ್ನು ಪರಿಚಯಿಸಿದರು. ಅದರ ಜೊತೆ ಪ್ರೈಮರಿ ಸ್ಕೂಲು, ಮಿಡಲ್ ಸ್ಕೂಲ್‌ನಲ್ಲಿ ಓದಿದ ಹಳೆಯ ದೊಸ್ತುಗಳು ಇದ್ದರು. ಇವರೆತ್ತರಕ್ಕೆ ಬೆಳೆಯದಿದ್ದರೂ ಇಲ್ಲೇ ತೃಪ್ತಿ ಕಂಡುಕೊಂಡಿದ್ದ ಜನಕ್ಕೆ ಇವರನ್ನು ನೋಡಿ ಸಂತೋಷ. ಅಂತು ಹೊಸ ಮಾದರಿಯ ದಿನಗಳು.

ಬೆಳಿಗ್ಗೆ... ಬೆಳಿಗ್ಗೆಯೇ ಅಕ್ಕಿ ತರಿಯ ಉಪ್ಪಿಟ್ಟು, ಕಾಫೀ ಹಿಡಿದು ಬಂದ ಮೂರ್ತಿಗಳ

ತಂಗಿಯ ಮಗಳು "ನಮಸ್ತೆ, ನಾನು ಮೂರ್ತಿಗಳ ತಂಗಿಯ ಮಗಳು ಗುಣ. ಮಾವ, ತಿಂಡಿ ಕೊಟ್ಟು ಕಳಿಸಿದ್ದಾರೆ. ಆಮೇಲೆ ಬಂದು ನೋಡ್ತಾರಂತೆ" ಎಂದವಳನ್ನು ದಿಟ್ಟಿಸಿ ನೋಡಿದರು. ಅದೇ ಮುಖ, ಕಣ್ಣುಗಳಲ್ಲಿ ಚಂಚಲತೆ–ನೆನಪುಗಳು ತಂಗಾಳಿಯಂತೆ ಅವರಲ್ಲಿಗೆ ಬಂತು.

"ಕೂತ್ಕೋಮ್ಮ, ಮೂರ್ತಿ ಏನ್ಮಾಡ್ತಾ ಇದ್ದಾನೆ?" ಕೈಯಲ್ಲಿನ ಪೇಪರನ್ನು ಸ್ಟೂಲು ಮೇಲಿಡುತ್ತ. "ಅವರೇ ಬಂದು ಅದನ್ನ ಹೇಳ್ತಾರೆ" ಪರಾರಿಯಾದಳು. ವಯಸ್ಸು ಹದಿಮೂರು ಹದಿನಾಲ್ಕರ ನಡುವೆ ಇರಬೇಕು.

"ಅಪ್ಪ, ಇಲ್ಲಿನ ಪ್ರತಿಯೊಂದು ಕ್ಯಾರೆಕ್ಟರ್ ಫೆಂಟಾಸ್ಟಿಕ್ ಅನಿಸುತ್ತೆ. ಈ ಹುಡ್ಗಿ, ಮೂರ್ತಿ ಮಾವನ ತಂಗಿಯ ಮಗ್ಳು. ತುಂಬ ಚೆಂದ ಇದ್ದಾಳೆ. ನಮ್ಗೆ ಅಡಿಗೆ, ತಿಂಡಿ ಮಾಡಿಕೊಳ್ಳೋಕೆ ಬಿಡ್ತಾ ಇಲ್ಲ ಇದನ್ನು ಸಿಟಿ ಲೈಫ್‌ನಲ್ಲಿ ಕಾಣೋಕೆ ಆಗೊಲ್ಲ" ಅಂದ ನಂದಿತಾ ಉಪ್ಪಿಟ್ಟಿನ ಡಬ್ಬಿ, ಕಾಫಿಯನ್ನು ಒಳಗೆ ಒಯ್ದಳು.

ಮುಂದೆ, ಮುಖ್ಯವಾಗಿ ಇಡೀ ಮನೆಯ ನಡು ಪ್ರದೇಶದಲ್ಲಿದ್ದ ಹಜಾರ ದೊಡ್ಡದಾಗಿತ್ತು. ಮಧ್ಯಕ್ಕೆ ನಾಲ್ಕು ಸರಪಣಿಗಳನ್ನು ಹಾಕಿ ಬಿಗಿದಿದ್ದ ತೂಗುಮಣೆ. ಇದರ ಮೇಲೆ ಇವರು ಮಾತ್ರ ತೂಗಿದ್ದಲ್ಲ, ಇವರ ಅಜ್ಜ, ಎರಡು ಮೂರು ಜನರೇಷನ್ ಬದುಕಿಗೆ ಅದು ಸಾಕ್ಷಿ ಭೂತವಾಗಿ ಇತ್ತು.

ಎರಡು ತಟ್ಟೆಗಳಿಗೆ ಉಪ್ಪಿಟ್ಟು ಹಾಕಿಕೊಂಡು ಬಂದ ನಂದಿತಾ ಉಯ್ಯಾಲೆಯ ಮೇಲೆ ಕೂತಿದ್ದ ತಂದೆಯ ಕೈಗೊಂದು ತಟ್ಟೆ ಕೊಟ್ಟು "ಚಿಕ್ಕಂದಿನ ನಿಮ್ಮ ಜೀವನ ಶೈಲಿ ಬೇರೆಯಾಗಿತ್ತು" ಅಂದಳು. ಹೌದು ಅದು ಪೂರ್ತಿ ಬೇರೆಯೆ.

ಚಿರಂತನ ದತ್ ಮುಖದ ಮೇಲೆ ನವಿರಾದ ನಗೆ ಹರಡಿಕೊಂಡಿತು. "ಹೌದು, ಈ ಉಯ್ಯಾಲೆ ಖಾಲಿಯಾಗಿಯೇ ಇರ್ತಾ ಇರಲಿಲ್ಲ. ಹಿರಿಯರು ಮನೆಯಿಂದ ಆಚೆ ಇದ್ದ ಸಂದರ್ಭದಲ್ಲಿ ಹುಡುಗರ ಪೈಪೋಟಿ. ಇಲ್ಲಿ ಅಮ್ಮನ ಅಣ್ಣಂದಿರ ಆರು ಮಕ್ಕಳು ಇದ್ದರು. ತಾಯಿ ಇಲ್ಲದ, ತಂದೆ ದೂರವಿದ್ದ ನನ್ಮೇಲೆ ಅಜ್ಜಿ ತಾತನಿಗೆ ವಿಪರೀತ ಅಕ್ಕರೆ. ಯಾವಾಗ್ಲೂ ನನ್ನ ಪರವೇ. ಅದರಿಂದ ಸಣ್ಣ ಪುಟ್ಟ ಜಗಳಗಳು ಇರುತ್ತಿತ್ತು. ಈ ಉಯ್ಯಾಲೆ ಮೇಲೆ ಕೂಡಿಸಿ ತೂಗಿ ತಿಂಡಿ ತಿನ್ನಿಸಿದ ನನ್ನಜ್ಜಿ ಮೊದಲ ವಾತ್ಸಲ್ಯಭರಿತ ಹೆಣ್ಣು. ಸಂಪ್ರದಾಯಕ್ಕೆ ಜೋತು ಬಿದ್ದ, ಬದುಕಿಗೆ ಪೂರ್ತಿ ತನ್ನನ್ನು ಒಗ್ಗಿಸಿಕೊಂಡ ಆಕೆಗೆ ಮಗಳನ್ನು ಕಳೆದುಕೊಂಡ ನೋವು. ಅದನ್ನು ಪದೇ ಪದೇ ಜ್ಞಾಪಿಸಿಕೊಳ್ಳೋರು" ಅಂದಾಗ ತನ್ನ ಪುಟ್ಟ ಐ ಪೋಡ್ ತಂದು ಅವರ ಮುಂದಿಟ್ಟಳು. ತಾನು ಬರೆಯುವ ಈ ಪುಸ್ತಕಕ್ಕೆ ಇಂಥ ನೆನಪುಗಳು ಅಮೂಲ್ಯವೆಂದು ಗೊತ್ತು. ಒಂದೊಂದನ್ನೇ ದಾಖಲಿಸಿ ಕೊಳ್ಳುತ್ತಿದ್ದಳು.

ಸ್ಪೂನ್ ಅಂಥದ್ದು ಏನು ಇಲ್ಲದೇ ಅಪ್ಪ, ಮಗಳು ಉಪ್ಪಿಟ್ಟನ್ನು ತಿನ್ನತೊಡಗಿದರು. "ಇಂಥದ್ದೇ ಉಪ್ಪಿಟ್ಟನ್ನ ಮೂರ್ತಿಯ ತಂಗಿ ಭವಾನಿ ನನಗೋಸ್ಕರ ಎಲೆಯಲ್ಲಿ ಕಟ್ಟಿಕೊಂಡು ಬರುತ್ತಿದ್ದಳು, ಆ ಉಪ್ಪಿಟ್ಟಿನ ರುಚಿಯೇ ಬೇರೆ. ಎಲ್ಲರ ಕಣ್‌ನಿಂದ ದೂರವಾಗಿ ಕದ್ದು ಮುಚ್ಚಿ ತಿನ್ನುವುದು ಆ ವಯಸ್ಸಿನಲ್ಲಿ ತುಂಬಾ ಮಜ ಕೊಡುತ್ತೆ" ಲೊಟ್ಟೆ ಹಾಕಿದರು.

ಅಂದಿನ ದಿನಗಳ ನೆನಪು ಕಚಗುಳಿ ಇಟ್ಟಿರಬೇಕು. ಮುಖಕ್ಕೆ ಕೆಂಪಿನ ಸ್ಪರ್ಶ. ಬಹುಶಃ ಇದು ಅವರ ಜೀವನದ ಮೊದಲ ಪ್ರೇಮ ಪ್ರಕರಣ! ಇಂದಿಗೂ ಇದು ಚೇತೋಹಾರಿ ನೆನಪು.

"ಭವಾನಿ ಹೇಗಿದ್ರು?" ಕೇಳಿದಳು ಉಪ್ಪಿಟ್ಟು ಮುಗಿಸುತ್ತ.

"ಸೇಮ್...ಡಿಟೋ.... ಈಗ ಬಂದಿದ್ದಳಲ್ಲ ಗುಣ ಹಾಗೆಯೇ ಇದ್ದಳು. ಬಣ್ಣ, ಎತ್ತರ... ಎಲ್ಲಾನು ಅಷ್ಟೇ. ಕಣ್ಣುಗಳಲ್ಲಿ ಇದೇ ಚೆಲ್ಲುತನ, ಬಡ ಬಡ ಮಾತು, ಗಲಾಟೆಯ ಹುಡುಗಿ ಅಂತಲೇ ಕರೆಯುತ್ತಿದ್ದದ್ದು. ನೀನು ನಂಬ್ತಿಯೋ, ಈ ಚಿರಂತನ್‌ಗಿಂತ ಧೈರ್ಯಸ್ಥೆ. ಮೊದಲ ಪ್ರೇಮ ಪತ್ರ ಅವಳಿಂದಲೇ ಬಂದಿದ್ದು" ತುಂಬಾ... ತುಂಬಾ ಖುಷಿಯಾಗಿಯೇ ಹೇಳಿಕೊಂಡರು. ಬಹುಶಃ ಇದನ್ನು ತಾಳಿ ಕಟ್ಟಿದ ಹೆಂಡತಿ ಜಾನಕಿಗೂ ಹೇಳಿರಲಾರರು. ಇಲ್ಲ, ಅಂಥ ಸಂದರ್ಭ ಬಂದಿರಲಿಕ್ಕಿಲ್ಲ. "ವೆರಿ, ಇಂಟರೆಸ್ಟಿಂಗ್, ಒಮ್ಮೆ ಭವಾನಿಯವರನ್ನ ಭೇಟಿಯಾದರೆ ಹೇಗೆ?" ಕೇಳಿದ್ದಕ್ಕೆ ಅವರ ಕಣ್ಣುಗಳಲ್ಲಿ ಈ ವಯಸ್ಸಿನಲ್ಲಿ ಹುಡುಗುತನದ ಹೆದರಿಕೆ ಮೂಡಿತು. "ಮೈ ಗಾಡ್, ನನ್ನ ಆ ವಯಸ್ಸಿನ ಸ್ವಭಾವದ ಅರ್ಧ ಡೀಟೈಲ್ಸ್ ಒದರಿ ಬಿಡ್ತಾಳೆ. ಮಗಳೇ ಅವಳನ್ನು ನೋಡಿ ಎಷ್ಟೋ ವರ್ಷಗಳು ಆಗಿ ಹೋಯ್ತು. ಗಂಡ, ಮಕ್ಕಳು ಸಂಸಾರದಲ್ಲಿ ಎಲ್ಲಾ ಈಸಿಯಾಗಿ ಮರ್ತು ಬಿಡ್ತಾಳೆ. ಕನಸುಗಳ ಮಧ್ಯೆ ತೇಲಿದಂತೆ ನುಡಿದರು. ಇಷ್ಟು ವರ್ಷಗಳ ತಂದೆಯ ವ್ಯಕ್ತಿತ್ವ ನೋಡಿದ್ದಕ್ಕಿಂತ ಭಿನ್ನ. ಭಿನ್ನ ವ್ಯಕ್ತಿತ್ವ ಅವರೊಳಗೆ ಇದೆಯೆನಿಸಿತು.

"ಎನಿ ಹೌ, ಒಮ್ಮೆ ಭೇಟಿಯಾಗೋಕೆ ಪರ್ಮಿಷನ್ ಸಿಗುತ್ತಾ?" ತಂದೆ ಕಣ್ಣುಗಳಲ್ಲಿನ ಭಾವವನ್ನು ಅತ್ಯಂತ ಸೂಕ್ಷ್ಮವಾಗಿ ದಿಟ್ಟಿಸುತ್ತ ಕೇಳಿದಾಗ "ವೈ ನಾಟ್, ಬರೀ ನೀನು ನನ್ನನ್ನ ಒಬ್ಬ ಐ.ಎ.ಎಸ್. ಕೇಡರ್‌ನ ದೊಡ್ಡ ದೊಡ್ಡ ಜವಾಬ್ದಾರಿ ಹುದ್ದೆಗಳನ್ನು ಪ್ರಾಮಾಣಿಕವಾಗಿ ನಿರ್ವಹಿಸಿದ, ಸಮಾಜದಲ್ಲಿ ಪ್ರತಿಷ್ಠಿತ ವ್ಯಕ್ತಿಯೆನಿಸಿದ ಚಿರಂತನ್‌ದತ್‌ನ ನೋಡಿದ್ದಿ. ಅಂಕಣಕೊಪ್ಪದ ಒಬ್ಬ ಪುಟ್ಟ ಹುಡುಗನಾಗಿ ಹಲವು ಸಂಬಂಧಗಳ ತಳಕು ಹಾಕಿಕೊಂಡಿದ್ದ ಚಿಂತುನ ಕಾಣಬೇಕಿದೆ. ಐ ಆಗ್ರಿ.... ನಂದೂ" ಮನಃಪೂರ್ವಕವಾಗಿ ಒಪ್ಪಿಗೆ ಸೂಚಿಸಿದರು. ಆ ಎಲ್ಲಾ ನೆನಪುಗಳು ಇಷ್ಟವೆನಿಸಿತು.

ಕಾಫಿ ಕುಡಿದು ಇಬ್ಬರು ಮನೆಯಿಂದ ಹೊರಟರು. ತಗ್ಗು, ದಿಣ್ಣೆಗಳ ರಸ್ತೆ. ಒಮ್ಮೆಲೆ ರೋಡ್‌ನಲ್ಲಿ ನಿಂತು ಎತ್ತರದ ಜಗಲಿಯ ಕಡೆ ಕೈ ತೋರಿಸಿ "ಈ ಎಡಬದಿಯ ಜಗುಲಿಯ ಮೇಲೆ ತುಂಗಜ್ಜಿ ಅಂತ ಒಬ್ಬ ವಯಸ್ಸಾದಾಕೆ ಕೂತಿರೋರು. ಅವರ ಪಕ್ಕ ತಾಮ್ರದ ಬೊಗುಣಿ ಇರೋದು. ಅದರಲ್ಲಿ ಕರಿದ ತಿಂಡಿ, ಹುರಿಗಾಳು ಅಥವಾ ಕಾಟು ಹಣ್ಣುಗಳು ಇರೋದು. ಸಂಜೆ ಹುಡುಗ, ಹುಡುಗಿಯರ ದಂಡು ಆಟಕ್ಕೆ ಇಳಿದರೆ ಪ್ರತಿಯೊಬ್ಬರನ್ನು ಹತ್ತಿರಕ್ಕೆ ಕೂಡಿಸಿಕೊಂಡು ಹಂಚೋದರ ಜೊತೆಗೆ ದಿನಕ್ಕೊಂದು ನೀತಿ ಕತೆಗಳು ಹೇಳೋಳು. ಸಂಜೆಗಳಲ್ಲಿ ಹುಡುಗರ ದಂಡು ಇಲ್ಲಿ ಸೇರಿಬಿಡೋದು. ಕತೆ ಕೇಳುವಲ್ಲಿ ಎಂಥ ತನ್ಮಯತೆ. ಈಗ್ಲೂ ತುಂಗಜ್ಜಿ ಇಲ್ಲಿ ಕೂತಿದ್ದಾಳೆ, ತಿಂಡಿ ಕೊಡ್ತಾಳೆ, ಕತೆ ಹೇಳ್ತಾಳೆ ಅನ್ನೋಷ್ಟು ಸ್ಪಷ್ಟವಾಗಿದೆ ಪ್ರತಿಬಿಂಬ. ಸ್ವಲ್ಪ ಹೊತ್ತು ಕೂಡೋಣ್ವಾ?" ಅಂದವರೇ ಇಬ್ಬರು ಹೋಗಿ ದೂಳಿಡಿದ ಜಗುಲಿಯ ಮೇಲೆ ಕೂತರು.

"ಈ ಎರಡು ಜಗುಲಿಗಳು ಅಚ್ಚುಕಟ್ಟಾಗಿ ಸಗಣಿಯಿಂದ ಸಾರಿಸಿರುತ್ತಿತ್ತು. ರಂಗೋಲಿ ಹಾಕಿ, ಕೆಮ್ಮಣ್ಣು ಎಳೆ ಬಿಟ್ಟು ಈ ಜಗುಲಿಗಳನ್ನು ಏರುವಲ್ಲಿಯೇ ಪೈಪೋಟಿ ಇತ್ತು" ಅಂಥದೊಂದು ಸೀನನ್ನು ಮಗಳ ಮುಂದೆ ಬಿಚ್ಚಿಟ್ಟರು. ಕೆಲವು ಫೋಟೋಗ್ರಾಫ್ ಕ್ಲಿಕ್ಕಿಸಿಕೊಂಡ ನಂತರ "ಅಪ್ಪ ಒಳಗೆ ಹೋಗಿ ನೋಡಬಹುದಾ?" ಮಾತು ಮುಗಿಯುವ ವೇಳೆಗೆ ಈಚೆಗೆ ಬಂದ ವ್ಯಕ್ತಿ "ಏಯ್, ನೀನು ಚಿಂತು ಅಲ್ವಾ? ದೊಡ್ಡ ಮನುಷ್ಯನಾಗಿದ್ದೀ ಅಂತ ಕೇಳಿದ್ದೆ. ಯಾರೋ ನೀನು ಊರಿಗೆ ಬಂದ ವಿಷ್ಯ ತಿಳಿಸಿದ್ರು. ನಾನು ಬಂದು ನೋಡೋನಿದ್ದೆ. ನನ್ನದೇನು ದೊಡ್ಡದಾಗಿ ಇಂಪ್ರೂಮೆಂಟ್ ಇಲ್ಲ, ಒಳ್ಗೆ... ಬಾ" ಎಂದು ಕರೆದೊಯ್ದ ಆ ವ್ಯಕ್ತಿ.

ಸುಣ್ಣ, ಬಣ್ಣ ಕಂಡು ಶತಮಾನಗಳಾಗಿವೆ ಅನ್ನೋಂಥ ಗೋಡೆಗಳು. ಸಗಣಿ ಬದಲು ಸಿಮೆಂಟ್ ಹಾಕಿದ ನೆಲ. ಪಡಸಾಲೆಯಲ್ಲಿ ಒಂದು ಕಡೆ ಕೆಲವು ಮೂಟೆಗಳು, ಅರ್ಧ ತುಂಬಿದ ಚೀಲಗಳು. ಅಟ್ಟದ ಮೇಲೆ ಒಟ್ಟಾಗಿ ಕಾಣುತ್ತಿದ್ದ ಸಿಹಿ ಕುಂಬಳ ಕಾಯಿಗಳು, ಗೋಡೆಯ ಮಗ್ಗುಲಿಗಿದ್ದ ಹಳೆಯದಾದ ಒಂದು ಬೆಂಚು. ಇಷ್ಟೆ ಇಲ್ಲಿನ ಚಿತ್ರಣ.

"ಕೂತ್ಕೋ, ದೊಡ್ಡ... ದೊಡ್ಡ ಓದು ಓದ್ಕೊಂಡ್ ದೊಡ್ಡ ಮನುಷ್ಯನಾದೆ. ಈ ರಂಗ ಹೀಗೆ ಉಳಿದುಬಿಟ್ಟ. ಮಳೆ ಚೆನ್ನಾಗಿ ಬಂದರೆ, ಹೊಟ್ಟೆ ತುಂಬ ಊಟ, ಇಲ್ಲ ಒಪ್ಪತ್ತು. ಇದಕ್ಕೆ ಮನೆ ಮಕ್ಕಳೆಲ್ಲ ದುಡೀಬೇಕು. ತೆಗೀ ನನ್ನ ವಿಷ್ಯ. ಇದೇನು ಇಷ್ಟು ವರ್ಷಗಳ ನಂತರ ದಿಢೀರೆಂದು ಊರಿಗೆ ಬಂದಿದ್ದು?" ನೆಲದ ಮೇಲೆ ಕೂತ. ಚಿರಂತನ್ ಬೆಂಚಿನ ಮೇಲೆ ಕೂತರು.

ಬೇರೆ ಯಾರು ಇರಲಿಲ್ಲ. ಅವನ ಹೆಂಡತಿ ಕಾಫಿ ತಂದುಕೊಟ್ಟಳು. ದೊಡ್ಡಸ್ತಿಕೆ ಪ್ರದರ್ಶನ ಅಗತ್ಯವಿರಲಿಲ್ಲ. ಬೇರೇನು ಯೋಚಿಸದೇ ಕುಡಿದರು. ಬರೀ ಕಷ್ಟವನ್ನೇ ಹೇಳಿಕೊಂಡ.

"ಏನಾದ್ರೂ ಸಹಾಯ ಬೇಕಾದರೆ ಬಾ" ಎಂದರು ಚಿರಂತನದತ್.

"ಬೇಡ ಕಣೋ, ಸ್ನೇಹವಿದ್ದ ಕಡೆ ಸಹಾಯ, ವ್ಯವಹಾರ ಅಂಥದೇನು ಇರಕೂಡದು. ಅಂಥದೇನಾದರೂ ಪಡೆದುಕೊಂಡ ಮೇಲೆ ಸ್ನೇಹಿತ ಅನ್ನೋ ಸಲಿಗೆ ಇರುತ್ತಾ? ನಿನ್ನ ಈ ರೀತಿ ಮಾತಾಡಿಸೋಕೆ ಆಗುತ್ತಾ? ಚಿಕ್ಕಂದಿನ ಸ್ನೇಹ ನೆನಪಿನಲ್ಲಿ ಸುಳಿದಾಗ, ಅಕಸ್ಮಾತ್ ಸಿಕ್ಕಾಗ ಸಂತೋಷ ಕೊಡೋಂಥದ್ದು. ಅದು ಅಮೂಲ್ಯ ಅಲ್ಲವೇನೋ ಚಿಂತು? ಅದ್ನ ಯಾಕೆ ಕಳೆದುಕೊಳ್ಳೋದು" ಅಂದ ಸ್ನೇಹಿತನ ಮನಸ್ಸಿನ ವಿವೇಕ ಲೆಕ್ಕ ಹಾಕಿ ಅಚ್ಚರಿಗೊಂಡ ಚಿರಂತನ ಅಪ್ಪಿಕೊಂಡು ಬಿಟ್ಟು "ನೀನು ತುಂಬ ಗ್ರೇಟ್ ಕಣೋ. ಇಂಥ ವಿವೇಕಕ್ಕೆ ದೊಡ್ಡ ಓದೇನು ಬೇಕಾಗೊಲ್ಲ. ಅವೆಲ್ಲ ಊಟದ ಸಲುವಾಗಿ, ದುಡಿಮೆಯ ಸಲುವಾಗಿ" ಎಂದರು. ಅವರ ಮನ ತುಂಬಿ ಬಂದಿತ್ತು. ಪುಟ್ಟ ಊರಿನಲ್ಲಿ ಎಂಥ ಅದ್ಭುತ ವ್ಯಕ್ತಿ.

ಒಂದೆರೆಡು ಫೋಟೋ ಕ್ಲಿಕ್ಕಿಸಿಕೊಂಡ ನಂದಿತಾಗೆ ಸಂಭ್ರಮವೆನಿಸಿತು. ಆಮೇಲೆ ಹೇಳಿದ ವಿಚಾರ ಮಾತ್ರ ದುರಂತವೆನಿಸಿತು.

"ತುಂಗಜ್ಜಿ ತೀರಿಕೊಂಡು ಎಷ್ಟು ವರ್ಷವಾಯ್ತು?" ಚಿರಂತನ ಕೇಳಿದ ಕೂಡಲೇ

ಆ ಮನುಷ್ಯನ ಮುಖದ ಮೇಲಿನ ಗೆಲುವು ಕಂದಿತು. “ಇಪ್ಪತ್ತು ವರ್ಷ ಆಯ್ತುಂತ ಇಟ್ಕೋ. ಹತ್ತಿರ... ಹತ್ತಿರ... ನೂರರ ಸಮೀಪದ ವಯಸ್ಸು, ಆದರೂ ಚಟುವಟಿಕೆಯಿಂದ ಓಡಾಡೋಳು. ತನ್ನ ಕೆಲಸಗಳನ್ನ ತಾನು ಮಾಡಿಕೊಳ್ಳೋಳು. ಆದರೆ ಪ್ರತಿನಿತ್ಯ ಅದೇ ಕಾಯಕ. ಹುಡುಗರು, ಹುಡುಗಿಯರು ಬೆಳೆದು ದೊಡ್ಡವರಾಗಿ ಊರು ಬಿಟ್ಟು ಹೋಗುತ್ತಿದ್ದರು, ನಂತರ ಪೀಳಿಗೆ ವಾರಸುದಾರರೆನಿಸಿಕೊಂಡು ಮುಂದುವರೆಯುತ್ತಿದ್ದರು. ಸಂಖ್ಯೆ ಕಡಿಮೆಯಾಗಿತ್ತು. ಯಾರೋ, ಪಾಪಿ ಒಂದು ರಾತ್ರಿ ಒಡ್ವೆ, ಹಣದ ಆಸೆಗೆ ಕೊಲೆ ಮಾಡಿ ದೋಚಿಕೊಂಡು ಹೋದ. ವರ್ಷಗಳು ಕಳೆಯಿತು. ವಾರಸುದಾರರು ಇಲ್ಲದ ಮನೆ ಪಾಳು ಬಿತ್ತು. ನಂಗೆ ತುಂಗಜ್ಜಿ ದೂರದ ಸಂಬಂಧಿ. ಅದರಿಂದ ಪಂಚಾಯಿತಿಯವರು ನನ್ನ ಸುಪರ್ಧಿಗೆ ಕೊಟ್ಟರು ಮನೇನ. ಆ ಮುದ್ಕಿ ಹೆಸರು ಹೇಳ್ಕೊಂಡು ದೀಪ ಹಚ್ತಾ ಇದ್ದೀನಿ” ಹೇಳಿ ನಿಟ್ಟುಸಿರು ಬಿಟ್ಟ ರಂಗ.

ಚಿರಂತನ್‌ದತ್ ಸುಮ್ಮನೆ ಕೂತರು. ಆ ಅಜ್ಜಿಯ ಸುಕ್ಕು ಬಿದ್ದ ಮುಖದ ನಗೆ ಮಕ್ಕಳಿಗೆ ತಿಂಡಿ ಹಂಚುವಾಗಿನ ಆನಂದ–ಮತ್ತೆ ಇದನ್ನು ನೋಡಲು ಸಾಧ್ಯವೇ? ಅನುಭವಿಸಲು ಸಾಧ್ಯವೇ? ನೆನಪುಗಳ ಕಾದಾಟದಲ್ಲಿ ತುಂಗಜ್ಜಿ ಭದ್ರವಾಗಿ ನಿಲ್ಲುವಂಥವಳು. ವೇದನೆಯ ನಿಟ್ಟುಸಿರು ಚೆಲ್ಲಿ ಮೇಲೆದ್ದಿದ್ದು.

ಬಾಗಿಲು ದಾಟಿ ಜಗುಲಿಯ ಬಳಿ ಬಂದು ನಿಂತಾಗ “ನಿನ್ನ ಕೂಡ ತುಂಬ ಜ್ಞಾಪಿಸಿಕೊಳ್ಳೋಳು, ವಿಚಾರಿಸೋಳು. ಎಂದೋ ನೀನು ಬಿಟ್ಟು ಹೋದ ಚೆಂಡನ್ನು ಎತ್ತಿಟ್ಟು ನೀನು ಯಾವಾಗಲಾದರು ಬಂದರೆ ಕೊಡಬೇಕೆಂದು, ಸಂಜೆಗಳಲ್ಲಿ ಜಗುಲಿಯ ಮೇಲೆ ತನ್ನ ಪಕ್ಕದಲ್ಲಿ ಇಟ್ಕೊಂಡು ಕಾಯೋಳು. ಈಗಿನ ಅವಸರದ ಬದುಕಿನಲ್ಲಿ ಇಂಥವರನ್ನು ನೋಡೋಕೆ ಸಾಧ್ಯವೇ? ಅಟ್ಟದ ಮೇಲೆ ತಾಮ್ರದ ಪಾತ್ರೆಯಲ್ಲಿ ಭದ್ರವಾಗಿ ಇಟ್ಟಿದ್ದೀನಿ. ನೀನು ಹೋಗೋದೊರೊಳಗೆ ತಂದು ತಲುಪಿಸ್ತೀನಿ” ಇಷ್ಟು ಹೇಳಿಯೇ ಬೀಳ್ಕೊಟ್ಟಿದ್ದು.

ನಂದಿತಾ ಬಾಯಿಂದ ಮಾತುಗಳೇ ಹೊರಡಲಿಲ್ಲ. ಎಂಥ ಅಪರೂಪದ, ಅದ್ಭುತ ವ್ಯಕ್ತಿಗಳ ನಡುವೆ ನಿಂತ ಅನುಭವವಾಯಿತು.

ಚಿರಂತನ್‌ದತ್ ಓದಿದ ಪ್ರೈಮರಿ ಶಾಲೆಯ ಬಳಿಗೆ ಹೋದರು. ಅದು ಆಟದ ಸಮಯವೇನೋ ದೊಡ್ಡ ರೀತಿಯಲ್ಲಿ ಗಲಾಟೆ ಮಾಡುತ್ತ ಆಡುತ್ತಿದ್ದ ಅವರಲ್ಲಿ ‘ತಾನೊಬ್ಬ’ ಎನ್ನುವ ಕಲ್ಪನೆಯ ಅವರ ಬಾಲ್ಯಕ್ಕೆ ಕರೆದೊಯ್ದುಬಿಟ್ಟಿತು.

ತಾತ ಅವನನ್ನು ಕರೆ ತಂದು ಬಿಟ್ಟು “ಹುಷಾರು, ಜೋಪಾನ... ಹುಡುಗರ ಹತ್ತಿರ ಜಗಳ ಆಡಬೇಡ. ಮೇಷ್ಟ್ರಿಗೆ ಗೌರವ ಕೊಡು. ಅಕ್ಕರೆಯಿಂದ ಮನಸ್ಸಿಟ್ಟು ಪಾಠ ಕಲೀ” ಇಂಥ ಮಾತುಗಳನ್ನು ಪ್ರತಿದಿನ ಹೇಳುತ್ತಿದ್ದರು. “ತಾತ... ಹುಷಾರು...ಜೋಪಾನ... ಎರಡು ಬೇರೆ.... ಬೇರೆನಾ? ಅವರೆಡು ಪದಗಳಿಗೆ ಒಂದೇ ಅರ್ಥ ಅಂತ ಮೇಷ್ಟ್ರು ಹೇಳಿದರಲ್ಲ” ಇಂಥ ನವಿರಾದ ಛೇಡಿಕೆಗೆ ಕೋಪಗೊಳ್ಳದೆ “ನಿನ್ನ ಬುದ್ಧಿ ತುಂಬ ಚುರುಕು. ನಾಳೆ ದೊಡ್ಡ ಓದು... ಓದಿ... ದೊಡ್ಡ ಮನುಷ್ಯನಾದಾಗ ಶಾಲೆ, ಮೇಷ್ಟ್ರನ ಮರೀಬೇಡ” ತಲೆ ಸವರಿ ಈಗ ಹೇಳಿದಂತಿತ್ತು. ಆ ದಿನಗಳು ಮರುಕಳಿಸಲು ಸಾಧ್ಯವೇ?

ಒಂದು ರೀತಿಯ ರೋಮಾಂಚನ ಅನುಭವಿಸಿದರು.

"ಅಪ್ಪ, ಒಳ್ಗಡೆ ಹೋಗೋಣ" ಅಂದಾಗ ಅವರು ಸಮ್ಮತಿಸಿದರು. ಹಿಂದೆ ಇದ್ದ ರೂಮುಗಳಿಗೆ, ಇನ್ನೆರಡು ದೊಡ್ಡ ರೂಮುಗಳ ಜೊತೆ ಒಂದು ಆಫೀಸ್ ರೂಮು ಸೇರ್ಪಡೆಯಾಗಿದ್ದುದ್ದು ಮಾತ್ರ ಒಂದು ದೊಡ್ಡ ಬದಲಾವಣೆ. ಅಂದಿನ ಹಾಗೆ ಇಂದು ಕೂಡ ಮುಂದೆ ಆಟವಾಡಲು ಜಾಗವಿತ್ತೇ ವಿನಾ ಕಾಂಪೌಂಡ್ ಇರಲಿಲ್ಲ.

ಆದರೆ ಈ ಶಾಲೆಯಲ್ಲಿ ಕಲಿತ ಚಿರಂತನ್‌ದತ್‌ಗೆ ಒಂದು ಅವಿನಾಭಾವ ಸಂಬಂಧವಿದೆಯೆನಿಸಿತು. ಪ್ರಾಥಮಿಕ ಹಂತದ ಕನಸುಗಳು ಅರಳಿದ್ದೆ ಇಲ್ಲ. ಕೂತ ಜಾಗ, ಎರಡು ಮೂರನೆ ತರಗತಿಗೆ ಹೋದಾಗ ಕೂತ ಹಲಗೆಗಳು! ಹುಡುಗರು ಹೊರಗೆ ಆಡುತ್ತಿದ್ದುದರಿಂದ ಮಗಳೊಂದಿಗೆ ಒಳಗೆ ನಿಂತು ನೋಟ ಹರಿಸಿದಾಗಿನ ತಂದೆಯ ಮುಖದ ತನ್ಮತೆಯನ್ನು ಕ್ಯಾಮರದಲ್ಲಿ ಸೆರೆ ಹಿಡಿದಿದ್ದು ಮಾತ್ರವಲ್ಲ, ಅದನ್ನ ಮನದಾಳದಲ್ಲಿ ಹುದುಗಿಸಿಕೊಂಡಳು ಅಕ್ಷರ ರೂಪ ಕೊಡಲು. ಅದು ಅವಳ ಮಹತ್ವಾಕಾಂಕ್ಷೆ.

"ನೋಡು ನಂದು, ನಾನು ಇಲ್ಲೇ ಕೂತ್ಕೋತಾ ಇದ್ದಿದ್ದು. ಒಮ್ಮೆ ಹಿಂದಿನವನಿಗೆ ಎಸೆದ ಬೋರ್ಡ್ ಒರೆಸುವ ಡೆಸ್ಟರ್ ನನ್ನ ಮುಖಕ್ಕೆ ಬಿದ್ದು, ಸೀಮೆಸುಣ್ಣ ಕಣ್ಣಿಗೆ ಬಿದ್ದು ತಾತ, ಅಜ್ಜಿ ಇಲ್ಲಿಗೆ ಬಂದು ರಂಪಾಟ ಮಾಡಿದ್ದರು. ಎಂಟು ದಿನ ಶಾಲೆಗೆ ಚಕ್ಕರ್..." ನೆನಪಿನೊಡನೆ ಚೆಲ್ಲಾಟವಾಡಿದರು.

ಆಫೀಸ್ ಕೋಣೆಯಲ್ಲಿದ್ದ ಉಪಾಧ್ಯಾಯರ ದಂಡು ಬಂದು ಸ್ವಾಗತಿಸಿತು. ಚಿರಂತನ್ ಇಲ್ಲಿಗೆ ಬಂದಿರುವ ವಿಷಯ ಎಲ್ಲೆಡೆ ಹಬ್ಬಿತ್ತು. ಆದ್ದರಿಂದ ಕಟ್ಟೆ ಮನೆ ಸಂತಾನದ ಬಗ್ಗೆ ಅಕ್ಕರೆ ತೋರಿದಕ್ಕೆ ಕಾರಣವಿತ್ತು. ಹೊಸದಾಗಿ ಸೇರ್ಪಡೆಯಾಗಿದ್ದ ಕೋಣೆಗಳನ್ನು ಕಟ್ಟಿಸಿಕೊಟ್ಟಿದ್ದು ಚಿರಂತನ ಸೋದರತ್ತೆಯ ಗಂಡ.

ಅಲ್ಲೆಲ್ಲ ಮುಗಿಸಿಕೊಂಡು ಬಂದು ಹುಡುಗರ ಆಟಪಾಟಗಳನ್ನು ನೋಡುತ್ತ ಒಂದರ್ಧಗಂಟೆ ಕಳೆದರು. "ನಂದು, ಒಂದು ಮಧ್ಯಾಹ್ನ ಇವರುಗಳ ಜೊತೆ ಕೂತು ಊಟ ಮಾಡಿದರೆ, ಹೇಗೆ?" ಈ ಮಾತು ಅವಳಿಗೆ ತುಂಬ ಇಷ್ಟವೆನಿಸಿ "ಅಪ್ಪ, ಇಲ್ಲಿನ ವಿದ್ಯಾರ್ಥಿಗಳು ಮಾತ್ರವಲ್ಲ, ನಿಮ್ಮೊಂದಿಗೆ ಪ್ರಾಥಮಿಕ ಹಂತದ ವಿದ್ಯಾಭ್ಯಾಸ ಪಡೆದವರು ಕೆಲವರು ಇದ್ದಾರೆ. ಅವರೆಲ್ಲರನ್ನು ಕೂಡಿಸಿಯೇ ಊಟದ ಏರ್ಪಾಟು ಮಾಡೋಣ. ಅದಕ್ಕೆ ರಂಗನಾಥನ ಗುಡಿಯ ಅರ್ಚಕರ ಸಹಾಯ ತಗೊಂಡರೆ ಹೇಗೆ?" ಅವರಿಗೂ ಅದು ಸರಿಯೆನಿಸಿತು.

ಅಂತು ಒಂದು ಸುತ್ತು ಹಾಕಿಕೊಂಡು ದೇವಸ್ಥಾನದ ಬೀದಿಗೆ ಬರುವ ವೇಳೆಗೆ ಎದುರಾದ ಒಬ್ಬ ಮಹಿಳೆ "ಕಟ್ಟೆಮನೆ ಕಾಶೀನಾಥಯ್ಯನವರ ಮೊಮ್ಮಗ ಅಲ್ವಾ? ನಿನ್ನಮ್ಮ ಸೀತ ತುಂಬ ಒಳ್ಳೆಯವಳೂಂತ ಕೇಳಿದ್ದೀನಿ. ತುಂಬ... ದೊಡ್ಡ... ದೊಡ್ಡ ಕೆಲ್ಸದಲ್ಲಿದ್ದ ನಿಂಗೆ ಅಂಕಣಕೊಪ್ಪ ನೆನಪಾಗಿದ್ದು ಸಂತೋಷ. ನಿನ್ನ... ಮಗಳಾ... ಸಿಟಿಯಲ್ಲಿದ್ರೂ ಸೀರೆಯುಟ್ಟು ಬಂದಿದ್ದಾಳಲ್ಲ. ಇಲ್ಲಿನ ಹುಡ್ಗೀರೇ ಏನೇನೋ ಡ್ರೆಸ್ ಹಾಕೋಕೆ ಷುರು ಮಾಡಿದ್ದಾರೆ. ಇಲ್ಲೇ... ಮನೆ... ಬನ್ನಿ.." ಬಲವಂತ ಮಾಡಿ ಒಳಗೆ ಕರೆದೊಯ್ದರು. ಹಳೆ

ಮನೆಯನ್ನು ಕೆಡವಿ ಹೊಸ ಮನೆ ಕಟ್ಟಿಸಿದ್ದರು. ಒಳಗೆ ಸಿಟಿಯ ಎಲ್ಲಾ ಸೌಕರ್ಯಗಳು ಲಭ್ಯ.

"ಕೂತ್ಕೊಳ್ಳಿ" ಸೋಫಾ ಕಡೆ ಕೈ ತೋರಿಸಿದರು.

"ನಾನು ಮದ್ವೆಯಾಗಿ ಈ ಊರಿಗೆ ಬಂದಾಗ ಹದಿನಾರು ವರ್ಷ. ಇಲ್ಲೇ ರಂಗನಾಥನ ಗುಡಿಯಲ್ಲಿ ವಿವಾಹದ ಶಾಸ್ತ್ರ ಆಗಿದ್ದು. ನೀನು ನಿನ್ನ ತಾತನ ಜೊತೆ ಬಂದಿದ್ದು ನೆನಪಿದೆ. ಆಗ ಊರಿಗೆ ನಿಮ್ದೇ ದೊಡ್ಡ ಮನೆ. ಕಾಶೀನಾಥಯ್ಯನವರು ಊರಿಗೆ ದೊಡ್ಡ ಮನುಷ್ಯರು. ಅವರುಗಳು ಸತ್ತ ಮೇಲೆ ನಿನ್ನ ಮಾವಂದಿರು ಇರೋ ಬರೋದೆಲ್ಲ ಮಾರಿಕೊಂಡು ಊರು ಬಿಟ್ಟವರು ಈ ಕಡೆ ಮುಖ ಹಾಕಲಿಲ್ಲ" ಎಂದೇ ಆಕೆ ಅಡಿಗೆಯ ಮನೆ ಕಡೆ ಹೋಗಿದ್ದು.

ಚಿರಂತನ ಮುಖದ ಮೇಲೆ ವಿಷಾದ ಮೂಡಿತು. ಕಾಶೀನಾಥಯ್ಯ ಸಾಯುವ ಮುನ್ನ ವಿದ್ಯಾಭ್ಯಾಸದ ವ್ಯವಸ್ಥೆಗಾಗಿ ಹಣವನ್ನು ಬ್ಯಾಂಕಿನಲ್ಲಿ ಇರಿಸಿದ್ದರು. ಗುರುದತ್ ಪೂರ್ತಿ ಜವಾಬ್ದಾರಿ ವಹಿಸಿಕೊಳ್ಳದಿದ್ದರೂ, ಆರ್ಥಿಕವಾಗಿ ಬಹಳ ಚೆನ್ನಾಗಿ ನೋಡಿಕೊಂಡಿದ್ದರು. ಹಣದ ಅಡಚಣೆಯುಂಟಾಗಿದ್ದೆ ಇಲ್ಲ.

ತಣ್ಣನೆಯ ನಿಂಬೆ ಹಣ್ಣಿನ ಪಾನಕ ಮಾಡಿಕೊಟ್ಟರು. ಅದೂ ಇದೂ ಮಾತಾಡುತ್ತ ಕೂಡಿಸಿಕೊಂಡವರು "ಇಲ್ಲೇ ಊಟ ಮಾಡಬೇಕು" ಒತ್ತಾಯವೇರಿ ನಿಲ್ಲಿಸಿಕೊಂಡರು ಗಂಡ ಬರುವವರೆಗೆ.

ಈ ಆತ್ಮೀಯತೆ ತಂದೆ, ಮಗಳಿಗೆ ಇಷ್ಟವಾಯಿತು.

ಸಂಜೆಯೇ ಮನೆಗೆ ಬಂದಿದ್ದು. ದೂರದ ಸೋದರಮಾವನ ಮಗ ಬಂದು ಕೂತಿದ್ದ. ಅವನೇ ಇಲ್ಲಿನ ವ್ಯವಸ್ಥೆಯನ್ನು ನೋಡಿಕೊಂಡಿದ್ದು.

"ಏನು ತೊಂದರೆಯಾಗಲಿಲ್ವಾ? ಅಂಕಣಕೊಪ್ಪದಲ್ಲಿ ಅಂಥ ದೊಡ್ಡ ಬದಲಾವಣೆಯೇನು ಇಲ್ವಲ್ಲ" ಕೇಳಿದ ಅರ್ಥಪೂರ್ಣ ನಗೆಯೊಂದು ಚಿರಂತನ್ ದತ್ ತುಟಿಯಂಚಿನಲ್ಲಿ ಮೂಡಿ ಮರೆಯಾಯಿತು. "ಕೆಲವು ಬದಲಾವಣೆಗಳು ಆಗಿವೆ. ಅವು ದೊಡ್ಡ ರೀತಿಯಲ್ಲಿ ಕಾಣೋಂಗೆ ಆಗಿಲ್ಲ. ಇದು ಎಲ್ಲ ಕಡೆಯಲ್ಲಿರುವಂಥ ಸಮಸ್ಯೆಯೇ. ಎನಿ ಹೌ, ನಿನ್ನಿಂದ ತುಂಬ ಉಪಕಾರವಾಗಿದೆ. ಕಾಲದ ಪ್ರವಾಹದಲ್ಲಿ ಕೂಡ ಕೆಲವು ಅಮೂಲ್ಯವಾದ ನೆನಪುಗಳು ಕೊಚ್ಚಿಕೊಂಡು ಹೋಗಿಲ್ಲ. ಬಹುಶಃ ಅದನ್ನು ಜ್ಞಾಪಿಸಿಕೊಳ್ಳೋಷ್ಟು ಪುರಸತ್ತು ಇಲ್ಲದಂತೆ ಮನಸ್ಸು ಎಂಗೇಜ್ ಆಗಿ ಬಿಟ್ಟಿದ್ದೇಂತ ಕಾಣಿಸುತ್ತೆ. ಮಾವಂದಿರು ಎಲ್ಲೆಲ್ಲಿದ್ದಾರೆ?" ಕೇಳಿದರು. ಬರೀ ಅಜ್ಜಿ, ತಾತನಿಗೆ ಅಂಟಿಕೊಂಡಿದ್ದ ತಾನು ಅವರನ್ನು ತುಂಬ ಹಚ್ಚಿಕೊಂಡಿರಲಿಲ್ಲವೆನಿಸಿತ್ತು.

"ಒಬ್ರು ತೀರಿಕೊಂಡು ಸಾಕಷ್ಟು ವರ್ಷಗಳಾಗಿತ್ತು. ಎರಡು ವರ್ಷಕ್ಕೆ ಮುನ್ನ ಒಬ್ರು... ತೀರಿಕೊಂಡರು. ಅವರ ಮಕ್ಳು ಮರಿ, ಮೊಮ್ಮಕ್ಳು ಇಲ್ಲಿಗೆ ಬಂದಿದ್ದಿಲ್ಲ. ಎಂದೋ ಮನೆ ಮಾರಿ ಹೋಗಿದ್ದರು. ಕೊಂಡವರು ಈಚೆಗೆ ಮೈಸೂರಿನಲ್ಲಿ ಮಗನ ಬಳಿ ಹೋಗಿ ಸೆಟಲ್ ಆಗಿದ್ದರಿಂದ ಖಾಲಿ ಇತ್ತು. ನೀವು ಬರ್ತೀರಿ ಅಂತ ತಿಳಿದಾಗ ಅದೇ ವ್ಯವಸ್ಥೆ ಮಾಡ್ದೆ.

ಎಷ್ಟು ಹತ್ತಿರದ ಸಂಬಂಧಗಳು... ಸಾವು, ನೋವಿನಲ್ಲು ಜೊತೆಗೂಡದೆ ಇರೋದು ಒಂದು ರೀತಿಯಲ್ಲಿ ಹಿಂಸೆಯೇ" ಎಂದ ನಂಜುಂಡನ ದನಿಯಲ್ಲಿ ಜಿಜ್ಞಾಸೆ ಇತ್ತು.

ಎಲ್ಲಾ ಮಾತಾಡಿದ್ದು ಅಂಕಣಕೊಪ್ಪದ ಭೌಗೋಳಿಕ ಪರಿಸರ, ಜನರ ಬಗ್ಗೆಯೇ ಎಷ್ಟೋ ಗುರುತು ಹಾಕಿಕೊಂಡಳು. ಟೇಪ್ ಮಾಡಿಟ್ಟುಕೊಂಡಳು.

ರಾತ್ರಿ ತಾನೇ ಅಡಿಗೆ ಮಾಡಿದ ನಂದಿತಾ, ಅಲ್ಲಿನ ಪ್ರತಿಯೊಂದು ಇಂಚು ಜಾಗದ ಬಗ್ಗೆಯೂ ತಂದೆಯನ್ನು ಪ್ರಶ್ನಿಸಿ ಪ್ರಶ್ನಿಸಿ ತಿಳಿಯುತ್ತಿದ್ದಾಗ ಚಿರಂತನ್ ತಲೆಗೆ ಒಂದು ವಿಷಯ ಫಕ್ಕನೆ ಫ್ಲಾಷ್ ಆಯಿತು.

"ನಂದು, ಒಂದ್ಸಲ ಅಜ್ಜಿಗೆ ತುಂಬ ಜ್ವರ ಬಂದಿತ್ತು" ಆಗ ಹಳೆ ಜೋಯಿಸರು ಹರಕೆ ಕಟ್ಟಿ ತಾಮ್ರದ ಚೆಂಬಿನಲ್ಲಿ ಹಾಕಿ ನೆಲದಲ್ಲಿ ಹುಗಿದಿಡು ಅಂದಿದ್ದಷ್ಟೆ ನಂಗೆ ಕೇಳಿಸಿದ್ದು. ಪೂರ್ತಿ ವಿವರನ ತಿಳ್ದುಕೊಳ್ಳಿಲ್ಲ. ಆಗ ತಾತ ಏನು ಹೇಳಿದರೋ, ನಾನು ಏನು ಕೇಳಿದನೋ. ಒಂದು ಬಂಗಾರದ ಕಾಸನ್ನ ಅರಿಶಿನ ಬಟ್ಟೆಯಲ್ಲಿ ಹಾಕಿಡು ಅನ್ನುವಷ್ಟು ಮಾತ್ರ ಅರ್ಥವಾಗಿತ್ತು. ಅಜ್ಜಿ ಹತ್ರ ಒಂದು ಕಾಸಿನ ಸರ ಇತ್ತು. ಹಬ್ಬ, ಹರಿದಿನ ಹಾಕಿಕೊಳ್ಳೋರು. ನಾನು ಇಡೀ ಕಾಸಿನ ಸರವನ್ನೇ ಬಟ್ಟೆಯಲ್ಲಿಟ್ಟು ಅರಿಶಿನ ತುಂಬಿ ಕೊಟ್ಟಿಗೆಯ ಮೂಲೆಯಲ್ಲಿ ಅಗೆದು ಹೂತಿಟ್ಟೆ. ಆಗಿನ ಟೆನ್‌ಷನ್, ಫಜೀತಿಯನ್ನು ನೆನಪಿಸಿಕೊಂಡರೇ, ನಗು ಬರುತ್ತೆ. ಅಜ್ಜಿಗೆ ಗುಣವಾಯ್ತು. ಆದರೆ ಆ ವಿಷಯವನ್ನು ನಾನು ಯಾರ್ಗೂ ಹೇಳಿಲ್ಲ. ಆಮೇಲೆ ಯಾರಾದ್ರೂ ತೆಗೆದರೋ ಏನೋ" ಅಂದಿದ್ದೇ ತಡ, ನಂದಿತಾ ಮೇಲೆದ್ದಳು. ಅದು ಬಂಗಾರದ ಮೇಲಿನ ಆಸೆಯಲ್ಲ ಅಂದಿನ ಆ ಸ್ಥಿತಿಯಲ್ಲಿನ ಚಿಂತುವನ್ನು ಚಿತ್ರಿಸಲು ಅದರ ಅಗತ್ಯವಿದೆಯೆನಿಸಿತು.

"ನಿಮ್ಗೆ ಆ ಸ್ಥಳದ ನೆನಪು ಪರ್ಫೆಕ್ಟ್ ಆಗಿ ಇರುತ್ತೆ. ಪ್ರಯೋಗಾಂತ ಅಲ್ಲಿ ಅಗೆದು ಯಾಕೆ ನೋಡಬಾರ್ದು? ಬೆಳಿಗ್ಗೆ ಜನಗಳ ಓಡಾಟ ಇರುತ್ತೆ. ಈಗ ಅಂಥ ಪ್ರಯತ್ನ ಯಾಕೆ ಮಾಡ್ಬಾರ್ದು?" ಇಂಥದೊಂದು ಸಲಹೆಯನ್ನು ಅವರ ಮುಂದಿಟ್ಟಿದ್ದಕ್ಕೆ ನಕ್ಕರು.

ಆ ಬಗ್ಗೆ ನಂದಿತಾದು ವಿಪರೀತ ಕುತೂಹಲ. ಮಲಗಿದ ಮೇಲೂ ನಿದ್ದೆಯಲ್ಲೂ ಪುಟ್ಟ ಚಿರಂತನ ಭಯ, ಆತಂಕದ ಜೊತೆ ನಂಬಿಕೆಯಿಂದ ಒಂದು ಬಂಗಾರದ ಕಾಸು ಸಿಗದೇ, ಇಡೀ ಕಾಸಿನ ಸರವನ್ನೇ ಹೂತಿಡುತ್ತಿದ್ದ ಚಿತ್ರ. ಇಲ್ಲಿಗೆ ಬಂದ ಮೇಲೆ ಸ್ವಲ್ಪ ಚಿರಂತನ್‌ದತ್ ಜೀವನ ಶೈಲಿ ಬದಲಾಗಿತ್ತು. ತಂದೆಗಿಂತ ಮೊದಲೇ ಎದ್ದ ನಂದಿತಾ ಹಿಂದೆ ಇದ್ದ ಕೊಟ್ಟಿಗೆಗೆ ಹೋದಳು. ಹಸು, ಸಗಣಿ, ಗಂಜಲದಿಂದ ಸಮೃದ್ಧವಾಗಿರುತ್ತಿದ್ದ ಕೊಟ್ಟಿಗೆ ಪಾಳು ಬಿದ್ದಿತ್ತು. ಒಂದು ಕಡೆ ಮೇಲ್ಛಾವಣಿ ಸಮೇತ ಗೋಡೆಗಳು ಕುಸಿದು ಕಲ್ಲು ಅಲ್ಲಲ್ಲಿ ಹರಡಿಕೊಂಡಿದ್ದರೆ, ಮಣ್ಣು ಗುಪ್ಪೆಯೊಂದು ಹರಿದು ಹೋಗಿ ಕಲ್ಲುಗಳು ತೇಲುತ್ತಿತ್ತು ಅನಾಥವಾಗಿ.

ಗತ ವೈಭವದ ಒಂದು ಸಂಕೇತವಾಗಿ ಕಂಡಿತು.

"ಪೂರ್ವದ ಈಶಾನ್ಯ ಭಾಗದಲ್ಲಿ ಹಳ್ಳ ತೆಗೆದು ಹೂತಿಟ್ಟಿದ್ದು. ಶಾಸ್ತ್ರ, ಸಂಪ್ರದಾಯ, ದಿಕ್ಕುಗಳ ಬಗ್ಗೆ ನಂಗೆ ಒಳ್ಳೆ ಜ್ಞಾನ ಇತ್ತು. ಅದು ತಾತನ ಪ್ರಭಾವದಿಂದ ಬಂದಿದ್ದು. ಆ

ಸಂದರ್ಭದಲ್ಲಿ ನೆನಪು ಚೆನ್ನಾಗಿದೆ. ಆ ಅಂಚಿಗೆ ಒಂದು ಕಬ್ಬಿಣದ ಗಟ್ಟಿ ಅಂಥದ್ದು ಹೂಳಿದ್ದರು" ಅಂತ ಹೇಳಿದ್ದು ನೆನಪಿನಲ್ಲಿ ಇಟ್ಟುಕೊಂಡು ಪೂರ್ವ ಈಶಾನ್ಯ ದಿಕ್ಕನ್ನು ಲೆಕ್ಕ ಹಾಕಿ ಪುಟ್ಟ ಹಾರೆಯಿಂದ ಅಗೆದ ಕೂಡಲೇ ಟಣ್ ಎಂದಿತು. ನೆಲದ ಸವೆತದಿಂದ ಅಂದು ಹೂಳಿದ ಚಂಬು ಸ್ವಲ್ಪ ಮೇಲೆಯೇ ಇತ್ತು. ಮೆತ್ತಗೆ ಎತ್ತಿ ಕೊಂಡವಳು ತುಂಬಿಕೊಂಡಿದ್ದ ಮಣ್ಣನ್ನು ತೆಗೆಯಲಾಗದೇ ಕೂತಳು. ಅದೊಂದು ದೊಡ್ಡ ಸಾಹಸ, ಅಡ್ವೆಂಚರ್. ಅಂದಿನ ಹುಡುಗ ಚಿರಂತನ್‌ದತ್‌ನ ಕಲ್ಪಿಸಿಕೊಂಡಳು. ಅತ್ಯಂತ ಸ್ಫೂರದ್ರೂಪಿ ವ್ಯಕ್ತಿತ್ವ ಚಿರಂತನ್‌ದತ್‌ದು. ಅಂದು ಸ್ಮಾರ್ಟ್ ಬಾಯ್ ಆಗಿದ್ದರು!

ಆ ವೇಳೆಗೆ ಚಿರಂತನ್‌ದತ್ ಎದ್ದಿದ್ದರು. ಅವರ ಮುಂದೆ ಆ ಚೆಂಬನ್ನು ಇಟ್ಟಾಗ ಹುಬ್ಬೇರಿತು. "ಮೈಗಾಡ್, ನೀನ್ಯಾಕೆ ತೆಗೆಯೋಕೆ ಹೋದೆ? ಹುಳ, ಹುಪ್ಪಟೆ, ಹಾವು, ಚೇಳುಗಳಿಗೆ ಪಾಳು ಬಿದ್ದ ಸ್ಥಳಗಳೇ ವಾಸಸ್ಥಾನ" ಗಾಬರಿಯಾದರು.

ಅದನ್ನೊಯ್ದು ಬಾಗಿಲಿನಿಂದ ಆಚೆ ಹಿತ್ತಲಲ್ಲಿ ತಲೆಕೆಳಗಾಗಿ ಬೋರಲು ಹಾಕಿ ಒಂದೆರಡು ಸಲ ನೆಲಕ್ಕೆ ಬಡಿದರು. ಆ ಜಾಗದಲ್ಲಿ ಮಳೆಗಾಲದಲ್ಲಿ ಸೋರಿ ತೇವಾಂಶ ತುಂಬಿಕೊಂಡಿತ್ತೇನೋ, ಅಷ್ಟಿಷ್ಟು ಉದುರುತ್ತ ಹೋಗಿ ಕಡೆಯಲ್ಲಿ ಮಣ್ಣು ಅಂಟಿ ಹೊಳಪು ಕಳೆದುಕೊಂಡ ಕಾಸಿನ ಸರ ಕೆಳಗೆ ಬಿತ್ತು.

"ಇದೇ..." ಉದ್ಗರಿಸಿದರು.

ವಿಜ್ಞಾನಿ ಹಲವಾರು ವರ್ಷಗಳ ಸಾಧನೆಯ ಯಶಸ್ಸು ಗಳಿಸಿದ ಕ್ಷಣವೆನ್ನುವಂತೆ ಹರ್ಷಿಸಿದರು. ನಂದಿತಾ ಅದನ್ನು ತೊಳೆದು ಒರೆಸಿ ತಂದೆಯ ಮುಂದೆ ಇಟ್ಟಾಗ "ಗೌರಿ, ವರಮಹಾಲಕ್ಷ್ಮಿ ಹಬ್ಬಗಳಲ್ಲಿ ಕಾಸಿನ ಸರವನ್ನ ದೇವರ ಕುತ್ತಿಗೆಗೆ ಹಾಕಿ ಪೂಜಿಸುತ್ತಿದ್ದುದ್ದು ನೆನಪಿದೆ."

ಅದರಿಂದ ಎಷ್ಟೋ ನೆನಪುಗಳು ದಾಳಿ ಇಟ್ಟವು. ಒಂದೊಂದಾಗಿ ಮಗಳ ಮುಂದೆ ಬಿಡಿಸಿಟ್ಟರು. ಸ್ನಾನ ಮುಗಿಸುವ ವೇಳೆಗೆ ನಂಜುಂಡಿ ಹಾಜರಾಗಿದ್ದ.

"ನೆನ್ನೇ ಇಲ್ಲೇ ಉಳ್ಕೊಂಡೆ. ನೀನು ಮುಖ್ಯವಾಗಿ ನೋಡಬೇಕಾದ ಮನೆಯೊಂದಿದೆ. ಕೃಷ್ಣ ಜೋಯಿಸರು ಗೊತ್ತಲ್ಲ? ಅಪ್ಪ ಅವರ ಬಗ್ಗೆ ತುಂಬ ಹೇಳೋರು. ಆ ಕುಟುಂಬದ ಮುಕ್ತಾಯ ಪೂರ್ತಿ ದುರಂತದಲ್ಲಿ. ಮನೆ ಹಾಳು ಬಿದ್ದಿದೆ. ನಂದಿತಾಮ್ಮ, ಏನು ಮಾಡೋದು ಬೇಡ. ಇಲ್ಲೇ ಹೋಟಲಲ್ಲಿ ಇಡ್ಲಿ, ಕಾಫಿಗೆ ಹೇಳಿ ಬಂದಿದ್ದೀನಿ. ಸ್ಟಾರ್ ಹೋಟೆಲುಗಳ ಥಳಕು ಬಳಕು ಇಲ್ಲದಿದ್ದರೂ ಶುಚಿ, ರುಚಿಯಾಗಿಯೇ ಮಾಡ್ತಾನೆ. ಪಂಡಿತ, ಅವನಪ್ಪ ತಾತ ವೈದ್ಯರಾಗಿದ್ದವರು. ಇವನ ತಲೆಮಾರಿಗೆ ಅದು ಒಗ್ಗಲಿಲ್ಲ. ಆರಾಮಾಗಿ ಹೋಟೆಲ್ ಇಟ್ಟುಕೊಂಡಿದ್ದಾನೆ. ವ್ಯಾಪಾರ ಪರ್ವಾಗಿಲ್ಲ. ಇಲ್ಲಿನ ಮಸಾಲೊಡೆ ರುಚಿಗೆ ಹೊರಗಿನಿಂದ ಬರ್ತಾರೆ. ಎಷ್ಟೋ ವರ್ಷಗಳಾಗಿ ಹೋಯ್ತು. ನಮ್ಮಗಳ ಸಂಪರ್ಕ ತಪ್ಪಿ ಈ ನೆವದಲ್ಲಾದ್ರೂ ಒಂದು ಜವಾಬ್ದಾರಿಯೊರೆಸಿದ್ದು ಸಂತೋಷ. ಬಾಲ್ಯದ ದಿನಗಳನ್ನು ನೆನಪಿಸಿಕೊಂಡು ಅಂಕಣಕೊಪ್ಪಕ್ಕೆ ಬಂದಿದ್ದು ತುಂಬ ಸಂತೋಷ" ಅತ್ಯಂತ ಸರಳವಾಗಿ ಹೇಳಿಕೊಂಡ. ವಯಸ್ಸು ಕಳೆದಂತೆ ಹಳೆ ಬಂಧುಗಳು, ಜಾಗ ಇಷ್ಟವೆನಿಸಿ ಬಿಡುತ್ತೆ.

ಹೋಟೆಲ್‌ನಿಂದ ಇಡ್ಲಿ, ವಡೆ, ಕಾಫಿ ಬಂತು. ಮೂವರು ಕೂತು ತಿಂದರು. "ಸಂಬಂಧದಲ್ಲಿ ನೀನು ನಂಗೆ ಮಾವನ ವರಸೆ. ನಿನ್ಮಗ್ಳು ಮಾತ್ರ ಸಾವಿರದಲ್ಲಿ ಒಂದು. ಎಷ್ಟು ಲಕ್ಷಣವಾಗಿ ಸೀರೆ ಉಡ್ತಾಳೆ. ಹಣೆಗೆ ಇಡ್ತಾಳೆ. ಈಗನ ಕಾಲಕ್ಕೆ ಇದೆಲ್ಲ ತುಂಬ ಅಪರೂಪ. ಕಾಲೇಜು ಅಂಥದೇನಾದ್ರೂ ಓದಿದ್ದಾಳಾ?" ಕುತೂಹಲದ ಪ್ರಶ್ನೆಗೆ ಇಬ್ಬರು ನಕ್ಕರು. "ನನ್ನ ಹೆಂಡ್ತಿ ಜಾನಕಿನ ನೀನು ಬಹುಶಃ ನೋಡಿಲ್ಲ, ಅವಳ ಮಗಳು ಇವಳು. ಅದೇ ಸಂಪ್ರದಾಯ, ಆಚಾರ, ವ್ಯವಹಾರ ಲೆಕ್ಕಾಚಾರದಲ್ಲಿ ಮಾತ್ರವಲ್ಲ, ಪ್ರೀತಿ, ವಿಶ್ವಾಸಗಳಲ್ಲಿ ಕೂಡ ಅಷ್ಟೆ" ಹೆಂಡತಿಯ ಮೇಲಿನ ಅಭಿಮಾನದ ಒಲವು ಅವರ ಮಾತುಗಳಲ್ಲಿ ವ್ಯಕ್ತವಾಯಿತು.

ಎಲ್ಲ ಬೇಗ ಬೇಗನೆ ಮುಗಿಸಿಕೊಂಡು ಮಾತುಗಳಲ್ಲಿಯೇ ಪಕ್ಕದ ಬೀದಿಯಲ್ಲಿದ್ದ ಜೋಯಿಸರ ಮನೆ ಬಳಿ ಹೋದವರು ದಿಗ್ಭ್ರಾಂತರಾಗಿ ನಿಂತು ಬಿಟ್ಟರು. ಹಿಂದೆ ಹೆಚ್ಚು ಕಡಿಮೆ ಪ್ರತಿ ನಿತ್ಯ ಅಂದುಕೊಂಡರೂ ತಪ್ಪಲ್ಲ, ಮುಂಬಾಗಿಲಿಗೆ ಹಚ್ಚ ಹಸುರಿನ ಮಾವಿನೆಲೆಯ ಶೃಂಗಾರ, ಹೊಸಲಿಗೆ ಅರಿಶಿನ ಕುಂಕುಮದ ಶೃಂಗಾರ. ಮುಂದೆ ಬೃಂದಾವನ ಕಳೆಕಳೆಯಾಗಿ ಕಾಣುತ್ತಿತ್ತು. ಅದಕ್ಕೆ ಕಾರಣ ಪ್ರತಿದಿನ ಯಾವುದಾದರೂ ಪೂಜೆ, ವ್ರತ, ಇರುವುದರ ಜೊತೆಗೆ ಮನೆಯ ತುಂಬು ಊರಿನ ಮುತ್ತೈದೆಯರ ಸಂಭ್ರಮವಿರುತ್ತಿತ್ತು. ಸಂಜೆಯ ಸಮಯದಲ್ಲಿ ಭಾಗವತ, ಪುರಾಣ ಪುಣ್ಯಕತೆಗಳ ಪಠಣ-ವಯಸ್ಸಾದ ಜನ ಬಂದು ಕೂಡುತ್ತಿದ್ದರು. ಹಣ್ಣು, ಹೂ, ಕಾಯಿ, ನೈವೇದ್ಯ ಜೊತೆ ಹೂ, ಊದುಬತ್ತಿ, ಕರ್ಪೂರಗಳ ಸುವಾಸನೆ.

ಅದೆಲ್ಲ ಗತ ವೈಭವವೆನಿಸಿತು ಚಿರಂತನ್ ದತ್‌ಗೆ. ಪ್ರತಿ ಪೂರ್ಣಿಮೆಯಲ್ಲಿ ಸತ್ಯನಾರಾಯಣ ಪೂಜೆ. ಕಾಶಿನಾಥಯ್ಯನವರು ಹೋಗದಿದ್ದರು ಒಂದು ದೊನ್ನೆ ಪ್ರಸಾದ ಇವರ ಮನೆಗೆ ಬಂದು ತಲುಪುತ್ತಿತ್ತು. ಲಕ್ಷ್ಮಿಪೂಜೆ, ಗೌರಿಪೂಜೆ, ಅನಂತನವ್ರತ... ಇಂಥ ಒಂದಾ... ಎರಡಾ... ಆ ಮನೆಯಲ್ಲಿ ನಡೆಯುತ್ತಿತ್ತು. ಅಂತು ಸದಾ ಸೌಭಾಗ್ಯದಿಂದ ಕಂಗಳೊಳಿಸುತ್ತಿದ್ದ ಮನೆ ಇಂದು ಪಾಳು ಬಿದ್ದಿತ್ತು! ಅಂದರೆ ಈ ಮನೆಯ ಪುಣ್ಯವಿಶೇಷ ಝುಟಪಟನೆ ಮುಗಿಯಿತಾ? ಅರ್ಥವಾಗದ ಸಂಕಟ ಎದೆಯಲ್ಲಿ.

"ಕೃಷ್ಣ ಜೋಯಿಸರು, ಅವ್ರ ಹೆಂಡತಿ ರುಕ್ಮಿಣಮ್ಮ ಆ ಕಾಲದ ಜನರಿಗೆ ದೇವತಾ ಪುರುಷರು. ತಾವು ಬೆಳೆಯುವ ಬೆಳೆಯಲ್ಲಿ ಮೊದಲ ಒಂದು ಪಾಲನ್ನು ಈ ಮನೆಯವರಿಗಾಗಿ ತೆಗೆದಿಡುತ್ತಿದ್ದರು. ಜೋಯಿಸರದು ಮೃದುವಾದ ಸ್ವಭಾವ. ಪ್ರವಚನಕ್ಕೆ ಕೂತರೆ ಭಕ್ತಿ ಪರವಶರಾಗಿಬಿಡುತ್ತಿದ್ದರು. ನಾನು ಬಂದು ತಾತ, ಅಜ್ಜಿ ಜೊತೆಯಲ್ಲಿ ಪುರಾಣ ಕೇಳಲು ಕೂತ್ಕೋತಾ ಇದ್ದೆ. ಮಧ್ಯೆ ಮಧ್ಯೆ ದೇವರ ನಾಮ ಸೇರ್ಪಡೆ. ಅಂದು ಏನೋ ಒಂದು ದುರಂತ, ಅವ್ರ ಮಕ್ಕಳು ನಾರ್ಮಲ್ಲಾಗಿರಲಿಲ್ಲ. ಮೊದಲನೆ ಮಗಳು ಪೂರ್ತಿಮೂಕಿ, ಕಿವಿ ಕೇಳಿಸುತ್ತಿರಲಿಲ್ಲ. ಕಣ್ಣು ಕೂಡ ಮಬ್ಬು ಮಬ್ಬು. ಎರಡನೆಯವಳು ಸ್ವಲ್ಪ ಚುರುಕು, ಕಣ್ಣುಗಳು ಕಾಣಿಸುತ್ತಿತ್ತು. ಹುಟ್ಟ ಮೂಗಿ... ಕಿವಿ ಕೇಳಿಸುತ್ತಿರಲಿಲ್ಲ. ಇನ್ನ ಗಂಡು ಮಕ್ಕಳು, ಒಬ್ಬನದು ಇನ್ನು ಐದು ವರ್ಷ ವಯಸ್ಸಿನ ಬೆಳವಣಿಗೆ ಇಲ್ಲದ ಮಿದುಳು. ಕೊನೆಯವನದು ನರ ಸಂಬಂಧಿ ವ್ಯಾಧಿ-ಇದು ನಾನು ನೋಡಿದ ಕೃಷ್ಣ

ಜೋಯಿಸರ ಮನೆ ಚಿತ್ರ. ಎರಡನೆಯ ಹುಡುಗಿ ಕೈ, ಬಾಯಿ ತಿರುಗಿಸುತ್ತ ಎಲ್ಲರೊಂದಿಗೂ ಸನ್ನೆಯಲ್ಲಿಯೇ ಸಂಭಾಷಿಸುತ್ತ ಎಲ್ಲರ ಮಧ್ಯೆ ಓಡಾಡಿಕೊಂಡು ಇರುತ್ತಿದ್ದಳು. ಮೊದಲನೆಯವಳು ಓಡಾಟವೇ ಕಮ್ಮಿ, ಆದರೆ ಪಾತ್ರೆ ತೊಳೆಯುವುದು, ಮನೆ ಸಾರಿಸುವುದು ಅಂಥ ಕೆಲಸಗಳು ಮಾಡೋಷ್ಟು ನಿಪುಣಳು" ತಾವು ನೋಡಿದ ಚಿತ್ರವನ್ನು ಬಿಡಿಸಿಟ್ಟರು. ಮಂಗಳಾರತಿ, ಗಂಟೆಯ ಸದ್ದಿನೊಂದಿಗೆ ಇಡೀ ಕೃಷ್ಣ ಜೋಯಿಸರ ಮನೆಯವರು ಬಂದು ಕಣ್ಮುಂದೆ ನಿಂತಂತಾಯಿತು.

ನಂದಿತಾಳ ಬಾಯಿಂದ ಮಾತುಗಳೇ ಹೊರಡಲಿಲ್ಲ. ಇಷ್ಟು ಪುಣ್ಯ ಸಂಚಯ ಮಾಡುತ್ತಿರುವ ದಂಪತಿಗಳಿಗೆ ಹಿಂದಿನ ಜನ್ಮದ ಪಾಪಗಳು ಈ ರೀತಿ ಮಕ್ಕಳಾಗಿ ಹುಟ್ಟಿ ಬಂದು ಕಾಡುತ್ತಿದೇಯೋ? ಸೃಷ್ಟಿ ನಿಯಮ ಅತಿಕ್ರಮಿಸಿದಾಗ ನಿಸರ್ಗ ಕೊಡುವ ಶಿಕ್ಷೆ?

"ಹೌದು, ಹತ್ತೂರಿನ ಜನ ಹಿರಿಯರು, ಕೃಷ್ಣ ಜೋಯಿಸರ ದೈವ ಭಕ್ತಿ, ಒಳ್ಳೆಯತನವನ್ನು ಈಗ್ಲೂ ನೆನಸ್ಕೋತಾರೆ. ಗಂಡ-ಹೆಂಡತಿ ಒಂದೇ ವರ್ಷದಲ್ಲಿ ತೀರಿಕೊಂಡಾಗ, ತೋರಣದಂತೆ ಈ ಮನೆಯ ಭಾಗ್ಯ ಒಣಗಿಹೋಯಿತು. ಊರಿನ ಜನ ಅಯ್ಯೋ! ಎಂದು ಈ ನಾಲ್ವರು ನತದೃಷ್ಟರಿಗೆ ಸಹಾಯಕರಾಗಿ ನಿಂತರು. ಕೊನೆಯವನು ಪರವಾಗಿಲ್ಲವೆಂದು ಅವನಿಗೆ ವಿವಾಹ ಮಾಡಿದ್ರು. ಬಂದ ಮಹತಾಯಿ ಮೂರು ತಿಂಗಳಿಗೆ ತೀರಿಕೊಂಡ್ಲು. ಅವ್ನು ಹೊಳೆಯಲ್ಲಿ ಬಿದ್ದು ಸತ್ತ. ಹಿರಿಯ ಮೂಗಿಯ ಸೆರಗಿಗೆ ಅಡಿಗೆ ಮಾಡೋವಾಗ ಬೆಂಕಿ ಹತ್ತಿಕೊಂಡಿತು, ಚಿಕ್ಕವಳು ಮನೆಯಲ್ಲೇ ಇದ್ಲು. ಕಿರಿಚಾಟ ಕೇಳಲೇ ಇಲ್ಲ. ಎದುರು ಮನೆಯವರು ಸಾರು, ಹುಳಿ ಕೊಡಲು ಬಂದಾಗ ಅವಳು ಕರಕಲಾಗಿದ್ದಳು. ಚಿಕ್ಕವಳು ಇದು ಯಾವುದು ತನಗೆ ಗೊತ್ತೆ ಇಲ್ಲ ಎನ್ನುವಂತೆ ಅಂಗಳದಲ್ಲಿ ಬಿಟ್ಟ ನಿತ್ಯ ಮಲ್ಲಿಗೆಯ ಮೊಗ್ಗುಗಳನ್ನು ಕಟ್ಟುತ್ತಿದ್ದಳು. ಅವರು ಕೈಯಲ್ಲಿದ್ದಿದ್ದು ಅಲ್ಲೇ ಬಿಸಾಕಿ ಇವಳನ್ನ ಎಳೆದೊಯ್ದು ನಿಲ್ಲಿಸಿದಾಗ ದೊಡ್ಡ ದನಿಯಲ್ಲಿ ಬಾಯಿ ಬಡಿದುಕೊಂಡಿದ್ದಷ್ಟೆ. ಅಂದು ಇಡೀ ಊರಿನ ಜನ ಸೇರಿ ಕಣ್ಣೀರಿಟ್ಟರಂತೆ. ಇನ್ನೊಬ್ಬ ಪೆದ್ದ ಅಲ್ಲಿ, ಇಲ್ಲಿ ಭಿಕ್ಷೆ ಬೇಡೋಕೆ ಷುರು ಮಾಡಿದ. ದೇವಸ್ಥಾನದ ಬಳಿ ಹೋಗಿ ಕೂಡುತ್ತಿದ್ದ. ಒಂದು ದಿನ ಎಲ್ಲಿ ಹೋದನೋ, ಇಂದಿಗೂ ಪತ್ತೆ ಇಲ್ಲ. ಒಂಟಿ ಹೆಣ್ಣು ಮೂಗಿಯೆಂದು ಎದುರು ಮನೆಯವರು ಕರೆದೊಯ್ದು ಇಟ್ಟುಕೊಂಡಿದ್ದಾರೆ. ಈ ಮನೆ ಪಾಳು ಬಿದ್ದಿದೆ. ವಾರಸುದಾರರು ಮಾತ್ರವಲ್ಲ ಕೊಂಡುಕೊಳ್ಳೋ ಜನ ಕೂಡ ಇಲ್ಲ" ನಂಜುಂಡಿ ವ್ಯಥೆಯ ಸ್ವರದಲ್ಲಿ ನುಡಿದ. ದುರಂತ ಚಿತ್ರಣವೆನಿಸಿತು.

ತಂದೆ, ಜಗಳ ಬಾಯಿಂದ ಮಾತೇ ಹೊರಡಲಿಲ್ಲ.

"ಒಳ್ಗೆ ಹೋಗಿ ನೋಡಬಹುದಾ?" ಕೇಳಿದಳು ನಂದಿತಾ.

"ನೋಡ್ಬಹ್ದು, ಕೃಷ್ಣ ಜೋಯಿಸರ ಹಿರಿ ಮಗಳು ಸುಟ್ಟು ಕರಕಲಾದಳಲ್ಲ, ಅವಳು ದೆವ್ವವಾಗಿ ರಾತ್ರಿಯೆಲ್ಲ ಕಿರಿಚಾಡುತ್ತಾಳೆ, ಮೈಗೆ ಬೆಂಕಿ ಹತ್ತಕೊಂಡಂಗೆ. ಸ್ವತಃ ನೋಡಿದ್ದೀವಿ ಅಂತಾರೆ. ಅಂತು ಪಂಚಾಯಿತಿಯವರು ಮಾರೋ ವಿಷ್ಯ ಎತ್ತಿದರು ಯಾರು ತಗೊಳ್ಳೋರು ಇಲ್ಲ. ಶಾಂತಿ ಅಂಥದೆಲ್ಲ ಮಾಡಿಸಿ ಸ್ಕೂಲು ಅಂಥದೇನಾದ್ರೂ ಕಟ್ಟಿಸಬೇಕೂಂತ ಊರಿನ

ಹಿರಿಯ ಮುಖಂಡರು ತೀರ್ಮಾನ ಮಾಡಿದರು. ಅದು ನೆನೆಗುದಿಗೆ ಬಿದ್ದು ಹೋಗುತ್ತೆ" ನಂಜುಂಡಿ ಎಂದು ಹೇಳುತ್ತ ಗೇಟು ಇಲ್ಲದ ಬರೀ ಇಟ್ಟಿಗೆಯ ಕಾಂಪೌಂಡ್ ಹೊಕ್ಕವನು ಮುಂಬಾಗಿಲಿಗೆ ಹಾಕಿದ್ದ ಬೀಗನ ಅಲ್ಲಾಡಿಸಿದ ಕೂಡಲೇ ತೆರೆದುಕೊಂಡಿತು.

ಎದುರು ಮನೆಯಲ್ಲಿ ಮೂಗಿ ಕೈ ಬಾಯಿ ಸನ್ನೆ ಮಾಡುತ್ತ ದೊಡ್ಡದಾಗಿ ಜಗಳ ಮಾಡುತ್ತ ಬಂದಾಗ ನಂಜುಂಡಿ ಸನ್ನೆ ಮಾಡುತ್ತ, ಚಿರಂತನ್‌ದತ್ತ ಅವರ ಮಗಳನ್ನು ನೋಡುತ್ತ, ಎಲ್ಲಾ ವಿವರಿಸಿದ ನಂತರ ಕೋಪ ಕಮ್ಮಿಯಾಗಿ ಬನ್ನಿ ಎನ್ನುವಂತೆ ಒಳಗೆ ಕರೆದೊಯ್ದಳು.

ಸಗಣಿಯಿಂದ ಸಾರಿಸಿದ ನೆಲ ಧೂಳು ತುಂಬಿಕೊಂಡೇನು ಇರಲಿಲ್ಲ. ಪ್ರತಿದಿನ ತಾನು ಬಂದು ಅಚ್ಚುಕಟ್ಟು ಮಾಡುವ ಬಗ್ಗೆ ಸನ್ನೆ ಮಾಡಿ ಚಾಪೆ ಹಾಸಿ, 'ಹ್ಞೂಂ' ಎನ್ನುತ್ತ ಹೇಳುವಲ್ಲಿನ ಅವಳ ಉತ್ಸಾಹದ ಹಿಂದೆ ದೊಡ್ಡ ದುರಂತದ ಕತೆ ಇತ್ತು.

ತನ್ನ ತಂದೆ ಪ್ರವಚನಕ್ಕೆ ಕೂಡುತ್ತಿದ್ದ ಸ್ಥಳ, ಪೂಜಾ ಸಲಕರಣೆಗಳು, ಸತ್ಯನಾರಾಯಣ ಪೂಜೆಯ ಮಂಟಪ ಎಲ್ಲವನ್ನು ತೋರಿಸಿ ನಂದಿತಾ ಸೀರೆ ಮುಟ್ಟಿ ತುಂಬ ಚೆನ್ನಾಗಿದೆಯೆನ್ನುವ ಭಾವ ವ್ಯಕ್ತಪಡಿಸಿದಾಗ 'ನಿನಗೆ ಅಂಥ ಸೀರೆ ಬೇಕಾ?' ಸನ್ನೆ ಮಾಡಿದಾಗ ಅವಳ ಕಣ್ಣುಗಳು ಅರಳಿತು. ತಾನು ಉಟ್ಟ ಸಾಧಾರಣ ಸೀರೆ ಚೆನ್ನಾಗಿಲ್ಲವೆನ್ನುವಂತೆ ಮುಖ ಮಾಡಿದ್ದು ಹೃದಯ ವಿದ್ರಾವಕ ಸಂಗತಿ.

ಚಿರಂತನ್‌ದತ್ ಬಾಯಿಂದ ಮಾತುಗಳೇ ಹೊರಡಲಿಲ್ಲ. ಚಿಕ್ಕ ವಯಸ್ಸಿನಲ್ಲಿ ಈ ಕುಟುಂಬ ಪ್ರತಿಯೊಬ್ಬರನ್ನು ನೋಡಿದ್ದುಂಟು. ಕೃಷ್ಣ ಜೋಯಿಸರ ಪುಣ್ಯ ಸಂಪಾದನೆಯೆಲ್ಲ ಎಲ್ಲಿ ಹೋಯಿತು? ಅದು ಬರೀ ಸ್ವಂತಕ್ಕೆ ಸಂಪಾದನೆಯೇ? ಈ ಲಾಜಿಕ್ ಬೇಸರ ತರಿಸಿತು.

"ಇವಳಿಗೆ ವಯಸ್ಸಾಗಿದೆ, ಆದರೆ ಮಗುವಿನ ಮನಸ್ಸೇ. ಇವಳು ಇರೋದು ಎದುರು ಮನೆಯಲ್ಲಿ. ಏನು ಅನಾಹುತವಾಗಬಾರದೆಂದು ಅವರುಗಳಲ್ಲಿ ಯಾರಾದರೊಬ್ಬರು, ಒಂದೆರಡು ಗಂಟೆ ಇಲ್ಲಿಗೆ ಬರ್ತಾರೆ. ಇವಳು ಇದನ್ನೆಲ್ಲ ಅಚ್ಚುಕಟ್ಟು ಮಾಡಿ ಬೀಗ ತಗುಲಿಸಿ, ಅಂಗಳದಲ್ಲಿ ಬಿಡೋ ಹೂಗಳನ್ನೆಲ್ಲ ಶೇಖರಿಸಿಕೊಂಡು ಹೋಗ್ತಾಳೆ. ಊರಿನ ಮುಖಂಡರು ಮಾರಿ ಬಿಡೋ ಯೋಚ್ನೇ ಮಾಡಿದ್ದರು. ಒಂದು ತರಹ ಹೆದರಿಕೆ. ಹಿರಿ ಮೂಗಿ ಸುಟ್ಟುಕೊಂಡಂದಿನ ಆರ್ತನಾದ ರಾತ್ರಿಯ ವೇಳೆ ಕೇಳಿ ಬರುತ್ತಂತೆ" ಮತ್ತಷ್ಟು ಕತೆ ಹೇಳಿದ ನಂಜುಂಡಿ ಮತ್ತೊಮ್ಮೆ.

ಎಲ್ಲಾ ಹೊರಗೆ ಬಂದಾಗ ಮೂಗಿ ಬೀಗ ತಗುಲಿಸಿ, ಹಿಂದಕ್ಕೆ ಬಂದವಳು ಅವಳ ಸೀರೆ ಮುಟ್ಟಿ ನೋಡಿ ತನಗೂ ಇಂತಹದು ಬೇಕೆಂದು ಮುಖ ಮಾಡಿದಾಗ 'ನನ್ನೊಜತೆ ಬಾ, ಕೊಡ್ತೀನಿ' ಅಂದಾಗ ನಂಜುಂಡಿ ಹೋಗಿ ಎದುರು ಮನೆಯಲ್ಲಿ ಹೇಳಿ ಬಂದ.

ಕಾದಿದ್ದ ಗುಣ ತಮ್ಮ ಮನೆಗೆ ಊಟಕ್ಕೆ ಬರಬೇಕೆನ್ನುವ ಆಹ್ವಾನ ಕೊಟ್ಟು "ನಮ್ಮಮ್ಮ ಭವಾನಿ ಬಂದಿದ್ದಾಳೇಂತ ಹೇಳೂಂತ ಹೇಳಿದ್ಲು. ಅದೇ... ಭವಾನಿ..." ನೆನಪಿಸಿಕೊಂಡಂತೆ ಹೇಳಿದಾಗ ಚಿರಂತನ್‌ದತ್ ಬೆವತರು. ಭವಾನಿ ಕೂಡ ಬೋಲ್ಡ್. ಬಹಳ ಗೋಳು

ಹೋಯ್ದುಕೊಂಡರೂ ಏನೋ ಒಂದು ವಿಧವಾದ ಅಟ್ರಾಕ್ಷನ್. ಅವಳ ನೋಟಕ್ಕೆ ಅಂದು ಕಾದಿದ್ದಿತ್ತು.

ನಂದಿತಾ ಒಂದಿಷ್ಟು ಜೋರಾಗಿಯೇ ನಕ್ಕು, ತಂದೆಯ ಕಡೆ ತುಂಟ ನೋಟ ಬೀರಿದಾಗ, ಅವರ ಮುಖದ ಮೇಲೆ ಇನ್ನು ಗಾಬರಿ ಇತ್ತು. "ನಂಗೂ ನೋಡೋ ಕುತೂಹಲ, ಅಪ್ಪ. ನಿಮ್ಮ ಬದುಕಿನ ಇಂಚಿಂಚು ಅಕ್ಷರಗಳ ರೂಪದಲ್ಲಿ ಶೇಖರಿಸಿಡೋ ಆಸೆ" ಬಹಳ ಮುಕ್ತವಾಗಿ ನುಡಿದಿದ್ದು.

ಎಲ್ಲೆಡೆ ನೋಟ ಹರಿಸುತ್ತಿದ್ದ ಮೂಗಿ ನಂದಿತಾ ಕೈ ಹಿಡಿದುಕೊಂಡಾಗ, ಅಲ್ಲಿಯೇ ಕೂಡಿಸಿ... ರೂಮ್‌ನಲ್ಲಿದ್ದ ತನ್ನ ಸೂಟುಕೇಸ್ ತೆಗೆದು ತಂದಿದ್ದ ಸೀರೆಗಳನ್ನು ಮುಂದೆ ಹರಡಿಕೊಂಡು ಎರಡು ಸಾಧಾರಣ ಸೀರೆಗಳನ್ನು ಇಟ್ಟುಕೊಂಡು ಉಳಿದ ನಾಲ್ಕೈದು ಸೀರೆಗಳನ್ನು ತಂದು ಅವಳ ಮುಂದಿಟ್ಟು ಆರಿಸಿಕೊಳ್ಳುವಂತೆ ಸನ್ನೆ ಮಾಡಿದ ಕೂಡಲೇ, ಚಪ್ಪಾಳೆ ತಟ್ಟುತ್ತ ಕುಣಿದ ಪರಿ ನೋಡಿ ನಂಜುಂಡಿ ದಂಗಾಗಿ ನಡೆದ.

"ನಂದಿತಾ, ಅವ್ಳಿಗೆ ಗೊತ್ತಾಗೋಲ್ಲ. ಆ ಸೀರೆಗಳೆಲ್ಲ ತನಗೇಂತ ಇಟ್ಟುಕೊಂಡರೇ ಹೆಚ್ಚಲ್ಲ" ಅಂದು ಮೂಗಿಯ ಸಮೀಪಕ್ಕೆ ಹೋಗಿ ಕೈ ಹಿಡಿದು ಅರ್ಥವಾಗುವಂತೆ ಒಂದು ಸೀರೆಯನ್ನು ಮಾತ್ರ ಆರಿಸಿಕೊಳ್ಳುವಂತೆ ಕೈ ಬಾಯಿ ಸನ್ನೆಯಿಂದ ತಿಳಿಸಿದ. ಅವಳಿಗೆ ಎಷ್ಟು ಅರ್ಥವಾಯಿತೋ ಒಂದೆರಡು ಗಂಟೆ ಸೀರೆ ಈ ಕಡೆ ಇಟ್ಟುಕೊಳ್ಳೋದು, ಆ ಕಡೆ ತೆಗೆದಿಡೋದು, ಮುಟ್ಟೋದು ಮೈ ಮೇಲೆ ಹಾಕಿ ಕೊಳ್ಳುತ್ತಲೇ ಇದ್ದಾಗ ನಂದಿತಾ ಒಂದು ನಾಲ್ಕು ಸೀರೆಗಳನ್ನು ಅಯ್ದು ಪ್ಲಾಸ್ಟಿಕ್ ಕವರ್‌ಗೆ ಹಾಕಿ "ಇದೆಲ್ಲ... ನಿಂಗೆ" ಸನ್ನೆ ಮಾಡಿ ಹೇಳಿದಳು.

ಆ ವೇಳೆಗೆ ಅವಳನ್ನು ಪೋಷಿಸುತ್ತಿದ್ದ ಎದುರು ಮನೆಯ ಹುಡುಗಿ ಬಂದು ಕೈ ಹಿಡಿದುಕೊಂಡು 'ಊಟ ಮಾಡೋಕೆ ಬಾ' ಎಂದು ಸನ್ನೆ ಮಾಡಿದಾಗ ಆ ಪ್ಲಾಸ್ಟಿಕ್ ಬ್ಯಾಗ್ ಅವಳಿಗೆ ಏನೇನೋ ಉತ್ಸಾಹದಿಂದ ಹೇಳಿದವಳು ಬಂದು ನಂದಿತಾ ಕೈ 'ಥ್ಯಾಂಕ್ಸ್' ಎನ್ನುವಂತೆ ಕುಲುಕಿ ಹೊರಟವಳನ್ನು ಕಣ್ತುಂಬಿ ನೋಡಿದಳು. ಧನ್ಯತೆ ಇತ್ತು ಆ ಕ್ಷಣ.

ಯಾವುದೇ ಧ್ವನಿಯನ್ನು ಕೇಳಿಲ್ಲ, ಮನದ ಭಾವನೆಗಳನ್ನು ವ್ಯಕ್ತಪಡಿಸಲಾಗಿಲ್ಲ, ಜೊತೆಗೆ ಮಗುವಿನ ಮುಗ್ಧತೆಯಲ್ಲಿ ಆಯುಷ್ಯ ಮುಗಿದು ಹೋಗುತ್ತಿತ್ತು. ಇದು ಶಿಕ್ಷೆನಾ?, ಕರ್ಮಫಲನಾ? ದೈವ ಮುನಿಸಾ?

ನಂದಿತಾ ಮ್ಲಾನವದನಳಾದಳು.

ನಂಜುಂಡಿ ಮತ್ತು ಚಿರಂತನ್‌ದತ್ ಆ ಮನೆಯವರ ಬಗ್ಗೆ ಮಾತಾಡಿದರು. ಒಂದಿಷ್ಟು ಬೆಳಕು ಬೇಡವಾ? ಬರೀ ಕತ್ತಲೆ ಕೃಷ್ಣ ಜೋಯಿಸರ ಮನೆಗೆ ತುಂಬಿದ್ದೇಕೆ?

ಎಷ್ಟೋ ಹೊತ್ತು ಅವಳು ಆ ಗುಂಗಿನಿಂದ ಬರಲಾಗಲಿಲ್ಲ. ಆ ವೇಳೆಗೆ ಮತ್ತೆ ಭವಾನಿ ಮಗಳು ತನ್ನ ತಂದೆಯೊಂದಿಗೆ ಬಂದಿದ್ದು ಆಶ್ಚರ್ಯ "ಇವರು ಭವಾನಿ ಗಂಡ. ಸ್ವತಃ ಅವರೇ ನಮ್ಮನ್ನು ಊಟಕ್ಕೆ ಕರ್ಕೊಂಡು ಹೋಗೋಕೆ ಬಂದಿದ್ದಾರೆ" ಅವಳ

ಧೈರ್ಯಕ್ಕೆ ಬೆರಗಾದರು. ಅದೇ ಅಚ್ಚು, ಅದೇ ಮಾತಿನ ವೈಖರಿ. ಬಾಲ್ಡಿ ತಲೆ, ಅಷ್ಟೇನು ಎತ್ತರವಿಲ್ಲದ ಮನುಷ್ಯ ಕೈ ಜೋಡಿಸಿದರು.

"ನಿಮ್ಮನ್ನು ನೋಡಿ ಸಂತೋಷವಾಯ್ತು. ನನ್ನ ಭವಾನಿ ಎಷ್ಟು ಸಾವಿರ ಸಲ ನಿಮ್ಮ ಹೆಸರನ್ನು ನನ್ಮುಂದೆ ಜಪಿಸಿದ್ದಾಳೋ, ಜೊತೆಗೆ ಒಂದೊಂದು ಪಾಯಿಂಟ್ ಹೇಳಿದ್ದಾಳೆ. ಆ ವಯಸ್ಸಿನ ಸ್ನೇಹ, ಆಕರ್ಷಣೆ ಅದ್ಭುತ. ನನ್ನ ಹೆಸರು ಫಾಲ್ಗುಣಿ ನರಹರಿ ಅಂತ. ಇಂಜಿನಿಯರ್ ಆಗಿ ಒಂದ್ಹತ್ತು ವರ್ಷ ಕೆಲಸ ಮಾಡಿದ್ಮೇಲೆ, ಕೆಲವು ಏಜನ್ಸಿಗಳನ್ನು ತಗೊಂಡು ಸ್ವಂತ ವ್ಯಾಪಾರ ಷುರು ಮಾಡ್ದೆ. ನಂಗೆ ಒಂದು ಕುತೂಹಲದ ಜೊತೆ ಅಸೂಯೆ ಕೂಡ ಇತ್ತು. ಚಿಂತು ಹಾಗೆ... ಹೀಗೇಂತ ಹೇಳ್ತಾನೆ ಇರೋಳು. ಅವಳು ಹೇಳಿದ್ದರಲ್ಲಿ ಸುಳ್ಳು ಇಲ್ಲ. ಈಗ್ಲೂ ತುಂಬ ಚಾರ್ಮಿಂಗ್ ಆಗಿ ಇದ್ದೀರಿ" ಹೊಗಳಿಯೇ ಬಿಟ್ಟ.

ಎಷ್ಟೋ ವಿಭಾಗಗಳಲ್ಲಿ ಸಾರ್ವಜನಿಕ ಸಂಸ್ಥೆಗಳಲ್ಲಿ ದಕ್ಷತೆಯಿಂದ ಕೆಲಸ ಮಾಡಿ ಹೆಸರು ಸಂಪಾದಿಸಿದ ಚಿರಂತನ್‌ದತ್ ಕಕ್ಕಾಬಿಕ್ಕಿಯಾಗಬೇಕಾಯಿತು.

ನಂದಿತಾ, ನಂಜುಂಡಿ ಪ್ರೇಕ್ಷಕರಾಗಬೇಕಾಯಿತು.

ಒಂಥರ್ದ ಗಂಟೆ ಕೂತು ಮಾತಾಡಿಯೇ ಆ ಮನುಷ್ಯ ಕರೆದೊಯ್ದದ್ದು. ಭವಾನಿ ಬಾಗಿಲಲ್ಲಿಯೇ ಎದುರುಗೊಂಡಳು. ವಯಸ್ಸಾದ ಮುಖದಲ್ಲೂ ಕಾತರ ನಿರೀಕ್ಷೆ, ತುಂಟತನಗಳು ಇದ್ದವು.

"ಅಂತು ಚಿಂತು ನಿನ್ನ ನೋಡಿಯೇ ಬಿಟ್ಟೆ. ಇದು ತುಂಬಾ ವರ್ಷಗಳ ಆಸೆ. ಅಕಸ್ಮಾತ್ ನಿನ್ನ ನೋಡದಿದ್ದರೂ ನಂಗೇನು ಅಂಥ ನಿರಾಸೆಯಾಗುತ್ತಿರಲಿಲ್ಲ. ನನ್ನ ನೆನಪಿನಲ್ಲಿ, ಭಾವನೆಗಳಲ್ಲಿ, ನಿನ್ನ ಹಿಡಿದಿಟ್ಟುಕೊಂಡಿದ್ದೆ. ಅದೊಂದು ಮರೆಯಾಗುತ್ತಿರಲಿಲ್ಲ, ಚಿಂತು" ಒಂದಿಷ್ಟು ಭಾವೋದ್ವೇಗದಿಂದ ನುಡಿದಾಗ ಭವಾನಿಯ ಗಂಡ ಚಿರಂತನ್‌ದತ್ ಪಕ್ಕದಲ್ಲಿದ್ದ.

ಚಿರಂತನ್‌ದತ್ ನಾಲಿಗೆಯಲ್ಲಿನ ಪಸೆಯಾರಿತು. ಈ ತರಹ ಮಾತಾಡುವುದು ಎಷ್ಟು ಸರಿಯೆನಿಸಿತು? ಬಲವಂತದ ನಗೆಯನ್ನು ತುಟಿಯ ಮೇಲೆ ಅರಳಿಸಿದರು. ಮಾತಾಡುವ ಪ್ರಯತ್ನವಷ್ಟೆ ಮಾಡಿದರು.

ಅಲ್ಲಲ್ಲಿ ಬಿಳಿಗೂದಲು ಕಾಣುತ್ತಿದ್ದ ಭವಾನಿ, ಜಾನಕಿಯಷ್ಟು ಚೆಂದವಲ್ಲವೆನಿಸಿತು ಚಿರಂತನರಿಗೆ. ಅಂದಿನ ದಿನಗಳಲ್ಲಿ ಭವಾನಿಯ ಕಣ್ನೋಟ, ಮಾತಿಗಾಗಿ ಕಾದಿದ್ದಂತು ಸುಳ್ಳಲ್ಲ. ಈಗಲೂ ಎಗ್ಗಿಲ್ಲದೆ ಏಕವಚನದಲ್ಲಿ ಮಾತಾಡಿಸುವ ರೀತಿಗೆ ಗಾಬರಿಯಾಗಿದ್ದು.

ಎಲೆ ಹಾಕಿ ಬಡಿಸುತ್ತ "ನೀನು ಬಂದಿದ್ದೀಂತ ತಿಳಿದ್ಮೇಲೆ ಅಡ್ಗೆ ರೆಡಿ ಮಾಡಿದ್ದು. ಅಂತುನೀನು ಇಷ್ಟಪಡ್ತಾ ಇದ್ದ ಖಾದ್ಯಗಳೆಲ್ಲ ರೆಡಿ. ಷುಗರ್, ಬಿ.ಪಿ. ಅಂಥದೇನು ಇಲ್ವಾ? ಇದ್ರೂ... ಇದೊಂದು ದಿನ ಪಕ್ಕಕ್ಕೆ ಸರಿಸಿ ಆರಾಮಾಗಿ ಮಾಡಿದ್ದೆಲ್ಲ ಹಾಕ್ಕೊಂಡು ತಿನ್ನು" ಎರಡು ಕಾಯಿ ಹೋಳಿಗೆಯನ್ನು ಬಡಿಸಿಯೇಬಿಟ್ಟಳು ಎಲೆಗೆ.

ಅಂತು ಊಟ ಮುಗಿಸುವ ವೇಳೆಗೆ ಚಿಕ್ಕಂದಿನ ದಿನಗಳನ್ನು ಮೆಲುಕು ಹಾಕುತ್ತ "ನಾನು ಮೊದಲ ಪ್ರೇಮ ಪತ್ರವನ್ನು ಬರೆದದ್ದು ನಿಂಗೇನೆ. ಆ ಪತ್ರ ಬರೆಯೋಕೆ ಎಷ್ಟು ಕಷ್ಟಪಟ್ಟಿದ್ದೆ ಗೊತ್ತಾ? ಬರೆದು... ಬರೆದು... ಪತ್ರ 'ಸಿದ್ದಮಾಡೋ ವೇಳೆಗೆ ಒಂದು ಎಕ್ಸಸೈಜ್ ಪುಸ್ತಕ ಖಾಲಿಯಾಗಿತ್ತು. ಅಂದಿನ ಕಷ್ಟಕ್ಕೆ ನಗು ಬಂದರೂ ಅದೆಷ್ಟು ರಮ್ಯ ನೆನಪಾಗಿದೆ, ಗೊತ್ತಾ? ಬದುಕಿಗೆ ಉತ್ಸಾಹ ತುಂಬೋದು ಈ ನೆನಪುಗಳೇ" ಬಡಬಡ ಹೇಳುತ್ತಲೇ ಇದ್ದಳು.

ಮೊದ ಮೊದಲು ಚಿರಂತನರಿಗೆ ಮುಜುಗರವೆನಿಸಿದರು ನಂತರ ಹಿತವೆನಿಸಿತು. ಅಂದಿನ ತುಂಟ ಭವಾನಿಯ ದಬಾಯಿಸುವಿಕೆ ಜ್ಞಾಪಕಕ್ಕೆ ಬಂತು. ಮೆಲ್ಲ ಮೆಲ್ಲನೆ ಅಲ್ಲಿಗೆ ಜಾರಿದರು. ವಯಸ್ಸಾಗಿರಬಹುದು. ಬದುಕು ಮಾಗಿದೆ. ಆದರೆ ಅದೇ ದಿಟ್ಟತನ, ಮಾತಾಡುವಿಕೆ.

ಊಟ ಮುಗಿಸಿ ಮಾತಿಗೆ ಕೂತಾಗ "ಚಿಂತು, ಏಕಾಂತದಲ್ಲಿ ಆ ಕೆರೆ ಕಟ್ಟೆ ಮೇಲೆ ಕೂತು ಮಾತಾಡಬೇಕೆನಿಸಿದೆ. ದೈವಕೃಪೆಯಿಂದ ಅವಕಾಶಸಿಕ್ಕಿದೆ. ಮತ್ತೆ ನಾವಿಬ್ರೂ ಭೇಟಿ ಆಗ್ತೀವೋ, ಇಲ್ಲವೋ. ಅಂದಿನ ಕದ್ದು ಮುಚ್ಚಿ ಭೇಟಿಯಾಗುವುದರಲ್ಲಿ ಎಂತಹ ಕಾತರವಿತ್ತು., ಆತುರವಿತ್ತು. ಸಂಭ್ರಮ, ಸಂತೋಷಗಳ ಜೊತೆ ಹಿರಿಯರ ಭಯ ಕೂಡ. ಆಗ ನನ್ನ ವಯಸ್ಸು ಹದಿನಾಲ್ಕು ಏನೋ. ಹೈಸ್ಕೂಲಿನಲ್ಲಿ ಓದುವ ಹುಡ್ಗಿ! ನೀನು ಕಾಲೇಜಿಗೆ ಸೇರ್ಕೊಂಡೆ. ಆ ವರ್ಷನೇ ನಿನ್ನ ಅಜ್ಜಿ, ತಾತ ಸತ್ತಿದ್ದು. ಆಮೇಲೆ ನೀನು ಅಂಕಣಕೊಪ್ಪ ಬಿಟ್ಟೆ. ಮತ್ತೆ ಈಗ್ಲೇ ನೋಡ್ತಾ ಇರೋದು. ಅದೂ, ಇದೂ ಸುದ್ದಿ ಕೇಳಿದ್ದೇ ಹೊರತು ನಿನ್ನ ಮತ್ತೆ ನೋಡ್ತೀನಿ ಅಂದುಕೊಳ್ಳಿಲ್ಲ" ಕಣ್ತುಂಬಿ ಭವಾನಿ ಜೋರಾಗಿ ಅತ್ತಾಗ ಕಕ್ಕಾಬಿಕ್ಕಿಯಾಗಿದ್ದು ಚಿರಂತನ. ಅಂದು ಕೂಡ ಇದೇ ಹಟ, ಅಳು-ಬದಲಾಗಲೇ ಇಲ್ಲ. ಭವಾನಿಯ ಬಗ್ಗೆ ಒಂದು ಗಳಿಗೆ ಸಹಾನೂಭೂತಿ, ಅದನ್ನು ಮೀರಿಸುವಂಥ ಆರ್ದ್ರತೆ...

ಮಧ್ಯೆ ಅವಳ ಗಂಡ ಪ್ರವೇಶಿಸಿ "ಸಮಾಧಾನ ಮಾಡ್ಕೋ. ಹೇಗೂ ನಿನ್ನ ಚಿಕ್ಕಂದಿನ ಫ್ರೆಂಡ್ ಚಿಂತು ಎದುರಿಗೆ ಕೂತಿದ್ದಾರಲ್ಲ, ನಂಗೂ ಎಷ್ಟೋ ಸಲ ಅಸೂಯೆ ಆಗ್ತಾ ಇತ್ತು. ನನ್ನ ಹೆಂಡತಿಯ ಪ್ರೇಮ, ಸ್ನೇಹ ಸಂಪಾದಿಸಿ ಇದುವರೆಗೂ ಉಳಿಸಿಕೊಂಡ ವ್ಯಕ್ತಿ ಯಾರೆಂದು? ಈಗ ತುಂಬ ಸಂತೋಷನೇ. ಆರಾಮಾಗಿ ಕೆರೆ ಕಟ್ಟೆ ಮೇಲೆ ಕೂತು ಮಾತಾಡಿ. ಚಿಕ್ಕಂದಿನ ಸ್ನೇಹ ಅದ್ಭುತ ಕಣೇ" ಎಂದ ಫಾಲ್ಗುಣಿ ನರಹರಿ ಕಡೆ ವಿಸ್ಮಯದಿಂದ ನೋಡಿದರು. ಅವಳ ಕಣ್ಣುಗಳಲ್ಲಿ ಇದ್ದಿದ್ದು ಒಲವಿನ ಧಾರೆ.

ಈ ವಾಚಾಳಿಯನ್ನು ಹೇಗೆ ಸಹಿಸಿಕೊಂಡರು?

ಮಗಳೊಂದಿಗೆ ಬಂದವರೆ ಮಾತಿಲ್ಲದೆ ಕೂತರು ಚಿರಂತನ. ಸಂಕೋಚವೆನಿಸಿತು. ಜಾನಕಿ ಮತ್ತು ಅವರದು ಅನುಕೂಲ ದಾಂಪತ್ಯವೇ. ಹೆಂಡತಿ ಸತ್ತ ಮೇಲೆ ಮಕ್ಕಳಿಗಾಗಿ ಚೇತರಿಸಿಕೊಂಡಂತೆ ನಟಿಸಿದರು, ಇಂದಿಗೂ ಆ ದುಃಖದಿಂದ ಪಾರಾಗಿರಲಿಲ್ಲ.

"ಅಪ್ಪ, ನಿಜ್ವಾಗ್ಲೂ ನಂಗೆ ಭವಾನಿಯವರನ್ನು ನೋಡಿ ಸಂತೋಷವಾಯಿತು. ಆಕೆ ಎಂಥ ಸ್ನೇಹದ ಕಡಲು. ಕಲ್ಮಷರಹಿತ ಪ್ರೇಮದ ಮಾತುಗಳು. ಐ ಲೈಕ್ ಹರ್. ಫೆಂಟಾಸ್ಟಿಕ್

ವುಮನ್. ಇಂಥ ಒಂದು ಸ್ನೇಹ ಇರುಳ ದಿನಗಳಲ್ಲಿ ಜ್ಞಾಪಿಸಿಕೊಳ್ಳಲು ಬೇಕು. ಅಂಥ ಯೋಗ ಎಲ್ಲರಿಗೂ ಇರೊಲ್ಲ. ಅನಾರ್ಕಲಿ ಚಿತ್ರದ 'ಯೆ ಜಿಂದಗಿ ಉಸಿಕೇ ಜೈ ಜೋ ಕೀ ಹೋಗಯಾ' ಈ ಹಾಡು ಇಂದಿಗೂ ಅತ್ಯಂತ ಸುಂದರವಾದ, ಅದ್ಭುತವಾದ ಪ್ರೇಮಗೀತೆಯಾಗಿ ಉಳಿದಿದೆ. ವರ್ಷಗಳ ಹಿಂದೆ ಚಿತ್ರಿತವಾದ ಈ ಗೀತೆ ಯುವ ಜನತೆಯ ಕನಸುಗಳನ್ನು ಕೆದಕುತ್ತದೆ. ಈ ಜೀವನ ಯಾರಿಗೆ ಸೇರಿದೆಯೊ ಅವರದೆ' ಎಂದು ಪ್ರಾಣಾರ್ಪಣೆಗೆ ಸಿದ್ಧಳಾದ ಅನಾರ್ಕಲಿ ಒಬ್ಬ ಪ್ರೇಮ ದೇವತೆಯೆಂದು ಗುರುತಿಸಲ್ಪಡುತ್ತಾಳೆ. ಆಧ್ಯಾತ್ಮಿಕವಾಗಿ ಗುರುತಿಸಲ್ಪಡುವ ರಾಧೆಯ ಪ್ರೀತಿ ಕಾವ್ಯರೂಪಕ. ಆದರೆ ಭಕ್ತೆ ಮೀರಾ ಕೃಷ್ಣನಿಗೆ ತನ್ನ ಅರ್ಪಿಸಿಕೊಳ್ಳುವ ಪರಿ 'ಜೋಗಿಯಾಸೆ ಪ್ರೀತ್ ಕಿಯಾ, ಸುಖ್ ಹೋ, ದುಃಖ್ ಹೋ... ಮೀರಾ ಕೇ ಪ್ರಭು ಕಬ್ ರೇ ಮಿಲೋಗೆ' ಎಂದು ಭಕ್ತಿಪರವಶಳಾಗಿ ಹಾಡಿದ ಮೀರಾಳ ಆರಾಧನೆ, ಆದರ್ಶ ಎಂಥ ಆಗಾಧತೆಯನ್ನು ಸೃಷ್ಟಿಸಿ ಕೊಟ್ಟಿದೆ. ಇನ್ನ ಹನ್ನೆರಡನೇ ಶತಮಾನದಲ್ಲಿ ಚೆನ್ನಮಲಿಕಾರ್ಜುನನಿಗಾಗಿ ಪ್ರೇಮವನ್ನು ಮೀಸಲಿಟ್ಟ ಶರಣೆ. ಆದರೆ ಭವಾನಿಯವರ ಪ್ರೇಮ ಈ ವರ್ಗಕ್ಕೆ ಸೇರಿದಲ್ಲ, ಅದಕ್ಕೆ ಪ್ರತ್ಯೇಕವಾದ ವ್ಯಾಖ್ಯಾನ ಬರೆಯಬೇಕಿದೆ. ನೀವು ಖಂಡಿತ ಕೆರೆಯ ಕಟ್ಟೆ ಮೇಲೆ ಅವರನ್ನು ಭೇಟಿಯಾಗಬೇಕು. ಆ ಕ್ಷಣಗಳು ನಿಜವಾಗಿಯೂ ಅಮೂಲ್ಯ. ನಿಮ್ಮ ಜೀವನದಲ್ಲಿ ಮೆಮೊರೆಬಲ್ ಈವ್ನಿಂಗ್" ಉತ್ತೇಜಿಸಿದಳು. ಚಿರಂತನರಲ್ಲಿ ಗೊಂದಲ, ಇಂಥದೊಂದು ಎದುರಾಗುತ್ತದೆಯೆಂದು ಅಂದುಕೊಂಡೇ ಇರಲಿಲ್ಲ.

"ಅವಳೊಬ್ಬ ಹುಚ್ಚಿ! ಈಗ ಈ ಚಿರಂತನ್‌ನಿಗೆ ಅರವತ್ತು ದಾಟಿದೆ. ಮನ ಪಕ್ವವಾಗಿದೆ. ಬಹಳ ದೂರ ಸಾಗಿ ಬಂದ ಅಯಾಸ, ದಣಿವು ಇದ್ದರು ನಾನಿಂದು ಕೂಡ ಜೀವನ್ಮುಖಿ. ಇಲ್ಲಿ ಮರ್ಯಾದೆ, ಗಾಂಭೀರ್ಯದ ಮುಖವಾಡ ಇದೆ. ಮಕ್ಕಳ ಮನಸ್ಸಿನಲ್ಲಿ ನನ್ನ ಬಗ್ಗೆ ಒಂದು ಗೌರವ ಸ್ಥಾನ ಇರಬೇಕೆಂದು ಸ್ವಾರ್ಥ ಕೂಡ ಇದೆ."

ತಂದೆಯ ಮಾತುಗಳನ್ನು ಅತ್ಯಂತ ಶ್ರದ್ಧೆಯಿಂದ ಆಲಿಸಿದ ನಂತರ "ಎಲ್ಲಾ ಇರಬಹುದು. ಅರವತ್ತರ ನಂತರ ಹಿಂದಿರುಗಿದರೆ, ಬರೀ ಸಾಧನೆಗಳು ಮಾತ್ರವಲ್ಲ ಬಾಲ್ಯ ಸ್ನೇಹ, ಪ್ರೇಮ, ಹುಡುಗುತನದ ಜೊತೆ ತುಂಟಾಟಗಳು ಸುಳಿದಾಗ, ಹೆಚ್ಚು ಇಷ್ಟವಾಗುವುದು ಅವೇ. ಪ್ಲೀಸ್, ನೀನ್ಹೋಗಿ ಭವಾನಿಯವರ ಜೊತೆಯಲ್ಲಿ ಅರ್ಧಗಂಟೆ ಮಾತಾಡೋದ್ರಿಂದ, ಮುಚ್ಚಿ ಹೋದ ನೆನಪುಗಳು ತಟ್ಟನೆ ಮೇಲೆದ್ದು ಮೊದಲಿನ ಚಿಂತು ಆಗಿಬಿಡ್ತೀರಿ. ಪ್ಲೀಸ್... ಇದೊಂದು ಅಪರೂಪವಾದ ಅವಕಾಶ. ಇಲ್ಲದಿದ್ದರೆ ಮುಂದೊಂದು ದಿನ ಇದಕ್ಕಾಗಿ ಪಶ್ಚಾತ್ತಾಪ ಪಡ್ತೀರಾ! ಹಾಗೆ ಆಗೋದು ಬೇಡ. ನನ್ನ ಅಮ್ಮ ಬದುಕಿದ್ದರು ಇದೇ ಮಾತನ್ನು ಹೇಳ್ತಾ ಇದ್ದರು" ಒತ್ತಾಯಿಸಿದಳು.

ಮಗಳು ಹೇಳಿದ್ದು ನಿಜವೆಂದು ಅಲ್ಲಿಗೆ ಹೋದ ಮೇಲೆಯೆ ತಿಳಿದಿದ್ದು. ಒಂದು ಐದು ನಿಮಿಷ ಮೊದಲೇ ಬಂದು ಭವಾನಿ ಕಾದಿದ್ದರು. ತುರುಬನ್ನು ಸುತ್ತಿಕೊಂಡು ಅದರ ಮೇಲೆ ಮಲ್ಲಿಗೆ ದಂಡೆ ಸುತ್ತಿಕೊಂಡದ್ದು ನಿಶ್ಚಲವಾಗಿ ಕಂಡಿತು. ಪುಟ್ಟ ಹುಡುಗಿಯಾಗಿದ್ದಾಗಲೂ ತುರುಬು ಸುತ್ತಿಕೊಂಡು ಶಾಲೆಗೆ ಬಂದು ಹಾಸ್ಯಕ್ಕೆ ಒಳಗಾಗುತ್ತಿದ್ದುದ್ದುಂಟು. ಆದರೆ ಅದು ಬಿಟ್ಟಿದ್ದು ಕಡಿಮೆಯೆ.

"ಏಯ್ ಚಿಂತು... ನಾನು ಈ ರೀತಿ ಗಂಟು ಹಾಕ್ಕೊಂಡು ಹೂ ಸುತ್ತಿಕೊಂಡರೇ ಚೆನ್ನಾಗಿ ಕಾಣ್ತೀನಾ?" ಒಂದು ದಿನ ಶಾಲೆಯ ಬಳಿ ನಿಂತು ಕೇಳಿದಾಗ ಅತ್ತಿತ್ತ ನೋಡಿದ ಚಿರಂತನ್ ತುಸು ಭಯದಿಂದಲೇ "ತುಂಬ ಚೆನ್ನಾಗಿ ಕಾಣ್ತೀ" ಅಂತ ಹೇಳಿ ತಲೆ ಬಗ್ಗಿಸಿಕೊಂಡು ಸರಿದು ಹೋಗಿದ್ದೆ. ವಾರದಲ್ಲಿ ಒಂದೆರಡು ದಿನ ಗಂಟು ಹಾಕ್ಕೊಂಡು 'ಗಂಟಿನ ಭವಾನಿ' ಎಂದು ಛೇಡಿಸಿಕೊಂಡಿದ್ದು ಇನ್ನು ನೆನಪಿತ್ತು.

ಎಷ್ಟೋ ಸಲ ಭೇಟಿಯಾದ ಜಾಗ. ಆ ವಯಸ್ಸಿಗೆ ಏಕಾಏಕಿ ಮರಳಿದರೇ? ಸಾಧ್ಯವೇ? ಇಂಪಾಸಿಬಲ್... ಎಂದಿತು ಮನ.

"ಮೆ ಐ ಸಿಟ್ ಹಿಯರ್?" ಎಂದು ಕಣ್ಣಲ್ಲಿ ಆ ಜಾಗ ತೋರಿಸಿ "ಇಂದಿಗೂ ನೀನೇ. ನನ್ನ ಇಂಗ್ಲಿಷ್ ಮಾಸ್ಟರ್. ಮತ್ತೇನು ಇಂಗ್ಲಿಷ್ ಕಲೀಲಿಲ್ಲ. ಪಾಲ್ಗುಣಿ ಕೂಡ ಕನ್ನಡದಲ್ಲಿ ಅಷ್ಟು ಚೆಂದ ಮಾತಾಡ್ತೀಯ, ಅಷ್ಟು ಸಾಕು" ಎಂದಿದ್ದರಿಂದ ತಲೆ ಕೆಡಿಸಿಕೊಳ್ಳಲಿಲ್ಲ" ಅನ್ನುತ್ತ ಕೂತಳು. ಅಲ್ಲಿ ಸ್ವಲ್ಪ ಪಕ್ಕದಲ್ಲಿ ಒಂದು ಕಲ್ಲು ಇತ್ತು. ಅದರ ಮೇಲೆ ಚಿರಂತನ್ ಕೂಡುತ್ತಿದ್ದ. ಇಬ್ಬರು ಕೆರೆಯ ಕಡೆ ನೋಡುತ್ತ ಮಾತಾಡುತ್ತಿದ್ದರು. ಸಂಜೆಯ ಸಮಯದಲ್ಲಿ ಆ ಕಡೆ ಬರುತ್ತಿದ್ದ ಜನ ಕಮ್ಮಿ. ಆಗ ಮರ ಗಿಡಗಳಿಂದ ದಟ್ಟವಾಗಿರುತ್ತಿತ್ತು ಈ ಪ್ರದೇಶ.

ಚಿರಂತನ್‌ದತ್ ನಿಂತೇ ಇದ್ದರು. 'ಇದೆಷ್ಟು ಸರಿ?' ಅವರ ಮನಸ್ಸು ಇನ್ನು ಪ್ರಶ್ನಿಸುತ್ತಿತ್ತು.

"ಕೂತ್ಕೋ...ಚಿಂತು. ಅಂದಿನ ದಿನಗಳಲ್ಲಿ ಕೂಡ ನಾನು ಕೂಡು ಅಂತ ಬಲವಂತ ಮಾಡಿದ ಮೇಲೆ ಅತ್ತಿತ್ತ ನೋಡಿ ಕೂತ್ಕೋತಾ ಇದ್ದೆ. ನನ್ನಷ್ಟು ಧೈರ್ಯ ಅಂದು ನಿಂಗೆ ಇಲ್ಲ. ಸದ್ಯ ಕೂತ್ಕೋ..." ಕೈ ಹಿಡಿದು ಎಳೆದು ಕೂಡಿಸಿದಾಗ "ಭವಾನಿ ನೀನು ಏನೇನು ಬದಲಾಗಿಲ್ಲ. ಈ ಬಜಾರಿತನನ ನಿನ್ನ ಗಂಡ ಹೇಗೆ ಸಹಿಸ್ಕೋತಾನೆ?" ಎಂದು ಅದೇ ಕಲ್ಲಿನ ಮೇಲೆ ಸರಿಯಾಗಿ ಕೂತು ಕೇಳಿದರು.

"ಇದು ಬಜಾರಿತನಾನಾ? ನಾನು ಇರೋದೆ ಹೀಗೆ. ಅವರಿಗೆ ಇಷ್ಟವೇ. ತುಂಬ ಒಳ್ಳೆ ಮನುಷ್ಯ. ಎಂದೂ ನೋಯಿಸಿದ್ದೇ ಇಲ್ಲ! ಅದರಿಂದಲೇ ನಿನ್ನ ಬಗ್ಗೆಯೆಲ್ಲ ಹೇಳೋಕೆ ಸಾಧ್ಯವಾಯ್ತು. ನೀನು ನಿನ್ನ ಹೆಂಡ್ತಿ ಜಾನಕಿಗೆ ಹೇಳಿದ್ಯಾ?" ನೇರವಾಗಿ ಕೇಳಿದಾಗ ಚಡಪಡಿಸಿ ಬಿಟ್ಟರು. "ಖಂಡಿತ ಇಲ್ಲ, ನನ್ನ ಓದು, ಪ್ರೊಫೆಷನ್ ಜವಾಬ್ದಾರಿಗಳ ಮಧ್ಯೆ ಅದನ್ನೆಲ್ಲ ನೆನಪಿಸಿಕೊಳ್ಳೋಕೆ ಆಗಲಿಲ್ಲ" ಎಂದರು, ಉಸಿರು ದಬ್ಬುತ್ತ. ಸತ್ಯವನ್ನೇ ಉಸುರಿದ್ದು ಎಂದು ಹಿಂದಿರುಗಿ ನೋಡಲು ಸಾಧ್ಯವಾಗಿರಲಿಲ್ಲ.

"ಆ ಬಗ್ಗೆ ಖಂಡಿತ ನನ್ನ ಆಕ್ಷೇಪಣೆಯೇನು ಇಲ್ಲ. ನಂತರದ ದಿನದಲ್ಲಿ ಸಾಕಷ್ಟು ಫ್ರೆಂಡ್ಸ್ ಸಿಕ್ಕಿರಬಹುದು. ಈ ಅಂಕಣಕೊಪ್ಪದ ಸಾಧಾರಣ ಹುಡ್ಗಿ ಭವಾನಿ ಹೇಗೆ ನೆನಪಿಗೆ ಬರ್ಬೇಕು? ನಾನಂತು ನಿನ್ನ ಮರೆತಿದ್ದೆ ಇಲ್ಲ! ನಿನ್ನ ಬಗ್ಗೆ ಸಮಯ ಸಿಕ್ಕಾಗಲೆಲ್ಲ ಹೇಳಿ.. ಹೇಳಿ.. ಚಿಂತು ಹೇಗಿದ್ದಾನೆಂತ ಒಂದು ಚಾರ್ಟ್ ಕೊಟ್ಟುಬಿಟ್ಟಿದ್ದೆ. ಖಂಡಿತ ಹೇಳದೇ ಇರೋ ವಿಷಯನೇ ಇಲ್ಲ. ನಾನು ನಿಂಗೆ ಲವ್ ಲೆಟರ್ ಬರೆದಿದ್ದು, ಅದನ್ನು ತಲುಪಿಸೋಕೆ ಪಟ್ಟ ಕಷ್ಟ, ಅದನ್ನು ಓದಿ ನಿಂಗೆ ಹಿಂದಿರುಗಿಸಿದ್ದು. ಆ ಲೆಟರ್ ನನ್ಹತ್ರ ಇದೆ ಈಗ್ಲೂ. ಅವೆಲ್ಲ ಎಷ್ಟು ಚೆನ್ನಾಗಿತ್ತು ಅಲ್ವಾ? ಈಗ ನಿನ್ನ ವಿಷ್ಯ ಹೇಳು. ಅದಕ್ಕೆ ಮೊದ್ಲು ನಿಂಗೋಸ್ಕರ

ಏನೋ ತಂದಿದ್ದೀನಿ" ಪೇಪರ್ ಮಧ್ಯೆ ಬಾಳೆ ಎಲೆಯಲ್ಲಿ ಸುತ್ತಿಕೊಂಡು ಬಂದಿದ್ದ ಕೊಬ್ಬರಿ ಮಿಠಾಯಿಯನ್ನು ಅವರ ಮುಂದ್ಹಿಡಿದು "ಅಂದು ಅಮ್ಮ ಮಾಡಿಕೊಡ್ತೋಳು. ಇಂದು ನಾನೇ ಮಾಡಿ ತಂದಿದ್ದೀನಿ, ತಗೋ" ಚಿರಂತನ್ ಮುಂದ್ಹಿಡಿದಳು.

ಮೊದಲು ಷಾಕಾದ. ನಂತರ ಕಣ್ಣಲ್ಲಿ ನೀರೂರಿತು. ತುಟಿಯಿಂದ ಮಾತುಗಳು ಬರಲಿಲ್ಲ. "ತಗೋ ಚಿಂತು" ಅದರಲ್ಲಿ ಕೊಬ್ಬರಿ ಮಿಠಾಯಿನ ಒಂದು ಬಿಲ್ಲೆ ಎತ್ತಿ ಕೊಟ್ಟಳು. "ನಿಂಗೆ ಏನೇನು ಇಷ್ಟಾಂತ ನಂಗೆ ಗೊತ್ತು. ಅದನ್ನು ಮಾಡಿ ಬಡಿಸೋವಾಗ, ನನ್ನವರು ರೇಗಿಸ್ತಾರೆ. ನಿಂಗೆ ಚಿರಂತನ್‌ರಿಗೆ ಏನು ಇಷ್ಟಾಂತ ಗೊತ್ತು, ಆದರೆ ಕೈ ಹಿಡಿದ ಈ ಮೂದೇವಿಗೆ ಏನು ಇಷ್ಟಾಂತ ಗೊತ್ತಿಲ್ಲ ಅಂತ" ನೆನಪಿನ ಬುತ್ತಿಯಿಂದ ಒಂದೊಂದೆ ಭವಾನಿ ಹೆಕ್ಕಿ ಇಡುತ್ತಿದ್ದರೆ ಆಶ್ಚರ್ಯವೋ.... ಆಶ್ಚರ್ಯ. ಆ ಸಂದರ್ಭಗಳಿಗೆ ಅಂಥ ಮಹತ್ವ ಕೊಟ್ಟಿರಲಿಲ್ಲ ಮಾತ್ರವಲ್ಲ, ನೆನಪಿಸಿಕೊಳ್ಳುವ ಒಂದು ಪ್ರಯತ್ನ ಕೂಡ ಮಾಡಿರಲಿಲ್ಲ.

"ನೀನು ನಂಗೊಂದು ಪೆನ್ ಕೊಟ್ಟಿದ್ದೆ, ನೆನಪಿದ್ಯಾ?" ಅವಳ ಪ್ರಶ್ನೆಗೆ ತಕ್ಷಣ ಬೆಚ್ಚಿ ನಂತರ ಜ್ಞಾಪಿಸಿಕೊಳ್ಳುವ ಪ್ರಯತ್ನ ಮಾಡಿ ಯಶಸ್ವಿಯಾಗಿದ್ದು "ಸಾರಿ, ನಾನಾಗಿ ಕೊಟ್ಟಿದ್ದಲ್ಲ, ನೀನಾಗಿ ಕಾಡಿ ಪಡೆದಿದ್ದೆ. ನಾನಾಗಿ ಕೊಟ್ಟಿದ್ದು ಒಂದು ಪೆನ್ಸಿಲ್ ಮಾತ್ರ" ಅಂದ ಕೂಡಲೇ ಅಂದಿನ ಭವಾನಿಯಂತೆ ಕಿಲಕಿಲ ನಕ್ಕಳು.

"ನಿನ್ನ ನೆನಪಿನಲ್ಲಿ ನಾನು ಇದ್ದೀನಿ. ಅದನ್ನ ಒತ್ತಡಗಳು, ಜವಾಬ್ದಾರಿಗಳ ಕಲ್ಲುಗಳಿಂದ ಮುಚ್ಚಿಟ್ಟಿದ್ದೆ. ಅದರ ಅದು ಕಲ್ಲು ಅಂತ ಭಾವಿಸಿದ್ದು ಮಂಜಿನಗಡ್ಡೆ. ಒಂದಿಷ್ಟು ಬಿಸಿ ಸೋಕಿದ ತಕ್ಷಣ ಹೇಗೆ ಕರಗೋಕೆ ಷುರುವಾಗಿದೆ ನೋಡು. ಇಲ್ಲಿ... ನೋಡು" ತಾನು ತಂದಿದ್ದ ಚರ್ಮದ ಪರ್ಸ್‌ನಿಂದ ಹಸುರು ಪೆನ್ನು, ಒಂದು ಚೋಟುದ್ದ ಪೆನ್ಸಿಲ್ ಜೊತೆ ನಾಲ್ಕಾರು ಚಾಕಲೇಟು ಪೇಪರ್‌ಗಳು ಮತ್ತು ನಾಲ್ಕು ಕಲ್ಲುಗಳು, ಒಂದು ಕರ್ಚಿಫ್, ಒಂದೆರಡು ಷರಟಿನ ಗುಂಡಿಗಳು ಒಂದೊಂದಾಗಿ ಅವನ್ನೆಲ್ಲ ತೆಗೆದು ಚಿರಂತನ್‌ದತ್ ಮುಂದಿಟ್ಟು "ಕೆಲವನ್ನು ನೀನು ಕೊಟ್ಟಿದ್ದು, ಕೆಲವನ್ನ ಕಸಿದುಕೊಂಡಿದ್ದು, ಈ ಗುಂಡಿಗಳನ್ನು ನಿನಗೆ ಕಾಣದೇ ಎಗರಿಸಿದ್ದು. ಬದುಕಿನ ಬಗ್ಗೆ ನೀರಸ ಮೂಡಿದಾಗ ಇವನ್ನೆಲ್ಲ ಮುಂದಿಟ್ಟುಕೊಂಡು ನೋಡುತ್ತಿದ್ದೆ. ಆಗ ಚಿಂತು ಮತ್ತು ಅವನ ಹೊಳಪು ಕಣ್ಣುಗಳು, ಸಂಕೋಚಿಸುವ ಮುಖ, ಆಡುವ ಮಾತುಗಳು ಎಲ್ಲಾ ನೆನಪಾಗಿ ಬಿಡುತ್ತಿತ್ತು. ಇದ್ನ ಫಾಲ್ಗುಣಿ ನರಹರಿ ಶಾಸ್ತ್ರಿಗಳಿಗೂ ತೋರಿಸಿದ್ದೀನಿ. ನಾನು ಅವರನ್ನ ಎಂದು ಹೆಸರಿಟ್ಟು ಕರೆದಿಲ್ಲ, ಕರೆಯೊಲ್ಲ. ದಾಂಪತ್ಯ ಸಂಬಂಧಕ್ಕೆ ತನ್ನದೇ ಆದ ಅರ್ಥವಿದೆ. ಅದರ ಸ್ಪಂದನವೆ ಬೇರೆ. ಅದು ಬೇರೆ ಯಾವುದೇ ಸಂಬಂಧಕ್ಕಿಂತ ವಿಭಿನ್ನ" ಹೇಳುತ್ತಲೇ ಹೋದಳು. ವರ್ತನೆ ಹಾಗೆ ಇದ್ದರೂ ಸಾಕಷ್ಟು ಬೌದ್ಧಿಕವಾಗಿ ಬೆಳೆದಿದ್ದಾಳೆನಿಸಿತು.

ಅತ್ಯಂತ ಶ್ರದ್ಧೆಯಿಂದ ಚಿರಂತನ ಆಲಿಸಿದರು. ಸಂಬಂಧಗಳ ಬಗೆಗಿನ ಅವಳ ಚಿಂತನೆ ಅದ್ಭುತವಾಗಿತ್ತು. ಬರೀ ಎಸ್.ಎಸ್.ಎಲ್.ಸಿ ವರೆಗೂ ಕಲಿತ ಹೆಣ್ಣು ಮಗಳು. ಗಂಡ, ಸಂಸಾರಕ್ಕೆ ತನ್ನನ್ನು ಸಂಪೂರ್ಣವಾಗಿ ಒಡ್ಡಿಕೊಂಡ ಗೃಹಿಣಿ. ಮನುಕುಲದ ಇತಿಹಾಸದಲ್ಲಿ ಕಳೆದ ಒಂದು ಶತಮಾನದಲ್ಲಿ ನಡೆದಷ್ಟು ವೈಜ್ಞಾನಿಕ ಪ್ರಗತಿ ಇನ್ಯಾವ ಕಾಲದಲ್ಲೂ ನಡೆದಿಲ್ಲ. ಅದು ಕೊಟ್ಟಿರುವ ಐಹಿಕ ಸುಖದ ಸಾಧನಗಳು ತುಂಬ ಅದ್ಭುತ.

ಕಲ್ಪನೆಗೂ ಮೀರಿ ಬೆಳೆದಿದೆ. ಆದರೆ ಸಂಬಂಧಗಳ ಬಗ್ಗೆ ಯೋಚಿಸುವ ಮನುಷ್ಯ ತನ್ನ ದಿಕ್ಕನ್ನು ಬದಲಾಯಿಸಿಲ್ಲ. ಅಕಸ್ಮಾತ್ ಬದಲಾಯಿಸಿದರೆ? ಆಗಿನ ಸಮಾಜ ತೀರಾ ಬೇರೆಯಾಗಿರುತ್ತೆ. ಒಂದು ರೀತಿಯಲ್ಲಿ ಅನಾಗರೀಕವೆನಿಸುತ್ತೆ.

"ಚಿಂತು, ನಿನ್ನ ಹೆಂಡ್ತಿ ಜಾನಕಿ ಹೇಗಿದ್ಲು?" ಕೇಳಿದ್ದು ಸರಳವಾಗಿ.

"ತುಂಬ ಚೆನ್ನಾಗಿದ್ಲು. ಪಿ.ಯು. ವರೆಗಿನ ವಿದ್ಯಾಭ್ಯಾಸ. ಗಂಡ, ಮಕ್ಕಳನ್ನು ವ್ಯವಸ್ಥಿತವಾಗಿ ಸಂಭಾಳಿಸಿದ್ದು ಮಾತ್ರ. ಅವಳು ಬಿಟ್ಟುಹೋದ ಹೆಜ್ಜೆ ಗುರುತುಗಳು ನಂಗೂ, ನನ್ನ ಮಕ್ಕಳಿಗೂ ಇಂದಿಗೂ ಮಾರ್ಗದರ್ಶನ. ನನ್ನ ಅವಳ ಬಗ್ಗೆ ಪ್ರೀತಿ ಜೊತೆ ಗೌರವ, ಅಭಿಮಾನಗಳು ಕೂಡ ಇತ್ತು. 'ಶಿ ಈಸ್ ಅನ್ ಏಂಜೆಲ್'" ಭಾವುಕರಾಗಿ ನುಡಿದಿದ್ದು. ನಂತರ ಪ್ರಶ್ನಾರ್ಥಕವಾಗಿ ನೋಡಿದಾಗ ಅರ್ಥಮಾಡಿಕೊಂಡಂತೆ ಭವಾನಿ ನಗೆ ಬೀರಿದ್ದು.

"ನಂಗೆ ಖಂಡಿತ ಅಸೂಯೆ ಇಲ್ಲ. ವಿವಾಹಕ್ಕೆ ಮುನ್ನಿನ ಹರಿಹರೆಯ ಜವಾಬ್ದಾರಿಯಿಲ್ಲದ ಪ್ರೇಮಾನೇ ಬೇರೆ. ಅದಕ್ಕೆ ಒಂದು ದಿವ್ಯತ್ವ ಇತ್ತು. ಅಲ್ಲಿ ಆಲೋಚನೆ ಸೊನ್ನೆ. ಪ್ರೇಮಿಸುವ ಇಬ್ಬರ ಹೊರತಾಗಿ ಅಲ್ಲಿ ಬೇರೆಯೋರು ಸುಳಿಯೊಲ್ಲ. ಆದರೆ ವಿವಾಹದ ನಂತರ ಪ್ರೇಮಕ್ಕೆ ಎಲ್ಲರೊಂದಿಗೆ ಸಮಾಜದ ಕಟ್ಟುಪಾಡುಗಳು, ಮುಂದಿನ ಭವಿಷ್ಯದ ಉತ್ತರಾಧಿಕಾರಿಗಳನ್ನು ರೂಪಿಸುವ ಜವಾಬ್ದಾರಿ ಇರುತ್ತೆ. ವ್ಯವಹಾರ, ಲೆಕ್ಕಾಚಾರಗಳ 'ಅಹಂ' ನಡುವೆ ಪ್ರಜ್ವಲಿಸಬೇಕಾದ ಪ್ರೇಮ ಅಂಕುರವಾಗುತ್ತೆ. ಸಾಧಾರಣ ಗಂಡ, ಹೆಂಡತಿಯರಾದಾಗ ಜಗಳ, ಕದನ, ವಾಗ್ವಾದ ಇದರ ನಡುವೆ ಪ್ರೇಮ ಅಂತರ್ಗತವಾಗುತ್ತೆ. ಅದು ನೆನಪಾಗಿ ಉಳಿಯೊಲ್ಲ. ಕೆಲವರು ಪಶ್ಚಾತ್ತಾಪದ ಕಡೆಮುಖ ಹಾಕಿದರೆ, ಇನ್ನು ಕೆಲವರು ಡೈವೋರ್ಸ್ ಬಾಗಿಲಲ್ಲಿ ನಿಲ್ಲುತ್ತಾರೆ. ಹಾಗೆ ಆಗಬಾರದೆಂದೆ ಪ್ರೇಮ ಜೀವನ ಪೂರ್ತಿ ಅದ್ಭುತವಾದ, ಅನನ್ಯವಾದ ನೆನಪಾಗಿ ಉಳಿಯಬೇಕೆಂದರೆ, ಅವರಿಬ್ಬರು ವಿವಹಾಹವಾಗ್ಬಾರದು."

ಲಾಜಿಕ್‌ಗೆ ಮೂಕರಾದರು. ಚಿರಂತನ ಬಾಯಿಂದ ಮಾತುಗಳೇ ಹೊರಡಲಿಲ್ಲ.

"ಹೌದು, ಚಿಂತು. ಬಹುಶಃ ನಾವಿಬ್ರೂ ವಿವಾಹವಾಗಿದ್ದರೇ ಅಂದಿನ ಆ ನಿಮಿಷಗಳ ಮಧುರವಾದ ನೆನಪಾಗಿ ಸುಳಿಯುತ್ತಿದ್ದರು, ಎಲ್ಲಾ ಗಂಡ-ಹೆಂಡತಿಯರಂತೆ ನಮ್ಮಗಳ ಸಂಬಂಧ ಸಾಮಾನ್ಯವಾಗಿ ಬಿಡುತ್ತಿತ್ತು. ಆದರೆ ಅಂದಿನ ಸ್ನೇಹ ಪ್ರೇಮಕ್ಕೆ ದಿವ್ಯತೆ ತುಂಬಿದೆ. ನೆನಪು ಬದುಕಿನ ಕೊನೆಯ ಕ್ಷಣದವರೆಗೂ ಶಾಶ್ವತವಾಗಿ ಇರುತ್ತೆ, ಅಷ್ಟು ಸಾಕು. ಹೆಂಡತಿಯಾಗಿದ್ದರೆ ನೀನು ತಂದು ಕೊಡುತ್ತಿದ್ದ ಚಿನ್ನ, ಬೆಲೆ ಬಾಳುವ ವಸ್ತುಗಳ ನಡುವೆ ಮುಳುಗಿ ಇವನ್ನೆಲ್ಲ ಎಲ್ಲಿ ಎಸೆಯುತ್ತಿದ್ದೇನೋ!" ಎನ್ನುತ್ತ ಒಂದೊಂದನ್ನ ಅಮೂಲ್ಯವೆನ್ನುವಂತೆ ಹೆಕ್ಕಿ ತನ್ನ ಪರ್ಸ್‌ಗೆ ತಂಬಿ ಮೇಲೆದ್ದ ಭವಾನಿ ಸೂರ್ಯಾಸ್ತವನ್ನು ದಿಟ್ಟಿಸಿ "ಚಿಂತು, ಅಂದು ಸೂರ್ಯಾಸ್ತವನ್ನು ನೋಡೋ ಸಡಗರದಲ್ಲಿ ಜಾರಿದಾಗ ಕೈ ಹಿಡಿದು ಮೇಲೆಳೆದುಕೊಂಡಿದ್ದೆ. ಆ ದಿನಗಳೆಷ್ಟು ಚೆನ್ನ" ಅಂದವಳ ಮುಖದ ಮೇಲೆ ಮುಳುಗುತ್ತಿದ್ದ ಸೂರ್ಯ ತನ್ನ ರಶ್ಮಿಗಳಿಂದ ಮುಖವನ್ನು ಒಮ್ಮೆ ಮುತ್ತಿಟ್ಟನೆನ್ನುವಂತೆ ಅವಳ ಮುಖ ಕೆಂಪಗಾಗಿತ್ತು.

ಮೇಲೆದ್ದು ನಿಂತ ಚಿರಂತನ್‌ದತ್ "ದಿಸ್ ಈವ್ನಿಂಗ್ ಈಸ್ ಮೆಮೊರಬಲ್. ಐ ಯಾಮ್ ವೆರಿ ಹ್ಯಾಪಿ. ನಿನ್ನ ಮಾತು, ಬೇಡಿಕೆಗಳಿಗೆ ಸಂಕೋಚಿಸಿದ್ದೆ. ಈಗ ನನ್ನ ನೆನಪಿಸಿಕೊಳ್ಳುವ ಗೆಳತಿಯಬ್ಬಳಿದ್ದಾಳೆಂದುಕೊಳ್ಳುವುದು ಕೂಡ ಸಡಗರ, ಉತ್ಸಾಹ ಮೂಡಿಸುತ್ತೆ. ಐ ಯಾಮ್ ಎವರ್ ಗ್ರೇಟ್ ಫುಲ್ ಟು ಯೂ ಭವಾನಿ" ಅತ್ಯಂತ ಅಭಿಮಾನದಿಂದ ಅವಳ ಕೈ ಹಿಡಿದುಕೊಂಡು ಹೇಳಿದರು.

ಇಬ್ಬರು ಬಂದಾಗ ನೋಟ್ಸ್ ಮಾಡುತ್ತಿದ್ದ ನಂದಿತಾ ಮೇಲೆದ್ದು "ಬನ್ನಿ... ಬನ್ನಿ" ಅಂದವಳ ಕೈ ಹಿಡಿದುಕೊಂಡ ಭವಾನಿ "ಚಿಂತು ಬಗ್ಗೆ ಪುಸ್ತಕ ಬರೀತಾ ಇದ್ದೀಯಂತೆ. ಈ ಭವಾನಿ ಕೂಡ ಚಿಕ್ಕಂದಿನ ಹುಡುಗುತನದ ಗೆಳತಿಯೆನ್ನುವುದನ್ನು ನಮೂದಿಸದೆ ಬಿಡಬೇಡ. ನಿನ್ನ ನೋಡಿದರೆ ತುಂಬ ಖುಷಿಯೆನಿಸುತ್ತೆ. ನಿಜ್ವಾಗ್ಲೂ ನಿನ್ನಮ್ಮನನ್ನು ಭೇಟಿ ಮಾಡಿ ಇವನ್ನೆಲ್ಲ ತೋರಿಸಬೇಕಿತ್ತು" ಎಂದು ಅಲ್ಲೇ ಕೂತು ಪರ್ಸ್‌ನಲ್ಲಿ ಸೇರಿಸಿದ್ದ ಎಲ್ಲಾ ಪದಾರ್ಥಗಳನ್ನು ಕರಾರುವಾಕ್ಕಾಗಿ ಹೇಳಿ "ನಿನ್ನಪ್ಪನದು ಸಂಕೋಚದ ಸ್ವಭಾವ. ನನ್ನೊತೆ ಮಾತಾಡುತ್ತಾ ಇದ್ದಾಗ ಕೂಡ ಬೆವತುಬಿಡೋನು. ಆ ಚಿಂತು ನನ್ನೆದೆಯಾಳದಲ್ಲಿ ಭದ್ರವಾಗಿದ್ದಾನೆ. ಈ ಸ್ನೇಹ ಮಸುಕಾಗೋಲ್ಲ."

ನಂದಿತಾ ನಿಬ್ಬೆರಗಾಗಿ ಆಕೆಯ ಕಣ್ಣುಗಳನ್ನು ದಿಟ್ಟಿಸಿದಳು. ಸ್ವಚ್ಛವಾದ ಸ್ನೇಹ ಪ್ರಭೆ ಅಲ್ಲಿದಿದ್ದು.

"ವಿಶಾಲಾರ್ಥದ ಸ್ನೇಹ-ಪ್ರೇಮ ಅದು. ಅದಕ್ಕೆ ಒಂದು ಸಂಬಂಧ ಬೇಕಿರಲಿಲ್ಲ. ಪ್ರೇಮವೆಂದರೆ ಸಾಮಾನ್ಯವಾಗಿ ಅರ್ಥೈಸುವ ಹಾಗೆ ಅನುರಾಗದ ಭಾವ ಪರವಶತೆಯಲ್ಲ. ಸ್ನೇಹಕ್ಕೆ, ಪ್ರೇಮಕ್ಕೆ ಪಾತ್ರವಾದ ವ್ಯಕ್ತಿಯನ್ನು ತನ್ನ ಅಧೀನದಲ್ಲಿ ಇರಿಸಿಕೊಳ್ಳಬೇಕೆನ್ನುವ ಭಾವೋದ್ವೇಗವಲ್ಲ. ಪ್ರತಿಯೊಬ್ಬರಲ್ಲೂ ಹುದುಗಿರುವ ಸ್ನೇಹಮಯ ವೈಶಿಷ್ಟ್ಯವೇ ಪ್ರೇಮ. ನಾಳೆ ಬೆಳಿಗ್ಗೆ ಊರಿಗೆ ಹೋಗ್ತಾ ಇದ್ದೀವಿ. ಈ ಬದುಕುವ ಕಾಲದಲ್ಲಿ ಮತ್ತೆ ಚಿಂತುನ ನೋಡ್ತೀನೋ, ಇಲ್ವೋ! ಅವನ ಜೊತೆ ಕಳೆದ ಒಂದೂವರೆಯ ಗಂಟೆ ನೆನಪೇ ಸಾಕು. ಬರಲಾ, ಪುಸ್ತಕ ಬಿಡುಗಡೆಗೆ ನಂಗೊಂದು ಆಹ್ವಾನ ಪತ್ರಿಕೆ ಇರಲಿ. ಅಕಸ್ಮಾತ್ ನಿನಗೆ ಕಳಿಸಲು ಸಾಧ್ಯವಾಗದಿದ್ದರೆ, ನಂಗೆ ಬರಲು ಸಾಧ್ಯವಾಗದಿದ್ದರೆ, ಒಂದು ಪ್ರತಿ ಕಳಿಸಿ ಕೊಡು" ವಿಳಾಸದ ಕಾರ್ಡನ್ನು ಅವನ ಕೈಗಿಟ್ಟ ಭವಾನಿ "ನಿನ್ನಮ್ಮನನ್ನು ನಾನು ನೋಡ್ಲಿಲ್ಲ. ಆ ಜಾಗ ನನ್ನದೆಂಬ ಭ್ರಮೆ ನನಗಿರಲಿಲ್ಲದಿದ್ದರಿಂದ, ನಂಗೆ ಆಕೆಯ ಮೇಲೆ ಅಸೂಯೆ ಇಲ್ಲ. ಅಂತು ಚಿಂತು ಮಗಳನ್ನು ನೋಡ್ದೆ" ಕೈಯನ್ನು ತುಟಿಗೊತ್ತಿಕೊಂಡು ಹೊರಟಾಗ ತಂದೆ, ಮಗಳ ಹೃದಯಗಳು ಭಾರವಾಗಿದ್ದವು.

ಆ ಇಡೀ ರಾತ್ರಿ ನಿದ್ರಿಸದೆ ಕಳೆದರು. ಎಲ್ಲೆಲ್ಲೂ ಭವಾನಿ ತುಂಬಿಕೊಂಡ ಅನುಭವವಾಯಿತು.

* * *

ಸಂದೀಪ್ ಮನೆಗೆ ಬಂದಾಗ 9 ಗಂಟೆ. ಗ್ಲೋಬಲ್ ಇಂಡಸ್ಟ್ರೀಸ್‌ನಲ್ಲಿನ ಕೆಲಸ ಇಷ್ಟವೆನಿಸಿತ್ತು. ಇವನ ಎಬಿಲಿಟಿಯನ್ನು ತಮ್ಮ ಉದ್ದಿಮೆಗಳಲ್ಲಿ ಬಳಸಿಕೊಳ್ಳಲು ಆಸಕ್ತರಾಗಿದ್ದು

ಒಂದು ರೀತಿಯಲ್ಲಿ ಉತ್ಸಾಹಿತನಾಗಿದ್ದ. ಹೊಸದಾಗಿ ಜಾಯಿನ್ ಆಗಿದ್ದರಿಂದ ರಜ ಪಡೆಯುವಂತಿರಲಿಲ್ಲ. ಆದರೆ ಅಂಕಣಕೊಪ್ಪಕ್ಕೆ ಹೋಗಿ ನಾಲ್ಕು ದಿನ ಉಳಿಯುವ ಆಸೆಯಂತು ಇತ್ತು.

ಷೂ ಬಿಚ್ಚುವ ವೇಳೆಗೆ ಮೊಬೈಲ್ ಸದ್ದು "ನಾನು ರಾಖಿ, ಬೆಂಗಳೂರಿಗೆ ಬಂದಿದ್ದೆ. ನನ್ನ ಈ–ಮೇಲ್‌ಗೂ ನೀನು ರಿಪ್ಲೈ ಮಾಡ್ಲಿಲ್ಲ. ಯಶು ಕೂಡ ಬಂದಿದ್ದಾನೆ. ಮನೆಯಲ್ಲಿ ಇರ್ತೀ ತಾನೇ?" ಕೇಳಿದಳು. ಅವನಲ್ಲಿ ಆಸಕ್ತಿ ಮೂಡಲಿಲ್ಲ. ಆದರೂ ನಿರಾಕರಿಸುವುದು ಬೇಡವೆನಿಸಿತು. "ಬೈ ಆಲ್ ಮೀನ್ಸ್, ಸದ್ಯಕ್ಕೆ ಹೊರ್ಗೆ ಹೋಗೋ ಪ್ರೋಗ್ರಾಂ ಇಲ್ಲ" ಕಟ್ ಮಾಡಿ ಸೋಫಾ ಮೇಲೆ ಕುಸಿದ.

"ಡ್ಯಾಡ್‌ಗೆ ಷಾರ್ಟ್ ಟೆಂಪರ್. ನಾನು ಇಷ್ಟ ಪಟ್ಟಿದ್ದೀನಿ, ವಿವಾಹವಾಗ್ತೀನಿ ಅಂದಾಗ ಒಂದೇ ಮಾತಿಗೆ ಒಪ್ಕೊಂಡ್ರು. ಈಗ ನೀನು ಸತಾಯಿಸೋದು ಸರಿಯೆನಿಸೊಲ್ಲ" ನೇರವಾಗಿಯೇ ಫೋನ್‌ನಲ್ಲಿ ವಾದಕ್ಕೆ ಇಳಿದಾಗ ತಣ್ಣನೆ ನುಡಿದಿದ್ದ.

"ಸಾರಿ ರಾಖಿ, ಮೊದ್ಲು ನಂದು ವಿವಾಹವಾದ ನಂತರವೇ ನನ್ನ ಮ್ಯಾರೇಜ್ ಯೋಚ್ನೆ. ಆ ಬಗ್ಗೆ ನನ್ನ ಅಪ್ಪ ಒಪ್ಗೆ ಸೂಚಿಸಿದ್ದಾರೆ. ಅವ್ಳು ಸ್ವಲ್ಪ ಬಿಜಿಯಲ್ಲಿದ್ದಾಳೆ" ಅಂದಿದ್ದ. ಆಮೇಲೆ ಇದೇ ತರಹದ ರಾಖಿಯ ಪ್ರಶ್ನೆಗಳು ಇದೇ ಅರ್ಥದ ಉತ್ತರಗಳು ಸಂದೀಪನದು.

ಇವನು ಮುಖ ತೊಳೆದು ಬರುವ ವೇಳೆಗೆ ಮೊಬೈಲ್ ರಿಂಗ್ ಆಯಿತು. "ಅಣ್ಣ, ಅಜ್ಜಿನ ಕರ್ಕಂಡ್ ಬಂದಿದ್ದಾರೆ. ಮಮ್ಮಿ, ಡ್ಯಾಡಿ ಐ ಯಾಮ್ ವೆರಿ ಹ್ಯಾಪಿ. ಅದಕ್ಕೆ ನಿಂಗೆ ಫೋನ್ ಮಾಡ್ದೆ. ಈಗ ದೊಡ್ಡಪ್ಪನಿಗೂ, ನಂದು ಅಕ್ಕನಿಗೂ ತಿಳಿಸ್ತೀನಿ" ವಿಷ್ಯ ಮುಟ್ಟಿಸಿ ಫೋನ್ ಕಟ್ ಮಾಡಿದ ಪ್ರತೀಕ.

ತಕ್ಷಣ ಜ್ಞಾಪಿಸಿಕೊಂಡ. ಈ ಸಮಯದಲ್ಲಿ ಬಂದು ಅವರುಗಳು ಮಾತುಗಳಿಗೆ ಕೂಡೋದು ಇಷ್ಟವೆನಿಸಲಿಲ್ಲ. "ಬೆಳಿಗ್ಗೆ ಬನ್ನಿ" ಎಂದು ತಿಳಿಸುವ ಸಲುವಾಗಿ ಬೇಗ ಮೊಬೈಲ್ ಬಟನ್‌ಗಳನ್ನೊತ್ತಿದ. "ಆನ್ ದಿ ವೇ" ಅಂದು ಫೋನ್ ಕಟ್ ಮಾಡಿದಳು. ಚಾಟ್ ಮಾಡುವಾಗ ಉಲ್ಲಾಸ ಉತ್ಸಾಹ ಇತ್ತು. ವಿಷಯಗಳ ವಿನಿಮಯ ಕೂಡ ಫೆಂಟಾಸ್ಟಿಕ್. ನಂತರದ ವಿದ್ಯಾಮಾನಗಳು ಮಾತ್ರ ಬೇಸರ ತರಿಸಿತ್ತು.

ಅವರುಗಳಿಗೂ ಕಾಯದೇ ಡಿನ್ನರ್ ಮುಗಿಸಿ "ಭಟ್ಟರೇ, ಇಬ್ರು ಗೆಸ್ಟ್ ಬರ್‍ತಾ ಇದ್ದಾರೆ. ಡಿನ್ನರ್ ಮುಗಿಸಿಕೊಂಡು ಬರ್ತಾರೋ, ಇಲ್ಲೇ ತಗೋತಾರೋ ನಂಗೆ ಗೊತ್ತಿಲ್ಲ. ಸ್ಪೆಷಲಿ ಏನು ಮಾಡೋದು ಬೇಡಿ. ನಾರ್ಮಲ್ ಊಟ ಸಾಕು" ಎಂದು ತಿಳಿಸಿ ಮೇಲಿನ ಬಾಲ್ಕನಿಯ ಮೇಲೆ ಹೋಗಿ ನಿಂತ.

ಕಾರು ಗೇಟಿನೊಳಕ್ಕೆ ಬಂತು. ಲಗೇಜ್‌ಗಳನ್ನು ಅವರೇ ಹಿಡಿದು ಬಂದರು. ಅಂದರೆ, ರಾತ್ರಿ ಇಲ್ಲೇ ಹಾಲ್ಟ್ ಅನ್ನುವ ಅರ್ಥವೇ. ರಾಖಿಯ ಬಗ್ಗೆ ಅವನ ಉತ್ಸಾಹ ಮೊಸ್ಟ್‌ಲೀ ಕಮ್ಮಿಯಾಗಿತ್ತು. ಇದು ಅವಳಿಗೆ ಅನಿರೀಕ್ಷಿತ.

ಸಂದೀಪ್ ನಿಧಾನವಾಗಿ ಕೆಳಗಿಳಿದು ಬಂದಿದ್ದು.

"ಹಾಯ್ ಸಂದೀಪ್, ನೀನು ಗೇಟಿನಲ್ಲಿ ಕಾಯ್ತಾ ಇರ್ತಿಯಾಂತ ಅಂದುಕೊಂಡಿದ್ದೆ" ಅವಳ ಆಕ್ಷೇಪಣೆಗೆ ತುಟಿಯ ಮೇಲೊಂದು ತಣ್ಣನೆಯ ಕಿರುನಗು "ಅಪ್ಪ, ನಂದು ಅಂಕಣಕೊಪ್ಪಕ್ಕೆ ಹೋಗಿದ್ದಾರೆ. ಮನೆಗೆ ಬಂದ ಕೂಡಲೇ ಡಿಪ್ರೆಷನ್ ಷುರುವಾಗುತ್ತೆ. ಯಾವುದಕ್ಕೂ ಉತ್ಸಾಹ ಮೂಡೋಲ್ಲ" ಮನಸ್ಸಿನಲ್ಲಿದ್ದದ್ದನ್ನು ಹೇಳಿ ಕೈ ತೊಳೆದುಕೊಂಡ. 'ಸಾರಿ' ಕೇಳುವ ಉಸಾಬರಿಗೂ ಹೋಗಲಿಲ್ಲ.

"ಐ ಡೊಂಟ್ ಲೈಕ್ ಇಟ್, ಸಂದೀಪ್. ನನ್ನ ಅಂಕಲ್, ಡ್ಯಾಡ್ ಎಲ್ಲಾ ಬಂದಿದ್ದಾರೆ ಬೆಂಗಳೂರಿಗೆ. ನಿನ್ನ ಕರ್ಕಂಡ್ ಬಂದು ಮೀಟ್ ಮಾಡಿಸ್ತೀನೀಂತ ಹೇಳಿದ್ದೀನಿ. ನಿನ್ನ ಸರ್‍ಯಾಗಿ ಪ್ರಿಪೇರ್ ಮಾಡೋ ಸಲುವಾಗಿ ನಾನು, ಯಶು ಬಂದಿರೋದು. ಡ್ಯಾಡ್ ಈಸ್ ವೆರಿ ಕ್ಲವರ್. ಅವರನ್ನ ಫೇಸ್ ಮಾಡೋದು ಅಷ್ಟೊಂದು ಸುಲಭವಲ್ಲ" ಬಡಬಡ ಒದರಿದಳು. ಅವಳು ಓದಿದ್ದು ಬೆಂಗಳೂರಿನಲ್ಲಿಯೇ. ಇಲ್ಲಿನ ಜನಕ್ಕಿಂತ ಕನ್ನಡವನ್ನು ಚೆನ್ನಾಗಿ ಮಾತಾಡುತ್ತಾಳೆ. ಚಾಟಿಂಗ್ ಸಂದರ್ಭದಲ್ಲಿ ಇದೇ ಅವನಿಗೆ ತುಂಬ ಮೆಚ್ಚಿಗೆಯಾಗಿದ್ದು.

"ನಿಂತೇ ಎಲ್ಲಾ ಹೇಳಿ ಬಿಡ್ತೋಂಗೆ ಇದ್ದೀ. ಕೂತ್ಕೊಂಡು ರಿಲ್ಯಾಕ್ಸ್ ಮಾಡ್ಕೊಂಡು ಮಾತಾಡು" ಬಹಳ ತಣ್ಣಗೆ ಹೇಳಿ ಕೂತು "ಹಲೋ ಯಶವಂತ್ ಲಂಡನ್‌ಗೆ ಹೋಗೋ ಪ್ರೋಗ್ರಾಂ ಇದೇಂತ ಫೋನ್‌ನಲ್ಲಿ ಹೇಳಿದ್ರಿ. ನನ್ನ ಇಂಟರ್‌ವ್ಯೂಗೆ ಪ್ರಿಪೇರ್ ಮಾಡೋಕೆ ನೀವು ಬಂದ್ರಾ?" ತೀಕ್ಷ್ಣವಾಗಿ ಅಂದಿದ್ದು ಅವನ ಗಮನಕ್ಕೆ ಬಂತು. "ಹೌದು, ಅದಕ್ಕಿಂತ ಒಂದು ಇಂಪಾರ್ಟ್‌ಟೆಂಟ್ ಮ್ಯಾಟರ್ ಇತ್ತು. ಅದಕ್ಕೇ ನಿಂತೆ. ಲಂಡನ್ ರಾಯ್ ಫ್ಯಾಮಿಲಿಗೆ ಪಕ್ಕದ ಮನೆ ಇದ್ದಂಗೆ. ನಿರಂತರ ಓಡಾಟ ಇದ್ದೇ ಇರುತ್ತೆ." ಸಹಜವಾಗಿಯೇ ನುಡಿದಿದ್ದು. ಸಂದೀಪ್ ಮನಸ್ಥಿತಿಯಲ್ಲಿ ದುರಂಹಕಾರದ ಮಾತುಗಳೆನಿಸಿತು.

"ದಟ್ಸ್ ಓಕೇ, ಏನು ತಗೋತೀರಾ?" ಕೇಳಿದ ಸಂದೀಪ್.

ಭಟ್ಟರು ಬಂದು ನಿಂತಿದ್ದರು ಆಜ್ಞೆಗಾಗಿ. "ಸಾಫ್ಟ್ ಡ್ರಿಂಕ್ಸ್ ಸಾಕು, ಆಮೇಲೆ ಒಂದರ್ಧಗಂಟೆ ಮಾತಾಡಿ ಡಿನ್ನರ್" ಹೇಳಿದ್ದು ಯಶವಂತ್. ಭಟ್ಟರಿಗೆ ಕೇಳಿಸಿತ್ತು, ಮತ್ತೆ ಅವನೇನು ಹೇಳುವಂತಿರಲಿಲ್ಲ. ಸುಮ್ಮನೆ ಹೋದ.

"This is to bring to your kind notice ನಿನ್ನ ಸಲುವಾಗಿ ಇದ್ನ ರೆಡಿ ಮಾಡ್ಕೊಂಡು ಬಂದಿದ್ದೀನಿ. ನಂಗೆ ಇಂಡಸ್ಟ್ರೀಯಲ್ ಇಂಜನಿಯರಿಂಗ್ ಬಗ್ಗೆ ಇಂಟರೆಸ್ಟ್ ಇಲ್ಲ, ಹೆಚ್ಚು ಗೊತ್ತೂ ಇಲ್ಲ. ನಿನ್ನ ಸಲುವಾಗಿ ಇಂಟರ್‌ನೆಟ್ ಮುಂದೆ ಅರ್ಧಗಂಟೆ ಕೂತೆ" ಒಂದೆರಡು ಷೀಟ್ ಪೇಪರ್ ಅವನ ಮುಂದೆ ಹಾಕಿದಳು. 'ಟೂ ಮಚ್' ಎಂದು ಕೂಗಿಬಿಡಬೇಕೆಂದು ಕೊಂಡರೂ ಸಂದೀಪ್ ಸಹನೆವಹಿಸಿ ಓದಿದ.

ಇಂಡಸ್ಟ್ರೀಯಲ್ ಇಂಜಿನಿಯರಿಂಗ್‌ಗಳಿಗೆ ಸಂಬಂಧಪಟ್ಟ ಕಾರ್ಮಿಕರು, ಯಂತ್ರ, ಸಮಯ, ಕೆಲಸ ಮಾಡುವ, ಉತ್ಪಾದನೆ ಹೆಚ್ಚಿಸುವ ಬಗ್ಗೆ, ಗುಣ ಮಟ್ಟ ಕಾಯ್ದು ಕೊಳ್ಳುವ ವಿಷಯವಾಗಿ ಹಲವಾರು ಗೊತ್ತಿದ್ದ, ಗೊತ್ತಿಲ್ಲದ ಪ್ರಶ್ನೆಗಳು. ಅದಕ್ಕೆ ಉತ್ತರ ಕೂಡ ಇತ್ತು. ಒಮ್ಮೆ ಸೀರಿಯಸ್ಸಾಗಿ ಅವಳತ್ತ ನೋಡಿ "ಇದೇನಿದು?" ಎನ್ನುವಂತೆ

ನೋಡಿದ. 'ಔದ್ಯೋಗಿಕ ಮನಃಶಾಸ್ತ್ರ' ದಂಥ ವಿಷಯದಿಂದ 'ಶಾಪ್ ಫ್ಲೋರ್'ವರೆಗೂ ಇದು.

"ಡ್ಯಾಡ್‌ಗಿಂತ ಅಂಕಲ್ ತುಂಬ ಷಾರ್ಪ್. ನಿನ್ನ ಸ್ಕಿಲ್ ಬಗ್ಗೆ ಅವರಿಗೆ ಇಂಟರೆಸ್ಟ್. ರಾಯ್ ಇಂಡಸ್ಟ್ರೀಯಲ್ ಫ್ಯಾಮಿಲಿಗೆ ಸೇರಿಸಿಕೊಳ್ಳುವಾಗ..." ಅವಳ ಮಾತುಗಳಿನ್ನೂ ಪೂರ್ತಿ ಆಗಿರಲಿಲ್ಲ. "ಷಟಪ್, ನಾನೇನಾದ್ರೂ 'ರಾಯ್ಸ್' ಇಂಡಸ್ಟ್ರೀಗಳಲ್ಲಿ ಯಾವುದಾದರೊಂದಕ್ಕೆ ಅಪ್ಲಿಕೇಷನ್ ಹಾಕಿದ್ನಾ? ಐ ಹೇಟ್ ಇಟ್. ಇಲ್ಲಿ ನೀನು ಅಪ್ಲಿಕೇಷನ್ ಹಾಕ್ಬೋಬೇಕಿತ್ತು. ನನ್ನಪ್ಪ ಇಂಟರ್‌ವ್ಯೂ ಮಾಡಬೇಕಿತ್ತು. ಚಿರಂತನ್‌ದತ್ ಫ್ಯಾಮಿಲಿಯಲ್ಲಿ ಒಬ್ಬಳಾಗೋಕು ಕೆಲವು ಅರ್ಹತೆಗಳು ಬೇಕಾಗುತ್ತೆ. ಸಾರಿ ರಾಖಿ. ನಮ್ಮ ಸಂಬಂಧ ಫ್ರೆಂಡ್ ಶಿಪ್ ಮಿತಿಯಲ್ಲಿ ಇರಲಿ. ಆಗ ಹಿರಿಯರು ತಲೆ ಕೆಡಿಸಿಕೊಳ್ಳುವ ಅಗತ್ಯವಿರೊಲ್ಲ. ನಂಗೆ ಈ ವಿಷ್ಯದಲ್ಲಿ ಮಾತಾಡೋಕೆ ಇಷ್ಟವಿಲ್ಲ" ಅವಳು ರೆಡಿ ಮಾಡಿ ತಂದ ಪೇಪರ್ಸ್ ಶೀಟ್‌ಗಳನ್ನು ಹರಿದು ಒಯ್ದು ತಾನೇ ಕಸದ ಬುಟ್ಟಿಗೆ ಹಾಕಿ ಬಂದ ಸಂದೀಪ್ ಮೈ ಮನಸ್ಸುಗಳು ಕೋಪದಿಂದ ಉರಿಯುತ್ತಿತ್ತು. ಎಲ್ಲಿ ತಪ್ಪಾಗಿದೆ? ಇಂಥ ಅವಮಾನ ಅವನು ಸಹಿಸಲಾರ.

ಹತ್ತು ನಿಮಿಷ ತಮ್ಮ ರಾಯಲ್ ಫ್ಯಾಮಿಲಿಯ ಬಗ್ಗೆ ವಿವರಣೆ ನೀಡಿ ಒಮ್ಮೆ ರಾಯ್ ಇಂಡಸ್ಟ್ರೀ ಫ್ಯಾಮಿಲಿಗೆ ಎಂಟ್ರಿ ಕೊಟ್ಟ ಮೇಲೆ ಸಿಗುವ ಸಂಪತ್ತು ಜೊತೆ, ಸಮಾಜದಲ್ಲಿನ ಸ್ಟೇಟಸ್ ಬಗ್ಗೆ ಒಂದಿಷ್ಟು ಸಹನೆಯಿಂದಲೇ ಹೇಳಿದಳು. ಒಂದು ತರಹ ಕೌನ್ಸಿಲಿಂಗ್ ಅನಿಸಿತು ಸಂದೀಪ್‌ಗೆ.

"ಐ ಲೈಕ್ ಯು ಸಂದೀಪ್. ರಾಯ್ ಫ್ಯಾಮಿಲಿಯಲ್ಲಿ ಕೆಲವು ನಿಯಮಗಳು ಇವೆ. ಈ ಗ್ರೂಪ್‌ನಲ್ಲಿ 550 ಜನ ಇದ್ದಾರೆ, ಒಂದೇ ಕುಟುಂಬದ ತರಹ. ಸಂಪತ್ತು ಇಲ್ಲಿಯೇ ಹಂಚಿಕೆ ಆಗಬೇಕು, ಆದ್ದರಿಂದ ವಿವಾಹಗಳ ವಿಷಯದಲ್ಲಿ ತೀರಾ ಎಚ್ಚರವಹಿಸ್ತಾರೆ, ಹಿರಿಯರು ನಿನ್ನ ಎಬಿಲಿಟಿನ ಹೇಗೆ ಬಳಸಿಕೊಳ್ಳಬಹುದೆನ್ನುವ ತೀರ್ಮಾನಕ್ಕೆ ಈ ಇಂಟರ್‌ವ್ಯೂ, ಡೋಂಟ್... ಮೈಂಡ್. ನಿಂಗೆ ತುಂಬ ಶಾರ್ಟ್ ಟೆಂಪರ್ ಅಂತ ಈಗ್ಲೇ ಗೊತ್ತಾಗಿದೆ. ಇನ್ನೊಂದು ಪ್ಲಾನ್ ಕೂಡ ಇದೆ. ನಿನ್ನ ಸಿಸ್ಟರ್ ನಂದಿತಾನ ಯಶವಂತ್‌ಗೆ ಮಾಡಿಕೊಳ್ಳೋಕೆ ತೀರ್ಮಾನ ಮಾಡಿದ್ದಾರೆ" ಫೇವರ್ ಮಾಡೋ ರೀತಿ ಹೇಳಿದಳು.

"ಷಟಪ್, ರಾಖಿ! ಇನ್ನ ಮುಂದುವರಿಸೋದು ಬೇಡ. ಇದು ನಮ್ಮಿಬ್ಬರಿಗೂ ಸಂಬಂಧಪಟ್ಟ ವಿಚಾರ. ರಾಯ್ ಫ್ಯಾಮಿಲಿಯ ಎಂಟ್ರಿ ಬೇಡ. ನಮ್ಮಿಬ್ಬರಲ್ಲಿ ಸ್ನೇಹ, ಪ್ರೇಮ ಮೂಡೋವಾಗ ರಾಯ್ ಫ್ಯಾಮಿಲಿ ಇರಲಿಲ್ಲ. ಈಗ್ಲೂ ಅಷ್ಟೆ. ಇನ್ನ ನಂದೂ ವಿಚಾರ ನಿಮ್ಮಗಳಿಗೆ ಸಂಬಂಧಪಟ್ಟದಲ್ಲ. ಅದು ನನ್ನಪ್ಪನ ಜವಾಬ್ದಾರಿ. ಪ್ಲೀಸ್, ಸದ್ಯಕ್ಕೆ ನಂದು ಒಂದ್ವರ್ಷ ವಿವಾಹವಾಗೋಲ್ಲ. ಅವಳದಾದ ನಂತರವೇ ನಮ್ಮ ಮದ್ವೆ. ಸಾಕಷ್ಟು ಸಮಯವಿದೆ. ಈಗ ಆ ಪ್ರಸ್ತಾಪಬೇಡ. ದಿಸ್ ಈಸ್ ಮೈ ಫೈನಲ್ ಡಿಸಿಷನ್. ನಾನು ಯಾರನ್ನು ಭೇಟಿ ಮಾಡೊಲ್ಲ. ಅವ್ರುಗಳು ನನ್ನ ಭೇಟಿ ಮಾಡೋ ಪ್ರಯತ್ನ ಮಾಡೋದು ಬೇಡ" ಕಡ್ಡಿ ತುಂಡು ಮಾಡಿದಂತೆ ಮಾತಾಡಿದ. ಅವನು ಚಿರಂತನ್‌ದತ್ I.A.S ಅವರ ಮಗ.

ಯಶವಂತ್ ಏನೇನೋ ಕನ್ವಿನ್ಸ್ ಮಾಡಲು ಪ್ರಯತ್ನಿಸಿದ.

"ಪ್ಲೀಸ್, ನಾಳೆ ರಾಖಿ ಡ್ಯಾಡ್, ಅಂಕಲ್‌ನ ಭೇಟಿ ಮಾಡು. ಅವ್ರುಗಳು ನಿನ್ನ ಭೇಟಿ ಮಾಡೋ ಸಲುವಾಗಿ ಇಂದಿನ ಫ್ಲೈಟ್ ಕ್ಯಾನ್ಸಿಲ್ ಮಾಡಿದ್ರು. ಸಮಯಾನ ಲಕ್ಷಗಳಲ್ಲಿ ಲೆಕ್ಕ ಹಾಕ್ತಾರೆ"

"ಸಾರಿ, ಅವರ ಸಮಯಕ್ಕೆ ಲಕ್ಷಗಳು ಇರಬಹುದು. ಸಮಯ ಸದಾ ಅಮೂಲ್ಯವೇ. ಅದಕ್ಕೆ ಬೆಲೆ ಕಟ್ಟೋಕೆ ಸಾಧ್ಯವೇ ಇಲ್ಲ. ನಂಗೆ ಅವರನ್ನು ಭೇಟಿ ಮಾಡೋಕ್ಕಾಗೊಲ್ಲ" ಎಂದು ಮೇಲೆದ್ದುಬಿಟ್ಟ.

ರಾಖಿ ಕೆನ್ನೆಗೆ ಮುತ್ತಿಕ್ಕುತ್ತಿದ್ದ ಬಾಬ್ ಕೂದಲನ್ನು ಹಿಂದಕ್ಕೆ ತಳ್ಳಿಕೊಂಡು "ಯು ಆರ್ ಆನ್ ಲಕ್ಕಿ. ಆಪರ್ಚುನಿಟಿ ನಿನ್ಮನೆ ಬಾಗಿಲಲ್ಲಿ ಬಂದು ಕಾದು ನಿಂತಿತ್ತು. ಜೊತೆಗೆ ಪುಣ್ಯ ಸಂದೀಪ್ ಬಗ್ಗೆ ಮತ್ತಷ್ಟು ವಿಷಯ ಸಿಕ್ಕಿದೆ. ಅವ್ಳು ನಿನ್ನ ತಂಗಿ ನಂದಿತಾ ಕಾಲೇಜ್‌ಮೇಟ್. ಇಂಥವರು ಸಂಬಂಧಗಳನ್ನು ಹೇಳಿಕೊಂಡು ಕೋರ್ಟ್, ಕಛೇರಿಗೆ ಹೋಗೋ ಸಂಭವವಿರುತ್ತೆ. ಅದಕ್ಕೆ ಲೀಗಲ್ಲಾಗಿ ಕೆಲವು ಪೇಪರ್ಸ್ ರೆಡಿ ಮಾಡ್ಸಿದ್ದಾರೆ, ನಂತರವೆ ಮಿಕ್ಕಿದ್ದು" ಮತ್ತೆ ಅದೇ ಬಡಬಡಿಕೆ. ಮನಸ್ಸಿನಲ್ಲಿದ್ದುದ್ದು ಮಾತಾಡಿ ಬಿಡುವುದೊಂದು ವೀಕ್‌ನೆಸ್ ಅವಳದು. 'ಬಿ ಕೇರ್ ಫುಲ್' ಒಬ್ಬರಲ್ಲ... ಒಬ್ಬರು ಎಚ್ಚರಿಸುತ್ತಲೇ ಇದ್ದರು.

"ಯು ಮಸ್ಟ್ ಕಮ್" ಅಂದಳು ಒತ್ತಾಯ ಪೂರ್ವಕವಾಗಿ.

"ಸಾರಿ" ಎಂದು ಮೇಲೆಕ್ಕೆದವನು "ಡಿನ್ನರ್‌ಗೆ ರೆಡಿ ಮಾಡೋಕೆ ಹೇಳಲಾ?" ಕೇಳಿದ ಕೂಡಲೇ ಮೇಲೆದ್ದ ರಾಖಿ ಮೊಬೈಲಿನ ಬಟನ್‌ಗಳನ್ನೊತ್ತಿ "ಯಶು, ಲೆಟ್ಸ್ ಗೋ" ಅಂದವಳೆ ಲಗೇಜ್ ಬ್ಯಾಗ್ ಎತ್ತಿಕೊಂಡು ಬಾಗಿಲತ್ತ ಹೊರಟಳು. ಯಶವಂತ್ ಸ್ವಲ್ಪ ಗಾಬರಿಯಿಂದ "ಸಂದೀಪ್, ಸ್ವಲ್ಪ ಸಮಾಧಾನ ಮಾಡಿ ಇಲ್ಲದಿದ್ದರೆ ದೊಡ್ಡ ಆಪರ್ಚುನಿಟಿ ಮಿಸ್ ಮಾಡ್ಕೋತೀರಾ" ಹೇಳಿದ.

"ಐ ಡೋಂಟ್ ಮೈಂಡ್. ಮತ್ತೆ ಭೇಟಿಯಾಗೋಣ. ನಂಗೆ ಈಗ ಮಾತಾಡೋ ಮೂಡ್ ಇಲ್ಲ" ನೇರವಾಗಿಯೇ ಹೇಳಿದ. ಜೀವನದಲ್ಲಿ ಮೊದಲ ಸಲ ಇಂಥದೊಂದು ಅವಮಾನ ಅನುಭವಿಸಿದ್ದ. ಹಲ್ಮುಡಿಯನ್ನು ಕಚ್ಚಿಡಿದು ತನ್ನ ಬ್ಯಾಗ್ ಕೂಡ ಕೈಗೆತ್ತಿಕೊಂಡು ಹೊರಟಾಗ ಮಾತಿನಲ್ಲಿ ಕೂಡ ನಿಲ್ಲಿಸಿಕೊಳ್ಳುವ ಪ್ರಯತ್ನ ಮಾಡಲಿಲ್ಲ ಸಂದೀಪ್.

ಭಟ್ಟರಿಗೆ ಕೈ ಸನ್ನೆ ಮಾಡಿ ಬಾಗಿಲು ಲಾಕ್ ಮಾಡಲು ಹೇಳಿ ತನ್ನ ಬೆಡ್‌ರೂಮಿಗೆ ಹೋದ. ಈಗ ಅವನ ಮಸ್ತಿಷ್ಕದಲ್ಲಿ ಇದ್ದವಳು ರಾಖಿಯಲ್ಲ, ಪುಣ್ಯ ಸಂದೀಪ್. ಇವಳು ಯಾರು? ನಂದಿತಾ ಕಾಲೇಜು ಮೇಟ್ ಅಂತ ರಾಖಿ ಹೇಳಿದ್ದು ಅವನಿಗೆ ತಬ್ಬಿಬ್ಬು ಆಯಿತು. ನಂದಿತಾ ಕಾಲೇಜು ಗೆಳತಿಯರು ಆಗಾಗ ಮನೆಗೆ ಬರುತ್ತಿದ್ದರು. ಅವಳೇ ಪರಿಚಯಿಸುತ್ತಿದ್ದಳು. ಅವಳಲ್ಲಿ ಪುಣ್ಯ ಅನ್ನೋರು ಯಾರು ಇರಲಿಲ್ಲ. ಅಂದರೆ ತನಗೆ ಇಂಥದೊಂದು ಸಂಬಂಧವಿದೆಯೆನ್ನುವ ಡೌಟು ರಾಯ್ ಫ್ಯಾಮಿಲಿಗೆ ಮಾತ್ರವಲ್ಲ, ರಾಖಿಗೂ ಕೂಡ. ಆ ಬಗ್ಗೆ ಅಂಥ ದೊಡ್ಡ ತಕರಾರು ಕಾಣದಿದ್ದರೂ 'ಆ ಸಂಬಂಧವೆಂದು

ಹೇಳಿಕೊಂಡು ಯಾರೂ ತಕರಾರು ತೆಗೆಯಬಾರ್ದು. ಆಸ್ತಿಯಲ್ಲಿ ಪಾಲು ಕೇಳಬಾರ್ದು. ಅಳಿಯನಾಗಿ ಅಪಾಯಿಂಟ್‌ಮೆಂಟ್ ಮಾಡಿಕೊಳ್ಳುವ ಮುನ್ನ ಇಂಥದೊಂದು ಬಂದೋಬಸ್ತು.'

ಅವನಿಗೆ ಜಿಗುಪ್ಸೆಯಾಯಿತು. ಸ್ನೇಹ, ಪ್ರೇಮ ಹಂತಕ್ಕೆ ಬರುವವರೆಗೂ ರಾಖಿ ರಾಯ್ ಫ್ಯಾಮಿಲಿಯವಳೆಂದು ಅವನಿಗೆ ಗೊತ್ತಿರಲಿಲ್ಲ. ಭಾರತದ ನಂಬರ್ ಒನ್ ಶ್ರೀಮಂತ ಉದ್ದಿಮೆಗಳು ಅವರದು. ಸಾಕಷ್ಟು ದೇವಸ್ಥಾನಗಳು, ಚಾರಿಟಿಗಳು, ಪ್ರಶಸ್ತಿಗಳು ಅವರ ಹೆಸರಿನಲ್ಲಿ ಇತ್ತು.

"ಯಾರು ಈ ಪುಣ್ಯ?" ಬೆಳಕು ಹರಿಯುವವರೆಗೂ ಯೋಚಿಸಿದ. ಭಾರತಿ ನರ್ಸಿಂಗ್ ಹೋಂನಿಂದ ಪುಣ್ಯ ಸಂದೀಪ್ ಎನ್ನುವವರ ಹೆರಿಗೆಯಾಗಿದೆಯೆನ್ನುವ ಫೋನ್ ಬಂದಾಗಲೇ ನಂದಿತಾಗೆ ಗೊತ್ತಾಗುತ್ತಿತ್ತು. ಸುಮ್ಮನೆ ತಲೆಕೆಟ್ಟಾಗ ಆ ವಿಷ್ಯವನ್ನ ಪಕ್ಕಕ್ಕೆ ಸರಿಸಿ ಮೇಲೆದ್ದ. ರಾತ್ರಿ ಸರಿಯಾಗಿ ನಿದ್ರಿಸಲಾಗಲಿಲ್ಲ.

ಬೆಳಿಗ್ಗೆ ಸ್ನಾನ ಮುಗಿಸಿ ಬರುವ ವೇಳೆಗೆ ಒಂದು ಎಸ್.ಎಮ್.ಎಸ್. ಪ್ರತೀಕನಿಂದ. 'ಅಜ್ಜಿ ನಿಂಗೆ ಇಷ್ಟವಾದ ತಿಂಡಿ ಮಾಡಿದ್ದಾಳೆ. ಬರಬೇಕಂತೆ' ಅದು ಹಿತವೆನಿಸಿದರು ಹೋಗುವುದು ಸಾಧ್ಯವಿರಲಿಲ್ಲ. 'ರಾತ್ರಿ ಊಟಕ್ಕಾಗಿ ಬರ್ತೀನಿ' ಎಂದು ಎಸ್.ಎಮ್.ಎಸ್. ಕಳಿಸಿ ಆಫೀಸಿಗೆ ಹೊರಟವನು ದಾರಿಯಲ್ಲಿ ತನ್ನ ಮೊಬೈಲ್ ಆಫ್ ಮಾಡಿದ. ರಾಖಿಯಿಂದ ಮತ್ತೆ ಫೋನ್ ಬರುವುದು, ಮಾತು, ಭೇಟಿ ಇದು ಯಾವುದೂ ಬೇಕಿರಲಿಲ್ಲ.

ತಿರುವಿಗೆ ಬರುವ ವೇಳೆಗೆ ಪ್ರತೀಕ ಬೈಕ್ ಹಾರನ್ ಕೇಳಿಯೇ ನಿಲ್ಲಿಸಿದ. ಸೈಡ್‌ಗೆ ಒಯ್ದು ವಿಂಡೋ ಬಳಿ ಬಗ್ಗಿದ ಅವನು "ಅಣ್ಣ, ಬರ್ತೀಯಾ?" ವಿಚಾರಿಸಿದ. "ಸ್ವಲ್ಪ ಕೂಡ ಕಾಮನ್‌ಸೆನ್ಸ್ ಇಲ್ವಾ! ನಾನು ಕಂಪನಿ ಮೈನ್ ಆಫೀಸಿಗೆ ಹೋಗ್ತಾ ಇದ್ದೀನಿ. ರಾತ್ರಿ ಅಲ್ಲೇ ಊಟಕ್ಕೆ ಬರ್ತೀನಿ" ಮುಖ ಒಂದು ತರಹ ಮಾಡಿಕೊಂಡ "ಓಕೇ, ಅಣ್ಣ ಕಾಯ್ತಾ ಇರ್ತೀನಿ" ಬೈಕ್ ಹಿಂದಕ್ಕೆ ತಿರುಗಿಸಿದ. ಬಣ್ಣ ಬಣ್ಣದ ಫ್ಯಾಷನ್ ಬಟ್ಟೆಗಳನ್ನು ಧರಿಸಿ ಉತ್ಸಾಹದಿಂದ ಕೆಲವೊಮ್ಮೆ ತೀರಾ ಮುಗ್ಧವಾಗಿ ಮಾತಾಡುವ ಅವನು ಇಷ್ಟವಾಗಿ ಬಿಡುತ್ತಿದ್ದ. ಅದಕ್ಕೆ ಮುಖ್ಯ ಕಾರಣ ತಮ್ಮ ಎನ್ನುವ ಸಂಬಂಧ, ಅಣ್ಣ ಎನ್ನುವ ಅಂತರಂಗ ಸಂಬೋಧನೆ.

ಪ್ರತೀಕ ಬಂದಾಗ ಗಿರಿಜಮ್ಮ ಫ್ಲಾಟ್‌ನ ಬಾಲ್ಕನಿಯಲ್ಲಿ ನಿಂತಿದ್ದರು. ನೆಲ ನೋಡುವ ಮೇಲಸ್ತಿನ ಬದುಕು ಅವರಿಗೆ ಇಷ್ಟವಾಗಿರಲಿಲ್ಲ. ತಮ್ಮ ಪುಟ್ಟ ಅಂಗಡಿ, ತೋಟ ಸುತ್ತಲಿನ ವಿಶಾಲವಾದ ಜಮೀನಿನಲ್ಲಿ ಬದುಕಿದವರಿಗೆ ಗುಬ್ಬಚ್ಚಿ ಗೂಡು ಅನ್ನಿಸಿದ್ದು ಸಹಜವೆ.

ಕೆಳಗಿನಿಂದಲೇ ಕೈಯಾಡಿಸಿ ಬೈಕ್ ನಿಲ್ಲಿಸಿ ಮೇಲೇರಿ ಹೋದವ "ಅಣ್ಣ, ಆಗ್ಗೇ ಆಫೀಸಿಗೆ ಹೊರಟಿದ್ರು, ಸಂಜೆ ಗ್ಯಾರಂಟಿಯಾಗಿ ಬರ್ತಾರಂತೆ. ಏನಾದ್ರು ಸ್ಪೇಷಲ್ ಅಡ್ಗೇ ಮಾಡಿ ಅಜ್ಜಿ. ಆತುರಾತುರವಾಗಿ ಮಮ್ಮಿ ಮಾಡೋ ಅಡ್ಗೆ ಸ್ವಲ್ಪನು ಟೇಸ್ಟಾಗಿರೋದಿಲ್ಲ. ಹಾಗೆ ನೋಡಿದರೆ ಡ್ಯಾಡಿಗೆ ಗುಡ್ ಕುಕ್" ಅನ್ನುವ ವೇಳೆಗೆ ಡ್ರೆಸ್ ಮಾಡಿಕೊಂಡ ಮಾಲಿನಿ ಹೊರಗೆ ಬಂದರು. ದಟ್ಟವಾದ ಬಣ್ಣ ತುಟಿಗಳಿಗೆ, ಪರಿಮಳ ಗಪ್ಪೆಂದು ಹರಿದು

ಬಂತು. ಹುಬ್ಬೇರಿಸಿ ಒಂದು ತರಹ ನಕ್ಕ ಪ್ರತೀಕ.

"ಅತ್ತೆ, ನಾನು ಹೋಗಿ ಬರ್ಲಾ? ನೀವು ಯಾರ್ಗೂ ಕಾಯಬೇಡಿ. ಬೇಗ ಊಟ ಮಾಡಿ" ಇಂಥದೊಂದು ಡೈಲಾಗ್ ಉದುರಿಸಿಯೇ ಹೋಗಿದ್ದು. ಗಿರಿಜಮ್ಮ ಬಾಯಿ ಬಿಟ್ಟು ಏನು ಹೇಳದಿದ್ದರೂ ಸೊಸೆ ಅವತಾರ ಅತಿರೇಕವೆನಿಸಿದರು ಸಿಟಿಯ ಬದುಕೇ ಹೀಗಿರಬೇಕೆಂದು ಸಮಾಧಾನ ಮಾಡಿಕೊಂಡಿದ್ದರು.

"ಅಜ್ಜಿ, ನಂಗೆ ತಿಂಡಿ ಕೊಡುವಿರಂತೆ ನಡೀರಿ" ಅವಸರಿಸಿದ.

ತಿಂಡಿ, ತೀರ್ಥ ವಿಷಯದಲ್ಲಿ ತೀರಾ ಕಟ್ಟುನಿಟ್ಟಾಗಿ ಮ್ಯಾನೇಜ್ ಮಾಡುತ್ತಿದ್ದ ಮಾಲಿನಿಗೆ ಗಿರಿಜಮ್ಮ ಬಂದ ಮೇಲೆ ನುಂಗಲಾರದ ತುತ್ತಾಗಿತ್ತು. ತಾವು ಅಡಿಗೆ ಮನೆಯ ಜವಾಬ್ದಾರಿ ವಹಿಸಿಕೊಂಡಿದ್ದ ಆಕೆ ಧಾರಾಳವಾಗಿ ಪದಾರ್ಥಗಳನ್ನು ಬಳಸಿ ರುಚಿಕಟ್ಟಾಗಿ ಊಟ-ತಿಂಡಿ ಮಾಡುತ್ತಿದ್ದರು.

ಈಗಾಗಲೇ ಕರುಣಾಕರ ಹೋಗಿ ಆಗಿತ್ತು. ವೆಹಿಕಲ್‌ನ ಅಗತ್ಯವಿರಲಿಲ್ಲ. ಫ್ಯಾಕ್ಟರಿಯ ವೆಹಿಕಲ್ ಬರುತ್ತಿತ್ತು. ಅದರಲ್ಲಿ ಹೋಗುತ್ತಿದ್ದರು.

ತಾವೇ ತಟ್ಟೆ ಇಟ್ಟು ಅಕ್ಕಿ ರೊಟ್ಟಿ, ಬದನೇ ಕಾಯಿ ಎಣ್ಣೆಗಾಯಿ, ಕಾಳು ಉಸುಲಿ ಬಡಿಸಿ "ನಿಧಾನವಾಗಿ ತಿನ್ನು. ಆತುರಾತುರವಾಗಿ ತಿನ್ನೋದು ಒಳ್ಳೇದಲ್ಲ" ಮಮತೆಯಿಂದ ಹೇಳಿದರು. ಈ ತರಹದ ಪ್ರೀತಿಗೆ ಎರವಾಗಿದ್ದ ಅವನಿಗೆ ಅಜ್ಜಿ ಬಂದ ಮೇಲೆ ತುಂಬ ಖುಷಿಯಾಗಿದ್ದ. "ತಾತ ಕೂಡ ಬಂದಿದ್ದರೆ ಚೆನ್ನಾಗಿತ್ತು" ಅಂದು ಆಕೆಯ ಕಣ್ಣಲ್ಲಿ ನೀರು ಹಾಕಿಸಿ ಪಶ್ಚಾತ್ತಾಪ ಪಡುತ್ತಿದ್ದ.

"ಇನ್ನೊಂದು ರೊಟ್ಟಿ" ಅಂದಾಗ ಕೈ ಅಡ್ಡ ಹಿಡಿದ. "ತುಂಬ ತಿಂದರೇ ಮೈನ ಫಿಗರ್ ಕೆಟ್ಟು ಹೋಗುತ್ತೇಂತ ಅಂತಾರೆ, ಮಮ್ಮಿ. ಈಗ್ಲೂ ಮಮ್ಮಿ ನೋಡಿ ಹೇಗಿದ್ದಾರೆ? ಹತ್ತು ವರ್ಷದಲ್ಲಿ ಒಂದೇ... ಒಂದು ಕೆ.ಜಿ. ತೂಕ ಹೆಚ್ಚಿಸಿಕೊಳ್ಳದವರಿಗೆ ಪ್ರೈಜ್ ಕೊಟ್ಟರೇ ಮಮ್ಮಿಗೆ ಸಿಗೋದು. ಡ್ಯಾಡಿ ಹೊಟ್ಟೆನ ಹಾಸ್ಯ ಮಾಡ್ತಾರೆ" ಎಂದು ಮೇಲೆಕ್ಕೆದ್ದ. ಗಿರಿಜಮ್ಮನಿಗೆ ಅರ್ಥವಾಗಿತ್ತು. ಸೊಸೆಯೆಂದು ಮನೆ ತುಂಬಿಸಿಕೊಳ್ಳದ ಹೆಣ್ಣಿನ ಮನೆಯಲ್ಲಿ ಬಂದಿರುವುದು ಅವರಿಗೆ ಸ್ವಲ್ಪ ಮುಜುಗರ. ತಾನಾಗಿ ಒಮ್ಮೆ ಕೂಡ ಬಂದು ನೋಡದ ಮಾಲಿನಿಯ ಬಗ್ಗೆ ಯಾವುದೇ ಭಾವನೆಗಳು ಅರಳಲು ಸಂಕೋಚಿಸುತ್ತಿದ್ದವು.

ಅದರಿಂದಲೇ ಮುಕ್ತವಾಗಿ ಬೆರೆಯಲು ಮಾತಾಡಲು ಹಿಂಜರಿಯುತ್ತಿದ್ದರು. ಊಟ ತಿಂಡಿಯಲ್ಲಿ ಸಂಕೋಚವೇ. ಆದರೆ ಕರುಣಾಕರ ರಾತ್ರಿಯ ಊಟಕ್ಕೆ ಜೊತೆಯಲ್ಲಿ ಕೂಡಿಸಿಕೊಳ್ಳುತ್ತಿದ್ದರು. ಬಡಿಸುತ್ತಿದ್ದರು, ಛೇಡಿಸುತ್ತಿದ್ದರು, ಕೈ ತುತ್ತು ಹಾಕುವವರೆಗೂ ಅಮ್ಮನನ್ನು ರಮಿಸುತ್ತಿದ್ದರು. ಮಾಡಿದ ತಪ್ಪಿಗೆ ಪಶ್ಚಾತ್ತಾಪ ಅನುಭವಿಸುತ್ತಿರುವ ಮಗನನ್ನ ಕಂಡರೆ ಮರುಕವೆ.

ಮೊಮ್ಮಗನನ್ನು ಮೇಲೆ ನಿಂತು ಬೀಳ್ಕೊಟ್ಟರು. ಕರುಣಾಕರ ಫ್ಯಾಕ್ಟರಿಗೆ ಹೋದ ನಂತರವು ಕನಿಷ್ಟ ಹಿಂದಿರುಗುವ ವೇಳೆಗೆ ಮೂರು ಸಲವಾದರೂ ಫೋನ್ ಮಾಡುತ್ತಿದ್ದರು.

ಆದರೆ ಮಾಲಿನಿ ಮನೆ ಬಿಟ್ಟರೇ ಸಂಜೆಯೇ ಅಂದರೆ ಕತ್ತಲಾದ ನಂತರವೇ ಹಿಂದಿರುಗುತ್ತಿದ್ದುದ್ದು. ಇಡೀ ಕಾಲೇಜು ತನ್ನ ತಲೆಯ ಮೇಲಿದೆಯೆನ್ನುವ ಇನ್‌ವಾಲ್ವ್‌ಮೆಂಟ್.

ತಿಂಡಿ ಕೂಡ ಬೇಡವೆನಿಸಿ ಒಂಟಿಯಾಗಿ ಕೂತು ಕಣ್ಣೀರು ಮಿಡಿದರು. ಗಂಡ ಹೋಗಿ ಮೂರು ತಿಂಗಳಾಗಿ ಹೋಗಿತ್ತು. ಇದುವರೆಗೂ ನಾಪತ್ತೆ. ಒಮ್ಮೆ ಎಲ್ಲಿಂದಲೋ ಒಂದು ಕಾರ್ಡ್ ಬರೆದು ಹಾಕಿದ್ದರು. 'ಗಿರಿಜ, ಬಂದಿದ್ದು ಒಂಟಿಯಾಗಿ, ಹೋಗುವುದು ಒಂಟಿಯಾಗಿ. ಇದು ನಾಲ್ಕು ದಿನದ ನಾಟಕ. ಆಸಕ್ತಿ, ಆಕರ್ಷಣೆ, ವ್ಯಾಮೋಹದಿಂದ ಮುಕ್ತನಾಗಿದ್ದೀನಿ. ಇನ್ನ ನನಗಾಗಿ ಪರಿತಪಿಸುವುದನ್ನ ನಿಲ್ಲಿಸು. ಎಂದಾದರೂ ಹಿಂದಿರುಗಿ ಬರಬಹುದು. ಅಂಥ ಪೂರ್ಣ ಭರವಸೆಯೇನು ಇಟ್ಟುಕೋಬೇಡ" ಕೆಳಗೆ ಚಂದ್ರಮೌಳೇಶ್ವರ ಸ್ವಾಮಿಯೆಂದು ಸಹಿ ಹಾಕಿದ್ದರು. ಹೆಸರಿಗೆ 'ಸ್ವಾಮಿ'ಯೆನ್ನುವುದು ಸೇರ್ಪಡೆ.

ನಂತರವೇ ಮಗನ ಒತ್ತಡಕ್ಕೆ ಮಣಿದು ಇಲ್ಲಿಗೆ ಬಂದಿದ್ದು.

ಯೋಜನೆಯಲ್ಲಿ ಮನೆ, ತೋಟ, ಜಮೀನು ಪೂರ್ತಿ ಆಕ್ರಮಿಸಿಕೊಂಡು ಅದಕ್ಕೆ ಬದಲಾಗಿ ಹಣ ಕೊಟ್ಟು ಸರ್ಕಾರ ಅವರನ್ನು ಹೊರ ಹಾಕಿತ್ತು. ಬಹುಶಃ ಹಾಗೆ ಮಾಡದಿದ್ದರೆ ಗಿರಿಜಮ್ಮ ಗಂಡನಿಗಾಗಿ ಕಾಯುತ್ತ ತಮ್ಮ ಶೇಷ ಜೀವನವನ್ನ ಅಲ್ಲೇ ಕಳೆಯುತ್ತಿದ್ದರೇನೋ?

ಅಷ್ಟರಲ್ಲಿ ಮಗನ ಫೋನ್ ಬಂತು. "ಅಮ್ಮ, ತಿಂಡಿ ತಿಂದ್ಯಾ? ಅದೇನು ಚೆನ್ನಾಗಿತ್ತಮ್ಮ ಅಕ್ಕಿ ರೊಟ್ಟಿ, ಬದನೆಕಾಯಿ ಎಣ್ಣೆಗಾಯಿ. ನೀನು... ತಿಂದ್ಯಾ?" ಕರುಣಾಕರ ಕೇಳಿದರು. ಗಿರಿಜಮ್ಮ 'ಹ್ಞೂಂ' ಎಂದು ತಡವರಿಸಿದಾಗ ಅರ್ಥಮಾಡಿಕೊಂಡು "ನೀನು ತಿಂಡಿ ತಿನ್ನದಿದ್ದರೆ ನನ್ನ ಮೇಲಾಣೆ. ನಾನು ರಾತ್ರಿ ಉಪವಾಸ ಮಾಡಿ ಬಿಡ್ತೀನಿ" ಹೆದರಿಸಿಯೇ ಫೋನ್ ಇಟ್ಟಿದ್ದು.

ಇಂಥ ಮಗ ವರ್ಷಗಳಷ್ಟು ಕಾಲ ತಮ್ಮಿಂದ ಹೇಗೆ ದೂರ ಇದ್ದ? ಒಮ್ಮೆ ನೋಡೋಕು ಬಂದಿರಲಿಲ್ಲ. ಅದನ್ನೆಲ್ಲ ನೆನಪಿಸಿಕೊಂಡು ಕಣ್ಣೀರು ಹಾಕಿದರು.

ಅಪರೂಪಕ್ಕೆ ಮಧ್ಯಾಹ್ನ ಮನೆಗೆ ಬಂದ ಮಾಲಿನಿ ಒಂದು ರೇಶಿಮೆ ಸೀರೆಯ ಪ್ಯಾಕೆಟ್‌ನ ಅತ್ತೆಯ ಕೈಗಿಟ್ಟು ನಮಸ್ಕರಿಸಿದಾಗ ಆಕೆಗೆ ಗಾಬರಿ. ಈಗಲೂ ಸರಾಗವಾಗಿ ಮಾತಾಡಲಾರದ ಮನಸ್ಥಿತಿ.

"ಅಯ್ಯೋ, ಇದೆಲ್ಲ ಏನಮ್ಮ?" ಕೂತಿದ್ದವರು ಮೇಲೆದ್ದರು.

"ನಿಮಗೋಸ್ಕರ ತಂದೆ" ಇಂಥದೊಂದು ಮಾತು. ಆಕೆ ಸಂಕೋಚಿಸಿದರು. "ನಂಗ್ಯಾಕಮ್ಮ? ರೇಶಿಮೆ ಸೀರೆಗಳನ್ನು ಉಡೋ ಮನಸ್ಸು, ವಯಸ್ಸು ಎರಡು ಇಲ್ಲ. ನನ್ಹತ್ರ ಇರೋ ರೇಶಿಮೆ ಸೀರೆಗಳು ಧೂಳಿಡಿದು ಕೂತಿದೆ. ಬಂದ ಕೂಡಲೇ ನಿಂಗೆ ಕೊಡೋಣಾಂತ ಇದ್ದೆ, ನೀನೇನು ಅಂದ್ಕೋತಿಯೋಂತ ಸುಮ್ಮನಾದೆ" ನುಡಿದರು. ಸರಾಗವಾಗಿ ಮಗನ ಮನೆಯೆಂದು ನಡೆದುಕೊಳ್ಳುವುದು ಇಂದಿನವರೆಗೂ ಅವರಿಂದ ಆಗಿರಲಿಲ್ಲ. ಪರಕೀಯತೆ, ನೋವು ಮತ್ತೆಷ್ಟು ದಿನ... ಎನ್ನುವ ಭಾವ.

"ಅಯ್ಯೋ, ನೀವು ಕೊಡೋ ಸೀರೆಗಳನ್ನು ಆಶೀರ್ವಾದ ಪೂರ್ವಕವಾಗಿ ತಗೋತೀನಿ" ಸೊಸೆ ಅಂದಿದ್ದೆ ತಡ, ರೂಮ್‌ನಲ್ಲಿದ್ದ ಬೀರುನಲ್ಲಿದ್ದ ಸೀರೆಗಳನ್ನು ತೆಗೆದಿಟ್ಟರು. "ಕೆಲವನ್ನ ಉಡಲೇ ಇಲ್ಲ. ಅಗತ್ಯ ಬರ್ಲಿಲ್ಲ ಅಷ್ಟೆ" ಬಣ್ಣ, ಅಂಚು ಎಲ್ಲಾ ಚೆನ್ನಾಗಿತ್ತು. ಬೇಕು,ಬೇಕಾದ್ದನ್ನೆಲ್ಲ ಮಾಲಿನಿ ಆರಿಸಿಟ್ಟುಕೊಂಡು ಅತ್ತೆಯನ್ನು ಹೊಗಳಿದರು.

ಅತ್ಯಂತ ಧಾರಾಳದಿಂದ ತಮ್ಮಲ್ಲಿದ್ದ ಚಿನ್ನ, ಬೆಳ್ಳಿಯನ್ನೆಲ್ಲ ಸೊಸೆಗೆ ಕೊಟ್ಟು ಬಿಟ್ಟರು. "ಇನ್ನು ನಂಗೆ ಇದನ್ನೆಲ್ಲ ಜೋಪಾನ ಮಾಡೋಕ್ಕಾಗೊಲ್ಲ. ಅದೇನು ಬೇಕೋ, ಮಾಡ್ಕೋ."

ಮಾಲಿನಿ ನಿಬ್ಬೆರಗಾದರು. ಹಳೇ ಸರ, ಅಡಿಕೆ, ಜಡೆಬಿಲ್ಲೆ ಅಂಥದೆಲ್ಲ ಸುಮಾರಾಗಿಯೇ ಇತ್ತು. ಇಂಥ ಒಂದು ನಿರೀಕ್ಷೆಯೇ ಇರಲಿಲ್ಲ. ಲಕ್ಷಕ್ಕೆ ಮೇಲ್ಪಟ್ಟ ಬಂಗಾರ! ರೋಮಾಂಚನವೆನಿಸಿತು. ಪ್ರತಿಯೊಂದು ಆಸೆ ಪೂರೈಸಿಕೊಳ್ಳಲು ಅವಿರತವಾಗಿ ಶ್ರಮವಹಿಸಿದ್ದು ಸುಳ್ಳಲ್ಲ.

"ಎಲ್ಲಾ ಇರಲಿ, ಬಿಡಿ ಅತ್ತೆ!" ಇಂಥದೊಂದು ಆಣಿಮುತ್ತು.

"ಬೇಡ ಕಣಮ್ಮ, ಯಾವಾಗ್ಲೋ ಕೊಡಬೇಕಿತ್ತು. ಹಳೇ ಚಿನ್ನ ನಾನು ಹಬ್ಬ, ಜಾತ್ರೆ, ಮದ್ವೆಗಳಲ್ಲಿ ಮಾತ್ರ ಹಾಕ್ಕೊಂಡಿದ್ದು. ಬೇಕಾದರೆ ಇವನ್ನೆಲ್ಲ ಕರಗಿಸಿ ಏನು ಬೇಕೋ, ಅದ್ನ ಮಾಡಿಸ್ಕೋ" ಒಪ್ಪಿಸಿಬಿಟ್ಟರು.

"ಅವ್ರಿಗೆ ಇಷ್ಟವಾಗೊಲ್ಲ" ಮಾಲಿನಿ ನುಡಿದರು.

" ನಾನು ಹೇಳೊಲ್ಲ ಬಿಡು! ಈ ವಯಸ್ಸಿನಲ್ಲಿ ಹಾಕಿಕೊಳ್ಳದೇ ಮತ್ತೆ ಯಾವಾಗ ಹಾಕ್ಕೋತೀಯ?" ಪ್ರೀತಿಯಿಂದ ನುಡಿದರು. ಉತ್ಸಾಹಿ ಮಾಲಿನಿಗೆ ಅಂದುಕೊಂಡಿದ್ದು ಆಗಲೇ ಬೇಕು. "ತುಂಬ ಥ್ಯಾಂಕ್ಸ್ ಅತ್ತೆ" ಕರ್ಚೀಫ್‌ನಲ್ಲಿ ಕಟ್ಟಿಕೊಂಡರು.

ಮರುದಿನ ಗೊತ್ತಿದ್ದ ಒಡವೆಯ ಅಂಗಡಿಗೆ ಹೋಗಿ ಎಲ್ಲಾ ಕರಗಿಸಿ ತೂಕ ಮಾಡಿಸಿ ಹೊಸ ಮಾದರಿಯ ಬಳೆ, ಸರ ಅಂಥದನ್ನೆಲ್ಲ ಮಾಡಿಸಿ ಹಾಕಿದರು. ಗಪ್‌ಚಿಪ್ಪಾಗಿ ಖುಷಿ ಖುಷಿಯೆನಿಸಿತು. ಒಂದು ಮಾಂಗಲ್ಯ ಸರ ಮಾಡಿಸಿಕೊಳ್ಳಲು ಮೂರು ವರ್ಷ ಹಣವನ್ನು ಜೊತೆ ಮಾಡಿದ್ದು ನೆನಪಿತ್ತು.

ಕರುಣಾಕರ ಫ್ಯಾಕ್ಟರಿಯಿಂದ ಹೊರಗೆ ಬರುವ ವೇಳೆಗೆ ಎದುರಾದ ಪ್ರತೀಕ ಬೈಕ್ ನಿಲ್ಲಿಸಿ "ದೊಡ್ಡಪ್ಪ, ನಂದು ಅಕ್ಕ ಬಂದಿದ್ದಾರಂತೆ. ಈಗ ನಾನು ಅಲ್ಲಿಗೆ ಹೊರಟಿರೋದು. ನೀವು ಬರೋ ಹಾಗಿದ್ದರೇ ಹತ್ತಿಕೊಳ್ಳಿ" ಎಂದ. ಅವರಿಗೂ ಹೋಗುವ ಆತುರ ಇತ್ತು. "ಇಲ್ಲ, ನೀನು ಹೋಗು. ನಾನು ಹೊರಟಾಗ ನಿನ್ನಜ್ಜಿ ಸಪ್ಪಗೆ ಇದ್ರು, ಹೋಗಿ ಮಾತಾಡಿಸ್ತೀನಿ. ನಾಳಿದ್ದು ವೀಕ್ಲಿ ಹಾಲಿಡೇ, ಅಜ್ಜೀನ ಕರ್ಕಂಡ್ ಬರ್ತೀನಿಂತ ಹೇಳು" ಅಂದರು.

ಪ್ರತೀಕ ಬೈಕ್ ಪಕ್ಕಕ್ಕೆ ನಿಲ್ಲಿಸಿ ಬಂದವ "ಅಜ್ಜಿ, ವಿಷ್ಯದಲ್ಲಿ ನೀನು ತೀರಾ ಅತಿ ಮಾಡ್ತೀಯಾಂತ ಮಮ್ಮಿ ಹೇಳಿದ್ರು. ಡ್ಯಾಡಿ, ಸ್ವಲ್ಪ ಟೂ ಮಚ್ ಅನಿಸುತ್ತೆ. ಮಮ್ಮೀನ ನೆಗ್ಲೆಕ್ಟ್ ಮಾಡ್ತಾ ಇದ್ದೀರಾಂತ ಬೊಂಬಡ ಹೊಡಿತಾ ಇದ್ದಾರೆ. ಪ್ಲೀಸ್, ಡ್ಯಾಡಿ... ಮಮ್ಮಿ ತುಂಬ ಕಷ್ಟಪಟ್ಟು ಮೇಲೆ ಬಂದಿದ್ದಾರೆ. ಅವರ ಮನಸ್ಸು ಮಾಡದಿದ್ದರೆ, ಒಂದು ಸ್ವಂತ

ಫ್ಲಾಟ್ ಮಾಡೋಕೆ ಸಾಧ್ಯ ಇತ್ತಾ?" ಬಂದು ಕೇಳಿದ. ಅವರಿಗೆ ನಗು ಬಂತು. "ಎಂಥದ್ದು ಇಲ್ಲ, ಹಾಗೇ ನೋಡಿದರೇ, ನನ್ನಮ್ಮ ಬಂದ್ಮೇಲೆ ಸ್ವಲ್ಪ ಮನೆಯ ಜವಾಬ್ದಾರಿ ಕಡ್ಮೆಯಾಗಿದೆ. ನಾನು ನೆಗ್ಲೆಕ್ಟ್... ಅದೆಲ್ಲ ಸಾಧ್ಯವಿಲ್ಲ. ಹೆಂಡ್ತಿನ ನೆಗ್ಲೆಕ್ಟ್ ಮಾಡಿ ಬದ್ಕಿದ ಗಂಡು ಇದ್ದಾನಾ?' ಅದೆಲ್ಲ ಏನಿಲ್ಲ, ಬರೀ ಕಾಲೇಜಿನ ಜವಾಬ್ದಾರಿಯ ಟೆನ್‌ಷನ್. ರಿಟೈರ್ಡ್ ಆಗೋವರ್ಗ್ಗೂ ಅನುಭವಿಸಬೇಕು. ಇಲ್ಲ ವಾಲೆಂಟರಿ ತಗೊಂಡು, ಗಂಡ ತರೋ ಸಂಬಳ ಸಾಕೂಂತ ಬೆಚ್ಚಗೆ ಮನೆಯಲ್ಲಿ ಕೂತ್ಕೋಬೇಕು. ಅದು ಅವಳಿಂದ ಸಾಧ್ಯವಿಲ್ಲ. ನಾನು ವಿಚಾರಿಸ್ತೀನಿ ಬಿಡು" ಭುಜ ತಟ್ಟಿ "ಅಣ್ಣನ್ನ, ನಂದುನ ವಿಚಾರಿಸ್ದೇಂತ ಹೇಳು. ಅಮ್ಮನ ಕರ್ಕಂಡ್ ಹೋಗ್ತೀನಿ" ಮಗನನ್ನು ಕಳುಹಿಸಿಕೊಟ್ಟು ಅಲ್ಲೇ ನಿಂತರು. ಒಳಗೊಳಗೆ ನಗು ಕರುಣಾಕರರಿಗೆ. ಜೊತೆಗೆ ಹೆಮ್ಮೆ ಕೂಡ. ತನ್ನ ಉದಾಸೀನಕ್ಕೂ ಹೆಂಡತಿಯ ಬಳಿ ಬೆಲೆ ಇದೆಯೆಂದು ತಿಳಿದಾಗ ಸಂತೋಷವೇ ಆಯಿತು.

ಕಾಯನ್ ಬಾಕ್ಸ್‌ನಿಂದ ಹೆಂಡತಿಗೊಂದು ಫೋನ್ ಮಾಡಿದರು.

"ಮಾಲು..." ಪ್ರೀತಿಯ ಸುರಿಮಳೆ ಇತ್ತು ದನಿಯಲ್ಲಿ.

"ನಾನು ಮೀಟಿಂಗ್‌ನಲ್ಲಿದ್ದೀನಿ" ಕಟ್ ಮಾಡಿದಳು.

ಆ ಬಗ್ಗೆ ತುಂಬ ತಲೆ ಕೆಡಿಸಿಕೊಳ್ಳದ ಕರುಣಾಕರ ವೆಹಿಕಲ್ ಹತ್ತಿದರು. ಮಾಲಿನಿ ಇದ್ದಿದ್ದು ಅಲಂಕಾರ್ ಜ್ಯೂವೆಲರ್ಸ್‌ನಲ್ಲಿ. ಕರಗಿಸಿದ ಚಿನ್ನದ ಹೊಸ ಒಡವೆಗಳು ತಯಾರಾಗಿತ್ತು. ಅದೇನು ಕಡಿಮೆ ಸಂತೋಷವಲ್ಲ. ಇಷ್ಟವಾದ ಡಿಸೈನ್ ಕೆಲವು ಗಿಲೀಟು ಒಡವೆಗಳನ್ನು ಖರೀದಿಸಿಟ್ಟುಕೊಂಡಿದ್ದರಿಂದ ಮದುವೆ, ಸಮಾರಂಭ ಅಂಥದಕ್ಕೆ ಹೋಗೋವಾಗ ಧರಿಸಿಕೊಳ್ಳುವ ಪರಿಪಾಠವಿತ್ತು.

"ತಂದ ಸಂಬಳ ನಿನ್ನ ಕೈಗೆ ಹಾಕೋದ್ರಿಂದ ದೊಡ್ಡ ದೊಡ್ಡ ಗಿಫ್ಟ್‌ಗಳನ್ನು ಖರೀದಿಸುವುದು ನನ್ನಂಥವನಿಂದ ಸಾಧ್ಯವಿಲ್ಲ. ಉಳಿಸಿಕೊಂಡ ಹಣದಲ್ಲಿ ತರೋ ಗಿಫ್ಟ್‌ಗಳು ತೀರಾ ಕಡಿಮೆ ಬೆಲೇದು. ಅವೆಲ್ಲ ತೀರಾ ಸಾಧಾರಣ" ಎಂದು ತಾವು ಹೆಂಡತಿಯ ಬರ್ತ್ ಡೇ, ಮ್ಯಾರೇಜ್ ಅನಿವರ್ಸರಿಗೆ ತರೋ ಪ್ರೆಸೆಂಟೇಷನ್ ಬಗ್ಗೆ ಹೇಳಿಕೊಳ್ಳುತ್ತಿದ್ದರು. ಮೊದ ಮೊದಲು "ನಂಗೆ ಯಾವ್ದು ಬೇಡ. ನಿಮ್ಮ ಪ್ರೀತಿ ಸಾಕು" ಎನ್ನುತ್ತಿದ್ದ ಪ್ರೈಮರಿ ಶಾಲೆಯಲ್ಲಿ ಟೆಂಪರರಿಯಾಗಿ ದುಡಿಯುತ್ತಿದ್ದ ಮಾಲಿನಿ, ಆಮೇಲೆ ಹಂತ ಹಂತವಾಗಿ ಬದಲಾಗಿ ಈಗ ಆ ಪ್ರೆಸೆಂಟೇಷನ್‌ಗಳಿಗೆ ಯಾವುದೇ ಪ್ರತಿಕ್ರಿಯೆ ಇರಲಿಲ್ಲ. ಅಂಥ ಸಂದರ್ಭಗಳಲ್ಲಿ ನೋವಾಗುತ್ತಿದ್ದುದುಂಟು. ಅದು ಬರೀ ಸ್ವಲ್ಪ ಹೊತ್ತು. ನಂತರ ನಾರ್ಮಲ್‌ಗೆ ಬಂದು ಬಿಡುತ್ತಿದ್ದರು.

ಅವರ ಸಂಸಾರ ಬದುಕಿನ ಆರಂಭ ಕೆಟ್ಟದಾಗಿಯೇ ಇತ್ತು. ಈಗ ಮೇಲು. ಮಧ್ಯಮ ವರ್ಗದ ಸವಲತ್ತು ಅತ್ಯಂತ ತೃಪ್ತಿಕರ. ಅದಕ್ಕೆಲ್ಲ ಹೆಂಡತಿಯೆ ಕಾರಣವೆನ್ನುವ ಅಭಿಮಾನ.

ಆ ದಿನವೇ "ನಾನಂತು ಅಮ್ಮನ್ನ ಕರ್ಕಂಡ್ ಅಣ್ಣನ ಮನೆಗೆ ಹೋಗ್ತೀನಿ. ಈ ಸಲದ ವೀಕ್ಲೀ ಹಾಲಿಡೇ ಅಲ್ಲಿಯೇ ಕಳೆಯೋ ತೀರ್ಮಾನ" ಕರುಣಾಕರ ಘೋಷಿಸಿದರು. "ಅಂತು ಮೊದ್ಲೇ ಪ್ಲಾನ್ ಮಾಡಿಕೊಂಡಿದ್ದೀರಿ. ಮೊದಲಾಗಿದ್ದರೆ ನನ್ನ ಕೇಳಿ, ನಂತರ

ಫ್ಲಾನ್ ಮಾಡ್ತಾ ಇದ್ದಿರಿ. ಈಚೆಗೆ ತುಂಬ ಬದಲಾಗಿದ್ದೀರಿ" ಎಂದು ಗಂಡ ರೂಮಿಗೆ ಬಂದ ಮೇಲೆ ತಿವಿದರು.

"ನಂಗೆ ಈಚೆಗೆ ಜ್ಞಾನೋದಯ ಆಗಿದೆ, ಚಿನ್ನು. ಕೆಲವು ನಿರ್ಧಾರಗಳನ್ನು ನನ್ನ ಕೇಳ್ದೆ ನೀನೇ ತಗೊಂಡೆ. ಅದ್ರಿಂದ ಒಳ್ಳೆಯದಾಗಿದೆ. ಅಕಸ್ಮಾತ್ ನನ್ನ ಕೇಳಿ ನನ್ನ ದೃಷ್ಟಿಕೋನದಿಂದ ಯೋಚ್ಸ ಬೇಡಾಂತ... ಅಂದಿದ್ದರೇ, ನೀನು ಪ್ರೈಮರಿ ಸ್ಕೂಲು ಟೀಚರಾಗಿಯೇ ಉಳಿಯಬೇಕಿತ್ತು. ಕೆಲವು ಆಸೆ, ಆಕಾಂಕ್ಷೆಗಳಿಗೆ ಅವ್ರೆ ಬಾಸ್ ಆಗಬೇಕು. ಆ ಅರಿವು ಈಚೆಗೆ ಮೂಡಿದೆಯಷ್ಟೆ" ಎಂದು ಎದುರಿಗೆ ಕೂತಿದ್ದವರು ಹೋಗಿ ಹೆಂಡತಿಯ ಪಕ್ಕ ಕೂತು ಕೆನ್ನೆ ಸವರಿದರು.

ಕೆಲವು ಪ್ರೀತಿಯ ಮಾತುಗಳ ನಂತರ ಈ ಸಮಯವನ್ನು ಉಪಯೋಗಿಸಿಕೊಳ್ಳಬೇಕೆಂದುಕೊಂಡ ಮಾಲಿನಿ "ಅತ್ತೆಗೆ ಯಾಕೋ ಫ್ಲಾಟ್ ವಾಸ ಹಿಡಿಸಲಿಲ್ಲ" ಅಂದರು.

ಕರುಣಾಕರ ಮುಖ ಗಂಭೀರವಾಯಿತು.

"ಹೌದು, ನಂಗೂ ಅದು ಗೊತ್ತು. ಅಮ್ಮನಿಗೆ ಮನೆಗೆ ಅಂಟಿಕೊಂಡ ಅಂಗಡಿ, ದೊಡ್ಡ ಮನೆ, ಹಿತ್ತಲು, ತೋಟದ ಜೊತೆ ಬಂದು ಹೋಗುವ ಜನರ ಮಧ್ಯೆ ಇದ್ದು ಅಭ್ಯಾಸ. ಇದೊಂದು ತರಹ ಬಂದೀಖಾನೆ ಅನಿಸುತ್ತೆ. ಹೋಟಲು ರೂಮುಗಳ ತರಹ ಅಲ್ವಾ? ಅಂದ್ರು. ಏನ್ಮಾಡೋಕಾಗುತ್ತೆ? ನಂಗೂ ಈ ಫ್ಲಾಟ್ ವಾಸವೇನು ಇಷ್ಟವಿಲ್ಲ. ಹಾಗಂತ ಬೇರೆಲ್ಲಿ ಹೋಗೋದು?" ಅಂದರು ಭಾರವಾದ ಉಸಿರು ದಬ್ಬುತ್ತ.

ಐದು ನಿಮಿಷದ ಮೌನದ ನಂತರ "ನಾವ್ಯಾಕೆ, ಅವ್ರ ಸಲುವಾಗಿಯಾದ್ರೂ ಕೆಳಗಡೆ ಇರೋ ಒಂದ್ಮನೆ ಪರ್ಚೇಸ್ ಮಾಡಬಾರ್ದು?" ಅಂದಕೂಡಲೇ ಷಾಕಾದರು. ಹೆಂಡತಿ ಎಷ್ಟು ಇಷ್ಟವಾಗಿಬಿಟ್ಟಳೂಂದರೇ ತಬ್ಬಿಕೊಂಡು ಮುಖದ ತುಂಬ ಮುತ್ತಿನ ಮಳೆಗೆರೆದು "ಅದೇನೋ ಸರಿ! ಆದರೆ ಅದು ನಮ್ಮಿಂದ ಸಾಧ್ಯನಾ?" ಕೇಳಿದಕ್ಕೆ ಮಾಲಿನಿ ಉತ್ತರ ರೆಡಿಯಾಗಿತ್ತು. "ನನ್ಮೇಲೆ ಭರವಸೆ ಇಡೀ. ಈ ಫ್ಲಾಟ್ ಮಾರಿಯಾದ್ರೂ ಒಂದ್ಮನೆ ತಗೋಳೋಣ.

ಹೆಂಡತಿಯ ಆಶ್ವಾಸನೆಗೆ ತೃಪ್ತಿಗೊಂಡರು. ಆಮೇಲಿನ ಆಗು ಹೋಗುಗಳ ಬಗ್ಗೆಯೇನು ಯೋಚಿಸಲಿಲ್ಲ. ತಟ್ಟನೆ ನೆನಪಿಸಿಕೊಂಡು "ಒಂದು ದಿನ ರಜೆ ಹಾಕು, ಆರಾಮಾಗಿ ಅಣ್ಣನ ಮನೆಯಲ್ಲಿ ಕಳೆಯೋಣ. ಅಂಕಣಕೊಪ್ಪದ ಎಷ್ಟೊ ವಿಷಯಗಳು ಹೇಳ್ತಾರೆ. ಸಂದೀಪ್ ಕೂಡ ಮನೆಯಲ್ಲೇ ಇರ್ತೀನಿ ಅಂದಿದ್ದಾನೆ. ನಂದಿತಾ ಮುಂದಿನ ಪ್ಲಾನ್ ಬಗ್ಗೆ ಚರ್ಚಿಸೋಣ" ಉತ್ಸಾಹ ವ್ಯಕ್ತಪಡಿಸಿದರು.

"ನೋ, ನಂಗಾಗೋಲ್ಲ. ಕೆಲವು ಲೆಕ್ಚರರ್ಸ್ ಪಾಠನ ಪೂರ್ತಿಯಾಗಿ ಕವರ್ ಮಾಡಿಲ್ಲ. ಮ್ಯಾನೇಜ್ ಮೆಂಟಿನೋರು ಮೊನ್ನೆ ಕರೆಸಿ ಛೀಮಾರಿ ಹಾಕಿದ್ರು. ಒಳ್ಳೆ ರಿಸಲ್ಟ್ ಬರದಿದ್ದರೆ ಕಷ್ಟವಾಗುತ್ತೆ. ಕಾಲೇಜ್ ಮುಗ್ಸಿಕೊಂಡು ನೇರವಾಗಿ ಬೇಕಾದರೇ ಅಲ್ಲಿಗೆ ಬರ್ತೀನಿ" ಅನ್ನೋ ಪ್ರಾಮಿಸ್ಸೊಂದು ಮಾಡಿದರು.

ಆಮೇಲೆ ಕೂತು ಕೊಳ್ಳಬಹುದಾದ ಮನೆಯ ರೂಪುರೇಶೆಗಳನ್ನು ಸಾಧಕ ಭಾದಕ ಬಗ್ಗೆ ಮಾತ್ರ ಚರ್ಚಿಸಿದರು. ಚರ್ಚೆ ಆಳಕ್ಕೇನು ಇಳಿಯಲಿಲ್ಲ.

ಇಡೀ ಫ್ಲಾಟ್ ಒಂಬತ್ತು ಚದರದಷ್ಟು ದೊಡ್ಡದೇ. ಎರಡು ರೂಮು ಹಾಲ್, ಡೈನಿಂಗ್ ಜೊತೆ ಕಿಚನ್ ಬಾತ್ ರೂಂ ಮಧ್ಯ ಒಂದು ವರಾಂಡ. ಹಾಲ್ ಎಲ್ಲಾ ಅಚ್ಚುಕಟ್ಟಾಗಿಯೇ. ಒಂದು ರೂಮು ಬಳಕೆ ಗಂಡ, ಹೆಂಡತಿಯದು. ಇನ್ನೊಂದನ್ನ ಪ್ರತೀಕನಿಗೆ. ಗಿರಿಜಮ್ಮ ಬಂದ ಕೂಡಲೇ ಅಜ್ಜಿಯ ಲಗೇಜ್ ತನ್ನ ರೂಮಿನಲ್ಲಿ ಇಟ್ಟುಕೊಂಡ ಅವನು. 'ಈ ರೂಮಿನ ಅಜ್ಜಿ, ನಾನು ಷೇರ್ ಮಾಡ್ಕೋತೀವಿ' ಇದು ಮಾಲಿನಿಗೆ ಸಮ್ಮತವಲ್ಲ.

"ಸುಮ್ನೇ ನಿನ್ನ ದಾಂಧಲೆಯಿಂದ ಅವ್ರಿಗೆ ತೊಂದರೆಯಾಗುತ್ತೆ. ನಿನ್ನ ಫ್ರೆಂಡ್ಸ್ ಬಂದು ಕೂತ್ಕೋತಾರೆ. ಹಳೆ ಕಾಲದ ಅವರಿಗೆ ಇದು ಸರಿ ಹೋಗೊಲ್ಲ. ಬಾಲ್ಕನಿ ಪಕ್ಕದ ವರಾಂಡ ಆರಾಮಾಗಿರುತ್ತೆ" ಇಂಥದೊಂದು ಸೂಚನೆ ಮಗನಿಗೆ ಕೊಟ್ಟಿದ್ದು. ಅವನು ತಕ್ಷಣ ವಿರೋಧಿಸಿದ. "ಬೇಡ, ನನ್ನ ಫ್ರೆಂಡ್ಸ್ ಬಂದರೆ ರೂಮಿಗೆ ಕರೆಯೋಲ್ಲ, ಹಾಲ್‌ನಲ್ಲಿ ಕೂಡಿಸಿ ಮಾತಾಡ್ತಿನಿ ಅಜ್ಜಿ, ಇಲ್ಲೇ ... ಇರಲಿ."

ಇಷ್ಟೊಂದು ಅತ್ತೆಯನ್ನು ಹಚ್ಚಿಕೊಂಡಿದ್ದು ಮಾಲಿನಿಗೆ ಸರಿ ಹೋಗಲಿಲ್ಲ. ತಾಯಿಯ ಬಗ್ಗೆ ತೀರಾ ಸಾಫ್ಟ್‌ಕಾರ್ನರ್ ಆಗಿದ್ದ. ಗಂಡ ರೌದ್ರವತಾರ ತಾಳಬಹುದೆಂದು ತೆಪ್ಪಗಾಗಿದ್ದು, ಆದರೂ ಒಂದೆರಡು ಸಲ ಗಂಡನ ಮುಂದೆ ಪ್ರಸ್ತಾಪಿಸಿದರು.

"ಅವ್ನ ಸ್ಟಡೀಸ್ ಸಲುವಾಗಿ ಅರ್ಧರಾತ್ರಿವರ್ಗೂ ಲೈಟು ಹಾಕ್ಕೊಂಡು ಇರ್ತಾನೆ, ಪ್ರತೀಕ. ಅತ್ತೆಗೆ ತೊಂದರೆ ಆಗೊಲ್ವಾ?"

"ಅಮ್ಮ, ಅದನ್ನೆಲ್ಲ ಕಷ್ಟಾಂತ ತಿಳ್ದುಕೊಳ್ಳೊಲ್ಲ. ಅಪ್ಪನ ಚಿಂತೆ, ನಿದ್ದೆ ಬರೋದು ಕಡ್ಮೆ. ಪ್ರತೀಕ ಇರೋದು ಒಳ್ಳೇದೇ" ಇಂಥದೊಂದು ಮಾತಾಡಿ ಬಾಯಿ ಮುಚ್ಚಿದ್ದರು.

ಈ ಸಲದ 'ವ್ಯಾಲೆಂಟೈನ್ಸ್ ಡೇ' ಗೆ ಪ್ರತೀಕ ಗೆಳೆಯರೊಡಗೂಡಿ ಭರ್ಜರಿ ಸಿದ್ಧತೆ ನಡೆಸಿದ್ದ. 'ವ್ಯಾಲೆಂಟೈನ್ಸ್ ಡೇ' ಸಲುವಾಗಿ ಬಂದ ಡ್ರೆಸ್‌ಗಳ ಆಯ್ಕೆ ಮಾಡಿಕೊಂಡಿದ್ದ. ಆಚರಣೆಯ ಬಗ್ಗೆಯು ಒಂದು ಛಾರ್ಟ್ ತಯಾರಿಸಿದ್ದ ಗೆಳೆಯರ ಕೂಡ. ಆ ಬಗ್ಗೆ ಮಾಲಿನಿ ಧಾರಾಳ. ಹೊಸದೊಂದನ್ನು ಆಚರಿಸುವುದು ನಾಗರಿಕತೆ ಎನ್ನುವ ಅಭಿಮಾನ. ಆ ಬಗ್ಗೆ ಮಾತಾಡಿಯೇ ತಮ್ಮ ಸ್ಟೇಟಸ್ ಏರಿಸಿಕೊಳ್ಳುತ್ತಿದ್ದ ಹೆಣ್ಣು.

"ಮಮ್ಮಿ, ನಾಳೆ ಪೂರ್ತಿ ನಾನು ಸಿಗೋಲ್ಲ. ಇಡೀ ದಿನದ ಒಂದು ಪ್ಲಾನ್ ಮಾಡಿಕೊಂಡಿದ್ದೀವಿ" ಮಗ ಹೇಳಿದಾಗ ಎಷ್ಟೋ ತಾಯಂದಿರ ಹಾಗೆ ಶುಭ ಹಾರೈಸಿ "ಓ ಕೇ, ವರ್ಷಕ್ಕೊಮ್ಮೆ ಬರುವ ಈ ಲವರ್ಸ್ ಡೇನ ಮೆಮೊರಬಲ್ಲಾಗಿ ಆಚರಿಸು. ಹಣಕ್ಕಾಗಿ ವರೀ ಮಾಡ್ಕೋಬೇಡ" ನೋಟುಗಳನ್ನು ಜೇಬಲ್ಲಿ ಇಟ್ಟರು. ಆ ಬಗ್ಗೆ ಗರ್ವ! ಸುಮಾರು ಜನಕ್ಕೆ ಮಗನ ವಾಲಂಟೈನ್ಸ್ ಡೇ ಬಗ್ಗೆ ಹೇಳಿಕೊಂಡರು. ಕರುಣಾಕರರಿಗೆ ಆ ಬಗ್ಗೆ ಇಂಟರೆಸ್ಟ್ ಇಲ್ಲ.

ಊಟ ಮುಗಿಸಿ ರೂಮಿಗೆ ಬಂದ ಅಜ್ಜಿಯ ಮುಂದೆ ಈ ಡ್ರೆಸ್ ಹಿಡಿದು "ಅಜ್ಜಿ,

ಈ ಡ್ರೆಸ್ ಹೇಗಿದೆ ಹೇಳು. ನಾಳಿನ ವಾಲಂಟೈನ್ಸ್ ಡೇ ಸಲುವಾಗಿಯೇ ತಗೊಂಡಿದ್ದು" ಅಂದ. ಆಕೆ ಮೊಮ್ಮಗನನ್ನು ಒಂದು ತರಹ ನೋಡಿ "ಇತ್ತೀಚಿನ ವರ್ಷಗಳಲ್ಲಿ ಈ ಬಗ್ಗೆ ಪೇಪರ್‌ನಲ್ಲಿ ಓದಿದ್ದೀನಿ. ಏನು ವಾಲಂಟೈನ್ಸ್ ಡೇ ಅಂದರೆ? ನಮ್ಮ ಭಾರತದ ಹಬ್ಬಗಳಲ್ಲಿ ಈ ಹೆಸರು ಬರೋಲ್ಲ" ದಿನ ನಿತ್ಯವು ಪೇಪರ್ ಬರುತ್ತಿದ್ದುದರಿಂದ ಮಧ್ಯಾಹ್ನ ಬಿಡುವಿನ ಸಮಯದಲ್ಲಿ ಒಂದರ್ಧ ಗಂಟೆ ತಿರುವಿ ಹಾಕುತ್ತಿದ್ದರು. ರಂಗೋಲಿ, ಚುಟುಕು ಜೊತೆ ಕವನ, ಕತೆಗಳನ್ನು ಓದುತ್ತಿದ್ದರು.

"ಲವರ್ಸ್‌ಡೇ, ಅಂತ ಅಜ್ಜಿ, ಪ್ರೇಮಿಗಳ ದಿನಾಂತ" ಸಂಭ್ರಮದ ಸಡಗರದಿಂದ ಹೇಳಿದ ಮೊಮ್ಮಗನನ್ನು ಕೇಳಿದರು. "ಪ್ರೇಮಕ್ಕೆ ಒಂದು ದಿನದ ನಿಗದಿ ಮಾಡೋಕ್ಕಾಗುತ್ತ? ಹಬ್ಬ, ಹರಿದಿನಗಳಿಗೆ ಒಂದು ಚಾರಿತ್ರಿಕ ಹಿನ್ನಲೆ ಇರುತ್ತೆ. ಇವಕ್ಕೂ ಅಂಥ ಹಿನ್ನಲೆ ಏನಾದ್ರೂ... ಇದ್ಯಾ?" ಕೇಳಿದರು.

ಪ್ರತೀಕ ಕಣ್ ಕಣ್ ಬಿಟ್ಟ. 'ವಾಲಂಟೈನ್ಸ್ ಡೇ' ಯ ಆಚರಣೆ ಬಗ್ಗೆ ಸಂಭ್ರಮಿಸಿದ್ದೇನೆ ವಿನಃ ಅದರ ಚಾರಿತ್ರಿಕ ಹಿನ್ನಲೆ ಬಗ್ಗೆ ತಲೆ ಕೆಡಿಸಿಕೊಂಡಿರಲಿಲ್ಲ. ಅಜ್ಜಿ ಕೇಳಿದ ಮೇಲೆ ಫಜೀತಿಯೆನಿಸಿತು. "ನಂಗೆ ಗೊತ್ತಿಲ್ಲ. ನನ್ನ ಫ್ರೆಂಡ್ಸ್‌ನ ವಿಚಾರಿಸಿ ಹೇಳ್ತೀನಿ. ನನ್ನ ಪ್ರಕಾರ ಲವರ್ಸ್ ಡೇ" ಸ್ವಲ್ಪ ಅಸಹನೆಗೊಂಡು ನುಡಿದ. ಅಜ್ಜಿ ತುಂಬ ಬುದ್ಧಿವಂತಳಾಗಿ ಕಂಡಳು.

"ಹೋದ ಸಲನೋ, ಇಲ್ಲ ಹಿಂದಿನ ಸಲನೋ ಯಾರೋ ಈ ಬಗ್ಗೆ ತಕರಾರು ಎತ್ತಿದ್ದರು. 'ಪ್ರೇಮಿಸುವುದು ಮನುಷ್ಯನ ಜನ್ಮಸಿದ್ಧ ಹಕ್ಕು. ಅದನ್ನು ಯಾರು ಯಾರಿಗೂ ಹೇಳಿಕೊಡಬೇಕಿಲ್ಲ, ನೂರಾ ಹತ್ತು ಕೋಟಿ ಜನಸಂಖ್ಯೆ ಇರುವ ನಾವು ಈಗಾಗಲೇ ಪ್ರೇಮದಿಂದ ತತ್ತರಿಸುತ್ತಿದ್ದೇವೆ. ಪ್ರೇಮಿಸುವುದನ್ನ ಪರದೇಶಿಗಳು ನಮಗೆ ಹೇಳಿಕೊಡಬೇಕಿಲ್ಲ ಅನ್ನೋದನ್ನ ಓದಿದ್ದೆ" ಎಂದರು ಗಿರಿಜಮ್ಮ. ಅವನ ರೆಪ್ಪೆಗಳು ಚಲಿಸದೆ ನಿಂತವು. ಒಂದು ರೀತಿಯ ಬೆರಗಿನಿಂದ ನೋಡುತ್ತಿದ್ದ ಆಕೆಯನ್ನು.

ಅಲ್ಲಲ್ಲಿ ವಿರಳವಾಗಿ ಮನೆಗಳು ಇರುವ ಪುಟ್ಟ ಊರಾದ ಕರುಣೇಶ್ವರದ ಸಣ್ಣ ಅಂಗಡಿ ಮಾಲೀಕಳಾದ ಗಿರಿಜಮ್ಮ ಕೂಡ 'ವಾಲಂಟೈನ್ಸ್ ಡೇ' ಬಗ್ಗೆ ಮಾತಾಡಬಲ್ಲಳು.

"ಅಜ್ಜಿ, ನೀನು ತುಂಬ ಇಂಟಲಿಜೆಂಟ್" ಹೊಗಳಿದ.

ಆ ವೇಳೆಗೆ ಕರುಣಾಕರ ಬರದಿದ್ದರೆ, ಅದು ಇನ್ನಷ್ಟು ಮುಂದುವರಿಯುತ್ತಿತ್ತೇನೋ "ನೀನು ಓದ್ಕೋ ಹೋಗು. ಅಜ್ಜಿನ ಫ್ರೆಂಡ್ ಮಾಡ್ಕೊಂಡು ಸದಾ ಮಾತಾಡ್ತೀಯಾಂತ ನಿನ್ನಮ್ಮನ ಕಂಪ್ಲೇಂಟ್. ನೀನು ಸಾಫ್ಟ್‌ವೇರ್ ಇಂಜನಿಯರ್ ಆಗಬೇಕು, ಇಲ್ಲ ಡಾಕ್ಟರಾಗಬೇಕೂಂತ ನಿನ್ನಮ್ಮ ತೀರ್ಮಾನ ಮಾಡಿದ್ದಾಳೆ. ಆ ಕಡೆ ಇರಲಿ ನಿನ್ನ ಲಕ್ಷ್ಯ..." ಎಂದು ಜೋರಾಗಿ ಹೇಳಿದವರು, ಅವನ ಭುಜ ತಟ್ಟಿ "ಡೋಂಟ್ ವರಿ, ಮಗನೇ! ನೀನು ಟೆನ್‌ಷನ್‌ನಿಂದ ಡಿಪ್ರೆಷನ್ ಮಾಡ್ಕೋಬೇಡ. ಈ ವಿಷ್ಯದಲ್ಲಿ ನಿನ್ನ ದೊಡ್ಡಪ್ಪನ ಸಲಹೆ" ಎಂದು ಕಳಿಸಿ ಕೂತರು ತಾಯಿಯ ಬಳಿ.

"ಕರುಣಾ, ನಂಗೆ ರೂಮು ಅಂಥದ್ದು ಯಾಕೆ ಬೇಕು? ಬಾಲ್ಕನಿಯ ಹತ್ರ ಇರೋ ವರಾಂಡ ಸಾಲ್ದಾ? ಸುಮ್ನೇ ಪ್ರತೀಕನಿಗೆ ತೊಂದರೆ" ಅಂದರು ಮೆಲ್ಲನೆ. ಇದು ತೋಚಿದ್ದು

ಸೊಸೆಗೆ, ಹೇಳಿದ್ದು ಆಕೆಯೆ ಎಂದು ಹೇಳಲು ಸಾಧ್ಯವೆ? "ಎಂಥದ್ದು ಇಲ್ಲ! ಅವನಿಗೇನು ತೊಂದರೆ? ತೀರಾ ಬೇಜಾರಾದಾಗ ನಿನ್ನತ್ರ ಮಾತಾಡಿ ರಿಲ್ಯಾಕ್ಸ್ ಮಾಡ್ಕೋತಾನೆ. ಇನ್ನೊಂದ್ಸಲ ಈ ಮಾತು ಬೇಡ" ಸ್ವಲ್ಪ ಗಟ್ಟಿಯಾಗಿಯೆ ಹೇಳಿದರು.

"ಅವನೇನೋ ಖುಷಿಯಿಂದ ಹೇಳ್ಕೋತಾ ಇದ್ದ. ನಾಳೆ ಏನೋ ಪ್ರೇಮಿಗಳ ಹಬ್ಬವಂತೆ. ಅದಕ್ಕೆ ಕೊಂಡು ಕೊಂಡಿದ್ದ ಡ್ರೆಸ್ ತೋರಿಸ್ತಾ ಇದ್ದ" ಅಲ್ಲೇ ಇದ್ದ ನೀಲಿ ಡ್ರೆಸ್ ತೋರಿಸಿದಾಗ ಕರುಣಾಕರ ಮುಖ ದಪ್ಪಗಾಯಿತು. ಅವುಡುಗಳು ಬಿಗಿದುಕೊಂಡವು. "ಪ್ರೇಮ ಅನ್ನೋದು ನಮಗೂ ಗೊತ್ತಿಲ್ವಾ? ಅದನ್ನ ವಿದೇಶದಿಂದ ಎರವಲು ತರಬೇಕಾ? ನನ್ನ ಪ್ರೇಮದ ಕಾಲವೇ ಬೇರೆ ಇತ್ತು. ಮಾಲಿನಿ ಒಂದು ನಗುವಿಗಾಗಿ ಎಷ್ಟೊಂದು ಸಾಹಸ ಮಾಡಿದ್ದೆ. ಇದು ವೇಗದ ಯುಗ. ಮೋಟರ್ ಬೈಕಿನ ಅಬ್ಬರದಲ್ಲಿ ಪ್ರೇಮ ಅನ್ನೋದು ಎಲ್ಲೋ ಕರಗಿ ಹೋಗುತ್ತೆ. ಈಗ ಕಾತರ, ನಿರೀಕ್ಷೆ ಅನ್ನೋದು ಇಲ್ಲವೇ ಇಲ್ಲ. ಪ್ರೇಮ, ಪ್ರೀತಿಗಳ ಈಗಿನ ಅರ್ಥಗಳೆ ಬೇರೆ ಬಿಡು. ಎಲ್ಲರೂ ಕುಣಿದಂಗೆ ಇವ್ನು ಕುಣಿತಾನೆ. ಸ್ವಲ್ಪ ಅಣ್ಣನಿಗೆ ಹೆದರ್ತಾನೆ. ನಂದು ಮಾತು ಕೇಳೋದರಿಂದ ಕೆಡೋ ಅವಕಾಶ ಕಡ್ಮೆ" ಅನ್ನುವ ವೇಳೆಗೆ ಡ್ರಸ್‌ನೊಂದಿಗೆ ಪ್ರತ್ಯಕ್ಷನಾದವನು "ಡ್ಯಾಡ್, ನಿಮ್ಮ ಜೇಬಿನಲ್ಲಿರೋ ದುಡ್ಡನ್ನ ತಗೊಂಡಿದ್ದೀನಿ. ನಿಮ್ಗೆ ಬೇಕಾದರೆ ಮಮ್ಮಿನ ಕೇಳಿ" ಎಂದು ಅಂದು ಮಾಯವಾಗುವ ಮುನ್ನ ಅವನನ್ನ ಹಿಡಿದು "ಇದ್ನ ನಂದುಗೆ ಕೊಟ್ಬಿಡು. ಅವಳು ಬರ್ಯೋ ಪುಸ್ತಕದಲ್ಲಿ ನಂಗೂ ಒಂದಿಷ್ಟು ಅವಕಾಶ ಕೊಟ್ಟರೆ ನಾನು ಯಾಕೆ ಬೇಡಾಂತ ಅನ್ನಲಿ? ಅಣ್ಣನ ಬಗ್ಗೆ ಒಂದಿಷ್ಟು ಬರ್ದಿದ್ದೀನಿ, ಕೊಟ್ಬಿಡು" ಇಂಥದೊಂದು ಬೇಡಿಕೆಗೆ ಖಂಡಿತ ಇಲ್ಲವೆನ್ನಲಾರ. ತೊಟ್ಟ ಪೋಷಾಕನ ನಂದಿತಾಗೆ ತೋರಿಸಿ ಮೆಚ್ಚಿಗೆ ಪಡೆಯುವ ಆಸೆ ಕೂಡ ಇದ್ದುದ್ದರಿಂದ ಒಪ್ಪಿಗೆ ಸೂಚಿಸಿದ. ಅವರ ನೋಟು ಬುಕನ್ನ ಒಯ್ದು.

"ಓಕೇ, ಸಿ ಯೂ ಲೇಟರ್" ಅಂದು ಅದೃಶ್ಯನಾಗಿಬಿಟ್ಟ.

ಕಾಲೇಜಿಗೆ ಸೇರಿದ ನಂತರವೆ ವಾಲೆಂಟೈನ್ ಗಮ್ಮತ್ತಿಗೆ ಬಿದ್ದಿದ್ದು. ಅಂದರೆ ಇದು ಎರಡನೆ ವರ್ಷದ ಆಚರಣೆ. ತಾಯಿಯ ಬಳಿ ಕೊಸರಾಡುತ್ತಿದ್ದವನು ಬೈಕ್ ಹತ್ತಿದ ನಂತರವೇ ಹಾರ್ನ್ ಮಾಡಿ ತಾನು ಹೊರಡುವುದನ್ನ ಸೂಚಿಸಿದ. ಅವನು ಹೊರಟಿದ್ದು 'ಚಿರಂತನ್'ಗೆ. ಪ್ರತೀಕ ಬಂದಾಗ ಮನೆ ಪೂರ್ತಿ ನಿಶ್ಯಬ್ದವಾಗಿತ್ತು.

"ಅಕ್ಕ..." ಒಲುಮೆಯ ದನಿ. ಬಹುಶಃ ಈ ಪದ ಬಳಸುವ ಅವಕಾಶ ಇಲ್ಲೇ. ಎಷ್ಟೋ ಜನಕ್ಕೆ ಇಂಥ ಅವಕಾಶ ಇಲ್ಲ. ಕೆಲವರಿಗೆ ಇದ್ದರು ದುರದೃಷ್ಟ. 'ಸಿಸ್ಟರ್' ಆಗಿ ಉಳಿದು ಬಿಡುವ ಅಪಾಯ. "ಏಯ್ ಪ್ರತೀಕ, ನಾನೇ ಈಗ ಫೋನ್ ಮಾಡುವಳಿದ್ದೆ. ನಾನು, ಸಂದೀಪ್ ನೆನ್ನೆ ಷಾಪಿಂಗ್ ಹೋಗಿದ್ವಿ, ನಿಂಗೊಂದು ಡ್ರಸ್ ತಗೊಂಡು ಬಂದಿದ್ದೆ. ಬಾ ಕೂತ್ಕೋ, ಒಂದಿಷ್ಟು ಮಾತಾಡೋ ಮೂಡ್ ಇದೆ. ಇವತ್ತೇನು ಬಹಳ ಫ್ರೆಶ್ ಆಗಿ ಕಾಣ್ತಿ" ಕಣ್ಣರಳಿಸಿದಳು. ಅವನೆಂದರೆ ಪ್ರೀತಿಯೆ. ಸ್ವಂತ ತಮ್ಮನಿಲ್ಲ, ಆದರೆ ಅದೇ ಅಕ್ಕರೆಯಿಂದ ನೋಡುತ್ತಿದ್ದಳು.

ಇನ್ನೊಮ್ಮೆ ಕತ್ತು ಕುಲುಕಿಸಿ, ಡ್ರೆಸ್ ಕಡೆ ಗಮನ ಸೆಳೆಯುವಂತೆ ನೋಡಿಕೊಂಡು

"ಇವತ್ತು ವಾಲೆಂಟೈನ್ಸ್ ಡೇ. ನಾನು, ನನ್ನ ಫ್ರೆಂಡ್ಸ್ ದೊಡ್ಡ ರೀತಿಯಲ್ಲಿ ಸೆಲಬ್ರೇಟ್ ಮಾಡಬೇಕೂಂತ ನಿರ್ಧರಿಸಿದ್ವಿ. ಅದಕ್ಕೆ ಈ ಡ್ರೆಸ್. ನಾವೆಲ್ಲ ಒಂದೇ ಕಲರ್ ಡ್ರೆಸ್ ಕೊಂಡುಕೊಂಡಿದ್ದೀವಿ" ಅಭಿಮಾನದಿಂದ ಹೇಳಿಕೊಂಡವನ ಮುಖದಲ್ಲಿ ಒಂದು ರೀತಿಯ ಗಮ್ಮತ್ತು ಇತ್ತು. ಯುದ್ಧಕ್ಕೆ ಹೊರಡುವ ಸೈನಿಕನಂತೆ ಶಿಸ್ತಾಗಿ ಬಂದಿದ್ದ.

ಅವನನ್ನು ಅಡಿಯಿಂದ ಮುಡಿಯವರೆಗೂ ನೋಡಿ "ಇತ್ತೀಚಿನ ವರ್ಷದಲ್ಲಿ ಈ ವಾಲೆಂಟೈನ್ಸ್ ದಿನದ ಸಂಭ್ರಮ, ಸಡಗರ ಹೆಚ್ಚಾಗಿದೆ. ಯಾಕೋ ನಂಗೆ ಒಂದು ಅರ್ಥವಾಗುತ್ತ ಇಲ್ಲ" ಅಂದಳು ನಿರುತ್ಸಾಹದಿಂದ.

"ಅಕ್ಕ, ವಾಲಂಟೈನ್ಸ್ ಡೇ ನೀವು ಸೆಲಬ್ರೇಟ್ ಮಾಡ್ತಾ ಇರಲಿಲ್ವಾ? ಎಂದ ಅಚ್ಚರಿಸಿದ.

"ನಂಗೆ ಇಂಟರೆಸ್ಟ್ ಇಲ್ಲ. ಪ್ರೇಮ ಸ್ವದೇಶಿನು ಅಲ್ಲ, ವಿದೇಶಿನು ಅಲ್ಲ. ವಿಶಾಲಾರ್ಥದ ಪ್ರೇಮಕ್ಕೆ...ವಿಕೃತ ರೂಪ ತಾಳಿದೆ. ಇದು ನಮ್ಮ ದೇಶಕ್ಕೆ ಅಗತ್ಯವಾ? ವಾಲೆಂಟೈನ್ಸ್ ಡೇ ಬಗ್ಗೆ ಹೆಚ್ಚಿನವರಿಗೆ ಏನು ಗೊತ್ತಿಲ್ಲ. ಆಚರಣೆ ಮಾತ್ರ ತಮಗೆ ತೋಚಿದಂತೆ. ಇತ್ತೀಚಿನ ವರ್ಷಗಳಲ್ಲಿ ಅತಿರೇಕದ ಹಂತ ತಲುಪಿದೆ" ಸ್ವಲ್ಪ ಗರಂ ಆದಳು. ಕಣ್ ಕಣ್ ಬಿಟ್ಟ.

"ಅಕ್ಕ, ಏನು ತಿಳ್ಕೋಬೇಡ. ನಂಗಂತು ವಾಲೆಂಟೈನ್ ಡೇ ಯಾಕೆ ಆಚರಿಸ್ತಾರೇಂತ ಗೊತ್ತಿಲ್ಲ. ಪ್ರತಿಯೊಂದು ಆಚರಣೆ ಹಿಂದೆಯು ಒಂದು ಕತೆ ಇರುತ್ತೇಂತ ನೀನೇ ಹೇಳಿದ್ದೆ" ಮುಗ್ಧನಂತೆ ನುಡಿದಾಗ ಅವನ ಕ್ರಾಪ್ ಕೆದರಿ "ಹೌದು, ಈ ವಾಲೆಂಟೈನ್ಸ್ ಡೇ ಹಿಂದೆಯೂ ಒಂದು ಕತೆ ಇದೆ. ರೋಮ್ ಸಾಮ್ರಾಜ್ಯದ ಯುಲೈಲಿಸ್ ದೊರೆಗೆ ಒಂದು ಯೋಚನೆ ಬಂತಂತೆ. ಪ್ರೀತಿ-ಪ್ರೇಮ, ಮದುವೆಗಳಿಂದ ಯುವ ಶಕ್ತಿ ಪೋಲಾಗುತ್ತೆ ಎಂದು ಮದುವೆಯಾಗುವುದೇ ಅಪರಾಧವೆಂದು ಫರ್ಮಾನು ಹೊರಡಿಸಿದನಂತೆ. ಜಗತ್ತಿನಲ್ಲಿ ಪ್ರೀತಿ-ಪ್ರೇಮದಿಂದಲೇ ಎಲ್ಲರನ್ನು ಗೆಲ್ಲಬಹುದೆಂದು ನಂಬಿದ್ದ ವಾಲಂಟೈನ್ ಒಬ್ಬ ಸಂತರಾಜನ ಆಜ್ಞೆಯನ್ನು ವಿರೋಧಿಸಿ ಯುವ ಪ್ರೇಮಿಗಳಿಗೆ ಮದುವೆ ಮಾಡಿಸುತ್ತಿದ್ದ. ಆದ ಕಾರಣ ಅವನನ್ನು ಫೆಬ್ರವರಿ ಹದಿನಾಲ್ಕರಂದು ಗಲ್ಲಿಗೇರಿಸಲಾಯಿತು. ಆ ದಿನವೇ ಪ್ರೇಮಿಗಳ ದಿನವಾಗಿ ವಾಲೆಂಟೈನ್ಸ್ ಡೇ ಆಗಿ ಆಚರಿಸಲ್ಪಡುತ್ತದೆ. ಜಗತ್ತಿನ ಸೃಷ್ಟಿಯ ಹುಟ್ಟು, ಬೆಳವಣಿಗೆಯ ಸಂಕೇತವಾದ ಪ್ರೇಮವನ್ನು ಅದರ ಜೊತೆ ಸಮೀಕರಿಸಿ ಆಚರಿಸಲ್ಪಡುವುದು ಸರಿಯೆನಿಸೊಲ್ಲ" ನೇರವಾಗಿ ಅಷ್ಟೆ ಖಚಿತವಾಗಿ ಹೇಳಿದಳು.

ಸುಮ್ಮನೆ ಕೂತ. ಅವನ ಉತ್ಸಾಹದ ಪ್ರವಾಹಕ್ಕೆ ಕಲ್ಲು ಇಟ್ಟು ತಡೆಗೋಡೆ ನಿರ್ಮಿಸಿದಂತಾಯಿತು.

"ಹೆಚ್ಚು... ಹೆಚ್ಚು ದುಡಿಯುತ್ತಿರುವ ಹೆತ್ತವರು ಮಕ್ಕಳ ಖರ್ಚುಗಳಿಗೆ ಮಿತಿಯಿರುವುದಿಲ್ಲ. ಅಲ್ಲಿ ದುಡಿಮೆ, ಸ್ಟೇಟಸ್ ಮುಖ್ಯವಾಗುವುದರಿಂದ ಬೇರೆಡೆ ಗಮನವಿರುವುದಿಲ್ಲ. ಹುಡುಕಾಟವಿರೊಲ್ಲ, ದೇಶ, ಸಂಸ್ಕೃತಿ, ಸಂಬಂಧಗಳ ಅಡಿಪಾಯವಿಲ್ಲದೆ ಕಟ್ಟಡಗಳ ನಿರ್ಮಾಣ. ಅದಕ್ಕೆ ದಿನಗಟ್ಟಲೆ ಕಾಯುವಿಕೆ ಇರೋಲ್ಲ. ಈಗ ನಿಂಗೆ ತಿಂಡಿ ತರ್ತೀನಿ' ನಂದಿತಾ ಒಳಗೆ ಹೋದಳು.

ಪ್ರತೀಕನ ಮೊಬೈಲ್‌ಗೆ ಕಾಲ್ ಬಂತು.

"ಏಯ್, ಇಲ್ಲೇ ಹೊರ್ಗಡೆ ಇದ್ದೀವಿ... ಬೇಗ್ಬಾ"

ಇಲ್ಲಿರುವ ಮೆಸೇಜ್ ತಿಳ್ಕೊಂಡೇ ಬಂದಿರಬೇಕು. "ಅಕ್ಕ, ನನ್ನ ಫ್ರೆಂಡ್ಸ್ ಬಂದಿದ್ದಾರೆ, ಬರ್ತೀನಿ" ಅಂದು ಬಂದು ಹೇಳಿದವನು ಹಾರಿ ಹೋದ.

ನಂದಿತಾ ತುಟಯಂಚಿನಲ್ಲಿ ವಿಷಾದದ ಒಂದು ಪುಟ್ಟ ನಗೆ ಹರಿದು ಅಲ್ಲಿಯೇ ಹಿಂಗಿ ಹೋಯಿತು. ಶಿವ-ಪಾರ್ವತಿ, ರಾಧ-ಕೃಷ್ಣ, ಭಕ್ತೆ ಮೀರಾ, ಅಕ್ಕಮಹಾದೇವಿ ಪ್ರೇಮದ ಪ್ರತೀಕವಾಗಿ ಸುಳಿದು ಮರೆಯಾದರು. ಆಗ ನೆನಪಾಗಿದ್ದು ತಂದೆಯ ಚಿಕ್ಕಂದಿನ ಭವಾನಿಯ ಸೂಕ್ಷ್ಮ ಸಂವೇದನೆ.

ಹಳೆಯ ಕೊಲಿಗ್‌ನ ಫೋನ್ ಬಂದಿದೆಯೆಂದು ಹೊರಟ ಚಿರಂತನ್‌ದತ್ ರಿಂಗ್ ಮಾಡಿ "ನಂದು, ನಂಗೆ ಒಂದಿಷ್ಟು ಕೆಲಸ ಇದೆ, ಊಟ ಮುಗಿಸ್ಕೋ" ಎಂದು ಹೇಳಿ ಕಟ್ ಮಾಡಿದಾಗ ಅವಳಿಗೆ ಅಚ್ಚರಿ. ಈಗಲೂ ಚಿರಂತನ ದತ್ ಸಮಾಜಕ್ಕೆ ಬೇಕಾದ ಮನುಷ್ಯ. ಹಲವು ಸಂಘ-ಸಂಸ್ಥೆಗಳಲ್ಲಿದ್ದು ಕೆಲಸ ಮಾಡುತ್ತಿದ್ದರು. ಸಂಬಂಧಪಟ್ಟ ವಿಚಾರ, ಸಂಸ್ಥೆಗಳಲ್ಲಿ ಕೌನ್ಸಿಲಿಂಗ್ ನಡೆಸುತ್ತಿದ್ದರು.

ಈಗಾಗಲೇ ಬರವಣಿಗೆ ಆರಂಭಿಸಿದ್ದು ಮುಂದಿನ ಸಿಟ್ಟಿಂಗ್ ರೂಮಿನಲ್ಲಿ ಕೂತಿದ್ದವಳಿಗೆ ಭಟ್ಟರು ಬಂದು ಎಚ್ಚರಿಸಿದಾಗಲೇ.

"ಅಮ್ಮ, ಊಟ ಮುಗ್ಸಿಕೊಳ್ಳಿ. ಯಜಮಾನರು ಫೋನ್ ಮಾಡಿದ್ರು" ನೆನಪಿಸಿದರು. ಕೆಲವು ಚಿರಂತನ ದತ್‌ಗೆ ಇಷ್ಟವಾಗದು. ಭಟ್ಟರು, ವಾಚ್‌ಮ್ಯಾನ್, ಮನೆಯಲ್ಲಿದ್ದ ಆಳು ಹಳೆಯವರು. ವಿಶ್ವಾಸ, ಅಭಿಮಾನಕ್ಕೆ ಕಟ್ಟು ಬಿದ್ದು ಉಳಿದುಕೊಂಡವರು. ಯಜಮಾನರ ಊಟದ ನಂತರವೇ ಅವರುಗಳ ಊಟ, ತಿಂಡಿ. ಅದನ್ನು ಮನಸ್ಸಿನಲ್ಲಿಟ್ಟುಕೊಂಡೇ ಅವರ ವರ್ತನೆ. "ನಂಗೆ ಬಡ್ಸಿ, ಅಪ್ಪ ಬರೋದು ಲೇಟಾಗುತ್ತೆ. ಸಂದೀಪಣ್ಣ ರಾತ್ರಿಗೇನೆ" ಎಂದು ಮೇಲೆದ್ದಳು.

ಒಂದೆರಡು ಗಂಟೆಗಳಲ್ಲೇನು ಬರಲಿಲ್ಲ. ಬಂದಿದ್ದು ಸಂಜೆಯೇ, ಮ್ಲಾನವದನರಾಗಿದ್ದರು. ಸ್ನಾನ ಮುಗಿಸಿ ಬಂದು ಕಾಂಪೌಂಡ್‌ನ ಲಾನ್ ಮೇಲಿದ್ದ ಛೇರಿನಲ್ಲಿ ಕೂತರು. ತುಂಬ ಕುಗ್ಗಿದಂತೆ, ಸಣ್ಣ-ಪುಟ್ಟ ನೋವುಗಳಿಗೆ ಸರಿಯುತ್ತಿರುವ ವಯಸ್ಸು ಜೊತೆಯಾಗಿ ಕುಗ್ಗಿಸಿ ಬಿಡುತ್ತೆ, ಇಳಿ ವಯಸ್ಸೇ ಅಂಥದ್ದು.

"ಅಪ್ಪ, ಒಂದು ತರಹ ಇದ್ದೀರಾ?" ಎನ್ನುತ್ತ ಕೇಳಿದಳು.

"ನೀನು ಮೊದ್ಲು ಕೂತ್ಕೋ. ಬರೀ ಕಾಫೀ ಸಾಕು" ಹೇಳಿದರು. ಅಷ್ಟು ದೂರದಲ್ಲಿ ನಿಂತಿದ್ದ ಭಟ್ಟರು ಕಾಫಿ ತರಲು ಹೋದರು. ಕನಿಷ್ಠ ಒಂದು ಐದು ವರ್ಷವಾದರೂ ಹೆಚ್ಚಾದಂತೆ ಕಂಡಾಗ ಅವಳೆದೆ ಹಾರಿತು. ಶಿಸ್ತುಬದ್ಧ ಜೀವನ ಶೈಲಿಯಿಂದ ಆರೋಗ್ಯ ಕಾಪಾಡಿಕೊಂಡು ಬಂದಿದ್ದ ಮನುಷ್ಯ.

"ಇವತ್ತು ತುಂಬ ಡಿಪ್ರೆಸ್ ಆಗಿದ್ದೀರಾ?" ಪ್ರಶ್ನೆಗೆ ಹೌದೆಂದು ತಲೆದೂಗಿ, ನೋಟ ಆಕಾಶದತ್ತ ಹರಿಸಿ ತಂದಿಟ್ಟ ಕಾಫಿ ಕುಡಿದ ನಂತರವೇ "ಮೇಜರ್ ಮೊಮ್ಮಗ ಆಕ್ಸಿಡೆಂಟ್‌ನಲ್ಲಿ

ತೀರಿಕೊಂಡ. ವಿದೇಶದಿಂದ ಒಂದೆರಡು ವರ್ಷಗಳ ಮುನ್ನ ಬಂದಿದ್ದವ. ಮೆಡಿಕಲ್‌ಗೆ ಸೇರಿಕೊಂಡಿದ್ದ. ವಾಲೆಂಟೈನ್ಸ್ ಡೇ ಸಂಭ್ರಮಕ್ಕೆ ಹೊರಟಿದ್ದವ ತೀರಿಕೊಂಡ. ಇವತ್ತು ಅವನ ಬರ್ತ್‌ಡೇ ನಂತೆ. ಆ ಮನುಷ್ಯ ನಂಗೆ ಸರ್‌ಪ್ರೈಜ್ ಮಾಡಬೇಕೆಂದು ಕರೆಸಿದ್ದ. ಆದರೆ ಅವನೇ ಸರ್‌ಪ್ರೈಜ್ ಆಗಿ ಹೊರಟು ಹೋದ. ಕಾರು ಬೇಡವೆಂದು ಬೈಕ್ ತಗೊಂಡು ಹತ್ತಿ ಹೋದವ ಮೊಬೈಲ್‌ನಲ್ಲಿ ಸಂಭಾಷಿಸುತ್ತ ಹೋಗಿ ತಾನಾಗಿ ಲಾರಿಗೆ ಡಿಕ್ಕಿಯೊಡೆದನಂತೆ. ಆಸ್ಪತ್ರೆಗೆ ತಗೊಂಡು ಹೋಗೋ ವೇಳೆಗೆ ಲೇಟಾಗಿತ್ತು" ವಿಷಾದ ಕಥೆಯನ್ನು ಹೇಳಿದವರ ಕಣ್ಣಂಚು ತೇವವಾಗಿತ್ತು.

ನಂದಿತಾ ಮೌನವಾಗಿ ಕೂತಳು. ತಂದೆ ಬಹುಶಃ ಎಲ್ಲಾ ವಿಷಯಗಳನ್ನು ಫ್ರೆಂಡ್ಸ್ ಕೊಲೀಗ್ಸ್, ವಾಕ್‌ನ ಗೆಳೆಯರು, ಬಿಲಿಯರ್ಡ್ ಆಟದ ಸ್ನೇಹಿತರು ಕ್ಲಬ್‌ನ ಫ್ರೆಂಡ್ಸ್ ಎಲ್ಲರ ಬಗ್ಗೆನು ಅಷ್ಟಿಷ್ಟು ಹೇಳಿರೋರು.

"ಅಜಯ್ ವರ್ಮಾ ಮೊಮ್ಮಗನಾ?"

"ಹೌದು ಮಗಳೇ, ಆ ದುರದುಷ್ಟವಂತ ಅಜಯ್ ವರ್ಮಾ ಇವತ್ತು ಸಂಜೆ ಮೊಮ್ಮಗನ ಬರ್ತಡೇ ದೊಡ್ಡ ರೀತಿಯಲ್ಲಿ ಸೆಲೆಬ್ರೇಟ್ ಮಾಡೋ ಉದ್ದೇಶ ಅವರದಾಗಿತ್ತು. ಈಗ ಅಂತಿಮಯಾತ್ರೆಯ ಸೆಲೆಬ್ರೇಷನ್! ಏನಾಗಿದೆ ಹುಡುಗರಿಗೆ? ವೇಗಕ್ಕೆ ಹೊಂದಿಕೊಂಡವರಿಗೆ ತಾಳ್ಮೆ ಇಲ್ಲ. ಇವನು ಆರಾಮಾಗಿ ಹೋದ. ಆ ಹಿರಿಯ ಜೀವಿಗಳ ದುಃಖ ನೋಡೋದಕ್ಕಾಗಲಿಲ್ಲ" ತುಂಬ ಎಮೋಷನಲ್ಲಾಗಿ ಮಾತಾಡಿದರು. ಆಮೇಲೆ ಮೌನವಾದರು.

ತಂದೆಯ ಸ್ವಭಾವ ಬಲ್ಲ ನಂದಿತಾ ಜಾಗ ಖಾಲಿ ಮಾಡಿದಳು. ಈಗಲೂ ತಂದೆ ಹೆಂಡತಿಯನ್ನು ನೆನಪಿಸಿಕೊಂಡು ದುಃಖಿಸುವುದನ್ನ ನೋಡಿದ್ದಳು. ತಂದೆ ಒಂದು ಹಳೆಯ ಡೈರಿಯನ್ನ ಅವಳಿಗೆ ಕೊಟ್ಟಿದ್ದರು.

ಮೊದಲ ಪುಟದಲ್ಲಿ ಇದ್ದಿದ್ದು ಕವಿವರೇಣ್ಯರ ಸಾಲುಗಳು.

'ಪ್ರೇಮಕ್ಕೆ ಮುಗಿತಾಯವೆಂಬುದಿಲ್ಲ. ಅದು ಪ್ರತಿರಾತ್ರಿಯ ನಿದ್ದೆ-ಎಚ್ಚರಗಳ ನಡುವಿನ ಸುಂದರ ಸ್ವಪ್ನವಿದು ಪ್ರೇಮ ಅಜರಾಮರ' ಎಂದು ಬರೆದಿದ್ದರು.

ರಾತ್ರಿ ಕೂಡ ಅವರಿಂದ ಸರಿಯಾಗಿ ಊಟ ಮಾಡಲಾಗಲಿಲ್ಲ. ತಲೆಯೊಡೆದು ಬಿದ್ದಿದ್ದ ಆಜಯ್ ವರ್ಮಾ ಮೊಮ್ಮಗನ ಹೆಣ ಇಡೀ ಯುವ ಜನತೆಯ ಪ್ರತಿನಿಧಿಯಂತೆ ಪ್ರಶ್ನಿಸುತ್ತಿತ್ತು. ಪ್ರೇಮ ಇಷ್ಟೊಂದು ಅಗ್ಗವೆ ಎನಿಸಿತು. ಹರೆಯದ ಪ್ರೇಮವನ್ನು ಇಷ್ಟು ವರ್ಷಗಳ ನಂತರವು ಭವಾನಿ ಹೇಗೆ ಕಾಯ್ದಿಟ್ಟಿದ್ದಳು! ಪುಟ್ಟ ಹುಡುಗಿಯಲ್ಲಿನ ಪ್ರೇಮದ ಕಲ್ಪನೆ ಎಷ್ಟೊಂದು ಆಗಾಧವಾಗಿತ್ತು. ಅಲ್ಲಿ ಅಬ್ಬರದ ಆರ್ಭಟವಿರಲಿಲ್ಲ. ಹಿಂದಿನಂತೆ ಪ್ರೇಮ ಪತ್ರ ನಿವೇದನೆ ಇಲ್ಲ. ವರ್ಷಾನುಗಟ್ಟಲೆ ಕಾದಿಡುವ ಸಹನೆ ಇಲ್ಲ. ಇಂಟರ್‌ನೆಟ್ ಮೂಲಕ ಮದುವೆ, ಎಸ್.ಎಂ.ಎಸ್ ಮೂಲಕ ಬಿಡುಗಡೆ, ಅಂಥದರಲ್ಲಿ ಇಲ್ಲಿ ಪ್ರೇಮ ಅರ್ಥಪೂರ್ಣವಾಗುವುದು ಹೇಗೆ?

ಒಮ್ಮೆ ವಾಕಿಂಗ್ ಬರೋ ನಾಡಕರ್ಣಿ ಒಂದು ಪ್ರೇಮಪತ್ರವನ್ನು ಜೇಬಿನಲ್ಲಿಟ್ಟುಕೊಂಡು ಬಂದವರು ಬಿಡಿಸಿ "ಇದ್ನ ಸ್ವಲ್ಪ ಓದಿ. ಅದರ ಹಿಂದು... ಮುಂದಿನ ಕತೆ ಹೇಳ್ತೀನಿ" ಎಂದು ಬಲವಂತದಿಂದ ಓದಿಸಿದ್ದರು. ಒಂದು ಹುಡುಗಿ, ಒಂದು ಹುಡುಗನಿಗೆ ಬರೆದ ಪ್ರೇಮಪತ್ರ. ಪ್ರೇಮದ ಉತ್ಕಟ ಭಾವನೆಗಳ ಜೊತೆ ಖಲೀಲ್ ಗಿಬ್ರಾನ್ ಕೆಲವು ಸಾಲುಗಳನ್ನು ಬರೆದಿದ್ದಳು.

ಪ್ರೇಮ ನಮ್ಮನ್ನು ಸೇರಿಸಿತು
ಇನ್ನ ಯಾರು ತಾನೆ
ನಮ್ಮನ್ನು ಅಗಲಿಸಬಲ್ಲರು
ಮೃತ್ಯು ನಮ್ಮನ್ನು ಒಯ್ದಿದೆ
ಇನ್ನ ಯಾರು ತಾನೆ
ಹಿಂದಕ್ಕೆ ಕರೆ ತರಬಲ್ಲರು.

ಆ ಪತ್ರವನ್ನು ಮಡಚಿ ಹಿಂದಕ್ಕೆ ಕೊಡುತ್ತ "ಗುಡ್, ಬಹಳ ಚೆನ್ನಾಗಿ ಬರೆದಿದ್ದಾಳೆ. ಆದರೆ ಈ ಪತ್ರ ಓದೋಕೆ ನಂಗೆ ಯಾಕೆ ಹೇಳಿದ್ರಿ?" ಕೇಳಿದಾಗ ಒಂದು ಲಗ್ನ-ಪತ್ರಿಕೆ ತೆಗೆದು ಕೈಯಲ್ಲಿಟ್ಟು "ಇವತ್ತು ಅವಳ ಮದುವೆ. ಆರಾಮಾಗಿ ಒಂದು ಇನ್ವಿಟೇಷನ್ ಕೊಟ್ಟು ಹೋಗಿದ್ದಾಳೆ. ನನ್ಮಗ ಕೂಡ ದೇವದಾಸ್ ಅಲ್ಲ" "ಗೇಟ್ ಲಾಸ್ಟ್... ನಾನು ಸಾಕಷ್ಟು ಸುತ್ತಾಡಿದ್ದೀನಿ, ಡ್ಯಾಡ್. ಅವಳೂಂದರೇ ಬೋರ್ ಅನ್ನಿಸೋಕೆ ಷುರುವಾಗಿತ್ತು ಸಾಪ್ಟ್‌ವೇರ್ ಇಂಜಿನಿಯರ್‌ನ ಜೊತೆ ಸುತ್ತೋಕೆ ಷುರುವಾದಳು. ಆರಾಮಾಗಿ ತಾಳಿ ಕಟ್ಟಿಸಿಕೊಳ್ಳೋಕೆ ರೆಡಿಯಾಗಿದ್ದಾಳೆ. ಐ ಹ್ಯಾವ್ ನೋ ರಿಗ್ರೆಟ್ಸ್. ನಾನು ಹಣ ಖರ್ಚು ಮಾಡಿದ್ದು ನನ್ನ ಖುಷಿಗಾಗಿ, ಅಷ್ಟನ್ನು ಪಡೆದುಕೊಂಡಿದ್ದೀನಿ. ಒಂದ್ಹತ್ತು ಇಪ್ಪತ್ತು ರೂಪಾಯಿ ಸಣ್ಣ ಹೂ ಬಂಚನ್ನು ಕೊಟ್ಟು 'ವಿಶ್ ಯು ಹ್ಯಾಪಿ ಮ್ಯಾರಿಡ್ ಲೈಫ್' ಅಂತ ಹೇಳಿ ಊಟ ಮಾಡ್ಕೊಂಡು ಬರ್ತೀನಿ, ಒಂದು ಛೇಂಜ್ ಇರುತ್ತೇಂತ ಹೇಳಿ ಹೋದ. ಹೇಗಿದೆ ನೋಡಿ ಈಗಿನ 'ಪ್ರೇಮದ ಗಮತ್ತು"? ಎಂದು ನಕ್ಕಿದ್ದರು.

ರೋಮಿಯೋ-ಜೂಲಿಯಟ್, ಲೈಲಾ ಮಜ್ನು, ದೇವದಾಸ್- ಪಾರ್ವತಿಯರನ್ನು ಪ್ರೇಮಕ್ಕೆ ಉತ್ತರಾಧಿಕಾರಿಗಳು ಎನ್ನುವಂತೆ ಸಂಭ್ರಮಿಸುವ ಯುವ ಜನತೆ, ಪ್ರೇಮದ ಅಭಿಯಾನ ಎಲ್ಲಿಂದ ಹೊರಟಿದೆಯೆಂದು ತಿಳಿಯಲು ಹೊರಟಿದ್ದಾರಾ? ಖಂಡಿತ ಇಲ್ಲ. ಅವರುಗಳ ಪ್ರೇಮದ ಕಲ್ಪನೆ ತೀರಾ ಸಂಕೀರ್ಣವಾದದ್ದು. 'ನನ್ನ ಗಂಡ ಚೆನ್ನಮಲ್ಲಿಕಾರ್ಜುನ ದೇವರಲ್ಲದೆ, ಮಿಕ್ಕಿದ ಗಂಡರೆಲ್ಲ ಮುಗಿಲ ಮರೆಯ ಬಣ್ಣದ ಬೊಂಬೆಯಂತೆ' ಅಂದ ಅಕ್ಕ ಮಹಾದೇವಿಯಲ್ಲಿನ ಪ್ರೇಮದ ಪವಿತ್ರತೆಯ ಬಗ್ಗೆ ನಮ್ಮ ಯುವತಿಯರು ಯೋಚಿಸಿದ್ದಾರಾ? ಸಾಕಷ್ಟು ಖರ್ಚುಮಾಡುವ ಯುವಕ 'ವಿಲ್ ಯು ಬಿ ಮೈ ವಾಲಂಟೈನ್?' ಅಂದು ಆಫರ್ ಕೊಟ್ಟಾಗ ಆಯ್ಕೆ ಯುವತಿಯದು ಆಗಿರೋದ್ರಿಂದ 'ಎಸ್' ಆರ್ 'ನೋ' ಅಲ್ಲಿಗೆ ಮುಗಿಯುವ 'ಪ್ರೇಮದ ದಿನ' ಬಿಕ್ಕಿ ಬಿಕ್ಕಿ ಅಳಬೇಕಷ್ಟೆ.

ಬಹಳ ಹೊತ್ತು ತಲೆ ಕೆಡಿಸಿಕೊಂಡರು. ರಾಖಿ ಕೂಡ ಬೇರೊಬ್ಬರ ವಾಲೆಂಟೈನ್ ಆಗಬಹುದು, ಸಂದೀಪ್ ಇದನ್ನು ಹೇಗೆ ತೆಗೆದುಕೊಳ್ಳಬಹುದು? ವಿವಾಹದ ಹಂತಕ್ಕೆ ಬರುವವರೆಗೂ ಇಲ್ಲಿ ಪ್ರೇಮ-ಪ್ರೀತಿಯೆನ್ನುವುದು ಯೂಸ್ ಅಂಡ್ ಥ್ರೋ. ಇಂಥ ಸಂಸ್ಕೃತಿ ಎಲ್ಲಿಂದ ಬಂದು ವಕ್ಕರಿಸಿತು? ಜೀವನದ ಸೂಕ್ಷ್ಮತೆಗಳು, ಭಾವುಕತೆಗಳು ಎಲ್ಲಿ ಸಮಾಧಿಯಾಗಿ ಹೋದವು? ಯಾಕೆ ಇಂದಿನ ಜನಾಂಗಕ್ಕೆ ಇವೆಲ್ಲ ಅರ್ಥವಾಗ್ತಾ ಇಲ್ಲ?

ಇಡೀ ರಾತ್ರಿ ತಲೆಕೆಡಿಸಿಕೊಂಡಿದ್ದಷ್ಟೇ ಲಾಭ.

ಇತ್ತೀಚೆಗೆ ಕಿಚನ್‌ಗೆ ಹೋಗುವುದನ್ನೆ ಮಾಲಿನಿ ಕಮ್ಮಿ ಮಾಡಿದ್ದರು. ಧಾರಾಳವಾಗಿ ಸಲಹೆಗಳನ್ನು ಕೊಡುತ್ತಿದ್ದರು. "ಇಷ್ಟೊಂದು ಎಣ್ಣೆ, ತುಪ್ಪ ಬಳಸೋದು ಒಳ್ಳೆಯದಲ್ಲ, ಅವರಿಗೆ ಹೇಗೆ ಹೊಟ್ಟೆ ಬಂದಿದೆ ನೋಡಿ. ಈಚೆಗೆ ಪ್ರತೀಕ ತಿನ್ನೋದು ನೋಡಿ, ನಾನು ಅವನಿಗೆ 2 ಅಥವಾ 3 ಚಪಾತಿ ಕೊಡ್ತಾ ಇದ್ದೆ. ಈಗ ನಾಲ್ಕೈದು ಬಾರಿಸೋಕೆ ಷುರು ಮಾಡಿದ್ದಾನೆ. ಮಾಡೋವಾಗ್ಲೇ ಕಮ್ಮಿ ಮಾಡಿ."

ಇಂಥ ಒಂದು ಸಂದರ್ಭಕ್ಕೆ ಕಾದಿದ್ದವರಂತೆ ಕರುಣಾ" ಸ್ವಲ್ಪ ಇದನ್ನೆಲ್ಲ ನಿಲ್ಸಿ ಬಿಡು. ನಿಮ್ಮಗ ಮನೆಯಲ್ಲಿ ಆರಾರು ಚಪಾತಿ ತಿನ್ನೋದ್ರಿಂದ ಪಿಜ್ಜಾ ಸೆಂಟರ್‌ಗೆ ಹೋಗೋದು ಕಡ್ಮೆ ಮಾಡಿದ್ದಾನೆ. ನಂಗೆ ಹೊಟ್ಟೆ ಬಂದಿರೋದಕ್ಕೆ ಕಾರಣ ಹೆಚ್ಚು ಕಡ್ಮೆ... ನೀನೆ! ರುಚಿಯಾಗಿ ಎಂದಾದ್ರೂ ಅಡಿಗೆ, ತಿಂಡಿ ಮಾಡಿದ್ದುಂಟಾ?" ರೇಗಿಸಿದಕ್ಕೆ ಮಾಲಿನಿ ರೇಗಿಕೊಂಡು ಹೋಗಿ ರೂಮಿನಲ್ಲಿ ಕೂತರು.

"ಯಾಕೋ, ಹಾಗೆಲ್ಲ ಅಂದೇ? ಅವಳು ಬೇಜಾರು ಮಾಡಿಕೊಂಡಿರುತ್ತಾಳೆ. ಹೊರ್ಗಡೇನು ಕೆಲ್ಸ ಮಾಡಿ ಮನೆಯಲ್ಲೂ ಎಲ್ಲಾ ಮಾಡಿಕೊಂಡು ಇಷ್ಟರ ಮಟ್ಟಿಗೆ ಮನೆ ಇಟ್ಟುಕೊಂಡಿರೋದು ಹೆಚ್ಚು" ಗಿರಿಜಮ್ಮ ಸೊಸೆ ಕಡೆ ವಕಾಲತ್ತು ವಹಿಸಿದರು. ಅದು ಅನಿವಾರ್ಯ ಕೂಡ. ಇಂದಿಗೂ ಇದು ತಮ್ಮ ಮನೆಯೆನಿಸಿರಲೇ ಇಲ್ಲ ಬರೀ ಹೊಂದಿಕೊಳ್ಳುವ ಪ್ರಯತ್ನವಷ್ಟೆ ಅವರು ಮಾಡುತ್ತಿದ್ದುದ್ದು.

ಅಲ್ಲೇ ಇದ್ದ ಸ್ಟೂಲ್ ಎಳೆದು ಅಮ್ಮನನ್ನು ಕೂಡಿಸಿ "ನನ್ನಾಣೆ ನಾನು ಹೇಳಿದ್ದೆಲ್ಲ ಸತ್ಯ. ಅವಳ ನಾಜೂಕು, ಕಂಜ್ಯೂಸ್ ತನದ ಊಟ, ತಿಂಡಿಯಿಂದ ನನ್ನ, ಪ್ರತೀಕನ ನಾಲಿಗೆಗಳು ಜಡ್ಡುಗಟ್ಟಿ ಹೋಯಿತು. ನೀನು ಬಂದ್ಮೇಲೆ ಒಳ್ಳೆ ಊಟ, ತಿಂಡಿ" ತಾಯಿಯನ್ನು ಹೊಗಳಿ ತಾನೇ ಕಾಫಿ ಮಾಡಿಕೊಟ್ಟ. ಅಮ್ಮನನ್ನ ಸಂತೋಷವಾಗಿ ಇಟ್ಟುಕೊಳ್ಳಬೇಕೆಂದು ಪ್ರತಿಜ್ಞೆ ಮಾಡಿದ್ದರು ಕರೆ ತಂದ ದಿನವೇ.

ಪ್ರೀತಿ, ಅಭಿಮಾನ ಹೆಂಡತಿಯ ಮೇಲಿತ್ತು. ಬುದ್ಧಿವಂತಳೆಂದು ಸ್ವತಂತ್ರ ಕೊಟ್ಟಿದ್ದರು. ಹಾಗೆಂದು ಅವರೆಂದು ತಲೆ ಮೇಲೆ ಕೂಡಿಸಿಕೊಂಡಿಲ್ಲವೆಂದು ನಂಬಿದ್ದರು.

"ಅದೆಲ್ಲ ಇರಲಿ, ಹಾಗೆಂದು ಟೀಕಿಸೋದು ಬೇಡ. ಹೋಗಿ ಸಮಾಧಾನ ಮಾಡು" ಮಗನಿಗೆ ಹೇಳಿ ಹೊರಗೆ ದೂಡಿದರು. ಕರುಣಾಕರ ಬಂದು ಹಾಲ್‌ಲ್ಲಿ ಕೂತು ಟಿ.ವಿ. ಆನ್ ಮಾಡಿದರು.

ಅಂದು ರಜೆ ಇತ್ತು. ಚಿರಂತನ್‌ದತ್ ಮನೆಗೆ ಹೋಗುವುದುದೆಂದು ತೀರ್ಮಾನಿಸಿದ್ದರಿಂದ ರಾತ್ರಿಯೆ ಮಗನಿಗೆ "ಏಯ್, ಬೆಳಿಗ್ಗೆ ಅಮ್ಮ, ನಾನು ನಿನ್ನ ದೊಡ್ಡಪ್ಪನ ಮನೆಗೆ ಹೋಗ್ತಾ ಇದ್ದೀವಿ. ನಿನ್ನ ಬೈಕ್ ಬೇಕು. ನಿನ್ನ ಓಡಾಟಕ್ಕೆ ಬೇಕಾದರೆ ನಿಮ್ಮಮ್ಮನ ಕಾರು ತಗೊಂಡು ಹೋಗು. ನಾಳೆಯೊಂದು ದಿನ ಬೇಕಾದರೆ ಕಾಲೇಜಿಗೆ ಆಟೋದಲ್ಲಿ ಹೋಗ್ಲೀ" ಅಂತ ಹೇಳಿದ್ದರು. ಅಮ್ಮನಿಗೆ ಸ್ವಲ್ಪ ಬದಲಾವಣೆ ಇರಲಿ ಎನ್ನುವ ಉದ್ದೇಶ ಅವರದು.

ಬೆಳಿಗ್ಗೆ "ಅಮ್ಮ, ಬೇಗ ರೆಡಿಯಾಗು" ಹೇಳಿ ರೂಮಿಗೆ ಬಂದಾಗ ಮಾಲಿನಿ ರೆಡಿಯಾಗಿ ಮೊಬೈಲ್‌ನಲ್ಲಿ ಮಾತಾಡುತ್ತಿದ್ದವರು ಆಫ್ ಮಾಡಿ "ನೀವು ನಿಮ್ಮಮ್ಮ ಬಂದ್ಮೇಲೆ ತೀರಾ ಬದಲಾಗಿದ್ದೀರಿ. ಕೆಲವು ವಿಚಾರಗಳಲ್ಲಿ ನನ್ನ ಕೈ, ಭಾವನೆಗಳನ್ನು ಕಟ್ಟಿ ಹಾಕುವ ಪ್ರಯತ್ನ, ಜೊತೆಗೆ ಓಡಾಟ ಷುರು ಮಾಡಿದ್ದೀರಿ ರಜ ದಿನಗಳಲ್ಲಿ" ಪಟ್ಟಿ ಮಾಡಿದಂತೆ ಅಪಾದನೆ ಹೊರೆಸಿದಾಗ ಹೆಂಡತಿಯ ಎರಡು ಭುಜಗಳ ಮೇಲು ಕೈ ಇಟ್ಟು "ನಿನ್ನ ಭಾಷೆಯಲ್ಲಿ ಷಟಪ್ ಅನ್ನಲಾ? ನಿನ್ನ ಭಾವನೆಗಳಿಗೆ, ಆ್ಯಂಭಿಷನ್‌ಗೆ ನಾನು ಅಡ್ಡ ಗೋಡೆಯಾಗಿ ನಿಲ್ಲಲಿಲ್ಲ. ಪ್ರಯತ್ನ ಮೀರಿ ಎನ್‌ಕರೇಜ್ ಮಾಡಿದ್ದೀನಿ. ಆಗ ನಾನು ಆಗಿದ್ದು ಏಕಾಂಗಿ. ನೀನು ಬೆಳೆದೆ. ನಾನು ಅಲ್ಲೇ ನಿಂತೆ. ಮೇಲೆರಿದ ನಿನ್ನ ಸ್ಟೇಟಸ್ ಜೊತೆ ನಿನ್ನ ಕುರುಡು ಪ್ರೆಸ್ಟೀಜ್ ನನ್ನ ದೂರವೇ ನಿಲ್ಲಿಸ್ತು. ಡೋಂಟ್ ವರೀ... ಅಂದ್ಕೊಂಡೆ" ಅನ್ನುವ ವೇಳೆಗೆ ರೂಮಿನೊಳಕ್ಕೆ ನುಗ್ಗಿದ ಪ್ರತೀಕ "ಡ್ಯಾಡ್, ಬೈಕ್ ಇಲ್ಲೇ ಇದೆ. ನೀನು ಅಜ್ಜಿ, ದೊಡ್ಡಪ್ಪನ ಮನೆಗೆ ಹೋಗಿ. ನಾನ್ಬಂದ್ ಅಲ್ಲೇ ನಿಮ್ಮನ್ನ ಜಾಯಿನ್ ಆಗ್ತೀನಿ, ಬೈ..." ಅಷ್ಟೆ ರಭಸವಾಗಿ ಅದೃಶ್ಯವಾದ.

"ಬಿಡಿ, ಆ ವಿಷ್ಯ! ಒಂದೆರಡು ಮಾರಾಟಕ್ಕೆ ಇರೋ ಮನೆಗಳನ್ನು ನೋಡಿದೆ. ಡೀಸೆಂಟ್ ಪ್ಲೇಸ್. ಲುಕಿಂಗ್ ಗುಡ್, ಫೀಲಿಂಗ್ ಗುಡ್ ಅನ್ನೋ ತರಹ ಇದೆ. ಮೂರ್ಹೊತ್ತು ಮನೆಯಲ್ಲಿ ಇರೋರು ಅತ್ತೆ. ಆದ್ದರಿಂದ್ಲೇ ಫ್ಲಾಟ್ ಬೇಡಾಂತ ಡಿಸೈಡ್ ಮಾಡಿದ್ದೀನಿ" ರಾಜಿ ಸೂತ್ರಕ್ಕೆ ಬಂದವಳಂತೆ ಮಾತಾಡಿದರು ಮಾಲಿನಿ.

"ಆಯ್ತು, ನಿಮ್ಹತ್ರ ಹಣ ಎಲ್ಲಿದೆ? ಮೊದ್ಲು ಫ್ಲಾಟ್ ಮಾರಬೇಕು. ನಂತರ ಯೋಚಿಸಬೇಕು. ಈ ವಿಚಾರದಲ್ಲಿ ಅಣ್ಣನ ಸಲಹೆ ಪಡೆಯೋದು ಮುಖ್ಯ ಅಂತ ಅನಿಸಿದೆ" ಎಂದರು. ಹ್ಯಾಂಡ್ ಬ್ಯಾಗ್ ರೆಡಿ ಮಾಡಿಕೊಳ್ಳುತ್ತಿದ್ದ ಮಾಲಿನಿ ಹಿಂದಕ್ಕೆ ತಿರುಗಿ "ಈಗ್ಲೇ ಏನು ಹೇಳೋಕೆ ಹೋಗ್ಬೇಡಿ. ಆಮೇಲೆ ಹೇಳಬೇಕೂಂದರೆ ಅವರೊಬ್ಬರೇ ತಾನೇ ಬಂಧು? ಇನ್ನೊಮ್ಮೆ ರೇಟು ಜೊತೆ ಈ ಫ್ಲಾಟು ಮಾರಾಟವಾದರೆ ನಮಗೆಷ್ಟು ಹಣ ಬಂದೀತು ಅನ್ನೋದನ್ನ ಮೊದ್ಲು ತಿಳ್ಕೊಂಡು, ಆಮೇಲೆ ಮುಂದುವರೆಯೋಣ" ಅನ್ನುತ್ತ ಗಂಡನ ಕೆನ್ನೆ ಸವರಿ ಹೋದರು. ಪ್ರೀತಿಯ ನಾಟಕದಿಂದ ಮಾತ್ರ ಗಂಡನನ್ನು ಹದ್ದು ಬಸ್ತಿನಲ್ಲಿ ಇಟ್ಟುಕೊಳ್ಳಲು ಸಾಧ್ಯವೆಂದುಕೊಂಡಿದ್ದ ಹೆಣ್ಣು.

ಆಮೇಲೆ ಸ್ವಲ್ಪ ನಿಧಾನವಾಗಿಯಾದರೂ ಡ್ರೆಸ್ಸಿಂಗ್ ಟೇಬಲ್ ಕಡೆ ಗಮನ ಹರಿಯಿತು. ಅವರಿಗೆ ಅಂಥ ಆಸಕ್ತಿ ಇಲ್ಲದಿದ್ದರಿಂದ ಹೆಂಡತಿಯ ಬಲವಂತಕ್ಕೆ ಎಲ್ಲಾದರೂ ಹೋಗೋವಾಗ ಒಂದಿಷ್ಟು ಮುಖಕ್ಕೆ ಕ್ರೀಮ್ ಹಚ್ಚಿ ಒಂದಿಷ್ಟು ಪೌಡರ್ ಸವರುವ

ಅಭ್ಯಾಸವಿತ್ತು. ಈಚೆಗೆ cosmeties ಜಾಸ್ತಿಯಾಗಿದೆಯೆನಿಸಿತು, ಆದರೆ ಈ ಮಟ್ಟಿಗಲ್ಲವೆನಿಸಿ ನೋಡಿ ನಿಬ್ಬೆರಗಾದರು.

'ಲೊರಿಯಲ್, ಕ್ಲಾರಿನ್ಸ್, ಎಲಿಜಿಬೆತ್ ಆರ್ಡೆನ್ ನಂತಹ ಬ್ರಾಂಡಿನ anti ageing' ಲೋಷನ್‌ಗಳ ಹಣೆಯೊತ್ತಿಕೊಂಡರು. ಸರಿಯುವ ವಯಸ್ಸು ತಮ್ಮ ಗುರುತುಗಳನ್ನು ದೇಹದ ಮೇಲೆ ನಮೂದಿಸುತ್ತಲೇ ಮುಂದಕ್ಕೆ ಹೋಗುತ್ತಿರುತ್ತೆ. ಚಿರ ಯೌವ್ವನದ ಕನಸು ಯಾರಿಗೆ ಇರೊಲ್ಲ? ಆದರೆ ಚಿರಯೌವ್ವನವನ್ನು ಉಳಿಸಿಕೊಳ್ಳಲು ಸಾಧ್ಯವೇ? ಅವರ ವಯಸ್ಸು ಅವರಿಗೆ ಮಾತ್ರವಲ್ಲ ಸುತ್ತಲಿನವರೆಗೂ ಗೊತ್ತಿರುತ್ತೆ. ಆದರೆ ಅದನ್ನು ಮುಚ್ಚಿಡುವ ಪ್ರಯತ್ನ ಯಾಕೆ ಮಾಡುತ್ತಾರೆ? ಕಲಾವಿದರು, ಚಲನಚಿತ್ರ ರಂಗದ ನಟ-ನಟಿಯರು ವಯಸ್ಸನ್ನು ಮುಂದೂಡುವ ಪ್ರಯತ್ನ ಮಾಡುತ್ತಲೇ ಇರುತ್ತಾರೆ. ವ್ಯರ್ಥ ಸಾಹಸವಾಗುವುದೇ ಹೆಚ್ಚು. ಈಚೆಗೆ ಯಾವುದೋ ಪತ್ರಿಕೆಯಲ್ಲಿ ಲಕ್ಷಗಳ ವೆಚ್ಚದಲ್ಲಿ ಸುಕ್ಕು ಕಡಿಮೆಯಾಗಲು ಬೇಕಾದ ರಾಸಾಯನಿಕ ಮಿಶ್ರಣಗಳನ್ನು ಸೂಜಿಗಳ ಮೂಲಕ ಮುಖದ ಚರ್ಮದೊಳಗೆ ತುಂಬುವ ಚಿಕಿತ್ಸೆಯೊಂದಿದೆಯೆಂದು ತಿಳಿದಿದ್ದರು. ಅದಕ್ಕೆ ಫೇಸ್‌ಲಿಫ್ಟ್ ಅಥವಾ ಬಾಟಿಕ್ಸ್ ಚಿಕಿತ್ಸೆ ಎನ್ನುತ್ತಾರೆ. ಕೆಲವರಿಗೆ ಅದರ ಅನಿವಾರ್ಯತೆ ಇರಬಹುದು. ಆದರೆ ನನ್ನಂಥ ಸಾಮಾನ್ಯನ ಹೆಂಡತಿಗೆ 'anti ageing' ಲೋಷನ್‌ಗಳು ಯಾಕೆ ಎಂದು ಅವುಗಳನ್ನು ಕೈಗೆತ್ತಿಕೊಂಡು ಅದರ ಬೆಲೆಗೆ ಬೆವತರು. 50 ಎಂ.ಎಲ್ ಕ್ರೀಮ್‌ನ ಬೆಲೆ 780 ರೂಪಾಯಿ.

ಅದರ ಜಾಗದಲ್ಲಿ ಅದನ್ನು ಇರಿಸಿ ಬೆವತು ಕೂತರು. ಕಾಲವನ್ನು ಗೆಲ್ಲುವ ಹಣ ಮಾಲಿನಿಗೆ ಯಾಕೆ? ಅದು ಸಾಧ್ಯವಾ? ನಿಸರ್ಗದ ನಿಯಮಗಳಿಗೆ ಸವಾಲಾ? ಬುದ್ಧಿವಂತೆಯೆಂದು ತಿಳಿದಿದ್ದ ಹೆಂಡತಿಯ ಮೂರ್ಖತನಕ್ಕೆ ಬೇಸರಗೊಂಡು ಬಟ್ಟೆ ಧರಿಸಿ ಹೊರಗೆ ಬಂದರು.

ಟೇಬಲ್ ಮೇಲೆ ಅಡಿಗೆಯನ್ನು ಮುಚ್ಚಿಡುತ್ತಿದ್ದ ಗಿರಿಜಮ್ಮ "ನನ್ನದೆಲ್ಲ ಮುಗೀತು. ಹೇಗೂ ಮಾಲಿನಿ ಹೋಗೋದು ಕಾರಿನಲ್ಲಿ ತಾನೇ, ಮಧ್ಯಾಹ್ನದ ಊಟ ಒಯ್ಯಬಹ್ದು. ಒಂದೆರಡು ಬ್ರೆಡ್ ಚೂರುಗಳನ್ನು ಒಯ್ಯುತ್ತಾಳೆ. ಇದು ಯಾತಕ್ಕೆ ಸಾಕು? ವಯಸ್ಸಾಗ್ತಾ... ಆಗ್ತಾ... ನಿಶ್ಶಕ್ತಿ ಷುರುವಾಗುತ್ತೆ. ಸ್ವಲ್ಪ ಹೇಳು, ಒಂದಿಷ್ಟು ಹಣ್ಣು, ತರಕಾರಿ ತಿನ್ನಲಿ, ತುಪ್ಪದ ಬಳಕೆ ಬೇಡವೇ ಬೇಡ ಅಂತಾಳೆ. ಸ್ವಲ್ಪ ನೀನಾದ್ರೂ ಹೇಳು" ಸಣ್ಣಗಿರುವ ಸೊಸೆಯ ಬಗ್ಗೆ ಅತ್ತೆಗಿರುವ ಅತ್ಯಂತ ಒಳ್ಳೆಯ ಕಾಳಜಿ.

ಕರುಣಾಕರ ನಕ್ಕರು. "ಹೆಚ್ಚು ತಿಂದರೆ ದಪ್ಪವಾಗ್ತೀನಿ. ಮೈಯಲ್ಲಿ ಕೊಲೆಸ್ಟ್ರಾಲ್ ಜಾಸ್ತಿಯಾಗುತ್ತೆ. ಎಣ್ಣೆ, ತುಪ್ಪಗಳ ಬಳಕೆಯಿಂದ ಅನ್ನೋ ಧಾವಂತ. ಅವ್ಳು ತುಂಬ ಜಾಣೆ, ಬಿಡಮ್ಮ" ಅಂದು "ನಮ್ಮ ಮದ್ವೆಯಾದಾಗ ಫೋಟೋ ತೋರಿಸ್ತೀನಿ ಇರು" ಅಂತ ಒಂದು ಆಲ್ಬಮ್ ತಂದು ಅಮ್ಮನಿಗೆ ತೋರಿಸಿದರು.

ತೀರಾ ಅಂದರೆ ತೀರಾ ಸಾಧಾರಣ ಹುಡುಗಿಯಾದರೂ ಕಣ್ಣುಗಳಲ್ಲಿ ಹೊಳಪು ಇತ್ತು. ತೀರಾ ಸಾಧಾರಣ ಸೀರೆಯುಟ್ಟು ಪೆದ್ದು ಪೆದ್ದಾಗಿಯೇ ಕರುಣಾಕರರ ಜೀವನದಲ್ಲಿ ಕಾಲಿಟ್ಟ ಸಂಗಾತಿಯನ್ನು ಮನ ಬಿಚ್ಚಿ ಹೇಳಿಕೊಂಡರು.

"ಈಗ ಕಾಲೇಜು ಪ್ರಿನ್ಸಿಪಾಲ್, ಅದಕ್ಕೆ ಅನುಗುಣವಾಗಿ ಅವತಾರ ಕೂಡ ಬದಲಾಗಿದೆ ಅಷ್ಟೆ. ಆರೋಗ್ಯದ ಜೊತೆ ಮೈಯನ್ನು ನಾಜೂಕಾಗಿ ಇಟ್ಕೋಬೇಕನ್ನೋ ಹೆಂಗ್ಸು ಅಷ್ಟೆ. ಈಗ್ಲೂ ಯುವತಿ ತರಹ ಕಾಣ್ತಾಳೆ. ನಂಗೆ ಸ್ವಲ್ಪ ಅಡ್ಡಾದಿಡ್ಡಿ ಮೈ ಬಂದಿದೆ. ತಲೆಯಲ್ಲಿ ನೆರೆ ಕೂದಲು, ಅವನ್ನೇನು ಒಪ್ಪ ಮಾಡಿಕೊಂಡಿಲ್ಲ ಅನ್ನೋ ಜಗಳ ಅವಳದಷ್ಟೆ. ಆದರೂ ನಮ್ದು ಅನ್ಯೋನ್ಯ ದಾಂಪತ್ಯವೇ. ಮಾಡಿದ ತಪ್ಪುಗಳ ನೋವು ಮಾತ್ರ ನನ್ನಲ್ಲಿ ಉಳಿದುಕೊಂಡಿದೆ" ಅಂದು ಆಲ್ಬಮ್ ಅಲ್ಲಿಟ್ಟು ಹೋಗಿ ಬಾಲ್ಕನಿಯಲ್ಲಿ ನಿಂತು ಕಣ್ಣೊರೆಸಿಕೊಂಡ ನಂತರವೇ ಒಳಗೆ ಬಂದರು.

ಗಿರಿಜಮ್ಮ ಭಯ ಅಂದರು ಕೇಳದೇ ಬೈಕ್ ಮೇಲೆ ಕೂಡಿಸಿ ಚಿರಂತನಕ್ಕೆ ಹೋದಾಗ ವಾಚ್‌ಮ್ಯಾನ್ ಗೇಟು ಓಪನ್ ಮಾಡುತ್ತಿದ್ದವನು ಸೆಲ್ಯೂಟ್ ಮಾಡಿದ. ಒಳಗಿನಿಂದ ಕಾರು ಹೊರಕ್ಕೆ ಬಂದು ನಿಂತಿತು.

ಸ್ಟೀರಿಂಗ್ ವ್ಹೀಲ್ ಮುಂದೆ ಕೂತಿದ್ದ ಚಿರಂತನ್‌ದತ್ ಮಗಳ ಸಮೇತ ಇಳಿದು ಬಂದು ಬಗ್ಗಿ ಗಿರಿಜಮ್ಮನ ಪಾದಗಳನ್ನು ಮುಟ್ಟಿ ನಮಸ್ಕರಿಸಿ "ಕರುಣಾ, ನೀನು ನನ್ಜೊತೆ ಬಾ. ನಂದೂ... ಚಿಕ್ಕಮ್ಮನ ಒಳ್ಗೆ ಕರ್ಕಂಡ್ ಹೋಗ್ತಾಳೆ" ಅಂದರು. ಕಕ್ಕಾಬಿಕ್ಕಿ ನೋಟ ಬೀರುತ್ತ "ನಾನು ನಿಮ್ಜೊತೆ ಬರೋದಾ? ನಮ್ಗೇ ಇದೇನು ಹೊಸ ಮನೆನಾ? ನೀವುಗಳು ಹೋಗ್ಬನ್ನಿ" ಹೇಳಿದರು.

"ನಂದು, ನೀನು ಚಿಕ್ಕಮ್ಮನ ಕರ್ಕಂಡ್ ಹೋಗು. ಅವ್ರಿಗೆ ಬೇಸರವಾಗ್ಬಾರದು" ಎಂದು "ಹತ್ತೋ... ಕರುಣಾ" ಅಂದು ಕಾರ್‌ನತ್ತ ಹೋದರು. ಇನ್ನೊಂದು ಮಾತು ಹೇಳುವಂತಿರಲಿಲ್ಲ ಕರುಣಾಕರ.

"ಬನ್ನಿ... ಅಜ್ಜಿ" ನಂದು ಕೈ ಹಿಡಿದು ಕರೆದುಕೊಂಡು ಹೋದಾಗ ಬೃಂದಾವನ ಬಳಿ ನಿಂತರು. "ಜಾನಕಿ ಸಂಪ್ರದಾಯಶೀಲೆ. ದೇವರು, ದಿಂಡರೂಂದರೆ ತುಂಬ ಭಕ್ತಿ. ಇಷ್ಟೊಂದು ಓದಿಕೊಂಡ ಚಿರಂತನ ಕೂಡ ಅವಳ ಮಾತಿಗೆ ಗೌರವ ಕೊಡ್ತಾ ಇದ್ದ" ಜಾನಕಿಯನ್ನು ನೆನಪಿಸಿಕೊಂಡರು. ಅಮ್ಮನ ಬಗ್ಗೆ ಅವಳಿಗೆ ಗೊತ್ತಿತ್ತು! "ಈಗ್ಲೂ, ಏನು ಬದಲಾಗಿಲ್ಲ ಅಜ್ಜಿ. ಅಮ್ಮ ಇಲ್ಲೆಲ್ಲ ಓಡಾಡಿಕೊಂಡು ಮನೆ ಉಸ್ತುವಾರಿ ನೋಡ್ಕೋತಾ ಇದ್ದಾಳೇಂತ ಅಪ್ಪ ಹೇಳ್ತಾ ಇರ್ತಾರೆ. ಅಮ್ಮ ಇಲ್ಲವಾಗಿ ವರ್ಷಗಳು ಉರುಳಿದ್ದರೂ, ಅಪ್ಪ ಮಾತ್ರವಲ್ಲ, ಇಡೀ ಮನೆಯ ಪ್ರತಿಯೊಂದು ವಸ್ತುಗಳು ಕೂಡ ಆ ಹ್ಯಾಂಗೋವರ್‌ನಿಂದ ಹೊರ ಬಂದಿಲ್ಲ" ಎಂದು ಕಳಕಳಿಸುವ ಬೃಂದಾವನದತ್ತ ನೋಡಿದಳು. ಹಿಂದಿನ ದೃಶ್ಯಗಳು ಅವಳ ಕಣ್ಣಿಂದ ಮರೆಯಾಗಿರಲಿಲ್ಲ. ಎಷ್ಟೋ ಇಷ್ಟವಾಯಿತು ಗಿರಿಜಮ್ಮನಿಗೆ. ಸೊಸೆಯೇನು ಹೊರಡೋ ಆತುರದಲ್ಲಿ ದೇವರಿಗೆ ದೀಪ ಕೂಡ ಹಚ್ಚುತ್ತಿರಲಿಲ್ಲ. ಆ ಕೆಲಸವನ್ನು ಬಂದ ಮೇಲೆ ಗಿರಿಜಮ್ಮ ವಹಿಸಿಕೊಂಡಿದ್ದರು.

"ಇವತ್ತು, ಅಪ್ಪನ ಫ್ರೆಂಡ್ ಉಮಾಶಂಕರ ದೀಕ್ಷಿತ್ ಬರ್ತಾ ಇದ್ದಾರೆ. ಅದಕ್ಕೆ ಏರ್‌ಪೋರ್ಟಿಗೆ ಹೊರಟಿದ್ವಿ, ಅಣ್ಣ ಇನ್ನು ಸಂಜೆನೇ ಬರೋದು" ಮಾತುಗಳಲ್ಲಿ ಸಮಯ ಹೋಗಿದ್ದೇ ಗೊತ್ತಾಗಲಿಲ್ಲ.

ಎರಡು ಹತ್ತಕ್ಕೆ ಸರಿಯಾಗಿ ಕಾರು ಬಂದು ಪೋರ್ಟಿಕೋದಲ್ಲಿ ನಿಂತುಕೊಂಡಿತು. ಮೊದಲು ಇಳಿದ ಕರುಣಾಕರ ಡೋರ್ ತೆಗೆದರು. ಇಂದಿಗೂ ಎತ್ತರ... ಎತ್ತರ... ಸ್ಥಾನದಲ್ಲಿದ್ದು ರಿಟೈರ್ಡ್ ಅಜ ಚಿರಂತನ್‌ದತ್ ಪಕ್ಕ ಕೂಡುವುದಕ್ಕೆ ಹಿಂದೆಗೆಯುತ್ತಿದ್ದರು. ಅಷ್ಟೊಂದು ಗೌರವ.

ತಂದೆ ಆಗಾಗ ಉಮಾಶಂಕರ ದೀಕ್ಷಿತ್ ಬಗ್ಗೆ ಹೇಳುತ್ತಿದ್ದುದು ಮಾತ್ರವಲ್ಲ, ಬರುತ್ತಾರೆಂದು ಇನ್‌ಫರ್ಮೇಷನ್ ಸಿಕ್ಕ ಮೇಲೆ ತಮ್ಮ ಮತ್ತು ಅ ಮನುಷ್ಯನ ಬಗೆಗಿನ ಸಂಬಂಧದ ಜೊತೆ ಋಣಭಾರದ ವಿಷಯವನ್ನು ಸಂಕ್ಷಿಪ್ತವಾಗಿ ವಿವರಿಸಿದ್ದರು.

ಆದ್ದರಿಂದಲೇ ಕಾಂಪೌಂಡ್‌ನೊಳಕ್ಕೆ ಕಾರು ಬಂದ ಕೂಡಲೇ ಹೊರಗೆ ಬಂದಳು. ತೀರಾ ಹುಡುಗಿಯಾಗಿದ್ದಾಗ, ಅಂದರೆ ಹತ್ತು ವರ್ಷದ ಹಿಂದೆ ಉಮಾಶಂಕರ್ ದೀಕ್ಷಿತನ ನೋಡಿದ್ದು. ಆಗಾಗ ತಂದೆ ಫೋನ್ ಮಾಡಿದ್ದು ಗೊತ್ತಿತ್ತು. ಅವರ ಫೋಟೋಗಳು ಆಲ್ಬಮ್‌ನಲ್ಲಿ ಇತ್ತು. ತಂದೆಗಿಂತ ನಾಲ್ಕು ವರ್ಷ ಹಿರಿಯರೆಂದು ಗೊತ್ತಿತ್ತು.

ಕಾರುನಿಂದ ಇಳಿದ ದೀಕ್ಷಿತರ ಕಾಲಿಗೆ ಎರಗಿದಾಗ ಯಾವುದೋ ಅನುಭೂತಿಯಲ್ಲಿ ಮಿಂದವರಂತೆ ಸಂತೋಷಪಟ್ಟರು.

"ನನ್ನ ಮಗ್ಳು ನಂದಿತಾ... ನಂದು... ನಂದಿತಾ" ಪರಿಚಯ ಹೀಗಿತ್ತು. ಬಂಗಾರದ ಫ್ರೇಮಿನ ಕನ್ನಡಕ ತೆಗೆದು ನೋಡಿ "ಏಯ್ ಚಿಂತನ ಅಸೂಯೆ ಆಗುತ್ತೆ, ಕಣೋ. ಆಗ ನೋಡಿದ್ದು ಚಂದನ ಗೊಂಬೆ... ಈಗ ದಂತದ ಗೊಂಬೆ. ಫೆಂಟಾಸ್ಟಿಕ್... ನಂಗೆ ಇನ್ನೊಬ್ಬ ಮಗ ಇದ್ದಿದ್ದರೇ, ನಿನ್ನ ಕಾಲಿಗೆ ಬಿದ್ದಾದರೂ ಮಗ್ಳುನ ಸೊಸೆಯಾಗಿ ಕಳ್ಸಿಕೊಡೂಂತ ಕೇಳ್ತಾ ಇದ್ದೆ. ಈಗ ಆ ಅದೃಷ್ಟ ಇಲ್ಲ" ಲೊಚಗುಟ್ಟಿದರು. ಅದಕ್ಕೆ ಚಿರಂತನ್ ದತ್ ನಗೆಯೇ ಉತ್ತರವಾಯಿತು.

ಗಲಗಲ ಮಾತಾಡುತ್ತಲೇ ಊಟ ಮಾಡಿದ ನಂತರ ಚಿರಂತನ್‌ದತ್ ಭುಜದ ಮೇಲೆ ಕೈ ಹಾಕಿ "ಮನಸ್ಸು ತುಂಬ ಭಾರವಾಗಿದೆ. ನಿನ್ಹತ್ರ ಹೇಳೋದಿದೆ, ಅಸ್ಟ್ರೇಲಿಯಾದಿಂದ ಬಂದ ಮೇಲೆ ಒಂಟಿಯೆನಿಸಿದೆ" ಹೇಳಿದ್ದು ಭಾರವಾದ ದನಿಯಲ್ಲಿ. ಆಗಾಗ ಫೋನ್ ಮಾಡುತ್ತಿದ್ದುದ್ದು ಬಿಟ್ಟು ಭೇಟಿಯಾಗಲು ಬಂದಿರಲಿಲ್ಲ.

ಮಂಚದ ಮೇಲೆ ಉರುಳಿಕೊಂಡ ಉಮಾಶಂಕರ ದೀಕ್ಷಿತ್ "ಐ ಯಾಮ್ ವೆರಿ ಮಚ್ ಟಯರ್ಡ್, ಚಿರಂತನ್. ಒಂದು ರೀತಿಯಲ್ಲಿ ಮನೆಗೆ ಗೆಸ್ಟ್ ಆಗಿದ್ದ ನಾನು ಈಗ ಇಲ್ಲೇ ಇದ್ದೀನಿ. ಕಂಫರ್ಟ್ ಕೂಡ. ನಂಗ್ಯಾಕೋ ಮನೆಯ ವಿದ್ಯಮಾನಗಳು ಹಿಡಿಸ್ತಾ ಇಲ್ಲ. ನನ್ನ ಹೆಂಡ್ತಿಗೆ ಎಜುಕೇಷನ್ ಇದ್ರೂ ಯಾವ ಪ್ರಯೋಜನವು ಇಲ್ಲ. ಹೊಗಳಿಕೆಯೇ ಅವಳ ವೀಕ್‌ನೆಸ್. ಇದ್ನ ಕ್ಯಾಷ್ ಮಾಡಿಕೊಂಡೋಳು ನನ್ನ ಸೊಸೆ ಸುರುಚಿತಾ. ನಮ್ಮ ಸತೀಶ್ ತುಂಬಾ ಸಾಫ್ಟ್, ಹೆಂಡತಿಯನ್ನು ದಂಡಿಸೋದು ಕೂಡ ಅವನಿಂದಾಗದು. ಇನ್ನ ಸನತ್ ಪರ್ವಾಗಿಲ್ಲ, ಆದರೆ ಸುರಚಿತ ತಂಗಿ ರುಚಿರಾ ಅವನನ್ನು ಅನಾಯಾಸವಾಗಿ ಪ್ರೇಮದಿಂದ ಕಟ್ಟಿ ಹಾಕಿದಳು. ಈಗ ಅದೇ ಮದುವೆ. ಆ ಮೇಲಿನ ಮನೆಯ ಸ್ಥಿತಿ ನೆನಸಿಕೊಳ್ಳೋಕೆ ಕಷ್ಟ. ಒಂದು ರೀತಿಯಲ್ಲಿ ಟೋಟಲೀ ಡೆಸ್ಟ್ರಾಯ್ಡ್ ಇಡೀ atmosphere

ನನ್ನ ವಿರುದ್ಧವಾಗಿ, ನನ್ನ ಸಂಸಾರದ ವಿರುದ್ಧವಾಗಿ, ನನ್ನ ವಂಶದ ವಿರುದ್ಧವಾಗಿ" ಎಕ್ಸೈಟ್ ಆಗಿ ಹೇಳಿದರು.

"ಕೂಲ್ ಡೌನ್, ನಂಗೇನು ಅರ್ಥವಾಗಲಿಲ್ಲ. ನಿನ್ನ ಹೆಂಡ್ತಿಗೆ ಹೊಗಳಿಕೆ ಇಷ್ಟ, ಮಗ ಸಾಫ್ಟ್, ನಿನ್ನ ಸೊಸೆ ಇಂಟಲಿಜೆಂಟ್ ಅಂಡ್ ಡೈನಮಿಕ್. ಅವಳ ತಂಗಿ ಮತ್ತೊಬ್ಬ ಸೊಸೆಯಾಗಿ ಬರ್ತಾ ಇರೋದು ಇದು ಆಪತ್ತಿನಂತೆ ಕಾಣೊಲ್ಲ. ವೈ ಡೂ ಯು ಫಿಯರ್? ನಿಂಗ್ಯಾಕೆ ಇರಿಟೇಷನ್? ಟೆಲ್ ಮಿ" ಒತ್ತಾಯಿಸಿದರು.

ಎದ್ದು ಕೂತು ಕತೆ ಬಿಚ್ಚಿದರು. "ಮೂರು ವರ್ಷದಿಂದ ಹೋಟೆಲ್ ಲಾಸ್, ಯಾಕೆ? ಏನಾಗಿದೆ? ಸುರುಚಿರಾ ಪೂರ್ತಿ ತವರು ಮನೆಯ ಕಡೆಗೆ. ಹೆಸರಿಗೆ ಮಾತ್ರ ಸತೀಶ್. ಮಿಸೆಸ್ ಉಮಾಶಂಕರ್ ದೀಕ್ಷಿತ್ ಛೇರ್ಮನ್, ಆದರೆ ಪೂರ್ತಿ ವಹಿವಾಟು ನಡೆಸ್ತಾ ಇರೋದು ನನ್ನ ಸೊಸೆ ಅಣ್ಣ, ಅಪ್ಪ. ಇದು ಹೋಟೆಲ್ ಬಿಜಿನೆಸ್ ಮಟ್ಟದಲ್ಲಿ ಮಾತ್ರವಲ್ಲ ಫ್ಯಾಮಿಲಿ ಮ್ಯಾಟರ್‌ನಲ್ಲೂ ಅವರದೇ ರಾಯಭಾರ. ಎಲ್ಲರ ರಿಮೋಟ್ ಕಂಟ್ರೋಲ್ ಸುರುಚಿರಾ ಕೈಯಲ್ಲಿ. ಇದು ಪರ್ಟಿಕುಲರ್ ಸ್ಥಿತಿ. ಹೀಗೆ ಮುಂದುವರಿದರೆ, ಇಡೀ ಫ್ಯಾಮಿಲಿ ಫುಟ್‌ಪಾತ್ ಸೇರೋದರ ಜೊತೆಗೆ ಹೋಟೆಲ್ ಕಾರ್ಮಿಕರು ಬೀದಿ ಪಾಲು. ಇದು ಯಾರ ಗಮನಕ್ಕೂ ಬಂದಿಲ್ಲ. ಗಂಡ, ಮೈದುನನನ್ನು ಕೀಲುಗೊಂಬೆ ಮಾಡಿಕೊಂಡಿರುವ ಸೊಸೆ ದೀಪ ಹಚ್ಚಲು ಬಂದ ಹೆಣ್ಣಾಗಿ ಕಾಣ್ತಾ ಇಲ್ಲ. ಈಚೆಗೆ ಒಂದಿಷ್ಟು ಮಾತುಕತೆಯಾದ ನಂತರ, ಅವಳು ನನ್ನನ್ನ ದೂರದಲ್ಲಿ ಇಡೋ ಪ್ರಯತ್ನ ಮಾಡ್ತಾ ಇದ್ದಾಳೆ. 'ನಿಮಗ್ಯಾಕೆ?' ಹೆಂಡ್ತಿ ಬುದ್ದಿವಾದ. ನೀವು ಆಸ್ಟ್ರೇಲಿಯಾ ಪರಿಸರಕ್ಕೆ ಹೊಂದಿಕೊಂಡು ಅಲ್ಲೇ ಹನ್ನೆರಡು ವರ್ಷ ಇದ್ದವರು. ಈಗ ಆರಾಮಾಗಿ ರಿಲ್ಯಾಕ್ಸ್ ಮಾಡ್ಕೊಳ್ಳಿ. ನನ್ನ ಮಕ್ಕಳ ಬುದ್ದಿವಾದ. ಒಂಟಿಯಾಗಿ ಹೋರಾಡಲಾರದೆ ಸೋತಿದ್ದೀನೆ" ಗಳಗಳ ಗೆಳೆಯನ ಕೈ ಹಿಡಿದು ಅತ್ತಾಗ, ಎಷ್ಟೋ ಸಮಸ್ಯೆಗಳನ್ನು ಈಸೀಯಾಗಿ ಬಿಡಿಸಿದ್ದ ಅವರಿಗೆ ಇದು ಸಾಲ್ವ್ ಆಗದ ಪ್ರಾಬ್ಲಮ್ ಅನಿಸಿಬಿಟ್ಟಿತು ಕೆಲವು ಕ್ಷಣ.

"ಕಂಟ್ರೋಲ್ ಯುವರ್ ಸೆಲ್ಫ್. ಮತ್ತೆ... ಮತ್ತೆ... ನಿನ್ನ ಮಕ್ಕಳಿಗೆ ಹೇಳೋ ಪ್ರಯತ್ನ ಮಾಡು. ಮುಂದೆ ಸಿಚ್ಯುಯೇಷನ್ ಫೇಸ್ ಮಾಡೋರು ಅವರೇ ತಾನೇ?" ಒಂದು ಗಂಟೆ ಮಾತಾಡಿದರು. ಹೇಳಿದ ಕೆಲವು ಪ್ರಸಂಗಗಳನ್ನು ಗಮನಿಸಿ ಸುರುಚಿರ ತೀರಾ ಸ್ವಾರ್ಥಪರೆ ಮಾತ್ರವಲ್ಲ, ಇವರುಗಳನ್ನೆಲ್ಲ ಹೊಂಡದ ಮುಂದೆ ತಂದು ನಿಲ್ಲಿಸಿ ತಾನು ನೆಗೆದು ಪರಾರಿಯಾಗುವ ಸಿದ್ಧತೆಯಲ್ಲಿ ಇದ್ದಾಳೆನಿಸಿತು. ""ಆಯ್ತು, ನಾನೊಮ್ಮೆ ಸತೀಶ್, ಸನತ್ ಜೊತೆ ಮಾತಾಡ್ತೀನಿ. ಅದಕ್ಕೆ ಸರಿಯಾದ ಸಿದ್ಧತೆ ಬೇಕು" ಇಂಥದೊಂದು ಆಶ್ವಾಸನೆ ಕೊಟ್ಟರು. ಮರುಕದಿಂದ ಒಮ್ಮೆ ಗೆಳೆಯನನ್ನು ನೋಡಿ ನಿಟ್ಟುಸಿರು ಬಿಟ್ಟರು.

"ಅಷ್ಟೊಂದು ನಿರಾಶೆ ಬೇಡ" ಉಮಾಶಂಕರದೀಕ್ಷಿತ್ ಹೆಗಲ ಮೇಲೆ ಕೈಯಿಟ್ಟರು. "ಕಣ್ಮುಂದೆ ಆಸೆಗಳು, ಕನಸುಗಳು ಸರ್ವನಾಶವಾಗಿ ಬಿಡೋದನ್ನ ನೋಡೋದು ಕಷ್ಟ. ಎಂದ ಕೂಡಲೇ ಕಕ್ಕಾಬಿಕ್ಕಿಯಾದೆ. I was shocked and pained but not defeated ಆ ಕಾರಣವಾಗಿಯೇ ಸನತ್ ರುಚಿರಾನ ವಿವಾಹವಾಗೋದ್ನ ವಿರೋಧಿಸಿದ್ದಕ್ಕೆ ಮನೆಯವರೆಲ್ಲ ಒಗ್ಗಟ್ಟಾಗಿ ನಿಂತಾಗ ಎಚ್ಚೆತ್ತೆ. ನನ್ನ ಅಸ್ತಿತ್ವ ಉಳಿಸಿಕೊಳ್ಳೋಕೆ ಮನೆ, ಮಕ್ಕಳನ್ನು ಕಾಪಾಡೋಕೆ

ಈ ವಯಸ್ಸಿನಲ್ಲಿ ಹೋರಾಡಬೇಕಾಗಿದೆ, ಒಂಟಿಯಾಗಿ" ಪಾತಾಳಕ್ಕೆ ಕುಸಿದ ವ್ಯಕ್ತಿ ಎದ್ದು ಬಿಡುವ ಪ್ರಯತ್ನ ಮಾಡುವಂತೆ "ಡೋಂಟ್ ವರೀ, ನಿಂಗೆ ಹೆಲ್ಫ್ ಮಾಡೋಕೆ ನಾನು ಸಿದ್ಧ. ಎಲ್ಲಿ, ಹೇಗೆ? ಹೊರಗಿನವರೊಂದಿಗೆ ಹೋರಾಡುವಾಗ ಅವರಿಗೆ ಗಾಯವಾಗುತ್ತಾ, ಇವರಿಗೆ ನೋವಾಗುತ್ತ ಎನ್ನುವುದರ ಜೊತೆಗೆ ಆ ಕಡೆಯ ನಷ್ಟವನ್ನ ನಾವೇ ಲೆಕ್ಕ ಹಾಕಬೇಕಿಲ್ಲ. ಆದರೆ ಈ ವಿಷಯ ಹಾಗಲ್ಲ, ಈ ಹೋರಾಟದಲ್ಲಿ ನೋವು,ನಷ್ಟ ನಾವೇ ಅನುಭವಿಸಬೇಕಾಗುತ್ತೆ. ಸಂಬಂಧಗಳು ಯಾವಾಗ್ಲೂ ಸೂಕ್ಷ್ಮ. ಹ್ಯಾವ್ ಪೇಷನ್ಸ್. ಇದೇ ವಿಚಿತ್ರ ನೋಡು. ಅವರುಗಳ ಉಳಿವಿಗಾಗಿ ನೀನು ಅವರೊಂದಿಗೆ ಹೋರಾಡಬೇಕಿದೆ" ಎಂದು ನಕ್ಕರು. ಆ ನಗುವಿನಲ್ಲಿ ಇದ್ದಿದ್ದು ವಿಷಾದ.

ಬಹಳ ಹೊತ್ತಿನವರೆಗೂ ಮಾತಾಡುತ್ತ ಕೂತವರು ಬೆಳಗಿನ ಫ್ಲೈಟ್‌ಗೆ ಟಿಕೆಟ್ ಬುಕ್ ಆಗಿರುವ ವಿಚಾರ ತಿಳಿಸಿ "ವರ್ಷಗಳ ನಂತರ ನಾವುಗಳು ಭೇಟಿಯಾದರೂ ನಮ್ಮಿಬ್ಬರ ಮನಸ್ಸಿನಲ್ಲಿ ಸ್ನೇಹ ನಿರ್ಮಲ ಜಲದಂತೆ ಹರೀತಾ ಇದೆ. ಅಲ್ಲಿ ಸೋತರೆ, ನಾನ್ಬಂದು ನಿನ್ನೊತೆ ಸೆಟಲ್ ಆಗಿ ಬಿಡ್ತೀನಿ" ಕಣ್ಮುಂದೆ ಹೇಳಿದರು.

ಯಾಕೋ ಸುರುಚಿರಾ ಮತ್ತು ರಾಖಿ ಒಂದೇ ಮುಖದ ಎರಡು ನಾಣ್ಯಗಳಂತೆ ಗೋಚರಿಸಿದರು. ಇಬ್ಬರ ಉದ್ದೇಶಗಳು ಒಂದೇ. ಸುರುಚಿರಾ ಸಮಸ್ತವನ್ನು ಅಪ್ಪ, ಅಣ್ಣನಿಗೆ ಒಪ್ಪಿಸಿ ಅತ್ತೆಯ ಮನೆಯವರನ್ನು ಅವರ ಹಿಡಿತಕ್ಕೆ ಒಪ್ಪಿಸುವ ಸನ್ನಾಹದಲ್ಲಿ ಇದ್ದರೆ, ರಾಖಿ ಫ್ಯಾಮಿಲಿಗೆ ಸಂದೀಪನ್ನ ಒಬ್ಬ ಮೆಂಬರ್ ಮಾಡುವ ಹವಣಿಕೆಯಲ್ಲಿ ಇದ್ದಾಳೆ. ಬಹುಶಃ 'ಪುಣ್ಯಾ ಸಂದೀಪ್' ಅನ್ನೋ ಅಜ್ಞಾನ ಹೆಣ್ಣು ರೂಮರ್ ಮೂಲಕ ಪ್ರವೇಶಿಸದಿದ್ದರೆ ಏನಾಗುತ್ತಿತ್ತೋ! ಲೆಕ್ಕ ಹಾಕಲಾರದೆ ಹೋದರು. ಕಲ್ಪನೆ ಕೂಡ ಭಯವೇ.

ಬೆಳಿಗ್ಗೆ ಮತ್ತೊಮ್ಮೆ ಸಂದೀಪ್, ನಂದಿತಾ ಜೊತೆಯಲ್ಲೇ ಇದ್ದ ಕರುಣಾಕರನ್ನ ಆಹ್ವಾನಿಸಿ ಹೋಗುವ ಮುನ್ನ ನಂದಿತಾ ಕೈ ಹಿಡಿದುಕೊಂಡು "ದಶರಥ ಕೈಕೆಗೆ ಮೂರು ವರಗಳನ್ನು ಕೊಟ್ಟಿದ್ದನಂತೆ. ಹಾಗೇ ನಿನ್ನಪ್ಪ ಕೂಡ ನಂಗೊಂದು ವರ ಕೊಟ್ಟಿದ್ದಾನೆ. ಅದನ್ನ ಯಾವಾಗ ಬೇಕಾದ್ರೂ... ಕೇಳಬಹುದು. ನಂಗೆ ಇನ್ನೊಬ್ಬ ಮಗ ಇದ್ದಿದ್ದರೆ, ನಿನ್ನ ಸೊಸೆಯಾಗಿ ಕೇಳಿ ಬಿಡ್ತಾ ಇದ್ದೆ. ಆದರೆ ಆ ಭಾಗ್ಯ ಇಲ್ಲ. ಆಗ ನಿನ್ನ ತೀರ್ಮಾನ ಏನಾಗುತ್ತಿತ್ತೋ"? ಪರೀಕ್ಷಕ ನೋಟ ಬೀರಿದರು.

"ಅಪ್ಪನ ತೀರ್ಮಾನವೇ ಆಗಿರ್ತಾ ಇತ್ತು" ತಟ್ಟನೆ ಹೇಳಿದಳು ಯೋಚಿಸದೆ.

"ಫೆಂಟಾಸ್ಟಿಕ್..." ಕಣ್ಣರಳಿಸಿ ನಕ್ಕರು ದೀಕ್ಷಿತ್,

"ಅಣ್ಣ, ನಾನು ಹೊರಡ್ತೀನಿ" ಕರುಣಾಕರ ಕಾರ್‌ನತ್ತ ಹೊರಟ ಚಿರಂತನರಿಗೆ ಹೇಳಿದಾಗ "ಆಯ್ತು, ಹಾಗೇ ನಿನ್ನ ಡ್ರಾಪ್ ಮಾಡ್ತೀನಿ. ಚಿಕ್ಕಮ್ಮ ಒಂದೆರಡು ದಿನ ಇಲ್ಲೇ ಇರಲಿ. ನಾನು ಕರ್ಕಂಡ್ ಬಂದು ಬಿಡ್ತೀನಿ" ಎಂದು ಕರುಣಾಕರನ್ನ ಜೊತೆಯಲ್ಲಿ ಕರೆದೊಯ್ದರು.

ನಾಲ್ಕೈದು ವರ್ಷಗಳ ಹಿಂದೆ ಕಟ್ಟಿದ ಮನೆ. ಹೊಸದಾಗಿಯೇ ಕಂಡಿತು. ಮುಂದೆ ಒಂದು ಡ್ರಾಯಿಂಗ್ ರೂಂ, ವಿಶಾಲವಾದ ಹಾಲ್ ಅಟ್ಯಾಚ್ ಆದಂತೆ ಓಪನ್ ಕಿಚನ್,

ಈಶಾನ್ಯ ಮೂಲೆಯಲ್ಲೊಂದು ದೇವರ ಮನೆ, ಇನ್ನೊಂದು ಸೈಡಿಗಿದ್ದ ಮೆಟ್ಟಿಲಿನಿಂದ ಹತ್ತಿ ಹೋದರೆ ಒಂದು ಹಾಲ್, ಎರಡು ಅಟ್ಯಾಚ್ಡ್ ಬೆಡ್ ರೂಂಗಳು. ಅಂತು ಎಲ್ಲ ಅನುಕೂಲಗಳು ಇತ್ತು. ಪ್ರತಿಯೊಂದು ರೂಮಿಗೂ ವಾರ್ಡ್ ರೋಬುಗಳು. ಅಂತು ಎಲ್ಲ ಅನುಕೂಲಗಳು ಇತ್ತು. ಕಿಚನ್ ಮಾತ್ರ ಅತ್ಯಂತ ಆಧುನಿಕವಾಗಿ ಬೊಂಬಾಟಾಗಿತ್ತು. ಗಿರಿಜಮ್ಮನಿಗೂ ಆ ಫ್ಲಾಟಗಿಂತ ಚೆನ್ನೆನಿಸಿತು. ಮುಂದೆ ಕಾರು ನಿಲ್ಲಿಸಿಕೊಳ್ಳಲು ಜಾಗವಿತ್ತು. ಬೃಂದಾವನಕ್ಕೆ ಪ್ರಶಸ್ತವಾದ ಜಾಗವಿತ್ತು ಕಾಂಪೌಂಡಿನಲ್ಲಿ. ಮುಂದೆ ಸ್ವಲ್ಪ ವಿಶಾಲವಾಗಿ ಸುತ್ತಲು ಜಾಗ ಬಿಟ್ಟಿದ್ದರಿಂದ ಭರ್ಜರಿಯಾಗಿ ಕಂಡಿತು.

"ಮನೆ ಹೇಗಿದೆ, ಅತ್ತೆ?" ಕೇಳಿದರು ಮಾಲಿನಿ.

"ತುಂಬ ಚೆನ್ನಾಗಿದೆ, ಗಾಳಿ, ಬೆಳಕು ಚೆನ್ನಾಗಿ ಬರುತ್ತೆ. ಎದುರಿಗೊಂದು ಆಟದ ಮೈದಾನ ಇರೋದ್ರಿಂದ, ಸಮಯಾನು ಆರಾಮಾಗಿ ಸರಿಯುತ್ತೆ" ಮೆಚ್ಚಿಗೆ ವ್ಯಕ್ತಪಡಿಸಿದ್ದು ಸಾಕಿತ್ತು. "ಮಾರಾಟಕ್ಕೆ ಬಂದಿದೆ. ಫ್ಲಾಟ್ ನಿಮ್ಗೆ ಇಷ್ಟವಿಲ್ಲಾಂತ ಗೊತ್ತಿದ್ದಂದಿನಿಂದ... ಹೇಗಾದ್ರೂ... ಒಂದ್ಮನೆ ಮಾಡಬೇಕೂಂತ ಇತ್ತು. ಇದೊಂದು ಮಾರಾಟಕ್ಕೆ ಬಂದಿದೆ. ಒಳ್ಳೆ ಮರ, ಮಾರ್ಬಲ್ಸ್ ಉಪಯೋಗಿಸಿರೋದ್ರಿಂದ ಸ್ವಲ್ಪ ಹೆಚ್ಚೆ. ನಾನು ಅಲ್ಲಿ ಫ್ಲಾಟ್ ಮಾರೋಕೆ ಸಿದ್ಧವಾಗಿದ್ದೀನಿ. ಆ ಹಣಕ್ಕೆ ಈ ಮನೆ ಸಿಗೋಲ್ಲ. ಬ್ಯಾಂಕ್‌ನಲ್ಲಿ ಸಾಲ ಮಾಡಿದ್ರೂ... ಬಡ್ಡಿ ಜಾಸ್ತಿ. ತಿಂಗಳು... ತಿಂಗಳು... ಇನ್‌ಸ್ಟಾಲ್‌ಮೆಂಟ್ ಕಟ್ಟೋದು ಕಷ್ಟ. ಇಷ್ಟೆಲ್ಲ ಫಜೀತಿಗಳು ಇದೆ" ತೊಂದರೆಗಳನ್ನು ವಿವರಿಸಿದರು ಸಂದರ್ಭ ನೋಡಿ.

"ರೋಡು ಮಾಡೋಕೇಂತ ಜಾಗ ತಗೊಂಡು ಹಣ ಕೊಟ್ಟಿದ್ದಾರೆ ಸರ್ಕಾರದವರು. ಅದನ್ನ ಇಲ್ಲಿ ಉಪಯೋಗಿಸಿದರಾಯ್ತು. ಅನ್ಕೂಲಕ್ಕೆ ತಾನೇ ಹಣ ಇರೋದು?" ಇಂಥದೊಂದು ಮಾತಾಡಿದರು. ಅಷ್ಟು ಮಾಲಿನಿಗೆ ಸಾಕಿತ್ತು. ಆ ಉದ್ದೇಶ ಇಟ್ಟುಕೊಂಡೇ ಗಿರಿಜಮ್ಮನನ್ನು ಮನೆ ತೋರಿಸಲು ಕರೆ ತಂದಿದ್ದು.

ಇನ್ನೊಮ್ಮೆ ಅತ್ತೆ, ಸೊಸೆ ನೋಡಿ ಓನರ್ ಹತ್ತಿರ ಮಾತಾಡಿಕೊಂಡೇ ಹಿಂದಿರುಗಿದ್ದು. ಈ ವಿಷಯವನ್ನು ಗಂಡನಿಗೆ ರಾತ್ರಿ ಮುಟ್ಟಿಸಿದ್ದು ಮಾಲಿನಿ.

"ಅತ್ತೆಗೆ ಆ ಮನೆ ಇಷ್ಟವಾಯ್ತು. ಫ್ಲಾಟ್ ಮಾರಿ ಬಿಡೋಣಾಂತ ತೀರ್ಮಾನಕ್ಕೆ ಬಂದಿದ್ದೀನಿ. ಮಾವ ಎಲ್ಲಿ ಹೋದರೋ? ಅವರನ್ನು ಕರ್ಕಂಡ್ ಬಂದು ಅಲ್ಲಿ ನಿಲ್ಲಿಸೋಕೆ ಸಾಧ್ಯವಿಲ್ಲದಿದ್ದರೂ, ನೆಮ್ದಿಯಾಗಿಯಾದ್ರೂ ಇಟ್ಕೋಬೇಕಲ್ಲ"

ಹೆಂಡತಿಯ ಇಂಥ ಮಾತುಗಳಿಗೆ ಕರುಣಾಕರ ಬೋಲ್ಡ್ ಆಗಿ ಬಿಟ್ಟರು.

"ಅಮ್ಮನ ಮೇಲೆ ನೀನು ತೋರಿಸ್ತಾ ಇರೋ ಅಕ್ಕರೆ ನೋಡಿ, ನಂಗೆ ಏನು ಹೇಳಬೇಕೋ ಗೊತ್ತಾಗ್ತ ಇಲ್ಲ. ರಿಯಲೀ ಐ ಯಾಮ್ ಹ್ಯಾಪಿ' ಎಂದು ಹೆಂಡತಿಯನ್ನು ಅಪ್ಪಿಕೊಂಡರು.

ಎಷ್ಟು ಬೇಗ ಮಾಲಿನಿ ಕಾರ್ಯೋನ್ಮುಖರಾದರೆಂದರೇ ಫ್ಲಾಟ್ ಮೇಲೆ ಐದು ಲಕ್ಷ ಅಡ್ವಾನ್ಸ್ ತಗೊಂಡು, ಮನೆಯ ಓನರ್‌ಗೆ ಒಂದು ತಿಂಗಳು ಸಮಯ ಪಡೆದು ಅಡ್ವಾನ್ಸ್

ಆಗಿ ಐದು ಲಕ್ಷ ಕೊಟ್ಟು ತಮ್ಮ ಹೆಸರಿಗೆ ರಸೀದಿ ತಗೊಂಡ ದಿನ ಮಾಲಿನಿಗೆ ಆದ ಸಂತೋಷ ಅಷ್ಟಿಷ್ಟಲ್ಲ.

ಒಮ್ಮೆ ನಾಚಿಕೆ ಬಿಟ್ಟು ಅಮ್ಮನ ಮನೆಗೆ ಹೋದಾಗ ಅವಮಾನ ಮಾಡಿ ಕಳಿಸಿದ್ದರು. 'ಭಿಕಾರಿ, ಬೇವರ್ಸಿ' ಇಂಥ ಮಾತುಗಳಿಂದ ನೊಂದಿದ್ದ ಮಾಲಿನಿ ಇಷ್ಟು ಎತ್ತರಕ್ಕೆ ಬರಲು ಬಹಳ ಕಷ್ಟಪಟ್ಟಿದ್ದಳು.

ಈ ವಿಷಯ, ಅಂದರೆ ಅಡ್ವಾನ್ಸ್ ಕೊಟ್ಟ ವಿಷಯ ಇತರ ವಿವರಗಳು ಕರುಣಾಕರರಿಗೆ ತಿಳಿದಿದ್ದು ಸ್ವಲ್ಪ ತಡವಾಗಿಯೇ. ನೈಜ ಸಂಗತಿ ತಿಳಿದಿದ್ದರೆ ಖಂಡಿತ ವಿರೋಧಿಸುತ್ತಿದ್ದರು.

"ಅಡ್ವಾನ್ಸ್ ಕೊಟ್ಟು ರಸೀದಿ ಪಡೆದುಕೊಂಡಿದ್ದೀನಿ. ಪೂರ್ತಿ ಹಣ ಕೊಟ್ಟು ಮನೆನ ರಿಜಿಸ್ಟ್ರೇಷನ್ ಮಾಡ್ಸಿಕೋಬೇಕು. ಅದಕ್ಕೆ ಮೂವತ್ತು ದಿನ ಟೈಮ್ ಇದೆ. ನಿಮ್ಮ ಸ್ಯಾಲರಿ ಸರ್ಟಿಫಿಕೇಟ್ಸ್ ಕೊಟ್ಟು ಐದು ಲಕ್ಷ ಸಾಲ ತಗೊಳ್ಳೋದು, 25 ಲಕ್ಷಕ್ಕೆ ಫ್ಲಾಟ್ ಮಾತಾಡಿದ್ದೀನಿ. ಇನ್ನ ಹತ್ತು ಲಕ್ಷಕ್ಕೆ ಅತ್ತೆ ಹೆಸರಿನಲ್ಲಿ ಬ್ಯಾಂಕ್‌ನಲ್ಲಿ ಇಟ್ಟಿರೋ ಹಣಾನ ಬಳಸಿಕೊಳ್ಳೋಣ. ಕೀ ತಂದಿದ್ದೀನಿ. ನಾಳೇ ನೀವೂ, ಪ್ರತೀಕ ಬೈಕ್ ಮೇಲೆ ಹೋಗಿ ನೋಡ್ಕೊಂಡು ಬನ್ನಿ."

ಹೆಂಡತಿಯ ಮಾತುಗಳಿಗೆ ಸ್ತಬ್ಧರಾದರು. ನಂತರ ಕೋಪದಿಂದ ಕಿಡಿಕಿಡಿಯಾದರು.

"ಅಡ್ವಾನ್ಸ್ ಕೊಡೋಕೆ ಮುನ್ನ ನನ್ನ ಯಾಕೆ ಕೇಳ್ಲಿಲ್ಲ? ಅಮ್ಮನ ಹೆಸರಿನಲ್ಲಿರೋ ಹಣಾನ ಬಳಸಿಕೊಳ್ಳೋಕೆ ಸಾಧ್ಯವೇ ಇಲ್ಲ. ಅಪ್ಪ ಹಿಂದಿರುಗಿ ಬಂದಾಗ ಏನು ಉತ್ತರ ಹೇಳೋದು? ಮನೆ ಉಸಾಬರಿ ನಮ್ಗೆ ಬೇಡ."

ಈಗಾಗಲೇ ಪಕ್ಕಾ ಪ್ಲಾನ್ ಮಾಡಿದ್ದ ಮಾಲಿನಿ ಹಿಂಜರಿಯುವಂತೆಯೇ ಇಲ್ಲ. "ಮತ್ತೆ ಇನ್ನೇನು ಮಾಡ್ತೀರಾ? ಫ್ಲಾಟ್ ಮೇಲೆ ಐದು ಲಕ್ಷ ತೆಗೆದು ಮನೆ ಓನರ್‌ಗೆ ಕೊಟ್ಟಿದ್ದೀನಿ. ಫ್ಲಾಟ್ ಖಾಲಿ ಮಾಡಿಕೊಡಬೇಕು, ಆ ಹಣ ಉಳಿಯಬೇಕಾದರೆ ಉಳಿದ ಹಣ ಕೊಟ್ಟು ಮನೆನ ರಿಜಿಸ್ಟ್ರೇಷನ್ ಮಾಡಿಕೋಬೆಕು. ಈಗ ಇರೋದು ಅದೊಂದೆ ದಾರಿ. ಹಣ ತೆಗೆಯೋಕೆ ನಿಮ್ಮಮ್ಮನೇ ಸಜೆಷನ್ ಕೊಟ್ಟಿದ್ದು. ಆರಾಮಾಗಿ ನಡುಕತ್ತಲೆಯಲ್ಲಿ ಹೆಂಡ್ತಿನ ಬಿಟ್ಟು ಹೋದ ಮನುಷ್ಯನಿಗೆ ಕೇಳೋಕೆ, ಏನು ಹಕ್ಕು ಇರುತ್ತೆ?" ದಬಾಯಿಸಲು ಹೊರಟ ಹೆಂಡತಿಗೆ ಒಂದು ಬಾರಿಸಿಯೇಬಿಟ್ಟರು. "ಮೈಂಡ್ ಯುವರ್ ಲಾಂಗ್ವೇಜ್. ಅಮ್ಮನಿಗೆ ಏನು ಗೊತ್ತಾಗುತ್ತೆ ಇದೆಲ್ಲ? ಅಮ್ಮ ಅಂದರೆ ಕಲ್ಮಷವಿಲ್ಲದ ಸ್ವಚ್ಛವಾದ ನೀರಿನ ತರಹ. ನಿನ್ನ ಬುದ್ಧಿವಂತಿಕೆಗೆ ಆಕೇನ ಬಳಸ್ಕೋಬೇಡ. ಅಣ್ಣ ಏನಂದ್ಕೋತಾನೆ? ಈ ವಿಚಾರದಲ್ಲಿ ಅವನ ಸಜೆಷನ್ ಪಡ್ಕೋಬೇಕಿತ್ತು?" ಅಂದವರು ದೊಡ್ಡ ರಂಪಾಟವನ್ನೇ ಮಾಡಿಬಿಟ್ಟರು.

ಇಷ್ಟರ ಮಟ್ಟಿಗೆ ವಿರೋಧ ವ್ಯಕ್ತವಾಗುತ್ತದೆಯೆಂದು ಮಾಲಿನಿಗೆ ತಿಳಿಯದು.

"ಫ್ಲಾಟ್ ಲಕ್ಷಣವಾಗಿ ಮಾರಿ ಬಾಡ್ಗೇ ಮನೆಗೆ ಹೋಗಿ ಬಿಡೋಣ. ಹೇಗೂ ನಿನ್ನ ಮಗನ ಮೆಡಿಸಿನ್ ಅಥವಾ ಇಂಜಿನಿಯರಿಂಗ್ ಓದಿಸಬೇಕೂಂದರೆ ಡೊನೇಷನ್ ಕೊಡಬೇಕಾಗುತ್ತೆ. ಅದಕ್ಕೆ ಆ ಹಣ ಬಳಸಿಕೊಂಡರಾಯ್ತು" ಇಂಥದೊಂದು ತೀರ್ಮಾನಕ್ಕೆ

ಗಂಡ ಬಂದಾಗ ಮಾಲಿನಿ ಹೌಹಾರಿದರು. ಆಮೇಲೆ ಸ್ವಂತದ್ದೊಂದು ಗೂಡು ಕಟ್ಟಿಕೊಳ್ಳುವುದು ಸಾಧ್ಯವೇ, ಎಂದು ಪ್ರಶ್ನೆ ಹಾಕಿಕೊಂಡಾಗ 'ಇಲ್ಲ' ಎಂದು ಮನ ಸ್ಪಷ್ಟವಾಗಿ ಹೇಳುತ್ತಿತ್ತು.

ಆಗ ಮಾಲಿನಿಗೆ ನೆನಪಾಗಿದ್ದು ಚಿರಂತನದತ್. ಕರುಣಾಕರ ಅವರೊಬ್ಬರ ಮಾತನ್ನು ಮಾತ್ರ ಕೇಳಬಲ್ಲರೆಂದು ತಿಳಿದಿದ್ದರಿಂದ ಅವರಿಗೆ ಶರಣಾಗತಿ ಹೋಗುವ ತೀರ್ಮಾನಕ್ಕೆ ಬಂದರು.

ಕಾಲೇಜಿನಿಂದ ನೇರವಾಗಿ ಹೋಗಿದ್ದು 'ಚಿರಂತನ್'ಗೆ. ಅವರ ಮುಂದೆ ಹೆಚ್ಚು ಮಾತಾಡಲು ಹೆದರುವ ಮಾಲಿನಿ ಸದ್ಯದ ಪರಿಸ್ಥಿತಿಯನ್ನು ನಂದಿತಾಗೆ ವಿವರಿಸಿ ಸಲಹೆ, ಸಹಕಾರದ ಜೊತೆ ಸಹಾಯ ಪಡೆಯುವ ಇಚ್ಛೆ ಆಕೆಯದು.

ಮೊದಲು ಎದುರಾಗಿದ್ದು ಸಂದೀಪ್ "ಅರೇ, ಚಿಕ್ಕಮ್ಮ. ಏನು ಸರ್‌ಪ್ರೈಜ್ ವಿಸಿಟ್" ಅಚ್ಚರಿಯಿಂದ ಕಣ್ಣರಳಿಸಿದ. ಬಲವಂತದಿಂದ ತುಟಿಗಳ ಮೇಲೆ ನಗು ಮಿನುಗಿತು. "ನನ್ನ ಕೊಲೀಗ್‌ನ ನೋಡೋ ಉದ್ದೇಶದಿಂದ ಬಂದೆ. ಮೊನ್ನೆ ನೀವುಗಳು ಬಂದಾಗ ನಾನು ಇರ್ಲಿಲ್ಲ. ಅದೊಂದು ಗಿಲ್ಟ್ ಕಾಡ್ತಾ ಇತ್ತು. ರಾಖಿ ನಿನ್ನ ವಿವಾಹ ವಿಚಾರ ಎಲ್ಲಿಗೆ ಬಂತು?" ಕೇಳಿದರು. ಆಮೇಲೆ ಕೇಳಬಾರದಾಗಿದಿತ್ತು ಎಂದುಕೊಂಡಿದ್ದುಂಟು. ಯಾಕೋ, ಈ ಮನೆಯವರೂಂದರೇ ಹೆಚ್ಚಿನ ಮರ್ಯಾದೆ ಜೊತೆ ಭಯವು ಕೂಡ. ಅವನು ಬೇಸರಗೊಂಡ.

"ನಂದು... ಇದ್ದಾಳೆ" ಅಂದು ಮೆಟ್ಟಲೇರಿ ಮೇಲೆ ಹೋದ. ಒಂದಿಷ್ಟು ಬೇಸರವೇ. "ಡ್ಯಾಡ್, ಪೇಪರ್ಸ್ ರೆಡಿ ಮಾಡ್ಸಿದ್ದಾರೆ. ಅದಕ್ಕೆ ಸಿಗ್ನೇಚರ್ ಬಿದ್ದ ಕೂಡಲೇ ವಿವಾಹದ ಏರ್ಪಾಟು" ರಾಖಿ ಫೋನ್‌ನಲ್ಲಿ ತಿಳಿಸಿದಾಗ ಮುಲಾಜಿಲ್ಲದೇ ಕಟ್ ಮಾಡಿದ್ದ. ಒಂದಿಷ್ಟು ತಡೆಗೋಡೆಯಾದ ಕಾಣದ ಧನ್ಯಾ ಸಂದೀಪ್‌ಗೆ ಕೃತಜ್ಞತೆಯೆ.

ಇವನು ಕೆಳಗೆ ಬರುವ ವೇಳೆಗೆ ಹೆಚ್ಚು ಕಡಿಮೆ ಎಲ್ಲಾ ಹೇಳಿ ಮುಗಿಸಿದ್ದ ಮಾಲಿನಿ "ಇದನ್ನೆಲ್ಲ ಭಾವನವರಿಗೆ ನೀನು ಹೇಳಬೇಕು. ವಕಾಲತ್ತು ಅರ್ಜಿ ಅಂತ ತಿಳ್ಕೋಬೇಡ. ಒಂದು ಫ್ಲಾಟ್ ಮಾಡೋಕೆ ಎಷ್ಟೊಂದು ಕಷ್ಟಪಟ್ಟಿದ್ದೀವಿ. ಈಗ ಮಾರಿ ಹೋದರೆ ಮುಂದೆ ಎಂದಾದ್ರೂ ಅಂಥ ಸಾಧ್ಯತೆ ಇದ್ಯಾ?, ಭಯವಾಗುತ್ತೆ ನಂದು" ಅವಳೆರಡು ಕೈಗಳನ್ನು ಭದ್ರವಾಗಿ ಹಿಡಿದುಕೊಂಡಳು.

"ಭಯಪಡೋಕೇನಿದೆ? ತಾತ ಎಲ್ಲಿ ಹೋದರೋ ಗೊತ್ತಿಲ್ಲ. ಕಾರಿಡಾರ್ ಯೋಜನೆಗೆ ಸಮರ್ಪಿತವಾದ ಜಾಗಕ್ಕೆ ಸಿಕ್ಕ ಬೆಲೆ. ಹಣದ ಅಗತ್ಯವಿಲ್ಲದಿದ್ದರೂ ಒಂದು ರೀತಿಯಲ್ಲಿ ಮಾರಲ್ ಸಪೋರ್ಟ್. ಈಗ ಅವರ ಮನಸ್ಸಿನಲ್ಲಿ ಭಯದ ಗೂಡೊಂದು ಕಟ್ಟಿಕೊಳ್ಳಬಹುದು. ಮೊದ್ಲು ಸ್ವಲ್ಪ ಯೋಚ್ಸಬೇಕಿತ್ತು, ಚಿಕ್ಕಮ್ಮ"

ನಂದಿತಾ ಮಾತುಗಳನ್ನು ಕೇಳಿದ ಮೇಲೆ ಮಾಲಿನಿ ಭೂಮಿಗೆ ಕುಸಿದರು. ತನ್ನ ಹೆಲ್ಪ್‌ಗೆ ಇವರುಗಳು ನಿಲ್ಲದಿದ್ದರೆ, ಕೊಟ್ಟಿದ್ದ 5 ಲಕ್ಷ ಗೋವಿಂದ. ಅದರ ಜೊತೆ ಫ್ಲಾಟನ್ನು ಹಿಂದಕ್ಕೆ ಪಡೆಯಬೇಕಾದರೆ 5 ಲಕ್ಷ ಕೊಡಬೇಕು. ಅದನ್ನ ಎಲ್ಲಿಂದ ತರುವುದು?

"ಪ್ಲೀಸ್ ನಂದು, ಈ ವಿಚಾರದಲ್ಲಿ ನೀನು ಸಹಾಯ ಮಾಡಲೇಬೇಕು. ನಾನು ತುಂಬ ಶ್ರಮಪಟ್ಟು ಫ್ಲಾಟ್ ಖರೀದಿಸಿದ್ದು. ಈಗ ಮತ್ತೆ ಬೀದಿಗೆ ಬರಬೇಕಾಗುತ್ತೆ. ಅತ್ತೆಯವರು ತಾನೇ ಹಣ ಇಟ್ಕೊಂಡು ಏನ್ಮಾಡ್ತಾರೆ? ಅವರು ಇರೋ ಮನೆ, ಅವರು ಇರಬೇಕಾದ ಮನೆ, ಅವರದೇ ಆದ ಮನೆಗೆ ತಾನೇ ಹಣ ಕೊಡ್ತಾ ಇರೋದು" ಹಾಗೂ, ಹೀಗೂ ಮಾತಾಡಿ ಕನ್ವಿನ್ಸ್ ಮಾಡಿ ಗೆದ್ದರೆಂದುಕೊಂಡರು ಮಾಲಿನಿ. ಆದರೆ ಅವಳು ಅರ್ಧಂಬರ್ಧ ಕನ್ವಿನ್ಸ್ ಆಗಿದ್ದು.

ಬಂದ ಚಿರಂತನ್‌ದತ್ ಮಗಳು ಹೇಳಿದ್ದನ್ನೆಲ್ಲ ಕೇಳಿ ಸುಮ್ಮನೆ ಕೂತು ಬಿಟ್ಟರು. ವ್ಯಾವಹಾರಿಕವಾಗಿ ಮಾತ್ರವಲ್ಲ, ಸಂಬಂಧಿಕವಾಗಿ ಕೂಡ ಇದು ಸರಿಯಲ್ಲವೆನಿಸಿತು. ಅಂತು ಇಕ್ಕಟ್ಟಿನ ವಿಷಯ. 5 ಲಕ್ಷ ಕಳೆದುಕೊಳ್ಳುವುದು ಮಾತ್ರವಲ್ಲ, ಫ್ಲಾಟ್‌ನಿಂದ ಹೊರಬರಬೇಕಿತ್ತು.

"ಮಾಲಿನಿ, ಅಡ್ವಾನ್ಸ್ ಕೊಡೋ ಮೊದ್ಲು ಕರುಣಾಕರನನ್ನು ಕೇಳಬೇಕಿತ್ತು. ನೀನು ತಂಬ ಬುದ್ಧಿವಂತಳೆಂದು ಪೂರ್ತಿ ಸ್ವತಂತ್ರ ಕೊಟ್ಟಿದ್ದ. ಅದನ್ನು ನೀನು ಉಳಿಸಿಕೊಳ್ಳಬೇಕಿತ್ತು. ಚಿಕ್ಕಮ್ಮ ಹಳೆ ಕಾಲದ ಹೆಣ್ಣು ಮಗಳು, ಅದರೂ ಗಂಡನ ಹಿಡಿತದಲ್ಲಿದ್ದೇ ಅಭ್ಯಾಸ. ಪುಟ್ಟ ಅಂಗಡಿ ಇದ್ದುದ್ದರಿಂದ ವ್ಯವಹಾರದ ಬಗ್ಗೆ ಒಂದಷ್ಟು ತಿಳುವಳಿಕೆ ಇದೆ. ನಿನ್ನ ತರಹ ಪ್ರಾಕ್ಟಿಕಲ್ ಮೈಂಡೆಡ್ ಅಲ್ಲ" ಲಘುವಾಗಿ ಆಕ್ಷೇಪಿಸಿದರು.

ಕಣ್ಣೀರಿನೊಂದಿಗೆ ಷುರು ಮಾಡಿದ ಮಾಲಿನಿ ಎದುರಾದ ಪರಿಸ್ಥಿತಿ ವಿವರಿಸುತ್ತ ಜೋರಾಗಿ ಅಳೋಕೆ ಷುರು ಮಾಡಿದಾಗ ಅವರಿಗೇನು ತೋಚಲಿಲ್ಲ. ಕರುಣಾಕರ ಮಾನಸಿಕವಾಗಿ ಕ್ಷೋಭೆಗೆ ಒಳಗಾಗುವುದು ಇಷ್ಟವಾಗದ ಚಿರಂತನ್‌ದತ್ ಸೆಲ್ಯೂಷನ್ ಇದ್ದಿದ್ದು ಒಂದೇ ದಾರಿ.

"ಆ ಹಣ ಬೇಡ! ಬೇರೆ ಎಲ್ಲಾದ್ರೂ ಸಾಲ ತಗೊಂಡರೇ" ಇಂಥದೊಂದು ವಿಷಯ ಮುಂದಿಟ್ಟಾಗ ಮುಂದೆ ಎದುರಾಗುವ ಸಮಸ್ಯೆಗಳನ್ನು ವಿವರಿಸಿ "ಬೇಡ ಭಾವ, ಬಡ್ಡಿ ಕಟ್ಟೋದರಲ್ಲಿಯೇ ಜೀವ ಮುಗಿದು ಹೋಗುತ್ತೆ" ಸ್ಪಷ್ಟವಾದ ನಿರಾಕರಣೆ ಇತ್ತು ದನಿಯಲ್ಲಿ.

ಹಿಂದೆ ಚಿರಂತನ ದತ್ ಸಾಕಷ್ಟು ಆರ್ಥಿಕವಾಗಿ ಆ ಕುಟುಂಬಕ್ಕೆ ಸಹಾಯ ಮಾಡಿದ್ದರು. ಅವರೇನು ಬೇರೆಯ ರೀತಿಯಲ್ಲಿ ಆಸ್ತಿ, ಹಣ ಮಾಡಿಲ್ಲದ ಕಾರಣ ಅಲ್ಪ ಸ್ವಲ್ಪ ಕೊಡಬಲ್ಲರೇ ವಿನಾ ಲಕ್ಷಾಂತರ ಸಹಾಯ ಮಾಡುವುದು ಸಾಧ್ಯವಿರಲಿಲ್ಲ.

"ನಾನು ಕರುಣ, ಚಿಕ್ಕಮ್ಮನ ಹತ್ರ ಮಾತಾಡ್ತೀನಿ" ಭರವಸೆ ಕೊಟ್ಟ ನಂತರವೇ ಮಾಲಿನಿ ಹೊರಟಿದ್ದು. "ದೊಡ್ಡ ದೊಡ್ಡ ಕೆಲಸಕ್ಕೆ ಕೈ ಹಾಕೋವಾಗ ಕರುಣ ನನ್ನ ಒಂದ್ಮಾತು ಕೇಳೋ ಅಭ್ಯಾಸ ಮಾಡ್ಕೋ. ಡಿಗ್ರಿಗಳು ಹೊಟ್ಟೆಪಾಡಿಗೆ, ವ್ಯವಹಾರಕ್ಕಷ್ಟೆ. ಅವನು ನಿಂಗಿಂತ ಉತ್ತಮ. ಅವನೊಬ್ಬ ಸಮಾಜ ಮುಖಿ. ಗಂಡನ ಬುದ್ಧಿವಂತಿಕೆಯ ಬಗ್ಗೆ ಅಂಡರ್ ಎಸ್ಟಿಮೇಟ್ ಮಾಡಿ ತೊಂದರೆಗೆ ಸಿಕ್ಕಿ ಹಾಕಿಕೋ ಬೇಡ" ಬುದ್ದಿ ಮಾತು ಹೇಳಿಯೇ ಕಳಿಸಿದ್ದು.

ಮಾಲಿನಿ ಷಾಕಾಗಿದ್ದರು. ತನ್ನ ಬಗ್ಗೆ ವಿಮರ್ಶಿಸಿಕೊಳ್ಳಲಾರದೆ, ಚಿರಂತನ ಮಾತುಗಳಲ್ಲಿದ್ದ

ಗೂಡಾರ್ಥ ಹುಡುಕಲಾರದೆ ಕೋಪ ಮಾಡಿಕೊಂಡೇ ಹೋಗಿದ್ದು.

* * *

ಈ ಸಲ ರಾಖಿಯೊಂದಿಗೆ ಅವಳಪ್ಪ ಸುಭಾಷ್ ಮತ್ತು ಚಿಕ್ಕಪ್ಪ ಸುರೇಂದ್ರ ಕೂಡ ಮನೆಗೆ ಬಂದಿದ್ದು ಅಂತಹ ದೊಡ್ಡ ಆಶ್ಚರ್ಯವಲ್ಲ. ಸಂದೀಪ್ ಅವರ ಹೇಳಿಕೆಯನ್ನು ನಿರಾಕರಿಸಿ, ಸಹಿಗಾಗಿ ಕಳುಹಿಸಿದ್ದ ಪೇಪರ್ ಹರಿದು ಎಸೆದಿದ್ದ. ರಾಖಿಯನ್ನು ಮದುವೆಯಾಗ್ತಾನೆ ಎನ್ನುವುದಕ್ಕಿಂತ, ತಮ್ಮ ಉದ್ದಿಮೆಗಳ ಏಳಿಗೆಗೆ ಒಬ್ಬ ಒಳ್ಳೆಯ ಅತ್ಯಂತ ಬುದ್ಧಿವಂತ ಇಂಡಸ್ಟ್ರಿಯಲ್ ಇಂಜಿನಿಯರ್ ಸಿಕ್ಕುತ್ತಾನೆಂಬ ಲೆಕ್ಕಾಚಾರ, ಬುದ್ಧಿವಂತರೆನಿಸಿಕೊಂಡವರೆಲ್ಲ ರಾಯ್ ಫ್ಯಾಮಿಲಿಯಲ್ಲಿರಲಿಯೆನ್ನುವ ಸ್ವಾರ್ಥ ಕೂಡ.

ಚಿರಂತನ್‌ದತ್ ತಮ್ಮ ಸರ್ವಿಸ್‌ನಲ್ಲಿ ಇಂಥ ಕ್ಲಾಸ್‌ವನ್ ಉದ್ದಿಮೆದಾರರನ್ನು ನೋಡಿದ್ದರು. ಇವರು ಬಂದಿದ್ದರಿಂದ ಅವರೇನು ನರ್ವಸ್ ಆಗಲಿಲ್ಲ.

"ರಾಯ್ ಇಂಡಸ್ಟ್ರೀಗಳ ಛೇರ್ಮನ್" ಎಂದು ತಮ್ಮನ್ನು ತಾವು ಪರಿಚಯಿಸಿಕೊಂಡು "ನಾನು ಓದಿದ್ದು ಬೆಂಗಳೂರು, ಸ್ವಲ್ಪ ಹೆಚ್ಚು ಕಡಿಮೆ ನಮ್ಮ ಫ್ಯಾಮ್ಲಿಯವರ ಓದೆಲ್ಲ ಇಲ್ಲೆ. ಬೈ ದಿ ಬೈ, ನಮ್ಮ ರಾಖಿ ಮಾತ್ರ ಕಂಪ್ಯೂಟರ್ ಇಂಜನಿಯರಿಂಗ್ ಮಾಡಿದ್ದು. ಒಂದು ರೀತಿಯಲ್ಲಿ ನಾವು ಕನ್ನಡದ ಜನರೇ" ಸ್ವರಕ್ಕೆ ಆತ್ಮೀಯತೆಯನ್ನು ಬೆರಸಿದರು. ಮುಖದಲ್ಲಿ ಮಾತ್ರ 'ಅಹಂ' ಎದ್ದು ಕಾಣುತ್ತಿತ್ತು.

ಚಿರಂತನ ದತ್ ಕಣ್ಣಲ್ಲಿ ಅಳೆದರು.

"ತುಂಬ ಸಂತೋಷ. time is money ಅನ್ನೋ ಲೆಕ್ಕಾಚಾರದ ಜನ. ಇಲ್ಲಿ ಈಗ ನೀವು ಬಂದ ಉದ್ದೇಶ?" ಬಿಗುವಿನಿಂದಲೇ ಕೂಡಿತ್ತು ಅವರ ಸ್ವರ. ಸ್ವಲ್ಪ ಹಿಂದೆ ಅಂದರೆ ರಾಖಿ ಬರುವ ಮುನ್ನ ಇವರುಗಳು ಬಂದಿದ್ದರೆ ವಿವಾಹದ ಡೇಟ್ ಫಿಕ್ಸ್ ಮಾಡಿ ಬಿಡುತ್ತಿದ್ದರು. ನಂತರದ ವಿದ್ಯಮಾನಗಳು ಪದೇ ಪದೇ ಪುಣ್ಯ ಸಂದೀಪ್ ವಿಷಯದ ಜೊತೆ ಅನುಮಾನದ ದೃಷ್ಟಿಯಲ್ಲಿ ಪ್ರಶ್ನಿಸಿದ್ದು ರೊಚ್ಚಿಗೆಬ್ಬಿಸಿತ್ತು.

"ಯು ಆರ್ ಕರೆಕ್ಟ್, ಮಕ್ಕಳ ವಿವಾಹಗಳು ಅಷ್ಟೆ ಇಂಪಾರ್ಟ್‌ಟೆಂಟ್ ನಮ್ಮ ರಾಖಿ ಇಲ್ಲಿಗೆ ಬಂದಿದ್ದ ವಿಷಯ ತಿಳಿಸಿದ್ದುಲ್ಲ. ನಿಮ್ಮ ಸಂಬಂಧ ಬೇಡಾಂತ ಅನ್ನೋಕೆ ಕಾರಣವೇ ಇಲ್ಲ. ಒಂದಷ್ಟು ಕನ್‌ಫ್ಯೂಷನ್ ಷುರುವಾಗಿದೆ. ಪುಣ್ಯ ಸಂದೀಪ್ ಫೋನ್ ಬಂದಿತ್ತಂತೆ. ಆಕೆ ನಿಮ್ಮ ಸೊಸೇಂತ ತಿಳಿಸಿದ ವಿಚಾರದ ಬಗ್ಗೆ ಅನುಮಾನದ ಜೊತೆ ನೀವುಗಳು ನರ್ಸಿಂಗ್ ಹೋಂಗೆ ಹೋಗಿದ್ದು ಸುಳ್ಳಲ್ಲ. ಆ ಬಗ್ಗೆ ಡಿಟೆಕ್ಟಿವ್ ಏಜನ್ಸಿ ನಮ್ಗೆ ಮಾಹಿತಿ ಒದಗಿಸಿದೆ" ನೇರವಾಗಿ ವಿಷಯಕ್ಕೆ ಬಂದರು.

ಚಿರಂತನ ಕಣ್ಣುಗಳಲ್ಲಿ ಕೆಂಡಗಳು ಇತ್ತು. ಸಾಮರ್ಥ್ಯವಿದ್ದರೆ ಸುಟ್ಟು ಬಿಡುತ್ತಿದ್ದರು. ಸದ್ಯಕ್ಕೆ ತಾಳ್ಮೆ ಅಗತ್ಯವೆನಿಸಿತು.

"ಆಯ್ತು, ಅದಕ್ಕೇನು?" ಸ್ವಲ್ಪ ಗಡುಸಾಯಿತು ಅವರ ಸ್ವರ.

"ಸೀ ಮಿಸ್ಟರ್ ಚಿರಂತನ್‌ದತ್, ನಮ್ಗೆ ಕಾನೂನು ಜೊತೆ ಉದ್ಭವವಾಗುವ ಸಮಸ್ಯೆಗಳ

ಬಗ್ಗೆ ಗೊತ್ತು. ನಮ್ಗೆ ಕ್ಲೀಯರ್ ಟೈಟಲ್ ಬೇಕು. ಒಮ್ಮೆ ರಾಯ್ ಫ್ಯಾಮಿಲಿಗೆ ಜಾಯಿನ್ ಆದನೆಂದರೆ, ಅಲ್ಲಿಗೆ ಪರ್ಸ್‌ನಲ್ ಪ್ರಾಬ್ಲಮ್ ಸಾಲ್ವ್ ಆದ್ಹಂಗೆ. ನಿಮ್ಮ ಮಗನ ಬಗ್ಗೆ ನಿಶ್ಚಿಂತರಾಗಿರಬಹುದು. ನಮ್ಮ ರಾಖಿ, ಸಂದೀಪ್‌ನ ವಿವಾಹದ ನಂತರ ಯಾವುದೋ ಹೆಣ್ಣು ಸಂಬಂಧ ಹೇಳಿಕೊಂಡು ಪ್ರಾಬ್ಲಮ್ ಕ್ರಿಯೇಟ್ ಮಾಡಬಾರದು. ಅದರ ಸಲುವಾಗಿ ನಾವು ಅಲರ್ಟ್ ಆಗಿರುತ್ತೀವಿ. ನೀವು ಕೂಡ ಕೆಲವು ಪೇಪರ್ಸ್‌ಗೆ ಸಹಿ ಹಾಕಿ ಕೊಡಬೇಕಾಗುತ್ತೆ" ಅಂದ ಕೂಡಲೇ ಚಿರಂತನ ಮೇಲೆದ್ದು ಆರಾಮಾಗಿ ರೂಮ್ಗೆ ಹೋದವರು ಅರ್ಧಗಂಟೆಯ ನಂತರವೆ ಹಿಂದಿರುಗಿದ್ದು.

ನಂದಿತಾ ಆ ವೇಳೆಗೆ ಟೀ ಕೊಟ್ಟು ನಾಲ್ಕು ಉಪಚಾರದ ಮಾತುಗಳನ್ನಾಡಿದಾಗ ಸುರೇಂದ್ರ "ನಮ್ಮ ಯಶುದು ಗುಡ್ ಸೆಲೆಕ್ಷನ್, ನಿಂಗೂ ಈಸೀಯಾಗಿ ರಾಯ್ ಫ್ಯಾಮಿಲಿಯೊಳಕ್ಕೆ ಎಂಟ್ರಿ ಸಿಗುತ್ತೆ. ಯು ಆರ್ ಲಕ್ಕಿ" ಇಂಥದೊಂದು ಮಾತಾಡಿದಾಗ ಸುಲಭವಾಗಿ ತಳ್ಳಿ ಹಾಕಿದಳು. "ಸಾರಿ, ಅಂಥ ಎಂಟ್ರಿಯ ಅಗತ್ಯವಿಲ್ಲ. ನಿಮ್ಮ ಮಾತಿನಲ್ಲಿ ಯಾವ ಉದ್ದೇಶವಿದೆಯೋ ಗೊತ್ತಿಲ್ಲ, ನಂಗಂತು ಅಂಥ ಆಸೆಗಳಿಲ್ಲ" ಅಂದಿದ್ದಾಗಿತ್ತು.

ಖಂಡಿತ ಅವರು ಅಂದುಕೊಂಡು ಬಂದಿದ್ದರಲ್ಲಿ ಹತ್ತು ಪರ್ಸೆಂಟ್ ಮರ್ಯಾದೆ ಸಿಕ್ಕಿರಲಿಲ್ಲ. ಇದೊಂದು ರೀತಿಯ ಮುಖ ಭಂಗ.

ಹೊರಗೆ ಹೋಗಲು ಸಿದ್ಧವಾಗಿಯೇ ಬಂದ ಚಿರಂತನ್‌ದತ್ "ನಾನು ಕ್ಲಬ್‌ಗೆ ಹೋಗೋ ಸಮಯ. ಮತ್ತೆ ಎಂದಾದ್ರೂ ಮಾತಾಡೋಣ. ಸಮಯ ಎಲ್ಲರ ಪಾಲಿಗೂ ಅಮೂಲ್ಯ, ಹಾಳಾಗೋದು ಬೇಡ" ಹೇಳಿದರು.

"ಪೇಪರ್ಸ್ ನೋಡಲೇ ಇಲ್ಲ" ಸುರೇಂದ್ರ ನುಡಿದಿದ್ದು.

"ನೆಸಸರಿ ಅನ್ನಿಸಲಿಲ್ಲ. ನಂದೂ..." ಎಂದು ಮಗಳನ್ನು ಕರೆಯುತ್ತ ಗಮನಹರಿಸಿದಾಗ ಇಬ್ಬರು ಮೇಲೆಕ್ಕೆದ್ದರು. "ಇದೊಂದು ಸಣ್ಣ ಪ್ರಯತ್ನ ಮಾತ್ರ. ಈ ಪೇಪರ್ಸ್‌ಗಳಿಗೆ ನೀವು ಮತ್ತು ಸಂದೀಪ್ ಸಹಿ ಹಾಕಿದರೆ ಸಾಕು. ಮುಂದೆ ಯಾವ್ದೇ ಪ್ರಾಬ್ಲಮ್ ಬಂದರೂ, ಅದನ್ನು ರಾಯ್ ಫ್ಯಾಮಿಲಿ ಫೇಸ್ ಮಾಡುತ್ತೆ" ಇಂಥ ಮಾತುಗಳನ್ನುದುರಿಸಿದರು.

"ಬೈ ದಿ ಬೈ, ನಾವು ಮುಂದೆ ಮೀಟ್ ಮಾಡೋ ಅಗತ್ಯ ಬರೊಲ್ಲ. ರಾಖಿಗೆ ಒಳ್ಳೆ ಕಡೆ ಮದ್ವೆ ಮಾಡಿ. ಬೇರೊಬ್ಬ ಬುದ್ಧಿವಂತನನ್ನು ನಿಮ್ಮ ರಾಯ್ ಫ್ಯಾಮಿಲಿಗೆ ಸೇರಿಸಿಕೊಳ್ಳಿ. ಅಂಥ ಅದೃಷ್ಟ ಈ ಚಿರಂತನದತ್ ಮಗನಿಗೆ ಬೇಡ" ಇಂಥ ಮಾತುಗಳನ್ನಾಡಿ "ಗುಡ್ ಬೈ" ಅಂದರು.

ಇದೊಂದು ಅವಮಾನವೇ. ಆದರೆ ತೀರಾ ಹಣವಂತರು ಇದಕ್ಕೆಲ್ಲ ಬೆಲೆ ಕೊಡಲಾರರು. 'ವಿಶ್' ಮಾಡಿ ಅಷ್ಟೆ ಮರ್ಯಾದೆಯಿಂದ ಕಳಚಿಕೊಂಡರು.

ಈ ಗಂಡಾಂತರದಿಂದ ಪಾರಾಗಲು ನೆರವು ನೀಡಿದ್ದ ಪುಣ್ಯ ಸಂದೀಪ್! ಇಲ್ಲದಿದ್ದರೆ ರಾಖಿಯ ಹಿಡಿತದಿಂದ ಸಂದೀಪ್ ಪಾರಾಗಲು ಸಾಧ್ಯವಿರಲಿಲ್ಲ. ಬಡ ಪೆಟ್ಟಿಗೆ ಸೋಲು ಒಪ್ಪಿಕೊಳ್ಳುವ ಜನರಲ್ಲ ರಾಯ್ ಫ್ಯಾಮಿಲಿ. ಬಹು ಎಚ್ಚರದಿಂದ ಕುಟುಂಬಗಳನ್ನು

ಕಾಪಾಡಿಕೊಳ್ಳುವುದರ ಜೊತೆಗೆ ಸಂಬಂಧ ಬೆಳೆಸಲು 'ಕ್ಲಿಯರ್ ಟೈಟಲ್'ನತ್ತಲೇ ಅವರ ಗಮನ.

ಚಿರಂತನ್‌ದತ್ ಕಾರ್‌ನವರೆಗೂ ಹೋಗಿ ಬೀಳ್ಕೊಟ್ಟು "ವಯಸ್ಸಿನ ಆಕರ್ಷಣೆಯಿಂದ ಮಾಡೋದು, ಇದ್ನ ಲವ್ ಅಂತ ಕನ್ಸಿಡರ್ ಮಾಡೋದೇನು ಬೇಡ. ರಾಖಿ ಇಲ್ಲದೇ ನನ್ನ ಕನಸು ಕತ್ತಲು ಎಂದು ಕನವರಿಸುವ ಗಂಡು ಸಂದೀಪ್ ಅಲ್ಲ. ಸಂದೀಪ್ ತನ್ನ ಸರ್ವಸ್ವ ಅಂತ ತಿಳ್ದುಕೊಂಡ ಅಪ್ರಬುದ್ಧ ಹುಡ್ಗಿಯಲ್ಲ ರಾಖಿ. ಇಷ್ಟು ನಂಗೆ ತೋಚಿದ್ದು. ಅನಗತ್ಯವಾಗಿ ಸಮಸ್ಯೆಗಳನ್ನು ಸೃಷ್ಟಿಸಿಕೊಳ್ಳುವುದು ಬುದ್ಧಿವಂತಿಕೆಯಲ್ಲ ಅಂತ ನಾನು ನಿಮ್ಗೆ ಹೇಳೋ ಅಗತ್ಯವಿಲ್ಲ" ಎಂದರು.

ಇಂದು ಕ್ಲಬ್‌ಗೆ ಕೂಡ ಹೋಗಬೇಕೆನಿಸಲಿಲ್ಲ. ಒಳಗೆ ಬಂದು ಕೂತರು.

"ದೊಡ್ಡ ಅಪಾಯದಿಂದ ಪಾರಾದ್ವಿ. ಸಮಾಜಕ್ಕೆ ಸಭ್ಯರಂತೆ ದೊಡ್ಡ ಶ್ರೀಮಂತ ಜನರಂತೆ ಕಾಣುವ ಈ ಜನ ತುಂಬ ಡೇಂಜರಸ್. ಒಂದು ರೀತಿಯಲ್ಲಿ ಉಸುಕಿನಲ್ಲಿ ಸಿಕ್ಕಿಕೊಂಡ ಹಾಗೆ. ಒಮ್ಮೆ ಸಿಕ್ಕಿಹಾಕಿಕೊಂಡರೆ ಬಿಡಿಸಿಕೊಳ್ಳುವುದು ಸಾದ್ಯವಿಲ್ಲ" ಮಗಳಿಗೆ ಹೇಳಿ ಸಮಾಧಾನದ ಉಸಿರು ದಬ್ಬಿದರು. ಆದರೆ ಅನಾಯಾಸವಾಗಿ ಸಿಕ್ಕುವ ಸಂದೀಪ್ ಅಂಥ ಬ್ರಿಲಿಯಂಟ್‌ನ ಕಳೆದುಕೊಳ್ಳಲು ತಕ್ಷಣ ಸಿದ್ಧವಿರೊಲ್ಲ, ಇನ್ನೊಂದು ಪ್ರಯತ್ನ ಖಂಡಿತ ಮಾಡುತ್ತಾರೆ. ಅದನ್ನು ಸಂದೀಪ್ ಮಾತ್ರ ಮ್ಯಾನೇಜ್ ಮಾಡಿಕೊಳ್ಳಬಲ್ಲನೆಂದು ಕೊಂಡರು ಮನದಲ್ಲಿ.

ಆ ಸುಮಾರಿಗೆ ಪ್ರತೀಕ ದಪ್ಪ ಮುಖ ಹಾಕಿಕೊಂಡು ಬಂದವ ಕೂತು "ದೊಡ್ಡಪ್ಪ, ನಾನು ಹುಟ್ಟಿದಾಗಿನಿಂದ ನೋಡಿಲ್ಲ. ಡ್ಯಾಡಿ, ಮಮ್ಮಿ ಮಧ್ಯೆ ದೊಡ್ಡ ವಾರ್ ಷುರುವಾಗಿದೆ. ಇಬ್ರೂ ಸೋಲೊಲ್ಲ, ಅಜ್ಜಿ ಕಂಗಾಲಾಗಿಬಿಟ್ಟಿದ್ದಾರೆ. ನೀವೇ ಏನಾದ್ರೂ ಪರಿಹಾರ ಸೂಚಿಸಬೇಕು" ಎಂದ ಸಪ್ಪಗೆ.

"ನಿಮ್ಮಪ್ಪನಿಗೆ ಇಷ್ಟೊಂದು ಕೆಟ್ಟ ಹಟ ಹೇಗೆ ಬಂತು? ಹೆಂಡ್ತಿ ತೀರ್ಮಾನದ ವಿರುದ್ಧ? "ಮಾಲಿನಿ ಬಂದು ಹೋದಾಗಿನಿಂದ ಈ ಕಡೆ ತಲೆ ಹಾಕಿರಲಿಲ್ಲ. "ಮಾಲಿನಿ, ಅವನನ್ನ ಕಳಿಸು" ಅಂದಿದ್ದರು. ಆ ಪ್ರಯತ್ನದಲ್ಲಿ ಆಕೆ ಸೋತಿದ್ದು ಮೊದಲ ಸಲ.

"ಯಾಕೆ ನಿನ್ನ ಕೈಯಲ್ಲಿ ಅವರಿಬ್ಬರ ಜಗಳ ತೀರ್ಮಾನ ಮಾಡೋಕೆ ಆಗಲಿಲ್ವಾ? ಕಾಂಪ್ರಮೈಸ್ ಮಾಡೋಕೆ ನೀನು ಸರಿಯಾದ ವ್ಯಕ್ತಿ." ಹಾಸ್ಯ ಮಾಡಿದರು. ಒಂದಷ್ಟು ಟೆನ್‌ಷನ್ ಕಡಿಮೆ ಮಾಡಿಕೊಳ್ಳಬೇಕಿತ್ತು.

ಪ್ರತೀಕ ಕಣ್ಣು ಕಣ್ಣು ಬಿಟ್ಟು ನಂದಿತಾ ಹತ್ತಿರ ಹೋಗಿ ಇದ್ದ ಅಹವಾಲು ಸಲ್ಲಿಸಿದ ಅಳು ಮುಖದಲ್ಲಿ.

"ಆಯಿತು ಬಿಡು. ಅಪ್ಪನ ಕೈಯಲ್ಲಿ ಫೋನ್ ಮಾಡಿಸ್ತೀನಿ" ಭರವಸೆ ಕೊಟ್ಟ ಮೇಲೆ ಒಂದಿಷ್ಟು ಗೆಲುವಾಗಿದ್ದು. "ಇವ್ರ ಗಲಾಟೆಯಲ್ಲಿ ನಾನು ಸರ್ಯಾಗಿ ಊಟ ಮಾಡಿಲ್ಲ" ಅವನ ಮಾತಿಗೆ ಅವಳು ಕಿಚನ್‌ಗೆ ಹೋಗಿ ತಿಂಡಿ ತಂದು "ಬಂದ ಗೆಸ್ಟ್‌ಗಳಿಗೆಂತ

ಆತುರಾತುರವಾಗಿ ಭಟ್ಟರು ಪ್ರಿಪೇರ್ ಮಾಡಿದ್ರು. ಅವರಿಗೆ ಆ ಯೋಗ ಇರಲಿಲ್ಲ. ನೀನು ಕೂತು ಆರಾಮಾಗಿ ತಿನ್ನು. ನಾನು ಅಪ್ಪನ ಹತ್ತಿರ ಮಾತಾಡ್ತೀನಿಂತ" ಅವನ ತಲೆ ಕೆದರಿ ಮತ್ತೆ ಸರಿ ಮಾಡಿ ಹೋಗಿದ್ದು ನಂದಿತಾ.

"ಅಪ್ಪ, ನೀವು ಕ್ಲಬ್‌ಗೆ ಹೋಗಲಿಲ್ಲ" ಅವರ ಎದುರಿನಲ್ಲಿ ಕೂತಿದ್ದು.

"ಮೂಡ್ ಇಲ್ಲ, ಈ ರಾಯ್ ಫ್ಯಾಮಿಲಿಯವರು ರಿವೆಂಜ್ ತೀರಿಸಿಕೊಳ್ಳೋ ಹಂಗೆ ನನ್ನಮ್ಮ, ಮಗನ ಆರಾಮಾಗಿ ಎತ್ತಿ ಹಾಕಿ ಕೊಳ್ಳೋ ಪ್ಲಾನ್ ಹಾಕಿದ್ದಾರಲ್ಲ, ಐ ಹೇಟ್ ದಟ್ ಫ್ಯಾಮಿಲಿ" ಕನಲಿದರು. ಈಗಲೂ ಅವರು ಮಗನ ಪ್ರೇಮ ನಿರಾಕರಿಸುವುದಾಗಲೀ, ಅಥವಾ ರಾಖಿನ ಸೊಸೆಯನ್ನಾಗಿ ಸ್ವೀಕರಿಸುವುದಕ್ಕಾಗಲೀ, ವಿರೋಧಿಗಳಲ್ಲ, 'ಇಲ್ಲಿಗೆ ಬಂದ್ಮೇಲೆ ಸರಿ ಹೋಗ್ತಾಳೆ" ಅನ್ನೋ ಭರವಸೆ ಅವರದು. ಆದರೆ ಆ ಫ್ಯಾಮಿಲಿಯ ಪ್ಲಾನ್ ಬೇರೆ. ಅದು ಅರ್ಥವಾಗಿತ್ತು.

ಅವಳಿಗೆ ಏನು ಹೇಳಬೇಕೋ ತೋಚಲಿಲ್ಲ. ರಾಖಿ ಮತ್ತು ಸಂದೀಪ್ ವಿಷಯ ಸರಿ. ಆದರೆ ತನ್ನ ವಿಷಯ ತಳಕು ಹಾಕಿಕೊಂಡಿದ್ದು ಹೇಗೆ? ವಿಚಿತ್ರವೆನಿಸಿತು.

"ಅಪ್ಪ, ಚಿಕ್ಕಮ್ಮ, ಚಿಕ್ಕಪ್ಪನ ಜೊತೆ ಅಜ್ಜಿನು ಕರೆಸಿಕೊಂಡು ಒಟ್ಟಿಗೆ ಕೌನ್ಸಿಲಿಂಗ್ ಮಾಡಿ. ಪ್ರತೀಕ ದಿಕ್ಕೆಟ್ಟಂತೆ ಕೂತಿದ್ದಾನೆ" ಎಂದಳು. ಮಾಲಿನಿ ಸ್ವಭಾವದ ಅರಿವಿದ್ದುದ್ದರಿಂದ ಒಂದಿಷ್ಟು ಬೇಸರವೇ. "ಓಕೇ..." ಎಂದವರು ತಕ್ಷಣ ಫೋನ್ ಮಾಡಿದ್ದು ಮನೆಗೆ. ಎತ್ತಿದ್ದು ಗಿರಿಜಮ್ಮ. "ಚಿಕ್ಕಮ್ಮ, ನಾನು ಚಿರಂತನ ಮಾತಾಡ್ತಾ ಇರೋದು. ಕರುಣ, ಮಾಲಿನಿ ಇನ್ನು ಮನೆಗೆ ಬಂದಿಲ್ವಾ?" ವಿಚಾರಿಸಿದರು.

ಆಕೆ ಮನೆಯಲ್ಲಿನ ಪ್ರಕ್ಷುಬ್ಧ ಸ್ಥಿತಿ ವಿವರಿಸಿ "ನಂಗೆ ಇನ್ನು ದುಡ್ಡು ಯಾಕೆ? ನಿನ್ನ ಚಿಕ್ಕಪ್ಪ ಎಲ್ಲಾದರ ಮೇಲೆ ವ್ಯಾಮೋಹ ಕಳೆದುಕೊಂಡೇ ಹೊರಟು ಹೋಗಿರೋದು, ಬಂದರೂ ಹಣದ ಬಗ್ಗೆ ಕೇಳೊಲ್ಲ. ಸ್ವಲ್ಪ ಕರುಣನಿಗೆ ಬುದ್ಧಿ ಹೇಳು. ಹೇಗೂ ಅವರುಗಳು ಆರಾಮಾಗಿದ್ರು. ನಾನು ಬಂದ್ಮೇಲೆ ನನ್ನಿಂದ ಷುರುವಾಯಿತಲ್ಲಾಂತ ಬೇಜಾರಾಗಿದೆ." ಮನದಲ್ಲಿ ಇದ್ದುದ್ದನ್ನ ತೋಡಿಕೊಂಡರು.

"ಬಂದ ಕೂಡಲೇ ಅವರಿಬ್ಬರನ್ನು ತಕ್ಷಣ ಬರೋದಕ್ಕೆ ಹೇಳು" ಎಂದರು ಆಧಿಕಾರದ ದನಿಯಲ್ಲಿ. ಕರುಣಾಕರ ಬಗ್ಗೆ ಪ್ರೀತೀನು ಇತ್ತು. ಅಧಿಕಾರಾನು ಇತ್ತು. ಅದನ್ನ ಆ ಮಹಾಶಯ ವಿನಯದಿಂದ ಒಪ್ಪಿಕೊಂಡಿದ್ದ.

ಅಪ್ಪ, ಮಗಳು ವಾಕಿಂಗ್ ಹೋಗಿ ಬರುವ ವೇಳೆಗೆ ಸಂದೀಪ್ ಬಂದಿದ್ದ. ಮುಖ ನೋಡಿದ ಕೂಡಲೇ "ರಾಖಿ ತಂದೆ, ಚಿಕ್ಕಪ್ಪ ಇಬ್ರೂ ಬಂದಿದ್ರು. ಒಂದಷ್ಟು ಪೇಪರ್ಸ್ ಕೈಯಲ್ಲಿ ಹಿಡ್ಕೊಂಡು ಬಂದಿದ್ರು." ಇಂಥದ್ದೊಂದು ವಿಷಯ ಹೇಳಿ ಅವನ ಮುಖದ ಭಾವನೆಗಳನ್ನು ಅವಲೋಕಿಸಿದಾಗ ಕಂಡಿದ್ದು, ನೀರಸ ಅಪರಾಧ ಭಾವ, "ಕ್ಷಮಿಸಿ ಬಿಡಿ ಅಪ್ಪ, ರಾಖಿ ವಿಚಾರದಲ್ಲಿ ವಿವೇಕ ಕೈ ಕೊಡ್ತು. ಒಂದು ರೀತಿಯಲ್ಲಿ ವಿಚಿತ್ರ ಸಂಬಂಧ. ಮಾತಾಡೋಕೆ ಕೂಡ ಇಷ್ಟವಾಗೊಲ್ಲ. ಯಾರ ಕುಚೇಷ್ಟೆಯಿಂದಲೋ ಅವತರಿಸಿದ ಪುಣ್ಯಾ ಸಂದೀಪ್ ಅವರುಗಳ ಪಾಲಿಗೆ ಭೂತವಾಗಿ ಹೆದರಿಸಿದಳು. ಅಗತ್ಯ ಬಿದ್ದಾಗ

ಹದ್ದು ಬಸ್ತಿನಲ್ಲಿ ಆ ಹೆಣ್ಣನ್ನು ಇಡೋ ಸಲುವಾಗಿ ಮಾತ್ರವಲ್ಲ, ನಮ್ಮನ್ನು ನಿಯಂತ್ರಣದಲ್ಲಿ ಇಟ್ಟುಕೊಳ್ಳುವ ಪ್ಲಾನ್. ಆಲ್ ಆರ್ ಕ್ರಿಮಿನಲ್ಸ್. ಇವರ ಅಪರಾಧಗಳೇ ಬೇರೆ ರೀತಿಯವು" ಜುಗುಪ್ಸೆ ವ್ಯಕ್ತಪಡಿಸಿದ. ತನ್ನ ಮತ್ತು ರಾಖಿಯದು ಪ್ರೇಮವೆನ್ನುವುದು ಇಷ್ಟವಾಗಲಿಲ್ಲ.

ಅಪ್ಪ, ಮಗ ಹೊರಗಡೆ ಲಾನ್ ಮೇಲೆ ಕೂತು ಮಾತಾಡಿದರು. ಅಲ್ಲಿ ಸುಳಿದಿದ್ದು ಅಂಕಣಕೊಪ್ಪದ ವಿಚಾರವೇ. ಅಲ್ಲಿಗೆ ಹೋಗಿ ಬಂದ ಮೇಲೆ ಬಾಲ್ಯದ ಬಗ್ಗೆ ಹೆಚ್ಚು ಹೆಚ್ಚು ಮಾತಾಡಬೇಕೆನಿಸುತ್ತಿತ್ತು ಚಿರಂತನ್‌ದತ್‌ಗೆ. ನೆನಪಿಗೆ ಬರೋ ಸಣ್ಣ ಪುಟ್ಟ ಘಟನೆಗಳೆಲ್ಲ ಮಗಳಿಗೆ ಹೇಳುತ್ತಿದ್ದರು.

ಕುಟುಂಬ ಸಮೇತ ಬಂದ ಕರುಣ ಎಂದಿನಂತಿರಲಿಲ್ಲ, ಕಂಗೆಟ್ಟಿದ್ದರು. ತೀರಾ ಖಿನ್ನತೆ ಆವರಿಸಿದಂತೆ ಕಂಡರು. ಚಿರಂತನ್‌ದತ್‌ಗೆ ಸ್ವಲ್ಪ ಗಾಬರಿಯೆ.

"ಕರುಣಾ, ಹುಷಾರಿಲ್ವಾ?" ಕೇಳಿದರು ಸ್ವಲ್ಪ ಆತಂಕದಿಂದಲೇ.

"ಹುಷಾರಾಗಿದ್ದೀನಿ" ಚುಟುಕಾಗಿ ಹೇಳಿದ್ದು.

ಎದ್ದು ಕರುಣಾಕರ ಭುಜದ ಮೇಲೆ ಕೈ ಹಾಕಿ ಒಳಗೆ ಕರೆತಂದರು. ಮಾಲಿನಿಯತ್ತ ನೋಟ ಹರಿಸಿದಾಗ ತಲೆ ತಗ್ಗಿಸಿ ನಿಂತಿದ್ದಳು. ಇಷ್ಟು ವರ್ಷ ತನ್ನ ಮಾತಿಗೆ ಎದುರಾಡದ ಗಂಡ ಪ್ರಬಲ ವಿರೋಧಕ್ಕೆ ಹೌಹಾರಿದ್ದರು.

ತಮ್ಮ ರೂಮಿಗೆ ಕರೆದೊಯ್ದರು. ಕರುಣಾಕರ ಅವರನ್ನು ಅಪ್ಪಿಕೊಂಡು ಅಳತೊಡಗಿದ. "ಈಗಾಗ್ಲೇ ತುಂಬ ತಪ್ಪು ಮಾಡಿದ್ದೀನಿ. ಅಪ್ಪ ಇಂದಲ್ಲ, ನಾಳೆ ಬರ್ತಾರೆ. ಅವರದೇ ಆದ ಹಣವನ್ನು ಮನೆಗೆ ಹಾಕಿ ಕೊಂಡುಕೊಳ್ಳುವುದೇ? ನಂಗೆ ಸುತರಾಂ ಒಪ್ಗೆ ಇಲ್ಲ. ದ್ರೋಹವಾಗಿ ಬಿಡುತ್ತೆ. ಹಣಕ್ಕಾಗಿ ಕರ್ಕಂಡ್ ಬಂದೆ ಅನ್ನೋ ಗಿಲ್ಟ್ ನನ್ನ ಕಾಡೋಕೆ ಷುರುವಾಗುತ್ತೆ" ಅದೇ ಮಾತಿನ ವರಸೆ.

ಸ್ಥಿತಿ ಸೂಕ್ಷ್ಮತೆಯನ್ನು ಅತ್ತತ್ತ ನವಿರಾಗಿ ಬಿಡಿಸಿಟ್ಟು, "ಚಿಕ್ಕಮ್ಮ, ಆ ಮನೆ ಒಪ್ಕೊಂಡಿದ್ದಾರೆ. ಹಣ ಕೊಡೋ ವಿಚಾರದಲ್ಲಿ ತಕರಾರಿಲ್ಲ. ಅದು ನಂಗೂ ಸರಿಯೆನಿಸೊಲ್ಲ. ಮಾಲಿನಿ ತುಂಬ ಪ್ರಾಕ್ಟಿಕಲ್ ಮೈಂಡೆಡ್. ಸಂಬಂಧಕ್ಕಿಂತ ಹಣ, ಸ್ಟೇಟಸ್‌ಗೆ ತುಂಬ ಬೆಲೆ ಕೊಡೋಳು. ಅವಳಿಗೆ ತಪ್ಪೂಂತ ಅನ್ನಿಸೊಲ್ಲ. ಬಹುಶಃ ಹಿಂದಿನ ದಿನಗಳು ಪಾಠ ಹೇಳಿವೆ. ನೀನು ನನ್ನವರೆಗೂ ಬಾರದಂತೆ ನೋಯೋ ಸಂದರ್ಭಗಳು ಹೆಚ್ಚಿಗಿರುತ್ತೆ. ನಿನ್ನಮ್ಮನ ಸುಖ, ಶಾಂತಿ, ನೆಮ್ದಿ... ಬಯಸಿದರೇ ಒಪ್ಕೋ. ಇದು ಬುದ್ಧಿವಂತಿಕೆಯ ಲಕ್ಷಣ" ಅಂದು ಬುದ್ಧಿ ಹೇಳಿ ಮುಂದೆ ನಡೆಯಬಹುದಾದ ಚಿತ್ರಣವನ್ನು ಕರುಣಾಕರ ಮುಂದಿಷ್ಟು ಒಪ್ಪಿಸಿದರು.

"ಫ್ಲಾಟ್‌ಗಿಂತ ಚಿಕ್ಕಮ್ಮ ಅಲ್ಲಿ ಓಡಾಡಿಕೊಂಡು ನೆಮ್ದಿಯಾಗಿ ಇರ್ತಾರೆ. ಡೋಂಟ್ ವರೀ, ಆಕೆ ನಂಗೂ ತಾಯಿ. ಅಮ್ಮನ ಮಮತೆಯ ಭಾಗ್ಯ ನಂಗೆ ಸಿಗದಿದ್ದರೂ ಮಗನಂತೆ ಕಂಡ ನಿನ್ನಮ್ಮನ ಋಣ ತೀರಿಸೋಕ್ಕಾಗೊಲ್ಲ. ಚಿಕ್ಕಪ್ಪ ಹಿಂದಿರುಗಿ ಬಂದರೆ ನಾನು ಮ್ಯಾನೇಜ್ ಮಾಡ್ತೀನಿ. ಅವ್ರು ನನ್ನಲ್ಲಿದ್ದರೆ ನಂಗೆ ಸಂತೋಷವೇ. ಮನೆಗೆ ಹಿರಿಯರಿದ್ದರೇ

ವಾಸಿ. ಕೆಲವು ಅನುಭವಕ್ಕೆ ಮೀರಿದ ವಿಚಾರಗಳು ಬಂದಾಗ ಹೆಚ್ಚು ಅನುಭವಸ್ಥರ ಮಾರ್ಗದರ್ಶನ ಬೇಕಾಗುತ್ತೆ."

ಅಂತು ಇಂತು ಒಂದು ನಿಲುವಿಗೆ ಬಂದು ನಿಂತಂತಾಯಿತು. ಹೆಚ್ಚು ಹರ್ಷಿಸಿದರು ಮಾಲಿನಿ. ತಾನು ಗಂಡನಿಗಿಂತ ಬುದ್ಧಿವಂತೆ ಅನ್ನೋ ಗರ್ವದ ಜೊತೆ, ಮೇಲಿನ ಮೆಟ್ಟಿಲಿನಲ್ಲಿ ಕಾಲಿಟ್ಟವಳು ಹಿಂದಕ್ಕೆ ಸರಿಯಬಾರದೆನ್ನುವ ನಿಲುವಿಗೆ ಬದ್ಧಳಾಗಿದ್ದವಳಿಗೆ ಸಿಕ್ಕ ವಿಜಯ.

"ತುಂಬ ಥ್ಯಾಂಕ್ಸ್... ಥ್ಯಾಂಕ್ ಯು ವೆರಿ ಮಚ್... ಭಾವ. ನನ್ನ ದೊಡ್ಡ ಗಂಡಾಂತರದಿಂದ ಪಾರು ಮಾಡಿದ್ರಿ. ಕೊಟ್ಟ 5 ಲಕ್ಷದ ಅಡ್ವಾನ್ಸ್ ಜೊತೆ, ಫ್ಲಾಟ್ ಬಿಟ್ಟು ಮತ್ತೆ ಬಾಡ್ಗೆ ಮನೆನ ಅರಸಿಕೊಂಡು ಹೋಗಬೇಕಿತ್ತು. ಐ ಯಾಮ್ ಸೋ ಹ್ಯಾಪಿ" ಕೃತಜ್ಞತೆಯ ಮಹಾಪೂರವನ್ನೇ ಹರಿಸಿದಾಗ "ಸಾಕು, ಮನೆಗೆ ಸಂಬಂಧಪಟ್ಟಂತೆ ಯಾವುದೇ ನಿರ್ಣಯ ತಗೊಳ್ಳಬೇಕೆಂದರು ಮನೆಯಲ್ಲಿರುವ ಪ್ರತಿಯೊಬ್ಬರನ್ನು ವಿಶ್ವಾಸಕ್ಕೆ ತಗೋಬೇಕು, ಚರ್ಚಿಸಬೇಕು. ಅವರ ಸಲಹೆಯನ್ನು ತಗೋಬೇಕು. ಇಂಥ ರೂಲ್ಸ್ ಫಾಲೋ ಮಾಡೋದು ಒಳ್ಳೆಯದು" ಒಂದು ನಾಲ್ಕು ಮಾತುಗಳನ್ನು ಹೇಳಿದರು.

ಗೆದ್ದ ಗೆಲುವಿನ ನಲಿವು ಇದ್ದರೂ ಮೌನವಾಗಿ ತಲೆಯಾಡಿಸಿದ್ದು ಮಾಲಿನಿ. ಒಂದೊಂದು ಹೆಜ್ಜೆಯು ಒಂದೊಂದು ಸಾಹಸವು. ಉತ್ತಮ ಬಡಾವಣೆಯ ನಲ್ವತ್ತು ಲಕ್ಷ ರೂಪಾಯಿ ಮನೆಯ ಒಡತಿ. ರೆಕ್ಕೆಗಳನ್ನು ಕಟ್ಟಿಕೊಂಡು ಮುಗಿಲೇರಿದಂಥ ಹರ್ಷ.

ಒಂದು ರೀತಿಯ ವಿಷಾದದಿಂದಲೇ ಕುಟುಂಬದೊಡನೆ ನಡೆದಿದ್ದು ಕರುಣಾಕರ. ಎಲ್ಲೋ ಗಿಲ್ಟ್ ಕಾಡುತ್ತಿತ್ತು. ಹೆತ್ತವರಿಗಾಗಿ ಏನು ಮಾಡಿರಲಿಲ್ಲ. ತಂದೆ ಹಿಂದಿರುಗಿ ಬರಬಹುದೆಂದು ದೂರದ ಆಸೆ. ಅಮ್ಮನನ್ನಾದರೂ ಸುಖವಾಗಿ ಇಟ್ಟುಕೊಳ್ಳಬೇಕೆನ್ನುವ ಮಹದಾಸೆ.

ಮರುದಿನವೆ ಗಿರಿಜಮ್ಮನ ಹೆಸರಿನಲ್ಲಿ ಫಿಕ್ಸೆಡ್ ಮಾಡಿಟ್ಟಿದ್ದ ಹಣ ತಗೊಂಡು ಇನ್ನೊಂದು ಕಂತಾಗಿ ಮನೆಯ ಓನರ್‌ಗೆ ಕೊಟ್ಟು ಕೀ ಇಸುಕೊಂಡು ಬಂದ ಮಾಲಿನಿ ವಾರದಲ್ಲಿಯೇ ರಿಜಿಸ್ಟ್ರೇಷನ್ ಮಾಡಿಸಿಕೊಂಡು ಫ್ಲಾಟ್‌ನ ತೆರವು ಮಾಡಿದರು.

ಅಂತು ಕರುಣಾಕರ ಕುಟುಂಬ ಫ್ಲಾಟ್‌ನಿಂದ ಮನೆಗೆ ಶಿಫ್ಟ್ ಆದರು. ಗಿರಿಜಮ್ಮನಿಗೂ ಹರ್ಷವೇ. ಸಂಜೆ ಹೊರಗೆ ಬಂದು ನಿಂತು ಗಂಡನಿಗಾಗಿ ಕಾಯುತ್ತಿದ್ದರು.

ಸ್ವತಃ ಕರುಣಾಕರ ಹೋಗಿ ವಿಳಾಸ ಕೊಟ್ಟು ತಂದೆ ಬಂದರೆ ಇಲ್ಲಿಗೆ ಕಳುಹಿಸಬೇಕೆಂದು ಪರಿಚಿತರಾದವರಿಗೆ ಹೇಳಿದ್ದು ಮಾತ್ರವಲ್ಲ, ಮನೆ ದೇವರಾದ ಕರುಣೇಶ್ವರ ದೇವಸ್ಥಾನಕ್ಕೆ ಹೋಗಿ ಪೂಜೆ ಸಲ್ಲಿಸಿ, ತಂದೆಗಾಗಿ ಹರಕೆಹೊತ್ತು ಅರ್ಚಕರ ಮುಂದೆ ಕೈ ಮುಗಿದು ನಿಂತು ಪ್ರಾರ್ಥಿಸಿದ್ದರು.

'ನನ್ನಿಂದ ದೊಡ್ಡ ತಪ್ಪಾಗಿದೆ. ಅಪ್ಪ ಹಂಬಲಿಸಿಕೊಂಡು ಪತ್ರ ಬರೆದಾಗ, ನೋಡಲು ಬಯಸಿದಾಗ ತುಂಬ ಉದಾಸೀನ ಮಾಡಿದೀನಿ. ಈಗ ಮನಸ್ಸು ಬಯಸುತ್ತೆ. ಆದರೆ

ಅವರು ದೂರ ಹೋಗಿದ್ದಾರೆ. ದೇವರಿತ್ತ ಶಿಕ್ಷೆ. ಅಮ್ಮ ಜೊತೆಯಲ್ಲಿದ್ದಾಳೆ ಅನ್ನೋ ಸಂತೋಷವೇ. ಆದರೆ ಆಕೆ ದುಃಖಿ, ಅವರೇನಾದ್ರೂ ಬಂದರೆ ನನ್ನಲ್ಲಿಗೆ ಕಳುಹಿಸಿ"

"ಖಂಡಿತ ಕಳುಹಿಸಿ ಕೊಡ್ತೀನಿ" ತಪ್ಪಿಗೆ ಪಶ್ಚಾತ್ತಾಪಕ್ಕಿಂತ ಬೇರೆ ಶಿಕ್ಷೆ ಇಲ್ಲ. ಗಿರಿಜಮ್ಮನಿಗೆ ಧೈರ್ಯ ಹೇಳಿ" ಅಂತ ಆಶ್ವಾಸನತೆಯನ್ನು ಕೊಟ್ಟರು.

ಮತ್ತೆ ಸುತ್ತಮುತ್ತಲಿನ ಊರುಗಳನ್ನು ಸುತ್ತಿ ಹುಡುಕಿ ಸೋತು ಹಿಂದಿರುಗಿದರು ಕರುಣಾಕರ.

* * *

ನಾಲ್ಕು ದಿನ ವೈರಲ್ ಫೀವರ್‌ನಲ್ಲಿ ಮಲಗಿ ಎದ್ದ ಚಿರಂತನ್ ದತ್ತರಿಗೆ ಉಮಾಶಂಕರ ದೀಕ್ಷಿತ್ ಪ್ರತಿದಿನ ಫೋನ್ ಮಾಡಿ ಆಹ್ವಾನಿಸುತ್ತಿದ್ದರು.

"ಏಯ್, ಚಿರಂತನ... ಎಲ್ಲಾದ್ರೂ ಮಿಸ್ ಮಾಡಿಯಾ? ಎಲ್ಲರಿಗಿಂತ ನಂಗೆ ನೀನು ಬರೋದೆ ಮುಖ್ಯ. ಯು ಮಸ್ಟ್ ಕಮ್"

ಅದರಿಂದ ದೆಹಲಿಗೆ ವಿವಾಹಕ್ಕೆ ಹೋಗುವ ನಿರ್ಧಾರ ಮಾಡಿ "ಸಂದೀಪ್, ನಿಂಗೆ ಬರೋದಿಕ್ಕೆ ಸಾಧ್ಯನಾ? ಬಂಧುಗಳಿಗಿಂತ ದೀಕ್ಷಿತ್ ನಂಗೆ ಹೆಚ್ಚು. ಪುನರ್ ಜನ್ಮ ಕೊಟ್ಟ ಪುಣ್ಯಾತ್ಮ. ಇಂದಿನವರ್ಗೂ ನಿಮ್ಮಪ್ಪ ಬದುಕಿದ್ದಾನೆಂದರೆ ಅವನೇ ಕಾರಣ. ಅವನ ಋಣ ಸಂದಾಯ ಮಾಡುವ ಸಮಯ ಬಂದರೆ ನಾನು ಯಾವ ದಂಡ ತೆರೋದಕ್ಕಾದರೂ ಸಿದ್ಧ" ಅಂದರು ಮಂಚದ ಬೆನ್ನಿಗೆ ಒರಗುತ್ತ. ದಿಂಬನ್ನ ತಂದೆಯ ಬೆನ್ನಿಗೆ ಆಸರೆಗಿತ್ತ ಅವನು ತಂದೆಯ ಪಕ್ಕ ಕೂತು "ನಂಗೆ ಅರ್ಥವಾಗುತ್ತೆ, ಕಾರ್ಮಿಕರಿಗೆ ಒಂದು ವರ್ಕ್‌ಶಾಪ್ ಇದೆ"

ಪ್ರೊಫೆಷನ್‌ಗೆ, ಜವಾಬ್ದಾರಿಗಳಿಗೆ ಅವರು ಕೂಡ ಪ್ರಯಾರಿಟಿ ಕೊಟ್ಟವರೇ "ದಟ್ಸ್ ಓಕೆ, ನಾನು, ನಂದೂ ಹೋಗಿ ಬರ್ತೀವಿ. ಮದುವೆ ಹಿಂದಿನ ದಿನದ ಫ್ಲೈಟ್‌ನಲ್ಲಿ ಎರಡು ಟಿಕೆಟ್ ರಿಸರ್ವ್ ಮಾಡ್ಸು. ಮತ್ತೇನಾದ್ರೂ ರಾಖಿ..." ಕುತೂಹಲದಿಂದ ಕೇಳಿದರು.

ಸಂದೀಪ್ ಕಣ್ಣುಗಳು ಕಿರಿದಾದವು.

"ಒಮ್ಮೆ ಅಪ್ರೋಚ್ ಮಾಡಿದ್ಲು. ಸದ್ಯಕ್ಕೆ ಒಂದೆರಡು ವರ್ಷ ಮದ್ವೆ ಬೇಡಾಂದೆ. ಅವ್ರ ಫಾದರ್ ಕೂಡ ತಾವು ಕೆಲವು ಪೇಪರ್‌ಗಳಿಗೆ ಸಹಿ ಹಾಕಿಸಿಕೊಳ್ಳುವುದರ ಕಾರಣ ವಿವರಿಸಿ, ಎಲ್ಲಿಯದೋ, ಯಾರದೋ ಸಂತಾನ ತಮ್ಮ ಆಸ್ತಿ, ಸ್ಟೇಟಸ್‌ನಲ್ಲಿ ಪಾಲು ಪಡೆಯಬಾರ್ದು. ಆ ಪುಣ್ಯ ಸಂದೀಪ್ ನಮ್ಗೆ ಪ್ರಶ್ನೆಯಾಗಿ ಉಳಿಯುವುದರ ಜೊತೆಗೆ ನಿನ್ನ ಫಾದರ್, ಸಿಸ್ಟರ್ ಭಾರತಿ ನರ್ಸಿಂಗ್ ಹೋಂಗೆ ಹೋಗಲು ಪ್ರಬಲವಾದ ಕಾರಣ ಇರಬೇಕು ಅನ್ನೋದು ನಮ್ಮ ರಾಯ್ ಕಂಪನಿಗಳ ಡೈರಕ್ಟರ್‌ಗಳಿಗೆ ಅನ್ನಿಸಿದೆ. ನೀನು, ನಿನ್ನ ಸಿಸ್ಟರ್ ಪ್ರವೇಶಕ್ಕೆ ಸ್ವಾಗತವಿದೆ. ಅಂಥ ಆಪರ್ಚ್ಯುನಿಟಿಯಲ್ಲಿ ಕಳೆದುಕೊಳ್ಳಬೇಡೀಂತ ಅಡ್ವೈಸ್ ಮಾಡಿದ್ರು. ನಾನು ಟೋಟಲ್ಲಾಗಿ ನಿರಾಕರಿಸ್ದೇ. ಮೋಸ್ಟ್ಲೀ ಮತ್ತೆ ಅವರು ಅಪ್ರೋಚ್ ಮಾಡೊಲ್ಲ.. ಅಲ್ಲಿ ಅಪ್ಲಿಕೇಷನ್‌ನ್ನಿಡಬಹುದು. ಕ್ಯೂನಲ್ಲಿ, ನಿಂತಿರೋ ಸಂಖ್ಯೆ

ಕೂಡ ಇದೆ. ಅವರು ರಿಯಲ್ ಎಸ್ಟೇಟಿನ ಕ್ಷೇತ್ರ ಪ್ರವೇಶಿಸುತ್ತಿರುವ ಬಗ್ಗೆ ಕೂಡ ಹೇಳಿದ್ರು. ಅವರಿಗೆ DLF ಮೇಲೆ ಕಣ್ಣು ಬಿದ್ದಿದೆ" ಎಂದ ಸಂದೀಪ್.

ತಲೆದೂಗಿದ ಚಿರಂತನ್ ಕಾಲುಗಳನ್ನು ಮತ್ತಷ್ಟು ನೀಳವಾಗಿ ಚಾಚಿ "ಅದು ಸಹಜನೆ, ಕೌಲಾಲಂಪುರದಲ್ಲಿ ನಡೆಯುತ್ತಿರುವ ಭಾರತ-ಆಸ್ಟ್ರೇಲಿಯ-ವೆಸ್ಟ್ ಇಂಡೀಸ್ ನಡುವಿನ ಏಕ ದಿನ ಕ್ರಿಕೆಟ್ ಸರಣಿಯನ್ನು ನಾವೆಲ್ಲ ವೀಕ್ಷಿಸುವಾಗ, DLF ಜಾಹೀರಾತು ಎದ್ದು ಕಾಣುತ್ತೆ. ಈ ತ್ರಿಕೋನ ಸರಣಿ ಪ್ರಾಯೋಜಕರೇ DLF. ಕಪ್ ಹೆಸರು DLF ಅತ್ಯಂತ ಸಂತೋಷದ ವಿಷಯವೆಂದರೆ ಇದರ ಮಾಲೀಕರು ಪರದೇಶಿಯರಲ್ಲ, ಮಾಲೀಕರು ನಿವೃತ್ತ ಸೈನ್ಯಾಧಿಕಾರಿ ಎಪ್ಪತ್ತುನಾಲ್ಕು ವರ್ಷದ ಕುಶಾಲ್ ಪಾಲ್ ಸಿಂಗ್. ಇದೊಂದು ರಿಯಲ್ ಎಸ್ಟೇಟ್ ಕಂಪನಿ. ಏಷ್ಯಾದ ಅತಿ ದೊಡ್ಡ ಹಾಗೂ ವಿಶ್ವದ ಅತಿ ದೊಡ್ಡ ರಿಯಲ್ ಎಸ್ಟೇಟ್ ಕಂಪನಿಗಳಲ್ಲಿ ಇದೊಂದು. ಆ ಯಶಸ್ಸಿಗೆ ಒಂದು ಕಾರಣವಿದೆ. ಡ್ರೀಮ್ ಹೌಸ್‌ನ ಕನಸು ನನಸು ಮಾಡುವತ್ತ ಇದರ ಗಮನ. ನೀವು ಕಾಂಪೌಂಡ್ ದಾಟಿ ಹೊರಗೆ ಹೋಗುವ ಅಗತ್ಯವೇ ಇಲ್ಲದಂಥ ಸೌಲಭ್ಯಗಳು. ಮನೆ, ಬಳಿಯಲ್ಲೇ ಶಾಲೆ, ಕಾಲೇಜು, ರೆಸ್ಟೋರೆಂಟ್, ಶಾಪಿಂಗ್ ಮಾಲ್, ಆಸ್ಪತ್ರೆಗಳು, ಸ್ವಿಮ್ಮಿಂಗ್ ಪೂಲ್, ಗಾಲ್ಫ್ ಕ್ಲಬ್, ಕಂಟ್ರಿಕ್ಲಬ್‌ಗಳ ಜೊತೆಗೆ ಮಲ್ಟಿಪ್ಲೆಕ್ಸ್ ಥಿಯೇಟರ್‌ಗಳು ಈಗ ಯಾವ ಮಟ್ಟಕ್ಕೆ ಇಳಿದಿದ್ದಾರೆಂದರೆ ಕ್ರಿಕೆಟ್ ಸರಣಿಯನ್ನು ಪ್ರಾಯೋಜಿಸುವ ಮಟ್ಟಕ್ಕೆ. ಅಂಥದರಲ್ಲಿ 'ರಾಯ್ ಕಂಪನಿಯವರು ಅತ್ತ ಕಣ್ಣು ಹಾಯಿಸುವುದು ಸಹಜ. ಬೈ ದಿ ಬೈ, ಇಲ್ಲಿ ನನಗಿಂತ ನಿನ್ನ ಭವಿಷ್ಯ ಮುಖ್ಯವಾಗಿಬಿಡುತ್ತೆ. ಇಂದಿನ ನಿರಾಕರಣೆಗೆ ಮುಂದೆ ಪಶ್ಚಾತ್ತಾಪ ಪಡಬಾರದು." ಇಂಥ ಒಂದು ಮಾತನ್ನು ಸೇರಿಸಿದಾಗ ಇನ್ನಷ್ಟು ಸರಿದು ತಂದೆಯ ಕೈ ಹಿಡಿದು "ಇಲ್ಲ ಅಪ್ಪ, ನಂಗೆ ರಾಖಿ ರಾಯ್ ಫ್ಯಾಮಿಲಿಯವಳೆಂದು ತಿಳಿಯುವ ಮುನ್ನ ಬೆಳೆದಿದ್ದು ಸ್ನೇಹ, ನಂತರ ವಯೋಸಹಜವಾದ ಆಕರ್ಷಣೆ ಪ್ರೇಮವಾಗಿ ಕಂಡಿತು ಅಷ್ಟೆ. ನಿಮ್ಮ ಎತ್ತರಕ್ಕೆ, ನಂದು ಅಷ್ಟು ಡೀಪಾಗಿ ಯೋಚಿಸದಿದ್ದರೂ, ಸಂದೀಪ್ ತಪ್ಪು ಮಾಡೊಲ್ಲ. ಅವ್ನಿಗೆ ಹೆತ್ತವರ ಅಸ್ತಿತ್ವದಲ್ಲಿ ಬದುಕುವ ಇಚ್ಛೆ. ನೀವು ರೆಸ್ಟ್ ತಗೊಳ್ಳಿ" ಎಂದು ಹೊರ ಬಂದ.

ಅಂದು ಬೆಳಿಗ್ಗೆ.... ಬೆಳಿಗ್ಗೆಯೇ ಬಂದ ಕರುಣಾಕರ. "ಅಮ್ಮ ಒಳ್ಳೇ ಅಡಿಗೆ ಮಾಡಿದ್ದೇನೀಂತ ಹೇಳಿದ್ದಾಳೆ. ಎಲ್ಲಾ ಊಟಕ್ಕೆ ಅಲ್ಲಿಗೆ ಬರಬೇಕಾದ್ದೆ" ಪಟ್ಟು ಹಿಡಿದ. ಹೊಸ ಮನೆಗೆ ಹೋಗಿರಲಿಲ್ಲ. ಮನೆಯವರಷ್ಟಕ್ಕೆ ಹವನ, ಹೋಮ, ಪೂಜೆ ಅಂಥದ್ದು ಮಾಡಿಸಿಕೊಂಡಿದ್ದರು.

ಮಾಲಿನಿ "ದೊಡ್ಡದಾಗಿ ಸತ್ಯನಾರಾಯಣ ಪೂಜೆ ಇಟ್ಟುಕೊಂಡು ನಮ್ಮ ಕಾಲೇಜು ಸ್ಟಾಫ್ ಜೊತೆ ಬೇಕು ಬೇಕಾದವರನ್ನೆಲ್ಲ ಕರೆದು ಊಟ ಹಾಕಬೇಕು, ಸಂಜೆ ವಿ.ಐ.ಪಿ.ಗಳಿಗೆ ಒಂದು ಪಾರ್ಟಿ ಇಟ್ಕೋಬೇಕು" ಇಂಥ ಒಂದು ಕನಸನ್ನ ಹೇಳಿಕೊಂಡಾಗ ಮೊದಲು ಮೌನವಹಿಸಿದರು, ಆಮೇಲೆ "ಅದ್ನ ಮುಂದಕ್ಕೆ ಹಾಕೋಣ. ಸದ್ಯಕ್ಕೆ ಅಣ್ಣ, ನಂದು, ಸಂದೀಪನ್ನ ಕರ್ದು ಊಟಕ್ಕೆ ಹಾಕಬೇಕು" ಸದ್ಯಕ್ಕೆ ನಮ್ಗೆ ಅವರೊಬ್ಬರೇ ಹತ್ತಿರದ ಬಂಧುಗಳು" ಇಂಥದೊಂದು ಯೋಜನೆಯನ್ನು ಮುಂದಿಟ್ಟು ಸಾಧಿಸಿದ್ದರು.

ಅದಕ್ಕೆ ಚಿರಂತನ ಒಪ್ಪಿಕೊಂಡರು.

ಇವರುಗಳು ಬರುವ ವೇಳೆಗೆ ಅತ್ತೆ, ಸೊಸೆ ಅಡಿಗೆ ಮನೆ ಸೇರಿದ್ದರೆ, ಪ್ರತೀಕ ಗೆಳೆಯರನ್ನು ಕೂಡಿಕೊಂಡು ಹರಟೆಯೊಡೆಯುತ್ತಿದ್ದವನು, ಕಾರು ನಿಂತ ಕೂಡಲೇ ಸಭ್ಯತೆಯ ಮುಖವಾಡ ಧರಿಸಿ ಆಹ್ವಾನಿಸಲು ಬಂದು ಬಿಟ್ಟ.

"ಅಣ್ಣ, ನಿಮ್ಮೊಬ್ಬರಿಗೆ ಅವನು ಹೆದರೋದು. ಅಮ್ಮನ ಮುದ್ದಿನ ಮಗ. ಹೇಗೆ ಜಗಳಕ್ಕೆ ಬೀಳ್ತಾನೆ ಗೊತ್ತಾ? ಪಕ್ಕದ ಮನೆಯವರು ಕೂಡ ಇಣಕಿ ನೋಡ್ದಂಗೆ ಮಾಡ್ತಾನೆ" ಒಂದಿಷ್ಟು ಮಗನ ಬಗ್ಗೆ ಕರುಣಾಕರ ಮೆಚ್ಚಿಗೆಯಿಂದಲೇ ಮಾತಾಡಿದ್ದು.

ಕಾರಿನಿಂದ ಕೆಳಗಿಳಿದ ಚಿರಂತನ ಪ್ರತೀಕನತ್ತ ನೋಟ ಹರಿಸಿ "ಹೆದರೋಕೆ, ನಾನೇನು ಹುಲೀನಾ, ಸಿಂಹಾನಾ? ಈಗಿನ ಹುಡುಗರು ಹೆದರಿಸ್ತಾರಷ್ಟೆ" ನಗು ಬೀರಿದರು.

ಅತ್ತೆ, ಸೊಸೆ ಮಾಡುತ್ತಿದ್ದ ಕೆಲಸಗಳನ್ನು ಬಿಟ್ಟು ಗೇಟಿಗೆ ಬಂದರು.

"ನಾಲ್ಕು ದಿನದ ಜ್ವರಕ್ಕೆ ಎಷ್ಟೊಂದು ಬಡವಾಗಿದ್ದೀ?" ಗಿರಿಜಮ್ಮ ವಾತ್ಸಲ್ಯ ವ್ಯಕ್ತಪಡಿಸಿದರು. "ಜ್ವರಕ್ಕಿಂತ ಹೊರ್ಗೆ ಹೋಗದೆ... ಮಂಚದ ಮೇಲೆ ಮಲ್ಗಿ.. ಮಲ್ಗಿ ಬಡವಾಗಿದ್ದೀನಷ್ಟೆ. ಹೇಗಿದ್ದಿ ಚಿಕ್ಕಮ್ಮ?" ಬಗ್ಗಿ ಕಾಲುಗಳಿಗೆ ನಮಸ್ಕರಿಸಿದರು. "ಏನೇನು ಬದಲಾಗಲಿಲ್ಲ ಚಿರಂತನ. ನಿನ್ನ ಚಿಕ್ಕಪ್ಪ ಪದೇ ಪದೇ ಈ ಮಾತು ಹೇಳೋರು. ನಿನ್ನಪ್ಪನ ತರಹ ಅಲ್ಲ, ನೀನು... ಥೇಟು ನಿನ್ನಮ್ಮನಂಗೆಂಥ ಅಂಕಣಕೊಪ್ಪದ ಜನ ಹೇಳೋರು" ಅಂದೇ ಒಳಗೆ ಹೋದರು.

ಅವರ ಮುಖ ಸಪ್ಪಗಾಯಿತು. ತಂದೆ ಅಂದು ದೂರವೇ, ಇಂದು ಕೂಡ ಅಷ್ಟೇ. ಅವರೆಲ್ಲಿದ್ದಾರೆಂದು ತಿಳಿಯುವುದೇ ಕಷ್ಟವಾಗಿತ್ತು. ಚಿರಂತನ ಹೆಜ್ಜೆ ಭಾರವಾಗಿತ್ತು.

ತೊಗರಿ ಬೇಳೆಯ ಹೋಳಿಗೆ ಘಮಲು ಇಡೀ ಮನೆಯೊಳಗೆ ಸುತ್ತಿಕೊಂಡಿತ್ತು. ಗಿರಿಜಮ್ಮ ಕರೆದೊಯ್ದು ಮನೆಯನ್ನು ತೋರಿಸಿದರು. ಕೆಳಗಿನ ಒಂದು ರೂಮು ಇವರಿಗಾಗಿ. ಮೇಲಿನ ಎರಡು ರೂಂಗಳು ಪ್ರತೀಕ ಮತ್ತು ಮಾಲಿನಿ ಕರುಣಾಕರನಿಗೆ. ಎಲ್ಲಾ ವಿಶಾಲವಾಗಿದ್ದುದರಿಂದ ಅಚ್ಚುಕಟ್ಟಾಗಿ ಕಾಣುತ್ತಿತ್ತು.

"ಫರ್ನಿಚರ್ ತೀರಾ ಹಳೆಯದೂಂತ ಅಲ್ಲೇ ಮಾರಿ ಬಿಟ್ವಿ, ಹೊಸ್ದಾಗಿ ತರ್ಬೇಕು" ಮಾಲಿನಿ ಮಾತುಗಳಿಗೆ ಚಿರಂತನ ಪ್ರತಿಕ್ರಿಯಿಸಲಿಲ್ಲ.

ಗಿರಿಜಮ್ಮ ಗೆಲುವಾಗಿದ್ದು ಅವರಿಗೆ ಸಮಾಧಾನ ಕೊಟ್ಟಿತು.

ಊಟದ ನಂತರ ಮಾತಿಗೆ ಕೂತಾಗ "ನಿನ್ನ ಹೆಂಡ್ತಿ ಜಾನಕಿ ತುಂಬ ಒಳ್ಳೆ ಹೆಣ್ಣುಮಗ್ಳು. ಮದ್ವೆಯಾದಾಗ ಹೇಗಿದ್ದಳೋ, ಕೊನೆಯವರ್ಗೂ ಹಾಗೇ ಇದ್ದಿದ್ದು" ಚಿರಂತನ್‌ದತ್ ಹೆಂಡತಿಯನ್ನು ನೆನಪಿಸಿಕೊಂಡರು ಗಿರಿಜಮ್ಮ. ಜೊತೆಗೆ ಇನ್ನೊಂದು ಮಾತಿನ ಸೇರ್ಪಡೆ ಕೂಡ. "ಅದೇ ಪಡಿಯಚ್ಚು ನಮ್ಮ ನಂದಿತಾದು. ಅಮ್ಮನದೇ ಬಣ್ಣ, ಉದ್ದ, ಅದೇ ನಡಿಗೆ" ಕಣ್ತುಂಬಿಕೊಳ್ಳುವಂತೆ ನೋಡಿದರು ಅವಳನ್ನ.

ಮಗ ತಮ್ಮಿಂದ ದೂರವಾದ ಮೇಲೂ ಚಿರಂತನ್‌ದತ್ ಆಗಾಗ ಬಂದು ಕಷ್ಟ ಸುಖ ಕೇಳುವುದರ ಜೊತೆಗೆ ಭರವಸೆ ಮೂಡಿಸಿದ್ದರು. 'ಅಜ್ಜಿ, ತಾತ' ಎಂದು ಓಡಾಡಿ

ಮೊಮ್ಮಕ್ಕಳ ಭಾಗ್ಯ ಕರುಣಿಸಿದ್ದು ಸಾಧಾರಣ ವಿಷ್ಯವಲ್ಲ, ನಂದೂ ಮತ್ತು ಸಂದೀಪ್ ಮೊಮ್ಮಕ್ಕಳೇ!

ಸಂಜೆಯ ನಂತರವೇ ಹೊರಟಿದ್ದು. ಸ್ವಲ್ಪ ಜೀವನ ಶೈಲಿ ಮರೆಸುವಂತೆ ಒಂದು ಗಂಟೆ ಹೆಚ್ಚಿಗೆ ನಿದ್ದೆ ಮಾಡಿದ ಚಿರಂತನ್ ದತ್. ಮೈಯಲ್ಲಿ ಶಕ್ತಿ ಕಮ್ಮಿಯಾಗಿದೆಯೆನಿಸಿತು. ಮೂವತ್ತಕ್ಕೆ ಮದುವೆಯಾದರೂ ನಾಲ್ಕಾರು ವರ್ಷ ಮಕ್ಕಳಾಗಿರಲಿಲ್ಲ. ಆಗ ಮಡದಿ ಕಣ್ಣೀರಿಡದ ದಿನವಿರಲಿಲ್ಲ, ಮಾಡುದ ಪೂಜೆ, ವ್ರತಗಳು ಇರಲಿಲ್ಲ. ಡಾಕ್ಟರ್‌ಗಳು ಹೇಳಿದ್ದಕ್ಕೆಲ್ಲ ತಮ್ಮನ್ನು ಒಡ್ಡಿಕೊಂಡು ಮುತ್ತಿನಂಥ ಮಕ್ಕಳನ್ನು ಪಡೆದಿದ್ದು. ಅದೆಲ್ಲ ಬರೀ ನೆನಪುಗಳಾಗಿ ಕಾಡಿ, ನೋವು-ನಲಿವಿನ ಚಾದರವನ್ನು ಹೊದ್ದಿಸಿತು.

ಮರುದಿನ ಸಂಜೆ ಬಂದ ಪ್ರತೀಕ ಜೋರಾಗಿ ಅಳತೊಡಗಿದಾಗ ಮಾತ್ರ ಇವಳಿಗೆ ಗಾಬರಿ. "ಏನಾಗಿದೆ ಪ್ರತೀಕ? ಏನಾದ್ರೂ ಸಮಸ್ಯೇನಾ?" ಹತ್ತಿರದ ಕೂತು ತಲೆ ಸವರಿ ಕೇಳಿದಳು. ಮಗುವಿನಂತೆ ಬಿಕ್ಕಿದನೇ ವಿನಾ ಏನೆಂದು ಹೇಳಲಿಲ್ಲ.

"ನಾನು ಮನೆಗೆ ಹೋಗೋಲ್ಲ!" ಒಂದೇ ಹಟ.

"ಬೇಡ ಇಲ್ಲೇ ಇರು. ಆದರೆ ನಿನ್ನಮ್ಮ ಒಪ್ಪ ಬೇಕಲ್ಲ" ಅನುನಯಿಸುವಾಗ "ನಂಗೆ ಅಮ್ಮನೇ ಇಲ್ಲ!" ಸಿಡಿದು ಹೇಳಿದಾಗ ಅವಳಿಗೆ ಆಶ್ಚರ್ಯ. ತಾನೇ ಅವರ ಮನೆಗೆ ಫೋನ್ ಮಾಡಿ "ಪ್ರತೀಕ ಬಂದವನು ಇಲ್ಲೇ ಇದ್ದಾನೆ. ನಾಳೆ... ಬರ್ತಾನೆ" ನಂದಿತಾ ಹೇಳಿದಾಗ ಮಾಲಿನಿಗೆ ಇಷ್ಟವಾಗಲಿಲ್ಲ. "ಇವತ್ತು ಕಾಲೇಜಿಗೂ ಹೋಗಿಲ್ಲ. ತನ್ನ ಕೆರಿಯರ್ ಬಗ್ಗೆ ಚಿಂತೆ ಇಲ್ಲ. ಮುಂದೇನು ಗತಿ? ಅವ್ನಿಗೆ ಅವರಜ್ಜಿ ಬಂದ್ಮೇಲೆ ಮುದ್ದು ಜಾಸ್ತಿಯಾಗಿದೆ. ಮೂರ್ಹೊತ್ತು ಅದು ಇದೂ ಮಾಡಿ ಅವನಿಗೆ ತಿನ್ನಿಸೋದು. ಹದಿನೈದು ದಿನದಲ್ಲಿ ಒಂದೂವರೆ ಕೆ.ಜಿ. ಹೆಚ್ಚಿಸಿಕೊಂಡಿದ್ದಾನೆ. ಇದು ಎಲ್ಲಿ ಹೋಗಿ ಮುಟ್ಟುತ್ತೆ?" ಖಾರವಾಗಿಯೇ ಇತ್ತು ಆಕೆಯ ಮಾತುಗಳು.

"ಅಲ್ಲಿಗೆ ಬಂದ್ಮೇಲೆ... ಕೇಳಿ" ಫೋನಿಟ್ಟಳು.

ಈಚೆಗೆ ಸೂಕ್ಷ್ಮವಾಗಿ ಗಮನಿಸಿದಾಗ ಮಾಲಿನಿ ಅಗತ್ಯಕ್ಕಿಂತ ಹೆಚ್ಚಾಗಿ ಮಾತಾಡುತ್ತಾರೆನಿಸಿತು. ಮನೆ ಕೊಂಡ ಮೇಲಂತು ಮಾತಾಡುವ ಧಾಟಿ ಬದಲಾಗಿತ್ತು. ಆ ಬಗ್ಗೆ ತಲೆ ಕೆಡಿಸಿಕೊಳ್ಳದಿದ್ದರೂ ಪ್ರತೀಕ ಏಕಾಏಕಿ ಬಂದು ಅಳುತ್ತ ಕೂತಿರುವುದು ಆತಂಕವೆನಿಸಿತು.

"ನಿಮ್ಮಮ್ಮ ಬೇಜಾರು ಮಾಡಿಕೊಂಡಿದ್ದಾರೆ. ಒಮ್ಮೆ ಫೋನ್ ಮಾಡಿ ಮಾತಾಡ್ಸು" ಹೇಳಿದ್ದಕ್ಕೆ ತಲೆಯಾಡಿಸಿ "ನಾನು ಮಾತನಾಡಿಸೋಲ್ಲ" ಅಂದು ಎದ್ದು ಹೋಗಿ ಬಾಲ್ಕನಿಯಲ್ಲಿ ಕೂತ. ಅವನ ಪಾಡಿಗೆ ಅವನನ್ನ ಬಿಟ್ಟಳು.

"ಈಚೆಗೆ ಮಾಲಿನಿ ಜೊತೆ ಪ್ರತೀಕ ಸಿಕ್ಕಾಪಟ್ಟೆ ಜಗಳ ಆಡ್ತಾನೆ. ಇಬ್ರೂ ಸೋಲೊಲ್ಲ. ನಾನು ಮಧ್ಯೆ ಮಾತಾಡೋದು ಮಾಲಿನಿಗೆ ಇಷ್ಟವಾಗೊಲ್ಲ" ಇಂಥದೊಂದು ಮಾತು ಹೇಳಿದ್ದರು ಗಿರಿಜಮ್ಮ. ಇಬ್ಬರ ನಡುವೆ ಜಗಳವಾಡುವಂಥ ವಿಷಯವೇನಿರುತ್ತೆ? "ನಾನು

ಬೇಡಾಂದರು ಕೇಳ್ದೇ ಅಪ್ಪಿಗೆ ಹೊಸ ಬೈಕ್ ಕೊಡಿಸಿದ್ದಾಳೆ" ಎಂದಿದ್ದರು ಕರುಣಾಕರ. ಅಮ್ಮನ ಅಚ್ಚೆಯ ಮುದ್ದಿನ ಮಗ.

ತುಂಬ ಬಲವಂತ ಮಾಡಿದ ನಂತರವೆ ಪ್ರತೀಕ ರಾತ್ರಿ ಊಟ ಮಾಡಿದ್ದು. ಕೇಳಿದರು ಬಾಯಿ ಬಿಡಲಿಲ್ಲ. ಹತ್ತರ ಸುಮಾರಿಗೆ ಕರುಣಾಕರ ಫೋನ್ ಮಾಡಿ ವಿಚಾರಿಸಿದರು.

"ನಂದು, ಅಪ್ಪು ಅಲ್ಲಿದ್ದಾನೆ ಅಂದರೆ ನಂಗೆ ನೆಮ್ದಿ. ಈ ಮನೆಗೆ ಬಂದ್ಮೇಲೆ ಆಗಾಗ ಕೋಪ ಮಾಡಿಕೊಳ್ಳೋದು, ಅವನಮ್ಮನ ಜೊತೆ ಜಗಳವಾಡೋದು ಜಾಸ್ತಿಯಾಗಿದೆ. ಏನೋಪ್ಪ ಒಂದೂ ಅರ್ಥವಾಗೋಲ್ಲ" ಗಲಿಬಿಲಿ ಇತ್ತು ಅವರ ಮಾತುಗಳಲ್ಲಿ

"ಅಂಥದೇನು ಇರಲಿಕ್ಕಿಲ್ಲ, ಆರಾಮಾಗಿ ಉಟ ಮಾಡಿ ಕಂಪ್ಯೂಟರ್ ಮುಂದೆ ಕೂತಿದ್ದಾನೆ, ಸಂದೀಪಣ್ಣ ಜೊತೆ. ಅಲ್ಲೇ ಮಲಗ್ತಾನೆ. ನೀವು ನಿಶ್ಚಿಂತೆಯಾಗಿ ಮಲ್ಗಿ. ಚಿಕ್ಕಮ್ಮನ ಹತ್ರ ನಿಮ್ಗೆ ಜಗಳ ಆಡೋಕೆ ಬರೋಲ್ಲಾಂತ ಅಪ್ಪು ಷುರು ಮಾಡಿಕೊಂಡಿದ್ದಾನೆ" ನಕ್ಕು ಫೋನಿಟ್ಟಳು.

ಬೆಳಿಗ್ಗೆ ಸಂದೀಪನ ಜೊತೆ ಜಾಗಿಂಗ್ ಹೋಗಿ ಬಂದವ ಕಾಲೇಜಿಗೆ, ಮನೆಗೆ ಹೋಗುವ ಸುದ್ದಿಯನ್ನು ಎತ್ತದೆ ಬಲವಂತ ಮಾಡಿದ್ದಕ್ಕೆ ತಿಂಡಿ ತಿಂದು ಟೆರಸ್ ಮೇಲೆ ಹೋಗಿ ಕೂತವನ್ನ ಗಮನಿಸಿದ ಚಿರಂತನ್‌ದತ್ ನಂದಿತಾನ ಕರೆದು ಹೇಳಿದರು.

"ತುಂಬ ಡಿಸ್ಟರ್ಬ್ ಆದಂಗೆ ಕಾಣ್ತಾನೆ. ಸ್ವಲ್ಪ ವಿಚಾರ್ಸು" ಡೈರೆಕ್ಟರ್ ಮೀಟಿಂಗ್ ಇದೆಯೆಂದು ಚಿರಂತನ್‌ದತ್ ಹೊರಗೆ ಹೋದರು. ಸಂದೀಪ್ ಕೂಡ ಹೊರಟ. ಕರಿದ ಗೋಡಂಬಿಯೆಂದರೆ ಪ್ರತೀಕನಿಗೆ ಇಷ್ಟವೆಂದು ಒಂದು ಪ್ಲೇಟಿಗೆ ಹಾಕಿಕೊಂಡು ಹೋಗಿ ಅವನ ಮುಂದಿಟ್ಟು ಕೂತಳು.

"ಮೊದ್ಲು ಇದನ್ನೆಲ್ಲ ತಿನ್ನು"

ಅವನು ಮತ್ತೆ ಅಳೋದಕ್ಕೆ ಷುರು ಮಾಡಿದ. ತೀರಾ ಅವಮಾನಿತನಾದಂತೆ ಬಡಬಡಿಸುತ್ತಿದ್ದ. ಮೌನವಾಗಿ ಕಾದು ಕೂತಳು. ಹತ್ತು ನಿಮಿಷ ಬಿಟ್ಟು ತಾಕೀತು ಮಾಡಿದ್ದು. "ಪ್ಲೀಸ್, ಮೊದ್ಲು ಅಳು ನಿಲ್ಸು. ಈ ರೀತಿ ನೀನು ಅಳೋದು ನಂಗಿಷ್ಟವಾಗೊಲ್ಲ. ಹೆಂಗಸರೇ ಕಣ್ಣೀರಿಗೆ ಹಕ್ಕುದಾರರು ಅನ್ನೋ ಮಾತೊಂದಿದೆ. ಈಗ ಅದು ಬದಲಾದಂಗೆ ಕಾಣ್ತಾ ಇದೆ. ಪ್ರತೀಕ ಮೊದ್ಲು ಅಳು ನಿಲ್ಸು" ಸಂಯಮದಿಂದಲೇ ಹೇಳಿದ್ದು ನಂದಿತಾ.

ಹತ್ತು ನಿಮಿಷಗಳ ನಂತರ ಸಮಾಧಾನಕ್ಕೆ ಬಂದ.

"ನಂಗೆ ಹೇಗೆ ಹೇಳಬೇಕೋ ಗೊತ್ತಾಗ್ತಾ ಇಲ್ಲ" ಸಂಕೋಚಪಟ್ಟ.

"ನೇರವಾಗಿಯೇ ಹೇಳಿ ಬಿಡು. ಸಂದರ್ಭಗಳು, ಘಟನೆಗಳನ್ನು ವಿವರಿಸು, ನಾನೇ ಅರ್ಥಮಾಡ್ಕೋತೀನಿ. ಪರಿಹಾರಕ್ಕಾಗಿ ಪ್ರಯತ್ನಿಸುತ್ತೀನಿ. ಆಕಸ್ಮಾತ್ ಸಾಧ್ಯವಾಗದಿದ್ದರೆ ಮೇಲಿನ ಕೋರ್ಟ್‌ಗಳಲ್ಲಿ ಆಫಿಡವಿಟ್ ಸಲ್ಲಿಸಿದರಾಯ್ತು" ನಗೆ ಬೀರಿದಳು ಆಮೇಲೆ ತುಟಿ ಬಿಚ್ಚಿದ.

ನಂದಿತಾ ಮಾತುಗಳನ್ನು ಆಲಿಸಿದಳು. "ಐ ಹೇಟ್ ಹರ್, ನಂಗೆ ಮಮ್ಮಿ ಇಷ್ಟವಾಗೊಲ್ಲ" ಅವುಡುಗಳನ್ನು ಕಚ್ಚಿಡಿದ. ಕೋಪದಿಂದ ಅವನ ಮುಖ ಬಿಗಿದುಕೊಂಡಿತು.

"ಮೊನ್ನೆ ಶಾಪಿಂಗ್ ಕಾಂಪ್ಲೆಕ್ಸ್‌ಗೆ ಮಮ್ಮಿನ ಬೈಕ್‌ನಲ್ಲಿ ಕರ್ಕಂಡ್ ಹೋಗಿದ್ದೆ. ಮಮ್ಮಿ ಚೆನ್ನಾಗಿ ಡ್ರೆಸ್, ಮೇಕಪ್ ಮಾಡ್ಕೋತಾರಲ್ಲ. ಜೊತೆಗೆ ತೆಳ್ಳಗೆ, ಬೆಳ್ಳಗೆ ಬೇರೆ ಇದ್ದಾರೆ. ಅಲ್ಲೊಂದು ಯುವಕರ ಹಿಂಡು ಯುವತಿಯರನ್ನ ಕಿಚಾಯಿಸುತ್ತಿತ್ತು. ಅದರೊಲ್ಲೊಬ್ಬ... ನಮ್ಮ ಮನೆ ಇರೋ ಏರಿಯಾದವನು, ನೆನ್ನೆ ದಿನ ಒಳ್ಳೆ ಫಿಗರ್‌ನ ಜೊತೆಗೆ ಹಾಕ್ಕೊಂಡಿದ್ದಿ. ಷಾಪಿಂಗ್ ಕಾಂಪ್ಲೆಕ್ಸ್‌ನಲ್ಲಿ ಓಡಾಡೋವಾಗ ನೋಡ್ದೆ ಹೊಕ್ಕಳು ಸೂಪರ್ಬ್. ನಮ್ಗೂ ಒಂದಿಷ್ಟು ಪರಿಚಯ ಮಾಡ್ಸೂಂತ ಅಂದ. ಅಕ್ಕ, ನಂಗೆ ಹೇಗಾಗಿರಬೇಕು? ಇವತ್ತು ಬೆಳಿಗ್ಗೆ ಒಬ್ಬ ನಿಲ್ಲಿಸಿ 'ರೇಟು ಎಷ್ಟು, ಗಂಟೆ ಲೆಕ್ಕನಾ, ರಾತ್ರಿ ಲೆಕ್ಕಾನ? ಕೆಲಸ ಮುಗ್ದ ಕೂಡಲೇ ಫುಲ್ ಪೇಮೆಂಟ್" ಅಂದವನ ಕುತ್ತಿಗೆ ಪಟ್ಟಿ ಹಿಡಿದು ನಾಲ್ಕು ಬಿಟ್ಟೆ. ಅವರಿವರು ಬಿಡಿಸಿದರು. ಅವನು 'ನಿನ್ನದೇನೋ ದೊಡ್ಡಸ್ತಿಕೆ? ಅವಳಂಥವರು ಕಾಸಿಗೊಬ್ಬರು. ಕೊಸರಿಗೊಬ್ಬರು ಸಿಕ್ತಾರೆ'. ಹೊಲಸು... ಹೊಲಸು... ಮಾತುಗಳನ್ನು ಅಂದ. ಫ್ಲಾಟ್ ಏರಿಯಾದಲ್ಲಿ ಮಾಲಿನಿ ನನ್ನ ಮಮ್ಮಿ ಅಂತ ಅವರುಗಳಿಗೆ ಗೊತ್ತಿತ್ತು. ಈ ಏರಿಯಾದವರಿಗೆ ಗೊತ್ತಿಲ್ಲ. ಆ ಕಾರ್ನರ್‌ನಲ್ಲಿ ಒಂದು ಗುಂಪು ಇದ್ದೇ ಇರುತ್ತೆ. ಕೆಟ್ಟ ಕೆಟ್ಟದಾಗಿ ಹಂಗಿಸ್ತಾರೆ, ಸೈರಿಸಿಕೊಳ್ಳೋದು ಕಷ್ಟ" ಮತ್ತೆ ಮಗುವಿನಂತೆ ಬಿಕ್ಕಿ ಬಿಕ್ಕಿ ಅಳೋಕೆ ಷುರು ಮಾಡಿದಾಗ ಹೇಗೆ ಸಂತೈಯಿಸಬೇಕೋ ಅರ್ಥವಾಗಲಿಲ್ಲ.

ಇಲ್ಲಿ ಯಾರ್ದು ತಪ್ಪು? ಹರೆಯದಲ್ಲಿ ಸಿಗದ ಸೌಲಭ್ಯಗಳು ಈಗ ಸಿಕ್ಕಿದ್ದರಿಂದ, ಮಾಲಿನಿಯಲ್ಲಿ ಅತಿರೇಕಗಳು ಹುಟ್ಟಿಕೊಂಡಿವೆ. ಆಗಾಗ ಹೇರ್ ಸ್ಟೈಲ್‌ಗಳು ಚೇಂಜ್ ಮಾಡ್ತಾರೆ. ಉಡೋ ಸೀರೆಗಳಲ್ಲಿ ಕೂಡ ನಾಜೂಕು. ಒಂದೇ ವೆಯಿಟ್ ಮೈನ್‌ಟೇನ್ ಮಾಡಿರುವುದರಿಂದ ಹುಡುಗಿಯಂತೆ ಕಾಣುತ್ತಿದ್ದರು. ಆ ವಯಸ್ಸಿನ ಹಾವಭಾವವಿತ್ತು ಆಕೆಯ ನಡಿಗೆಯಲ್ಲಿ. ಆಗಾಗ ಬ್ಯೂಟಿಪಾರ್ಲರ್‌ಗೆ ಭೇಟಿ ನೀಡುವ ಅಭ್ಯಾಸವಿದ್ದುದ್ದರಿಂದ ಮುಖದಲ್ಲಿ ಸಹಜತೆ ಮಾಯವಾಗಿತ್ತು. ಆ ಯುವಕರು ಕೆರಳಿ ಈ ರೀತಿ ಮಾತಾಡುವುದಕ್ಕೆ ಅದೊಂದು ಕಾರಣ ಕೂಡ.

"ಇಂಥ ಪೋಲಿ ಪಟಾಲಂ ಎಲ್ಲ ಕಡೆ ಇರ್ತಾರೆ. ಅದಕ್ಕೆ ತಲೆ ಕೆಡ್ಸಿಕೊಳ್ಳೋದು ಬೇಡ. ಏನು ಮಾಡಬಹುದೋ ಯೋಚಿಸೋಣ" ಸಮಾಧಾನಿಸಿ ಧೈರ್ಯ ಹೇಳಿದಳು.

ಎರಡು ದಿನವಾದರೂ ಮನೆಯ ಕಡೆ ತಲೆ ಹಾಕಲಿಲ್ಲ. ಮಾಲಿನಿ, ಕರುಣಾಕರ ಅಲ್ಲದೆ ಗಿರಿಜಮ್ಮ ಕೂಡ ಸಾಕಷ್ಟು ಸಲ ಫೋನ್ ಮಾಡಿ ದಣಿದರಷ್ಟೇ. ಅವನು ಜಪ್ಪಯ್ಯ ಅನ್ನಲಿಲ್ಲ. ಸಂದೀಪ್ ವಿಚಾರಿಸಿದ. ಚಿರಂತನ್ ಕೇಳಿದರು ಅವನು ಬಾಯಿ ಬಿಡಲಿಲ್ಲ.

ಮಧ್ಯಾಹ್ನವೇ ಕಾಲೇಜಿನಿಂದ ಮಾಲಿನಿ ಬಂದವರು ಬಾತ್ ರೂಂಗೆ ಹೋಗಿ ಮುಖ ತೊಳೆದು, ಲಿಪ್‌ಸ್ಟಿಕ್ ತೆಗೆದು ನಂತರ ಬಂದು ಚಿರಂತನರ ಮುಂದೆ ತೋಡಿಕೊಂಡರು.

"ಇವ್ನಿಗೆ ಎಲ್ಲಾ ಸವಲತ್ತು ಮಾಡಿ ಕೊಟ್ಟಿದ್ದೀನಿ. ಕಂಪ್ಯೂಟರ್ ಕೂಡ ತರಿಸಿದ್ದಾಯಿತು. ಆರಾಮಾಗಿ ಇಲ್ಬಂದ್ ಕೂತಿದ್ದಾನೆ, ಭಾವನವರೇ ನೀವೆ ಅವನಿಗೆ ಬುದ್ಧಿ ಹೇಳಬೇಕು."

ಅವರಿಗೆ ಏನು ಅರ್ಥವಾಗಿರಲಿಲ್ಲ. ಪ್ರತೀಕ ಇಲ್ಲಿದ್ದರು ಅವರಿಗೆ ಸಂತೋಷವೇ. ಆದರೆ ಅದು ಸರಿಯಲ್ಲವೆಂದು ಅವರಿಗೆ ಗೊತ್ತು.

"ಏನೂಂತ ಗೊತ್ತಿದ್ದರೇ ತಾನೇ ಬುದ್ಧಿ ಹೇಳೋದು? ಅವನು ಬಾಯ್ಬಿಟ್ಟು ಏನು ಹೇಳದಿದ್ದರೂ ನೀವುಗಳು ಕಾರಣ ಹುಡುಕೋ ಪ್ರಯತ್ನ ಮಾಡಬೇಕು. ಹೆತ್ತವರು ಬರೀ ಅವರಿಗೆ ಬೇಕಾದ್ದು ಒದಗಿಸೋದೇ, ನಮ್ಮ ಕೆಲ್ಸಾಂತ ತಿಳಿಯೋದು ಮೂರ್ಖತನ, ನೀನು ಅವ್ನಿಗೆ ಅಮ್ಮ. ಜಗತ್ತಿನ ಎಲ್ಲಾ ಸಂಬಂಧಗಳಿಗಿಂತ ಹತ್ತಿರವಾದದ್ದು ಕರುಳು ಸಂಬಂಧ. ಏನೂಂತ ವಿಚಾರ್ಸಿ, ಅವನು ಬೇರೆಲ್ಲೂ ಹೋಗಿಲ್ಲ. ಇಲ್ಲೇ ಇರೋದ್ರಿಂದ ಏನು ಅಪಾಯ ಇಲ್ಲ" ಬುದ್ಧಿ ಹೇಳಿದರು. ಅವರಿಗೂ ಏನು ಗೊತ್ತಿಲ್ಲ. ಒಂದೆರಡು ಸಲ ಕೇಳಿದಾಗ ಜಾರಿಕೊಂಡಿದ್ದ.

ಮಾಲಿನಿ ತೆಪ್ಪಗೆ ಹೋದರು.

ತಂದೆಯ ಬಳಿ ಇದೆಲ್ಲ ಹೇಳುವುದು ಸರಿಯಿಲ್ಲವೆಂದುಕೊಂಡು ಸುಮ್ಮನಾಗಿದ್ದಳು ನಂದಿತಾ.

ಉಮಾಶಂಕರ ದೀಕ್ಷಿತ್ ಮಗನ ಮದುವೆಗೆ ಹೋಗುವ ಒಂದು ಕಾರ್ಯಕ್ರಮವಿದ್ದುದ್ದರಿಂದ, ಪ್ರೆಸೆಂಟೇಷನ್ ಪರ್ಚೇಸಿಂಗ್‌ಗೆಂದು ಹೋಗುವಾಗ ಪ್ರತೀಕ ಕೂಡ ಜೊತೆಗೂಡಿದ. ಅಲ್ಲಿಗಿಂತ ಅವನು ಇಲ್ಲಿ ನಿರಾಳವಾಗಿರುತ್ತಿದ್ದ. ಅಜ್ಜಿಗೆ ಮಾತ್ರ ಫೋನ್ ಮಾಡಿ ಮಾತಾಡಿಸುತ್ತಿದ್ದ.

ಹುಡುಗಿಯ ಸಲುವಾಗಿ ಗ್ರಾಂಡಾದ ಕಂಚಿ ಸೀರೆ, ಗಂಡಿಗೆ ಒಂದು ರಿಂಗ್ ಕೂಡ ಖರೀದಿಸಿ ಮನೆಗೆ ಬರುವ ವೇಳೆಗೆ ಕರುಣಾಕರ ಬಂದು ಕೂತಿದ್ದರು. ಪ್ರತೀಕ ನೋಡಿದರೂ ನೋಡದಂತೆ ರೂಮಿಗೆ ಹೋದ.

"ಇವ್ನಿಗೆ ಏನಾಗಿದೆ? ಅವ್ವು ಒಂದೇ ಸಮ ಗೋಳಾಡ್ತಾಳೆ. ನಂಗಂತು ಅವನು ಇಲ್ಲಿರೋದು ಎಲ್ಲಾ ದೃಷ್ಟಿಯಿಂದಲೂ ಒಳ್ಳೆಯದೆನಿಸಿದೆ. ಅವಳದು ತಾಯಿ ಕರುಳು. ಮಾಲಿನಿ ಕಾಲೇಜು ಹತ್ರ ಹೋದರೆ ಹಿಂದಿನ ಬಾಗಿಲಿನಿಂದ ಪರಾರಿಯಾಗಿದ್ದಾನೆ" ನಂದಿತಾ ಮುಂದೆ ಹೇಳಿಕೊಂಡರು ಮನದ ತಳಮಳವನ್ನ. ತಕ್ಷಣಕ್ಕೆ ಏನು ಹೇಳಲಾಗಲಿಲ್ಲ. "ಒಂದಿಷ್ಟು ಡಿಸ್ಟರ್ಬ್ ಆದಂಗೆ ಕಾಣ್ತಾನೆ. ನಾಲ್ಕಾರು ದಿನ ಕಳೆದರೆ ಸರಿ ಹೋಗ್ತಾನೆ" ಇಂಥದೊಂದು ಮಾತು ಹೇಳಲು ಶಕ್ಯಳಾದಳಷ್ಟೆ.

ಅದನ್ನೇ ಚಿರಂತನ್‌ದತ್ ಮುಂದೆ ಹೇಳಿದಾಗ "ಈ ವಯಸ್ಸಿನ ಮಾನಸಿಕ ಸ್ಥಿತಿ ಗೊಂದಲಮಯ. ಇಲ್ಲಿರೋದ್ರಿಂದ ಸೇಫ್. ದೀಕ್ಷಿತನ ಮಗನ ವಿವಾಹಕ್ಕೆ ಹೋಗ್ತಾ ಇದ್ದೀನಿ. ಅವನು ನಮ್ಜೊತೆ ಬರ್ತಾ ಇದ್ದಾನೆ. ಅಲ್ಲಿಂದ ಬಂದ್ಮೇಲೆ ಕರ್ಕಂಡ್ ಹೋಗಿ ವಿಚಾರ್ಸಿಕೋ, ನನ್ನ ಮುಖ ತಪ್ಪಸ್ಕೊಂಡೇ ಓಡಾಡ್ತಾ ಇದ್ದಾನೆ. ಸಮ್‌ಥಿಂಗ್ ರಾಂಗ್" ಎಂದರು.

ಅಣ್ಣ ಹೇಳಿದ ಮೇಲೆ ಮುಗಿದು ಹೋಯಿತು. ಮಗನನ್ನ ಅರಸಿಕೊಂಡು ರೂಮಿಗೆ ಬಂದ ಕರುಣಾಕರ "ಯಾಕೋ, ಹೀಗೆಲ್ಲ ಮಾಡ್ತೀ? ನೀನು ಇಲ್ಲಿರೋದು ಯಾರ್ಗೂ ಅಭ್ಯಂತರವಿಲ್ಲ. ಅವ್ನು ಸುಮ್ನೇ ಗೋಳಾಡ್ತಾ ಇದ್ದಾಳೆ. ಅಮ್ಮ, ಮಗನ ನಡ್ವೆ ಏನು ನಡೆದಿದೆ?" ಅಲ್ಲೇ ಕೂತು ಕೇಳಿದರು.

ಕೂತಿದ್ದವನು ಎದ್ದು ಹೋಗಿ ಕಿಟಕಿಯ ಬಳಿ ನಿಂತು "ಏನು ನಡೆದಿಲ್ಲ... ಅಷ್ಟೆ" ಎಂದ ಚುಟುಕಾಗಿ. ಕರುಣಾಕರ ಎದ್ದು ಬಂದು ಮಗನ ಭುಜಗಳ ಮೇಲೆ ಕೈಯಿಟ್ಟು ತಮ್ಮೆಡೆ ತಿರುಗಿಸಿಕೊಂಡು "ಈಗ್ಗೇಳು ನಿಂಗೆ ಅಲ್ಲಿ ತೊಂದರೆಯಾಗಿರೋದು ಏನು? ಈಗ ಅಜ್ಜಿ ಮನೆಯಲ್ಲಿದ್ದಾರೆ. ಬೇಕು... ಬೇಕಾದನ್ನ ಮಾಡಿ ಮುದ್ದಿನ ಮೊಮ್ಮಗನಿಗೆ ಅಕ್ಕರೆಯಿಂದ ಬಡಿಸ್ತಾರೆ. ಇನ್ನ ಎಲ್ಲಿದೆ ಪ್ರಾಬ್ಲಮ್? ನಮ್ಗೆ ಇರೋದು ನೀನೊಬ್ನೇ ಕಣೋ" ಅಂದರು ಆದ್ರತೆಯಿಂದ.

"ನನ್ನ ಏನು ಕೇಳಬೇಡಿ. ನಾನಂತು ನಿಮ್ಜೊತೆ ಮನೆಗೆ ಬರೋಲ್ಲ" ಯಾವ ಮುಲಾಜಿಗೂ ಒಳಗಾಗದೇ ತಟಕ್ಕೆಂದು ನುಡಿದ. ಕರುಣಾಕರ ಗಾಬರಿಯಾದರು. "ಏನಾಗಿದೆ ನಿಂಗೆ? ನೀನು ಅಣ್ಣ, ನಂದಿತಾ ಜೊತೆ ದೆಹಲಿಗೆ ಹೋಗ್ತಾ ಇರೋದು ಗೊತ್ತಾಯ್ತು. ಒಂದು ಛೇಂಜ್ ಇರುತ್ತೆ, ಒಳ್ಳೇದೇ. ಆದರೆ ಬಂದು ಅಮ್ಮನಿಗೆ ಹೇಳಿ ಹೋಗು. ಅವ್ಳಿಗೂ ನೀನು ದೊಡ್ಡವರ ಮನೆ ಮದ್ವೆಗೆ, ಅಣ್ಣನ ಜೊತೆ ಹೋಗ್ತಾ ಇರೋದು ಖುಷಿ ತರುತ್ತೆ" ಪುಸಲಾಯಿಸಿದರು. ಅವನು ಬಡಪೆಟ್ಟಿಗೆ ಒಪ್ಪಲಿಲ್ಲ.

"ಆಯ್ತು, ನಾನೇ ಹೇಳ್ತೀನಿ. ಅಲ್ಲಿಂದ ಬಂದ್ಮೇಲೆ ನೇರವಾಗಿ ಮನೆಗೆ ಬಾ. ಬಟ್ಟೆ ಬರೆಯಲ್ಲ ಅಲ್ಲೆ ಇದೆಯಲ್ಲ. ನಾನೇ ಡ್ರೆಸ್‌ಗಳನ್ನು ತಂದು ಕೊಡ್ಲಾ?" ಕೇಳಿದ್ದಕ್ಕೆ ತಲೆಯಾಡಿಸಿದ. "ದೊಡ್ಡಪ್ಪ ಎರಡು ಸೆಟ್ ಕೊಡಿಸಿದ್ದಾರೆ, ನಂಗೇನು ಬೇಡ" ಅದನ್ನು ಮುನಿಸಿಕೊಂಡೇ ನುಡಿದಿದ್ದು.

ಕರುಣಾಕರಗೆ ಎರಡಿಂಚು ಭೂಮಿಯೊಳಕ್ಕೆ ಇಳಿದಂತಾಗಿತ್ತು. ಮನೆಗೆ ಬರುವ ವೇಳೆಗೆ ಸುಸ್ತಾಗಿದ್ದರು. ಹೊರಗಡೆಯೆ ಕಾದಿದ್ದ ಗಿರಿಜಮ್ಮ ಮಗನ ಮುಖ ನೋಡಿ ಆತಂಕಗೊಂಡರು.

"ಪ್ರತೀಕ... ಬರಲಿಲ್ಲವಾ?" ಕೇಳಿದರು.

"ಇಲ್ಲಮ್ಮ, ಅಣ್ಣ, ನಂದಿತಾ ದೆಹಲಿಗೆ ಮದ್ವೆಗೆ ಹೊರಟಿದ್ದಾರೆ. ಇವ್ನು ಕೂಡ ಅವರುಗಳ ಜೊತೆ ಹೊರಟಿದ್ದಾನೆ. ಬಂದ್ಮೇಲೆ ಬರ್ತೀನಿ" ಅಂದ, ಎಂದವರು ರೂಮಿಗೆ ಹೋದರು. ಉಗುರುಗಳಿಗೆ ಬಣ್ಣ ಹಚ್ಚುತ್ತಿದ್ದ ಮಾಲಿನಿ "ಬರಲಿಲ್ಲವಾ, ಮೂರ್ಹೊತ್ತು ಮಮ್ಮಿ ಅಂತ ಹಿಂದೆ ಮುಂದೆ ಸುತ್ತಾಡ್ತಾ ಇದ್ದವನಿಗೆ ಏನಾಗಿದೆ?" ಸ್ವರದಲ್ಲಿ ಕೋಪದ ಜೊತೆ ದುಃಖವು ಇತ್ತು.

"ನಂಗೊಂದು ಗೊತ್ತಿಲ್ಲ. ಬೇಕಾದರೆ ನೀನೇ ಫೋನ್ ಮಾಡಿ ತಿಳ್ಕೋ" ಎಂದು ಹೇಳಿದವರು ಬಟ್ಟೆ ಬದಲಾಯಿಸಿ ಮಂಚದ ಮೇಲೆ ಉರುಳಿಕೊಂಡರು. ಹೆಂಡತಿಯ ಕೂದಲಿನ ಬಣ್ಣ ಹೆಚ್ಚು ದಟ್ಟವಾಗಿತ್ತು. ಇಂದಿನವರೆಗೂ ಒಂದು ಬಿಳಿ ಕೂದಲನ್ನು

ಕಂಡಿರಲಿಲ್ಲ. ಅವರ ಕೂದಲು ಅರ್ಧಕ್ಕರ್ಧಬೆಳ್ಳಗಾಗಿತ್ತು. ಆ ಬಗ್ಗೆ ಅವರಿಗೇನು ಚಿಂತೆ ಇರಲಿಲ್ಲ. "ತಲೆ ಕೂದಲಿಗೆ ಡೈ ಹಾಕಿ ಇಲ್ಲದಿದ್ದರೇ ತೀರಾ ವಯಸ್ಸಾದಂಗೆ ಕಾಣ್ತೀರಿ" ಇಂಥ ತಗಾದೆ ಆಗಾಗ ಇರುತ್ತಿತ್ತು. ಕೆಲವೊಮ್ಮೆ ಮಾಲಿನಿ ಅವರ ಕೂದಲನ್ನು ಡೈ ಮಾಡಿದ್ದುಂಟು. ಸುಮಾರು ಸಲ ಹೆಂಡತಿಗೆ ಕೈ ಮುಗಿದು "ನನ್ನ ಪಾಡಿಗೆ ನನ್ನ ಬಿಟ್ಟು ಬಿಡು. ವಯಸ್ಸಾಗ್ತಾ... ಆಗ್ತಾ ಕೆಲವು ಬದಲಾವಣೆ ದೇಹದಲ್ಲಿ ಆಗೋಕೆ ಷುರುವಾಗುತ್ತೆ. ಪ್ರೌಢಾವಸ್ಥೆಯ ಸೂಚನೆ. ನಾವು ಆಗ ಹುಷಾರಾಗಿಬಿಡಬೇಕು. ಈ ಜಗತ್ತು ಬಿಡೋ ದಿನಗಳು ಸಮೀಪಿಸ್ತಾ ಇದೇಂತ ಅಂದ್ಕೋಬೆಕು. ನಂಗೆ ವಯಸ್ಸಾಗ್ತಾ ಇದೆ. ನೀನು ಮಾತ್ರ ಎವರ್‌ಗ್ರೀನ್" ಹೆಂಡತಿಯ ಕೆನ್ನೆ ಹಿಡಿದು ಪರೀಕ್ಷಿಸಿದ್ದುಂಟು. ಅವೆಲ್ಲ ದಾಂಪತ್ಯದಲ್ಲಿ ರಸಗಳಿಗೆಗಳೇ.

ಮಲಗಿದ್ದ ಗಂಡನ ಪಕ್ಕ ಹೋಗಿ ಕೂತು "ಏನಾಗಿದೆ ಪ್ರತೀಕನಿಗೆ? ಹೆತ್ತು ಸಾಕಿದ ನಮಗಿಂತ ಅವರೇ ಹೆಚ್ಚಾಗಿ ಬಿಟ್ಟಿದ್ದಾರೆ" ಅಸಹನೆ ವ್ಯಕ್ತಪಡಿಸಿದರು.

"ನಂಗೆ ಇದು ಇಷ್ಟವಾಗೊಲ್ಲ, ಮಾಲಿನಿ. ಅವ್ರು ಎಲ್ಲ ರೀತಿಯಲ್ಲೂ ಹೆಚ್ಚಿನ ಸ್ಥಾನದಲ್ಲೇ ಇದ್ದಾರೆ. ಮೊದ್ಲು ಅಮ್ಮ, ಮಗನ ಮಧ್ಯದ ಮುನಿಸಿಗೆ ಕಾರಣವೇನೂಂತ ಹೇಳು. ಅವ್ನಿಗೆ ಏನಾದ್ರೂ ಅಂದ್ಯಾ? ಇಲ್ಲ ನಿನ್ನ ಮೆಡಿಸಿನ್, ಸಾಫ್ಟ್‌ವೇರ್ ಧ್ಯಾನಕ್ಕೆ ಹೆದಿರಿ ಅಲ್ಲಿ ಹೋಗಿ ಕೂತಿದ್ದಾನಾ? ನಿಂಗೆ ಸ್ವತಂತ್ರ ಬೇಕು. ಅವ್ನಿಗೆ ಮಾತ್ರ ಬೇಡ. ನಿಂಗೆ ನಿನ್ನ ಪ್ರೇಮ ಮುಖ್ಯವಾಯ್ತು. ಅಪ್ಪ ಅಮ್ಮನ ಆಸೆ ಏನೂಂತ ಯೋಚಿಸ್ದೆ ನನ್ನೊತೆ ಬಂದೆ. ಇದೆಲ್ಲ ನೆನಪಿಸ್ಕೋ. ಮಕ್ಳು ಬೆಳೆದಂತೆ ಅವರ ಮೇಲಿನ ಹಕ್ಕು, ಅಧಿಕಾರವನ್ನು ಕಳೆದುಕೊಳ್ಳುವುದು ಅನಿವಾರ್ಯವಾಗಿ ಬಿಡುತ್ತೆ. ಇದಕ್ಕೆ ನಾವು ಒಗ್ಗಿಕೋಬೇಕು. ಇಲ್ಲದಿದ್ದರೆ ನೋವು ಅನುಭವಿಸಬೇಕಾಗುತ್ತೆ. ಅಣ್ಣ, ನಂದು ಜೊತೆ ದೆಹಲಿಗೆ ಹೊರಟಿದ್ದಾನೆ. ಬಂದ್ಮೇಲೆ.... ಬರ್ತಾನೆ. ಅಣ್ಣ ಕಳುಹಿಸಿ ಕೊಡ್ತೀನಿಂತ ಹೇಳಿದ್ದಾರೆ. ಸುಮ್ನೇ ನೀನು ತಲೆಕೆಡಿಸ್ಕೋಬೇಡ. ಬಡಬಡಿಸಿ ನನ್ತಲೆ ಬಿಸಿ ಮಾಡಬೇಡ. ಜೋರಾಗಿ ನಡೆದಿದೆ ಅಲಂಕಾರ, ಎಲ್ಲೋ ಹೊರಟಂಗಿದೆ" ಕೊನೆಯಲ್ಲಿ ತಮಾಷೆ ಮಾಡಿದರು. ಹೆಂಡತಿಗೆ ನೋವು ಮಾಡುವುದು ಕೂಡ ಅವರಿಗಿಷ್ಟವಿರಲಿಲ್ಲ.

ಒಂದಿಷ್ಟು ಕೂಗಾಡುವ ಬಿರುಸು ಇದ್ದರೂ 'ಬಿ.ಪಿ. ಲಕ್ಷಣಗಳು ಕಾಣಿಸ್ತಾ ಇದೆ. ಸುಮ್ನೇ ಟೆನ್‌ಷನ್ ಮಾಡ್ಕೋಬೇಡಿ' ಡಾಕ್ಟರ್ ಸಲಹೆ ಇದ್ದುದ್ದರಿಂದ ಮೌನವಹಿಸಿದರು ಮಾಲಿನಿ.

"ನಮ್ಮನ್ನ ಒಂದ್ಮಾತು ಕೇಳಿದ್ದರೆ, ನಾವುಗಳು ಕೂಡ ದೆಹಲಿಗೆ ಹೋಗಬಹುದಿತ್ತು. ನಮ್ಗೆ ಅಂಥ ನೆಂಟರಿಷ್ಟರು, ಬಂಧು-ಬಳಗದವರು ಇರಲಿ ಸ್ನೇಹಿತರು ಕೂಡ ಇಲ್ಲ. ಈ ವಿಷ್ಯ ಮರ್ತೆ, ಅಲ್ಲಿ ಮೂರನೇ ಫ್ಲಾಟ್‌ನಲ್ಲಿದ್ದ ಇಂಜಿನಿಯರ್ ಸಿಂಗ್ ಮಗನ ನಿಶ್ಚಿತಾರ್ಥ ಛತ್ರದಲ್ಲಿ. ಬಂದು ಇನ್ವಿಟೇಷನ್ ಕೊಟ್ಟು ಕರೆದು ಹೋಗಿದ್ದಾರೆ. ಅವರಿಗೆ ದೊಡ್ಡ ಸಂಬಂಧ ಸಿಕ್ಕಿದೆ. ಆರೋಗ್ಯ ಮಂತ್ರಿ ಸದಾಶಿವ್ ಇಲ್ವಾ, ಅವರ ತಮ್ಮನ ಮಗನಿಗೆ ಕೊಡ್ತಾ ಇರೋದು. ಒಂದು ವಿವಾಹದ ಖರ್ಚನ್ನ ಎಂಗೇಜ್‌ಮೆಂಟ್‌ಗೆ ಮಾಡ್ತಾ ಇದ್ದಾರೆ. ನಾವು ಹೋಗೋಣ, ಆದರೆ ಈ ಅವತಾರದಲ್ಲಿ ಅಲ್ಲ. ಮೊದ್ಲು ಕೂದಲನ್ನ ಡೈ

ಮಾಡ್ಕೋಬೆಕು" ಅವಸರಿಸಿದರು.

ನಿಧಾನವಾಗಿ ಮೇಲೆದ್ದು ಕೂತು ಎರಡು ಕೈಗಳನ್ನು ಜೋಡಿಸಿ "ನನ್ನ ಪಾಡಿಗೆ ನನ್ನ ಬಿಟ್ಟು ಬಿಡು. ಡೈ ಮಾಡ್ಕೊಂಡು ಸೂಟು ಧರಿಸಿ ಮುಖಕ್ಕೆ ಒಂದಿಷ್ಟು ಮೇಕಪ್ ಹಾಕ್ಕೊಂಡು ತಯಾರಾಗಿ ಹೋಗೋ ವೇಳಗೆ ಎಂಗೇಜ್‌ಮೆಂಟ್ ಮುಗ್ದು ಹೋಗಿರುತ್ತೆ. ಸಿಂಗ್ ಒಳ್ಳೆ ಮನುಷ್ಯ. ನಾನು ಬೇಕಾದರೆ, ಹೀಗೆ ಬರೋಕೆ ರೆಡಿ" ಅಂದರು.

ಅದಕ್ಕೆ ಹೆಂಡತಿ ಒಪ್ಪಲಾರಳೆಂದು ಕರುಣಾಕರಗೆ ಗೊತ್ತು.

"ನೋ, ಈ ಅವತಾರದಲ್ಲಿ! ಖಂಡಿತ ಬೇಡ. ನಿಮ್ಗೆ ಈಗಾಗಲೇ ಒಂದಿಷ್ಟು ಹೊಟ್ಟೆ ಬಂದಿದೆ. ಐವತ್ತು ದಾಟಿದಂಗೆ ಕಾಣ್ತೀರಿ. ಜೊತೆಗೆ ಮುಖದಲ್ಲಿ ಸೋಮಾರಿ ಕಳೆ. ಸ್ವಲ್ಪ ಫ್ರೆಶ್ಶಾಗಿರೋದಕ್ಕೇನು?" ದಬಾಯಿಸಿದರು ಮಾಲಿನಿ.

"ನನ್ನ ಮನಸ್ಸು ತತ್ವಕ್ಕೆ ಕೆಲವು ಒಪ್ಪಿಗೆಯಾಗೋಲ್ಲ. ಸುಮ್ನೆ ನನ್ನ ಪಾಡಿಗೆ ನನ್ನ ಬಿಡು. ಐವತ್ತು ತುಂಬದಿದ್ದರೂ ಆ ಕಡೆ ಸರೀತಾ ಇರೋದು ಸುಳ್ಳಲ್ಲವಲ್ಲ. ನೀನು ಈಗ್ಲೂ ಚಿರ ಯೌವ್ವನೆ. ಜಾಗಿಂಗ್ ಹೋಗೋಕೆ ಷುರು ಮಾಡಿದ್ಮೇಲೆ ಮತ್ತಷ್ಟು ಚಿಕ್ಕವಳಾಗಿ ಕಾಣ್ತೀಯ. ನಾನು ನೀನು ಜೊತೆಯಾಗಿ ಹೋದರೆ, ಬೇರೆ ತರಹ ತಿಳಿದರೇ ಭಯವಾಗುತ್ತೆ. ನನ್ನ ಪರವಾಗಿ ನೀನೊಂದು ಶುಭಾಶಯ ಹೇಳ್ಬಿಡು" ಅಂದು ಮಲಗಿಯೇಬಿಟ್ಟರು. 'ಲೇಜಿನೆಸ್' ಗೊಣಗಿಯೇ ಮಾಲಿನಿ ಎದ್ದು ಹೋಗಿದ್ದು.

ಭರ್ಜರಿಯಾಗಿ ರೆಡಿಯಾದ ಮಾಲಿನಿ ಅಡಿಗೆ ಮನೆಗೆ ಬಂದು "ಅತ್ತೆ, ಹೆಚ್ಚಿಗೇನು ಮಾಡಬೇಡಿ. ಪ್ರತೀಕ ದೆಹಲಿಗೆ ಹೋಗ್ತೀನಿ ಅಂದನಂತೆ. ಅವರದು 'ಬಿ' ಶಿಫ್ಟ್, ಮಧ್ಯಾಹ್ನದ ಊಟ ಕ್ಯಾಂಟೀನ್‌ನಲ್ಲಿಯೇಮುಗಿಯುತ್ತೆ" ಅಂದರು ಹೆಚ್ಚುತ್ತಿದ್ದ ತರಕಾರಿ ನೋಡಿ.

"ಆಯ್ತು, ನನ್ನೊಬ್ಬಳಿಗೆ ಅಡಿಗೆ ಯಾಕೆ? ಹಸಿವು ತೀರಾ ಕಮ್ಮಿ. ಏನೋ ತಿಂದ್ಕೋತೀನಿ ಬಿಡು" ಅಂದು ಹೆಚ್ಚಿಟ್ಟ ತರಕ್ಕಾರಿಯನ್ನು ಫ್ರಿಜ್‌ನಲ್ಲಿಟ್ಟರು. ಸೊಸೆ ಅಡಿಗೆ ಮನೆಯಲ್ಲಿನ ದುಂದಿಗೆ ವಿರೋಧವೆಂದು ಗೊತ್ತಿತ್ತು. ಪ್ರತಿಯೊಂದಕ್ಕೂ ತಾಕೀತು ಮಾಡಿದಾಗ ಮುಜುಗರವೆನಿಸಿದರು ಸಹಿಸಿಕೊಳ್ಳುವ ಅಗತ್ಯವೆಂದು ಮೌನವಹಿಸುತ್ತಿದ್ದರು. ದೇಶಾಂತರ ಹೋದ ಗಂಡನ ಚಿಂತೆ ಒಂದು ಕಡೆಯಾದರೆ, ಇಂದಿಗೂ ಮಗನ ಮನೆ ಸ್ವಂತದಲ್ಲದೆನಿಸಿದರಲ್ಲಿ ಮುಲಾಜು ಇಲ್ಲದೆ ಎಲ್ಲಾ ಸ್ವಾತಂತ್ರವನ್ನು ಸೊಸೆ ಮೊಟಕುಗೊಳಿಸಿದ್ದರು.

ಸೊಸೆ ಪೂಸಿದ್ದ ಪ್ಯಾರಿಸ್ ಸೆಂಟ್ ಪರಿಮಳ ಕಿಚನ್ ತುಂಬ ತುಂಬಿಕೊಂಡಾಗ ಹೊರ ಬಂದರು. ತಾನೇ ಒಂದು ಲೋಟ ಹಾರ್ಲಿಕ್ಸ್ ಬೆರೆಸಿಕೊಂಡು ಕುಡಿದು ಹೊರ ಬಂದ ಸೊಸೆಯನ್ನು ನೋಡಿದರು. ಲಕ್ಷಣವಾಗಿಯೇ ಇದ್ದಿದ್ದು ಕುತ್ತಿಗೆಯಲ್ಲಿ ಅಮೆರಿಕನ್ ಡೈಮಂಡ್ ನೆಕ್ಲೆಸ್, ಒಂದು ಕೈಯಲ್ಲಿ ಒಂಟಿ ಬಳೆ, ಕುತ್ತಿಗೆಯವರಗಿದ್ದ ಕೂದಲು ಪ್ರಭಾವಳಿಯಂತೆ ಕಂಡಿತು. ಕಿವಿಯೊಳಗೆ ಮುತ್ತಿನ ಗೊಂಚಲು. ಮೇಕಪ್ ಆದ ಮುಖ ಅದೆಲ್ಲ ಆಕೆಗೆ ಇಷ್ಟವಾಗಲಿಲ್ಲ. ಹಾಗೆಂದು ವಿವಾಹವಾದ ಇಪ್ಪತ್ತು ವರ್ಷಗಳ ನಂತರ ಬಂದ ಅತ್ತೆ ಹೇಳಬಹುದೇ? ಹೇಳಬಾರ್ದು.

ಸುಮ್ಮನೆ ಹೋಗಿ ತಮ್ಮ ಕೋಣೆಯಲ್ಲಿ ಕೂತರು.

ಹೊರಗೆ ಬಂದ ಕರುಣಾಕರ ಮುಖ ಒಂದು ತರಹ ಮಾಡಿ "ಏಯ್, ಮಾಲು... ಇಷ್ಟೊಂದು ಅಲಂಕಾರ ಅಗತ್ಯವೇನು? ಈ ಆರ್ಟಿಫಿಷಿಯಲ್ ಒಡ್ವೆಗಳನ್ನು ಯಾಕೆ ಹಾಕ್ಕೋತೀಯ? ಇದೆಲ್ಲ... ಬೇಕಾ? ... ಕಷ್ಟಪಟ್ಟು ಡಿಗ್ರಿಗಳ, ಹುದ್ದೆನ ಸಂಪಾದಿಸ್ಕೊಂಡು ಇದ್ದೀಯ. ನಿಂಗೆಷ್ಟು ದೊಡ್ಡ ಮಗ ಇದ್ದಾನೆ ಗೊತ್ತು ತಾನೇ? ಒಂದಿಷ್ಟು ತಾಯಿ ಸ್ಥಾನಕ್ಕೆ ಗಾಂಭೀರ್ಯ ಅಗತ್ಯ. ಇದು ನಿಂಗ್ಯಾಕೆ ಅರ್ಥವಾಗೋಲ್ಲ" ಸ್ವಲ್ಪ ಕಹಿಯಾಗಿಯೆ ಟೀಕಿಸಿದರು.

"ನಾನು ಹಿಂದೆ ಎಲ್ಲಾ ರೀತಿಯ ಅವಮಾನಗಳನ್ನು ಅನುಭವಿಸಿದ್ದೀನಿ. ಈಗ್ಲೂ ಐದು ನೂರು ರೂಪಾಯಿ ಸಂಬಳಕ್ಕೆ ಕೆಲಸ ಮಾಡುವ ಪ್ರೈಮರಿ ಶಾಲೆಯ ಮೇಡಂ ಅಲ್ಲ. ಹುದ್ದೆಗೆ ಅನುಗುಣವಾಗಿ ಸ್ಟೇಟಸ್ ಬೆಳೆಯುತ್ತೆ ಅದಕ್ಕೆ ಅನುಗುಣವಾಗಿ ನಾವು ಬದಲಾಗಬೇಕು" ಅಷ್ಟೇ ಪ್ರಬಲವಾಗಿ ಸಮರ್ಥಿಸಿಕೊಂಡಾಗ ಬೇಸರದಿಂದಲೇ ಕರುಣಾಕರ ಹೊರಗೆ ಹೋಗಿ ನಿಂತಿದ್ದು. ಆಮೇಲೆ ರೂಮಿಗೆ ಹೋದರು. ಇದಕ್ಕೆ ಬ್ರೇಕ್ ಹಾಕಲಾರದ ಅಸಹಾಯಕ ಸ್ಥಿತಿ ಅವರದು.

ಆಮೇಲೆ ಕೆಳಗೆ ಬಂದಾಗ ಅಕ್ಕಿಯನ್ನು ಹರವಿಕೊಂಡು ಅರಿಸುತ್ತಿದ್ದ ಆಕೆ ತಲೆಯೆತ್ತಿ "ಯಾರ್ದೋ ಮನೆಯ ಮದ್ವೆಯ ನಿಶ್ಚಿತಾರ್ಥ ಅಂದ್ಲು. ನೀನು ಹೋಗಲಿಲ್ಲವಾ? ತುಂಬ ಜೋರಾಗಿಯೇ ಕಾರು ಓಡಿಸ್ತಾಳೆ, ಕಣೋ! ಬಹಳ ಧೈರ್ಯವಂತೆ" ಅಂದರು. ಏನು, ಹೇಗೆ ಪ್ರತಿಕ್ರಿಯಿಸಬೇಕೋ, ಅವರಿಗೆ ತೋಚಲಿಲ್ಲ.

"ನಾನು ಈ ತರಹ ಹೋಗೋದು ಅವ್ಳಿಗೆ ಇಷ್ಟವಾಗೋಲ್ಲ. ಬಿಡು ಆ ಸುದ್ದಿ. ಪ್ರತೀಕನ್ನ ಕರ್ಕಂಡು ಬರೋಣಾಂತ ಹೋಗಿದ್ದೆ. ಅಣ್ಣ ದೆಹಲಿಗೆ ಕರ್ಕಂಡ್ ಹೋಗ್ತೀನಿ, ಆಮೇಲೆ ಕಳಿಸ್ತೀನೀಂದ್ರು. ಅವನ್ಯಾಕೋ ವಿಚಿತ್ರವಾಗಿ ಆಡೋಕೆ ಷುರು ಮಾಡಿದ್ದಾನೆ" ಪಟ್ಟಾಗಿ ಅಮ್ಮನ ಮುಂದೆ ಕೂತರು.

ಹಳೆಯ ಮಾತುಗಳನ್ನೆಲ್ಲ ಆಡಿದರು.

"ಮೊನ್ನೆ, ಕರುಣೇಶ್ವರ ಗುಡಿಯ ಅರ್ಚಕರಿಗೆ ಫೋನ್ ಮಾಡಿದ್ದೆ. ಅವರು ಅಪ್ಪನ ಬಗ್ಗೆ ಅಲ್ಲಿ, ಇಲ್ಲಿ ವಿಚಾರಿಸ್ತಾ ಇದ್ದಾರಂತೆ. ಈ ಕಡೆಗೆ ಬಂದಿಲ್ಲ ಅಂದ್ರು. ಅಪ್ಪ ಎಲ್ಲಿಗೆ ಹೋಗಿರಬಹುದು?" ಕೇಳಿದರು.

ಬಂದ ಅಳುವನ್ನು ಗಿರಿಜಮ್ಮ ನುಂಗಿಕೊಂಡರು. ಮೊದಲು ಚಟುವಟಿಕೆಯಿಂದ ಗಂಡ ವ್ಯವಹಾರವನ್ನೆಲ್ಲ ನಿಭಾಯಿಸಿದರು. ಅಪರೂಪಕ್ಕೆ ವೇದಾಂತದ ಮಾತುಗಳನ್ನಾಡುತ್ತಿದ್ದವರಲ್ಲಿ ಇದು ಜಾಸ್ತಿಯಾಯಿತು. ಈಗ ಆರಾಮಾಗಿ ಹೊರಟು ಬಿಟ್ಟಿದ್ದರು.

"ಎಲ್ಲೋ, ಉತ್ತರ ಕಡೆಯಿಂದ ಬಂದ ಸ್ವಾಮಿಜೀ ಮೂರು ದಿನ ನಮ್ಮಲ್ಲಿ ಉಳ್ದುಕೊಂಡರು. ಹಾಲು, ಹಣ್ಣು ಕೊಟ್ಟರೇ ಸೇವಿಸೋರು. ಸಂಜೆ ಬಂದು ಕೂತ ಜನರಿಗೆ ಆಧ್ಯಾತ್ಮಿಕತೆ ಪ್ರವಚನ ನೀಡೋರು. ಅಂಗಡಿಯ ಮುಂಭಾಗದಲ್ಲಿದ್ದ ಕಲ್ಲು

ಬೆಂಚಿನ ಮೇಲೆ ರಾತ್ರಿಯ ವೇಳೆ ಮಲಗೋರು. ಒಂದು ದಿನ ಬೆಳಿಗ್ಗೆ ಎದ್ದರೆ ಅವರು ಇರ್ಲಿಲ್ಲ, ನಿಮ್ಮಪ್ಪನು ಕಾಣಲಿಲ್ಲ. ಮೊದಲನೆ ಸಲ ಹೊರಟಿಲ್ಲ. ಆಮೇಲೆ ಆಗಾಗ ಬರೋರು. ಆಗಾಗ ನಾಪತ್ತೆಯಾಗೋರು. ಮೊದ್ಲು ನಿನಗಾಗಿ ತುಂಬ ಹಲುಬೋರು. ಆಮೇಲೆ ಅದನ್ನೆಲ್ಲ ಬಿಟ್ಟರು. ನಾನು ಅತ್ತೆ, ಗೋಗರೆದೆ, ಪ್ರತಿಯೊಂದಕ್ಕೂ ಮೌನವಾಗಿರೋದನ್ನ ಅಭ್ಯಾಸ ಮಾಡಿಕೊಂಡರು" ಆಕೆ ತಮ್ಮ ಗಂಡನ ಮಾತುಗಳನ್ನು ದಾಖಲಿಸುತ್ತ ಹೋದರು.

ಅತ್ಯಂತ ಮುಕ್ತವಾಗಿ ತಾಯಿ, ಮಗ ಕೂತು ಮಾತಾಡಿದರು.

"ಅಜ್ಜಿ, ದೆಹಲಿಗೆ ಹೋಗ್ತಾ ಇದ್ದೀನಿ. ನಿಂಗೇನು ತರಲೀ" ಫೋನ್ ಮಾಡಿ ಪ್ರತೀಕ ಗಿರಿಜಮ್ಮನನ್ನ ಕೇಳಿದಾಗ "ಏನು ಬೇಡ! ಮಾರಾಯ ನೀನು ಇಲ್ದೆ, ನಂಗೆ ಸಮಯ ಹೋಗೋಲ್ಲ. 'ಹಿಂದಿರುಗಿದ ಕೂಡಲೇ ಬೇಗ್ಬಾ" ಇಷ್ಟೇ ಆಕೆಯ ಕೇಳಿಕೆ. "ನಿಮ್ಮಮ್ಮನ ಮೊಬೈಲ್‌ಗೆ ಫೋನ್ ಮಾಡು. ತುಂಬ ಚಡಪಡಿಸ್ತಾ ಇದ್ದಾಳೆ" ಇಂಥದೊಂದು ಬುದ್ಧಿವಾದವೂ ಇತ್ತು.

ಸಂಜೆ ಬಂದ ಮಾಲಿನಿ ಸಂತೋಷವಾಗಿದ್ದಳು.

"ತುಂಬ ಗ್ರಾಂಡಾಗಿ ಮಾಡಿದ್ರು. ಎಷ್ಟೊಂದು ಜನ ಗೆಸ್ಟ್, ನಿಮ್ಮ ಬಗ್ಗೆ ಸಿಂಗ್ ಒಂದ್ಹತ್ತು ಸಲವಾದ್ರೂ... ವಿಚಾರಿಸಿದ್ರು. ನಾವು ಪ್ರತೀಕನ ಮದ್ವೆ ಎಂಗೇಜ್‌ಮೆಂಟ್ ಇದೇ ತರಹ ಮಾಡಿಸ್ಬೇಕೂಂತ ಅನ್ನಿಸ್ತು" ಒಂದು ಕನಸನ್ನು ಗಂಡನ ಮುಂದಿಟ್ಟು ಕೂಡಲೇ ಕರುಣಾಕರ "ನೂರಕ್ಕೆ ನೂರರಷ್ಟು ಸಾಧ್ಯವಿಲ್ಲ. ಟೋಟಲೀ ಅಂಥ ಕನಸು ಕಾಣಬೇಡ. ನೀನು ನಮ್ಮ ಹೆತ್ತವರಿಗೆ ಅಂಥ ಒಂದು ಅವಕಾಶ ಒದಗ್ಸಿಕೊಟ್ಯಾ? ಇಲ್ಲವೇ ... ಇಲ್ಲ. ನಮ್ಮಪ್ಪ, ಅಮ್ಮನಿಗೆ ಸೊಸೆಯನ್ನು ಪರಿಚಯಿಸಲು ಸಾಕಷ್ಟು ವರ್ಷಗಳು ಬೇಕಾಯ್ತು. ನಿನ್ನ ಹೆತ್ತವರ ಪರಿಚಯ ನಂಗಿಲ್ಲ. ಅಂಥದರಲ್ಲಿ ನಮ್ಮ ಮಗ ಅಂಥ ಜವಾಬ್ದಾರಿ ನಮಗೇ ವಹಿಸ್ತಾನಾ? ಇಂಪಾಸಿಬಲ್... ಮಾಲಿನಿ" ತಳ್ಳಿ ಹಾಕಿದರು.

ಮಾಲಿನಿ ದಿಗ್ಭ್ರಮೆಗೊಂಡರು. ಗಂಡನ ಮಾತುಗಳಲ್ಲಿ ಸತ್ಯವಿತ್ತು. ಆದರೆ ಅದನ್ನು ಒಪ್ಪಿಕೊಳ್ಳಲು ತಯಾರಿಲ್ಲ. ಅಂದಿನ ಆ ಪರಿಸ್ಥಿತಿಗೆ ತಮ್ಮ.... ತಮ್ಮ ಹೆತ್ತವರೇ ಕಾರಣ ಎನ್ನುವ ಒಂದು ಆರೋಪ ಇಂದಿನವರೆಗೂ ಕರಗಿ ಹೋಗಿರಲಿಲ್ಲ. ಆದರೆ ಯಾವುದೋ ಭಯದ ನೆರಳು ಹೆದರಿಸಿದಂತೆ ಕಂಡಿತು.

* * *

ಏರ್‌ಪೋರ್ಟ್‌ಗೆ ಬಂದು ದೀಕ್ಷಿತ್ ಇವರುಗಳನ್ನು ಕರೆದೊಯ್ದರು. ಎಲ್ಲಕ್ಕಿಂತ ಗೆಳೆಯ ಬಂದಿದ್ದು. ಅತ್ಯಂತ ಸಂತೋಷ ತಂದಿತ್ತು. ಫಾರಿನ್ ಕಾರ್‌ನಲ್ಲಿ ಕರೆದೊಯ್ದರು. ದೊಡ್ಡ ಬಂಗ್ಲೆ ವಿದ್ಯುತ್ ದೀಪಗಳಿಂದ ಝಗಝಗಿಸುತ್ತಿತ್ತು.

"ತುಂಬಾ ಗ್ರಾಂಡಾಗಿ ಮಾಡೋ ಹಾಗಿದೆ" ಎಂದು ಕಾರಿನಿಂದ ಇಳಿದ ಚಿರಂತನ್‌ದತ್ ಎಲ್ಲೆಡೆ ನೋಟ ಹರಿಸುತ್ತ, "ಹೌದು, ದೀಪ ಆರುವ ಮುನ್ನ ಒಮ್ಮೆ ಪ್ರಜ್ವಲಿಸುತ್ತಿದೆಯಂತೆ. ಬಂಗಲೆಯ ಮೇಲೆ ಸಾಕಷ್ಟು ಸಾಲ ತೆಗೆದಿದ್ದಾರೆ. ಯಾವಾಗ ಬೇಕಾದ್ರೂ...

ಹರಾಜಾಗಬಹುದು" ಎಂದ ನಿಡುಸುಯ್ದರು. ಈಗಲೂ ಸರಿಯಾಗಿ ಅರ್ಥಮಾಡಿಕೊಳ್ಳುವುದು ಚಿರಂತನರಿಂದ ಸಾಧ್ಯವಾಗದೆ ಹೋಯಿತು.

ಒಳಗೆ ಕರೆದೊಯ್ದ ದೀಕ್ಷಿತ್ ಒಬ್ಬೊಬ್ಬರನ್ನೇ ಪರಿಚಯಿಸಿದರು. ಹೆಚ್ಚು ಕಡಿಮೆ ಎಲ್ಲಾ ಸೊಸೆಯ ಮನೆಯ ಕಡೆಯವರೇ, ಅವರದೇ ಏರ್ಪಾಟು, ಓಡಾಟ, ಹೆಣ್ಣಿನ ಮನೆಯವರು ನಡೆಸಿಕೊಡಬೇಕಾದ ವಿವಾಹ. ಆ ಅಂತರ ಇಲ್ಲಿ ಇರಲೇ ಇಲ್ಲ.

ಅವರಿಗೆಂದು ಸಿದ್ದಪಡಿಸಿದ್ದ ರೂಮಿಗೆ ಬಂದರು ಚಿರಂತನ್‌ದತ್ ಮತ್ತು ನಂದಿತಾ. ಇವರು ಮುಖ ತೊಳೆಯುವ ವೇಳೆಗೆ ದೀಕ್ಷಿತ್ ವಿವಾಹಕ್ಕೆ ತಯಾರಾಗಿದ್ದ ವರ ತಮ್ಮ ಚಿಕ್ಕ ಮಗನನ್ನು ಕರೆದುಕೊಂಡು ಬಂದರು.

"ಇವ್ನೇ ಕಣೋ, ಸನತ್ ದೀಕ್ಷಿತ್" ಮಗನ ಹೆಗಲ ಮೇಲೆ ಕೈಯಿಟ್ಟು "ಇವ್ನು ನನ್ನ ಫ್ರೆಂಡ್ ಚಿರಂತನ್‌ದತ್ I.A.S. ನಾನು ಆಸ್ಟ್ರೇಲಿಯಾದಲ್ಲಿ ಉಳಿದು ಬಿಟ್ಟಿದ್ದರಿಂದ ನಿಮ್ಮಗಳಿಗೆ ಪರಿಚಯಿಸುವ ಅವಕಾಶವಾಗಲಿಲ್ಲ" ಹೇಳಿಕೊಂಡರು. ಸನತ್ ಕೈ ಜೋಡಿಸಿದ. ತಂದೆಯಂತೆ ಉದ್ದವಾದ ನಿಲುವು, ಅದೇ ಆಕರ್ಷಕ ಕಣ್ಣುಗಳು. ನಸುಗೆಂಪು ಬಣ್ಣ ಕೂಡ ಅಪ್ಪನಂತೆಯೇ.

"ನೀವುಗಳು ಬಂದಿದ್ದು ತುಂಬಾನೇ ಸಂತೋಷ. ನಾನು ಮಾತ್ರವಲ್ಲ ರುಚಿರಾ ಕೂಡ ಬೆಂಗಳೂರಿನಲ್ಲಿಯೇ ಓದಿದ್ದು. ಕನ್ನಡ ಚೆನ್ನಾಗಿ ಗೊತ್ತು. ಆ ಭಾಷೆಯ ಮಧ್ಯೆಯೇ ಬೆಳವಣಿಗೆ. ಇಲ್ಲಿ ಬಂದು ಸೆಟ್ಲ್ ಆಗೋ ಮೊದ್ಲು ಒಂದ್ವರ್ಷ ಚೆನ್ನೈನಲ್ಲಿ ಇದ್ದೆ. ನಮ್ಮ ಅತ್ತಿಗೆ ಫೋರ್ಸ್ ಮಾಡಿ ಕರೆಸಿಕೊಂಡ್ರು." ನಾಲ್ಕು ಮಾತು ಅಡಿ ತಂದೆಯ ಗೆಳೆಯನಿಗೆ ಆತ್ಮೀಯತೆ ತೋರುವಂಥ ಸೌಜನ್ಯವಿದೆಯೆಂದು ಸಮಾಧಾನಗೊಂಡರು.

ಗಮನಿಸಿದಂತೆ ಆಯಕಟ್ಟಿನ ಎಲ್ಲಾ ಪ್ರದೇಶದಲ್ಲೂ ಸುರುಚಿರಾ ಕಡೆಯವರೇ ನಿಂತಿದ್ದರು. ಅವಳಣ್ಣ, ತಂದೆ ಪೂರ್ತಿ ಯಜಮಾನ್ಯ ವಹಿಸಿರೋರವರಂತೆ ಓಡಾಡುತ್ತಿದ್ದರು.

"ಹಣ ಇಲ್ಲಿನದು, ಯಜಮಾನಿಕೆ ಅವರದು. ಪ್ರತಿಯೊಬ್ಬರು ವಿಚಾರಿಸೋದು ದೀಕ್ಷಿತ್ ಮತು ಅವನ ಮಕ್ಕಳನ್ನ ಅಲ್ಲ, ಸುರುಚಿರಾ ಮತ್ತು ಅವಳ ತವರು ಮನೆಯವರನ್ನ ಮಾತ್ರ. ಇವರಿಗೆ ಅದರ ಅರಿವೇ ಇಲ್ಲ. ವಿವಾಹದ ಖರ್ಚಿನ ಸಲುವಾಗಿ ಹತ್ತು ಲಕ್ಷ ಡ್ರಾ ಮಾಡಿ ಕೊಂಡಿದ್ದಾರೆ. ಅದೊಂದು ದೊಡ್ಡ ಅಮೌಂಟ್ ಅಲ್ಲದಿರಬಹುದು. ಅದರ ಲೆಕ್ಕ ಕೊಡುವ ಬಾಧ್ಯತೆ ಅವರದು. ಇವೆಲ್ಲದಕ್ಕಿಂತ ಅತೀತರು ಎನ್ನುವಂತೆ ವರ್ತಿಸ್ತಾರೆ" ಎಷ್ಟೋ ಹೇಳಿಕೊಂಡರು ದೀಕ್ಷಿತರು. ಇಡೀ ಕುಟುಂಬವೇ ಅವರ ಕೈಗಳಿಗೆ ಬೇಡಿಗಳನ್ನು ತೊಡಿಸಿ ಕೂಡಿಸಿತ್ತು. ಚಿರಂತನರಿಗೆ ಗಾಬರಿಯೇ.

ಅತ್ಯಂತ ವೈಭವ, ಸಡಗರದಿಂದ ಮೊದಲ ದಿನದ ಕಾರ್ಯಕ್ರಮ ಮುಗಿಯಿತು. ತಂದೆ, ಪ್ರತೀಕನ ಜೊತೆ ದೂರ ಕೂತು ಶಾಸ್ತ್ರ, ಸಂಪ್ರದಾಯಗಳನ್ನು ನೋಡಿದಳು ನಂದಿತಾ.

ಅವರ ಜೊತೆ ಬಂದು ಕೂತ ದೀಕ್ಷಿತ್ "ನನ್ನ ಅಸ್ಟ್ರೇಲಿಯದ ದುಡಿಮೆಯೆಲ್ಲ ಇಲ್ಲಿ

ತಂದು ಸುರಿದೆ. ಆದರೆ ಸುರುಚಿರಾ ಈ ಮನೆ, ಮನಗಳನ್ನು ಉದ್ಧಾರ ಮಾಡೋಕೆ ಬಂದ ಸೊಸೆಯಲ್ಲ. ಪ್ರತಿಯೊಂದನ್ನು ಕಿತ್ತು... ಕಿತ್ತು ತಂದೆ, ಅಣ್ಣಂದಿರ ಕೈಯಲ್ಲಿಟ್ಟು ಇಂದು ದಿವಾಳಿಯ ಹಂತಕ್ಕೆ ತಂದಿಟ್ಟಳು. ಕೆಲವು ತಿಂಗಳು... ಕೆಲವು ದಿನಗಳಲ್ಲಿ... ಹರಾಜ್ ಆಗಿ ಬಿಡುತ್ತೆ" ಈ ಸಂದರ್ಭದಲ್ಲಿ ನೊಂದು ಹೇಳಿಕೊಂಡರು. ತೀರಾ ಅಪಸೆಟ್ ಆಗಿದ್ದರು.

ಮರುದಿನ ಬೆಳಿಗ್ಗೆ ಇವರುಗಳು ಏಳುವ ವೇಳೆಗಾಗಲೇ ಗುಸುಗುಸು ಪಿಸಿಪಿಸಿ ಷುರುವಾಗಿತ್ತು. ಚೆನ್ನೈನಲ್ಲಿರುವ 'ಹೋಟೆಲ್ ದೀಕ್ಷಿತ್' ಮಾಲೀಕರಾದ ಉಮಾಶಂಕರ ದೀಕ್ಷಿತರು ಕೆಲವು ಪೇಪರ್‌ಗಳಿಗೆ ಸಹಿ ಹಾಕಬೇಕೆಂದು ಸುರುಚಿರಾ ತಂದು ಮುಂದಿಟ್ಟಾಗ ಮುಲಾಜಿಲ್ಲದೆ ನಿರಾಕರಿಸಿದ್ದರು. ಒಂದು ಸಣ್ಣ ಜಗಳ ಷುರುವಾಗಿತ್ತು. ಅದು ಯಾವ ಮಟ್ಟಕ್ಕೆ ಮುಟ್ಟಿತೆಂದರೇ ವಿವಾಹ ನಿಲ್ಲುವ ಹಂತಕ್ಕೆ ಹೋಯಿತು.

"ಪ್ಲೀಸ್, ನೀವು ಅರ್ಥಮಾಡಿಕೊಳ್ಳಿ ಡ್ಯಾಡ್. ಪಪ್ಪ ತುಂಬ ಪ್ರಾಕ್ಟಿಕಲ್ ಮೈಂಡೆಡ್. ಇಲ್ಲಿನ ಎರಡು ಹೋಟೆಲ್, ನಾಲ್ಕು ರೆಸ್ಟೋರೆಂಟ್‌ಗಳು ಲಾಸ್‌ನಲ್ಲಿ ನಡೀತಾ ಇದೆ. ನಾಳೆಯೇನಾದ್ರೂ ಹೆಚ್ಚು ಕಡ್ಮೆಯಾದರೇ ಇಬ್ಬರು ಹೆಣ್ಣು ಮಕ್ಕು ಫುಟ್‌ಪಾತ್‌ಗೆ ಬರ್ತ್ತಾರಲ್ಲ. ನನ್ನ ವಿಷಯ ಮುಗ್ದು ಹೋದ ಕತೆ. ರುಚಿರಾ ಯಾಕೆ ಇಲ್ಲಿ ಸಿಕ್ಕಿ ಹಾಕ್ಕೋಬೇಕು? ಅದಕ್ಕೆ ಚೆನ್ನೈನಲ್ಲಿರೋ ಹೋಟೆಲ್‌ನ ಮಗಳ ಹೆಸರಿನಲ್ಲಿ ಮಾಡು ಅನ್ನೋದು ತಪ್ಪಾ? ಸನತ್, ಸುರುಚಿರಾ ವಿವಾಹದ ನಂತರ ಅಲ್ಲಿಗೆ ಷಿಫ್ಟ್ ಆಗಿ ನೋಡ್ಕೊಳ್ಳಿ. ನೀವು, ಅತ್ತೆ ನನ್ನೊತೆ ಇರಬಹುದು" ಇಂತ ಸವಿನಯ ಬೇಡಿಕೆ. ಅಸ್ಟ್ರೇಲಿಯಾದಲ್ಲಿ ಇದ್ದ ಹುದ್ದೆ ಬಿಟ್ಟು ಹಕ್ಕಿಯಂತೆ ಹಾರಿ ಬಂದ ದೀಕ್ಷಿತ್‌ಗೆ ಇಲ್ಲಿ ಸಿಕ್ಕಿದ್ದು ನಿರಾಶೆ, ಅವಮಾನ.

"ನೋ, ಇಂಪಾಸಿಬಲ್ ಆ ಪ್ರಶ್ನೇನೆ ಬರೊಲ್ಲ. ಈಗಾಗ್ಲೇ ಸಾಕಷ್ಟು ಸಫರ್ ಮಾಡ್ತಾ ಇದ್ದೀನಿ. ನಿನ್ನಪ್ಪನದು ಪ್ರಾಕ್ಟಿಕಲ್ ಮೈಂಡ್ ಇರಬಹುದು. ಸನತ್, ಸುರುಚಿರಾ ಲವರ್ಸ್ ಅಲ್ವಾ, ಅವರ ಬದುಕನ್ನು ಅವರುಗಳು ನೋಡ್ಕೋತಾರೆ. ಇಲ್ಲದ ಪಂಚಾಯಿತಿ ಬೇಡ" ಕೋಪದಿಂದ ಪೇಪರ್‌ಗಳನ್ನೆತ್ತಿ ಎಸೆದು ಬಿಟ್ಟರು ದೀಕ್ಷಿತರು.

ಅವರ ಅಂದಾಜು ಬೇರೆಯಾಗಿತ್ತು. ರುಚಿರಾ ಅಪ್ಪ ತಮ್ಮವನ್ನೆಲ್ಲ ಪ್ಯಾಕ್ ಮಾಡಿಕೊಂಡು ಹೊರಟೇ ಬಿಟ್ಟರು.

"ಸನತ್, ನೀನು ಸುರುಚಿರಾ ಪ್ರೀತಿಸಿ ವಿವಾಹವಾಗಲು ಹೊರಟವರು, ಯಾರು ಬೇಡ, ಅವಳನ್ನು ಕರ್ಕಂಡ್ ಬಂದು ವಿವಾಹವಾಗು, ಆಶೀರ್ವದಿಸೋಕೆ ನಾನು, ನಿಮ್ಮಮ್ಮ ಇರ್ತೀವಿ. ಸ್ವಾಭಿಮಾನ ಬೇಕು. ಯಾರು ಇಲ್ದೇ ಬದುಕಬಲ್ಲೆವೂಂತ... ತೋರ್ಸಿ" ತಂದೆಯ ಮಾತುಗಳು ಸನತ್‌ಗೂ ಸರಿಯೆನಿಸಿತು.

'ನಂಬಿಕೆ ನಂಗಿಲ್ಲ' ರುಚಿರಾ ಹಿಂದಕ್ಕೆ ಸರಿದಳು. ಎಲ್ಲಾ ಹೋಗಿ ಏನೇನೋ ಕನ್ವಿನ್ಸ್ ಮಾಡಿದರು. ಒಗ್ಗದ ಸುರುಚಿ ಅಪ್ಪನದು ಒಂದೇ ಕಂಡೀಷನ್. "ಪೇಪರ್ಸ್‌ಗೆ ಸಹಿ ಹಾಕದ ಹೊರತು ವಿವಾಹವಿಲ್ಲ" ಅಚ್ಯುತನ್ ಪಟ್ಟು.

ಇಡೀ ಕುಟುಂಬ ತಿರುಗಿ ಬಿತ್ತು. "ದೀಕ್ಷಿತ್ ಇಂಟರ್ ನ್ಯಾಷನಲ್ ಹೋಟೆಲ್‌ಗಳಿಗೆ

ಒಂದು ಸ್ಟೇಟಸ್ ಇದೆ. ಈಗ ಮದ್ವೆ ನಿಂತರೆ, ಏನೇನೋ ರೂಮರ್ಸ್ ಹರಡುತ್ತೆ. ಸಾಲಗಾರರು ಬಂದು ಹೋಟೆಲ್‌ಗಳನ್ನ ಹರಾಜು ಹಾಕ್ತಾರೆ. ಏನೇನೋ ನಡೆಯಬಾರ್ದು ನಡೆದುಹೋಗುತ್ತೆ" ಅಂದ ಹೆಂಡತಿಯ ಕೆನ್ನೆಗೆ ಬಾರಿಸಿದರು.

ಸತೀಶ್, ಸುರುಚಿರ ಮಾತಿನ ವರಸೆಗಳೇ ಬೇರೆಯಾಗಿತ್ತು.

ಮಂಗಳಸ್ನಾನ ಮಾಡಿ ಮದು ಮಗನ ವೇಷದಲ್ಲಿದ್ದ ಸನತ್ ಕೈ ಹಿಡಿದು "ಏನು ಹೇಳಿದ್ಲು ನಿನ್ನ ಲವರ್? ನಿನ್ನ ಬಗ್ಗೆ, ನಿನ್ನ ಎಜುಕೇಷನ್ ಬಗ್ಗೆ ಅವ್ಳಿಗೆ ನಂಬಿಕೆ ಇಲ್ಲ. ಅಂತು ಅವ್ಳ ವಿವಾಹವಾಗೋಕೆ ಹೊರಟಿರೋದು ಚೆನ್ನೈನ 'ದೀಕ್ಷಿತ್ ಇಂಟರ್ ನ್ಯಾಷನಲ್' ಹೋಟೆಲ್‌ನ. ಶೇಮ್ ಆನ್ ಯುವರ್ ಪಾರ್ಟ್. ನಾಚ್ಕೇ ಆಗೋಲ್ವಾ? ಇದ್ನೆ ಪ್ರೇಮ ಅಂತಾರ? ನಿನ್ಮುಂದೆ ಒಂದು ಪ್ರಪಾತ ನಿರ್ಮಿಸಿ ಹೋಗಿದ್ದಾಳೆ. ಅದರಲ್ಲಿ ಬಿದ್ದು ಪ್ರಾಣ ಕಳೆದುಕೊಳ್ಳಬೇಕು. ಗೌರವ, ಸ್ವಾಭಿಮಾನ ಎಲ್ಲಾ ಬಿಟ್ಟು ಹೋಟೆಲ್‌ನ ಅವಳ ಕೈಯಲ್ಲಿಡಬೇಕು. ಇಲ್ಲಿನ ನಿನ್ನಣ್ಣ ಸ್ಥಿತಿಯೇ ಅಲ್ಲಿ. ಬರೀ ಹೆಸರೊಂದನ್ನ ಇಟ್ಕೊಂಡು ಅವರು ವ್ಯವಹಾರ ನಡೆಸ್ತಾರೆ" ವರ್ಷಗಳ ನಂತರ ಬಾಯಿಗೆ ಬಂದಂಗೆ ಬೈಯ್ದರು ಮಗನಿಗೆ.

"ಇಲ್ಲ ಡ್ಯಾಡ್, ನಾನು ಪ್ರಪಾತಕ್ಕೆ ಬೀಳೋಕೆ ಸಿದ್ಧನೇ ವಿನಾ ನಂಗೆ ಅಸ್ತಿತ್ವವೇ ಇಲ್ಲವೆಂದು ರೂಪಿಸಿಕೊಳ್ಳೋಕೆ ಸಿದ್ಧವಿಲ್ಲ" ಅತ್ಯಂತ ದೃಢವಾಗಿ ಹೇಳಿದ.

"ಸ್ಟಾಪ್, ನಿನ್ನ ಪ್ರಪಾತಕ್ಕೆ ಬೀಳೋಕು ಬಿಡೊಲ್ಲ. ಈ ಮದ್ವೆ ನಡೆಯುತ್ತೆ. ನಾನು ತೋರಿಸಿದ ಹುಡ್ಗಿಯ ಕತ್ತಿನಲ್ಲಿ ನೀನು ಮಾಂಗಲ್ಯ ಕಟ್ಟೋಕೆ ತಯಾರು ಆಗಿರಬೇಕು" ಅಂದವರು ನೇರವಾಗಿ ವಿವಾಹ ಮಂಟಪಕ್ಕೆ ಬಂದರು. ಅಲ್ಲಿ ಗುಸು ಗುಸು ಪಿಸಿ ಪಿಸಿ ಷುರುವಾಗಿತ್ತು. ಇಂದು ದೀಕ್ಷಿತ್ ಅಂತಃಸತ್ವ ಗಟ್ಟಿ ಮಾಡಿಕೊಂಡರು.

ಬಿರುಸು ನಡಿಗೆಯಿಂದ ಸ್ವಲ್ಪ ಗೊಂದಲದಲ್ಲಿದ್ದಂತೆ ಕಂಡ ಚಿರಂತನ್‌ದತ್ ಕೈ ಹಿಡಿದು ವಿವಾಹ ಮಂಟಪ, ಅಡಿಗೆ ಶಾಲೆ ಮತ್ತು ಮಂಗಳ ವಾದ್ಯದವರು ಕೂತ ಕಡೆಯಿಂದ ಹೊರಗೆ ಕರೆ ತಂದರು. ವೆಹಿಕಲ್ ದೊಡ್ಡ ಸಾಲೇ ಇತ್ತು. ಅತಿಥಿಗಳನ್ನು ಎದುರುಗೊಳ್ಳಲು ಅದ್ಭುತವಾದ ಏರ್ಪಾಟು. ಬರುವವರು ಬರುತ್ತಲೇ ಇದ್ದರು.

"ಚಿರಂತನ್, ಇದನ್ನೆಲ್ಲ ನೋಡು" ಎಲ್ಲಾ ತೋರಿಸಿ ರೂಮ್ಗೆ ಹೋಗಿ ಬಾಗಿಲು ಹಾಕಿಕೊಂಡರು. ಅಲ್ಲಿದ್ದವರು ಮೂವರೇ. ಜೊತೆಗಿದ್ದ ಪ್ರತೀಕ ಕಕ್ಕಾಬಿಕ್ಕಿಯಾಗಿ ಚಿಲಕ ತೆಗೆದುಕೊಂಡು ಹೊರ ಹೋದ.

ತಕ್ಷಣ ದೀಕ್ಷಿತ್ ಬಗ್ಗಿ ಗೆಳೆಯನ ಕಾಲುಗಳನ್ನು ಹಿಡಿದುಕೊಂಡರು. ಕಣ್ಣುಗಳಲ್ಲಿ ನೀರು, ಆರ್ದ್ರಗೊಂಡ ಮುಖ.

"ಈ ದೀಕ್ಷಿತ್ ಮಾನ, ಮರ್ಯಾದೆ ನಿನ್ನ ಕೈಯಲ್ಲಿದೆ. ವಿವಾಹದ ಸಂಭ್ರಮಕ್ಕಾಗಿ ಆಗಮಿಸಿರುವ ಅತಿಥಿಗಳು ಮದುವೆ ನಿಂತರೆ ಬೇಸರದ ಮುಖ ಹೊತ್ತು ಹಿಂದಿರುಗುವುದರ ಜೊತೆಗೆ, ರೂಮರ್ಸ್ ಹಬ್ಬಿಸುತ್ತಾರೆ. ಪತ್ರಿಕೆಗಳಿಗೆ ಸೆನ್ಸೇಷನಲ್ ನ್ಯೂಸ್ ಆಗುತ್ತೆ. ಮಾಡಿದ ಅಡಿಗೆ ಪಾಕಶಾಲೆಯಲ್ಲಿ ಹಾಗೇ ಉಳಿಯುತ್ತೆ. ಮಂಗಳ ವಾದ್ಯಗಳು ಮೊಳಗೊಲ್ಲ.

ಸ್ತಬ್ಧವಾಗಿ ಬಿಡುತ್ತೆ ವಿವಾಹ ಮಂಟಪ. ಅದನ್ನ ನೀನು ಮಾತ್ರ ತಪ್ಪಿಸಬಲ್ಲೆ" ಅಳೋಕೆ ಷುರು ಮಾಡಿದರು. ಪೂರ್ತಿಯಾಗಿ ವಿಷಯ ಗೊತ್ತಿಲ್ಲ.

"ವಾಟ್, ನಾನು ಈಗೇನು ಮಾಡಬೇಕು ಹೇಳು?" ಕೇಳಿದರು.

"ನಿನ್ನ ಮಗಳನ್ನ ನನ್ನ ಮಗನಿಗೆ ಧಾರೆಯೆರೆದು ಕೊಡಬೇಕು" ಅಂದರು. ಕಕ್ಕಾಬಿಕ್ಕಿಯಾದರು ಚಿರಂತನ. "ನೀನೇನು ಹೇಳ್ತಾ ಇದ್ದೀಯಾ?" ಬೆವತು ಕೇಳಿದರು. "ಅದನ್ನೇ ಕೇಳ್ತಾ ಇರೋದು. ನಂದಿತಾ ವಿವಾಹ ಮಂಟಪದಲ್ಲಿ ಕೂತು ನನ್ನ ಮಗನ ಕೈಯಲ್ಲಿ ತಾಳಿ ಕಟ್ಟಿಸಿಕೊಳ್ಳಬೇಕು. ಇದನ್ನ ನೀನು ಮಾತ್ರ ಮಾಡಬಲ್ಲೆ" ಪ್ರಪಾತದ ಅಂಚಿನಲ್ಲಿ ನಿಂತು ಕೇಳಿದಂತಿತ್ತು.

ಆಮೇಲೆ ಏನು ಮಾತುಕತೆ ನಡೆಯಿತೋ ವಧುವಾಗಿ ಸಿಂಗಾರಗೊಂಡ ನಂದಿತಾ ತಲೆ ತಗ್ಗಿಸಿ ವಿವಾಹಮಂಟಪಕ್ಕೆ ಬಂದಳು. ವಿವಾಹ ವಿಧಿಗಳಲ್ಲಿ ಭಾಗವಹಿಸಿದಳು. ಬಹುಶಃ ಸುರುಚಿರಾ ಇದ್ದಿದ್ದರೆ ಇಷ್ಟು ಅನಾಯಾಸವಾಗಿ ನಡೆದು ಹೋಗುತ್ತಿತ್ತೋ ಇಲ್ಲವೋ. ಅವರ ಸಂಪೂರ್ಣ ದಂಡು ದೀಕ್ಷಿತ್ ಇಂಟರ್ ನ್ಯಾಷನಲ್‌ನಲ್ಲಿ ಬೀಡು ಬಿಟ್ಟು ಮಾತುಕತೆಯಲ್ಲಿ ಮಗ್ನವಾಗಿದ್ದರು. ಇಂಥ ಒಂದು ಸಣ್ಣ ಕ್ಲೂ ಸಿಕ್ಕಿದ್ದರೇ ಏನಾಗುತ್ತಿತ್ತೋ! ಏನೋ. ಆದರೆ ದೈವದ ತೀರ್ಮಾನ ಬೇರೆಯದೆ ಆಗಿತ್ತು.

ದೀಕ್ಷಿತ್ ಅತ್ಯಂತ ಸಡಗರದಿಂದ ಎಲ್ಲವನ್ನು ತಾನೇ ವಹಿಸಿಕೊಂಡು ಓಡಾಡಿದರು. ಕನ್ಯಾದಾನ, ಮಾಂಗಲ್ಯಧಾರಣೆ, ಸಪ್ತಪದಿ ಎಲ್ಲಾ ಮುಗಿದ ನಂತರವೇ ದೀಕ್ಷಿತ್ ಇಂಟರ್ ನ್ಯಾಷನಲ್ ಹೋಟೆಲ್‌ನ ಮೀಟಿಂಗ್ ಹಾಲ್‌ನಲ್ಲಿ ಸೇರಿದ್ದ ಜನಕ್ಕೆ ನ್ಯೂಸ್ ಸಿಕ್ಕಿದ್ದು.

ಎಲ್ಲಾ ದಿಗ್ಭ್ರಾಂತರಾದರು. ದೀಕ್ಷಿತ್ ಮಾನ, ಮರ್ಯಾದೆಗೆ ಅಂಜುವ ಜನ. ತಮ್ಮನ್ನು ಆರಿಸಿಕೊಂಡು ಬರುತ್ತಾನೆಂದು ತಿಳಿದು ಬಂದಿದ್ದು ತಪ್ಪಾಗಿತ್ತು.

"ಬಿಲೀವ್ ಮಿ ಸರ್. ಬಂದ ಅತಿಥಿಗಳು ವಧು-ವರರಿಗೆ ವಿಶ್ ಮಾಡಿ ಡೈನಿಂಗ್ ಕಡೆ ಹೋಗ್ತಾ ಇದ್ದಾರೆ. ಗೃಹ ಮಂತ್ರಿಗಳು, ವಿಭಿನ್ನ ಪಕ್ಷಗಳ ಅಧ್ಯಕ್ಷರು, ದೆಹಲಿಯ ಅತ್ಯಂತ ಪ್ರತಿಷ್ಠಿತರ ಜೊತೆ ಅಸ್ಟ್ರೇಲಿಯದಿಂದ ಕೂಡ ಕೆಲವರು ಆಗಮಿಸಿದ್ದಾರೆ" ಸುರುಚಿರ ಅಪ್ಪನ ಕೈಯಲ್ಲಿನ ಮೊಬೈಲ್ ಕೆಳಗೆ ಬಿತ್ತು. ಒಬ್ಬರಾದ ಮೇಲೊಬ್ಬರು ಎಲ್ಲರು ವಿಷಯವನ್ನು ತಿಳಿದು ದಿಗ್ಭ್ರಾಂತರಾಗ ಕೂತು ಬಿಟ್ಟರು.

ತಮಗೆ ಇಲ್ಲಿ ಕೈ ಕೊಟ್ಟವರಾರು? ದೀಕ್ಷಿತ್ ಬುದ್ಧಿವಂತಿಕೆಯಾ? ಇಂಥದೊಂದು ಪ್ಲಾನ್ ಮಾಡಿಕೊಂಡಿದ್ದಾರಾ? ಎಷ್ಟು ಚರ್ಚಿಸಿದರೂ ಅದರ ಸಾಧ್ಯತೆ ಕಡಿಮೆಯೆನಿಸಿತು. ತಾವು ಚೆನ್ನೈನ ದೀಕ್ಷಿತ್ ಇಂಟರ್ ನ್ಯಾಷನಲ್' ಹೋಟೆಲ್ ಪ್ರಸ್ತಾಪವೆತ್ತದಿದ್ದರೆ ಅವರು ಸ್ವತಃ ತಕರಾರು ತೆಗೆಯುತ್ತಿರಲಿಲ್ಲ. ಸಾಂಗವಾಗಿ ಮದುವೆ ಮುಗಿದು ಹೋಗುತ್ತಿತ್ತು. ಇದು ತಮ್ಮ ಅವಿವೇಕವೇ ಎನ್ನುವ ತೀರ್ಮಾನಕ್ಕೆ ಬಂದರು.

ರುಚಿರಾ ಆತ್ಮಾಭಿಮಾನಕ್ಕೆ ಇದೊಂದು ಪೆಟ್ಟು. ಸನತ್ ಅತ್ತಿಗೆ ಮಾತು ಮೀರುತ್ತಿರಲಿಲ್ಲ. ತಂಗಿ ಮತ್ತು ಮೈದುನನ ಮಧ್ಯದ ಪ್ರೇಮವನ್ನು ಪ್ರೋತ್ಸಾಹಿಸಿದ್ದು ಆಕೆಯೇ.

ಆದರೆ ಸನತ್ ಯಾಕೆ ಬದಲಾದ? 'ಬೇಡ' ಎಂದಿದ್ದರೇ ಸಾಕಿತ್ತು. ಉಮಾಶಂಕರ ದೀಕ್ಷಿತ್ ತಲೆ ಬಾಗುತ್ತಿದ್ದರು.

ಇಲ್ಲಿ ಕೈ ಕೊಟ್ಟಿದ್ದು ವಿಧಿ.

* * *

ದೆಹಲಿಯಿಂದ ಬಂದ ತಂದೆ ಮಾಮೂಲಾಗಿ ಮಾತನಾಡದಿದ್ದರಿಂದ ಸಂದೀಪ್‌ಗೆ ಅಚ್ಚರಿಯೆನಿಸಿತು. ಆ ಬಗ್ಗೆ ನಂದಿತಾ ಕೂಡ ಮೌನವಹಿಸಿದಳು. ರಾತ್ರಿ ಊಟದ ನಂತರ ಪ್ರತೀಕನನ್ನು ಬಾಲ್ಕನಿಗೆ ಕರೆದುಕೊಂಡು ಹೋದ.

"ಯಾಕೆ, ಅಪ್ಪ, ನಂದು ಒಂದು ತರಹ ಇದ್ದಾರೆ? ವಾಟ್ ಹ್ಯಾಪೆನ್ಡ್" ವಿಚಾರಿಸಿದ. ಪ್ರತೀಕ ಕೂಡ ನಡೆದು ಹೋದ ನಂದಿತಾ ಮದುವೆಯ ಷಾಕ್‌ನಿಂದ ಹೊರ ಬಂದಿರಲಿಲ್ಲ. ಆದರೆ ಯಾರು ಅವನನ್ನು 'ಹೇಳಬೇಡ' ಎಂದು ತಾಕೀತು ಮಾಡದಿದ್ದರಿಂದ ಅತ್ತಿತ್ತ ನೋಡಿ ಮೆಲ್ಲಗೆ ಉಸುರಿದ.

"ನಂದಿತಕ್ಕನ ಮದ್ವೆಆಯ್ತು"

ರಾತ್ರಿ ಹೊರಗಿನ ತಂಗಾಳಿಯಲ್ಲೂ ಕೂಡ ಸಂದೀಪ್ ಬೆವತ. ಚೇತರಿಸಿಕೊಳ್ಳಲು ನಿಮಿಷಗಳು ಬೇಕಾಯ್ತು.

"ಆರ್ ಯು ಷ್ಯೂರ್, ನಂದು ಮದ್ವೆ ಯಾರ ಜೊತೆ ಆಗಿದ್ದು?"

"ಬಂದಿರಲಿಲ್ಲವಾ, ದೀಕ್ಷಿತ್ ಅಂಕಲ್... ಬೇಡ. ಅದು ಅವರಿಗೆ ಇಷ್ಟವಾಗೊಲ್ಲ. ದೀಕ್ಷಿತ್ ದೊಡ್ಡಪ್ಪನ ಮಗ ಸನತ್ ಜೊತೆ. ಗಾಡ್ ಪ್ರಾಮಿಸ್... ನನ್ನಾಣೆ... ಬೇಕಾದರೆ ನಂದಕ್ಕನ ಕುತ್ತಿಗೆಯಲ್ಲಿ ತಾಳಿ ಇದೆ. ಬೇಕಾದ್ರೆ ನೀನೇ... ನೋಡು. ತುಂಬಾ ಗ್ರಾಂಡಾಗಿ ರಿಸೆಪ್ಷನ್ ಮಂತ್ರಿಗಳು ಕೂಡ ಬಂದಿದ್ರು" ಇಂಥದೊಂದು ಸುದ್ದಿ ಮುಟ್ಟಿಸಿ ಪ್ರತೀಕ ನಿರಾಳವಾದ.

ಮೆಟ್ಟಿಲು ಇಳಿದು ಕೆಳಗೆ ಬಂದವನು ನಂದಿತಾ ರೂಮಿಗೆ ಹೋದ. ಬಹಳ ಸೀರಿಯಸ್ಸಾಗಿ ಬರವಣಿಗೆಯಲ್ಲಿ ಮಗ್ನಳಾಗಿದ್ದು ಕಂಡು ಮತ್ತಷ್ಟು ಅಚ್ಚರಿ. ಆಕಸ್ಮಿಕವಾಗಿ ನಡೆದು ಹೋದುದರ ಬಗ್ಗೆ ಚಿಂತೆ ಇಲ್ಲವಾ? ಇಲ್ಲ ಪ್ರತೀಕ ಹೇಳಿದ್ದು ಸುಳ್ಳಾ? ಅದು ಮಾನಸಿಕವಾಗಿ ಅಸ್ವಸ್ಥನಾದವನ ಮಾತುಗಳ?

"ನಂದು, ಸಾರಿ ಫಾರಿ ದಿ ಡಿಸ್ಟರ್ಬೆನ್ಸ್" ಅವಳ ಸನಿಹದಲ್ಲಿದ್ದ ಸ್ಟೂಲ್ ಮೇಲೆ ಕೂತು ಕೊರಳನ್ನು ದಿಟ್ಟಿಸಿದ. ದಪ್ಪವಾದ ಅರಿಶಿನ ದಾರ ಕಂಡಿತು. ಸದಾ ಅಮ್ಮನ ಒಂದೆಳೆಯ ಗುಂಡಿನ ಸರ ಮಾತ್ರ ಅವಳ ಕುತ್ತಿಗೆಯಲ್ಲಿ ಇರುತ್ತಿತ್ತು. ಈಗ ಅದರ ಜೊತೆಗೊಂದು ಹರಿಶಿನ ದಾರ "ಅದೇನು ಹರಿಶಿನ ದಾರ?" ಕೇಳಿದ.

ನಂದಿತಾ ತನ್ನ ಬರವಣಿಗೆಯನ್ನು ನಿಲ್ಲಿಸಿ, ಅರಿಶಿನ ದಾರದಲ್ಲಿ ಪೋಣಿಸಿದ ಗುಂಡು ಲಕ್ಷ್ಮಿ, ಮಾಂಗಲ್ಯವನ್ನು ತೆಗೆದು ಹೊರಗೆ ತೋರಿಸಿ "ಏನು ಹೇಳ್ಬೇಕೂಂತ ತೋಚ್ತಾ

ಇಲ್ಲಣ್ಣ. ನನ್ನ ಮದ್ವೆ ಆಯಿತು. ನಾನು ಉಮಾಶಂಕರ ದೀಕ್ಷಿತ್ ಅವರ ಸೊಸೆ. ಏನು, ಹೇಗೆ, ಎತ್ತ ಯೋಚಿಸೋಕು ಸಮಯವಿಲ್ದೆ, ನೀನು ಜೊತೆಯಲ್ಲಿ ಇಲ್ದೆ ನಾನು ತಾಳಿ ಕಟ್ಟಿಸಿಕೊಂಡೆ. ದಯವಿಟ್ಟು ಕ್ಷಮ್ಸಿಬಿಡು" ಅವನ ಎದೆಯ ಮೇಲೆ ತಲೆ ಇಟ್ಟಾಗ ಬಲವಾಗಿ ಅಪ್ಪಿಕೊಂಡ. ಇಂಥದೊಂದು ಸಾಧ್ಯತೆಯ ಬಗ್ಗೆ ಕನಸಿನಲ್ಲಿ ಕೂಡ ಯೋಚಿಸುವುದು ಸಾಧ್ಯವಿರಲಿಲ್ಲ. ತಂದೆ ತಪ್ಪು ಮಾಡಿರಲಾರರು. ಇದು ನಡೆದಿದ್ದು ಹೇಗೆ?

"ಅಪ್ಪ ಮೌನವಹಿಸಿದ್ದಾರೆ. ಮೆಂಟಲೀ ಅಪ್‌ಸೆಟ್ ಆದಂಗೆ ಕಾಣ್ತಾರೆ. ಯಾರದೋ ನಿರ್ದೇಶನದಲ್ಲಿ ನಡ್ದು ಹೋಯ್ತು. ಇಲ್ಲಿ ಯಾರು ತಪ್ಪಿತಸ್ಥರೆಂದು ಬೆಟ್ಟು ಮಾಡಿ ತೋರಿಸೋಕ್ಕಾಗೋಲ್ಲ. ಅವರು ತಾನಾಗಿ ಹೇಳುವವರೆಗೂ ನೀನಾಗಿ ಏನು ಕೇಳ್ಬೇಡ. ಎಲ್ಲರ್ಗಿಂತ ಹೆಚ್ಚಾಗಿ ಷಾಕ್ ಒಳಗಾದವರು ಅವರೇ" ಎಂದು ನಿಟ್ಟುಸಿರು ದಬ್ಬಿದಳು ನಂದಿತಾ.

ತಂದೆಯ ಬಗ್ಗೆ ಬರೆಯಬೇಕಾದ ಪುಸ್ತಕದ ಬಗ್ಗೆ ಅವಳ ಗಮನವಿತ್ತೇ ವಿನಃ ವಿವಾಹದ ಬಗ್ಗೆ ಸಣ್ಣ ಕಲ್ಪನೆ, ಕನಸು ಮೂಡದ ಮುನ್ನವೇ ವಿವಾಹಿತಳಾಗಿದ್ದು ಸೋಜಿಗ.

"ಓಕೇ, ನಂದು.. ಡೋಂಟ್ ವರೀ. ಇದು 21ನೇ ಶತಮಾನ. ಇಂಥ ಮದ್ವೆಗೆ ಯಾವುದೇ ಅರ್ಥವಿಲ್ಲ. ಲಿಗಲೀ ಫ್ಲೈಟ್ ಮಾಡೋಣ. ನಾನು ನಿನ್ನ ಜೊತೆ ಇರ್ತೀನಿ. ನನ್ನಿಂದ ಇದನ್ನು ನಂಬೋಕೆ ಆಗ್ತಾ ಇಲ್ಲ. ಬಿ ಬ್ರೇವ್. ಕಾದು ನೋಡೋಣ" ಸಾಂತ್ವಾನಿಸಿದ. ಆದರೆ ಅವನು ಮಾತ್ರ ಆಂದೋಳನಕ್ಕೆ ಒಳಗಾಗಿದ್ದ.

"ಅಣ್ಣನ ಮಾತಿಗೆ ಮೌನವಹಿಸಿದರು. "ಅಣ್ಣ, ರಾಖಿ ವಿಷಯ ಏನ್ಮಾಡ್ದೆ?" ಅವನ ತುಟಿಯಂಚಿನಲ್ಲೊಂದು ವಿಷಾದದ ಗೆರೆ ಹಾದು ಹೋಯಿತು. "ತೀರಾ ಕಮರ್ಷಿಯಲ್ಲಾಗಿ ಯೋಚ್ಸಿದ ಮೇಲೆ ಅಲ್ಲಿ ಪ್ರೀತಿ–ಪ್ರೇಮಗಳಿಗೆ ಅರ್ಥವೇನು? ಅದೆಲ್ಲ ಬೋಗಸ್ ಅನ್ನಿಸ್ತು. ಸಮಯ ಕಳೆದ ಉಪಯೋಗ ಅಷ್ಟೆ. ಈಚೆಗೆ ಅವ್ಳು ಫೋನ್ ಮಾಡಿಲ್ಲ. ಯಶವಂತ್ ಮತ್ತೊಮ್ಮೆ ನಿನ್ನ ವಿಷ್ಯ ಪ್ರಸ್ತಾಪಿಸ್ದ. ನಾನು ನೋ.... ಅಂದೆ. ಕನ್ವಿನ್ಸ್ ಮಾಡೋ ಪ್ರಯತ್ನ ಮಾಡಿದ. ತಾನೇ ಬಂದು ನಿನ್ನಲ್ಲಿ ಪರ್ಸ್‌ನಲ್ಲಾಗಿ ಮಾತಾಡ್ತೀನಿಂದ. ಈಗ..." ನಿಲ್ಲಿಸಿದ. ಅವನಲ್ಲಿ ತಳಮಳ ಷುರುವಾಗಿತ್ತು. ಆದರೆ ಆತುರದಿಂದ ತಂದೆಯ ಎದುರು ನಿಂತು ಪ್ರಶ್ನಿಸಲಾರ.

"ನೀನು ನಿರಾಕರಿಸ್ಬೇಕಿತ್ತು, ನಂದು. ಸಾಯಿಸುತೆಯವರ 'ಸಪ್ತಪದಿ' ಕಾದಂಬರಿಯಲ್ಲಿ ಗೆಳೆಯನ ವಿವಾಹಕ್ಕೆಂದು ಬಂದವನು ವರದಕ್ಷಿಣೆ ಸಲುವಾಗಿ ವಿವಾಹ ನಿಂತಾಗ ತಾನೇ ಮಾಂಗಲ್ಯ ಕಟ್ಟಿ ನಂತರ ಮಾನಸಿಕ ಹಿಂಸೆಗೆ ಒಳಗಾದ. ಇದೊಂದು ರೀತಿ ಅದಲು ಬದಲು ಅಷ್ಟೆ" ಮತ್ತೆ ಹೇಳಿದ ನಂದಿತಾ. ನಕ್ಕುಬಿಟ್ಟಳು.

ಆಮೇಲೆ ಹೇಗೆ ಅನಿವಾರ್ಯವಾಯಿತೆಂದು ತಿಳಿಸಿದಳು.

"ನಿಜ್ವಾಗ್ಲೂ,ಇವತ್ತು ಅಪ್ಪ ಬದುಕಿದ್ದಾರೆಂದರೆ ದೀಕ್ಷಿತ್ ಅವರೇ ಕಾರಣವಂತೆ. ಮುಂಬೈನಲ್ಲಿ ಕೋಮು ಗಲಭೆ ಆದಾಗ ಅಪ್ಪ ಡಿ.ಸಿ. ಆಗಿದ್ದರಂತೆ. ಇವರು ಫೈರಿಂಗ್‌ಗೆ ಆರ್ಡರ್ ಕೊಡೋಕೆ ಮೊದ್ಲು ಜನ ಕತ್ತಿ, ಲಾಂಗ್‌ಗಳನ್ನು ಹಿಡಿದುಕೊಂಡು ನುಗ್ಗಿ ಅಪ್ಪನ

ತಲೆಗೆ ಬೀಸಿದ್ದ ದೊಣ್ಣೆಯ ಹೊಡೆತಕ್ಕೆ ತಲೆಯೊಡ್ಡಿದ್ದು ದೀಕ್ಷಿತ್. ಆ ಖಣದ ಮಾತುಗಳನ್ನಾಡಿದಾಗಲೆಲ್ಲ, ಒಮ್ಮೆ ಕೇಳ್ತೀನಿ ಅನ್ನುತ್ತಿದ್ದರಂತೆ. ಅದನ್ನು ತೀರಾ ಸಂಕಟ ಸ್ಥಿತಿಯಲ್ಲಿ ಅವರು ಉಪಯೋಗ್ಸಿಕೊಂಡ್ರು" ಅನ್ನುವ ವೇಳೆಗೆ ಪ್ರತೀಕ ಬಂದು ಕೂತ.

"ನಾನು ಮನೆಗೆ ಹೋಗೊಲ್ಲ, ಇಲ್ಲೇ ಇರ್ತೀನಿ"

ಅಣ್ಣ, ತಂಗಿ ಮುಖ ಮುಖ ನೋಡಿಕೊಂಡರು. ಅದಕ್ಕೆ ಕಾರಣ ನಂದುಗೆ ಮಾತ್ರ ಗೊತ್ತು. ಅದೊಂದು ಕಾರಣಕ್ಕಾಗಿ ಇಲ್ಲೇ ಉಳಿಯೋದು ಅಷ್ಟೊಂದು ಸರಿಯಲ್ಲವೆನಿಸಿತು.

"ಖಂಡಿತ ಇರ್ಬಹುದ್ದು! ಆದರೆ ನಿಂಗಾಗಿ ಕನವರಿಸೋ ಅಪ್ಪ, ಅಮ್ಮನ ನೆನಪು ಮಾಡ್ಕೋ... ಅಜ್ಜಿ ನಿನ್ನಿಂದಲೇ ರಿಲಾಕ್ಸ್ ಆಗಬೇಕು. ಇದನ್ನೆಲ್ಲ ಮನಸ್ಸಿನಲ್ಲಿ ಇಟ್ಕೊಂಡು... ಯೋಚ್ಸು" ಅಂದ ನಂದಿತಾ ಎದ್ದು ಹೋದಳು. ಸಂಬಂಧಗಳು ಎಷ್ಟೊಂದು ಸೂಕ್ಷ್ಮವೆನಿಸಿತು. ಸತನ್‌ನ ನೆನಪಾಯಿತು. ಮೊದಲ ಸಲ ನೋಡಿದ್ದೇ ಅವನೊಂದಿಗೆ ವಿವಾಹ ವಿಧಿಗಳಲ್ಲಿ ಭಾಗವಹಿಸುವಾಗ ಯಂತ್ರವಾಗಿದ್ದಳು! ಅಲ್ಲಿ ಇಷ್ಟಗಳು, ಅನಿಸಿಕೆಗಳು ಇರಲಿಲ್ಲ. ಬರೀ ನಿರ್ದೇಶನವಿತ್ತು. ನಟಿಸುವುದಷ್ಟೆ ಕೆಲಸವಾಗಿತ್ತು. ನಿರ್ದೇಶಕ ಮೇಲಿದ್ದ.

ಹತ್ತು ನಿಮಿಷದಲ್ಲಿ ಕರುಣಾಕರ ಸ್ವಲ್ಪ ಟೆನ್‌ಷನ್‌ನಿಂದಲೇ ಬಂದರು. ಆದರೆ ಅಣ್ಣನ ಮುಖ ನೋಡಿದ ಕೂಡಲೇ ತಣ್ಣಗಾಗಿದ್ದು.

"ಪ್ರತೀಕನ್ನ ಕರ್ಕಂಡ್ ಹೋಗೋಕೆ ಬಂದೆ" ಅಂದರು.

"ಕರ್ಕಂಡ್ ಹೋಗು. ಬಂದ ಕೂಡಲೇ ಹೇಳಿದೆ. ನನ್ನ ಮುಖ ತಪ್ಪಿಸಿ ಓಡಾಡೋಕೆ ಷುರು ಮಾಡಿದ್ದಾನೆ. ಎನಿಥಿಂಗ್ ರಾಂಗ್? ಅಲ್ಲೇನಾಯ್ತು? ಇಲ್ಲಿ ಬಂದು ನಿಲ್ಲೋಕೆ ಅವನದೇ ಕಾರಣಗಳು ಇರುತ್ತೆ. ಗಂಡ-ಹೆಂಡತಿ ಸಾಫ್ಟ್‌ವೇರ್... ಸಾಫ್ಟ್‌ವೇರ್ ಅಂತ ಅವನ ಮುಂದೆ ಜಪ ಮಾಡ್ತಾ ಇಲ್ಲ ತಾನೇ!" ಸ್ವಲ್ಪ ಖಾರವಿತ್ತು ಅವರ ಸ್ವರದಲ್ಲಿ.

"ಅವ್ಳಿಗೆ ಅಂಥದೊಂದು ಆಸೆ ಇದೆ. ನಾನಂತು ಪೂರ್ತಿ ಸ್ವಾತಂತ್ರ ಕೊಟ್ಟಿದ್ದೀನಿ. ಅದೆಲ್ಲ ಏನು ಅಲ್ಲಣ್ಣ! ಆದರೆ ಇಲ್ಲಿ ಬಂದ್ ನಿಂತಿದ್ದಕ್ಕೆ ನಿಜ್ವಾದ ಕಾರಣ ಗೊತ್ತಿಲ್ಲ. ಎಷ್ಟುಸಲ ಕೇಳಿದರು ಅವ್ರು ಬಾಯಿ ಬಿಡ್ತಾ ಇಲ್ಲ. ಇವ್ನ ಚಿಂತೆಯಲ್ಲಿ ತಲೆ ತಿರುಗಿ ಬಿದ್ಲು. ಡಾಕ್ಟರ್ ಹೈಪರ್ ಬಿ.ಪಿ. ಅಂತ ನಾಮಕರಣ ಮಾಡಿ ಮಾತ್ರೆಗಳು ಬರೆದು ಕೊಡೋದರ ಜೊತೆಗೆ ಪಥ್ಯ ವಿಧಿಸಿದ್ದಾರೆ. ಟೆನ್‌ಷನ್ ಬೇಡ. ಅಮ್ಮ ಅಂತು ಕುಸಿದು ಹೋಗಿದ್ದಾರೆ."

ನಿಧಾನವಾಗಿ ಕೇಳಿಸಿಕೊಂಡ ಚಿರಂತನ್‌ದತ್ "ಅವ್ಳ ಕೆಲವು ಗುಣಗಳನ್ನು ಮೆಚ್ಚಬೇಕಾದ್ದೆ. ಓವರ್ ಆದರೆ ಕಷ್ಟನೆ. ಇದೊಂದು ಸಿಂಪಲ್ ವಿಷಯ. ಅವಳಿಗೆ ಮನದಷ್ಟು ಮಾಡ್ಸು. ಎನಿ ಹೌ, ಸ್ವಲ್ಪ ಕೇರ್‌ಫುಲ್ಲಾಗಿರು" ಎಂದವರು ಪ್ರತೀಕನನ್ನು ಕರೆದು "ನಿನ್ನಪ್ಪನ ಜೊತೆಗೆ ಹೋಗು. ಏನಾದ್ರೂ ಪ್ರಾಬ್ಲಮ್ ಇದ್ದರೆ, ಅವರೊಂದಿಗೆ ಚರ್ಚಿಸು. ಮನಸ್ಸಿನಲ್ಲಿ ಇರೋದ್ನ ಅವ್ರಿಗೆ ಬಾಯ್ಬಿಟ್ಟು ಹೇಳದಿದ್ದರೆ, ಹೇಗೆ ಅರ್ಥವಾಗುತ್ತೆ?" ಬುದ್ಧಿ ಹೇಳಿದರು.

ಪ್ರತೀಕ ಮುಖ ಊದಿಸಿಕೊಂಡು ನಿಂತಿದ್ದ. ದೊಡ್ಡಪ್ಪ ಹೇಳಿದ್ದಕ್ಕೆ ವಿಧೇಯನಾಗಿ

ಇರಬೇಕಿತ್ತು.

"ಆಯ್ತು ದೊಡ್ಡಪ್ಪ" ಅಂದ್ನು ತಲೆ ತಗ್ಗಿಸಿಕೊಂಡು.

"ಕರುಣಾ, ನಿನ್ನತ್ರ ಇನ್ನೊಂದ್ವು ವಿಷ್ಯ ಮಾತಾಡಬೇಕಿದೆ. ಸ್ವಲ್ಪ... ಬಾ" ಎಂದು ರೂಮಿನೊಳಕ್ಕೆ ಕರೆದುಕೊಂಡು ಹೋಗಿ "ನೀವುಗಳು ಯಾರು ಇಲ್ದೇ... ನಂದಿತಾ ಮದ್ವೆ ಆಗಿ ಹೋಯ್ತು. ದೂರದಲ್ಲಿರುವ ಅಪ್ಪ ತಾತ, ಚಿಕ್ಕಮ್ಮನಾದ್ರೂ ಆಶೀರ್ವದಿಸೋಕೆ ಇರಬೇಕಿತ್ತು. ಯಾವ್ದು ಆಗಲಿಲ್ಲ. ಕ್ಷಮಿಸಿಬಿಡು" ಅಂದರು ಮುಖ ತಗ್ಗಿಸಿ.

"ನಮ್ಮ ನಂದು ಮದ್ವೆನಾ? ಅಪ್ಪನ ಆತ್ಮ ಚರಿತ್ರೆ ಬರೆದು ಮುಗಿದ್ಮೇಲೆ ಅಂತ ಹೇಳ್ತಾ ಇದ್ಲು. ತಮಾಷೆ ಮಾಡ್ತಾ ಇದ್ದೀರಾ?" ಕರುಣಾಕರ ಕೇಳಿದರು ಸ್ವಲ್ಪ ಮೆಲ್ಲಗೆ. ಅಣ್ಣ ಅಂಥ ವಿಷಯಗಳಲ್ಲಿ ತಮಾಷೆ ಮಾಡಲಾರನೆಂದು ನಂಬಿಕೆ ಇತ್ತು. "ನಿಜ ಕಣೋ, ಅವ್ಳ ಮದ್ವೆ ನಡೆದಿದ್ದಂತು ಸತ್ಯ. ಅದೂ ಶಾಸ್ತ್ರೋಕ್ತವಾಗಿ ಭರ್ಜರಿ ಕಲ್ಯಾಣ ಮಂಟಪದಲ್ಲಿ. ಅಲ್ಲಿ ಎಲ್ಲಾ ವರ್ಗದ ಜನರು ಇದ್ದರು ಆಶೀರ್ವದಿಸೋಕೆ. ಇದೆಲ್ಲ ಹೇಗೆ ನಡೀತು? ಕನಸಾ ಭ್ರಮೆನಾ ಅನಿಸುತ್ತೆ. ಆದರೆ ಅವೆರಡು ಅಲ್ಲಾಂತ ನಂದು ಕುತ್ತಿಗೆಯಲ್ಲಿನ ಅರಿಸಿನ ದಾರದಲ್ಲಿ ಪೋಣಿಸಿದ ಮಾಂಗಲ್ಯ ಹೇಳುತ್ತೆ. ಇಂಥದೆಲ್ಲ ಚಲನಚಿತ್ರಗಳಲ್ಲಿ ನಡೆಯಬಹುದಾದಂತದ್ದು ನನ್ನ ಮನೆಯಲ್ಲಿ ನನ್ನ ಕಣ್ಣೆದುರು ನಡೆದಿದೆ" ಎಂದು ಹೇಳಿದವರು ಸಂಕ್ಷಿಪ್ತವಾಗಿ, ಚುಟುಕಾಗಿ ವಿವರಿಸಿದರು.

ಕರುಣಾಕರ ತಟಸ್ಥರಾಗಿ ಕೂತು ಬಿಟ್ಟರು. ಬೇರೆಯವರು ಇದನ್ನು ಹೇಳಿದ್ದರೆ ನಂಬುತ್ತಿರಲಿಲ್ಲ. ಈಗ ಹೇಳಿರೋದು ಚಿರಂತನ್‌ದತ್ ಐ.ಎ.ಎಸ್.

"ಮುಂದೇನಾಗುತ್ತೋ ಗೊತ್ತಿಲ್ಲ. ಆಮೇಲೆ ಹೆಣ್ಣಿನ ಸಮೇತ ಬಂದರು. ಆವೇಳೆಗೆ ಎಲ್ಲಾ ಮುಗಿದಿತ್ತು. ಅವರವರಲ್ಲಿಯೇ ಗಲಾಟೆ ನಡೀತು. ರಿಸೆಪ್ಷನ್ ಕೂಡ ಭರ್ಜರಿಯಾಗಿ ನಡೀತು. ನಂಗೆ ಒಂದಿಷ್ಟು ಕಾಲಾವಕಾಶ ಬೇಕೂಂತ ನಂದುನ ಕರ್ಕಂಡ್ ಬಂದೆ" ವಿವರಿಸಿದರು.

"ಅಣ್ಣ, ಮುಂದೇನು?" ಕೇಳಿದರು ಕರುಣಾಕರ.

ಗೊತ್ತಿಲ್ಲವೆನ್ನುವಂತೆ ತಲೆಯಾಡಿಸಿ "ನನ್ನ ಪುಣ್ಯಕ್ಕೆ ನಂದಿತಾ ಡಿಸ್ಟರ್ಬ್ ಆಗಿ ಮೂಲೆಯಲ್ಲಿ ಕೂರಲಿಲ್ಲ. ಕೋಪ ಪ್ರದರ್ಶಿಸಲಿಲ್ಲ, ಏನು ನಡೆಯಲೇ ಇಲ್ಲವೆನ್ನುವಂತೆ ಬರವಣಿಗೆಯಲ್ಲಿ ತೊಡಗಿದ್ದಾಳೆ. ಅವನು ಒಂದೆರಡು ಸಲ ಫೋನ್ ಮಾಡಿ ಕ್ಷಮೆಯಾಚಿಸಿದ. ಮುಂದೇನು ಅನ್ನೋದರ ಬಗ್ಗೆ ಅವನು ಕೂಡ ಗೊಂದಲದಲ್ಲಿ ಇರಬಹುದು. ನಂಗೂ ಏನು ತೋಚ್ತಾ ಇಲ್ಲ" ಕೈಚೆಲ್ಲಿದಂತೆ ನುಡಿದರು.

ಎಷ್ಟೋ ಹೊತ್ತು ಕರುಣಾಕರ ಮಾತಾಡಲಿಲ್ಲ.

ಆಮೇಲೆ ಪ್ರತೀಕನನ್ನು ಕರೆದುಕೊಂಡು ಮನೆಗೆ ಬಂದರು. ಕಾಲೇಜಿಗೆ ರಜೆ ಹಾಕಿ ಮನೆಯಲ್ಲಿಯೇ ಇದ್ದ ಮಾಲಿನಿ ಮಗನನ್ನು ತಬ್ಬಿಕೊಂಡು ಭೋರೆಂದು ಅತ್ತರು. ಗೊಣಗಿದರು, ರೇಗಾಡಿದರು. ತಾವು ಈ ಸಂಸಾರಕ್ಕಾಗಿ, ಇಲ್ಲಿಯವರೆಗೂ ಪಟ್ಟಿರುವ ಕಷ್ಟ

ಮತ್ತು ತ್ಯಾಗದ ದೊಡ್ಡ ಲಿಸ್ಟ್‌ನ್ನು ಅವನ ಮುಂದಿಟ್ಟರು.

"ನಾನು ನಿಮ್ಮಪ್ಪನಂಗೆ ಇದ್ದಿದ್ದರೇ ಯಾವುದೋ ಮೂಲೆಯಲ್ಲಿ ಗಲ್ಲಿಯಲ್ಲಿ ಇರಬೇಕಿತ್ತು" ಇಂಥದೆಲ್ಲ ಆಡಿ ಮುಗಿಸುವ ವೇಳೆಗೆ ಕರುಣಾಕರ ಪಿತ್ತ ನೆತ್ತಿಗೇರಿತು. "ಸ್ವಲ್ಪ ಸಹನೆ ಇರಲಿ. ಬಿ.ಪಿ. ತೀರಾ ಹೆಚ್ಚಾದರೆ ನೀನೇ ಅನುಭವಿಸಬೇಕಾಗುತ್ತೆ. ಬಿ ಕೇರ್ ಫುಲ್" ಎಂದು ಎಚ್ಚರಿಸಿದನ್ನ ನೆನಪು ಮಾಡಿಕೊಂಡು ಹಿಂದಿನ ಬಾಗಿಲಿನಿಂದ ಹೊರಗೆ ಹೋದರು. ಎಲ್ಲಾದರೂ ಕೂತು ಬಿಕ್ಕಿ ಬಿಕ್ಕಿ ಅಳಬೇಕೆನಿಸಿತು. ಹೆಂಡತಿಯ ಬಗ್ಗೆ ಪ್ರೀತಿಯ ಜೊತೆ ಜೊತೆಗೆ ಅಭಿಮಾನನು ಇತ್ತು. ಇಂದೇಕೋ ಅವರ ಮನಸ್ಸು ರೋಸಿ ಹೋಗಿತ್ತು. ಅವಳದನ್ನು ಮಾತ್ರ ಲಿಸ್ಟ್ ಮಾಡಿದ್ದಳು. ತಾನು ಅವಳು ಓದಲು ಕುಳಿತಾಗ ತಾನು ಮಾಡಿದ್ದೆಷ್ಟು? ಇಡೀ ಮನೆಯನ್ನು ಸುಧಾರಿಸಿಕೊಂಡು ಹೋಗಿದ್ದರು. ಕಣ್ಣನ್ನು ರೆಪ್ಪೆ ಜೋಪಾನ ಮಾಡಿದಂತೆ ಜೋಪಾನ ಮಾಡಿದ್ದರು.

"ಯಾಕೋ, ಕರುಣಾ ಇಲ್ಲಿ ಕೂತಿದ್ದಿ?" ಅಂದ ಕೂಡಲೇ ಅಮ್ಮನನ್ನು ಅಪ್ಪಿಕೊಂಡು ಕಣ್ಣೀರು ಸುರಿಸಿ ಸಮಾಧಾನ ಗೊಂಡು "ಅಪ್ಪನ ನೆನಪಾಯ್ತು. ಅವರು ನೀನು ನನ್ನ ಹಿಂಗೆ ಜೋಪಾನ ಮಾಡಿದ್ರಿ. ಅದೆಂಥ ನೋವುಂಥ ಆಗ ಅರ್ಥವಾಗಲಿಲ್ಲ. ಈಗ ತಿಳಿದು ತಾನೇ ಏನು ಪ್ರಯೋಜನ?" ಎಂದು ಮನದ ಮಾತುಗಳನ್ನು ಗೌಪ್ಯವಾಗಿರಿಸಿದರು.

ತಾಯಿ, ಮಗ ಕೂತು ಎಷ್ಟೋ ಹೊತ್ತು ಮಾತಾಡಿದರು. ಮತ್ತೆ ಮತ್ತೆ ಆಧ್ಯಾತ್ಮಿಕ ಹುಡುಕಾಟಗಳಿಗೆ ಕಾರಣಗಳನ್ನು ಹುಡುಕುವ ಪ್ರಯತ್ನವಷ್ಟೆ. ಆಮೇಲೆ ಸ್ವಲ್ಪ ನಿರಾಳವಾಗಿ ಹೇಳಲೋ ಬೇಡವೋ ಎನ್ನುವಂತೆ ನಂದಿತಾಳ ವಿವಾಹ ವಿಷ್ಯ ತಿಳಿಸಿದಾಗ ಆಕೆ ಆತಂಕಗೊಂಡರು.

"ಇದೆಲ್ಲ ನಿಜವಾ?" ಬಾಯಿ ಮೇಲೆ ಕೈಯಿಟ್ಟರು ಗಿರಿಜಮ್ಮ.

ಸಂಕ್ಷಿಪ್ತವಾಗಿ ವಿಷಯತಿಳಿಸಿದ ಕರುಣಾಕರ "ಅಣ್ಣ, ನಂದಿತಾ ತಾನಾಗಿ ಆ ಬಗ್ಗೆ ಹೇಳುವವರೆಗೂ ಪ್ರಶ್ನಿಸೋಕೆ ಹೋಗ್ಬೇಡ. ಅವರೇ ಗೊಂದಲದಲ್ಲಿ ಇದ್ದಾರೆ" ಇದೆಷ್ಟು ಸೂಕ್ಷ್ಮ ವಿಷ್ಯವೆಂದು ಒತ್ತಿ ಹೇಳಿದರು.

ಒಂದು ವಾರ ಕಳೆದರೂ ಪ್ರತೀಕ ಸರಿಯಾಗಿ ಮನೆಗೆ ಹೊಂದಿಕೊಳ್ಳಲಿಲ್ಲ. ಮುಖ ಊದಿಸಿಕೊಂಡೇ ತಿಂಡಿ, ತೀರ್ಥ. ಅಮ್ಮನ ಹತ್ತಿರ ಹರಟೆ, ಒಡನಾಟ ಅಂಥದೆಲ್ಲ ಬಂದ್.

ಬೆಳಿಗ್ಗೆ... ಬೆಳಿಗ್ಗೆಯೇ ಮಾಲಿನಿ "ನನ್ನ ಕಾರು ಯಾಕೋ ಪ್ರಾಬ್ಲಮ್ ಮೈಕಾನಿಕ್‌ಗೆ ಹೇಳಿದ್ದೀನಿ, ಬಂದ್ ತಗೊಂಡು ಹೋಗ್ತಾನೆ. ಇವತ್ತು ಬೈಕ್‌ನಲ್ಲಿ ಡ್ರಾಪ್ ಮಾಡ್ಬಿಡು" ಮಗನಿಗೆ ಹೇಳಿದರು. ಅವನು 'ಹಾ' 'ಹ್ಞೂಂ' ಅನ್ನಲಿಲ್ಲ.

"ನಿನ್ನ ಮಮ್ಮಿ ಹೇಳಿದ್ದು ಕೇಳಿಸ್ತಾ?" ಮೆಟ್ಟಿಲು ಇಳಿದು ಬರುತ್ತಿದ್ದ ಮಗನನ್ನು ಕೇಳಿದರು ಕರುಣಾಕರ. "ಇಲ್ಲ ಕೇಳಿಸಿಲ್ಲ" ಅಂದುಕೊಂಡು ಹೊರಟೇಬಿಟ್ಟಾಗ 'ಇವನಿಗೇನಾಗಿದೆ?' ಎಂದುಕೊಂಡರು.

ಆದರೆ ರೂಮಿಗೆ ಬಂದ ಕೂಡಲೇ ಹೇರ್‌ಸ್ಟೈಲ್ ಸರಿ ಮಾಡಿಕೊಳ್ಳುತ್ತಿದ್ದ ಮಾಲಿನಿ "ತಪ್ಪು ಇಬ್ಬರದು ಫಿಫ್ಟಿ... ಫಿಫ್ಟಿ.. ಇರೋವಾಗ ನನ್ನೊಬ್ಬಳಿಗೆ ಯಾಕೆ ಶಿಕ್ಷೆ? ನಾವು ಲವ್ ಮಾಡಿ ಮದ್ವೆ ಆಗಿದ್ದು ಅವರನ್ನು ದೂರ ಮಾಡಿಕೊಂಡ್ವಿ, ಅದಕ್ಕೆಲ್ಲ, ನಾನೊಬ್ಬಳೇ... ಕಾರಣನಾ? ನಿಮ್ಮತ್ರ ನಾರ್ಮಲ್ ಆಗಿ ಮೂವ್ ಮಾಡುವ ಪ್ರತೀಕ ನನ್ಹತ್ರ ಯಾಕೆ ಹಾಗೆ ವರ್ತಿಸ್ತ ಇದ್ದಾನೆ, ಗೊತ್ತಾ? ಇದೆಲ್ಲ ನಿಮ್ಮಮ್ಮನ ಪಿತೂರಿ. ದುರ್ಬೋಧನೆ ಮಾಡಿ ನನ್ಮಗನನ್ನ ನನ್ನಿಂದ ದೂರ ಮಾಡ್ತಾ ಇದ್ದಾರೆ" ಅಂದು ಆರೋಪಿಸಿದ ಕೂಡಲೇ ಕೆನ್ನೆಗೊಂದು ಬಾರಿಸಿಯೇ ಬಿಟ್ಟರು. "ಏನೇನೋ ಮಾತಾಡ್ಬೇಡ. ಅಂಥದೆಲ್ಲ ಆಕೆಗೆ ಗೊತ್ತಿಲ್ಲ" ರೋಫ್ ಹಾಕಿದರು. ಆದರೆ ಒಂದು ವಾರದ ನಿರಂತರ ಪ್ರಯತ್ನದಲ್ಲಿ ಗಂಡನಿಗೆ ಅನುಮಾನ ಬರಿಸುವುದರಲ್ಲಿ ಸಫಲರಾದರು.

ಆಗ ಕರುಣಾಕರ ಸ್ವಭಾವದಲ್ಲಿ ಬದಲಾವಣೆ ಷುರುವಾಯಿತು.

ಮರುದಿನ ಮಾಲಿನಿ ಬರುವಾಗ ಕಾಲೇಜು ಓದುವ ಹುಡುಗಿಯನ್ನು ಲಗೇಜ್ ಸಮೇತ ಕರೆ ತಂದು "ಲಾವಣ್ಯ, ಈ ರೂಮು ನಿನ್ನ ಉಪಯೋಗಕ್ಕೆ ರಾತ್ರಿ ವೇಳೆ ನಮ್ಮ ಅತ್ತೆ ಮಲಗ್ತಾರೆ ಅಷ್ಟೆ" ಎಂದರು. ಜೊತೆಗೆ "ಅತ್ತೆ, ಈ ಹುಡ್ಗಿ ನಿಮ್ಮ ರೂಮ್‌ನಲ್ಲಿ ಇರೋದ್ರಿಂದ ನಿಮಗೇನಾದ್ರು ತೊಂದರೇನಾ?" ವಿಚಾರಿಸಿದರು.

"ನಂಗೇನು ತೊಂದರೆ? ಇದ್ಕೊಳ್ಳಿ..." ಅಂದಿದ್ದು ಸಾಕಿತ್ತು. ಲಾವಣ್ಯನ ಅಲ್ಲಿ ಪ್ರತಿಸ್ಥಾಪಿಸಿ ಬಿಟ್ಟರು. ಪೇಯಿಂಗ್ ಗೆಸ್ಟ್ ತರಹ. ತಿಂಗಳಿಗೆ ಮೂರು ಸಾವಿರದ ಜೊತೆ ಒಂದಿಷ್ಟು ಉಪಕಾರವು ಆಯಿತು ಮಾಲಿನಿಗೆ.

"ಇನ್ನು ನಮ್ಮ ತಲೆ ಮೇಲೆ ಸಾಲ ಇದೆ. ಇಷ್ಟು ವರ್ಷಗಳಲ್ಲಿ ಇಡೀ ಸಂಬಳ ಕೈ ತುಂಬ ತೆಗೆದುಕೊಂಡಿದ್ದುಂಟಾ? ಬರೀ ಸಾಲದ ಕಂತುಗಳಲ್ಲೇ ಮುಗ್ದು ಹೋಯಿತು. ಲಾವಣ್ಯ ಪೇಯಿಂಗ್ ಗೆಸ್ಟಾದರೆ, ಮೂರು ಸಾವಿರ ಕೊಡ್ತಾಳೆ. ಅದ್ನ ಒಟ್ಟಿಗೆ ಸೇರಿಸಿ ಕಟ್ಟಬಹುದು. ಅತ್ತೆ ಕೂಡ ಇದಕ್ಕೆ ಒಪ್ಪಿಕೊಂಡಿದ್ದಾರೆ. ತುಂಬ ಒಳ್ಳೇ ಹುಡುಗಿ. ಅವಳ ಪೇರೆಂಟ್ಸ್ ಬಂದು ರಿಕ್ವೆಸ್ಟ್ ಮಾಡಿಕೊಂಡರು. ಒಂದಿಷ್ಟು ಹಣಾಂತ ಇದ್ದರೆ, ಪ್ರತೀಕನ ಓದಿಗೂ ಅನ್ಕೂಲ. ಕಂಪ್ಯೂಟರ್ ಕೊಡ್ಸಬೇಕು" ಮೃದು ಮಧುರವಾದ ವಚನಗಳಿಂದ ಗಂಡನನ್ನು ಕೆಡವಿಕೊಂಡರು ಮಾಲಿನಿ ಉಪಾಯವಾಗಿ.

ಅವಳಿಗೆ ಬೇಕಾದ ಊಟ, ತಿಂಡಿಯ ತಯಾರಿಕೆ ಗಿರಿಜಮ್ಮನದು. ಬಡಿಸುವ ಕೆಲಸವು ಆಕೆಯದೇ. ಮೊದ ಮೊದಲು ಏನು ಅನ್ನಿಸಲಿಲ್ಲ. ಇಡೀ ರಾತ್ರಿ ಪೂರ್ತಿ ಲೈಟು ಹಾಕ್ಕೊಂಡು ಕೂತುಕೊಳ್ಳೋಳು.

ಸಾಕಾದ ಗಿರಿಜಮ್ಮ ಒಂದು ರಾತ್ರಿ ಎದ್ದು ಕೂತು "ಟೈಮ್ ಎಷ್ಟಮ್ಮ ಲಾವಣ್ಯ?" ಕೇಳಿದರು. "ಯಾಕೆ, ಎರಡೂ ಮುಕ್ಕಾಲು. ನೀವು ನಾಳೆಯಿಂದ ವರಾಂಡದಲ್ಲಿ ಮಲ್ಗಿ ಬಿಡಿ. ನಾನು ಕಂಪ್ಯೂಟರ್ ತಂದಿಟ್ಕೋಬೇಕೂಂತ ಇದ್ದೀನಿ" ಮುಲಾಜು ಇಲ್ಲದೆ ಹೇಳಿದ ಏಟಿಗೆ ಆಕೆ ಸ್ಥಂಭೀಭೂತರಾದರು. ಇಡೀ ರಾತ್ರಿ ಕಣ್ಣೀರು ಸುರಿಸಿದರು. ವಯಸ್ಸಾದ ಜೀವ ಎಲ್ಲರಿಗೂ ಶಾಪ ಹಾಕಿತು.

ಮರುದಿನ ಮಗನಿಗೆ ತಿಂಡಿ ಕೊಡೋವಾಗ "ನಾನು ಎರಡು ದಿನದ ಮಟ್ಟಿಗೆ ಚಿರಂತನ ಮನೆಗೆ ಹೋಗ್ತೀನಿ, ಕಣೋ" ಅಂದರು. ಕರುಣಾಕರನ ಕರುಳು ಕತ್ತರಿಸಿದಂತಾಯಿತು. ತಿಂಡಿಗೆ ಬಂದ ಪ್ರತೀಕ "ಡ್ಯಾಡಿನ, ಏನು ಕೇಳ್ತಿಯಜ್ಜಿ? ನಾನು ಕರ್ಕೊಂಡ್ಹೋಗಿ ಬಿಡ್ತೀನಿ. ಅಲ್ಲಜ್ಜಿ, ಆ ಮೂದೇವಿನ ಯಾಕೆ ರೂಮಿನಲ್ಲಿ ಬಿಟ್ಟುಕೊಂಡೆ?" ತಂದೆಯತ್ತ ಒಂದು ತರಹ ನೋಡಿದ.

"ಅವಳೇನು ಬಹಳ ದಿನ ಇರೋಲ್ಲ. ಅವ್ಳ ಪೇರೆಂಟ್ಸ್ ಮಾಲಿನಿ ಹತ್ರ ರಿಕ್ವೆಸ್ಟ್ ಮಾಡಿಕೊಂಡರಂತೆ. ಇಲ್ಲಿ ಪೇಯಿಂಗ್ ಗೆಸ್ಟ್ ಆಗಿದ್ದಾಳೆ." ಸಮಾಜಾಯಿಸಿ ಹೇಳಲು ಹೊರಟಾಗ "ಹೌದು ಹೌದು, ಇಡೀ ಬೆಂಗಳೂರಿನಲ್ಲಿ ಯಾರೂ ಸಿಕ್ಲಿಲ್ಲ, ಪಾಪ. ಮಮ್ಮಿ ಹತ್ರ ಬಂದ್ ರಿಕ್ವೆಸ್ಟ್ ಮಾಡಿಕೊಂಡ್ರು. ಛೆ... ಛೆ..." ಬರುತ್ತಿದ್ದ ಮಾಲಿನಿಯನ್ನು ನೋಡಿ ಹಂಗಿಸಿದ.

"ನೋಡಿದ್ರಾ, ಅವ್ನು ಹೇಗೆ ತಯಾರಾಗ್ತಾ ಇದ್ದಾನೆ? ಹಿಂದೆ ಎಂದಾದ್ರೂ ಈ ರೀತಿ ಮಾತಾಡ್ತಾ ಇದ್ನಾ? ಹೇಳಿಕೊಟ್ಟು... ಹೇಳಿಕೊಟ್ಟು... ತಾಯಿ ವಿರುದ್ಧನೇ ಎತ್ತಿ ಕಟ್ತಾ ಇದ್ದಾರೆ" ಕಣ್ಣೀರು ಷುರುವಾಯಿತು.

ಹಾಟ್ ಬಾಕ್ಸ್‌ನಿಂದ ಇಡ್ಲಿಗಳನ್ನು ತಟ್ಟೆಗೆ ಹಾಕ್ಕೊಂಡು ಚಟ್ನಿಯ ಪಾತ್ರೆ ಹಿಡಿದು ತನ್ನ ರೂಮ್ಗೆ ಹೋಗಿ ಬಿಟ್ಟ ಪ್ರತೀಕ.

"ಅವ್ನಿಗೆ ನಾಲ್ಕು ಬಾರಿಸದ ಹೊರತು ಸರಿ ಹೋಗೋಲ್ಲ" ಹೆಂಡತಿಯ ಕಣ್ಣೀರಿಗೆ ಕರಗಿದ ಗಂಡನ ಉವಾಚ "ಅವನಿಗೆ ಹೇಳಿ ಕೊಡೋರು ಜಾಸ್ತಿ ಆಗಿದ್ದಾರೆ. ಈ ತರಹ ನನ್ಮೇಲೆ ಸೇಡು ತೀರಿಸ್ಕೋತಾ ಇದ್ದಾರೆ" ಮತ್ತಷ್ಟು ಕಣ್ಣೀರು ಮಾಲಿನಿಯದು.

ಕರುಣಾಕರ ಆತಂಕಗೊಂಡರು.

"ಯಾರು ಅವ್ನಿಗೆ ಹೇಳಿಕೊಡ್ತಾ ಇದ್ದಾರೆ? ಯಾರು ಸೇಡು ತೀರಿಸ್ಕೋತಾ ಇದ್ದಾರೆ?" ಗಿರಿಜಮ್ಮ ಕೇಳಿದ ಕೂಡಲೇ ಕರುಣಾಕರ ರೇಗಿದ "ನೀನಗ್ಯಾಕಮ್ಮ ಮಧ್ಯೆ? ಮಮ್ಮಿ... ಮಮ್ಮಿ... ಅಂತ ಹಿಂದೆ ಬಿದ್ದು ಸಾಯ್ತಾ ಇದ್ದ ಪ್ರತೀಕ ಏಕಾಏಕಿ ಬದಲಾದನೆಂದರೆ, ಯಾರೋ ಕಿವಿಯೂದಿ ಅವನನ್ನು ಹಾಳು ಮಾಡ್ತಾ ಇದ್ದಾರೆ, ಇದೆಲ್ಲ ಬೇಕಾ?" ಧ್ವನಿ ಎತ್ತರಿಸಿದ.

ಇಲ್ಲಿಗೆ ಬಂದ ಮೇಲೆ ಕರುಣಾಕರ ಮೊದಲ ಸಲ ಧ್ವನಿಯೆತ್ತರಿಸಿದ್ದ. ಆಕೆಗೆ ಆಕಾಶವೇ ಕಳಚಿ ತಲೆಯ ಮೇಲೆ ಬಿದ್ದಂತಾಯಿತು.

"ನಾನು ಪ್ರತೀಕನಿಗೆ ಏನಾದ್ರೂ ಹೇಳಿ ಕೊಟ್ಟಿಂದ್ದೀನಿಂತ ತಿಳಿದುಕೊಂಡ್ರಾ?" ಗಿರಿಜಮ್ಮನಿಗೆ ಅಳು ಒತ್ತಿಕೊಂಡು ಬಂತು. ತಮ್ಮ ರೂಂಗೆ ಹೋದರು. ಲಾವಣ್ಯ ಸಣ್ಣಗೆ ಮ್ಯೂಜಿಕ್ ಹಾಕಿಕೊಂಡು ಡ್ಯಾನ್ಸ್ ಮಾಡುತ್ತಿದ್ದಳು. ಕನ್ನಡಿಯ ಮುಂದೆ. ನೇರವಾಗಿ ಹಿಂದುಗಡೆ ಬಾಗಿಲಿನಿಂದ ಹಿತ್ತಲಲ್ಲಿ ಕೂತು ಮನಸಾರೆ ಅತ್ತರು. "ನನ್ನ ಯಾಕೆ ಬಿಟ್ಹೋದ್ರಿ?" ಗಂಡನಿಗೆ ಮೊರೆ ಇಟ್ಟರು.

ಎಂದೂ ಅಮ್ಮನಿಗೆ ಹೇಳಿ ಹೋಗುತ್ತಿದ್ದ ಕರುಣಾಕರ ಇಂದು ಹೇಳಿ ಹೋಗದ್ದು ಅವರ ಮನಸ್ಸಿಗೆ ತುಂಬ ನೋವಾಯಿತು. ತಾನು ಇಲ್ಲಿಗೆ ಬಂದು ತಪ್ಪು ಮಾಡಿದೆನೇನೋ, ಮೊದಲ ಸಲ ಅಂದುಕೊಂಡರು.

"ಅಯ್ಯೋ, ಆ ಜಾಗ ಹೋದರೆ ಹೋಯ್ತು. ಇರೋಕೆ ಮನೆ, ವ್ಯಾಪಾರಕ್ಕೆ ಅಂಗಡಿ ಕಟ್ಟಿ ಕೊಡ್ತೀವಿ. ನೀವೆಲ್ಲು... ಹೋಗ್ಬೇಡಿ" ಕರುಣೇಶ್ವರ ಜನ ತಡೆದಿದ್ದರು. ಆಗ ಗಟ್ಟಿ ಮನಸ್ಸು ಮಾಡಿ ಅಲ್ಲೇ ಇದ್ದು ಬಿಟ್ಟಿದ್ದರಾಗಿತ್ತೆಂದುಕೊಂಡರು.

"ನಂಗೆ ಇಡ್ಲಿ ಬೇಡ, ಬೇರೆ ಏನಾದ್ರೂ ಮಾಡಿಕೊಡಿ" ಲಾವಣ್ಯ ಸ್ವರ. ಕಣ್ಣೀರು ತೊಡೆದುಕೊಂಡು ಮೇಲೆದ್ದರು. ಆವೇಳೆಗೆ ಬಂದ ಪ್ರತೀಕ "ಏಯ್, ಇವ್ರು ನಮ್ಮಜ್ಜಿ. ಈ ಮನೆಯ ದೊಡ್ಡ ಯಜಮಾನಿತಿ. ನಿಂಗೆ ಇಷ್ಟವಿದ್ದರೆ ತಿನ್ನು, ಇಲ್ಲದಿದ್ದರೆ ಬಿಡು. ನಡೀ... ಅಜ್ಜಿ" ಎಂದು ಹೆಗಲು ಬಳಿಸಿ ಕರೆದೊಯ್ದ. "ಪಾಪ ಹುಡ್ಗಿ ಉಪವಾಸ ಹೋಗ್ತಾಳೆ. ನಾಲ್ಕು ದೋಸೆನಾದ್ರೂ ಹಾಕಿಕೊಡ್ತೀನಿ. ಸಮಾಜಾಯಿಷಿ ಕೇಳಿಸಿಕೊಳ್ಳದೆ ತನ್ನ ರೂಮಿಗೆ ಕರೆದೊಯ್ದು ಮಂಚದ ಮೇಲೆ ಕೂಡಿಸಿ ತಾನು ಕಾಲು ಬಳಿ ಕೂತು "ಅಜ್ಜಿ, ನೀನು ಸ್ವಲ್ಪ ಜೋರು ಇರಬೇಕಿತ್ತು. ಪ್ರಿನ್ಸಿಪಾಲ್ ಮಾಲಿನಿ ಸಾಧಾರಣದವರಲ್ಲ. ಅಮ್ಮನ ಹಿಂದಿನ ಫೋಟೋಗಳನ್ನ ನೋಡಿದ್ದೀರಾ?"

"ಪ್ರತೀಕ, ಹಾಗೆಲ್ಲ ಮಾತಾಡ್ಬೇಡ. ಹೆತ್ತಮ್ಮನ ಬಗ್ಗೆ ಪ್ರೀತಿ, ಕಾಳಜಿ ಜೊತೆ ಮಾರ್ಯಾದೆ ಕೂಡ ಇರಬೇಕಪ್ಪ" ಬುದ್ಧಿ ಹೇಳಿದರು.

ಅವನೊಬ್ಬನೆ ಈ ಮನೆ ಕೋಲ್ಮಿಂಚು. ಅವನ ,ಮಾತುಗಳಲ್ಲಿ ನೆಮ್ಮದಿ ಕಾಣಬೇಕಿತ್ತು. ಆಮೇಲೆ ನಂದಿತಾ ಫೋನ್ ಮಾಡಿದಾಗ ಆಕೆಗೆ ತಡೆಯಲಾಗದೆ ಜೋರಾಗಿ ಅಳಲು ಷುರು ಮಾಡಿಬಿಟ್ಟರು.

"ಅಜ್ಜಿ, ಸಮಾಧಾನ ಮಾಡ್ಕೊಳ್ಳಿ. ಏನಾಯ್ತು... ಹೇಳಿ"

ಆಕೆಯ ಬಿಕ್ಕುವಿಕೆ ಹೆಚ್ಚಾಯಿತೇ ವಿನಾ ಏನು ಹೇಳಲಾಗದಿದ್ದರಿಂದ "ಬರ್ತೀನಿ" ಅಂತ ಫೋನಿಟ್ಟಳು. ರೆಸ್ಟ್‌ನಲ್ಲಿದ್ದ ತಂದೆಯ ಬಳಿಗೆ ಬಂದು "ಅಪ್ಪ, ಅಜ್ಜಿನ ನೋಡಬೇಕೂಂತ ಅನ್ನಿಸಿದೆ. ಈಗ ಹೋಗ್ಬರ್ಲಾ?" ಮಗಳ ಬೇಡಿಕೆಗೆ ಆಶ್ಚರ್ಯ. "ಅದೇನು ಸರ್‌ಪ್ರೈಜಾಗಿ, ನಂಗೂ ನೋಡಬೇಕೆನಿಸಿದೆ. ಮೊದ್ಲು ಅವ್ರ ಕ್ಷಮಾಪಣೆ ಕೇಳಬೇಕು. ಧೈರ್ಯ ಬರಲೊಲ್ಲದು. ಮನಸ್ಸು ಹಿಂದೇಟು ಹಾಕ್ತಾ ಇದೆ. ಈಗ ಹೇಗೆ ಹೋಗ್ತೀ? ಕ್ಲಬ್‌ಗೆ ನಾನು ಫ್ರೆಂಡ್ಸ್ ಕಾರ್‌ನಲ್ಲಿ ಹೋಗ್ತೀನಿ. ನೀನು ಕಾರು ತಗೊಂಡ್ಹೋಗಿ ಬರೋವಾಗ ಚಿಕ್ಕಮ್ಮನ ಕರ್ಕಂಡ್ ಬಾ. ಡ್ರೈವರ್ ಬೇಕಾ?" ಕೇಳಿದರು. ಮಗಳ ಬಳಿಯಲ್ಲೂ ಮುಕ್ತವಾಗಿ ಮಾತನಾಡಲಾರದ ಸ್ಥಿತಿ.

ಇವಳು ಬಂದಾಗ ನಾಲ್ಕರ ಸಮಯ. ಅವಳೊಬ್ಬ ಗೆಳತಿ ಇಲ್ಲೇ ಇದ್ದಿದ್ದು. ಆಗಾಗ ಬಂದು ರೂಢಿ ಇತ್ತು. ಮನೆಯ ಮುಂದೆ ಕಾರು ನಿಲ್ಲಿಸಿ ಗೇಟು ತೆರೆದುಕೊಂಡು ಹೋಗಿ ಕಾಲಿಂಗ್ ಬೆಲ್ ಒತ್ತಿದಳು. ನಾಲ್ಕಾರು ಸಲ ಪ್ರಯತ್ನಿಸಿ ಕರೆಂಟ್ ಇಲ್ಲವೆಂದುಕೊಂಡು ಬಾಗಿಲು ತಟ್ಟಿ ಕಿಟಕಿಯಿಂದ ಕೂಗಿದಾಗ ಗಿರಿಜಮ್ಮ ಹಿಟ್ಟು ಮೆತ್ತಿದ ಕೈನಿಂದ ಹೊರ

ಬಂದರು.

"ಅಜ್ಜಿ, ನಾನು ನಿಮ್ಮ ನಂದು" ಕಿಟಕಿಯಲ್ಲಿ ನೋಡಿದ ನಂತರ ಬಾಗಿಲು ತೆರೆದರು. ಅತ್ತ ಕಣ್ಣುಗಳು, ಮುಖದಲ್ಲಿ ಬಳಲಿಕೆ. "ಹುಷಾರಿಲ್ವಾ?" ಆಕೆಗೆ ಅಷ್ಟು ಸಾಕಾಗಿತ್ತು. ನಂದಿತಾನ ತಬ್ಬಿಕೊಂಡು ಅಳೋಕೆ ಷುರು ಮಾಡಿದ್ರು. ತಾನು ನಿರಾಪರಾಧಿ ಎಂದು ಬೇರೊಬ್ಬರಿಗೆ ಹೇಳದೆ ಸಮಾಧಾನವಿರಲಿಲ್ಲ.

ನಂದಿತಾ ಸಮಾಧಾನ ಪಡಿಸಿ ಹಿಟ್ಟು ಮೆತ್ತಿದ ಕೈಯನ್ನು ನೋಡಿ "ಇದೇನಿದು?" ರುಬ್ಬಿದ ಕಡಲೆಬೇಳೆ ಹಿಟ್ಟು ಮೆತ್ತಿಕೊಂಡಿತ್ತು. "ಕರೆಂಟ್ ಇರ್ಲಿಲ್ಲ. ಅದಕ್ಕೆ ಒರಳಿಗೆ ಹಾಕಿ ಕಡಲೆಬೇಳೆನ್ನ ರುಬ್ಬುತ್ತಿದ್ದೆ. ಲಾವಣ್ಯ ಸಂಜೆಗೆ ಆಂಬೋಡೆ ಬೇಕೂಂತ ಹೇಳಿದಳಂತೆ. ಕೈ ತೊಳೆದು ಬರ್ತೀನಿ" ಒಳಗೆ ಹೋದರು.

'ಸಮ್‌ಥಿಂಗ್ ಹ್ಯಾಪೆನ್ಡ್! ಅನಿಸಿತು. ವ್ಯವಹಾರ ಮೊದಲಿನಂತಿಲ್ಲ. ಏನೋ ನಡೆಯುತ್ತಿದೆಯೆನಿಸಿತು. ಕಿಚನ್ 'ಇನ್ ಛಾರ್ಜ್' ಪೂರ್ತಿ ಈಕೆಯದೇ ಎನಿಸಿ ನೊಂದುಕೊಂಡಳು. ವಯಸ್ಸಾದ ಜೀವ.

ಸೆರಗು ಸೊಂಟಕ್ಕೆ ಸಿಕ್ಕಿಸಿಕೊಂಡು ರುಬ್ಬತೊಡಗಿದಾಗ, ಗಿರಿಜಮ್ಮ ಬಂದು ತಡೆದು "ಅಯ್ಯೋ, ನೀನ್ಯಾಕೆ ರುಬ್ತೀಯಾ! ನಿಂಗೆ ಇದೆಲ್ಲ ಅಭ್ಯಾಸವಿರೊಲ್ಲ" ಅಂದಿದಕ್ಕೆ ನಗುತ್ತ "ಸ್ವಲ್ಪ ಇರೀ, ಇದೊಂದು ರೀತಿಯ ವ್ಯಾಯಾಮ, ಮ್ಯೂಜಿಕ್ ಹಾಕ್ಕೊಂಡು ಕುಣಿದು ದೇಹದ ಮಾಟನ ಕಾಪಾಡಿಕೊಳ್ಳುತ್ತಾರಲ್ಲ, ಅದರಲ್ಲಿ ಇದೊಂದು ವಿಧ" ತಾನೇ ರುಬ್ಬಿ ತೆಗೆದಿಟ್ಟು "ಬನ್ನಿ ಮಾತಾಡೋಣ" ಅಂತ ಹೊರಗೆ ಎಳೆದುಕೊಂಡು ತಂದಳು.

"ಹೇಗಿದ್ದೀರಾ?" ಕೇಳಿದಳು.

"ದೊಡ್ಮನೆ, ಮಗ, ಸೊಸೆ ಜೊತೆಯಲ್ಲಿ ಚೆನ್ನಾಗಿದ್ದೀನಿ. ಅವರ ನೆನಪಷ್ಟೆ" ಕಣ್ಣೀರು ಇಣಕಿತು. ಅದಷ್ಟೆ ಅಲ್ಲವೆನಿಸಿತು ಅವಳಿಗೆ. "ಯಾರು ಆ ಲಾವಣ್ಯ?" ಕೇಳಿದಳು.

"ಮದ್ರಾಸ್ ಕಡೆ, ಅದೇ ಚೆನ್ನೈ ಕಡೆ ಹುಡ್ಗಿಯಂತೆ. ಇಲ್ಲೇ ಕಾಲೇಜು ಸೇರ್ಕೊಂಡು ಓದ್ತಾ ಇದ್ದಾಳಂತೆ. ಒಂದೇ ಹುಡ್ಗೀಂತ ಕರ್ಕಂಡ್ ಬಂದು ಇಟ್ಟುಕೊಂಡಿದ್ದಾಳೆ ಮಾಲಿನಿ. ಊಟ, ತಿಂಡಿ ಎಲ್ಲಾ ಇಲ್ಲೆ" ಸ್ವಲ್ಪ ಸ್ವಲ್ಪ ಅರ್ಥವಾಯಿತು. ಮೇಲೆರಲು ಮೆಟ್ಟಿಲು ಅಗತ್ಯ. ಒಬ್ಬೊಬ್ಬರನ್ನು ಮೆಟ್ಟಿಲು ಮಾಡಿಕೊಂಡು ಮೇಲೇರಬೇಕು. ತನ್ನ ಅಲಂಕಾರ ಸ್ಟೇಟಸ್ ಸಲುವಾಗಿ ಖರ್ಚು ಮಾಡಲು ಧಾರಾಳವಾಗಿರುವ ಮಾಲಿನಿ ಕೆಲವು ವಿಷಯದಲ್ಲಿ ತೀರಾ ಕಂಜ್ಯೂಸ್ ಅಂತ ಗೊತ್ತು.

"ಆ ಹುಡ್ಗಿ ಎಲ್ಲಿ ಇರ್ತಾಳೆ?" ಕೇಳಿದಳು ಕುತೂಹಲದಿಂದ.

ಗಿರಿಜಮ್ಮ ಸಪ್ಪಗಾದರು. ಆಮೇಲೆ ತನ್ನ ರೂಮಿಗೆ ಕರೆದೊಯ್ದರು. ತೊಂಬತ್ತು ಪರ್ಸೆಂಟ್ ರೂಮೂ ಆವರಿಸಿಕೊಂಡಿದ್ದ ಲಾವಣ್ಯ, ಒಂದು ಮೂಲೆಗೆ ದೂಡಿದ್ದಳು. ಆಕೆ ಬರುವಾಗ ಒಂದು ಮರದ ಪೆಟ್ಟಿಗೆ, ಟ್ರಂಕ್ ತಗೊಂಡು ಇದ್ದ ಬೀರುನ ಅಲ್ಲೇ ಯಾರಿಗೋ ಕೊಟ್ಟಿದ್ದನ್ನು ಹೇಳಿದ್ದರು. ಅಮ್ಮನಿಗಾಗಿ ಮಗ ಒಂದು ಬೀರು ಖರೀದಿಸಿ

ಕೊಟ್ಟಿದ್ದ.

"ಅರೇ ನಿಮ್ಮ ಪೆಟ್ಟಿಗೆ ಎಲ್ಹೋಯ್ತು?"

"ಹಿಂದಿನ ವರಾಂಡದಲ್ಲಿ ಇಟ್ಕೊಂಡಿದ್ದೀನಿ" ಅಂದ ಆಕೆಯ ಸ್ವರ ಬಾವಿಯಾಳದಿಂದ ಬಂದಂತಿತ್ತು. ಒಂದು ಕ್ಷಣ ಚಲಿಸಿಹೋದಳು ನಂದಿತಾ. ಕಣ್ಣಂಚು ತೇವವಾಯಿತು. ಆಗಾಗ ತಂದೆಯ ಜೊತೆ, ಕೆಲವೊಮ್ಮೆ ತಾನು, ಸಂದೀಪ್ ಹೋಗಿ ಒಂದೆರಡು ದಿನ ಉಳಿಯುತ್ತಿದ್ದುದ್ದುಂಟು. ಅಜ್ಜಿ, ತಾತನ ಪ್ರೀತಿ ಕಂಡಿದ್ದು ಅಲ್ಲಿಯೆ. "ನೀವು ಒಪ್ಕೋಬಾರ್ದಿತ್ತು, ಅಜ್ಜಿ, ನಿಮ್ಮ ಸಲುವಾಗಿ, ನಿಮ್ಮ ಅನ್ಕೂಲಕ್ಕಾಗಿ ನಿಮ್ಮ ನೆಮ್ದಿಗಾಗಿಯೇ ಇಲ್ಲಿ ಮನೆ ಕೊಂಡಿದ್ದೂಂತ ಚಿಕ್ಕಮ್ಮ ಸುಮಾರು ಸಲ ಹೇಳಿದ್ರು. ಈಗ ನಿಮ್ಗೇ ಅನಾನುಕೂಲ.?"

"ಹೋಗ್ಲಿ ಬಿಡು ನಂದು, ಇನ್ನು ಸ್ವಲ್ಪ ಸಾಲ ಇದೆಯಂತೆ. ಮುಂದೆ ಪ್ರತೀಕನ ವಿದ್ಯಾಭ್ಯಾಸಕ್ಕೆ ಹಣದ ಅಗತ್ಯವಿರುತ್ತೇಂತ ಈ ಹುಡ್ಗೀನ ಇಟ್ಕೊಂಡಿದ್ದಾಳಂತೆ. ಹಣದ ಸಹಾಯದ ಜೊತೆ ಆಗಾಗ ಮಾಲಿನೀನ ಹೊರ್ಗಡೆ ಅಂಗಡಿ ಅಂಥದಕ್ಕೆಲ್ಲ ಕರ್ಕಂಡ್ ಹೋಗ್ತಾಳೆ. ಲಾವಣ್ಯಳಿಂದ ತುಂಬ ಅನ್ಕೂಲವಾಗಿದೇಂತ ಹೇಳ್ತಾ ಇರ್ತಾಳೆ" ಎಂದರು ಆಕೆ.

ಈಗ ಅವಳಿಗೆ ಸರಿಯಾಗಿ ಅರ್ಥವಾಯಿತು. ಲಾವಣ್ಯ ಒಬ್ಬ ಪೇಯಿಂಗ್ ಗೆಸ್ಟ್, ಮಾಲಿನಿಯ ಬಗ್ಗೆ ಜಿಗುಪ್ಸೆಯಾಯಿತು.

ತಂದೆಯ ಮಾತುಗಳನ್ನು ನೆನಪಿಸಿಕೊಂಡರು.

"ಐ ನೋ ಮಾಲಿನಿ, ನಂಗೆ ಅವಳ ಬಗ್ಗೆ ಚೆನ್ನಾಗಿ ಗೊತ್ತು ಮಹತ್ವಾಕಾಂಕ್ಷಿ, ಅಧ್ಯಯನ ಶೀಲೆ. ಜೊತೆಗೆ ತಾನು ಏರೋ ಎತ್ತರಕ್ಕೆ ಯಾರನ್ನು ಬೇಕಾದರೂ ಜಾಣತನದಿಂದ ಮೆಟ್ಟಿಲು ಮಾಡಿಕೊಳ್ಳಬಲ್ಲಳು. ಕರುಣಾಕರ ಸ್ಮೂತ್. ಒಮ್ಮೊಮ್ಮೆ ಅವ್ನ ವಿವೇಕ ಎಲ್ಲಿಗೆ ಹಾರಿ ಹೋಗಿರುತ್ತೋ ಅನ್ನೋ ರೀತಿಯಲ್ಲಿ ವರ್ತಿಸ್ತಾನೆ. ಅವನ ಸಂಸಾರದಲ್ಲಿ ಬಿರುಕುವುಂಟಾಗದಿರಲೀಯೆಂದೇ, ನಾನು ಅಡ್ವೈಸ್ ಮಾಡೋಕೆ ಹೋಗೋಲ್ಲ. ನನ್ನ ಹೆಸರಿನ ಪಕ್ಕ ಐ.ಎ.ಎಸ್. ಜೊತೆ ನಾನಾ ಕ್ಷೇತ್ರದಲ್ಲಿ ದುಡಿದು ಮಾಡಿದ ಹೆಸರು. ಸಮಾಜದಲ್ಲಿ ನಮ್ಗೆ ಸ್ಟೇಟಸ್ ಇಲ್ಲದಿದ್ದರೆ, ಕರುಣನನ್ನು ಇಲ್ಲಿಗೆ ಬರೋಕು ಬಿಡ್ತಾ ಇರ್ಲಿಲ್ಲ. ಹೇಗೋ ಇದ್ಕೊಳ್ಳಿ" ತಂದೆ ಮಾಲಿನಿಯ ಬಗ್ಗೆ ಹೇಳಿದ ಮಾತುಗಳನ್ನೆಲ್ಲ ಜ್ಞಾಪಿಸಿಕೊಂಡು ಸುಮ್ಮನಾದಳು.

"ಇರಲಿ ಬಿಡಿ. ನಿಮ್ಮಿಂದ ನಂಗೆ ಒಂದಿಷ್ಟು ಮಾಹಿತಿ ಬೇಕಾಗಿದೆ. ಒಂದ್ವಾರ ನಮ್ಮಲ್ಲಿ ಇರ್ಬೇಕು. ನಾನು ಚಿಕ್ಕಮ್ಮನ ಹತ್ರ ಮಾತಾಡ್ತೀನಿ' ತನ್ನ ಹ್ಯಾಂಡ್ ಬ್ಯಾಗ್‌ನಲ್ಲಿದ್ದ ಮೊಬೈಲ್ ತೆಗೆದು ಬಟನ್‌ಗಳನ್ನೊತ್ತಿ "ಚಿಕ್ಕಮ್ಮ, ನಾನು ನಂದು. ನಿಮ್ಗೇ ಅಪ್ಪನ ಆತ್ಮಕತೆ ಬರೀತಾ ಇರೋ ವಿಷ್ಯ ಗೊತ್ತಲ್ಲ. ಅದರ ಸಲುವಾಗಿ ಅಜ್ಜಿಯಿಂದ ತಿಳಿಯೋ ಒಂದಷ್ಟು ವಿಚಾರಗಳು ಇವೆ. ಅದಕೋಸ್ಕರ ಅಜ್ಜೀನ ಕರ್ಕಂಡ್ ಹೋಗ್ತಾ ಇದ್ದೀನಿ" ಅಂದಳು.

"ಈಗ ಹೇಗೆ ಸಾಧ್ಯ? ಅತ್ತೆ ಇಲ್ದ ಮನೇನ ಕಲ್ಪಿಸಕೊಳ್ಳೋದೆ ಕಷ್ಟ. ನನ್ನಮ್ಮ

ಇದ್ದರೂ ಇಷ್ಟೊಂದು ಪ್ರೀತಿಯಿಂದ ನೋಡ್ಕೋತಾ ಇರ್ಲಿಲ್ಲ. ಅಷ್ಟೊಂದು ಹಚ್ಕೊಂಡು ಬಿಟ್ಟಿದ್ದೀನಿ" ರಾಗ ಎಳೆದರು.

"ಅರ್ಥವಾಗುತ್ತೆ, ಚಿಕ್ಕಮ್ಮ. ಒಂದು ನಾಲ್ಕು ದಿನ ಕರ್ಕಂಡ್ ಬಾ ಅಂತ ಅಪ್ಪ ಹೇಳಿ ಕಳಿಸಿದ್ದಾರೆ" ಅಂದು ಕನ್ವಿನ್ಸ್ ಮಾಡೋ ವೇಳೆಗೆ ಅವಳಿಗೆ ಸಾಕು ಸಾಕಾಯಿತು. "ಅಜ್ಜಿ, ಹೋಗೋಣ" ಖುಷಿಯಿಂದ ನುಡಿದಳು.

ಆದರೂ ಗಿರಿಜಮ್ಮನ ಮನ ಹಿಂಜರಿಯಿತು. ಇದು ಸ್ವಂತ ಮಗನ ಮನೆ. ಇಲ್ಲಿ ತನ್ನ ಗಂಡನ ಸಂಪಾದನೆ ಹಾಕಿ ಕೊಂಡ ಮನೆ. ಇದು ಸ್ವಂತದೆನಿಸುತ್ತೆ. ಇಂಥ ದ್ವಂದ್ವದ ನರಳಿಕೆ ಆಕೆಯಲ್ಲಿ.

ಆದರೆ ನಂದಿತಾ ಅವರನ್ನು ಹೊರಡಿಸಿದ್ದು ಪ್ರಯಾಸದಿಂದಲೇ.

ನೆನಪಿಸಿಕೊಂಡಂಗೆ ಗಿರಿಜಮ್ಮ "ನಂದು, ನಿನ್ನ ಮದ್ವೆ ಆಯ್ತುಂತ ಪ್ರತೀಕ ಹೇಳ್ದ ನಿಜಾನಾ?" ಕುತ್ತಿಗೆಯಲ್ಲಿನ ಮಾಂಗಲ್ಯವನ್ನು ತೆಗೆದು ತೋರಿಸಿ "ಹೌದಜ್ಜಿ, ಇನ್ನೇನು ಕೇಳ್ಬೇಡ. ಅಪ್ಪ, ನೀನು ಕೇಳದಿದ್ದರೂ ಒಂದಿಷ್ಟು ಹೇಳ್ತಾರೆ. ಆ ಬಗ್ಗೆ ಮಾತಾಡೋದು ಬೇಡ" ಎಂದು ಆ ವಿಷಯವನ್ನು ಅಲ್ಲಿಗೆ ಬಿಟ್ಟಳು.

ಇವರುಗಳು ಬರುವ ವೇಳೆಗೆ ಉಮಾಶಂಕರ ದೀಕ್ಷಿತ್ ಫೋನ್ ಮಾಡಿ ಕ್ಷಮೆಯಾಚಿಸಿದಾಗ "ದಟ್ಸ್, ಆಲ್ ರೈಟ್... ಈಗ ಮಾತಾಡಿ ಏನು ಪ್ರಯೋಜನವಿಲ್ಲ. ಆದರೂ ಒಂದು ರೀತಿಯಲ್ಲಿ ನಿಂಗೆ ಋಣ ಸಂದಾಯ! ಜಾನಕಿ ಬದುಕಿದ್ದಾಗ, ಹೇಳೋಳು.... ದೀಕ್ಷಿತರು ನಿಮ್ಮನ್ನು ತಮ್ಮ ಪ್ರಾಣ ಒತ್ತೆ ಇಟ್ಟು ಬದುಕಿಸಿ ಕೊಟ್ಟಿದ್ದಾರೆ. ನಮ್ಮ ಇಡೀ ಕುಟುಂಬ ಅವರಿಗೆ ಕೃತಜ್ಞರಾಗಿರಬೇಕು. ಅವಕಾಶ ಸಿಕ್ಕಾಗ ಸಹಾಯ ಮಾಡೋದು ಮರೀಬೇಡಿಂತ ಹೇಳೋಳು. ಆದರೆ ಆ ಕ್ಷಣ ನನ್ನಗ್ಗ ಇಷ್ಟ, ಭವಿಷ್ಯದ ಬಗ್ಗೆ ಯೋಚಿಸದೆ, ಸ್ವಾರ್ಥಿಯಾಗಿ ಬಿಟ್ಟೆ. ಮುಂದೇನು? ಅನ್ನೋದು ಮಾತ್ರ ನನ್ನ, ನಿನ್ನ ನಿರ್ಧಾರವಾಗಬಾರದು. ಸನತ್ ಮತ್ತು ನಂದಿತಾ ನಿರ್ಧಾರಕ್ಕೆ ಬಿಟ್ಟಾಗ ಒಂದಿಷ್ಟು ನ್ಯಾಯ ಒದಗಿಸಿದಂತಾಗುತ್ತೆ" ಅಂದು ಫೋನಿಟ್ಟರು.

ಗಿರಿಜಮ್ಮನನ್ನು ಅತ್ಯಂತ ಪ್ರೀತಿ, ಅಭಿಮಾನದಿಂದ ಸ್ವಾಗತಿಸಿ "ನೀನು, ಕರುಣಾನಿಗಿಂತ ಒಂದು ತೂಕ ಹೆಚ್ಚು ಅಂತ ಹೇಳ್ತಾ ಇದ್ದೆ. ನಮ್ಮಲ್ಲಿ ಸ್ವಲ್ಪ ದಿನ ಇರಬಾರ್ದಾ?" ಕಕ್ಕುಲತೆಯಿಂದ ಪ್ರಶ್ನಿಸಿದರು.

"ಹೌದು, ಚಿರಂತನ... ಎಲ್ಲಾ ದೃಷ್ಟಿಯಿಂದಲೂ ನೀನು ಶ್ರೇಷ್ಠ" ಕೆನ್ನೆ ಸವರಿ "ನಂದು, ಇವತ್ತು ಬೇಡಾಂದ್ರು... ಕೇಳ್ದೆ ಕರ್ಕಂಡ್ ಬಂದ್ಲು" ಎಂದರು. ಆದರೆ ನಂದಿತಾ ವಿವಾಹದ ವಿಷಯ ಮಾತ್ರ ಆಕೆಯನ್ನು ಕೊರೆಯುತ್ತಿತ್ತು.

ಮೊದಲು ಕರೆದೊಯ್ದು ಕೂಡಿಸಿಕೊಂಡು ನಂದಿತಾ ವಿವಾಹದ ವಿಚಾರ ತಿಳಿಸಿ ಕ್ಷಮೆ ಕೋರಿದರು.

"ಎಲ್ಲಾ ಮುಗಿದ್ಮೇಲೆ ನಾನು ನಂದಿತಾನ ಇಲ್ಲಿಗೆ ಕರ್ಕಂಡ್ ಬಂದೆ. ನಾವುಗಳು

ಮಾತ್ರವಲ್ಲ, ಅವ್ರುಗಳು ಕೂಡ ಈ ಷಾಕ್‌ನಿಂದ ಚೇತರಿಸಿಕೊಳ್ಳಬೇಕು. ಮುಂದೇನು ಅನ್ಕೋಕೆ ಕೂತು ಮಾತಾಡಬೇಕು. ನಂದು ಮಾತ್ರ ತನ್ನ ಬರವಣಿಗೆಯಲ್ಲಿ ಮುಳುಗಿದ್ದಾಳೆ. ಅವಳೇನಾದ್ರೂ... ಅಳ್ತಾ ಕೂತಿದ್ದರೆ ನನ್ನಗತಿಯೇನು?" ತೋಡಿಕೊಂಡರು. ಹಿರಿಯಯೊಬ್ಬರಿಗೆ ಹೇಳಿದ ಸಮಾಧಾನ.

ನಂದಿತಾ, ಗಿರಿಜಮ್ಮನನ್ನು ತನ್ನ ಕೋಣೆಯಲ್ಲಿ ಇರಿಸಿಕೊಂಡು ತಂದೆಯ ಬಾಲ್ಯದ ಎಷ್ಟೋ ಸಂಗತಿಗಳನ್ನು ತಿಳಿದಳು. ತಂದೆಯವರ ಕಡೆಗಿನ ನಡುವಿನ ಸಂಪರ್ಕವೇ ಚಿರಂತನದತ್‌ಗೆ ಇರಲಿಲ್ಲವೆಂದು ಸ್ಪಷ್ಟವಾಯಿತು.

ಎರಡು ದಿನದಲ್ಲಿ ಮಾಲಿನಿಯಿಂದ ಹಿಡಿದು ಕರುಣಾಕರ ಕೂಡ ಒಂದು ನಾಲ್ಕು ಸಲವಾದರು ಅಮ್ಮನಿಗೆ ಫೋನ್ ಮಾಡಿ ವಿಚಾರಿಸಿದ್ದು ಮಾತ್ರವಲ್ಲ, "ನೀನು ಇಲ್ದೇ ತಲೆ ಕೆಟ್ಟಂಗಾಗಿದೆ. ಇಲ್ಲಿ ತುಂಬ ತೊಂದರೇನೆ, ಬೇಗ್ಬಾ" ಹೇಳಿದ್ದು ಆ ಹೆತ್ತ ಜೀವಕ್ಕೆ ಏನು ಅನ್ನಿಸಿತೋ "ಚಿರಂತನ, ನಾನು ಹೋಗ್ತೀನಿ, ಕಣೋ. ಮಾಲಿನಿ ಮನೆಗೆ ಬರೋ ವೇಳೆಗೆ ಸೋತು ಹೋಗಿರುತ್ತಾಳೆ. ಸಾಲದ್ದಕ್ಕೆ ಆ ಹುಡ್ಗೀನ ಬೇರೆ ತಂದು ಇಟ್ಕೊಂಡಿದ್ದಾರೆ" ಅಂದರು.

ಚಿರಂತನ್‌ದತ್ ಕಣ್ಣುಗಳಿ ಕಿರಿದಾದವು.

"ಆ ಹುಡ್ಗಿ ಅಂದೆಯಲ್ಲ, ಯಾವ ಹುಡ್ಗಿ ಅದು?" ಕೇಳಿದರು.

"ನಾನು ಹೇಳ್ತೀನಿ, ಅಪ್ಪ" ಅಂದಾಗ ಸುಮ್ಮನಾದರು. ಸಂಜೆ ಬೈಕ್‌ನಲ್ಲಿ ಬಂದ ಪ್ರತೀಕ "ಅಜ್ಜಿನ ಕರ್ಕಂಡ್ ಬಾ... ಕರ್ಕಂಡ್ ಬಾಂತ ಪ್ರಾಣ ಹಿಂಡಿಬಿಟ್ಟರು. ಮಮ್ಮಿಗೆ ಎರಡು ಕಡೆ ಮ್ಯಾನೇಜ್ ಮಾಡೋ ವೇಳೆಗೆ ಸಾಕಾಯ್ತು" ಬಂದ ಕೂಡಲೇ ಹೇಳಿದ. ನಂದಿತಾಗೆ ಗಾಬರಿಯೇ.

ಗಿರಿಜಮ್ಮನ್ನ ರೂಮ್ಗೆ ಕರೆದೊಯ್ದು ನಮಸ್ಕಾರ ಮಾಡಿ "ಅಜ್ಜಿ, ನಂಗೆ ಆಶೀರ್ವಾದ ಮಾಡಿ" ಅವರಿಗಾಗಿ ತಂದಿದ್ದ ರೇಶಿಮೆ ಸೀರೆ ಕೊಟ್ಟಳು. ಆಕೆ ಕಣ್ಣು ತುಂಬಿತ್ತು. "ನನ್ನಮ್ಮ ಸೌಭಾಗ್ಯವತಿಯಾಗಿ ಗಂಡ-ಮಕ್ಕಳೊಂದಿಗೆ ನೂರು ವರ್ಷ ಬಾಳ್ವೆ ಮಾಡು" ತುಂಬು ಮನದ ಆಶೀರ್ವಾದ. ಅವಳಿಗೆ ನಗು ಬಂತು. ಆದರೆ ನಗಲಿಲ್ಲ. ಅವರ ಕುತ್ತಿಗೆಯಲ್ಲಿನ ಒಂದೆಳೆಯ ಗಟ್ಟಿ ಚೈನ್ ತೆಗೆದು ಅವಳ ಕುತ್ತಿಗೆಗೆ ಹಾಕಿ "ಇದು ನನ್ನ ಬಂಗಾರದಂಥ ಮೊಮ್ಮಗಳಿಗೆ" ಎಂದು ಕೆನ್ನೆಗೆ ಮುತ್ತಿಟ್ಟರು.

"ಅಜ್ಜಿ, ನಂಗೆ ನಿಮ್ಮ ಆಶೀರ್ವಾದ ಸಾಕಿತ್ತು"

"ಇರಲಿ, ಇಟ್ಕೋ. ಹಳೆ ಚಿನ್ನ ಸುಮಾರು ಇತ್ತು. ಅದನ್ನೆಲ್ಲ ಮಾಲಿನಿಗೆ ಕೊಟ್ಟು ಒಡ್ವೆ ಮಾಡಿಸ್ಕೋಂತ ಹೇಳ್ದೆ" ತಲೆ ಸವರಿದರು. ವಯಸ್ಸಿಗೆ ಅನುಗುಣವಾಗಿ ಮನಸ್ಸು ಪಕ್ವವಾಗಿತ್ತು. ಜೀವನದ ಜಂಜಾಟಗಳು ಮಾಗಿಸಿತ್ತು.

ಆಕೆಯನ್ನು ಬೀಳ್ಕೊಟ್ಟು ಚಿರಂತನ, ನಂದಿತಾ ಹನಿಗಣ್ಣಾದರು.

"ನಂಗೆ ಅಮ್ಮನ ಪ್ರೀತಿ ಸಿಕ್ಕಿದ್ದೇ ಕಡ್ಮೆ. ಅಜ್ಜಿಯ ಮಡಿಲಲ್ಲಿ ಬೆಳೆದವ. ಚಿಕ್ಕಮ್ಮನ್ನ

ಇಲ್ಲೇ ಇಟ್ಕೊಳ್ಳೊ ಆಸೆ . ಆದರೆ ಕರುಣಾಕರ..." ಅಂದ ತಂದೆಯತ್ತ ನೋಡಿದ ನಂದಿತಾ "ಅಲ್ಲಿ ಎಲ್ಲಾ ಸರಿ ಇಲ್ಲಪ್ಪ. ಹೆಚ್ಚು ಅವರನ್ನು ಒಂಟಿತನ ಕಾಡ್ತಾ ಇದೆ. ತಬ್ಬಿಕೊಂಡು ಗೋಳೋ ಅಂತ ಅತ್ತರು. ಚಿಕ್ಕಮ್ಮನ ಸ್ವಭಾವ ಗೊತ್ತಿದೆ. ಅಜ್ಜಿ ಖಂಡಿತ ಸುಖವಾಗಿಲ್ಲ!" ತಟ್ಟನೆ ಕಣ್ಣೀರು ಕೆನ್ನೆ ಮೇಲೆ ಉರುಳಿತು.

"ನಂಗೂ ಗೊತ್ತು. ಇಲ್ಲಿ ನಮ್ಮಗಳ ಪ್ರವೇಶ ಮತ್ತಷ್ಟು ಹಾಳು ಮಾಡುತ್ತೆ. ಏನೇ ಆಗಲಿ, ಬಡಪೆಟ್ಟು ಆಕೆ ನಮ್ಮಲ್ಲಿ ನಿಲ್ಲೊಲ್ಲ. ಮತ್ತಷ್ಟು ಆಕೆ ಮಾನಸಿಕ ಹಿಂಸೆ ಅನುಭವಿಸಬೇಕಾಗುತ್ತೆ. ಕೆಲವೊಮ್ಮೆ ಎಲ್ಲಾ ಗೊತ್ತಿದ್ದರೂ ನಿಶ್ಚಿಂತರಾಗಿ ಕೂಡುವುದೊಂದು ಕರ್ಮ ನಮ್ಮಗಳದು" ಸತ್ಯವನ್ನು ಬಿಚ್ಚಿಟ್ಟರು.

ಮರುದಿನ ರಾಖಿಯ ವಿವಾಹದ ಇನ್ವಿಟೇಷನ್ ಬಂತು ಸಂದೀಪನ ಹೆಸರಿಗೆ. ಅಪ್ಪ, ಮಗಳಿಗೆ ಒಂದಿಷ್ಟು ಬೇಸರವೇ.

"ಪುಣ್ಯ ಸಂದೀಪ್ ಅನ್ನೋ ಪಾತ್ರವೊಂದು ಸೃಷ್ಟಿಯಾಗದಿದ್ದರೆ ರಾಯ್ ಫ್ಯಾಮಿಲಿ ಸಂದೀಪ್‌ನ ರಾಖಿಯ ಮೂಲಕ ಅನಾಮತ್ತಾಗಿ ಎತ್ತಿ ಹಾಕಿಕೊಂಡುಬಿಡುತ್ತಿದ್ದರು. ಅವ್ರು ತಮ್ಮ ಶ್ರೀಮಂತಿಕೆಗೆ ಬೇರೊಬ್ಬರು ಪಾಲುದಾರರಾಗಿ ಹುಟ್ಟಿ ಕೊಳ್ಳಲು ಬಿಡುವುದಿಲ್ಲ. ಅವಳೊಂದು ಕೆಟ್ಟ ಕನ್ಸಾಗಿ ಕಾಡಿ ಬಿಟ್ಟಳು. ಅವಳಿಗೆ ನಮ್ಮ ಸಪೋರ್ಟ್ ಇದೆಯೆಂದು ತಿಳಿದು ಹೆದರಿದರು" ತಂದೆಯ ವಿವರಣೆಯನ್ನು ಒಪ್ಪಿಕೊಂಡಳು. ಸಂದೀಪ್, ರಾಖಿ ಪ್ರೀತಿಸಿಕೊಂಡಿದ್ದರು ಅನ್ನೋದು ಬಿಟ್ಟರೆ, ರಾಖಿ ಅವಳಿಗೂ ಇಷ್ಟವಾಗಿರಲಿಲ್ಲ.

"ಇನ್ನ ನಾವು ಸಂದೀಪನ ವಿವಾಹ ಪ್ರಸ್ತಾಪ ಮಾಡಬಹುದು. ರಾಖಿ ವಿವಾಹವಾಗಿರೋದ್ರಿಂದ ಅವರು ಮತ್ತೇನು ಕೊಡಲಾರರು ಧೈರ್ಯ, ಮಗಳೇ..." ಷುರು ಮಾಡಿ ನಿಲ್ಲಿಸಿದಾಗ ತುಟಿಗಳ ಮೇಲೆ ಕಿರು ನಗೆ ತೇಲಿಸಿ "ಕಾಲವೇ ಕೆಲವು ಸಮಸ್ಯೆಗಳಿಗೆ ಉತ್ತರ ಹೇಳುತ್ತೆ. ಅಮ್ಮ, ನಿಮ್ಮ ಬಗ್ಗೆ ಬರೆದಿಟ್ಟ ಡೈರಿ ಸಿಕ್ಕಿದೆ. ನನ್ನ ಬರವಣಿಗೆಗೆ ನೆರವಾಗುತ್ತೆ. ಆ ಬಗ್ಗೆ ಮಾತ್ರ ಸಲಹೆ, ಸೂಚನೆ ಕೊಡಬೇಕು. ಸದ್ಯಕ್ಕೆ ವರ್ತಮಾನದ ಕಡೆಗೂ ಗಮನ ಕೊಡೋಣ. ನನ್ತಂದೆ ಕೆಲವರಿಗಾದ್ರೂ ರೋಲ್ ಮಾಡಲ್ ಆಗ್ತಾರೆ" ಎಂದಳು ಹಸನ್ಮುಖಿಳಾಗಿ.

ಅಂದು ರಾತ್ರಿ ಊಟದ ನಂತರ "ಅಣ್ಣ, ನಂಗೆ ಹರಿವಂಶ ರಾಯ್ ಬಚ್ಚನ್ ಆತ್ಮಚರಿತ್ರೆ 'ಕ್ಯಾ ಭೂಲೂಂ, ಕ್ಯಾ ಯಾದ್ ಕರೂಂ' 'ಏನನ್ನ ಮರೆಯಲಿ, ಯಾವುದನ್ನ ನೆನಪಿಡಲಿ' ಈ ಶೀರ್ಷಿಕೆನೆ ನಂಗೆ ಇಷ್ಟವಾಯಿತು. ಪ್ರತಿಯೊಬ್ಬರ ಜೀವನದಲ್ಲೂ 'ಮೆರೆಯುವುದು ನೆನಪಿನಲ್ಲಿ ಇಡುವುದು' ಈವೆರಡು ಬೇರೆ ಬೇರೆಯೇ. ಅದು ಸಾಧ್ಯವೆ? ಎಂದು ಯೋಚಿಸಬೇಕಿದೆ. 'ನಮಗೆ ಬೇಡವಾದದ್ದು ಮರೆಯಲು ಸಾಧ್ಯವೇ? ಬೇಕೆನಿಸಿದ್ದು ಮಾತ್ರ ನೆನಪಿನಲ್ಲಿ ಇಟ್ಟುಕೊಳ್ಳಲು ಸಾಧ್ಯವೇ?' ಇಂಥ ಒಂದು ಜಿಜ್ಞಾಸೆ ಷುರುವಾಗಿದೆ" ಎಂದ ಅವಳು ತಂದೆಯ ಬಳಿ ಒಂದೆರಡು ಗಂಟೆಗಳು ಚರ್ಚೆ ಮಾಡಿದಳು. ಅದು ಸಂದೀಪನ ಉಡುಗೊರೆ.

ಚಿರಂತನ್‌ದತ್ ಮಲಗಿದ ನಂತರ ಬಚ್ಚನ್‌ನ ಹಿರಿಮೆ-ಗರಿಮೆಯುನ್ನು

ತಾರ್ಕಿಕವಾಗಿಯೇ ಮನದಲ್ಲಿ ವಿಮರ್ಶಿಸಿಕೊಳ್ಳತೊಡಗಿದರು. ಉಮರ್ ಖಯ್ಯಾಮ್‌ನ ರುಬಾಯಿಯಾಗಳನ್ನು ಅರಗಿಸಿಕೊಂಡಷ್ಟೆ ಸುಲಭವಾಗಿ ಷೇಕ್ಸ್ ಪಿಯರ್, ಯೇಟ್ಸ್ ಪರಿಚಯಿಸಬಲ್ಲ ಸಾಮರ್ಥ್ಯ ಅವರಿಗಿದೆಯೆಂದು ಓದಿದ್ದರು. ದೆಹಲಿಯಲ್ಲಿ ಅಡ್ಮಿನಿಸ್ಟ್ರೇಟರ್ ಆಗಿದ್ದಾಗ ಒಮ್ಮೆ ನೋಡಿದ್ದರು. ಯಾವುದಕ್ಕೂ ವಿಚಲಿತರಾಗದ ಸಜ್ಜನ. ಹಿಂದಿ ಸಾಹಿತ್ಯಕ್ಕೆ ಅಂತರಾಷ್ಟ್ರೀಯ ಮನ್ನಣೆಯನ್ನು ತಂದು ಕೊಟ್ಟವರಲ್ಲಿ ಇವರು ಅಗ್ರಗಣ್ಯರು. ಅಲಹಾಬಾದ್ ವಿ.ವಿ. ಮತ್ತು ಬನಾರಸ್ ಹಿಂದೂ ವಿ.ವಿಯಲ್ಲಿ ಉನ್ನತ ವ್ಯಾಸಂಗ ನಡೆಸಿ ಕೇಂಬ್ರಿಡ್ಜ್‌ಗೆ ತೆರಳಿದ ಬಚ್ಚನ್ 'ಯೇಟ್ಸ್ ಎಂಡ್ ಆಕ್ಕಲ್ಟಿಸಂ' ಎಂಬ ವಿಷಯದ ಬಗ್ಗೆ ಸಂಶೋಧನೆ ನಡೆಸಿ ಡಾಕ್ಟರೇಟ್ ಪಡೆದ ಅವರನ್ನು ಹಲವು ಪ್ರಶಸ್ತಿಗಳು ಹುಡುಕಿಕೊಂಡು ಬಂದವು. ಪದ್ಮಭೂಷಣ, ಕೆ.ಕೆ ಬಿರ್ಲಾ, ಸರಸ್ವತಿ ಸನ್ಮಾನ್, ಸಾಹಿತ್ಯ ಅಕಾಡೆಮಿ, ಸೋವಿಯತ್ ಲ್ಯಾಂಡ್ ನೆಹರೂ ಪ್ರಶಸ್ತಿಗಳು ಮುಖ್ಯವಾದರು ಹಿಂದಿಯನ್ನು ಜನಪ್ರಿಯಗೊಳಿಸುವಲ್ಲಿ ಅತ್ಯಂತ ಹೆಚ್ಚಿನ ಕೆಲಸ ಮಾಡಿದ್ದರು. ಕಾಲೇಜು ದಿನಗಳಲ್ಲಿ ಎರಡು ಬಾರಿ ಫೇಲಾದ ಬಚ್ಚನ್ ಪ್ರತಿಷ್ಠಿತ ಕೇಂಬ್ರಿಡ್ಜ್ ವಿ.ವಿ. ದಿಂದ ಇಂಗ್ಲಿಷ್‌ನಲ್ಲಿ ಡಾಕ್ಟರೇಟ್ ಪಡೆದ ಮೊದಲ ಭಾರತೀಯ.

ಸಾಮಾನ್ಯ ಕುಟುಂಬದಲ್ಲಿ ಜನಿಸಿದ ಬಚ್ಚನ್ ಅತಿಥ್ಯ, ಪ್ರೀತಿ, ವಿಶ್ವಾಸಗಳಿಗೆ ಹೆಸರಾಗಿದ್ದರು. ಅವರ ಆತ್ಮಕಥನದಲ್ಲಿ ನವಿರಾಗಿ ಮೆಲಕು ಹಾಕಿದಾಗ ಬಚ್ಚನ್ ಸಾಲ ಮರುಪಾವತಿಗಾಗಿ ಹೆತ್ತವರು ಪಟ್ಟ ಪಾಡನ್ನು ಮೆಲಕು ಹಾಕುವುದರ ಜೊತೆಗೆ ಬಡತನ, ದುರಂತ, ಸಾಧನೆ, ಬದುಕಿನ ಹೊಯ್ದಾಟ ಬಚ್ಚನ್ ಸಾಹಿತ್ಯದ ಮುಖ್ಯ ಫೇಸ್‌ಯಾಗಿತ್ತು. ಖ್ಯಾತ ಅಮಿತಾಬ್ ಬಚ್ಚನ್‌ರನ್ನ ಭಾರತೀಯ ಚಿತ್ರರಂಗಕ್ಕೆ ಕೊಡುಗೆಯಾಗಿ ಇತ್ತ ಮಹನೀಯ.

ಪ್ರತಿಯೊಬ್ಬರ ಜೀವನದಲ್ಲೂ ಸಾಮಾನ್ಯರಿಂದ ಅಸಾಮಾನ್ಯವರೆಗೂ ಬದುಕಿನ ಎಲ್ಲಾ ರೀತಿಯ ಹೊಯ್ದಾಟಗಳು ಇರುತ್ತೆ. ಇಂಥ ಮಹಾಪುರುಷನ 'ಆತ್ಮಕತೆ'ಯನ್ನು ಅವರೇ ಬರೆದುಕೊಂಡಿದ್ದಾರ.

ಆದರೆ ತನ್ನ ಬಗ್ಗೆ ಬರೆಯಲು ಹೊರಟಿರೋದು ಮಗಳು ನಂದಿತಾ. ಇವಳಿಗೆ ಎಲ್ಲಿಯ ಪ್ರೇರಣೆ? ಅಂಥ ಅಗತ್ಯವಿತ್ತಾ? ತಾನೊಬ್ಬ ತೀರಾ ಸಾಮಾನ್ಯ–ಇಂಥ ಯೋಚನೆಗಳೆಲ್ಲ ಅವರ ಮಿದುಳಿನಲ್ಲಿ ಇಣಕಿದ್ದು ನಿಜ.

* * *

ದೀಕ್ಷಿತರ ಬೀಗರ ದಂಡು ಹಿಂಡು ಬಂದಾಗ ವಾಚ್‌ಮ್ಯಾನ್ ಗೇಟು ತೆಗೆಯಲಿಲ್ಲ. "ಪರ್ಮಿಷನ್, ಅಪಾಯಿಂಟ್‌ಮೆಂಟ್ ಇಲ್ಲದೋರ್‍ನ ಒಳ್ಗೆ ಬಿಡೋಲ್ಲ" ದಂಗಾದರು ಅವರು. ಗುಡ್ ಅಡ್ಮಿನ್‌ಸ್ಟ್ರೇಟರ್ ಎಂದು ಹೆಸರು ಮಾಡಿದವರು. ರಿಟೈರ್ಡ್ ಆದ ಮೇಲು ಅದೇ ಜರ್ಬ್. ಸರ್ಕಾರವೇ ಹುದ್ದೆಯ ಆಸೆ ತೋರಿಸಿದಾಗ ಒಲ್ಲೆನೆಂದ ಚಿರಂತನ್ ದತ್ ಇಂದಿಗೂ ಅದನ್ನೇ ಅಹವಾಲುನಲ್ಲಿ ಇಟ್ಟಂಗೆ ಕಂಡಿತು.

"ಒಂದಿಷ್ಟು ಫೋನ್ ನಂಬರ್ ಹೇಳಿ" ಸುರುಚಿರಾ ಆತುರದಿಂದ ಮೊಬೈಲ್ ತೆಗೆದಳು. ವಾಚ್‌ಮ್ಯಾನ್ ಲೆಕ್ಕಾಚಾರ ಹಾಕಿಯೇ ಫೋನ್ ನಂಬರ್ ಕೊಟ್ಟ. ಆ ಕಡೆ

ಫೋನ್ ಎತ್ತಿದ್ದು ನಂದಿತಾ. "ಹಲೋ, ನಾನು ಸುರುಚಿರಾ ದೀಕ್ಷಿತ್. ನಾವು ಗೇಟಿನಿಂದ ಹೊರ್ಗೆ ಇದ್ದೀವಿ. ನಿಮ್ಮ ವಾಚ್‌ಮೆನ್ ಬಿಡ್ತಾ ಇಲ್ಲ" ಅವಸರದ ಬಿರುಸಿನ ದನಿಯೆ.

"ಅಪ್ಪಿಗೆ ತಿಳಿಸ್ತೀನಿ" ಫೋನ್ ಕಟ್ ಮಾಡಿದಳು.

ಮೂರರ ಸಮಯ. ತಂದೆಯ ರೆಸ್ಟ್ ಸಮಯ. ಗೇಟ್ ಹೊರ್ಗೆ ಅವಮಾನಿಸಿವುದು ಬೇಡವೆನಿಸಿ, ವಾಚ್‌ಮ್ಯಾನ್ ಮೊಬೈಲ್‌ಗೆ ಫೋನ್ ಮಾಡಿ ಒಳಗೆ ಬಿಡಲು ಹೇಳಿದಳು.

ತಂದೆಯ ಜೀವ, ಆರೋಗ್ಯ ತುಂಬ ಅಮೂಲ್ಯವೇ. ಅದನ್ನು ಜೋಪಾನ ಮಾಡುವ ಕರ್ತವ್ಯ ತನ್ನದೆಂದುಕೊಂಡ ಮಗಳು.

ಬಂದವರನ್ನ ಎದುರುಗೊಂಡು ಮುಂದಿನ ವಿಸಿಟರ್ ರೂಂನಲ್ಲಿ ಕೂಡಿಸಿ "ಅಪ್ಪ ಈಗ ರೆಸ್ಟಿನಲ್ಲಿದ್ದಾರೆ. ನಾಲ್ಕರ ನಂತರ ಹೊರ್ಗೆ ಬರೋದು. ಅದರವರ್ಗೂ ನೀವು ಕಾಯಬೇಕಾಗುತ್ತೆ. ಏನು ತಗೋತೀರಾ?" ವಿಚಾರಿಸಿದಳು. ಯಾವ ಭಾವೋದ್ವೇಗಕ್ಕೂ ಒಳಗಾಗದೇ ವರ್ತಿಸುತ್ತಿರುವ ನಂದಿತಾಳನ್ನ ನೋಡಿ ಎಲ್ಲರಿಗೂ ಆಶ್ಚರ್ಯವಾಯಿತು.

ಎಲ್ಲ ಮುಖ ಮುಖ ನೋಡಿಕೊಂಡರು. ಸುರುಚಿರಾ ಅಮಿತ ವಿಶ್ವಾಸ ವ್ಯಕ್ತಪಡಿಸುವಂತೆ ಬಂದು ಕೈ ಹಿಡಿದುಕೊಂಡಾಗ, ಇಷ್ಟವೆನಿಸಲಿಲ್ಲ.

"ಕೂತ್ಕೊಳ್ಳಿ..." ಕೈ ಬಿಡಿಸಿಕೊಂಡು ಕಿಚನ್ ಹೋಗಿ ಭಟ್ಟರಿಗೆ ಕೂಲ್ ಡ್ರಿಂಕ್ಸ್ ಕೊಡೋದಕ್ಕೆ ಹೇಳಿ, ಇನ್ನ ರೂಮಿಗೆ ಹೋದವಳು ಮೊದಲ ಸಲ ವಿಚಲಿತಳಾದಳು. ಬಂದ ಉದ್ದೇಶವೇನಿರಬಹುದ್ದು? 'ದೇವರು ಒಂದು ಅವಕಾಶ ಕಲ್ಪಿಸಿಕೊಟ್ಟಿದ್ದಾನೆ, ನೀನು ಮಾತ್ರ ನನ್ನ ಕಾಪಾಡಬಲ್ಲೆ' ಎಂದು ಅಂಗಲಾಚಿರುವ ಉಮಾಶಂಕರ ದೀಕ್ಷಿತ್ ಮುಖ ನೆನಪಾಯಿತು. ಈಗ ಬಂದವರ ಉದ್ದೇಶ? ತಾನು ಅಪರಿಚತಳಾಗಿದ್ದವಳನ್ನ ಬೆಸೆದಿತ್ತು ವಿವಾಹ ಬಂಧನ. ಉತ್ಪ್ರೇಕ್ಷಿಸುವುದು ಸಾಧ್ಯವಿರಲಿಲ್ಲ. ಪಕ್ಕಕ್ಕೆ ಸರಿಸಿದ್ದ ಎಲ್ಲಾ ವಿಷಯಗಳು ಬಂದು ಒಟ್ಟಿಗೆ ಕಾಡತೊಡಗಿತು.

ಭಟ್ಟರು ಬಂದು ರೂಮಿನ ಬಾಗಿಲಲ್ಲಿ ಇಣಕಿ "ಅಮ್ಮ, ಬಂದವರು ನಿಮ್ಹತ್ರ ಮಾತಾಡಬೇಕೂಂದ್ರು" ವಿಷ್ಯ ಮುಟ್ಟಿಸಿ ಹೋದರು.

ನಂದಿತಾ ನೇರವಾಗಿ ಸಿಟ್ಟಿಂಗ್ ರೂಂಗೆ ಬಂದು "ಅಪ್ಪನ್ನ ನಾಲ್ಕೂವರೆಯವರೆಗೂ ಡಿಸ್ಟರ್ಬ್ ಮಾಡೊಲ್ಲ, ಎಕ್ಸ್‌ಕ್ಯೂಸ್ ಮಿ" ಅಂದಳು.

"ಸ್ವಲ್ಪ ನಿಮ್ಹತ್ರನೇ ಮಾತಾಡಬೇಕು ಕೂತ್ಕೊಮ್ಮ" ಹಿರಿಯರೆನಿಸಿ ಕೊಂಡವರ ರಿಕ್ವೆಸ್ಟ್‌ಗೆ ಕೂತಳು. ಬಂದವರು ಐದು ಜನ. ಎಲ್ಲರು ತಮ್ಮ ತಮ್ಮ ಪರಿಚಯ ತಾವೇ ಮಾಡಿಕೊಂಡರು. ಅಕ್ಕ, ತಂಗಿ ಒಟ್ಟಿಗೆ ದಯಮಾಡಿಸಿದ್ದು ವಿಶೇಷ. "ಏನು ಹೇಳಿ?" ಅಂದಳು.

ನಿಜವೋ, ಸುಳ್ಳೋ ವಿವಾಹದಿನದಲ್ಲಿನ ರಾದ್ಧಾಂತಕ್ಕೆ ಯಾರೆಷ್ಟು ಕಾರಣವೆಂದು ಹೇಳಿಕೊಳ್ಳುವುದರ ಜೊತೆಗೆ ದೆಹಲಿಯಲ್ಲಿರುವ ದೀಕ್ಷಿತ್ ಇಂಟರ್ ನ್ಯಾಷನಲ್ ಫೈವ್ ಸ್ಟಾರ್, ತ್ರೀಸ್ಟಾರ್ ಹೋಟೆಲ್ ಈಗ ತೀರಾ ಆರ್ಥಿಕ ಅಡಚಣೆಯನ್ನೆದುರಿಸುತ್ತಿರುವುದರಿಂದ ಸದ್ಯಕ್ಕೆ ಅವನ್ನು ಉಳಿಸಿಕೊಳ್ಳಲು ಚೆನ್ನೈನಲ್ಲಿರುವ ದೀಕ್ಷಿತ್ ಇಂಟರ್‌ನ್ಯಾಷನಲ್ ಫೈವ್

ಸ್ಟಾರ್ ಹೋಟೆಲ್ ಮೇಲೆ ಸಾಲ ತೆಗೆಯಬೇಕಾದ ಸಿಚ್ಯುಯೇಷನ್ ಬಗ್ಗೆ ಹೇಳಿಕೊಂಡರು. ಆಸ್ಟ್ರೇಲಿಯಾದಿಂದ 'ದೀಕ್ಷಿತ್ ಇಂಟರ್ ನ್ಯಾಷನಲ್' ಹೋಟೆಲ್ ಕಾರುಬಾರು ಬೇರೆಯವರಿಗೆ ವರ್ಗಾಯಿಸಿ ಸಾಕಷ್ಟು ಹಣ ತಂದಿರೋ, ಸುರುಚಿರಾ ಮಾವ ಅರ್ಥಾತ್ ಇವರ ಬೀಗರು ಹಣವನ್ನು ಹೊರ ತೆಗೆಯದೇ ಸಂಸಾರಾನ್ನ ಬೀದಿ ಪಾಲು ಮಾಡಲು ಸಿದ್ಧವಿರುವ ಬಗ್ಗೆ ಒಬ್ಬರಾದ ಮೇಲೊಬ್ಬರು ವರದಿಯನ್ನ ಒಪ್ಪಿಸಿದರು. ಹೌದು, ದೀಕ್ಷಿತ್ ಆಸ್ಟ್ರೇಲಿಯಾದಲ್ಲಿ ಒಂದು ಹೋಟೆಲಿನ ಮಾಲೀಕರಾಗಿದ್ದರು. ವಿಧೇಯ ವಿದ್ಯಾರ್ಥಿಯಂತೆ ಆಲಿಸುತ್ತಿದ್ದಳು.

"ಮ್ಯಾರೇಜ್ ನಿಲ್ಲಿಸೋ ಉದ್ದೇಶ ನನ್ನ ಡ್ಯಾಡಿಗೆ ಇರಲಿಲ್ಲ. ಮಾತಿಗೆ ಮಾತು ಬೆಳೆಯಿತು. ಒಂದಿಷ್ಟು ಗದ್ದಲವಾಯ್ತು. ನೀವು ಆರಾಮಾಗಿ ಹಸೆಮಣೆ ಮೇಲೆ ಕೂತು ತಾಳಿ ಕಟ್ಟಿಸಿಕೊಂಡ್ರಿ. ಅದ್ನ ವಿವಾಹಂತ ರೆಕಗ್ನೈಜ್ ಮಾಡೋಕ್ಕಾಗುತ್ತ?" ತಾಳ್ಮೆ ಕಳೆದುಕೊಂಡವಳಂತೆ ಒದರಿದಳು ಸುರುಚಿರಾ. ಬಹುಶಃ ಗಂಭೀರವಾಗಿದ್ದು ಅವಳಿಗೆ ಅಭ್ಯಾಸವಿಲ್ಲ.

ಮೌನವಾಗಿ ಕೂತಿದ್ದ ನಂದಿತಾ ತಲೆ ಮೇಲೆತ್ತಿದಳು.

"ನಾನು, ಸನತ್ ಲವರ್ಸ್. ಒಟ್ಟಿಗೆ ಕೈ ಕೈ ಹಿಡಿದು ಬೆಂಗಳೂರೆಲ್ಲ ಓಡಾಡಿದ್ದೀವಿ. ಸನತ್ ನಂಗೆ ಮಾತ್ರ ಸೇರಿದವನು" ರುಚಿರಾ ಬಾಯಿ ತೆರೆದಳು.

"ಇದನ್ನೆಲ್ಲ ನಂಗ್ಯಾಕೆ ಹೇಳ್ತೀರಾ?" ತಣ್ಣಗಿತ್ತು ಅವಳ ಪ್ರಶ್ನೆ.

"ಇನ್ನ ಯಾರಿಗೆ ಹೇಳಿಕೊಳ್ಳುವುದು? ಆರಾಮಾಗಿ ಆಸ್ಟ್ರೇಲಿಯಾದಲ್ಲಿ ಹೋಟೆಲ್ ನೋಡಿಕೊಂಡಿದ್ದವರು ಇಲ್ಲಿಗ್ಬಂದ್ ಸುಮ್ನೇ ತೊಂದರೆಗೆ ಸಿಕ್ಕಿ ಹಾಕ್ಕೊಂಡ್ರು. ನಮ್ಗೂ ಇದ್ರಿಂದ ಕಿರಿಕಿರಿ. ನಾವೆಲ್ಲ ಮ್ಯಾನೇಜ್ ಮಾಡ್ಕೋತಾ ಇದ್ವಿ. ನಮ್ಮ ಡ್ಯಾಡ್ ತುಂಬ ಎಫಿಷಿಯಂಟ್. ಲೋನ್ ತರೋದು ಗೊತ್ತಿತ್ತು. ಇವೆರಡು ಹೋಟೆಲ್‌ನ ಮಾರಬೇಕು, ಇಲ್ಲ ಅದರ ಮೇಲೆ ಲೋನ್ ತಗೋಬೇಕು" ಈಗ ಮಾತಾಡಿದ್ದು ಸುರುಚಿಯೇ. ಅವಳಣ್ಣ, ಅಪ್ಪ ಸುಮ್ಮನಾಗಿಸಲು ಪ್ರಯತ್ನಪಟ್ಟು ಸೋತರು. ಅವಳ ನಾಲಿಗೆಗೆ ಹಿಡಿತವಿಲ್ಲ. ಮಾತು ಷುರು ಮಾಡಿದ ಕೂಡಲೇ ಬುದ್ಧಿವಂತಿಕೆ ಕೈ ಕೊಡುತ್ತಿದ್ದರಿಂದ ತುಂಬ ಸಮಸ್ಯೆಗಳನ್ನು ಎದುರು ಹಾಕಿಕೊಳ್ಳಬೇಕಿತ್ತು.

"ನೀವೇನು ಮಾತಾಡಲಿಲ್ಲ!" ರುಚಿರಾ ಕೇಳಿದಳು.

"ಪೂರ್ತಿ ವಿಷಯ ತಿಳಿಯದೆ ಹೇಗೆ ಮಾತಾಡ್ಲಿ? ನೀವ್ಯಾಕೆ ಇಷ್ಟೊಂದು ತಲೆ ಕೆಡ್ಸಿಕೊಳ್ತಾ ಇದ್ದೀರಿ. ಉಮಾಶಂರ್ ದೀಕ್ಷಿತ್ ಹೋಟೆಲ್ ಮ್ಯಾನೇಜ್‌ಮೆಂಟಿನ ಬಗ್ಗೆ ಸಾಕಷ್ಟು ತಿಳಿದವ್ರು. ಆರಾಮಾಗಿ ಹಿಂದೆ ಸರಿದು ಬಿಡಿ. ಮಿಕ್ಕಿದ್ದು ಅವರು ನೋಡ್ಕೋತಾರೆ. ನೀವಾಗಿ ಕೇಳಿದ್ದಕ್ಕೆ ಇದೊಂದು ಪುಟ್ಟ ಸಲಹೆ ಅಷ್ಟೆ. ಎಲ್ಲಾ ಮುಗಿದಿರಬಹುದಲ್ಲ" ಮೇಲೆದ್ದಳು. ಇನ್ನಷ್ಟು ವಿಷಯಗಳು ಅರ್ಥವಾಗಿರಲಿಲ್ಲ.

"ಹೂ ಆರ್ ಯು? ಇಷ್ಟೆಲ್ಲ ಅಡ್ವೈಸ್ ಮಾಡೋಕೆ ನೀವು ಯಾರು?" ಸುರುಚಿತಾ ಸಿಡಿದು ಬಿದ್ದ ತಕ್ಷಣ "ಕೂಲ್ ಡೌನ್. ಇಲ್ಲಿ ನಮ್ಮ ಮನೆಗೆ ಬಂದು ನನ್ನನ್ನೇ ಯಾರೂಂತ

ಪ್ರಶ್ನಿಸ್ತ ಇದ್ದೀರಲ್ಲ. ಅದೇ ಪ್ರಶ್ನೇನ ನಾನು ಕೇಳಬೇಕಾಗುತ್ತೆ?" ಬಹಳ ನಿಧಾನವಾಗಿ ಹೇಳಿ ಹೊರಟವಳನ್ನ ಅಡ್ಡ ಬಂದು ಅವರ ತಂದೆ ನಿಲ್ಲಿಸಿ "ಪ್ಲೀಸ್, ಒಂದ್ನಿಮ್ಷಿ ಕೂತ್ಕೊಳ್ಳಿ. ಮಾತು ಎಲ್ಲಿಗೆ.... ಎಲ್ಲಿಗೋ ಹೋಯಿತು. ಪಾಸ್ಟ್ ವಿಷ್ಯ ಮಾತಾಡೋದು ಬೇಡ. ನಿಮ್ಮ ತಪ್ಪಿಲ್ಲ! ಆ ವಿವಾಹ ನಾವುಗಳು ಯಾರು ಒಪ್ಕೊಂಡಿಲ್ಲ. ಆದ್ರೂ... ನಿಮ್ಗೆ ಅನ್ಯಾಯ ಮಾಡೋದು ನಮ್ಗೆ ಸರಿಯೆನಿಸೊಲ್ಲ. ಹತ್ತು ಲಕ್ಷ ರೂಪಾಯಿ ಕ್ಯಾಷಾಗಿ ತಂದಿದ್ದೀನಿ. ಇದ್ನ ತಗೊಂಡು ಹಿಂದೆ ಸರೀರಿ. ಸಂಕಷ್ಟದಲ್ಲಿರೋ ಹೆಣ್ಣು ಮಕ್ಕಳ ಬಗ್ಗೆ ನಂಗೆ ವಿಪರೀತ ಕಾಳಜಿ" ನಿವೇದಿಸಿಕೊಳ್ಳುವ ವೇಳೆಗೆ ಚಿರಂತನ್‌ದತ್ ಬಂದೇ ಬಿಟ್ಟರು. "ವಾಟ್ ಹ್ಯಾಪೆನ್ಡ್? ಇವರೆಲ್ಲ ಯಾರು? ಆ ಶಾರದ ನಿಲಯದವರು ಬಂದಿಲ್ವಾ ?" ವಿಚಾರಿಸಿ ಇವರೆಲ್ಲರ ಕಡೆ ನೋಟ ಬೀರಿದರು.

"ಬಹುಶಃ ಬಂದಿರಬಹುದು. ಅಪ್ಪ ಇವರು ದೀಕ್ಷಿತ್ ಇಂಟರ್ ನ್ಯಾಷನಲ್ ಹೋಟೆಲ್‌ನ ಮಾಲೀಕರ ಬೀಗರು. ಇವರ ಸೊಸೆ, ಈಕೆ ಅವ್ರ ತಂಗಿ. ಇಬ್ಬರ ಅಣ್ಣ ಇವರು. ಹೆಣ್ಣು ಮಕ್ಕಳ ಅದು ಸಂಕಷ್ಟದಲ್ಲಿರುವ ಹೆಣ್ಣು ಮಕ್ಕಳ ಬಗ್ಗೆ ತುಂಬ ಕಾಳಜಿ ಇರೋ ಜನ. ಒಂದು ಹೆಣ್ಣು ಸಂಕಷ್ಟದಲ್ಲಿದ್ದಾಳೆಂದು ಕಲ್ಪಿಸಿಕೊಂಡು ಹತ್ತು ಲಕ್ಷದಷ್ಟು ಡೊನೇಟ್ ಮಾಡೋಕೆ ಬಂದಿದ್ದಾರೆ. ಈ ಹಣಾನ ಶಾರದ ನಿಲಯದದವರಿಗೆ ಕೊಡಿಸಿದರೆ ಹೇಗೆ?" ಕೇಳಿದಳು.

"ದಟ್ಸ್, ಗುಡ್... ಅವರುಗಳು ಬಂದಿದ್ದರೇ ಒಳ್ಗಡೆ ಬರೋದಕ್ಕೆ ಹೇಳು" ಅಂದ ಚಿರಂತನ್‌ದತ್ ಶಾರದಾ ನಿಲಯದಲ್ಲಿರುವ ಹೆಣ್ಣು ಮಕ್ಕಳು, ಆ ಸಂಸ್ಥೆಯ ಬಗ್ಗೆ ಸಾಕಷ್ಟು ಕೂತು ಹೇಳಿ, ಖಂಡಿತ ನಿಮ್ಮ ಹಣ ಸದ್ವನಿಯೋಗವಾಗುತ್ತೆ. ಆ ಬಗ್ಗೆ ನಾನು ಭರವಸೆ ಕೊಡ್ತೀನಿ" ಅಂದರು. ಚಿರಂತನ್‌ದತ್‌ನ ವಾಯ್ಸ್‌ನಲ್ಲಿದ್ದ ಗತ್ತು, ಗೈರತ್ತು ಕೂತ ಠೀವಿ, ಮುಖದಲ್ಲಿನ ವರ್ಚಸ್ವಿ ಸ್ವಭಾವಕ್ಕೆ ಸುಸ್ತಾಗಿ ಬಿಟ್ಟಿದ್ದರು.

"ಹೌದು, ನಮ್ಮ ಡ್ಯಾಡ್ ಹತ್ತು ಹಲವು ಸಂಸ್ಥೆಗಳಿಗೆ ಸಾಕಷ್ಟು ಡೊನೇಟ್ ಮಾಡಿದ್ದಾರೆ. ಒಂದು ಚಾರಿಟಬಲ್ ಟ್ರಸ್ಟ್ ಇದೆ. ಅವರ ಹಸ್ತ ಕಷ್ಟದಲ್ಲಿರೋ ಹೆಣ್ಣು ಮಕ್ಕಳಿಗೆ ಸಹಾಯ ಮಾಡಲೆಂದೇ" ಸುರುಚಿರಾ ಷುರು ಮಾಡಿಕೊಂಡಳು. ಅವಳ ಬಾಲಿಶ ಪ್ರತಿಷ್ಠೆಯ ಸುಳ್ಳು ಮಾತುಗಳಿಂದಲೆ" ಅವಳನ್ನ ಅಳೆದು ಬಿಡಬಹುದಿತ್ತು.

ನಂದಿತಾ ಶಾರದ ನಿಲಯದ ಮಹಿಳಾ ಸಂಸ್ಥೆಯವರನ್ನು ಕರೆ ತಂದಳು. ಚಿರಂತನ್‌ದತ್ ಅವರನ್ನು ಕೂಡಿಸಿ ಪರಿಚಯಿಸಿ "ಇನ್‌ಡಿವಿಜುಯಲ್ಲಾಗಿ, ಒಬ್ಬ ಮೋಸ ಹೋದ ಹೆಣ್ಣಿಗೆ ಸಹಾಯ ಮಾಡುವುದರ ಬದಲು ಅಂಥ ಹಲವಾರು ಮಹಿಳೆಯರಿಗೆ ಆಶ್ರಯದಾತರಾಗಿರುವ ಈ ಸಂಸ್ಥೆಗೆ ಸಹಾಯ ಮಾಡಬಹುದು" ಅಷ್ಟು ಹೇಳಿದ ಕೂಡಲೇ ಸುರುಚಿರಾ ನೋಟಿನ ಕಂತೆಗಳು ಇರುವ ಸಣ್ಣ ಬ್ರಿಫ್‌ಕೇಸನ್ನು ಅವರಿಗೆ ಕೊಟ್ಟೆ ಬಿಟ್ಟಳು. ಇದು ಧಾರಾಳತನವೋ, ಬುದ್ಧಿಗೇಡಿತನವೋ ಅರ್ಥವಾಗಲಿಲ್ಲ.

ಮಿಕ್ಕ ನಾಲ್ವರು ಕಣ್ ಕಣ್ ಬಿಟ್ಟರು. ಹತ್ತು ಲಕ್ಷದಷ್ಟು ಅಮೌಂಟ್ ಬೇರೆಯವರ ಕೈ ಸೇರಿಯಾಯಿತು. ರಸೀದಿಯ ಜೊತೆ ಶಾರದ ನಿಲಯಕ್ಕೆ ಸಂಬಂಧಿಸಿದ ಎಲ್ಲ

ವಿವರಗಳು ಇರೋ ಪುಸ್ತಿಕೆಯನ್ನು ಸುರುಚಿರಾಗೆ ಕೊಟ್ಟು ಹೊಗಳಿ ಬಾಯಿ ತುಂಬ ಧನ್ಯವಾದ ಅರ್ಪಿಸಿದ್ದು ಕೆಲವು ನಿಮಿಷಗಳಲ್ಲಿ ನಡೆದು ಹೋದ ಕತೆ.

ಆಮೇಲೆ ಇತ್ತ ಗಮನ ಹರಿಸಿದ್ದು.

"ಈಗೇನು ತಾವು ಇಲ್ಲಿಯವರ್ಗೂ ಬಂದಿದ್ದು?" ವಾಚ್ ಕಡೆ ನೋಡಿದರು ಚಿರಂತನ್‌ದತ್. ಬಾಯಿ ತೆರೆಯಲು ಹೋದ ಮಗಳನ್ನು ತಡೆದ ಅವಳಪ್ಪ "ಒಂದು ವಿಷ್ಯ ಮಾತಾಡ್ಬೋದಿತ್ತು. ನೀವು ಉಮಾಶಂಕರ ದೀಕ್ಷಿತ್‌ರ ಎರಡನೆ ಮಗನ ವಿವಾಹಕ್ಕೆ ಬಂದಿದ್ರಿ. ಒಂದಿಷ್ಟು ಕನ್‌ಫ್ಯೂಷನ್‌ನಿಂದ ಷುರುವಾದ ಗೊಂದಲವಷ್ಟೆ ಆಮೇಲೆ ಏನೇನೋ ನಡ್ದು ನೀವು ಸಿಕ್ಕಿ ಹಾಕಿಕೊಳ್ಳಬೇಕಾಯ್ತು. ಆ ಬಗ್ಗೆ ನಮ್ಗೆ ರಿಗ್ರೆಟ್ಸ್ ಇದೆ. ಕ್ಷಮೆ ಕೋರುತ್ತೇವೆ. ಅದನ್ನ ಯಾರು, ಮುಖ್ಯವಾಗಿ ಸನತ್ ಅಣ್ಣ, ತಮ್ಮ, ಅತ್ತಿಗೆ ಸೀರಿಯಸ್ಸಾಗಿ ತೆಗೆದುಕೊಂಡಿಲ್ಲ. ಅದನ್ನ ಮ್ಯಾರೇಜ್ ಅಂತ ಕನ್ಸಿಡರ್ ಮಾಡಿಲ್ಲ. ಅದ್ರೂ ..... ನಮ್ಮಗಳ ದುಡುಕು ವರ್ತನೆಯಿಂದ ನಿಮಗೆ, ನಿಮ್ಮ ಮಗಳಿಗೆ ಅನ್ಯಾಯವಾಗಿದೆ" ಅಂದರು.

ಚಿರಂತನ್ ದತ್ ಮುಖ ಸೀರಿಯಸ್ಸಾಯಿತು. ಅವುಡು ಬಿಗಿದುಕೊಂಡವು. ಕಣ್ಣಲ್ಲಿ ಕೆಂಪು ತೇಲಿತು.

"ಅದ್ನ ನಾವು ನಿಮ್ಗೆ ರಿಪೋರ್ಟ್ ಮಾಡಿಕೊಂಡ್ವಾ? ನನ್ ಆಫ್ ಯುವರ್ ಬಿಜಿನೆಸ್, ನಿಮ್ಮ ಸಮಯ ಹಾಳು ಮಾಡಿಕೊಳ್ಳೋದಲ್ಲದೆ ನನ್ನ ಟೈಮ್ ವೇಸ್ಟ್ ಮಾಡೋಕೆ ಹೊರಟಿದ್ದೀರಲ್ಲ. ಒಂದು ಮೀಟಿಂಗ್ ಸಲುವಾಗಿ ಹೊರಟಿದ್ದೀನಿ. ಸಿಯು ಲೇಟರ್" ಎದ್ದು ಹೋಗಿಯೇ ಬಿಟ್ಟರು.

ಇಲ್ಲಿ ತಂದೆ ಮಾತ್ರವಲ್ಲ, ಮಗಳು ಕೂಡ ಬುದ್ಧಿವಂತಳಾಗಿ ಕಂಡಳು. ಬಂದ ಕೆಲಸವಾಗಲಿಲ್ಲ ಎನ್ನುವ ವ್ಯಥೆಯ ಜೊತೆ ಮಗಳ ಮೂರ್ಖತನದಿಂದ ಕಳೆದುಕೊಂಡ ಹಣ ಅಣಕಿಸಿತು. 'ಲಕ್ಷ್ಮಿ ಚಂಚಲೆ. ಒಬ್ಬರಲ್ಲಿ ಉಳಿಯೊಲ್ಲ' ಅನ್ನೋ ಮಾತನ್ನ ನೆನಪಿಸಿಕೊಂಡು ಮೇಲೆದ್ದರು.

"ಇರು ಡ್ಯಾಡಿ, ನಮ್ಮನ್ನ ಇವರೇನೂಂತ ತಿಳ್ದುಕೊಂಡಿದ್ದಾರೆ?" ಮೊಬೈಲ್ ಬಟನ್‌ಗಳನ್ನೊತ್ತಿ ಮಾತಾಡಿದ ಸುರುಚಿತಾ "ಸ್ವಲ್ಪ ನೋಡ್ತಾ ಇರೀ" ಎಂದು ರೂಮಿನಲ್ಲಿದ್ದ ನಂದಿತಾ ಬಳಿಗೆ ಹೋಗಿ "ಸನತ್ ಮಾತಾಡ್ತಾ ಇದ್ದಾನೆ ನೋಡು" ಅಂದಿದ್ದು. ಏನು ಗೊತ್ತಿಲ್ಲದವಳಂತೆ ಮುಖ ಮಾಡಿ "ಯಾರು, ನೀವು ಇಲ್ಲಿಗೆ ಆಹ್ವಾನವಿಲ್ಲದೆ ಬಂದಿದ್ದು ಸೌಜನ್ಯವಿಲ್ಲ. ನನ್ನ ಸಲುವಾಗಿದ್ದರೆ, ನೇರವಾಗಿ ನನಗೆ ಫೋನ್ ಮಾಡ್ತಾ ಇದ್ರು" ಏರುಪೇರಿಲ್ಲದ ಸ್ವರ.

"ಸನತ್ ನಿಮ್ಗೆ ಗೊತ್ತಿಲ್ಲವಾ? ಅವ್ನೇ ಮಾತಾಡ್ತಾ ಇರೋದು. ನಾವು ಹೇಳಬೇಕೆಂದು ಕೊಂಡ ಮಾತುಗಳನ್ನು ಎರಡೇ ಮಾತಲ್ಲಿ ಹೇಳ್ತಾನೆ" ಧ್ವನಿ ಏರಿಸಿದಾಗಲೂ ಎಕ್ಸೈಟ್ ಆಗದೇ ಫೋನ್ ತಗೊಂಡಳು. ಬರೀ ಹ್ಞೂಂ ಗುಟ್ಟಿ ಮೊಬೈಲ್ ಹಿಂದುರುಗಿಸಿ 'ಇನ್ನ ನೀವು ಹೊರಡಬಹುದು' ಎನ್ನುವಂತೆ ನೋಡಿದಳು.

ಐದು ನಿಮಿಷ ಪರಸ್ಪರ ಮಾತಾಡಿಕೊಂಡ ಅವರು ಹೊರಟರು. ಬೀಳ್ಕೊಡಲು ಯಾರು ಇರಲಿಲ್ಲ. ಭಟ್ಟರು, ಮನೆಯ ಆಳು ನಿಂತು ಇವರು ಹೋಗುವುದನ್ನೇ ನೋಡಿದರು.

ಅಚ್ಯುತನ್‌ಗೆ ಇದು ತುಂಬ ದೊಡ್ಡ ಅವಮಾನ. ದೀಕ್ಷಿತ್ ಇಂಟರ್‌ನ್ಯಾಷನಲ್ ಹೋಟೆಲ್‌ಗಳು ದೆಹಲಿಯಲ್ಲಿ ದೊಡ್ಡ ಹೆಸರು ಮಾಡಿದ್ದವು. ವಿದೇಶಿಯರು ಬಂದು ಅಲ್ಲಿ ಇಳಿದುಕೊಳ್ಳುತ್ತಿದ್ದರು. ಭರ್ಜರಿ ವ್ಯಾಪಾರ ಲಾಭದಾಯಕವೇ, ಆದರೆ ಅದೆಲ್ಲ ಸೋರಿ ಹೋಗಿದ್ದು ಎಲ್ಲಿ? ಅದಕ್ಕೆ ಶ್ರೀಮತಿ ಉಮಾಶಂಕರ ದೀಕ್ಷಿತ್ ಚೇರ್ಮನ್ ಆದರೆ ಇಬ್ಬರು ಗಂಡು ಮಕ್ಕಳು, ಸೊಸೆ, ಬೀಗರ ಕುಟುಂಬದವರು ಡೈರೆಕ್ಟರ್ಸ್. ಆದರೆ ಅದರ ಸಂಪೂರ್ಣ ಆಡಳಿತದ ಚುಕ್ಕಾಣಿ ಹಿಡಿದಿದ್ದು ಮಾತ್ರ ಅಚ್ಯುತನ್ ಕುಟುಂಬ. ಅದರಲ್ಲಿ ವಿದೇಶದಲ್ಲಿ ಹೋಟೆಲ್ ಮ್ಯಾನೇಜ್‌ಮೆಂಟ್ ಮಾಡಿಕೊಂಡು ಬಂದಿದ್ದ ಸತೀಶ್ ಮತ್ತು ಎಂ.ಬಿ.ಎ. ಮಾಡಿಕೊಂಡಿದ್ದು ಸನತ್ ದೀಕ್ಷಿತ್ ಬರೀ ನಾಮಾಕಾವಸ್ಥೆ. ಇವರ ಮೂಗುದಾರಗಳನ್ನು ಹಿಡಿದಿದ್ದು ಸರುಚಿರಾ ಮತ್ತು ರುಚಿರಾ.

ಉಮಾಶಂಕರ ದೀಕ್ಷಿತ್ ಮತ್ತು ಅವರ ಕುಟುಂಬದ ಬಗ್ಗೆ ಸಹಾನುಭೂತಿ ಮೂಡಿತು.

ಮೊದಲ ಸಲ ಮಗಳನ್ನು ಕೇಳಿದರು.

"ಮುಂದೇನು? ಈ ಜನರ ಉದ್ದೇಶವೇನು? ಅದನ್ನು ತಿಳ್ಕೋಬೇಕಿತ್ತು?" ಮಗಳ ಭವಿಷ್ಯದ ಬಗ್ಗೆ ಚಿಂತಿತರಾದರು. "ಎಷ್ಟೊಂದು ತಪ್ಪೊಂತ ಅನ್ನಿಸ್ತಾ ಇದೆ, ಗೊತ್ತಾ? ತೀರಾ ಒಬ್ಬ ಅಯೋಗ್ಯ ತಂದೆ ಕೂಡ ಮಗಳ ವಿವಾಹ ಮಾಡೋವಾಗ ಅವಳ ಒಪ್ಗೆ ಕೇಳ್ತಾನೆ. ಅಂಥದರಲ್ಲಿ ನಾನು ಮಾಡಿದ್ದೇನು?" ಪ್ರಶ್ನಿಸಿಕೊಂಡರು. ಇಂಥ ಗೊಂದಲ ಅವರ ಮನದಲ್ಲಿ ಏಳುವುದು ಬೇಡವಾಗಿತ್ತು.

"ಇಲ್ಲಿ ನೀವು ರಿಗ್ರೆಟ್ಸ್ ಯಾಕೆ ಮಾಡ್ಕೋ ಬೇಕು? ವಿವಾಹದ ಬಗ್ಗೆ ಯೋಚಿಸಿರಲಿಲ್ಲ. ಬರವಣಿಗೆ ಮುಗಿದ ನಂತರ ಓದು ಮುಂದುವರಿಸ್ತಾ ಇದ್ದೆನೇನೋ? ನಾನಂತು ಖಂಡಿತ ಯಾರನ್ನೂ ಪ್ರೇಮಿಸಿ ಕನಸು ಕಂಡಿಲ್ಲ. ಅಂಥ ವಿಷ್ಯದಲ್ಲಿ ಅನುಭವವಿಲ್ಲ. ನಾನೆಂದೋ ತೀರ್ಮಾನಿಸಿದ್ದೆ. ಒಂದಿಷ್ಟು ತಲೆ ಕೆಡಿಸಿಕೊಳ್ಳದೆ, ನೀವು ಆರಿಸಿದ ಯುವಕನಿಗೆ ಹಾರ ಹಾಕಿ ಬಿಡ್ತಾ ಇದ್ದೆ. ಅದು ಚಿರಂತನ್‌ದತ್ 'ಆತ್ಮಚರಿತ್ರೆ' ಬಿಡುಗಡೆಯ ನಂತರದ ದಿನಗಳಲ್ಲಿ ಅಂದುಕೊಂಡಿದ್ದೆ. ಇಲ್ಲೂ ನಿಮ್ಮ ಆಯ್ಕೆ ನಂಗೆ ಒಪ್ಪಿಗೆಯೇ" ಅವಳ ಕೆನ್ನೆಗಳಲ್ಲಿ ಗುಲಾಬಿಗಳು ಅರಳಿದಾಗ ಸಂಭ್ರಮಾಶ್ಚರ್ಯಗಳೇ. ಇಷ್ಟು ದಿನ ಮಾನಸಿಕವಾಗಿ ನಡೆಸಿದ ಹೊಯ್ದಾಟ ಅರ್ಧಂಬರ್ಧವಾದರು ಕಡಿಮೆ ಆಯಿತು. "ರಿಯಲೀ... ಮಗಳೇ? ನಾನೆಲ್ಲಿ ಜಾನಕಿಯ ಮುಂದೆ ತಪಿತಸ್ಥನಾಗಿ ನಿಲ್ಲಬೇಕಾಗುತ್ತೋ, ಅಂದುಕೊಂಡೆ" ಎಂದರು.

ಇದಾದ ಮೂರನೇ ದಿನ ಪ್ರತೀಕ ಬಂದು ಡ್ರೆಸ್ ಆಯ್ಕೆಗಾಗಿ ಇವಳನ್ನು ಕರೆದೊಯ್ದಾಗ "ಮಹಾರಾಯ, ನಿನ್ನ ಮಮ್ಮಿನ ಕರ್ಕಂಡ್ ಹೋಗ್ಬೇಕಿತ್ತು" ಅಂದಾಗ ಅವನೇನು ಈ ಮಾತನ್ನು ಕೇಳಿಸಿಕೊಳ್ಳಲಿಲ್ಲ.

ನಾಲ್ಕಾರು ಷೋರೂಂಗಳನ್ನು ಜಾಲಾಡಿ ಅವನಿಗಾಗಿ ಡ್ರೆಸ್ ಖರೀದಿಸಿದಳು. ಒಂದು ಕಂಡೀಷನ್ ಹಾಕಿದ್ದು "ನಾನು ಪಾವತಿಸಿದ ಬಿಲ್ ಹಣ ನಂಗೆ ನೀನು ಹಿಂದುರುಗಿಸಬಾರ್ದು.

ಇದು ಅಕ್ಕನ ಗಿಫ್ಟ್ ಅಂದ್ಕೋ" ಅಂದ ಕೂಡಲೇ ಮೊದಲು ಕೊಸರಾಡಿ ನಂತರ "ಸಂಜೆ ಟ್ರೀಟ್ ನಂದು" ಗೆಲುವಿನಿಂದ ಕೂಗಿದ.

"ಓ.ಕೇ. ನಂಗೆ ಪಿಜ್ಜಾ, ಬರ್ಗರ್ ಅಂಥದ್ದು ಇಷ್ಟವಾಗೊಲ್ಲ. ಬೆಣ್ಣೆ ಮಸಾಲೆ ದೋಸೆ, ಕಾಫೀ ಸಾಕು. ನಂಗೆ ಐಸ್ ಕ್ರೀಮ್ ಕೂಡ ಅಷ್ಟೊಂದು ಇಷ್ಟವಾಗೊಲ್ಲ. ಕಾಲೇಜಿನಲ್ಲಿ ಗೆಳತಿಯರ ಹಿಂಡು ಕಟ್ಟಿಕೊಂಡು ರೆಸ್ಟೋರಾಗೆ ಹೋದಾಗ ಹಾಸ್ಯ ಮಾಡೋರು. ನಂಗೇನು ಅನ್ನಿಸೊಲ್ಲ. ಬಹುಶಃ ನಾಚಿದರೆ ಎರವಲು ತಿಂಡಿಗಾಗಿ ಹಾತೊರೆಯೋ ಅವರುಗಳು ನಾಚಬೇಕು. ನನ್ನ ಬಾಲ್ಯದ ಬೆಳವಣಿಗೆಯಲ್ಲಿ ಅಮ್ಮ ನಂಗೆ ಎಲ್ಲಾ ವಿಷಯದಲ್ಲಿ ಮಾದರಿ. ಅಪ್ಪ ಕೂಡ ಅದನ್ನೆ ಇಷ್ಟವಾಗಿಯೇ ಸ್ವೀಕರಿಸೋರು. ಇಂದಿಗೂ ನನ್ನ ಉಡುಪು, ಜಡೆ, ಸರಳತೆಯನ್ನು ಎಂದು ಆಕ್ಷೇಪಿಸಲಿಲ್ಲ. ಹೊಗಳುತ್ತಿದ್ದರು" ಎಂದಳು. ಹೆಚ್ಚು ಪ್ರತೀಕ ನಂದಿತಾಯಿಂದ ಪ್ರಭಾವಿತನಾಗ ತೊಡಗಿದ್ದು ಕಂಡೇ ಮಾಲಿನಿ ಸಿಡಿಮಿಡಿಗುಟ್ಟ ತೊಡಗಿದ್ದಳು.

ಕೃಷ್ಣಭವನ್‌ನಲ್ಲಿ ಬೆಣ್ಣೆ ಮಸಾಲೆ ದೋಸೆ ತಿಂದು ಕಾಫೀ ಕುಡಿದು 'ಚಿರಂತನ' ದಲ್ಲಿ ನಂದಿತಾನ ಇಳಿಸಿ ಮನೆಗೆ ಘಮಿಘಮಿಸುವ ಕಜ್ಜಾಯದ ಪೊಟ್ಟಣದೊಂದಿಗೆ ಬಂದಾಗ ಲಾವಣ್ಯ ಮತ್ತು ಮಾಲಿನಿ ಮುಂದಿನ ವರಾಂಡದಲ್ಲಿ ಕೂತಿದ್ದರು. ವಯಸ್ಸಿನ ವ್ಯತ್ಯಾಸ ಕಾಣದಂತೆ ಇಬ್ಬರು ಮ್ಯಾಕ್ಸಿ ತೊಟ್ಟಿದ್ದರು.

ಪ್ರತೀಕನಿಗೆ ಉರಿಉರಿ. ಲಾವಣ್ಯ ಕ್ಯೂಟಾಗಿರೋ ಇವನನ್ನು ಮಾತಾಡಿಸಲು ಇಷ್ಟಪಡುತ್ತಿದ್ದಳು. ಅವನು ಮುಖ ತಿರುವುತ್ತಿದ್ದದ್ದು ಮಾತ್ರ ಮಹಾನ್ ಆಶ್ಚರ್ಯ.

"ಆಂಟೀ, ನಿಮ್ಮ ಮಗನದು ಶೈನೇಚರ್. ನನ್ನ ವೆಹಿಕಲ್ ಕೈ ಕೊಟ್ಟು ಬಸ್ಸು ಸ್ಟಾಪ್‌ನಲ್ಲಿ ನಿಂತಿದ್ದೆ. ಪ್ರತೀಕ ನೋಡಿದರು ನೋಡದಂತೆ ಹೋದ. ನಾನು ಆಟೋದಲ್ಲಿ ಬೆನ್ನಟ್ಟಿ ನಿಲ್ಲಿಸಿದೆ. ಬಲವಂತವಾಗಿ ಬೈಕ್ ಹಿಂಬದಿಯಲ್ಲಿ ಹತ್ಕೋ ಬೇಕಾಯಿತು. ಅಂದಿನಿಂದ ಮಾತಾಡೋದು ಕೂಡ ನಿಲ್ಲಿಸಿ ಬಿಟ್ಟಿದ್ದಾನೆ" ನಗುತ್ತ ಫಿರ್ಯಾದ್ ಸಲ್ಲಿಸಿದ ಲಾವಣ್ಯ ಇವನಿಗಿಂತ ಒಂದು ನಾಲ್ಕು ವರ್ಷ ದೊಡ್ಡವಳು ಇರಬಹುದು, ಕಾಸ್ಲೀ ಪರ್‌ಫ್ಯೂಮ್ ಪ್ರಸೆಂಟ್ ಮಾಡುತ್ತಿದ್ದ ಅವಳು ಮಾಲಿನಿಗೆ ತುಂಬ ಮೆಚ್ಚಿಗೆ. ಕೆಲವು ಸೌಂದರ್ಯ ವರ್ಧಕ ಟಿಪ್ಸ್ ಅವಳಿಂದ ಪಡೆದುಕೊಳ್ಳುವುದು ಕೂಡ ಉಂಟು.

ಡ್ರೆಸ್‌ನ ಹಿಡಿದು ಅಜ್ಜಿಯನ್ನು ಹುಡುಕಾಡಿದ. ಆಕೆ ಹಿತ್ತಲಲ್ಲಿ ಕೂತಿದ್ದಳು ಸಪ್ಪಗೆ. ಸಸಿ ಅಂಥದೆಲ್ಲ ನೆಟ್ಟು ಕೊಂಡಿದ್ದರಿಂದಲೂ ಅದರ ಶುಶ್ರೂಷೆಗೆ ಒಂದಿಷ್ಟು ಸಮಯ ಮಿಸಲಾಗಿಟ್ಟಿದ್ದರು.

"ಅಜ್ಜಿ, ಈ ಡ್ರೆಸ್‌ಗಳನ್ನ ನೋಡು" ಆಕೆಯ ಪಕ್ಕ ಹೋಗಿ ಕೂತ.

"ನಂದಕ್ಕನ್ನ ಕರ್ಕಂಡ್ ಹೋಗಿದ್ದೆ. ಸೆಲೆಕ್ಷನ್, ದುಡ್ಡು ಎಲ್ಲಾ ಅವರದೇ. ನಂಗ್ಯಾಕೋ ಅಕ್ಕ ಮೊದ್ಲಿನಿಂದ ತುಂಬ ಇಷ್ಟನೇ" ಎಲ್ಲಾ ತೆಗೆದು ತೋರಿಸಿ ಆ ಫ್ಯಾಬ್ರಿಕ್‌ನ ತಯಾರಿಕೆಯಿಂದ ಹಿಡಿದು ಬೇಡಿಕೆ, ಮಾರಾಟ ಪ್ರತಿಯೊಂದನ್ನು ಅತ್ಯಂತ ಉತ್ಸಾಹದಿಂದ ಹೇಳುತ್ತಿದ್ದಾಗ ಮಾಲಿನಿ ಬಂದರು.

ಆಕೆಯ ಹೊಟ್ಟೆಯಲ್ಲಿ ಬೆಂಕಿ ಬಿದ್ದಂತಾಯಿತು. ಯಾವುದರಲ್ಲೂ ಹಿಡಿತ ಮಾಡಿದರೂ ಮಗನ ವಿಷ್ಯದಲ್ಲಿ ಧಾರಾಳಿ, ಅವನ ಭವಿಷ್ಯತ್‌ನಲ್ಲಿ ಮುಖ್ಯವಾಗುವ ಸ್ಟೇಟಸ್ ಉಳಿಸಿಡುವತ್ತ ಯೋಚಿಸಬಲ್ಲಂಥ ತಾಯಿ.

"ಡ್ರೆಸ್‌ಗಳನ್ನ ತಂದಾಯ್ತು? ನಾನು ಬರ್ತೀನಿ ಅಂದಿದ್ದಕ್ಕೆ ಬೇಡಾಂದೆ. ತಂದಿದ್ದು ನಂಗೆ ತೋರಿಸದೇ ಇಲ್ಬಂದ್ ಹರಡಿಕೊಂಡು ಕೂತಿದ್ದೀ. ನಿನ್ನೆಲ್ಲ ಬೇಡಿಕೆಗಳನ್ನು ಪೂರೈಸೋಕೆ ಮಾತ್ರ ನಾನು. ಪ್ರೀತಿ, ವಿಶ್ವಾಸ ಬೇರೆಯವರ ಪಾಲು" ಕುಟುಕಿ ಹೋದಾಗ ಆಕೆಗೆ ಚುಳ್ ಎನಿಸಿತು.

ಮೊಮ್ಮಗನ ಕೈ ಹಿಡಿದುಕೊಂಡು "ಪ್ರತೀಕ, ನೀನು ಮಾಡಿದ್ದು ತಪ್ಪು ಕಣೋ, ಮೊದ್ಲು ನಿನ್ನಮ್ಮನಿಗೆ ತೋರ್ಸಬೇಕಿತ್ತು. ಹೋಗಿ ಮೊದ್ಲು ಸಮಾಧಾನ ಮಾಡು" ಪಕ್ಕದಲ್ಲಿದ್ದ ಹೊಸ ಡ್ರೆಸ್‌ಗಳನ್ನು ಅವನ ಕೈಯಲ್ಲಿಟ್ಟು "ಮೊದ್ಲು ಹೋಗು. ಸುಮ್ನೆ ಪ್ರತಿಯೊಂದಕ್ಕೂ ಬಿ.ಪಿ.ಜಾಸ್ತಿ ಮಾಡಿಕೋತಾಳೆ" ಬಲವಂತದಿಂದ ಅವನನ್ನು ಕಳಿಸಿ ಒಳಗೆ ಬಂದರು.

"ಗಿರಿಜಮ್ಮ, ಕಾಫಿ ಕೊಡ್ತೀರಾ? ಸ್ವಲ್ಪ ಸ್ಟ್ರಾಂಗಿರಲಿ, ಸಿಕ್ಕಾಪಟ್ಟೆ ಸಕ್ಕರೆ ಸುರೀಬೇಡಿ. ಸಕ್ಕರೆ ಬೇರೆ ತನ್ನಿ ನಾನು ಬೆರೆಸಿಕೋತೀನಿ" ಲಾವಣ್ಯ ವರಾಂಡದಲ್ಲಿ ಕಾಲು ಮೇಲೆ ಕಾಲು ಹಾಕ್ಕೊಂಡು ಕೂತು ಹೇಳಿದ್ದು ಅವನಿಗೆ ಕೇಳಿಸಿದಾಗ ರೌದ್ರಾವತಾರ ತಾಳಿದ. "ನೀವ್ಯಾರು, ಇಲ್ಲಿ ಕೂತು ನಮ್ಮಜ್ಜಿಗೆ ಆರ್ಡರ್ ಮಾಡೋಕೆ?" ಬಾಯಿಗೆ ಬಂದಂಗೆ ದಬಾಯಿಸ ತೊಡಗಿದಾಗ "ಷಟಪ್, ನಾನು ಪುಗಸಟ್ಟೆ ಇಲ್ಲಿಲ್ಲ. ಊಟ ಮಾಡ್ತಾ ಇಲ್ಲ, ನಾನು ಪೇಯಿಂಗ್ ಗೆಸ್ಟ್. ಇಲ್ಲಿ ಪ್ರತಿಯೊಂದಕ್ಕೂ ಪೇ ಮಾಡ್ತೀನಿ. ಅದಕ್ಕೆ ಬೇಕಿದ್ದು ಕೇಳ್ತೀನಿ" ತಿರುಗಿ ಬಿದ್ದಾಗ ದೊಡ್ಡ ಜಗಳ ಷುರುವಾಯಿತು.

ಮಾಲಿನಿ ಬಂದು ಜಗಳ ಬಿಡಿಸಿ ಲಾವಣ್ಯನ ರೂಮಿಗೆ ಕರೆದುಕೊಂಡು ಬಂದು ಕ್ಷಮೆ ಬೇಡಿದಳು. "ಸಾರಿ, ಎಕ್ಸ್‌ಟ್ರಿಮ್ಲೀ ಸಾರಿ, ನಮ್ಮ ಅತ್ತೆ ತುಂಬಾ ಹಳೆ ಕಾಲದವರು. ಯಾವ್ದೇ ಜವಾಬ್ದಾರಿಗಳು ಇಲ್ಲ. ಸಿಟಿಲೈಫ್ ಬಗ್ಗೆ ಏನೇನು ಗೊತ್ತಿಲ್ಲ. ಪ್ರತೀಕನಿಗೆ ಬುದ್ದಿ ಹೇಳ್ತೀನಿ" ಮನವೊಲಿಸುವ ಪ್ರಯತ್ನ.

"ಇಲ್ಲ ಆಂಟಿ, ಐ ಕಾಂಟ್ ಟಾಲರೇಟ್. ನಂಗೆ ಅಂಥ ಹಣೆ ಬರಹವೇನಿದೆ? ಇನ್ನ ಒಂದೆರಡು ಸಾವಿರ ಬಿಸಾಕಿ ಬೇರೆ ಕಡೆ ಇರ್ತೀನಿ" ಲಗೇಜ್ ಪ್ಯಾಕ್ ಮಾಡುವವರೆಗೂ ಹೋದಳು. "ಇನ್ಮೇಲೆ ಏನು ತೊಂದರೆ ಆಗ್ದಂಗೆ ನೋಡ್ಕೋತೀನಿ. ನಮ್ಮ ಅತ್ತೆಗೂ ಬುದ್ಧಿ ಹೇಳ್ತಿನಿ" ಹೇಗೋ ಇರಿಸಿಕೊಂಡರು.

ಸಂಜೆ ಗಂಡ ಬಂದ ಕೂಡಲೇ ದೊಡ್ಡ ರಾಮಾಯಣ. "ಇವನ ಡ್ರೆಸ್‌ಗಳನ್ನ ಸಲುವಾಗಿ ಹಣ ಕೊಟ್ಟಿದ್ದು ನಾನು... ಇಷ್ಟೆಲ್ಲ ಕಷ್ಟಪಡ್ತಾ ಇರೋದು ಯಾರಿಗೋಸ್ಕರ? ಹಾಫ್ ಡೇ ಲಿವ್ ಹಾಕಿ ನಾನು ಮನೆಗೆ ಬಂದರೇ ನಂದೂನ ಕರ್ಕಂಡ್ ಹೋಗಿದ್ದಾನೆ, ಡ್ರೆಸ್ ತರೋಕೆ. ತಂದ್ಮೇಲು ನಂಗೆ ತೋರಿಸದೆ ಹಿತ್ತಲಲ್ಲಿದ್ದ ಅವರ ಅಜ್ಜಿಗೆ ತೋರಿಸಿದ್ದು ಮಾತ್ರವಲ್ಲ, ಅವ್ರ ಮಾತು ಕೇಳ್ಕೊಂಡು ಲಾವಣ್ಯ ಮೇಲೆ ಜಗಳಕ್ಕೆ ಬಿದ್ದಿದ್ದಾನೆ. ಆ ಗಲಾಟೆಯಲ್ಲಿ ಜ್ಞಾನ ತಪ್ಪೋ ಹಂಗಾಯ್ತು" ಕಣ್ಣೀರಿಡೋಕೆ ಷುರುವಾದ ಕೂಡಲೆ ಕೆಂಡ

ಮಂಡಲ ಕೋಪವೇರಿತು. ಮಗನಿಗೆ ನಾಲ್ಕು ಬಿಗಿದು ಬುದ್ಧಿಕಲಿಸಬೇಕೆನ್ನುವ ರೋಷದಲ್ಲಿ ರೂಮಿಗೆ ಬಂದರು.

"ಏನಾಗಿದ್ಯೋ, ನಿಂಗೆ? ಬಾಗಿಲು ಮುಚ್ಚಿ ಕೇಳಿದರು.

"ಸಧ್ಯಕ್ಕೆ ಏನು ಆಗಿಲ್ಲ" ತಣ್ಣಗೆ ಉಸುರಿದ ನಿರ್ಲಕ್ಷದಿಂದ. 'ಮೊದಲು ಪ್ರತೀಕ ಈ ರೀತಿ ಇರಲಿಲ್ಲ, ಈಗ ಬದಲಾಗಿದ್ದಾನೆ. ಪದೇ ಪದೇ ಅದನ್ನೇ ಜಪಿಸುವ ಹೆಂಡತಿಯ ಮಾತುಗಳು ಚುರುಕಾಗಿ ಕೆಲಸ ಮಾಡಿದವು.

"ಇನ್ಮೇಲೆ ಏನಾದ್ರೂ ಆಗಬೇಕಿದೆ. ಎಷ್ಟು ದುರಹಂಕಾರ? ಎಷ್ಟೊಂದು ಉದಾಸೀನ? ನಿನ್ನ ಓದು ನಡೀತಾ ಇರೋದು ಅವಳಿಂದ. ಹಗಲು ರಾತ್ರಿ ಕಷ್ಟಪಟ್ಟು ಬೆಳೆಸಿದವಳನ್ನ ನೋಯಿಸೋಕೆ ಹೊರಟಿದ್ದೀಯ. ನಿಂಗೆ ಬೈಕ್ ಕೊಡಿಸೋದೋಳು ಅವಳು. ಒಂದ್ಸಲ ಕಾಲೇಜಿಗೆ ಡ್ರಾಪ್ ಮಾಡೂಂದರೇ ಆಗೊಲ್ಲಾಂತ ಅಂತೀಯಂತೆ. ನಿನ್ನ ಡ್ರೆಸ್‌ಗೆ ದುಡ್ಡು ಕೊಟ್ಟೋಳು ಅವಳು. ಅರ್ಧದಿನ ನಿನ್ನ ಸಲುವಾಗಿ ಷಾಪಿಂಗ್ ಅಂತ ರಜೆ ಹಾಕಿ ಬಂದರೆ, ನೀನು ಯಾರ ಜೊತೆ ಹೋದೆ?" ಗದರಿಸಿದರು. ಮೊದಲ ಸಲ ಅಪ್ಪನ ವಿರುದ್ಧ ಅವನ ಕಣ್ಣುಗಳು ಕೆಂಪಾದವು.

"ಸ್ವಲ್ಪ ಮಾರ್ಯಾದೆಯಾಗಿ ಬರ್‍ಲಿ ಮಾತುಗಳು. ಚಿರಂತನ್‌ದತ್ ಐ.ಎ.ಎಸ್ ಗುಡ್ ಅಡ್ಮಿನಿಸ್ಟ್ರೇಟರ್ ಮಗ್ಳ ಜೊತೆ. ಅವ್ಳು ನನ್ನಕ್ಕ. ನಂದಕ್ಕನ ಬಗ್ಗೆ ಒಂದು ಹೆಚ್ಚು ಕಡ್ಮೆ ಮಾತಾಡಿದರು ಪರಿಣಾಮ ನೆಟ್ಟಗಿರೊಲ್ಲ" ಧಮಕಿ ಹಾಕಿದ ಮಗನನ್ನ ನೋಡಿ ದಂಗಾದರು. ಇಷ್ಟೊಂದು ಧೈರ್ಯ! ಇಷ್ಟು ಸ್ಪಷ್ಟವಾದ ಮಾತುಗಾರಿಕೆ ಎಲ್ಲಿಂದ ಬಂತು? ಇದಕ್ಕೆ ಯಾರು ಕಾರಣ? ಅಮ್ಮ ಸೇಡು ತೀರಿಸಿಕೊಳ್ಳುತ್ತಿರಬಹುದಾ? ಇನ್ನ ನಂದಿತಾ, ಸಂದೀಪ್, ಅಣ್ಣ– ಆ ಕಡೆ ಅನುಮಾನನ ದೃಷ್ಟಿ ಬೀರುವುದು ಕೂಡ ಅವರಿಂದಾಗಲಿಲ್ಲ. ಇಂಥ ಅವಿಧೇಯತನ ಸಹಿಸುವುದು ಅಸಾಧ್ಯವೆನಿಸಿತು.

"ಬಹಳ ಬೆಳ್ದಂಗೆ ಕಾಣ್ತೀಯ! ಇದಕ್ಕೆಲ್ಲ ಯಾರ ಸಪೋರ್ಟ್? ಅವ್ಳ ಮನಸ್ಸು ಮಾಡಿ ಹೊರ್‍ಗೆ ಹಾಕಿದರೆ ನೀನು ಭಿಕ್ಷೆ ಎತ್ತಬೇಕಾಗುತ್ತೆ" ಅಂದು ನಾಲಿಗೆ ಕಚ್ಚಿಕೊಂಡರು. ಸ್ವಂತ ಕರುಳಕುಡಿಯ ಬಗ್ಗೆ ಇಂಥ ಮಾತುಗಳು ಆಡಬಾರದು. ವಿವೇಕ ಕಳೆದುಕೊಂಡಾಗ... ತಲೆ ತಗ್ಗಿಸುವಂತಾಯಿತು. ಹೋಗಿ ಮಗನ ಭುಜದ ಮೇಲೆ ಕೈ ಇಟ್ಟು "ಸಾರಿ ಕಣೋ, ಮಗನೇ! ನಾವು ಈ ಮಟ್ಟಕ್ಕೆ ಬರೋಕೆ ಅವ್ಳ ಜೀವ ತೇದಿದ್ದಾಳೆ. ನಿನ್ನಂಡ್ರೆ ಪಂಚಪ್ರಾಣ. ಯಾಕೆ ಅವ್ಳಿಂದ ದೂರ ಹೋಗ್ತಾ ಇದ್ದೀ. ನಿಂಗೆ ಬೈಕ್ ಕೊಡಿಸಿರೋಳು ಅವಳೇ. ಕನಿಷ್ಠ ಅಪರೂಪಕ್ಕೆ ಒಮ್ಮೆ ಡ್ರಾಪ್ ಮಾಡೋಕ್ಕಾಗೋಲ್ವಾ?" ನ್ಯಾಯ ಕೇಳುವಂತಿತ್ತು.

"ಹೌದು, ಅಮ್ಮನೇ!" ಅವನ ಕಣ್ಣಿಂದ ಕಂಬನಿ ಸುರಿಯೋಕೆ ಷುರುವಾಯ್ತು. ಬಿಕ್ಕುತ್ತ "ಅಮ್ಮನ ತರಹ ಇದ್ದಾರ? ಜೊತೆಯಲ್ಲಿ ಕರ್ಕಂಡ್ ಹೋದರೆ ಪುಂಡು, ಪೋಕರಿಗಳೆಲ್ಲ... ನಿನ್ನ ಗರ್ಲ್ ಫ್ರೆಂಡಾ, ಪರ್ವಾಗಿಲ್ಲಮ್ಮ.... ಸ್ವಲ್ಪ ವಯಸ್ಸಾದಂಗೆ ಕಂಡರೂ.... ಸ್ವೀಟ್ ಸಿಕ್ಸ್‌ಟೀನ್ ತರಹ. ಭರ್ಜರಿ ಮಾಲು ಸಿಕ್ಕಿದೆ. ಗಂಟೆ ಗಟ್ಟಲೇನಾ, ಇಡೀ ರಾತ್ರಿ ಪೂರಾ ಎಷ್ಟು ಗುರು ಅಂತ ಕೇಳ್ತಾರೆ. ಅವರಿಗೆ ನಾನು ಏನು ಹೇಳ್ಲಿ? ನೀವ್ಯಾಕೆ ಅವ್ರ

ಜೊತೆ ಹೋಗೋಕೆ ಹಿಂಜರಿಯುತ್ತಿರಾ? ಅಪ್ಪ, ಮಗಳು... ಅಥ್ವಾ ಬೇರೆ ರೀತಿಯಲ್ಲಿ ಪ್ರಶ್ನಿಸುತ್ತಾರೆಂತ ತಾನೇ. ಅಮ್ಮ ಅಮ್ಮನ ತರಹ ಇದ್ದರೇನೆ ಚೆನ್ನ. ನಂಗೆ ಅಸಹ್ಯವಾಗುತ್ತೆ" ಮನದಲ್ಲಿದ್ದ ಕಹಿಯನ್ನೆಲ್ಲ ಕಕ್ಕಿಬಿಟ್ಟು ತಂದೆಯತ್ತ ಒಂದು ತರಹ ನೋಟ ಬೀರಿ ತಂದಿದ್ದ ಡ್ರೆಸ್‌ಗಳನ್ನು ಕಿತ್ತು ಎಸೆದು ಕಣ್ಣೊರೆಸಿಕೊಂಡು ಹೊರಗೆ ಹೋದ.

ನಿಂತಲ್ಲಿಯೇ ವಿಗ್ರಹವಾದರು ಕರುಣಾಕರ. ಹೆಂಡತಿಯ ಮೈ ಮಾಟ ಕಾಪಾಡಿಕೊಳ್ಳುವಲ್ಲಿ ತೋರುವ ಆಸ್ಥೆ, ಆಕರ್ಷಕವಾಗಿ ಡ್ರೆಸ್ ಮಾಡಿಕೊಳ್ಳುವಿಕೆ, ಪದೇ ಪದೇ ಬ್ಯೂಟಿಪಾರ್ಲರ್‌ಗೆ ಹೋಗುವ ವಿಷ್ಯ ಗೊತ್ತಿದ್ದರು ಎಂದು ಸೀರಿಯಸ್ಸಾಗಿ ಚಿಂತಿಸಿದವರೇ ಅಲ್ಲ.

ಮಂಚದ ಮೇಲೆ ಕುಸಿದು ಕೂತರು. ಪ್ರತೀಕನ ಮನದಲ್ಲಿ ಇಷ್ಟೆಲ್ಲ ತುಂಬಿಕೊಂಡಿದ್ದಕ್ಕೆ ಯಾರು ಕಾರಣ? ನೇರವಾಗಿ ಹೇಳಿದ್ದ 'ಅಮ್ಮ... ಅಮ್ಮನ ತರಹ ಇರಬೇಕು. ಆ ಮೇಕಪ್, ಡ್ರೆಸ್ ನೋಡಿ ನನ್ನ ಫ್ರೆಂಡ್ಸ್ ಕೂಡ, ಯಾವುದಿದು ಅಂತ ಕೇಳ್ತಾರೆ. ಪುಂಡು, ಪೋಕರಿಗಳು ಎಂದಿದ್ದ ಆದರೆ...

ಅಷ್ಟರಲ್ಲಿ ಮಾಲಿನಿ ರೂಮಿನೊಳಕ್ಕೆ ಬಂದರು. ತೊಟ್ಟಿದ್ದು ಅತ್ಯಂತ ನವಿರಾದ ಕಾಸ್ಲಿ ಮ್ಯಾಕ್ಸಿ. ಕೂದಲು ಈ ಸಲ ಕತ್ತಿನಿಂದ ಸ್ವಲ್ಪ ಕೆಳಗೆ ಇಳಿದು ಮಿರಿಮಿರಿ ಮಿನುಗುತ್ತಿತ್ತು. ಪ್ಲಂಕ್ ಮಾಡಿದ ಹುಬ್ಬುಗಳು, ಬ್ಯೂಟಿಪಾರ್ಲರ್ ಬಳುವಳಿಯಾಗಿ ಕೊಟ್ಟ ಮುಖದ ಸೊಬಗು. ತೆಳುವಾದ ಲಿಪ್‌ಸ್ಟಿಕ್ ತುಟಿಗಳನ್ನು ಅಲಂಕರಿಸಿತ್ತು.

"ಯಾಕೆ, ಒಂದೇ ಸಮ ನೋಡ್ತೀರಾ?" ಕೇಳುತ್ತ ಬಂದು ಗಂಡನ ಪಕ್ಕ ಕೂತು "ವಿಚಾರಿಸಿದ್ರಾ, ಪ್ರತೀಕನ್ನ? ಯಾಕೆ ಈ ಡ್ರೆಸ್‌ಗಳನ್ನ ಚೆಲ್ಲಾಡಿ ಹೋಗಿದ್ದಾನೆ?" ಅತ್ತ ನೋಟ ಹರಿದ ಕೂಡಲೇ ಅವನ್ನೆತ್ತಿ ಇಟ್ಟರು.

'ಹೈಪರ್ ಬಿ.ಪಿ. ಇದೆ. ಅವರಿಗೆ ಟೆನ್‌ಷನ್ ಕೂಡದು' ಡಾಕ್ಟರ್ ಮಾತುಗಳು. "ಅಂದು ಪ್ರೇಮಿಸಿ ಮೆಚ್ಚಿ ಮದ್ವೆಯಾದ ಮಾಲಿನಿ ಇವಳೇನಾ? ಅಂತ ನೋಡ್ತಾ ಇದ್ದೀನಿ. ತುಂಬ ಬದಲಾಗಿದ್ದಿ" ಅಂದರು. ಸ್ವರದಲ್ಲಿನ ಭಾರ ಇಬ್ಬರ ಅರಿವಿಗೂ ಬರಲಿಲ್ಲ. ಅದು ಖುಷಿ ಕೊಟ್ಟಿತು ಮಾಲಿನಿಗೆ. ಹೊಗಳಿಕೆಯೆಂದುಕೊಂಡರು.

ಹೆಂಡತಿಯ ಕೈಯನ್ನು ತಮ್ಮ ಕೈಯೊಳಗೆ ತಗೊಂಡರು. ಅಂದಿನ ಮೃದುತ್ವವಿಲ್ಲದಿದ್ದರೂ, ಒರಟಾಗಿರಲಿಲ್ಲ. ಒಟ್ಟು ಹತ್ತು ಬೆರಳಲ್ಲಿ ನಾಲ್ಕು ಬೆರಳುಗಳಲ್ಲಿ ಉಂಗುರಗಳು ಇತ್ತು. ಡಿಫರೆಂಟ್ ಡಿಸೈನ್‌ಗಳು.

"ಇವನ್ನೆಲ್ಲ ಗಮನಿಸಲೇ ಇಲ್ಲ. ಈಗ್ಲೂ ಈ ಆರ್ಟಿಫಿಷಿಯಲ್ ಒಡ್ವೆಗಳು ಬೇಕೂಂತ ಅನ್ನಿಸುತ್ತ?" ಅಸಮಾಧಾನ ಹೊರಗೆ ಇಣಕಿತು. "ಅಂದಿನ ಪರಿಸ್ಥಿತಿ ಬೇರೆ ಇತ್ತು. ಇಂದು ನಿಂಗೆ ಸಮಾಜದಲ್ಲಿ ಗೌರವ ಸಿಗುವಂಥ ಹುದ್ದೆ ಇದೆ. ನಿನ್ನದೇನು ಪಾಲಿಷ್ ಹಾಕುವಂಥ ಸೌಂದರ್ಯವಲ್ಲ. ವಯಸ್ಸು ಸರಿಯುತ್ತಿದ್ದಂಗೆ ವಾರ್ಧಕ್ಯ ಬಂದು ಆವರಿಸಿದಾಗ ದೇಹ, ಮುಖದಲ್ಲಿ ತಾನಾಗಿ ಬದಲಾವಣೆ ಷುರುವಾಗುತ್ತೆ. ಅದಕ್ಕೆ ಎಷ್ಟು ಪ್ಯಾಚಪ್ ಮಾಡಿದರು ಅಷ್ಟೆ" ಹೇಳತೊಡಗಿದಾಗ ಮಾಲಿನಿ ಮೇಲೆದ್ದರು. ಇದನ್ನೆಲ್ಲ ಕೇಳಿಸಿಕೊಳ್ಳುವುದು

ಆಕೆಗೆ ಇಷ್ಟವಿಲ್ಲ.

"ಅದೆಲ್ಲ ಬಿಡಿ, ಪ್ರತೀಕ ಬದಲಾಗಿರೋದಕ್ಕೆ ಕಾರಣವೇನೂಂತ ಕೇಳಿದ್ರಾ?" ಕರುಣಾಕರ ಮೌನವಹಿಸಿದರು. ಅವನು ಬಡಬಡಿಸಿದ್ದನ್ನ ನೇರವಾಗಿ ಹೇಳಲು ಸಾಧ್ಯವೇ? ಸಾಧ್ಯವಿಲ್ಲವೆನಿಸಿತು. ಹೃದಯ ಭಾರವೆನಿಸಿ ಹೊರಗೆದ್ದು ಹೋಗುವ ಮುನ್ನ ಒಂದು ವಿಷಯ ವಿವರಿಸಿದರು.

"ಮಾಲಿನಿ, ಪ್ರತೀಕ ಬೆಳೆದ ಹುಡುಗ. ಯಾವುದು ಸರಿ, ಯಾವ್ದು ತಪ್ಪೂಂತ ಯೋಚ್ಸಬಲ್ಲ. ಅವನು ಬದಲಾಗಿರೋಕೆ, ನೀನೇ ಏನಾದ್ರೂ ಕಾರಣಾನಾ ಯೋಚ್ಸು"

ಮಾಲಿನಿಗೆ ಗಂಡನ ಮಾತಿನಿಂದ ರೇಗಿ ಹೋಯಿತು. ದೊಡ್ಡ ದನಿಯಲ್ಲಿ ಕಿರಿಚಾಡಿದಳು. "ನಾನು ಕಾರಣಾಂತ ಹೇಳಿದ್ನಾ?" ಅಳುವಿನೊಂದಿಗೆ ತಾಯಿಯಾಗಿ ಅವನಿಗೆ ಮಾಡಿದ ದೊಡ್ಡ ಪಟ್ಟಿಯನ್ನು ಕೊಡುತ್ತ ಇದಕ್ಕೆಲ್ಲ ಕಾರಣ "ನಿಮ್ಮಮ್ಮ..." ಜೋರಾಗಿಯೇ ಹೇಳಿದ್ದು.

ಕರುಣಾಕರ ಹೆಂಡತಿ ಬಾಯ ಮುಚ್ಚಿ "ಸ್ವಲ್ಪ ಶಾಂತವಾಗು. ಈ ರೀತಿ ಕೂಗಾಡೋದು ನಿನ್ನ ಆರೋಗ್ಯಕ್ಕೆ ಒಳ್ಳೆದಲ್ಲ. ಅಮ್ಮ ಕೇಳಿಸಿಕೊಂಡರೆ ನೊಂದ್ಕೋತಾರೆ. ಇಲ್ಲದ್ದೆಲ್ಲ ಊಹಿಸ್ಕೋಬೇಡ" ಗದರಿದರು. ಸುಮ್ಮನಾಗಿಸುವ ಪ್ರಯತ್ನ ಮಾಡಿದರು "ಪ್ಲೀಸ್, ಅರ್ಥಮಾಡ್ಕೋ. ಒಂದಿಷ್ಟು ಸಮಾಧಾನವಾಗು" ಆಮೇಲೆ ಕಣ್ಣೀರು ಷುರುವಾಯಿತು.

ಲಾವಣ್ಯ ಬಂದು "ಆಂಟೀ..." ಅನ್ನದಿದ್ದರೇ, ಬಹುಶಃ ಈ ಸೀನ್ ಬಹಳ ಹೊತ್ತು ವೀಕ್ಷಿಸಬೇಕಾದ ಕರ್ಮ ಕರುಣಾಕರರಿಗೆ ಇತ್ತು. "ಓ... ಬಂದೆ" ಕಣ್ಣೊರೆಸಿಕೊಂಡು ಎದ್ದು ಹೋಗಿ ಗಂಡನನ್ನು ಮುಂದಿನ ಸಂಕಟದ ಸ್ಥಿತಿಯಿಂದ ಪಾರು ಮಾಡಿದ್ದು ಖಂಡಿತ ಸಾಧಾರಣ ವಿಷಯವಲ್ಲ.

ಹೇಗೆ ಇದಕ್ಕೆ ಪರಿಹಾರ? ತಾನು ಗಟ್ಟಿಯಾಗಿ ಇದನ್ನು ಹೇಳಬಲ್ಲನೇ? ಬಹುಶಃ ಪ್ರತೀಕ ಈ ರೀತಿ ಹೇಳಲು ಬೇರೆ ಕಾರಣವಿದೆಯೇ? ಎಸ್.ಎಸ್.ಎಲ್.ಸಿ ಯಲ್ಲಿ ಎರಡು ಸಲ ಫೇಲಾಗದಿದ್ದರೆ, ಅವನು ಡಿಗ್ರಿಯಲ್ಲಿ ಇರುತ್ತಿದ್ದ. ತಲೆ ಬಿಸಿಯಾಯಿತೇ ವಿನಾ ಏನು ಹೇಳಲಾಗಲಿಲ್ಲ.

ಅಡಿಗೆ ಮನೆಯಲ್ಲಿದ್ದ ಗಿರಿಜಮ್ಮ ಕಣ್ಣೀರು ಸುರಿಸುತ್ತಿದ್ದರು. ಇದಕ್ಕೆ ಕಾರಣ 'ನಿಮ್ಮಮ್ಮ' ಸೊಸೆ ಕೂಗಿ ಹೇಳಿದ್ದು ಅವರಿಗೆ ಕೇಳಿಸಿತ್ತು. ಎಂಥ ಗುರುತರ ಆರೋಪ! ಎಷ್ಟೊ ಸಲ ಮೊಮ್ಮಗನಿಗೆ ಬುದ್ಧಿ ಹೇಳಿದ್ದರೇ ವಿನಾ ತಾಯಿಗೆ ವಿರುದ್ಧವಾಗಿ ಎತ್ತಿ ಕಟ್ಟಲು ಸಾಧ್ಯವೇ?

ಕಣ್ಣೊರೊಸಿಕೊಂಡು ಪ್ರತೀಕನ ರೂಂನಲ್ಲಿ ಕೂತಿದ್ದ ಮಗನ ಬಳಿ ಬಂದು "ನಮ್ಮ ಮನೆ ದೇವರು ಕರುಣೇಶ್ವರ ಆಣೆಯಾಗಿ ನಾನು ಪ್ರತೀಕನಿಗೆ ಏನು ಹೇಳಿಕೊಟ್ಟಿಲ್ಲ. ಇದು ಸತ್ಯ ಕಣೋ, ಅವ್ರು ಯಾಕೆ ಏನೇನೋ ಊಹಿಸಿಕೊಂಡು ಆರೋಗ್ಯ ಕೆಡಿಸಿಕೊಳ್ಳುತ್ತಾಳೆ?" ಎಂದರು. ಯಾಕೋ ಕರುಣಾಕರ ಮಾತಾಡದೇ ಎದ್ದು ಹೋದರು.

ವಿವಾಹವಾದ ಹದಿನೆಂಟು ವರ್ಷಗಳು ಹೆತ್ತವರತ್ತ ತಲೆ ಹಾಕದ ಮಗನನ್ನು ಕ್ಷಮಿಸಿದ್ದರು ತಾಯಿ ಪ್ರೇಮದಿಂದ. ಆದರೆ ಈಗ ಆಕೆಯು ಖಂಡಿತ ಕ್ಷಮಿಸುವ

ಮನಸ್ಸಾಗಲಿಲ್ಲ.

* * *

ಬೆಳಿಗ್ಗೆ ಅಪ್ಪ, ಮಗಳು ವಾಕ್ ಮುಗಿಸಿಕೊಂಡು ಬರುವ ವೇಳಗೆ ಉಮಾಶಂಕರ ದೀಕ್ಷಿತ್ ಬಂದಾಗಿತ್ತು. ಇದು ಅನಿರೀಕ್ಷಿತವೇ! ಒಂದು ಫೋನ್ ಕೂಡ ಮಾಡದೇ ಆಗಮಿಸಿದ್ದು ಆಶ್ಚರ್ಯ, ಸಂತೋಷ ಜೊತೆಗೆ ಒಂದಿಷ್ಟು ಆತಂಕ ಕೂಡ.

"ಹೇಗಿದ್ದಿಯೋ, ಮಗನೇ?" ಎಂದು ದೀಕ್ಷಿತ್‌ನ ಅಪ್ಪಿಕೊಂಡರು. ಮಗಳು ಸನತ್‌ನ ಒಪ್ಪಿಕೊಂಡಿದ್ದರಿಂದ ಮನದ ಹಿಂಸೆ ಕಡಿಮೆಯಾಗಿತ್ತು.

"ಅಪ್ಪ, ನೋಡೋಣ, ನೀನಾಗಿ ಪ್ರಶ್ನಿಸೋಕೆ ಹೋಗಬೇಡ. ಅವರುಗಳು ಏನು ಮಾಡ್ತಾರೋ? ಅವರಿಂದ ವಿವಾಹವಾದ ಬಗ್ಗೆ ನಮ್ಗೇನು ಸರ್ಟಿಫೀಕೆಟ್ ಬೇಡ. ಅಚ್ಯುತನ್ ಹೆಣ್ಣು ಮಕ್ಕಳೊಂದಿಗೆ ಯಾವ ರೀತಿ ಸನ್ನದ್ಧರಾಗಿದ್ದಾರೋ, ನೋಡೋಣ" ನಂದಿತಾ ಅಂದಿದ್ದರಿಂದ ಮೌನವಾಗಿದ್ದರು.

"ನಾನು ಫೈನ್, ನೀನು ಹೇಗಿದ್ದಿ?" ಕೇಳಿದರು ಸ್ನೇಹದಿಂದ.

"ಸ್ವಲ್ಪ ಸುಧಾರಿಸ್ಕೋತಾ ಇದ್ದೀನಿ. ಎನಿ ಹೌ, ನಿನ್ನ ಮಗ್ಳು ನಂಗೆ ಪುನರ್ಜನ್ಮ ಕೊಟ್ಟಳು. ಖಂಡಿತ ಈ ದೀಕ್ಷಿತ್ ಎರಡನೆ ಇನ್ನಿಂಗ್ಸ್ ಆರಂಭಿಸೋದು ನನ್ನ ಸೊಸೆಯ ಸಾರಥ್ಯದಲ್ಲಿ" ವಿಜಯದ ನಗೆ ಬೀರಿದರು. ನಂದಿತಾ ಅತ್ತ ನೋಟ ಹರಿಸಿದ್ದು ಸ್ವಲ್ಪ ಗಲಿಬಿಲಿ, ಸ್ವಲ್ಪ ಸಂಕೋಚದಿಂದ.

ಗೆಳೆಯನ ಹೆಗಲ ಮೇಲೆ ಕೈ ಹಾಕಿದವರು ಚಿರಂತನ್ ದತ್‌ನ ಎರಡು ಕೈಗಳನ್ನು ಹಿಡಿದು ಕಣ್ಣಿಗೊತ್ತಿಕೊಂಡು ಮುತ್ತಿಟ್ಟು "ನಿನ್ನ ಸಂಕಷ್ಟಕ್ಕೆ ಸಿಕ್ಕಿಸ್ದೆ ಅನ್ನೋ ಬಗ್ಗೆ ನಂಗೆ ಖಂಡಿತ ರಿಗ್ರೆಟ್ಸ್ ಇಲ್ಲ. ಇಂಥ ಸೊಸೆ.... ಖಂಡಿತ ಸಾಧಾರಣ ವಿಷಯವಲ್ಲ. ನಂಗೆ ಇನ್ನೊಬ್ಬ ಮಗ ಇದ್ದಿದ್ರೆ, ನಿನ್ನ ಮುಂದೆ ಕನ್ಯಾ ಬೇಡಿಕೇನ ಇಡ್ತಾ ಇದ್ದೆ ಅಂದಿದ್ದೆ. ಆದರೆ ಅ ಅದೃಷ್ಟ ಸನತ್‌ನ ಪಾಲಿನದು. ಈ ವಿವಾಹ ಮುರಿದು ಬಿದ್ದಿದ್ದು, ಅಚ್ಯುತನ್ ಒಂದು ಭಾಗವನ್ನು ಕಳೆದುಕೊಂಡಂತೆ. ಸಾಕಷ್ಟು ರಾಯಭಾರ ನಡೆಸಿದ್ರು. ಎಲ್ಲರ ರಾಯಭಾರ ಹೆಚ್ಚು ಕಡ್ಮೆ ಮುಗೀತು. ಆದರೆ ಸುರುಚಿರಾ ಮಾತ್ರ ಇನ್ನು ರಾಯಭಾರಿಯಾಗೇ ಕೆಲ್ಸ ಮಾಡಿದ್ಲು.... ಮಾಡ್ತಾ ಇದ್ದಾಳೆ" ಒಂದು ರೀತಿ ದೀಕ್ಷಿತ್ ಮಾತುಗಳಲ್ಲಿ ಹರ್ಷವಿತ್ತು.

"ಕಾಫಿ.... ತರ್ತೀನಿ" ನಂದಿತಾ ಒಳಗೆ ಹೋದಳು.

"ಒಂದಿಷ್ಟು ಸ್ನಾನ ಮಾಡಿ ರೆಸ್ಟ್ ತಗೋ" ಹೇಳಲು ಹೊರಟ ಚಿರಂತನನನ್ನು ತಡೆದು "ನೋ, ಇವತ್ತು ದಿನ ಚೆನ್ನಾಗಿದೆ. ಸೊಸೇನ ಕರ್ಕಂಡ್ ಹೋಗೋಕೆ ಬಂದಿದ್ದೀನಿ" ಗೆಳೆಯನ ಮಾತಿನಿಂದ ಬೆಪ್ಪಾದರು.

"ಹೇಗೆ ಸಾಧ್ಯ?" ಅಂದರು.

"ಯಾಕೆ ಸಾಧ್ಯವಿಲ್ಲ? ಏನೂ ಅಧಿಕಾರವಿಲ್ಲದಿದ್ದಾಗಲೇ ನಿನ್ನ ಸ್ನೇಹಿತನ ಮಾತನ್ನು

ಮನ್ನಿಸಿದೆ. ಈಗ ಅವ್ಳು ಉಮಾಶಂಕರ ದೀಕ್ಷಿತ್‌ನ ಸೊಸೆ. ಆದರೆ ನಾನು ನಿನ್ನಷ್ಟು ಗ್ರೇಟ್ ಅಲ್ಲ, ನನ್ನ ಮಗ ಕೂಡ ಅಷ್ಟು ಗ್ರೇಟ್ ಖಂಡಿತ ಅಲ್ಲ. ಈಗ ಮೊದ್ಲು ಅಚ್ಯುತನ್ ಅವನ ಮಕ್ಕಳ ಬಾಲಗಳನ್ನು ಕತ್ತರಿಸಬೇಕು" ಎಂದರು. ಅಲ್ಲಿ ಸೇಡು ಧ್ವನಿಸಿದ್ದನ್ನು ಕಂಡು ನಕ್ಕರು ಚಿರಂತನ. "ರಿವೇಂಜ್..." ಹುಬ್ಬೇರಿಸಿದರು.

"ಹಾಗೇ ಅಂದ್ಕೋ, ರಿವೆಂಜ್ ಅಗತ್ಯವಿಲ್ಲ. ದೀಕ್ಷಿತ್ ಇಂಟರ್ ನ್ಯಾಷನಲ್ ಹೋಟೆಲ್‌ನಲ್ಲಿ ಕೆಲಸ ಮಾಡುವ ಕಾರ್ಮಿಕರ ಪರವಾಗಿ ಹೋರಾಡ್ತೀನಿ. ಯಾವುದೋ, ವಿದೇಶಿ ಕಂಪನಿಯೊಂದಿಗೆ ಅಚ್ಯುತನ್ ವ್ಯವಹಾರ ಕುದರಿಸಿಕೊಂಡಿದ್ದಾರೆ. ಈಗಾಗಲೇ ಸಾಲಕ್ಕೆ ಹೆದರಿ ಕೂತಿರುವ ಶ್ರೀಮತಿ ದೀಕ್ಷಿತ್ ರೆಡಿಯಾಗಿದ್ದಾರೆ. ನೂರಾರು ಕುಟುಂಬಗಳು ಬೀದಿಪಾಲು. ಅವರುಗಳು ತಮಗೆ ಬೇಕಾದವರನ್ನು ಅಪಾಯಿಂಟ್ ಮಾಡ್ಕೋತಾರೆ. ಹಾಗೆ ಆಗ್ಬಾರ್ದು. ಈಗ ಅಲ್ಲಿ ನಂದಿತಾ ಅಧಿಕಾರ ಕೂಡ ಇರೋದ್ರಿಂದ ಇವಳ ಒಪ್ಪಿಗೆ, ಸಹಿ ಇಲ್ಲದೆ, ಮುಂದುವರಿಯೋಕ್ಕಾಗೊಲ್ಲ. ಅದಕ್ಕೆ ಏನೇನೋ ಪ್ಲಾನ್ ಮಾಡಿದ್ದಾರೆ. ಇಲ್ಲಿಗೂ ಬಂದಿದ್ದರೂಂತ ಗೊತ್ತಾಯ್ತು. ಆ ಬಗ್ಗೆ ನಂಗೆ ಗೊತ್ತಿತ್ತು. ಅದಕ್ಕೆ ನಿನ್ನ ವಿಚಾರಿಸೋಕೆ ಹೋಗ್ಲಿಲ್ಲ. ಎಲ್ಲಾ ನಿಂತೇ ಬಡಬಡಿಸಿಬಿಟ್ಟೆ"

ಒಂದ್ಹತ್ತು ನಿಮಿಷ ಕೂತು ಮಾತಾಡಿದ ನಂತರ "ಸಂಜೆ ಫ್ಲೈಟ್‌ಗೆ ರಿಸರ್ವ್ ಮಾಡ್ಸಿದ್ದೀನಿ. ನಾಳೆ ನಿಂಗೆ...ಮತ್ತು ನಿನ್ನಮ್ಮ ಕರುಣಾಕರ ಕುಟುಂಬಕ್ಕೆ ಕೂಡ ಟಿಕೇಟ್ ಖರೀದಿಸಿ ಆಗಿದೆ. ನಿಮ್ಮ ಮಗಳನ್ನು ಕರೆತಂದು ಮನೆ ತುಂಬಿಸಿ ಕೊಡೀಂತ ಆ ಗಂಡಿನ ತಂದೆ ಅತ್ಯಂತ ವಿನ್ರಮತೆಯಿಂದ ಕೇಳಿ ಕೊಳ್ಳುತ್ತಿದ್ದಾನೆ" ಕೈ ಜೋಡಿಸಿದಾಗ ಅವರು ತಾವೊಬ್ಬ ಹೆಣ್ಣಿನ ತಂದೆ, ವಿವಾಹವಾದ ನಂದಿತಾ ಗಂಡನ ಮನೆಗೆ ಹೋಗಬೇಕೆಂದು ಫೀಲಾದಾಗ ವಿಚಲಿತರಾದರು.

"ನೀನೇನು ಹೇಳ್ತಾ ಇದ್ದೀಯಾ? ನನ್ನ ಬಗ್ಗೆ ಪುಸ್ತಕ ಬರೀತಾ ಇರೋ ನಂದಿತಾ ಅದು ಮುಗ್ದು ಪ್ರಕಟವಾಗೋವರ್ಗೂ... ಇನ್ನೊಂದು ವಿಷ್ಯದ ಕಡೆ ಗಮನ ಕೊಡೋದಿಲ್ಲಾಂತ ಹೇಳಿದ್ಲು. ಅದಕ್ಕೆ ನನ್ನ ಒಪ್ಗೆ ಕೂಡ ಇತ್ತು" ತಮ್ಮ ಸಂದಿಗ್ಧತೆಯನ್ನು ವಿವರಿಸಿದರು.

ಎಲ್ಲಾ ಕೇಳಿದ ಮೇಲೆ ಇದು ಅನಿವಾರ್ಯವೆನಿಸಿ ಮಗಳ ರೂಮಿಗೆ ತಾವೇ ಹೋಗಿ ಎಲ್ಲಾ ವಿವರಿಸಿ "ನೀನು ಹೋಗ್ಲೇಬೇಕು. ಇಲ್ಲದಿದ್ದರೆ ದೀಕ್ಷಿತ್‌ರ ಇಡೀ ಕುಟುಂಬ ಆಪತ್ತಿನಲ್ಲಿ ಸಿಕ್ಕಿ ಹಾಕಿಕೊಳ್ತಾರೆ. ಸನತ್ ಸುರುಚಿರಾ ಮಾತಿಗೆ ತುಂಬ ಗೌರವ ಕೊಡ್ತಾನೆ, ನಂಬಿಕೆನು ಜಾಸ್ತಿಯಂತೆ. ಸ್ವಲ್ಪ ನಿಧಾನವಾಗಿಯಾದರೂ ಅವನನ್ನು ನಿಯಂತ್ರಿಸಬಲ್ಲೆ. ಅಲ್ಲಿದ್ದರೆ ಮಾತ್ರ ಅದು ಸಾಧ್ಯ. ವಿವಾಹದ ಕನ್ಸಿಡರ್ ಮಾಡೊಲ್ಲಾಂತ ಅವ್ರು ಹೇಳ್ಬಹ್ದು. ಅದು ಸಾಧ್ಯವಿಲ್ಲಾಂತ ಅವ್ರಿಗೂ ಗೊತ್ತು. ಈ ವಿವಾಹ ರದ್ದಾದ ಹೊರತು ಸನತ್, ರುಚಿರಾನ ಕೈ ಹಿಡಿಯಲು ಸಾಧ್ಯವಿಲ್ಲ. ಸನತ್ ನಂಗೆ ಹೆಚ್ಚಾಗಿ ಗೊತ್ತಿಲ್ಲ. ನಾಲ್ಕಾರು ವರ್ಷ ಜೊತೆಯಲ್ಲಿದ್ದು ಪರಸ್ಪರ ಅರ್ಥಮಾಡಿಕೊಂಡಿದ್ದೀವೀಂತ ತಿಳ್ದು ಪ್ರೇಮಿಸಿ ವಿವಾಹವಾಗಿ ವರ್ಷದಲ್ಲೇ ಬೇರೆ... ಬೇರೆಯಾದರು ಕೂಡ ಉಂಟು. ನಾನು ವಿವಾಹಕ್ಕೆ ಮುನ್ನ ಒಂದೇ ಒಂದು ಸಲ ಜಾನಕಿಯನ್ನು ನೋಡಿದ್ದು. ಆದರೆ, ನಮ್ಮಿಬ್ಬರ ಮಧ್ಯೆ ಇದ್ದ ಪ್ರೀತಿ, ಗೌರವ... ಅನನ್ಯವಾದದ್ದು. ಈಗ ನೀನೇ ದೀಕ್ಷಿತನಿಗೆ ನಿನ್ನ ಅಭಿಪ್ರಾಯ ತಿಳಿಸು" ಅಂದು

ಹೊರ ಬಂದರು.

ಬಂದ ದೀಕ್ಷಿತರು "ಖಂಡಿತ ನಿನ್ನ ಬರವಣಿಗೆಗೆ ತೊಂದರೆ ಕೊಡೋಲ್ಲ. ನಾನು ಕೂಡ ಅವ್ನ ಬಗ್ಗೆ ಹೇಳೋದಿದೆ. ನೀನು ದಿನದಲ್ಲಿ ಎಷ್ಟು ಸಲವಾದ್ರೂ ಅಭಿಪ್ರಾಯ ವಿನಿಮಯ ಮಾಡಿಕೊಳ್ಳಬಹುದು. ಬೇಕೂಂದರೆ ಬೆಂಗಳೂರು ದೂರವಲ್ಲ, ಫ್ಲೈಟ್‌ನಲ್ಲಿ ಹಾರಿ ಬರಬಹುದು" ಜೊತೆಗೆ ಈಗಿನ ಯೋಜನೆ, ಫೇಸ್ ಮಾಡಬೇಕಾದ ಸಿಚ್ಯುಯೇಷನ್ ಜೊತೆ ವ್ಯಕ್ತಿಗಳ ಗುಣ ಸ್ವಭಾವಗಳ ತೌಲನಿಕ ಅಧ್ಯಯನ ಮಾಡಿದವರಂತೆ ಕಾದಂಬರಿ ಪುಟಗಳನ್ನು ಅವಳ ಮುಂದೆ ಮಗಚಿಟ್ಟರು.

ಸಂಜೆ ಫ್ಲೈಟಿಗೆ ಅವರನ್ನು ಕಳುಹಿಸಿ ಕೊಟ್ಟ ನಂತರ ಕರುಣಾಕರನಿಗೆ ಸೂಕ್ಷ್ಮವಾಗಿ ವಿಷಯ ತಿಳಿಸಿ "ಪ್ರತೀಕ, ಮಾಲಿನೀನ ಕರ್ಕಂಡ್ ಬಾ. ಬೆಳಿಗ್ಗೆ ಫ್ಲೈಟ್‌ಗೆ ದೆಹಲಿಗೆ ಹೋಗ್ತಾ ಇದ್ದೀವಿ" ಒಂದು ರೀತಿ ಆಜ್ಞೆಯೆ. ಅದನ್ನು ಮೀರಲು ಸಾಧ್ಯವೇ ಇರಲಿಲ್ಲ.

ಆಮೇಲೆ ಬಂದು ಸಂದೀಪ್‌ನ ಕರೆದೊಯ್ದು ಒಂದಿಷ್ಟು ಖರೀದಿ ಮುಗಿಸಿಕೊಂಡು ಬಂದವರ ಹೃದಯ ಭಾರವಾಗಿತ್ತು.

"ನಿನ್ನ ಮದ್ವೆ ಮೊದ್ಲು ಆಗುತ್ತೆ, ಸೊಸೆ ಬಂದು ಜಾನಕಿ ಸ್ಥಾನ ತುಂಬಿದರೆ, ಅರ್ಧ ಜವಾಬ್ದಾರಿ ಕಮ್ಮಿ ಆಗುತ್ತೇಂತ ಅಂದ್ಕೊಂಡೆ. ಯಾಕೋ ಅದು ನಿಲ್ಲೋಕೆ ಯಾವುದೋ ಒಂದು ಅನಾನಿಮಸ್ ಫೋನ್‌ಕಾಲ್ ಸಾಕಾಯ್ತು. ನನ್ಜೊತೆಯಲ್ಲಿ ಮದ್ವೆಗೆ ಬಂದಿದ್ದು ಒಂದು ನೆವವಾಗಿ ನಂದು ಹಸೆಮಣೆಯೇರಬೇಕಾಯ್ತು. ಇದೆಂಥ ವಿಚಿತ್ರ ನೋಡು! ನಮ್ಮ ... ನಮ್ಮ ಬದ್ಕಿನ ಮುಖ್ಯ ತಿರುವುಗಳಲ್ಲಿ ನಾವು ಪ್ರೇಕ್ಷಕರಾಗಿ ಬಿಡ್ತೀವಿ" ಅರ್ಥಗರ್ಭಿತವಾದ ನುಡಿಗಳನ್ನಾಡಿದರು ಚಿರಂತನ್‌ದತ್.

ಲಗೇಜ್ ಪ್ಯಾಕಿಂಗ್–ಏನು ತೋಚದೆ ಅಳುತ್ತ ಕೂತ ನಂದಿತಾನ ನೋಡಿ ಸಂದೀಪ "ಏಯ್, ನಿಂಗೆ ಅಲ್ಲಿ ಎಲ್ಲಾ ಸಿಕ್ಕುತ್ತೆ. ಖಾಲಿ ಮಾಡಿಕೊಂಡವರು ನಾವೇ. ನೀನಿಲ್ಲದ ಮನೇನ ಕಲ್ಪಿಸಿಕೊಳ್ಳೋಕೆ ಸಾಧ್ಯನೇ ಇಲ್ಲ" ತಂಗಿಯನ್ನು ಅಪ್ಪಿಕೊಂಡು ಅತ್ತ.

"ಯಾಕೋ, ನನ್ಕೈಯಲ್ಲಿ ಆಗೋಲ್ಲಾಂತ ಅನ್ನಿಸುತ್ತೆ" ಮುಖ ಪಕ್ಕಕ್ಕೆ ತಿರುಗಿಸಿಕೊಂಡ ತಂಗಿಯ ಮುಖವನ್ನು ತನ್ನೆಡೆಗೆ ತಿರುಗಿಸಿಕೊಂಡು "ಸನತ್ ನಿನ್ನ ಕರ್ಕಂಡ್ ಹೋಗೋಕೆ ಬಂದಿದ್ದರೆ, ಈ ತೊಂದರೆ ಆಗ್ತಾ ಇರ್ಲಿಲ್ಲ. ಆಗ ಪ್ರೇಮಭರಿತ ಕಣ್ಣುಗಳು ನಿನ್ನನ್ನು ಸಂತೈಸುತ್ತಿತ್ತು. ಆ ಗುಂಗಿನಲ್ಲಿ ಮರೆಯೋದು ಸುಲಭವಾಗಿತ್ತು. ಈಗ್ಲೂ ಸನತ್ ಬಂದು ಕರ್ಕಂಡ್ ಹೋಗ್ಲೀಂತ ಹೇಳಿಬಿಡೋಣ" ಅಂದವನು ಎದ್ದು ಹೋಗಿ ತಂದೆಯ ಮುಂದೆ ಕೂತ.

"ಅಪ್ಪ, ನಾವು ಈಗ ನಂದಿತಾನ ಕಳಿಸೋಕ್ಕಾಗೊಲ್ಲ. ಅಲ್ಲ, ಕಳಿಸೋದ್ಬೇಡ. ಸನತ್ ಬಂದಾಗ ಕರ್ಕಂಡ್ಹೋದರೆ ಇವಳಿಗೆ ಹೋಗೋಕು ಸುಲಭವಾಗುತ್ತೆ. ನಮ್ಗೆ ಕಳಿಸೋಕು ಅಷ್ಟೊಂದು ಕಷ್ಟವಾಗೊಲ್ಲ."

ಮಗನ ಮಾತು ಸರಿಯೆನಿಸಿದರು ಅಲ್ಲಿನ ಪರಿಸ್ಥಿತಿ ವಿವರಿಸಿ "ದೀಕ್ಷಿತ್ ತುಂಬ ಇಕ್ಕಟ್ಟಿನಲ್ಲಿ ಸಿಕ್ಕಿ ಹಾಕಿಕೊಂಡಿದ್ದಾರೆ. ಈಗ 'ಅಹಂ' ಪ್ರತಿಷ್ಠೆ ಯಾವ್ದು ಬೇಡ. ನಂದು ಬೇರೆ

ಹುಡ್ಗಿಯರ ತರಹ ಅಲ್ಲ. ಸಂಸ್ಕೃತಿ , ಸಂಸ್ಕಾರದ ನಡುವೆ ನಮ್ಮ ಪರಂಪರೆಯನ್ನು ಗೌರವಿಸೋ ಮನಸ್ಸು, ತತ್ವವುಳ್ಳವಳು. ಪ್ರತಿಯೊಂದನ್ನು ಛಾಲೆಂಜ್ ಆಗಿ ಸ್ವೀಕರಿಸಿದಾಗಲೇ ಗೆಲುವು ಋಣ ಸಂದಾಯ ಮಾತ್ರವಲ್ಲ, ನನ್ನ ಮಗಳಿಗೆ ಒಳ್ಳೆ ಮನೆ ಸಿಕ್ಕಿದೆ. ನಂದು ಭಾವನೆಗಳನ್ನು ಗೌರವಿಸೋ ಜನ. ಮುಂದೇನಾಗುತ್ತೋ ಕಾದು ನೋಡೋಣ" ಅಂದರು.

ಆಮೇಲೆ ತಂದೆ, ಮಗ ಕೂತು ಬಹಳ ಹೊತ್ತು ಮಾತಾಡಿದರು.

* * *

ಫ್ಲೈಟಿನಿಂದ ಇಳಿಯೋ ವೇಳೆಗೆ ದೀಕ್ಷಿತ್ ಮಗ ಮತ್ತು ಹೆಂಡತಿಯೊಂದಿಗೆ ಇದ್ದರು. ಸನತ್ ಅಣ್ಣ ಸತೀಶ್ ಕೂಡ ಇದ್ದಿದು ಅಚ್ಚರಿ ಮೂಡಿಸಿತು. ಸೌಮ್ಯ ಮತ್ತು ಸ್ವಲ್ಪ ಮೃದು ಸ್ವಭಾವದವನೆಂದು ನೋಡಿದ ಕೂಡಲೇ ಹೇಳಬಹುದಿತ್ತು.

ಸ್ವಲ್ಪ ಸನತ್ ಇರುಸು ಮುರುಸು ಕಂಡರೂ ಆಮೇಲೆ ಮುಖದ ಮೇಲೆ ಬಲವಂತದ ನಗೆಯನ್ನು ಹರಿಸಿದ. ಕೈ ಕುಲುಕಿ ದೀಕ್ಷಿತ್ ಗೆಳೆಯನನ್ನು ಮಾತ್ರವಲ್ಲ ಸಂದೀಪ್‌ನ ಕೂಡ ತಬ್ಬಿಕೊಂಡರು.

"ವೆಲ್ ಕಮ್ ಟು ಆಲ್" ಮನ ತುಂಬಿ ಹೇಳಿದ ಮಾತು.

ನಂದಿತ ಕೈ ಜೋಡಿಸಲಿಲ್ಲ. ಬಗ್ಗಿ ಅವರಿಬ್ಬರ ಕಾಲುಗಳಿಗೆ ನಮಸ್ಕರಿಸಿದಳು. ಇದೊಂದು ಬಿಸಿ ತುಪ್ಪ ದೀಕ್ಷಿತ್ ಪತ್ನಿಗೆ. 'ನಡೆದಿದ್ದು ನಡ್ದು ಹೋಯ್ತು. ನಿಮ್ಮ ಆತ್ಮೀಯ ಸ್ನೇಹಿತ ತಾನೇ! ಹೇಗಾದ್ರೂ ಇದ್ರಿಂದ ಪಾರಾಗೋಣ. ಸುರುಚಿರಾ ಎತ್ತರದ ದನಿ. ಹಟದ ಸ್ವಭಾವ. ರುಚಿರಾ ಈ ಮನೆಯಲ್ಲಿ ಇದ್ದವಳು. ಹತ್ತಾರು ಪ್ರಾಬ್ಲಮ್‌ಗಳು ಎದುರಾಗಿ ಬಿಡುತ್ತೆ' ಗಂಡನನ್ನು ರಿಕ್ವೆಸ್ಟ್ ಮಾಡಿಕೊಂಡಿದ್ದು ಪ್ರಯೋಜನಕ್ಕೆ ಬಂದಿರಲಿಲ್ಲ. 'ಅಷ್ಟು ನಡೆಯಬೇಕೆಂದರೆ ನಾನು ಹೇಳ್ದಂಗೆ ಕೇಳ್ಬೇಕು. ಧರ್ಮ ಸಮ್ಮತವಾಗಿ ಕಾನೂನು ರೀತ್ಯಾ ಸನತ್ ಪತ್ನಿ ಅವಳು. ಆರು ತಿಂಗಳು, ವರ್ಷ ಅವರಿಬ್ಬರು ಕೂಡಿ ಸಂಸಾರ ನಡೆಸದಿದ್ದರೆ ಡೈವೋರ್ಸ್ ಸಿಗೊಲ್ಲ' ಹೆಂಡತಿಯನ್ನು ಗದರಿಕೊಂಡಿದ್ದರು.

ಮೂರು ಕಾರುಗಳಲ್ಲಿ 'ದೀಕ್ಷಿತ್'ಗೆ ಬಂದರು. ಸಂಭ್ರಮದ ವಾತಾವರಣವೇ. ಒಮ್ಮೆ ಎಲ್ಲೆಡೆ ದೃಷ್ಟಿ ಹರಿಸಿದರು. ಮನೆಯ ಮುಂದೆ ಭರ್ಜರಿಯಾದ ಗಾರ್ಡನ್. ಆದರೆ ಅಲ್ಲಿ ಕಾಣದ್ದು ಒಂದೇ... ಒಂದು 'ಚಿರಂತನ್'ದಲ್ಲಿ ಬೃಂದಾವನಕ್ಕೆ ಹೆಚ್ಚಿನ ಆಸ್ಥೆ. . ಅದು ಜಾನಕಿಯ ಆಸೆ, ಕನಸು. ಔಟ್ ಡೋರ್ ಡೆಕೋರೇಷನ್ ವಿಷ್ಯ ಬಂದಾಗಲೂ ಬೃಂದಾವನವನ್ನು ಅಲ್ಲಿಂದ ಅಲುಗಿಸಲು ಒಪ್ಪಿರಲಿಲ್ಲ ಚಿರಂತನ್‌ದತ್. ಬೆಳವಣಿಗೆಯ ಒಂದು ಭಾಗವಾಗಿತ್ತು ನಂದಿತಾಗೆ. ಮೊದಲು ಪಿಚ್ಚೆನಿಸಿತು.

ಸನತ್ ಮತ್ತು ನಂದಿತಾನ ಪಕ್ಕ ಪಕ್ಕ ನಿಲ್ಲಿಸಿ ಆರತಿ ಎತ್ತಿ ಸಂಪ್ರದಾಯವಾಗಿ ಅಕ್ಕಿ ಬೆಲ್ಲ ಚಿಮ್ಮಿಸಿಯೇ ಒಳಗೆ ಬರ ಮಾಡಿಕೊಂಡಿದ್ದು ಮುತ್ತೈದೆಯರು. ಇದು ಎಲ್ಲರಿಗೂ ತಿಳಿದಿದ್ದು ಬೆಳಿಗ್ಗೆಯೇ. ಅಚ್ಯುತನ್‌ಗೆ ವಿಷಯ ಮುಟ್ಟುವ ಮೊದಲು ಸೊಸೆಯನ್ನು ಬರ ಮಾಡಿಕೊಂಡುಬಿಟ್ಟಿದ್ದರು.

"ಸನತ್ ರೂಂ ತೋರ್ಸು" ಆಳುಗಳ ಕೈಯಲ್ಲಿ ನಂದಿತಾಳ ಲಗೇಜ್‌ನ್ನು ಅಲ್ಲಿಗೆ ಕಳುಹಿಸಿ "well begun is half done" ಅನ್ನೋ ಮಾತಿದೆ. ಪ್ರಾರಂಭ ಒಳ್ಳೆಯದಾದರೆ ಅರ್ಧ ಕೆಲಸ ಮುಗಿದಂಗೆ" ತುಟಿಯಂಚಿನಲ್ಲಿ ನಗೆ ತುಳುಕಿಸಿದರು.

ಹಿಂದೆ ಬಂದ ಮಾಲಿನಿ "ತುಂಬ ರಿಚ್ ಅನಿಸುತ್ತೆ. ನಿನ್ನ ಸೀರೆ, ಜಡೆ ಇವುಗಳಿಗೆ ಇಷ್ಟವಾಗದಿರಬಹುದು" ಇಂಥದ್ದೊಂದು ಅನುಮಾನ ಕೂಡ ವ್ಯಕ್ತಪಡಿಸಿದರು. "ನಂಗೇನು ಹಾಗೆ ಅನ್ನಿಸೊಲ್ಲ" ಎಂದಿದ್ದು ಚುಟುಕಾಗಿ.

ಬಡತನ, ಮಧ್ಯಮ ದರ್ಜೆಯು ಜೀವನ ಇವಳದಲ್ಲ. ಆದರೆ ಶ್ರೀಮಂತಿಕೆಯಲ್ಲಿ ಸರಳತನವಿತ್ತು. ಅಲ್ಲಿ ಧರ್ಮ, ಸಂಸ್ಕೃತಿಯ ಲೇಪನದ ಜೀವನದಲ್ಲಿ ವೈಭವದ ಡೌಲು ಇರಲಿಲ್ಲ. ಆದರೆ ಇಲ್ಲಿತ್ತು. ಪ್ರತಿಯೊಂದಕ್ಕೂ ವೈಭವದ ರಂಗು.

"ನಿನ್ನ ಅತ್ತೆ ಕಿವಿಯಲ್ಲಿ ವಜ್ರದ ಓಲೆ, ಬೆರಳುಗಳಲ್ಲಿ ಪ್ಲಾಟಿನಂ ರಿಂಗ್" ತಲೆ ತಿರುಗಿದಂತೆ ಮಾಲಿನಿ ಅವಳ ತೋಳಿಡಿದು ಮೆಟ್ಟಲೇರುವಾಗ, ನಂದಿತಾ ಮೌನವಹಿಸಿದಳು. ಅವಳಿಗೆ ಇದೆಲ್ಲ ಅಚ್ಚರಿಯೆನಿಸಲಿಲ್ಲ. ಸುರುಚಿರಾ ಕಂಡಿರಲಿಲ್ಲ. ಅವಳಿಗಾಗಿ ಅವಳ ಕಣ್ಣುಗಳು ಹುಡುಕಾಡುತ್ತಿದ್ದವು.

ಭರ್ಜರಿ ಔತಣದ ಊಟವೇ! 'ನೀನು ಒಪ್ಪಿಯೇ ತಾಳಿ ಕಟ್ಟಿದ್ದು' ತಂದೆಯ ಇದೊಂದು ಮಾತು ಅವನನ್ನು ಕಟ್ಟಿ ಹಾಕಿತ್ತು. ಮದುವೆಯೆನ್ನುವ ಪ್ರಾಯದ ಹುಡುಗನ ಕನಸ್ಸಿನಲ್ಲಿ ಇದ್ದಿದ್ದು ರುಚಿರಾ, ಎನ್ನುವುದಕ್ಕಿಂತ ತಂಗಿ ಅಲ್ಲಿರುವಂತೆ ನೋಡಿಕೊಂಡಿದ್ದು ಸುರುಚಿರಾ. ಅದಕ್ಕೆ ಅಮ್ಮನ ಪ್ರೋತ್ಸಾಹ ಇತ್ತು.

ಸನತ್ ಅಂಥ ಸಂಕೋಚದ ಸ್ವಭಾವದವನಲ್ಲ, ಆದರೆ ಚಿರಂತನ್‌ದತ್, ಸಂದೀಪ್‌ನ ಸರಳವಾಗಿ ಮಾತಾಡನಾಡಿಸಲಿಲ್ಲ. 'ಇಂಪಾಸಿಬಲ್, ನಾನು ನಿನ್ನ ಯಾರ್ಗೂ ಬಿಟ್ಟು ಕೊಡೋಕ್ಕಾಗೊಲ್ಲ!' ಇಂಥ ಮಾತುಗಳನ್ನು ರುಚಿರಾ ಪದೇ ಪದೇ ಆಡಿ ಮಿದುಳು ಬಿಸಿ ಮಾಡಿದ್ದಳು. ಹೆತ್ತಮ್ಮನದು, ಅತ್ತಿಗೆಯದು ಆದೆ ರಾಗ. ಅಚ್ಯುತನ್ ಒಂದು ಸಾವಿರ ಸಲವಾದ್ರೂ ಕ್ಷಮೆ ಕೇಳಿ ಆಗಿತ್ತು. 'ನಾನೆಲ್ಲ ನೋಡ್ಕೋತೀನಿ. ಆ ಮದ್ವೇನ ನೀನು ಮನಸ್ಸಿಗೆ ತಂದುಕೊಳ್ಳೋದು ಬೇಡ ಸನತ್. ಅದೊಂದು ಸಿನಿಮಾಟಿಕ್ ಸೀನ್ ಅನ್ನೋದೊಂದನ್ನು ಮನಸ್ಸಿನಲ್ಲಿ ಇಟ್ಟುಕೊಂಡರೆ ಸಾಕು' ಇಂಥ ಬುದ್ಧಿವಾದಗಳು ಮೇಲಿಂದ ಮೇಲೆ.

ಅಂದಿನ ಸಂಜೆಯ ಫ್ಲೈಟ್‌ಗೆ ಹಿಂದಿರುಗುವಾಗ, ದೀಕ್ಷಿತ್‌ರು ತುಂಬು ಭರವಸೆಯಿಂದ ಕೈ ಕುಲುಕಿ ಬೀಳ್ಕೊಟ್ಟರು. ತಂದೆಯ ಎದೆಯ ಮೇಲೆ ತಲೆ ಇಟ್ಟು ನಂದಿತಾ ಬಿಕ್ಕಿದಳು. ತಕ್ಷಣ ಸಾವರಿಸಿಕೊಂಡು ಮುಖದಲ್ಲಿ ಉತ್ಸಾಹ ಚಿಮ್ಮಿಸಿದಳು.

"ಈ ಪುಸ್ತಕ ನಿಮ್ಮ ಬಗೆಗಿನ ನಿಮ್ಮ ಗೆಳೆಯರ ಅನಿಸಿಕೆಗಳು, ಮಾತುಗಳು ಹೆಚ್ಚು ಜೀವ ಪಡೆದುಕೊಳ್ಳುತ್ತೆ. ಬಹಳ ಬೇಗ ಉಳಿದಿದ್ದನ್ನು ಬರೆದು ಮುಗಿಸುತ್ತೇನೆ. ಅದಕ್ಕೆ ಮುನ್ನ ಒಮ್ಮೆ ತಾತ ಸಿಕ್ಕಿದ್ದರೆ ಚೆನ್ನಿತ್ತು" ಅವರನ್ನು ನೆನಪು ಮಾಡಿಕೊಂಡಳು. ಈತ್ತೀಚಿನ ವರ್ಷಗಳಲ್ಲಿ ಅವರು ಬಂದಿರಲಿಲ್ಲ.

"ಎಲ್ಲಿ ಇದ್ದಾರೆ?, ಅನ್ನೋದೇ ಗೊತ್ತಿಲ್ಲ" ಮಗಳ ಕೆನ್ನೆ ತಟ್ಟಿದರು.

ಹಿಂದಿರುಗಿ ಬಂದಿದ್ದು ದೀಕ್ಷಿತರು ಮತ್ತು ನಂದಿತಾ ಮಾತ್ರ. ಮಧ್ಯಾಹ್ನ ಡಿನ್ನರ್ ನಂತರ ಹೊರಗೆ ಹೋಗಿದ್ದ ಸನತ್ ಇನ್ನು ಹಿಂದಿರುಗಿರಲಿಲ್ಲ. ಸತೀಶ್ ವೆಸ್ಟ್ ದೀಕ್ಷಿತ್ ಹೋಟೆಲ್ ಇಂಟರ್ ನ್ಯಾಷನಲ್ ಹೋಗಿದ್ದು. ಅಲ್ಲಿಗೆ ತೀರಾ ಹತಿರದಲ್ಲಿಯೇ ಇದ್ದಿದ್ದು ಅಚ್ಯುತನ್ ಮನೆ, ಸುರುಚಿರಾ ಮತ್ತು ರುಚಿರಾ ಅಲ್ಲಿಯೇ ಇದ್ದಿದ್ದು.

"ನಂದಿತಾ ಬೇರೆ ರೂಮಿನಲ್ಲಿ ಇರಲೀ" ದೇವಿಕಾ ಗಂಡನ ಮೇಲೆ ಜೋರು ಮಾಡಿದರು. "ಯಾಕೆ?" ದೀಕ್ಷಿತರ ಕಣ್ಣುಗಳಲ್ಲಿ ಕೆಂಡಗಳು ಇತ್ತು. "ಎಲ್ಲರ ಸಮ್ಮತದಿಂದ ಆದ ವಿವಾಹವಲ್ಲ. ನೀವು ಒಂದಿಷ್ಟು ನಿಧಾನಿಸಿದ್ದರೆ ರುಚಿರಾ ಬಂಧು ಹಸೆಮಣೆ ಮೇಲೆ ಕೂಡೋಳು. ನಿಮ್ಗೆ ತಾನೆ ಹಟವೇಕೆ ಬೇಕಿತ್ತು?"

ದೀಕ್ಷಿತರು ಮಾತಾಡಲಿಲ್ಲ. ಹೆಚ್ಚು ಕಡಿಮೆ ಅದು ಈ ವಯಸ್ಸಿನಲ್ಲಿ ಶ್ರೀಮಂತರಿಗೆ ಇರಬೇಕಾದ ಎಲ್ಲಾ ಕಾಯಿಲೆಗಳು ಇತ್ತು. ಹೆಂಡತಿಗೆ ಸ್ವಲ್ಪ ಕೆರಳಿಸಿದರೆ ಉಪದ್ರವ ತಮಗೆಂದು ತಿಳಿಯಿತು.

ಸುರುಚಿರಾ ಮತ್ತು ರುಚಿರಾ ಜೊತೆ ಮಾತ್ರವಲ್ಲ, ಅಚ್ಯುತನ್ ಜೊತೆಯಲ್ಲಿ ದೇವಿಕಾ ಮಾತಾಡುತ್ತಿದ್ದರು.

ಆತ್ಮೀಯವಾಗಿ ನಡೆದುಕೊಳ್ಳುತ್ತಿದ್ದರು. ಅವರ ಬಗ್ಗೆ ಹೆಚ್ಚು ನಂಬಿಕೆಯು ಕೂಡ.

ಸದ್ಯಕ್ಕೆ ದೀಕ್ಷಿತ್ ಮೌನವಹಿಸಿದರು.

ನಾಲ್ಕಾರು ಜನ ಸ್ನೇಹಿತೆಯರನ್ನು ಕಟ್ಟಿಕೊಂಡು ಬಂದ ಲಾವಣ್ಯ ಕಿಚನ್‌ಗೆ ನುಗ್ಗಿ "ನನ್ನ ಫ್ರೆಂಡ್ಸ್ ಬಂದಿದ್ದಾರೆ. ಒಂದಿಷ್ಟು ಚಾಟ್ಸ್ ಜೊತೆ ಟೀ ಮಾಡಿ ಕೊಡಿ" ಇಂಥದೊಂದು ಆಜ್ಞೆ.

ಗಿರಿಜಮ್ಮ ಮನಸ್ಥಿತಿ ಸರಿಯಾಗಿ ಇರಲಿಲ್ಲ. ಜೊತೆಗೆ ಇಡೀ ದಿನ ಸೊಂಟ ಕೈ ಕಾಲುಗಳ ಹೊಡೆತ. ಯಾರೊಂದಿಗೆ ಹೇಳಿಕೊಳ್ಳುವುದು? ಎಷ್ಟೇ ಪ್ರೀತಿ ತೋರಿದರು ಮಗನಲ್ಲೂ ಒಂದಿಷ್ಟು ಬದಲಾವಣೆ ಬಂದಿದೆಯೆನಿಸಿತು. ಹಂಗಿಸುವ ಮಾತುಗಳು ಷುರವಾಗಿತ್ತು.

ಮೌನವಾಗಿ ಅವಲಕ್ಕಿಗೆ ಒಗ್ಗರಣೆ ಹಾಕಿ ಪ್ಲೇಟುಗಳಿಗೆ ಸುರಿಯುವ ವೇಳೆಗೆ ಪ್ರತೀಕ ಬಂದವನೇ "ಇದೆಲ್ಲ ಏನು? ಯಾವು, ಯಾವ್ದೋ ಬಂದು ವಕ್ಕರಿಸಿವೆ. ಇದು ಹೋಟೆಲ್ಲಾ, ಛತ್ರನಾ?" ಮಾತು, ನಗು, ಕೇಕೆ ನೋಡಿಯೇ ಬಂದಿದ್ದು.

"ಯಾರೋ ಫ್ರೆಂಡ್ಸ್ ಅಂತೆ" ಅಂದರು ಮೆತ್ತಗಿನ ದನಿಯಲ್ಲಿ.

ಅಲ್ಲೇ ಕಟ್ಟೆ ಮೇಲೇರಿ ಕೂತವನು "ಫ್ರೆಂಡ್ಸ್‌ನ ಹೋಟೆಲ್‌ಗೆ ಕರ್ಕಂಡ್ ಹೋಗ್ಬೇಕಿತ್ತು. ಇಲ್ಲ್ಯಾಕೆ ಕರ್ಕಂಡ್ ಬಂದ್ಲು? ಮಮ್ಮಿ ತುಂಬ ಹೆಚ್ಚಿಕೊಂಡುಬಿಟ್ಟಿದ್ದಾಳೆ. ಮೂರ್ಹೊತ್ತು ಲಾವಣ್ಯ... ಲಾವಣ್ಯಂತ ಮನೆಯಲ್ಲಿರೋಷ್ಟು ಹೊತ್ತು ಅವಳ ರೂಮಿನಲ್ಲೇ ಇದ್ದು ಬಿಡ್ತಾರೆ" ಗೊಣಗಿ ಬಂದು ಪ್ಲೇಟಿನಲ್ಲಿರೋ ಅವಲಕ್ಕಿ ಮುಕ್ಕತೊಡಗಿದ. "ಬೇಗ ತಗೊಂಡು....

ಬನ್ನಿ" ಲಾವಣ್ಯ ರೂಮಿನಿಂದಲೇ ಕೂಗಿದಳು.

"ಅಜ್ಜಿ, ನೀನು ತಗೊಂಡ್ಹೋಗಿ... ಕೊಡ್ಬೇಕಾ? ನಿನ್ನನ್ನ ಸರ್ವೆಂಟ್ ಅಂತ ತಿಳ್ಕೊಂಡಿದ್ದಾಳಾ? ನೀನಂತು ತಗೊಂಡ್ಹೋಗಿ ಕೊಡಕೂಡ್ದು" ಎಂದವನೇ ಪ್ಲೇಟ್‌ಗಳಲ್ಲಿರೋ ಅವಲಕ್ಕಿಯನ್ನು ಡಬರಿಗೆ ಸುರಿದು "ಇದೆಲ್ಲ ಬೇಡ" ಗಟ್ಟಿಯಾಗಿ ಹೇಳಿದ.

"ಕೊಟ್ಟರೇನಾಯ್ತು, ನಮ್ಮ ಮನೆಗೆ ಯಾರಾದ್ರೂ ಬಂದರೇ ಕೊಡಲ್ವಾ?" ಸಾಂತ್ವನದ ದನಿಯಲ್ಲಿ ನುಡಿದು ಮತ್ತೆ ಪ್ಲೇಟ್‌ಗಳಿಗೆ ಅವಲಕ್ಕಿಯನ್ನು ಸುರಿಯಲು ಹೊರಟಾಗ ತಡೆದ. "ಬೇಡ, ಕೊಡಕೂಡದು. ಇದರ ಮೇಲೆ ನನ್ನಾಣೆ ಇದೆ, ನಿಂಗೆ ನಾನು ಹೆಚ್ಚಾ, ಅವ್ರು ಹೆಚ್ಚಾಂತ ತೀರ್ಮಾನ ಮಾಡ್ಕೊಳ್ಳಿ" ಹಟ ಮಾಡಿದ.

ಆಕೆಗೆ ತೀರಾ ಸಂದಿಗ್ಧ. ಕರುಣಾಕರ ಎದುರಿಗಿದ್ದಾಗ ಅತ್ಯಂತ ಪ್ರೀತಿ ತೋರಿಸುವ ಮಾಲಿನಿ, ಇಲ್ಲದಾಗ ಆಕ್ಷೇಪಣೆ ಜೊತೆ ಸಲಹೆಗಳನ್ನು ಕೂಡ ಕೊಡುತ್ತಿದ್ದಳು. ಮೊದಲು ಎಲ್ಲಾ ಕೆಲಸ ಮಾಡುತ್ತಿದ್ದ ಆಕೆ ಈಗ ಬರೀ ಯಜಮಾನಿ. ಕೈ ಕೂಡ ತೇವ ಮಾಡಿಕೊಳ್ಳಲು ಇಷ್ಟಪಡುತ್ತಿರಲಿಲ್ಲ.

"ಬೇಗ.. ತಂದು ಕೊಡಿ" ಹಾಲ್‌ಗೆ ಬಂದು ಕೂಗಿದ ಲಾವಣ್ಯ ಕಿಚನ್‌ನಲ್ಲಿ ಇಣುಕಿ "ಹೇಳಿ ಎಷ್ಟೊತ್ತು ಆಯ್ತು? ಎಲ್ಲಾ ಹಸಿದುಕೊಂಡೇ ಮನೆಗೆ ಬಂದಿದ್ದು" ಅಂದ ನಂತರವೇ ಪ್ರತೀಕನನ್ನು ಗಮನಿಸಿದ್ದು. "ಹಾಯ್ ಪ್ರತೀಕ್, ಏನು ಇಷ್ಟು ಬೇಗ ಕಾಲೇಜಿನಿಂದ ಬಂದಿದ್ದು?"

ಈಚೆಗೆ ಎದುರು ಬಿದ್ದು ಮಾಲಿನಿಗೆ ದಬಾಯಿಸುತ್ತಿದ್ದವನು ಅವನೆಂದು ಗೊತ್ತಿತ್ತು.

"ಆ ಬಗ್ಗೆ ನಿಮಗೇನಾದ್ರೂ ವಿವರಣೆ ಕೊಡಬೇಕಾ? ರೀ... ಲಾವಣ್ಯ, ಇವ್ರು ನಮ್ಮಜ್ಜಿ. ನೀವು ಇವರಿಗೆ ಆರ್ಡರ್ ಮಾಡೋದು ಬೇಡ. ನಿಮ್ಗೆ ಕನ್ವೀನಿಯಂಟ್ ಅನ್ನಿಸದಿದ್ದರೆ, ಬೇರೆ ಕಡೆ ಹೋಗಿ. ಇದೆಲ್ಲ ಇಷ್ಟ ಆಗೋಲ್ಲ" ಮುಖಕ್ಕೆ ಅಪ್ಪಳಿಸುವಂತೆ ದಬಾಯಿಸಿದ.

ದುರದುರ ನೋಡಿ ಮುಖ ಸಪ್ಪಗೆ ಮಾಡಿಕೊಂಡು "ನಾನೇನು ಪುಗಸಟ್ಟೆ ಇಲ್ಲ. ಹೇಳಿದ ಕನ್ವೀನಿಯನ್ಸ್‌ಕೊಡ್ಬೇಕು. ಹೋಗಿ ನಿಮ್ಮ ಮಮ್ಮಿನ ವಿಚಾರ್ಸಿ, ಡ್ಯಾಮಿಟ್" ಅಂದುಕೊಂಡು ಹೋದವಳ ಹಿಂದೆ ರೋಷದಿಂದ ಹೊರಟ ಪ್ರತೀಕನನ್ನು ಗಿರಿಜಮ್ಮ ತಡೆದು "ಬೇಡ, ಸುಮ್ನೇ ರಾದ್ಧಾಂತ ಮಾಡ್ಬೇಡ. ಅವ್ಳು ಬಂದ ಕೂಡ್ಲೇ ತಲೆ ಕೆಡ್ಸಿಕೊಂಡು ಕೂಡ್ತಾಳೆ" ಬುದ್ಧಿ ಹೇಳುವ ಪ್ರಯತ್ನದಲ್ಲಿ ವಿಫಲರಾದರು ಅವನನ್ನು ಹಿಂಬಾಗಿಲ ಕಡೆಗೆ ಒಯ್ದರು.

ಲಾವಣ್ಯ ತಕ್ಷಣ ಮೊಬೈಲ್‌ನಲ್ಲಿ ಮಾಲಿನಿನ ಸಂಪರ್ಕಿಸಿದಾಗ "ಬೇಡ, ನಾನು ಅವ್ರಿಗೆ ಹೇಳತೀನಿ, ಫೋನ್ ಕೊಡು" ಎಂದರು. ಬಂದ ಲಾವಣ್ಯ "ತಗೊಳ್ಳಿ, ಮಾಲಿನಿ ಆಂಟಿ ಫೋನ್ ಮಾಡಿದ್ದಾರೆ" ಎಂದು ಗಿರಿಜಮ್ಮನ ಕೈಗೆ ಕೊಡಲು ಹೋದಾಗ, ಪ್ರತೀಕ ಕಿತ್ತುಕೊಂಡ "ಯಾಕೆ ಅಷ್ಟೊಂದು ಅವಮಾನ ಮಾಡಿದ್ದೀರಂತೆ, ಅವಳೇನು ನಮ್ಮ ಮನೆಯಲ್ಲಿ ಬಿಟ್ಟಿಯಾಗಿ ಊಟ ಮಾಡ್ತಾ ಇಲ್ಲ. ಪೇಯಿಂಗ್ ಗೆಸ್ಟ್ ಅನ್ನೋಕೆ

ಅರ್ಥವೇನಾದ್ರೂ... ಗೊತ್ತಾ? ಪ್ರತೀಕ ಇನ್ನು ಚಿಕ್ಕವನು. ಹಣಕಾಸಿನ ಬೆಲೆ ಅವ್ನಿಗೇನು ಗೊತ್ತು? ನಿಮ್ಮ ಮಗನ ಸಂಬಳವೆಲ್ಲ ಸಾಲಕ್ಕೆ ಹೋಗ್ತಾ ಇದೆ, ನಾನೊಬ್ಳೇ ಹೇಗೆ, ಮ್ಯಾನೇಜ್ ಮಾಡ್ಲಿ? ಇದನ್ನೆಲ್ಲ ಸ್ವಲ್ಪ ಅರ್ಥಮಾಡ್ಕೊಳ್ಳಿ. ಲಾವಣ್ಯಗೆ ಬೇಜಾರು ಮಾಡೋದು ನಂಗಿಷ್ಟವಾಗೊಲ್ಲ. ಅವ್ಳು ಹೇಗೆ ಹೇಳ್ತಾಳೋ ಹಾಗೇ ಕೇಳಿ" ಇಷ್ಟೆಲ್ಲ ಪುರಾಣ ಒದರಿದ್ದು ಮಗನಿಗೆ ಎಂದು ಅರಿವಾಗುವ ಮುನ್ನ ಕೈ ಮೀರಿ ಹೋಗಿತ್ತು.

"ಅವರು ಲಾವಣ್ಯ ಮಾತು ಕೇಳಬೇಕಿಲ್ಲ, ಕೇಳೊಲ್ಲ. ನಿಮ್ಗೆ ಅಷ್ಟೊಂದು ಫೇವರ್ ಮಾಡೋ ಇಷ್ಟವಿದ್ದರೆ ರಜೆ ಹಾಕಿ ಬಂದು ಮಾಡಿಕೊಡಿ" ಎಂದು ಫೋನ್ ಕಟ್ ಮಾಡಿ ಲಾವಣ್ಯ ಕೈಯಲ್ಲಿಟ್ಟು "ಇಲ್ಲೇನು ಮಾಡಿ ಕೊಡೋಕ್ಕಾಗೊಲ್ಲ. ನಿಮ್ಮ ಆಂಟೀನ ಕರೆಸಿಕೊಂಡು ಮಾಡ್ಕೊಂಡು ತಿನ್ನಿ" ಸ್ವಲ್ಪ ರಫ್ ಆಗಿಯೇ ಹೇಳಿ ಅವಲಕ್ಕಿಯನ್ನು ಪ್ಲೇಟಿಗೆ ಬಗ್ಗಿಸಿಕೊಂಡು "ಬನ್ನಿ ಅಜ್ಜಿ, ನಿಮ್ಹತ್ರ ಮಾತಾಡೋದಿದೆ" ಎಂದು ಅವಳತ್ತ ಕುಹಕದ ನೋಟ ಬೀರಿ ರಟ್ಟೆ ಹಿಡಿದು ರೂಮ್ಗೆ ಎಳೆದೊಯ್ದು ಆಕೆಯನ್ನು ದಿವಾನದ ಮೇಲೆ ಕೂಡಿಸಿ ತಾನು ಕೆಳಗೆ ಕೂತ.

"ನಂದಕ್ಕಾ, ಫೋನ್ ಮಾಡಿದ್ರು. ತುಂಬ ಹ್ಯಾಪಿಯಾಗಿಯೇ ಕಂಡರು. ನಿನ್ನಂತು ತುಂಬ ವಿಚಾರಿಸಿದ್ರು. ನಿನ್ಹತ್ರ ಕೂಡ ಮಾತಾಡಬೇಕೂಂದ್ರು, ಮಾತಾಡ್ತೀಯ?" ಎಂದು ಮೊಬೈಲ್ ತೆಗೆದಾಗ ಆಸೆ ಇದ್ದರು ಮೊಬೈಲ್‌ಗೆ ಹಾಕುವ ಸಿಮ್‌ಕಾರ್ಡ್‌ನ ಹಣಕ್ಕೆ ಜಗಳವಾಡಿದ್ದನ್ನು ಕೇಳಿದ್ದರಿಂದ "ಏನು ಬೇಡ, ಚಿರಂತನ ಬಾ ಅಂದ. ಸಂದೀಪನ ಕಳ್ಸಿ ಕೊಡ್ತೀನಿ, ಇಲ್ಲ ನಿನ್ನ ಬೈಕ್‌ನಲ್ಲಿ ಬರೋದಕ್ಕೆ ಹೇಳಿದ್ದಾನೆ. ಹೋದಾಗ ಅಲ್ಲೇ ನಿಧಾನವಾಗಿ ಮಾತಾಡ್ತೀನಿ. ಏಯ್, ನಿನ್ನಮ್ಮ ಬಂದ ಕೂಡಲೇ ದೊಡ್ಡ ಗಲಾಟೆಯಾಗಿಬಿಡುತ್ತೆ, ಮನೆಗೆ ಬಂದಾಗ ಕರುಣಾ ಚೆನ್ನಾಗಿ ಇರ್ತಾನೆ, ಮಾಲಿನಿ ಬಂದ ಮೇಲೆ ಒಂದು ತರಹ ಆಗಿ ಬಿಡ್ತಾನೆ. ನಾನು ಇಲ್ಲಿಗೆ ಬರಲೇಬಾರ್ದಿತ್ತು. ಉಳಿದ ಕಾಲ ಅಲ್ಲೇ ಕಳೆದು ಹೋಗ್ತಾ ಇತ್ತು. ಎಷ್ಟೋ ವರ್ಷ ಮಗ, ಸೊಸೆ, ಮೊಮ್ಮಗನ ಮುಖ ನೋಡಬೇಕೆಂದು ಹಂಬಲಿಸಿದ್ದುಂಟು. ಹಾಗೇ ಇನ್ನ ಕೆಲವು ವರ್ಷಗಳು ಕಳೆದು ಬಿಡುಬಹುದಿತ್ತು" ಆಕೆಯ ಕಣ್ಣಿಂದ ಕಂಬನಿ ಹರಿಯಿತು.

ಕೈಯಲ್ಲಿದ್ದ ಅವಲಕ್ಕಿ ಪ್ಲೇಟ ಕೆಳಗಿಟ್ಟವನು ಕರುಳು ಕತ್ತರಿಸಿದಂತಾಯಿತು. ನಂದಿತಾ ಫೋನ್ ಮಾಡಿದಾಗಲೆಲ್ಲ "ಅಜ್ಜಿನ ಚೆನ್ನಾಗಿ ನೋಡ್ಕೋ. ಒಂದಿಷ್ಟು ಪ್ರೀತಿ ತೋರ್ಸು" ಎಂದು ಪದೇ ಪದೇ ಹೇಳುವುದು ಮಾತ್ರವಲ್ಲ ಚಿರಂತನ ಮಾತುಗಳಲ್ಲಿ ಎಚ್ಚರಿಕೆ ಇತ್ತು. "ಅಜ್ಜಿನ ಚೆನ್ನಾಗಿ ನೋಡ್ಕೋ. ಆ ಮುಖದ ನೆಮ್ದಿ ನಿಮ್ಗೆ ಒಳ್ಳೆಯದನ್ನ ತರುತ್ತೆ ಬೀ ಕೇರ್ ಫುಲ್" ಅನ್ನುವಂತಿತ್ತು ಅವರ ಸ್ವರ.

"ಅಳ್ತಾ ಇದ್ದೀಯಾ ಅಜ್ಜಿ. ನೀನು ಹ್ಞೂಂ ಅನ್ನು ನಾನು ದುಡಿಯೋಕೆ ಷುರು ಮಾಡಿ ಒಂದ್ಮನೇ ಮಾಡ್ತೀನಿ. ನಾವಿಬ್ರೂ ಆರಾಮಾಗಿರೋಣ. ಈ ಜನಗಳ ಸಹವಾಸವೇ ಬೇಡ" ಎಂದು ಆಕೆಯನ್ನು ಸಮಾಧಾನಿಸಿದ ಪ್ರತೀಕ.

ಆಮೇಲೆ ಗೆಳೆಯರ ಜೊತೆ ಹೋಗಿದ್ದ ಪ್ರತೀಕ ಬಂದಿದ್ದು ರಾತ್ರಿಯೇ. ಮನೆಯಲ್ಲಿ

ಶ್ಮಶಾನ ಮೌನವಿದ್ದರೂ, ಮಾಲಿನಿ ಲಾವಣ್ಯ ರೂಮಿನಲ್ಲಿ ಕೂತು ನಗು ನಗುತ್ತ ಮಾತಾಡುತ್ತಿದ್ದಳು. ಏನೋ ನಡೆದಿದೆಯೆನಿಸಿತು ಅವನಿಗೆ.

ಹಿತ್ತಲ ಚಳಿಯಲ್ಲಿ ಕೂತಿದ್ದ ಗಿರಿಜಮ್ಮ ತನ್ನ ರೂಮಿಗೆ ಕರೆದೊಯ್ದು "ಇವತ್ತುನಿಂದ ನೀವು ಇಲ್ಲೇ ಇರ್ಬೇಕು" ಎಂದು ಸಣ್ಣ ಬಾಲ್ಕನಿಯ ಒಂದು ಪಕ್ಕದಲ್ಲಿದ್ದ ಟ್ರಂಕ್ ಮತ್ತು ಮರದ ಪೆಟ್ಟಿಗೆಯನ್ನು ತಂದು ರೂಮಿನಲ್ಲಿರಿಸಿದ.

"ಯಾಕೆ, ಮಮ್ಮಿ ಏನಾದ್ರೂ ಗಲಾಟೆ ಮಾಡಿದ್ರಾ? ನಿಮ್ಮ ಮಗ ಎಲ್ಲಿಗೆ ಹೋಗಿದ್ದ? ಹೆತ್ತ ತಾಯಿಗೆ ಸಪೋರ್ಟ್ ಮಾಡದವನು ಅವನೆಂಥವನು? ನಂಗೆ ಅಸಹ್ಯವಾಗುತ್ತೆ" ಉರಿದು ಬಿದ್ದ.

ಗಿರಿಜಮ್ಮ ಅವನ ಬಾಯಿ ಮುಚ್ಚಿ ರೇಗಿದರು.

"ನಿಮ್ಮಪ್ಪನ ಅನ್ನೋದು? ಅವನು ತಾನೇ ಏನ್ಮಾಡ್ತಾನೆ? ಬದ್ಕಿನ ನೆಮ್ದಿ ಕಾಯ್ಕೋಬೇಕೂಂದರೆ, ಕಟ್ಟಿಕೊಂಡ ಹೆಂಡತಿಯ ಮಾತನ್ನು ಕೇಳಬೇಕಾಗುತ್ತೆ. ಸಂಸಾರ ಅನ್ನೋ ರಥಕ್ಕೆ ಗಂಡ, ಹೆಂಡತಿ ಎರಡು ಚಕ್ರಗಳು. ಅವೆರಡು ಸಮವಾಗಿ ನಡೆದಾಗ ಮಾತ್ರ... ಮನೆ ಮಾತ್ರವಲ್ಲ ಮನೆಯಲ್ಲಿರೋ ಜನ ಸಮಾಧಾನ, ಶಾಂತಿಯಿದಿರಲು ಸಾಧ್ಯ" ಮೊಮ್ಮಗನಿಗೆ ಬುದ್ಧಿ ಹೇಳಿದರು.

ಕರುಣಾಕರಗೂ ಇದೆಲ್ಲ ಸಂತೊಷ ಕೊಟ್ಟಿರಲಿಲ್ಲ. ತನ್ನಲ್ಲಿ ದೃಢತೆ ಕುಸಿಯುವುದಕ್ಕೆ ಕಾರಣವೇನೆಂದು ಪೂರ್ತಿ ಅರ್ಥವಾಗದಿದ್ದರೂ 'ನಿನ್ನ ಹೆಂಡತಿನ ನಿಲ್ಸಿ ಸಿರಿಯಸ್ಸಾಗಿ ನೋಡು. ಅಮ್ಮನಾಗಿ ಕಾಣ್ತಾಳ. ನಂಗೆ ಮಾತ್ರ ಸ್ವಲ್ಪ ವಯಸ್ಸು ಮುದುರಿದ ಗರ್ಲ್‌ಫ್ರೆಂಡ್ ತರಹ ಕಾಣ್ತಾಳೆ? ಪಡ್ಡೆ ಹುಡುಗರು ಅನ್ನೋದ್ರಲ್ಲಿ ತಪ್ಪೇನಿದೆ? ಇನ್ನೊಮ್ಮೆ ಮುಖ ಮೂತಿ ನೋಡದೆ ಕೇಳಿದ್ದ. ಆದರೆ ಹೆಂಡತಿಯನ್ನು ಹೇಗೆ ತಾಕೀತು ಮಾಡುವುದು? ಅವಳ ಮುಂದೆ ತಾನು ಚೀಪ್ ಆಗಿ ಬಿಡುವ ಸಾಧ್ಯತೆ ಇದೆಯೆನ್ನುವ ಹೆದರಿಕೆ ಅವರನ್ನು ಹಿಂದಕ್ಕೆ ಜಗ್ಗುತ್ತಿತ್ತು.

ಅವತ್ತು ಸಂಡೇ, ಇರಬೇಕಾದವರೆಲ್ಲ ಮನೆಯಲ್ಲೇ ಇದ್ದರು. ಲಾವಣ್ಯ, ಅವಳ ಒಬ್ಬಳು ಫ್ರೆಂಡ್ ತುಪ್ಪದಲ್ಲಿ ಹುರಿದ ಗೋಡಂಬಿಗೆ ಖಾರ ಹಾಕಿಸಿಕೊಂಡು ಹಾಲ್‌ನಲ್ಲಿ ತಿನ್ನುತ್ತ ಟಿ.ವಿ. ಹಾಕಿಕೊಂಡಿದ್ದರು. ವಿದೇಶಿ ಮ್ಯೂಸಿಕ್ ಛಾನಲ್, ಟ್ಯೂನ್ ಹೆಚ್ಚಿಸಿದ್ದರಿಂದ ಕರ್ಕಶವೆನಿಸಿತು. ಚಿರಂತನರಿಗೆ ಬಾಗಿಲಿಗೆ ಬಂದ ಕೂಡಲೇ ಅರಿವಾಗದಂತೆ ಅವರ ಮುಖ ಗಂಟಾಯಿತು.

ವರಾಂಡ ದಾಟಿ ಒಳಗೆ ಹೋದವರೆ "ಪ್ರತೀಕ, ವಾಟ್ ಈಸ್ ದಿಸ್ ನಾನ್ಸೆನ್ಸ್. ನೆರೆ ಹೊರೆಯವರು ನೆಮ್ದಿಯಾಗಿರಬೇಕನ್ನೋ ಕಾಮನ್‌ಸೆನ್ಸ್ ಇಲ್ವಾ?" ಅಂದ ಕೂಡಲೇ ಲಾವಣ್ಯ, ಅವಳ ಫ್ರೆಂಡ್ ಎದ್ದು ನಿಂತರು. ಒಮ್ಮೆ ತೀಕ್ಷ್ಣವಾಗಿ ನೋಟ ಬೀರಿದರು.

ಅಣ್ಣನ ದನಿ ಹಿತ್ತಲಲ್ಲಿದ್ದ ಕರುಣಾಕರಗೆ ಮುಟ್ಟಿ ಓಡಿ ಬಂದವರೆ ಬೆವತರು. ಲಗುಬಗೆಯಿಂದ ಹೋಗಿ ಟಿ.ವಿ. ಆಫ್ ಮಾಡಿ ನಿಂತರು.

"ಅಣ್ಣ, ನೀವು....?" ಕೇಳಿದರು.

"ಯಾಕೆ, ಬರಬಾರದಿತ್ತಾ? ಏನು ಇದೆಲ್ಲ? ನಾನೆಲ್ಲೋ ವಿದ್ಯಾರ್ಥಿನಿಯರ ಹಾಸ್ಟಲ್‌ಗೆ ಬಂದೇಂತ ಅಂದ್ಕೊಂಡೆ. ಮನೆ ಮನೆ ತರಹ ಇದ್ದರೇ ಚೆನ್ನ. ಚಿಕ್ಕಮ್ಮ ಮನೆಯಲ್ಲಿದ್ದಾರೆ ಅನ್ನೋ ಪರಿಜ್ಞಾನ ಬೇಡ್ವಾ? ಇವರ್‍ಯಾರು ಪ್ರತೀಕನ ಫ್ರೆಂಡ್ಸಾ?" ಕೇಳುವ ವೇಳೆಗೆ ಬಂದ ಮಾಲಿನಿ 'ಹ್ಲೂಂ' ಗುಟ್ಟಿದ್ದು. ಬಿಚ್ಚು ಗೂದಲು, ತೊಟ್ಟಿದ್ದು ಸೆಲ್ವಾರ್ ಕಮೀಜ್, ಹಣೆ, ಕೈಗಳು ಪೂರ್ತಿ ಬರಿದಾದರೂ ತುಟಿಗಳಲ್ಲಿನ ಲಿಪ್‌ಸ್ಟಿಕ್ ಛಾಯೆ. ಗುಬ್ಬಚ್ಚಿಯಂತೆ ಮುದುರಿ ನಿಲ್ಲುತ್ತಿದ್ದ ಮಾಲಿನಿ ಇವಳೇನಾ?' ಎನಿಸಿತು. ಈ ಪರಿಸ್ಥಿತಿಯಲ್ಲಿ ಚಿಕ್ಕಮ್ಮನ ಸ್ಥಿತಿ ಗಾಬರಿಯೆ ಆಯಿತು ಅವರಿಗೆ.

"ಎಲ್ಲಿ ಚಿಕ್ಕಮ್ಮ?" ತಾವೇ ಸೋಫಾ ಮೇಲೆ ಕೂತರು.

"ಪ್ರತೀಕನ ರೂಮಿನಲ್ಲಿದ್ದಾರೆ. ಅವ್ರು ಈಗ ಮೊಮ್ಮಗನ ರೂಮು ಸೇರಿ ಬಿಡ್ತಾರೆ. ನಾನು ಇದ್ದರಂತು ಅವರಿಗೆ ಪೂರ್ತಿ ರೆಸ್ಟ್" ಮಾಲಿನಿ ದಡಬಡಿಸಿಕೊಂಡು ಮೇಲೆ ಹೋದರು. ತನ್ನ ಡ್ರೆಸ್ ಚಿರಂತನರಿಗೆ ಇಷ್ಟವಾಗಿಲ್ಲವೆನ್ನುವ ಅರಿವುಂಟಾಗಿದ್ದರಿಂದ ತಮ್ಮ ರೂಮಿಗೆ ಹೋಗಿ ಸೀರೆಯುಟ್ಟು ಬಂದು "ಅತ್ತೆ, ಭಾವನವರು ಬಂದಿದ್ದಾರೆ" ಮೊಮ್ಮಗನ ತಲೆಗೆ ಎಣ್ಣೆ ಹಾಕುತ್ತಿದ್ದ ಗಿರಿಜಮ್ಮನಿಗೆ ಸುದ್ದಿ ಮುಟ್ಟಿಸಿದರು. ಅಡಿಗೆ ಮನೆ ಕೆಲಸ ಮುಗಿಸಿಬಿಟ್ಟೇ ಮೇಲೆ ಬಂದಿದ್ದು. ಆಕೆಯ ಮುಖದಲ್ಲಿ ಉತ್ಸಾಹ ಮೂಡಿತು.

"ಚಿರಂತನ ಬಂದಿದ್ದಾನಾ?" ಎಣ್ಣೆ ಬಟ್ಟಲು ಹಿಡಿದೇ ಕೆಳಗೆ ಬಂದಾಗ "ನಿಧಾನ... ನಿಧಾನ... ನೀವ್ಯಾಕೆ ಹತ್ತಿ ಇಳಿದು ಮಾಡ್ತೀರಾ? ಪ್ರತೀಕನನ್ನ ಕೆಳಗೆ ಬರೋದಿಕ್ಕೆ ಹೇಳಿದ್ದರಾಗ್ತಾ ಇತ್ತು. ನೀವು ನಮ್ಗೆ ದೊಡ್ಡ ಆಸ್ತಿ. ನೆನ್ನೆ ಸುಮಾರು ಸಲ ಫೋನ್ ಮಾಡ್ದೆ" ಎಲ್ಲರತ್ತ ಒಮ್ಮೆ ನೋಟ ಹರಿಸಿದರು. ಕರುಣಾಕರ, ಮಾಲಿನ ಮುಖದಲ್ಲಿ ಇದ್ದಿದ್ದು ಪೆಚ್ಚುತನ.

ಗಿರಿಜಮ್ಮ ಕೈಯಲ್ಲಿದ್ದ ಎಣ್ಣೆ ಬಟ್ಟಲನ್ನು ತಾವೇ ತೆಗೆದು ಅವರನ್ನು ಕೂಡಿಸಿದ ನಂತರ ತಾವು ಕೂತು "ಯಾಕೆ, ಹೀಗಾಗಿದ್ದೀರೀ? ಹುಷಾರಾಗಿದ್ದೀರಿ, ತಾನೇ?" ಕಣ್ಣಲ್ಲಿ ಕಣ್ಣಿಟ್ಟು ನೋಡಿದಾಗ, ಗಿರಿಜಮ್ಮನಿಗೆ ಆ ನೋಟವನ್ನೆದುರಿಸಲಾಗಲಿಲ್ಲ "ಏನಿಲ್ಲ ಕಣೋ, ನಂದಿತಾ ಹೇಗಿದ್ದಾಳೆ?" ಕೇಳಿದರು ಸ್ವರಕ್ಕೆ ಉತ್ಸಾಹ ತುಂಬಿಕೊಂಡು.

"ಅವ್ಳು ನಿನ್ನ ಮೊಮ್ಮಗ್ಳು ಅಲ್ವಾ? ಚಿಕ್ಕಂದಿನಲ್ಲಿ ಜಾನಕಿ ಅವಳಿಗೆ ಒಳ್ಳೆ ತರಬೇತಿ ಕೊಟ್ಟಿದ್ದಾಳೆ. ಅತ್ತೆ ಮನೆಗೆ ಹೊಂದಿಕೊಳ್ಳೋಕೆ ಕಾಲಾವಕಾಶ ಬೇಕಾಗುತ್ತೆ. ಪ್ರತಿ ಸಲ ಫೋನ್ ಮಾಡಿದಾಗಲೂ, ಮೊದ್ಲು ವಿಚಾರಿಸೋದು ನಿನ್ನನ್ನೇ" ಆರಾಮಾದ ನಗೆ ಬೀರಿದರು. ಈ ಕಡೆ ಬಂದಿದ್ದು ಅನಿರೀಕ್ಷಿತವಾಗಿಯೆ. ಅವರ ಗೆಳೆಯರೊಬ್ಬರ ಮನೆಯಲ್ಲಿ ಸತ್ಯನಾರಾಯಣ ಪೂಜೆ ಇತ್ತು.

ಎಣ್ಣೆಯಿಂದ ಮಿರಿಮಿರಿ ಮಿನುಗುತ್ತ ಟವಲುಟ್ಟು ಬಂದ ಪ್ರತೀಕ "ಸಾರಿ, ದೊಡ್ಡಪ್ಪ! ನಿಮ್ಮ ಮುಂದೆ ಬರೋಕೆ ನಾಚ್ಕೆ ಆಗಿತ್ತು" ಅಂದ ಸಂಕೋಚದಿಂದ.

"ಹೌದಾ, ಗರ್ಲ್‌ಫ್ರೆಂಡ್ಸ್‌ನ ಮನೆಗೆ ಕರ್ಕಂಡ್ ಬಂದು ಹಾಲ್‌ನಲ್ಲಿ ಕೂಡ್ಸಿ ತಿನ್ನೋಕೆ

ಗೋಡಂಬಿ, ಕೊಟ್ಟು ವೆಸ್ಟರ್ನ್ ಮ್ಯೂಜಿಕ್ ಟಿ.ವಿ. ಹಾಕಿ ಎಣ್ಣೆ ಹಚ್ಚಿಸಿಕೊಳ್ಳೋಕೆ ಹೋದ್ಯಾ" ನೇರವಾಗಿ ಕೇಳಿದರು.

ಮಾಲಿನಿ ಸನ್ನೆ ಗಮನಿಸಿದೇ "ಅಯ್ಯೋ, ಅವ್ರು ನನ್ನ ಗರ್ಲ್‌ಫ್ರೆಂಡ್ಸ್ ಅಲ್ಲ, ಒಬ್ಬ ಪೇಯಿಂಗ್ ಗೆಸ್ಟ್ ಇದ್ದಾರೆ. ಅವ್ರಿಗೆ ಬರೋ, ಹೋಗೋ ಫ್ರೆಂಡ್ಸ್ ಅಷ್ಟೆ" ಸತ್ಯವನ್ನು ನಿಖರವಾಗಿ ಉಸುರಿದ. ಅವನಿಗೆ ಇಂಥ ಒಂದು ಅವಕಾಶ ಬೇಕಿತ್ತು. ಅದನ್ನು ಪ್ರತೀಕ ಉಪಯೋಗಿಸಿಕೊಂಡ.

ಒಮ್ಮೆ ಮಾಲಿನಿ ಕಡೆ ತೀಕ್ಷ್ಣವಾದ ನೋಟ ಬೀರಿದ ಕಣ್ಣುಗಳಲ್ಲಿ ಇದ್ದಿದ್ದು ಪ್ರಶ್ನೆ 'ನೀನು ಯಾಕೆ ಸುಳ್ಳು ಹೇಳಿದೆ?' ತಕ್ಷಣ ಚೇತರಿಸಿಕೊಂಡು "ಅತ್ತೆ ಹೋಗಿ ಪ್ರತೀಕನ ಕೋಣೆ ಸೇರಿ ಬಿಟ್ರು. ಕೆಳಗಿನ ರೂಮು ಖಾಲಿ ಇತ್ತು. ಲಾವಣ್ಯ ತೀರಾ ಗೊತ್ತಿರೋರ ಹುಡ್ಗಿ. ಅವ್ರ ಪೇರೆಂಟ್ಸ್ ರಿಕ್ವೆಸ್ಟ್ ಮಾಡಿಕೊಂಡ್ಮೇಲೆ... ಒಪ್ಕೊಂಡೆ" ಸಮರ್ಥಿಸಿಕೊಂಡರು. ಅವರು ಆ ಬಗ್ಗೆ ಕೆದಕಲಿಲ್ಲ.

ಬಲವಂತಕ್ಕೆ ಒಂದಿಷ್ಟು ಹಣ್ಣಿನ ಜ್ಯೂಸ್ ಕುಡಿದು ಮೇಲೆದ್ದು "ಕರುಣಾ, ಅಲ್ಲಿ ಮನೆ ಬಿಕೋ ಅನ್ನುತ್ತೆ. ಚಿಕ್ಕಮ್ಮನನ್ನು ಕರ್ಕಂಡ್ ಹೋಗ್ಲಾ?"

"ನಮ್ಗೂ ಅವರನ್ನು ಬಿಟ್ಟಿರೋಕೆ ಆಗೋಲ್ಲ. ಪ್ರತೀಕನಿಗಂತು ಪ್ರತಿಯೊಂದಕ್ಕೂ ಅಜ್ಜಿ ಬೇಕು. ನಾವೇ ಎಲ್ಲ ಬಂದು ಬಂದು ಹದಿನೈದು ದಿನ ಅಲ್ಲೇ ಇದ್ದುಬಿಡ್ತೀವಿ. ಅವರನ್ನು ಬಿಟ್ಟಿರೋಕು ಮಾನಸಿಕವಾಗಿ ಸಿದ್ಧವಾಗಬೇಕು. ಈ ವಾರ ಕಳೆದ್ಮೇಲೆ ಪ್ರತೀಕ ಕರ್ಕಂಡ್‌ಬಂದು ಬಿಡ್ತಾನೆ" ಇದನ್ನು ಮಾಲಿನಿಯೇ ಹೇಳಿದ್ದು. ಆಕೆ ಹೋದರೆ ಮಾಲಿನಿಗೆ ಸಮಾಳಿಸುವುದು ಸಾಧ್ಯವಿರಲಿಲ್ಲ.

ಚಿರಂತನ ತಮ್ಮನ ಕಡೆ ಸಹಾನುಭೂತಿ ಬೀರಿ "ಏನಾಗಿದ್ಯೋ ನಿಂಗೆ? ಯಾಕೆ ಇಷ್ಟೊಂದು ಮಂಕಾಗಿದ್ದೀ" ಕೇಳಿ ಹೊರ ನಡೆದವರು ಮುಂದಿನ ರೂಮ್‌ನ ಬಾಗಿಲು ಸರಿಸಿದರು. ಇಡೀ ರೂಮು ಅಸ್ತವ್ಯಸ್ತ. ಹಿಂದಕ್ಕೆ ತಿರುಗಿ "ಇದೆಲ್ಲ ಬೇಕಿತ್ತ? ಚಿಕ್ಕಮ್ಮ ಪದೇ ಪದೇ ಮೆಟ್ಟಿಲು ಹತ್ತಿ ಇಳಿಯೋಕಾಗುತ್ತ? ಯಾಕೆ ಈ ತರಹ ಮಾಡಿದ್ರಿ?" ಕೇಳಿದ್ದು ಮಾಲಿನಿಯನ್ನು ನೇರವಾಗಿ, ತಕ್ಷಣ ಪ್ರತಿಕ್ರಿಯೆಗೂ ಕಾಯದೆ ನಡೆದವರ ಹಿಂದಕ್ಕೆ ಬಂದು ಗಿರಿಜಮ್ಮನ ಕಾಲುಗಳಿಗೆ ಬಗ್ಗಿ ನಮಸ್ಕರಿಸಿ "ಚಿಕ್ಕಮ್ಮ, ನಂಗೂ ಒಂದು ಅವಕಾಶ ಕೊಡಿ" ಕೇಳಿದರು.

"ಖಂಡಿತ ಕಣೋ" ಕೆನ್ನೆ ಸವರಿದರು. ಅಲ್ಲಿ ವಯಸ್ಸು ಮುಖ್ಯವಾಗಲಿಲ್ಲ. ಚಿರಂತನ ಬಗ್ಗೆ ಇದ್ದ ವಾತ್ಸಲ್ಯವೆ ಪ್ರಧಾನ ಪಾತ್ರವಹಿಸಿದ್ದು. "ನಂಗೆ ಆ ನಂಬಿಕೆ ಇದೆ" ಎಂದರು.

ಕಾರು ಹತ್ತಿದ ಅವರಿಗೆ ಎಲ್ಲಾ ಸರಿಯಾಗಿಲ್ಲವೆನಿಸಿತು. ಅಂದು ಎಡವೋಕೆ ಕಾರಣವಿತ್ತು. ಇಂದು ಅದಕ್ಕೆ ಕಾರಣವಿಲ್ಲ. ಮಾಲಿನಿ ಅವನನ್ನು ಮೂರ್ಖನಾಗಿಸಲು ಹೊರಟಿದ್ದಾಳಾ? ಸ್ವಲ್ಪ ತಲೆ ಬಿಸಿಯಾಯಿತು.

ಸಂಜೆ ಆ ವಿಷಯವನ್ನು ಮಗನಲ್ಲಿ ಪ್ರಸ್ತಾಪಿಸಿದರು.

"ನಂಗೇನೋ ಚಿಕ್ಕಮ್ಮ ಸಂತೋಷವಾಗಿಲ್ಲಾಂತ ಅನ್ನಿಸುತ್ತೆ. ಇಂದಿಗೂ ಮಗನ ಮನೆ ಅವ್ರಿಗೆ 'ಕಂಫರ್ಟ್' ಅನಿಸಿಲ್ಲ. ಕರುಣೇಶ್ವರದ ಬದುಕು, ಅಲ್ಲಿನ ಜನಕ್ಕೆ ಹೊಂದಿಕೊಂಡವರು. ಆ ಭೂಮಿಗೆ, ಮನೆ, ಅಂಗಡಿಯೊಂದಿಗೆ ಮಿಳಿತವಾಗಿ ಹೋಗಿದ್ದ ಬದುಕು ಇಲ್ಲಿ ಒಗ್ಗಿಕೊಳ್ಳಲಾರದೆ ಒದ್ದಾಡುತ್ತಿದ್ದಾರೆ. ನಂಗೆ ಮಾಲಿನಿ, ಕರುಣಾಕರ ತಪ್ಪು ಮಾಡ್ತಾ ಇದ್ದಾರೇಂತ ಅನ್ನಿಸಿದೆ. ಆ ಮೂರ್ಖ ತಾನೇನೂಂತ ಯೋಚಿಸಿಲ್ಲ. ಹೆಂಡತಿ ಓದಿದ್ದು ಈ ಮಟ್ಟಕ್ಕೆ ಬಂದಿದ್ದು ಅದಕ್ಕೆಲ್ಲ, ಮಾಲಿನಿಯೇ ಕಾರಣ ಅನ್ನೋ ನಂಬಿಕೆ ಮಾತ್ರವಲ್ಲ, ಅಂಥ ಆರಾಧನೆ ಕೂಡ. ಅದ್ನ ಅವ್ಳು ಆರಾಮಾಗಿ ಉಪಯೋಗಿಸ್ಕೋತಾ ಇದ್ದಾಳೆ."

ತಂದೆ ಹೇಳಿದ್ದು ಸರಿಯೆನಿಸಿತು.

"ನಾವ್ಯಾಕೆ, ಅಜ್ಜಿನ ತಂದು ಇಲ್ಲೆ ಇರಸ್ಕೋಬಾರ್ದು?" ಕೇಳಿದ.

"ಖಂಡಿತ ಇರಿಸ್ಕೋಬಹ್ದು. ದೊಡ್ಡವರ ಅಡಿಯಲ್ಲಿ ಚಿಕ್ಕವರಾಗಿ ಬಿಡಬಹುದು. ಅಂಥ ಆಸೆ ನಂಗೂ ಇದೆ. ಆದರೆ ಇಲ್ಲಿ ಬಂದು ಉಳಿಯೋದು ಸ್ವಾಭಿಮಾನಕ್ಕೆ ಧಕ್ಕೆ. ಸ್ವಂತ ಮಗನಿಗೆ ಅವಮಾನ. ಇಂಥದೆಲ್ಲ ಮನಸ್ಸಿನಲ್ಲಿ ಇಟ್ಕೊಂಡು ಇರೋ ಆಕೆ ಒಪ್ಪೊಲ್ಲ. ಮಾತ್ರವಲ್ಲ, ಅವರು ಚಿಕ್ಕಮ್ಮನ್ನ ಇಲ್ಲಿರೋಕೆ ಬಿಡೋಲ್ಲ. ಇದೆಲ್ಲ ಪ್ರಾರಬ್ಧಕರ್ಮ ಅನಿಸುತ್ತೆ. ವೃದ್ಧಾಪ್ಯ ಒಂದು ರೀತಿಯಲ್ಲಿ ಶಾಪವೇ. ಪ್ರತಿಯೊಬ್ಬರು ಆ ಹಂತ ತಲುಪಬೇಕೆನೋ, ಪರಿಜ್ಞಾನ ಕೈ ಕೊಡುವುದರಿಂದಲೇ- ಕೆಲವು ದುರಂತಗಳು" ಎಂದರು ಭಾರವಾದ ದನಿಯಲ್ಲಿ. ತಂದೆ ಇತ್ತೀಚಿನ ವರ್ಷಗಳಲ್ಲಿ ಈ ಕಡೆ ಬರುವುದನ್ನೇ ನಿಲ್ಲಿಸಿದ್ದು ಒಂದು ರೀತಿಯಲ್ಲಿ ನೋವಾಗಿ ಕಾಡುತ್ತಿತ್ತು. ಅವರನ್ನು ತಾವು ಮತ್ತೆ ನೋಡುತ್ತೇವೋ ಇಲ್ಲವೋ ಎನ್ನುವ ವೇದನೆ ನಿರಂತರವಾಗಿತ್ತು.

"ನಂದು, ನನ್ನ ಮೊಬೈಲ್‌ಗೆ ಫೋನ್ ಮಾಡಿದ್ಲು. ಅಮ್ಮನ ಅಂದರೆ ಜಾನಕಿಯವರ ಪ್ರವೇಶದ ನಂತರ ಘಟನೆಗಳನ್ನು ನಿಮ್ಮ ಡೈರಿಯಿಂದಲೇ ಹೆಕ್ಕಿಕೊಂಡಳಂತೆ. ಅಪ್ಪನೇ ಬರೆದಿದ್ದರೆ, ಇನ್ನಷ್ಟು ಅರ್ಥಪೂರ್ಣ ಅಂದ್ಲು. ನಂಗೂ ಅದು ಸರಿಯೆನಿಸ್ತು. ಹೇಗೂ ನಂದು ಪ್ರಾರಂಭ ಮಾಡಿದ್ದಾಳೆ. ನೀವು ಮನಸ್ಸು ಮಾಡಿದರೇ..." ಅಲ್ಲಿಗೆ ನಿಲ್ಲಿಸಿದ. ಮಗನ ಮಾತು ಆ ಕ್ಷಣ ಸರಿಯೆನಿಸಿತು. "ಯೆಸ್, ನನ್ನಲ್ಲಿ ಅಂಥ ಒತ್ತಡ ಹುಟ್ತಾ ಇರ್ಲಿಲ್ಲ. ನಾನೊಬ್ಬ ಸಾಮಾನ್ಯ. ಆತ್ಮಚರಿತ್ರೆ ಬರ್ಯೋಂಥ ಅಗತ್ಯವಿದ್ಯಾಂತ ಅನಿಸಿತ್ತು. ಈ ವಯಸ್ಸಲ್ಲಿ ಆ ನೆನಪುಗಳನ್ನು ಮೆಲುಕು ಹಾಕೋದ್ರಲ್ಲಿ, ತಪ್ಪು-ಒಪ್ಪು ಪರಾಮರ್ಶೆ ನಡೆಸಬಹುದು. ನಾನೇ ಬರೀತೀನಿ" ಉದ್ವೇಗವಿಲ್ಲದೆ ನುಡಿದರು.

ಆಗಲೇ ನಂದಿತಾಗೆ ಫೋನಾಯಿಸಿ ವಿಷಯ ತಿಳಿಸಿದಾಗ ಕುಣಿದಾಡುವಂಥ ಸಂತೋಷ. "ಥ್ಯಾಂಕ್ಯೂ ಅಪ್ಪ, ನಂಗಿಂತ ಅದ್ನ ನೀವು ಬರೆದರೇನೆ ಸೂಕ್ತ ಅನ್ನಿಸಿದ್ದುಂಟು. ಇಲ್ಲಿ ಎವ್ವೆರಿಥಿಂಗ್ ಈಸ್ ನಾರ್ಮಲ್. ನಾಳೆ ಮಾವನೋರು ಇಡೀ ಹೋಟೆಲ್ ಮ್ಯಾನೇಜ್‌ಮೆಂಟ್‌ನ ಮೀಟಿಂಗ್ ಕರೆದಿದ್ದಾರೆ" ಅಂದ ನಂದಿತಾಳ ಮುಖದಲ್ಲಿ ತೃಪ್ತಭಾವವಿತ್ತು.

ನಾಲ್ಕಾರು ದಿನಗಳಲ್ಲಿ ವಿದೇಶ ಪ್ರವೇಶ ಮುಗಿಸಿಕೊಂಡು ಹಿಂದಿನ ದಿನ ಸುರುಚಿರಾ ಹಿಂದಿರುಗಿದ್ದರಿಂದ ಒಂದು ರೀತಿಯ ಪ್ರಕ್ಷುಬ್ಧಸ್ಥಿತಿ 'ನೀನ್ಯಾಕೆ ಬಂದೆ?' ಎನ್ನುವಂತೆ ನೋಡಿದರು. 'ಆರು ತಿಂಗಳು ಸಂಸಾರ ಮಾಡದೇ ಸುಲಭವಾಗಿ ಡೈವೋರ್ಸ್ ಸಿಗೋಲ್ವಂತೆ' ಇಂಥ ಒಂದು ಮಾತನ್ನು ದೇವಿಕಾ ಹೇಳಿದ್ದರು. ಸೈರಿಸಿಕೊಳ್ಳಲಾರದಂಥ ವಿಷಯವೇ. ಹೆಚ್ಚಿನದು ಇನ್ನೊಂದು ಅವರ ಗಮನ ಸೆಳೆದಿದ್ದು.

ಬಂಗ್ಲೆಯ ಅಂಗಳದಲ್ಲಿ ಬೃಂದಾವನ ಸ್ಥಾಪಿತವಾಗಿತ್ತು ಅದರಲ್ಲಿ ನಳನಳಿಸುವ ತುಳಸಿಯ ಗಿಡ. ಹೂ, ಅರಿಶಿನ ಕುಂಕುಮದಿಂದ ಪೂಜಿಸಲ್ಪಟ್ಟು ಕಳೆಕಳೆಯಾಗಿತ್ತು. ಇಂಥ ಸಂಸ್ಕಾರವೇನು ಅಚ್ಯುತನ್ ಹೆಣ್ಣು ಮಕ್ಕಳಲ್ಲಿ ಬೆಳೆದಿರಲಿಲ್ಲ. ಇದೊಂದು ಪವಾಡವೆನ್ನುವಂತೆ ಗಾಬರಿಯಾದರು.

"ಏನಿದು?" ತೋಟದ ಮಾಲಿಯನ್ನು ಕರೆದು ಪ್ರಶ್ನಿಸಿದರು.

"ತುಳಸಿ ಮಾತಾ, ಪೆರುಮಾಳ್" ಕೈ ಮುಗಿದುಕೊಂಡ.

ತಮಿಳುನಾಡಿನವ. ಮಧುರೈ ಮೀನಾಕ್ಷಿಯ ಪರಮಭಕ್ತ. ಹಣೆಯಲ್ಲಿ ಗಂಧ, ಕುಂಕುಮ ಇಲ್ಲದೆ ಕೆಲಸಕ್ಕೆ ಬರುವ ಪೈಕಿಯಲ್ಲ.

"ಇಡೀ ಗಾರ್ಡನ್ ಶೋಭೆ ಹಾಳಾಯ್ತು. ಯಾರು ಇದ್ನ ತರಿಸಿ ಇಟ್ಟವರು. ಮೊದ್ಲು ತೆಗೀ" ಉರಿದು ಬಿದ್ದಳು ಸುರುಚಿರಾ.

ಅವನು ಕೆನ್ನೆಗಳಿಗೆ ಹಾಕಿಕೊಂಡು "ಪೆರಿಯವರ್‌ಕ್ಕು ಸೊಲ್ಲುಂಗೋ" ಎಂದು ಉಸುರಿ ತನ್ನ ಪಾಡಿಗೆ ತಾನು ಹೋದ. ಸುರುಚಿರಾ ತಂದೆಯ ಕಡೆ ನೋಡಿದಳು. ಕಣ್ಣಲ್ಲಿಯೇ ಸಮಾಧಾನಿಸಿ "ಈಗ ಜರ್ಮನಿ ಟ್ರಿಪ್ ಹಾಕ್ಕೊಂಡಿದ್ದೆ ತಪ್ಪಾಯ್ತು" ಎಂದರು. ಬೇರೊಂದು ಪ್ರಾಜೆಕ್ಟ್ ಸಲುವಾಗಿಯೇ ಹೋಗಿದ್ದು. ಜರ್ಮನಿಯ ಕೊಲಾಬರೇಷನ್‌ನಿಂದ ಕಾರುಗಳ ತಯಾರಿಕೆಯ ಒಂದು ಉದ್ದಿಮೆ ಪ್ರಾರಂಭಿಸುವ ಕನಸು ಅಚ್ಯುತನ್ ಕುಟುಂಬದ್ದು. ಇಂಥ ಕನಸಿಗಾಗಿಯೇ ದೀಕ್ಷಿತ್ ಇಂಟರ್ ನ್ಯಾಷನಲ್ ಹೋಟೆಲ್‌ಗಳನ್ನು ನಷ್ಟದ ಅಂಚಿಗೆ ತಳ್ಳುತ್ತ ಸಾಕಷ್ಟು ಲಪಟಾಯಿಸಿದ್ದರು. ತೀರಾ ವಿವೇಕಿಯಲ್ಲದ ದೇವಿಕಾಗೆ ಇದು ಅರ್ಥವಾಗದು. ಇನ್ನ ಸತೀಶ್ ಮತ್ತು ಸನತ್‌ನ ಇಷ್ಟ ಬಂದಂಗೆ ಉಪಯೋಗಿಸಿಕೊಂಡಿದ್ದರು. ದಿವಾಳಿ ಸೂಚನೆ ನೀಡುತ್ತಿದೆ ಎನ್ನುವುದಕ್ಕಿಂತ ಅಂಥ ಒಂದು ಪರಿಸರವನ್ನು ಅವರುಗಳ ಸುತ್ತಲು ನಿರ್ಮಾಣ ಮಾಡಿದ್ದು ಚಾಕಚಕ್ಯತೆಯೊಂದಿಗೆ. ಕೆಲವರನ್ನು ತಮ್ಮ ವಶದಲ್ಲಿಟ್ಟುಕೊಂಡಿದ್ದರು.

ವಾಚ್‌ಮ್ಯಾನ್ ಓಡಿ ಬಂದು "ಮೇಮ್‌ಸಾಬ್, ಬಡಾ ಸಾಬ್ ಬೋಲಿಯೇ, ಡೊಂಟ್ ಟಚ್.... ಇಟ್" ಕೆನ್ನೆಗೆ ಹಾಕಿಕೊಂಡ. ಇವರಿಗೆಲ್ಲ ಏನಾಗಿದೆ? ಸುರುಚಿರಾ ಹುಬ್ಬು ಗಂಟಕ್ಕಿದಳು. ಸೊಸೆಯಾಗಿ ಈ ಮನೆಗೆ ಬಂದ ಮೇಲೆ ಅವಳದೇ ದರ್ಬಾರು. ಸಣ್ಣ ಪುಟ್ಟ ಬದಲಾವಣೆಗಳಿಗೆ ಕೂಡ ಅವಳ ಪರ್ಮಿಷನ್ ಬೇಕು. 'ಅಹಂ'ಗೆ ಪೆಟ್ಟು ಬಿದ್ದಂತಾಯಿತು.

ಸುರುಚಿರಾ ಒಳಗೆ ಬಂದು ಕೂಗಾಡಿದಳು.

"ಮಮ್ಮಿ, ಇದಕ್ಕೆಲ್ಲ ನೀವು ಯಾಕೆ ಅವಕಾಶ ಕೊಟ್ರಿ? ಇಡೀ ಗಾರ್ಡನ್ ಫಾರ್ಮಾಲಿಟಿಸ್ ಹಾಳಾಯ್ತು. ಈಗ ಒಬ್ಬೊಬ್ಬರು ಒಂದೊಂದು ಮಾತಾಡ್ತಾ ಇದ್ದಾರೆ. ಸ್ಕ್ಯಾಂಡ್ರಲ್ಸ್, ನಾನು ನಾಲ್ಕು ದಿನ ಹೊರ್ಗೆ ಹೋದರೆ... ಏನೇನೋ ನಡ್ದು ಹೋಗಿದೆ"

"ಲೀವ್ ಇಟ್..." ಅಚ್ಯುತನ್ ಸಮಾಧಾನ ಮಾಡಲೆತ್ನಿಸಿದರು.

"ನೋ, ಡ್ಯಾಡ್... ನಂಗೆ ಅಂಥದ್ದರ ಮೇಲೆ ನಂಬ್ಕೆ ಇಲ್ಲ. ಅದ್ನ ಅಲ್ಲಿಂದ ರಿಮೂವ್ ಮಾಡೋವರ್ಗೂ ಸಮಾಧಾನವಿಲ್ಲ. ತೆಗೆಸೋಕೆ ಬೇಕಾದ ಅರೆಂಜ್‌ಮೆಂಟ್ಸ್ ಮಾಡಿ" ಆಜ್ಞೆ ಮಾಡಿದಳು. ಮಗಳು ಅವಿವೇಕಿಯೆಂದು ಹಟಮಾರಿಯೆಂದು ಗೊತ್ತು. ಅವಳಿಗೆ ಎದುರಾಡುವುದು ಕೂಡ ವಿವೇಕವಲ್ಲವೆಂದು ಕೂಡ ಅವರಿಗೆ ಗೊತ್ತು.

ಬಹುಶಃ ಈ ಹಾರಾಟ ದೀಕ್ಷಿತ್‌ಗೆ ಮುಟ್ಟಿತು. ಸೊಸೆಯ ಮುಖಾಂತರ ಅಲ್ಲಿಂದಲೇ ಸುರುಚಿರಾ ಮೊಬೈಲ್‌ಗೆ ಕಾಲ್ ಮಾಡಿ "ಬೃಂದಾವನ ಇರಿಸಿರೋದು ಮನೆಯ ಏಳಿಗೆಗಾಗಿ. ನೀನು ಅದ್ನ ಮುಟ್ಟಕ್ಕೂ ಹೋಗ್ಬೇಡ" ಕಟ್ ಮಾಡಿದರು. ಅವಳ ಮೈ ಉರಿದು ಹೋಯಿತು. "ನಂಗೆ ಗೊತ್ತು, ಹೇಗೆ ತೆಗೆಸಬೇಕೂಂತ" ವಟಗುಟ್ಟಿಕೊಂಡು ರೂಮಿಗೆ ಹೋದವಳು ಗಕ್ಕನೆ ನಿಂತಿದ್ದು. ಸನತ್ ರೂಂನಿಂದ ಹೊರಗೆ ಬರುತ್ತಿದ್ದ ನಂದಿತಾ ನಸುನಗೆಯಿಂದ "ಯಾವಾಗ್ಬಂದ್ರಿ?" ಕೇಳಿದ್ದು ಮೃದುವಾಗಿ. ಮುಖ ತಿರುಗಿಸಿಕೊಂಡು ರೂಮೊಳಗೆ ಹೋಗಿ ಬಾಗಿಲು ಹಾಕಿಕೊಂಡಳು. ಅವಳ ಮೈ ಮೇಲೆ ಕೆಂಪನೆಯ ಇರುವೆಗಳು ಓಡಾಡಿದಂತಾಯಿತು. ದಿಂಬುಗಳು ಎಸೆದಾಡಿದ್ದ ಅಸ್ತವ್ಯಸ್ತವಾಗಿ. ಬಂದ ರುಚಿರಾ ಮೌನವಾಗಿ ನಿಂತಿದ್ದು.

"ಏನಿದೆಲ್ಲ ದಾಂಧಲೆ? ನನ್ಮಾತು ನಡೆಯಬೇಕೆನ್ನೋ ಪ್ರತಿಷ್ಠೆ ನಿಂದು. ಮದ್ವೆ ಮುಗಿಲೀಂತ ನಿನ್ನ ರಿಕ್ವೆಸ್ಟ್ ಮಾಡಿಕೊಂಡೇ. ಆಗಿದ್ದೇನು? ಸನತ್ ನನ್ನ ಕೈ ತಪ್ಪಿ ಹೋಗಿ ಬೇರೆಯವ್ರ ಕುತ್ತಿಗೆಗೆ ತಾಳಿ ಬಿಗಿದ. ನಿನ್ನಿಂದಾದದ್ದು ಅದೊಂದೆ ಉಪಕಾರ" ತಿರುಗಿ ಬಿದ್ದಳು. ಆಮೇಲೆ ಇಬ್ಬರು ಕೂತು ಕೆಲವು ಯೋಜನೆಗಳ ಬಗ್ಗೆ ಚರ್ಚಿಸಿದರು. "ಹ್ಯಾವ್ ಪೇಷನ್ಸ್" ಅಕ್ಕನ ಕೈ ಹಿಡಿದು ಅದುಮಿದಳು.

"ಅವ್ಳು ಬಂದು ಇಲ್ಲಿರೋಕೆ ಸನತ್ ಹೇಗೆ ಒಪ್ಕೊಂಡ? ಐ ಡೋಂಟ್ ಲೈಕ್ ಇಟ್. ಕಾನೂನು ಹೇಗೆ ಇರಲಿ, ಅದಕ್ಕೆ ಲೂಪ್ ಹೋಲ್‌ಗಳು ಇದ್ದೇ ಇರುತ್ತೆ. ಬೇರೆ ರೀತಿಯಲ್ಲಿ ಹ್ಯಾಂಡಲ್ ಮಾಡಬಹುದಿತ್ತು" ಮತ್ತೆ ಅದೇ ಸುರುಚಿರಾ ಹಾರಾಟ.

ರುಚಿರಾ ಅವಳ ಕಿವಿಯ ಬಳಿ ಬಗ್ಗಿ "ಡೋಂಟ್ ಶೌಟ್, ಅವಳು ಚಿರಂತನದತ್ ಐ.ಎ.ಎಸ್ ಮಗಳು. ಮೋಸ್ಟ್ ಎಫಿಷಿಯಂಟ್ ಅಂತ ಗೊತ್ತು. ಕಾನೂನು ಅಡ್ಮಿನಿಸ್ಟ್ರೇಷನ್ ಅರೆದು ಕುಡಿದು ಇಂಡಿಯನ್ ಅಡ್ಮಿನಿಸ್ಟ್ರೇಷನ್ ಬಗ್ಗೆ ಚೆನ್ನಾಗಿ ತಿಳಿದವ್ಳು. ನಾಲ್ಕು ವರ್ಷ ದೆಹಲಿಯಲ್ಲಿ ಪ್ರಧಾನ ಮಂತ್ರಿಗಳ ಆಫೀಸನಲ್ಲಿ ಕೆಲ್ಸ ಮಾಡಿದವ್ಳು" ಇದನ್ನ ಅಚ್ಯುತನ್ ಹೇಳಿದ್ದು. ಇದೆಲ್ಲ ಅವಳಿಗೂ ಗೊತ್ತಿತ್ತು. ತಂದೆಯನ್ನು ಅಪರೂಪಕ್ಕೊಮ್ಮೆ ಡ್ಯಾಡಿಯೆಂದು ಕರೆದರೂ ಸಾಧಾರಣವಾಗಿ ಹೆಸರಿಡಿದೆ ಕರೆಯುತ್ತಿದ್ದುದ್ದು.

"ಥೂ, ನನ್ನ ನೆಮ್ದಿ ಹಾಳಾಯ್ತು. ಈ ದೇವಿಕಾ ಏನು ಮಾಡ್ತಾ ಇದ್ರು? ತಲೆಯಲ್ಲಿ ಬುದ್ದಿ ಅನ್ನೋದು ಇದ್ದರೆ ತಾನೇ?" ಗಂಡನ ಅಮ್ಮನಿಗೆ ಸಹಸ್ರನಾಮಾರ್ಚನೆ ಮಾಡಿದ ಸುರುಚಿರಾ "ಈಗ ನೀನು ಗುಟ್ಟಾಗಿ ಸನತ್‌ನ ವಿವಾಹವಾದರೆ, ಆಗ ಅವ್ನು ನಿನ್ನ ಹಿಡಿತದಲ್ಲಿ ಇರ್ತಾನೆ. ಅವ್ನು ನಿನ್ನವನೇ, ಪ್ರೇಮ, ಪ್ರೀತಿ, ಸ್ನೇಹ ಪ್ರಣಯದವರೆಗೂ ಮುಂದುವರಿಯೋಕೆ ಪರ್ಮಿಷನ್ ಗ್ರಾಂಟೆಡ್, ಗೋ ಅಹೆಡ್ ಅಂಡ್ ಎಂಜಾಯ್' ಇಂಥದೊಂದು ಫರ್ಮಾನ್ ಹೊರಡಿಸಿದರು ಸುರುಚಿರಾ ದೇವಿಯವರು.

"ಥ್ಯಾಂಕ್ಯೂ.... ಥ್ಯಾಂಕ್ಯೂ..." ಅಕ್ಕನ ಕೆನ್ನೆ ಚುಂಬಿಸಿ ಹೋದಳು.

ಇವರ ಈ ರೀತಿಯ ಬೆಳವಣಿಗೆಗೆ ಹೆತ್ತವರು ಕಾರಣ. ಅಚ್ಯುತನ್ ಹೆಂಡ್ತಿ ಮುಂಬಯಿನ ಒಂದು ಪತ್ರಿಕೆಯಲ್ಲಿ ಕೆಲಸ ಮಾಡುತ್ತಿದ್ದರು. ಎಗ್ಗಿಲ್ಲದ ಮುಕ್ತ ಬದುಕು. ತಮ್ಮ ಪಾಡಿಗೆ ತಾವು ಸಂತೋಷವಾಗಿದ್ದರು. ಗಂಡ ದೈಹಿಕ ಸಂಪರ್ಕಕ್ಕೂ ಅನಿವಾರ್ಯವಾಗಿರಲಿಲ್ಲ. ಬೇಕೂಂತ ಅನ್ನಿಸಿದಾಗ ಆಯ್ಕೆ ಅವರದೇ ಆಗಿರುತ್ತಿತ್ತು. ಆದರೆ ಅಚ್ಯುತನ್ ಮಕ್ಕಳನ್ನು ಬೆಳೆಸಿದರು. ಆದರೆ ಅಚ್ಚುಕಟ್ಟಾಗಿ ಬೆಳೆಸಲು ಮಾತ್ರ ಸಾಧ್ಯವಿರಲಿಲ್ಲ, ಅಲ್ಲ, ಸಾಧ್ಯವಾಗಲಿಲ್ಲ. ಆದರೆ ಮಹಾಭಾರತದ ಶಕುನಿಯನ್ನು ನೆನಪಿಸುವಂಥ ಕುತ್ಸಿತ ಬುದ್ಧಿ. ಅದೇ ಸಮಸ್ಯೆಯಾಗಿದ್ದು. ದೀಕ್ಷಿತ್ ಕುಟುಂಬಕ್ಕೆ ಸುರುಚಿರಾ ತಂದೆ, ತಂಗಿ, ಅಣ್ಣನೊಂದಿಗೆ ಈ ಮನೆಗೆ ಕಾಲಿಟ್ಟಿದ್ದು. ಅಂದೇ ಅಪಾಯ ಗುರ್ತಿಸಿದ್ದರೆ ಚೆನ್ನಿತ್ತು.

ಬಂದ ಕೂಡಲೇ ಕುಕ್‌ನ ಕರೆಸಿಕೊಂಡು ಪ್ರತಿಯೊಬ್ಬರ ಇಷ್ಟ ರುಚಿಗಳನ್ನು ವಿಚಾರಿಸಿಕೊಂಡು, ಅವರುಗಳಿಗೆ ಯಾವು ಯಾವುದು ನಿಷಿದ್ಧವೆಂದು ವಿಚಾರಿಸಿಕೊಂಡಳು ನಂದಿತಾ. ಅವಳು ಬುದ್ಧಿವಂತೆ.

"ಮೇಡಮ್‌ಗೆ ಅಲ್ಸರ್ ಇತ್ತು. ಆಪರೇಷನ್ ಆದ ಮೇಲೆ ಡಾಕ್ಟರ್ ಸಜೆಷನ್‌ನಂತೆ ಖಾರ ಕಡ್ಮೆ ಮಾಡಿದ್ದೀನಿ. ಅದರೆ ಅವ್ರು ಕೇಳೋಲ್ಲ. ಮಧ್ಯಾಹ್ನದ ಲಂಚ್ ನಂತರ ಎರಡು ಮಾತ್ರೆ, ಬೆಳಿಗ್ಗೆ ಬಿ.ಪಿ. ಮಾತ್ರೆ. ಇನ್ನ ಹಿರಿಯ ಯಜಮಾನರು ಅವರ ಟ್ಯಾಬ್ಲೆಟ್ ಅವರೇ ತಗೋತಾರೆ. ಇನ್ನ ಮಿಕ್ಕವರು ಅದೂ ಇದೂ ಅಂತ ತಗೋತಾರೆ. ಆ ಬಗ್ಗೆ ಡಿಟೈಲ್ಸ್ ಗೊತ್ತಿಲ್ಲ" ವಿವರಿಸಿದ ಅಡಿಗೆ ಮನೆ ಇನ್‌ಛಾರ್ಜ್.

ಆ ಮಾತ್ರೆಗಳನ್ನು ತರಿಸಿಕೊಂಡಾಗ "ಇದೊಂದು ಎಕ್ಸ್‌ಟ್ರಾ ಕೆಲ್ಸವಾಗಿ ಬಿಡುತ್ತೆ. ನಾವು ಮರೆತರೆ ಅವ್ನು ಸುಮ್ಮನಿದ್ದು ಬಿಡ್ತಾರೆ. ಇನ್ನೊಮ್ಮೆ ನಾನು ಕೊಟ್ಟು ಬಂದಿದ್ದರೂ, ಅವರು ನುಂಗಿರೋಲ್ಲ. ಕೆಲವೊಮ್ಮೆ ಮಾತ್ರೆ ಮುಗಿದ್ಮೇಲು ಮಾತ್ರೆ ತರಿಸಿರೋಲ್ಲ. ಬಿ.ಪಿ. ಹೆಚ್ಚಾದಾಗ ಡಾಕ್ಟ್ರು ಬರಬೇಕಾಗುತ್ತೆ" ಹೇಳಿಕೊಂಡರು. "ಇನ್ಮೇಲೆ ನಾನು ಇದನ್ನೆಲ್ಲ ನೋಡ್ಕೋತೀನಿ. ನೀವು ನಿಶ್ಚಿಂತೆಯಿಂದ ಕುಕಿಂಗ್ ಕಡೆ ಗಮನ ಕೊಡಬಹುದು" ಅಂದಳು.

ಆ ಮನುಷ್ಯನಿಗೆ ನಿಜವಾಗಿಯೂ ಅಚ್ಚರಿಯೆ. ಆರು ವರ್ಷದಿಂದ ಇಲ್ಲಿ, ಅದರ ಹಿಂದಿನ ಮೂರು ವರ್ಷ ಅಚ್ಯುತನ್ ಮನೆಯಲ್ಲಿ ಅದಕ್ಕೆ ಹಿಂದೆ ಒಬ್ಬ ಎಂ.ಪಿ. ಮನೆಯಲ್ಲಿ ಅಸಿಸ್ಟೆಂಟ್ ಕುಕ್ ಆಗಿದ್ದರು. ಆದರೆ ಹೆಚ್ಚು ಕಡಿಮೆ ಎಲ್ಲರ ಮನೆಯಲ್ಲೂ

ಇದೇ ಪರಿಸ್ಥಿತಿ.

ರೂಮ್‌ನಲ್ಲಿ ದೀಕ್ಷಿತ್ ಕೂಗಾಡುತ್ತಿದ್ದಾಗ ಅಲ್ಲಿಗೆ ಬಂದಳು.

"ವಿತೌಟ್ ಮೈ ನಾಲೆಡ್ಜ್, ನನ್ನ ಸರ್ವೆಂಟ್‌ನ ಯಾರು ಬದಲಾಯಿಸಿದ್ದು? ನೇಚರ್ ಆಫ್ ವರ್ಕ್ಸ್‌ದು ಒಂದು ಛಾರ್ಟ್ ಮಾಡಿಸಿ ದೊಡ್ಡದಾಗಿ ತಗುಲಿಹಾಕಿಬಿಡ್ತೀನಿ" ಕೋಪವಿತ್ತು ಅವರ ದನಿಯಲ್ಲಿ.

ಆ ಸರ್ವೆಂಟ್‌ನ ಕರೆಸಿ "ಮಾವ, ಅಪ್ಪ, ನೀವು ತುಂಬ ಮಾತಾಡಿ ಬಿ.ಪಿ. ಹೆಚ್ಚಿಸಿಕೊಳ್ಳುವ ಬಗ್ಗೆ ನೀವು ಹೇಳಿಕೊಂಡಿದನ್ನ ಅವರು ನಂಗೆ ಹೇಳಿದ್ರು. ಬಹಳ ಬೇಗ ಎಮೋಷನಲ್ಲಾಗಿ ಫೀಲ್ ಆಗಿ ಬಿಡ್ತೀರಾ. ನಾಳೆಯಿಂದ ನಿಮ್ಮ ಎಲ್ಲ ಕೆಲಸಗಳನ್ನು ನಾನು ನೋಡ್ಕೋತೀನಿ" ಇಂಥದೊಂದು ಆಶ್ವಾಸನೆ ಕೊಟ್ಟಾಗ ಅವರು ಸುಸ್ತಾಗಿ ಕೂತು ಬಿಟ್ಟರು. ಅದು ಆ ಸಮಯದಲ್ಲಿ ಹಿತವೆನಿಸಿತು ಕೂಡ. ಇಲ್ಲಿಗೆ ನಂದಿತಾ ಬಂದ ಮೇಲೆ ಭರವಸೆಯ ಬೆಳಕು ಗೋಚರಿಸಿತ್ತು. ಒಂಟಿಯೆನಿಸಿದ್ದವರಿಗೆ ಒಂದು ಸಪೋರ್ಟ್ "ರಿಯಲೀ ಗ್ರೇಟ್ ಫುಲ್ ಟು ಯು ನಂದು, ಇಲ್ಲಿಗೆ ಬಂದ್ಮೇಲೆ ದಿಗ್ಭ್ರಮೆಗೊಂಡೆ. ಸುರುಚಿರಾ ಆಡಳಿತದಲ್ಲಿದ್ದ ಎಲ್ಲರು ಅವಳ ಪರವೇ. ಹೆಂಡ್ತಿಯಿಂದ ಹಿಡಿದು ಎಲ್ಲರು. ನಾನು ದನಿಯೆತ್ತಿದ್ದರೆ ಎಲ್ಲರ ವಿರೋಧ. ಆತ್ಮಸ್ಥೈರ್ಯವೇ ಕುಂದಿತ್ತು. ಡೈರೆಕ್ಟರ್ ಮೀಟಿಂಗ್‌ನಲ್ಲೂ ಕೂಡ ಅಚ್ಯುತನ್ ಮಾತೇ. ಇಬ್ಬರ ಮಕ್ಕಳು ಕೂಡ ನನ್ನ ಅಲಕ್ಷಿಸಿ ಬಿಟ್ಟಿದ್ದರು. ಈ ಸಾಮ್ರಾಜ್ಯದಲ್ಲಿ ನಾನು ಉಳಿಯುವುದು ಹೇಗೆ? ಹತ್ತಿರದಲ್ಲಿ ನಿಂತು ಹಂತ ಹಂತವಾಗಿ ನಾಶವಾಗುವುದನ್ನು ನೋಡಲಾ? ಇಲ್ಲ ದೂರ ಹೋಗಿ ಬಿಡಲಾ ಎಂದು ಯೋಚಿಸಿದ್ದೆ" ಗದ್ಗದಿತರಾದರು.

"ಅಷ್ಟೊಂದು ನಿರಾಶೆ ಒಳ್ಳೆಯದಲ್ಲ. ಸ್ವಲ್ಪ ನೀವು ಗಟ್ಟಿಯಾದರೇ ಎಲ್ಲ ಹಿಂದಿರುಗಿ ನಿಮ್ಮಲ್ಲಿಗೆ ಬರ್ತಾರೆ. ಸ್ವಲ್ಪ ಕಾಲಾವಕಾಶ ಬೇಕಾಗುತ್ತೆ" ಅತ್ಯಂತ ದೃಢತೆಯಿಂದ ಹೇಳುವ ವೇಳೆಗೆ ಸುರುಚಿರಾ ಬಂದು "ಡ್ಯಾಡ್, ನಮ್ಮ ಗಾರ್ಡನ್‌ಗೆ ಸಾಕಷ್ಟು ಸಲ ಬಹುಮಾನ ಬಂದಿತ್ತು. ಎಷ್ಟೋ ಗಿಡಗಳನ್ನು ವಿದೇಶದಿಂದ ತರಿಸಿ ಹಾಕಿದ್ದೆ. ಒಂದು ಎತ್ತರದ ಕುಂಡ ತರಿಸಿಟ್ಟು ಹಾಳು ಮಾಡಿದ್ದೀರಿ. ಐ ಕಾಂಟ್ ಟಾಲರೇಟ್" ವಾದಕ್ಕೆ ಬಂದು ನಿಂತಳು.

"ಅತ್ಯಂತ ಪೂಜ್ಯಳು ತುಳಸಿ. ಅತ್ಯಂತ ಶುಭದಾಯಿನಿ ಅಂತಾರೆ. ಈಗ ನಮ್ಮೂಗ್ಗ ಸಾಕಷ್ಟು ಸಮಸ್ಯೆಗಳು ಇವೆ. ಈಗ ದೇವರ ಅಗತ್ಯವಿದೆ. ನಂಗೇನು ಹಾಗೆ ಅನ್ನಿಸೊಲ್ಲ" ಎಂದರು. ಯಾಕೋ ಸೊಸೆಯೊಂದರೆ ಒಂದಷ್ಟು ಅಳುಕು.

"ನೋ... ನೋ... ಆಗೊಲ್ಲ" ತಲೆಯಾಡಿಸಿದಳು.

"ಆಗುತ್ತೆ, ಬೃಂದಾವನ ಯಾರು ಅಲುಗಾಡಿಸೋಕ್ಕಾಗೊಲ್ಲ" ಸ್ಪಷ್ಟವಾಗಿತ್ತು ನಂದಿತಾ ನಿರ್ಧಾರ. "ಹೂ ಆರ್ ಯು?" ಕಿರಿಚಿದ್ದಕ್ಕೆ "ವೆರಿ ಸಿಂಪಲ್, ಶ್ರೀ ಉಮಾಶಂಕರ ದೀಕ್ಷಿತ್ ಮತ್ತು ದೇವಿಕಾ ದೀಕ್ಷಿತ್‌ರ ಅವರ ಚಿಕ್ಕ ಸೊಸೆ. ಇಲ್ಲಿನ ಕರ್ತವ್ಯಗಳಿಗೆ ಮಾತ್ರವಲ್ಲ ಹಕ್ಕುಗಳಿಗೂ ಕೂಡ ಬಾಧ್ಯಳು" ತಣ್ಣಗೆ ಉಸುರಿದ್ದು. ಇದೊಂದು ಪ್ರಹಾರದಂತೆ ಹೋಗಿ ಅಪ್ಪಳಿಸಿತು. ನಿಂತ ನೆಲ ಕಂಪಿಸಿತು. ಅವಳು ಚೇತರಿಸಿಕೊಳ್ಳೋ ಮೊದಲು "ಮಾವ, ನಿಮ್ಮ ಊಟದ ವ್ಯವಸ್ಥೆ ಮಾಡ್ತೀನಿ" ಹೊರಗೆ ಹೋದಳು.

"ಶೇಮ್‌ಫುಲ್, ನಂಗೆ ಎಷ್ಟೊಂದು ಅವಮಾನ ಮಾಡಿದ್ದಾಳೆ. ಇದ್ನ ಸಹಿಸೋಕ್ಕಾಗೋಲ್ಲ ದೀಕ್ಷಿತ್, ನೋಡೋಣ" ಅಂದುಕೊಂಡು ಕಾಲು ಅಪ್ಪಳಿಸುತ್ತ ಹೊರಗೆ ಹೋದಳು. 'ಹುರ್‍ರೆ' ಎಂದು ಕೂಗಬೇಕೆನಿಸಿತು ದೀಕ್ಷಿತ್‌ಗೆ ಇಂಥ ಒಂದು 'ಧಮಕಿ' ಹಾಕಲು ತನ್ನಿಂದ ಹೇಗೆ ಸಾಧ್ಯವಿಲ್ಲದೇ ಹೋಯ್ತು? ಅಷ್ಟೊಂದು ಸರಳವಾಗಿ ಕಾಣುವ ನಂದಿತಾಳಲ್ಲಿನ ಧೀ ಶಕ್ತಿಗೆ ಬೆರಗಾದರು. ಆತ್ಮಸ್ಥೈರ್ಯ ಬೆಳೆಯಿತು.

ಬೆಳಗಿನ ಟೀಯನ್ನು ಸತೀಶ್ ಮತ್ತು ಸನತ್‌ರಿಗೆ ನಂದಿತಾನೆ ಬೆರೆಸಿ ಕೊಡಲು ಪ್ರಾರಂಭಿಸಿದ ಮೇಲೆ ಮೊದಲೆರಡು ದಿನ "ಅರೇ, ನೀವ್ಯಾಕೆ ತೊಂದರೆ ತಗೋತೀರಾ? ಇಲ್ಲೆಲ್ಲ ನಮ್ಗೆ ಸರ್ವೆಂಟ್ಸ್ ತಂದು ಕೊಟ್ಟು ಅಭ್ಯಾಸ" ಅಂದಿದ್ದರು. ಆಮೇಲೆ ಒಗ್ಗಿ ಕೊಂಡರು. ಜಾಗಿಂಗ್ ಮುಗಿಸಿಕೊಂಡು ಬರುವ ವೇಳೆಗೆ ಟೀ ರೆಡಿ ಮಾಡಿ ಕೊಡುತ್ತಿದ್ದಳು.

"ಏಯ್ ಸನತ್, ನಂಗಂತು ಸಂಬಂಧದ ಒಂದು ರೆಕಗ್‌ನಿಷನ್ ಸಿಕ್ಕಿದೆ. ಮೊದ ಮೊದಲು ನಂದಿತಾ 'ಭಾವ' ಅಂದಾಗ ಒಂದು ತರಹ ಇರಿಟೇಟ್ ಆಗೋದು. ಈಗ ಇಷ್ಟವಾಗಿ ಬಿಟ್ಟಿದೆ. 'ಸತೀಶ್' ಅನ್ನೋ ಹೆಸರು ಬಿಟ್ಟು ಇನ್ನೊಂದು ಸಂಬೋಧನೆ ನಂಗೆ ಇರಲೇ ಇಲ್ಲ. ಈಗ ಸಂಬಂಧದಲ್ಲಿ ನಂಗೆ ಭಾವ ಅನ್ನೋ ಸ್ಥಾನ. ಗಂಡನ ಅಣ್ಣನಿಗೆ 'ಭಾವ' ಎನ್ನುವ ಸಂಬೋಧನೆಯಂತೆ" ಅತ್ಯಂತ ಖುಷಿ ಖುಷಿಯಿಂದ ಹೇಳಿಕೊಂಡ ಸತೀಶ್. ಆದರೆ ಸನತ್ ಯೋಚಿಸುತ್ತಿದ್ದುದ್ದು ಬೇರೆ.

"ಇವತ್ತು ಡ್ಯಾಡ್, ಹೋಟೆಲ್ ಮ್ಯಾನೇಜ್‌ಮೆಂಟ್‌ನವರನ್ನ ಮೀಟಿಂಗ್‌ಗೆ ಕರೆದಿದ್ದಾರೆ. ಹರಾಜು ಆಗಿ ಅವಮಾನವಾಗೋದು ಬೇಡ, ಮಾರಿ ಬಿಡೋಣಾಂತ ಅಚ್ಯುತನ್ ಹೇಳಿದ್ರು. ತೀರಾ ನಷ್ಟದಲ್ಲಿ ನಡೆಯುವ ಹೋಟೆಲ್ ನಡೆಸೋದಾದ್ರೂ... ಹೇಗೆ? ಕ್ರಿಟಿಕಲ್... ಮೊಮೆಂಟ್" ಒಂದು ತರಹ ಮುಖ ಮಾಡಿದ. ಅವನಿಗೂ ಹೋಟೆಲ್ ಮಾರುವುದು ಇಷ್ಟವಿಲ್ಲ. "ಡ್ಯಾಡ್ ವಿದೇಶದಲ್ಲಿ ದುಡಿದಿದನ್ನ ಇಲ್ಲಿಗೆ ತಂದು ಸುರಿದ್ರು. ನಾವು ಯಾರು ಕೈ ಹಾಕದ ಚೆನ್ನೈನ 'ದೀಕ್ಷಿತ್ ಇಂಟರ್ ನ್ಯಾಷನಲ್ ಹೋಟೆಲ್' ಅತ್ಯಂತ ಲಾಭದಾಯಕವಾಗಿ ನಡೀತಾ ಇದೆ. ಹೇಗೆ ಸಾಧ್ಯ? ಅಚ್ಯುತನ್‌ದು ಹತ್ತು ಹನ್ನೆರಡು ವರ್ಷದ ಎಕ್ಸ್‌ಪೀರಿಯನ್ಸ್" ಇಂಥದೊಂದನ್ನು ಸತೀಶ್‌ನ ಮುಂದಿಟ್ಟ. ಕೈಯಲ್ಲಿ ಹಿಡಿದ ಟೀ ತಣ್ಣಗಾಗಿತ್ತು.

"ಒಂದು ರೀತಿಯಲ್ಲಿ ಡ್ಯಾಡ್ ಮುಂದೆ ಸೋಲೊಪ್ಪಿಕೊಂಡಂತೆ. ಅವರಂತು ಡಿಪ್ರೆಸ್ ಆಗಿದ್ದಾರೆ. ಸುರುಚಿರಾಗಂತು ಬೇಗ ಮಾರಿ ಕೈ ತೊಳೆದುಕೊಳ್ಳೋ ಆಸೆ. ಜರ್ಮನಿ ಕೊಲಾಬರೇಷನ್‌ನೊಂದಿಗೆ ಈಗಾಗ್ಲೇ ಅಚ್ಯುತನ್ ಕಾರಿನ ಬಿಡಿ ಭಾಗಗಳ ತಯಾರಿಕೆಯ ಬಗ್ಗೆ ಒಪ್ಪಂದ ಮಾಡಿಕೊಂಡಿದ್ದಾರೆ. ಆ ಬಗ್ಗೆ ಲಲಿತ್‌ಗೆ ತುಂಬ ಅನುಭವವಿದೆ. ಜರ್ಮನಿಯಲ್ಲಿದ್ದು ಸಾಕಷ್ಟು ಅನುಭವ ಪಡೆದುಕೊಂಡು ಬಂದಿದ್ದಾನೆನ್ನುವುದು ಒಂದು ಅಡ್ವಾಂಟೇಜ್"

ಹೀಗೆಯೇ ಅಣ್ಣ, ತಮ್ಮ ಮಾತಾಡುತ್ತ ಕೂತರು. ಮ್ಯಾನೇಜ್ ಮೆಂಟ್ ಮೀಟಿಂಗ್‌ನಲ್ಲಿ ಭಾಗವಹಿಸಲು ಇವರಿಗೂ ಆಹ್ವಾನವಿತ್ತು.

"ಸುರುಚಿರಾ ಡಿಸಿಷನ್ ಕಣ್ ಮುಚ್ಕೊಂಡು ಒಪ್ಪಿಕೊಂಡು ಬಿಡೋದು" ತನ್ನ

ಅಭಿಪ್ರಾಯ ತಿಳಿಸುತ್ತ ಸತೀಶ್ ಮೆಲೆದ್ದ. ಅಷ್ಟಕ್ಕೆ ಗಂಡನ್ನ ಸೀಮಿತವಾಗಿಟ್ಟ ಸುರುಚಿರಾಗೆ ಸೇರಬೇಕು ಈ ಕ್ರೆಡಿಟ್.

ಸಂಜೆಯ ಮ್ಯಾನೇಜ್‌ಮೆಂಟ್ ಮೀಟಿಂಗ್‌ನಲ್ಲಿ ಸುರುಚಿರಾಗೆ ಭಾಗವಹಿಸಲು ಅವಕಾಶವಿರಲಿಲ್ಲ. ಅದನ್ನು ಮ್ಯಾನೇಜರ್ ವೆಂಕಟ್ ತಿಳಿಸಿದ್ದು ಅವಳಿಗೆ ಉರಿಉರಿ. ಅವಳಿಲ್ಲದ್ದು ಏನು ನಡೆಯಬಾರದೆನ್ನುವ ಇರಾದೆ ಅವಳದ್ದು.

"ನೋಡಿದ್ರಾ, ಅಚ್ಯುತನ್ನ! ಏನಿದರ ಅರ್ಥ? ಈ ಧೈರ್ಯನ ಎಲ್ಲಿ ಶೇಖರಿಸಿಕೊಂಡು ಬಂದರು ದೀಕ್ಷಿತ್? ಇವರು ಇಲ್ಲಿಗೆ ಬಂದಿದ್ದು ಯಾಕೆ? ಆಸ್ಟ್ರೇಲಿಯಾದಲ್ಲಿ ಉಳಿದುಕೊಂಡಿದ್ದರೇ ಸಾಕಿತ್ತು. ಜೊತೆಗೆ ಅಂದು ನಡೆದ ಯಡವಟ್ಟಿನಿಂದ ಆ ಚಿರಂತನ್‌ದತ್ ಮಗಳು ಬೇರೆ ಸೇರ್ಪಡೆ. ನೀವು ಗಟ್ಟಿಯಾಗಿ ಅವರೊಂದಿಗೆ ರುಚಿರಾ ಬಗ್ಗೆ ಮಾತಾಡಿ ಪ್ರೇಮಾಂತ ಓಡಾಡಿದೋರು. ಈಗ ಸಮಾಜದಲ್ಲಿ ನಮ್ಮ ಸ್ಟೇಟಸ್ ಗತಿಯೇನು?" ತಂದೆಯನ್ನು ತರಾಟೆಗೆ ತಗೊಂಡಳು. ಆಕ್ವೇರಿಯಂನಿಂದ ಹೊರ ಬಿದ್ದ ಮೀನಿನಂತೆ ಚಡಪಡಿಕೆ. ಆ ಒದ್ದಾಟ ಕ್ಷಣಗಳಲ್ಲಿ.... ನಿಮಿಷಗಳಲ್ಲಿ ಸ್ತಬ್ಧವಾಗಬಹುದು. ಆದರೆ ಸುರುಚಿರಾದು?

ಸಂಜೆಯ ಮಿಟಿಂಗ್‌ನಲ್ಲಿ ಎಲ್ಲರೂ ಹೇಳುವುದನ್ನು ಕೇಳಿದರು. ಮುಖ್ಯವಾದ ಆಸನಗಳನ್ನು ಅಲಂಕರಿಸುತ್ತಿದ್ದವರು ಯಾವಾಗಲೂ ಶ್ರೀಮತಿ ದೇವಿಕಾ ದೀಕ್ಷಿತ್ ಮತ್ತು ಶ್ರೀ ಅಚ್ಯುತನ್. ಇಂದು ಒಂದು ಮಾರ್ಪಾಟು. ಒಂದು ಆಸನದಲ್ಲಿ ಉಮಾಶಂಕರ್ ದೀಕ್ಷಿತ್ ಕುಳಿತಿದ್ದರೆ, ಇನ್ನೊಂದರಲ್ಲಿ ಸತೀಷ್‌ನ ಕೂಡಿಸಿಕೊಂಡರು. ಅಚ್ಯುತನ್ ಎರಡು ನಿಮಿಷ ತಡವಾಗಿ ಬಂದಿದ್ದಕ್ಕೆ ಆ ಕಡೆಯ ಆಸನ ಅಲಂಕರಿಸಿದ್ದಕ್ಕೆ ಪಶ್ಚಾತ್ತಾಪ ಪಟ್ಟರು. ಮೊದಲು ಸತೀಶ್‌ಗೆ ಒಂದು ತರಹ ಅನಿಸಿದರು ಆಮೇಲೆ ಕಂಫರ್ಟ್ ಅನಿಸಿತು.

ಸ್ವಲ್ಪ ಬಿ.ಪಿ. ಜಾಸ್ತಿಯಾಗಿ ದೇವಿಕಾ ರೆಸ್ಟ್‌ನಲ್ಲಿದ್ದರು. ಅಕಸ್ಮಾತ್ ಮೀಟಿಂಗ್‌ಗಳಲ್ಲಿ ಭಾಗವಹಿಸಿದರು ಮಾತನಾಡಿದ್ದೆ ಕಡಿಮೆ. ಡಿಸಿಷನ್ ಮೇಕರ್ ಸುರುಚಿರಾ. ಅದನ್ನು ಅಹವಾಲಿಗೆ ತರುತ್ತಿದ್ದುದ್ದು ಅಚ್ಯುತನ್.

ಮೊದಲು ಉಮಾಶಂಕರ್ ದೀಕ್ಷಿತ್ ಆಸ್ಟ್ರೇಲಿಯಾದಲ್ಲಿನ ಹೋಟೆಲ್ ಕಾರ್ಮಿಕರ ಬಗ್ಗೆ ಸಾಕಷ್ಟು ಹೊಗಳುವುದರ ಬಗ್ಗೆ ಇಲ್ಲಿ ಅಚ್ಯುತನ್ ಬಿಟ್ಟು ಉಳಿದವರಿಂದ ಸಾಕಷ್ಟು ವಿಷಯ ತಿಳಿದ ನಂತರ ಒಂದು ಪ್ರಕಟಣೆ ಹೊರಡಿಸಿದರು.

"ದೀಕ್ಷಿತ್ ಕುಟುಂಬದ ಕಡೆಯ ಸಂತಾನ ಸನತ್ ವಿವಾಹವಾಗಿದೆ. ಅದರ ಸಲುವಾಗಿ ಎಲ್ಲರಿಗೂ ವಿಶೇಷವಾದ ಬೋನಸ್ ಅಂದರೆ ಅವರ ತೆಗೆದುಕೊಳ್ಳುವ ಸ್ಯಾಲರಿಯನ್ನು ಆಧರಿಸಿಕೊಡಲಾಗುತ್ತೆ. ವಿವಾಹಿತ ದಂಪತಿಗಳಿಗೆ ತಮ್ಮ ವಿಷಸ್ ಇರುತ್ತೆ ಎನ್ನುವ ನಂಬಿಕೆ. ಇದು ಎಲ್ಲರಿಗೂ ಅನ್ವಯಿಸುತ್ತೆ."

ಅವರೊಬ್ಬರ ನಿರ್ಧಾರಕ್ಕೆ ಕೆಲವರು ತಡಬಡಿಸಿದರು ಮಾತನಾಡಲಿಲ್ಲ. ಈಗಾಗಲೇ ಹೋಟೆಲ್ ಮಾರಿ ಹೋಗುತ್ತೆ. ಮ್ಯಾನೇಜ್ ಮೆಂಟ್ ಬದಲಾಗುತ್ತೆ ಎನ್ನುವ ನಿರ್ಲಕ್ಷ್ಯದಿಂದ ಇದ್ದ ಕಾರ್ಮಿಕವರ್ಗ ಅಚ್ಚರಿಗೊಂಡರು. ಜೊತೆಗೆ 'ಮಾರುವ ಬಗ್ಗೆ' ಬರೀ ರೂಮರ್

ಎನ್ನುವ ನಿರ್ಧಾರಕ್ಕೆ ಬಂದಿದ್ದು ಸಹಜ. ಕಾರ್ಮಿಕ ವರ್ಗಕ್ಕಂತು ಇದು ಹರ್ಷದ ಸುದ್ದಿ.

ವಿಷಯ ತಿಳಿದಾಗ ಸುರುಚಿರಾ ಮತ್ತು ರುಚಿರಾ ವಿಸ್ಮಿತರಾದರು. ಮಲಗಿದ್ದ ದೇವಿಕಾ ಮುಂದೆ ಬಂದು ಕೂತರು. ಬೆಂಕಿಯ ಮಧ್ಯೆ ಇದ್ದಂಥ ಪರಿಸ್ಥಿತಿ.

"ನೀವು ಆರಾಮಾಗಿ ರೆಸ್ಟ್ ತಗೋತಾ ಇದ್ದೀರಾ! ಅಲ್ಲಿ ಮೀಟಿಂಗ್‌ನಲ್ಲಿ ದೊಡ್ಡ ಅನಾಹುತವನ್ನೇ ಮಾಡಿದ್ದಾರೆ. ಅದು ಮದ್ವೇನೆ ಅಲ್ಲಾಂತ ನಾವು ಸಾಧಿಸ್ತಾ ಇದ್ದರೆ ಇವ್ರು ವಿವಾಹದ ಪ್ರಯುಕ್ತ, ಎಲ್ಲರಿಗೂ ಸ್ಪೇಷಲ್ ಬೋನಸ್ಸ್ ಅನೌನ್ಸ್ ಮಾಡಿದ್ದಾರೆ. ವರ್ಷಾನುಗಟ್ಟಲೆ ವಿದೇಶಗಳಲ್ಲಿ ಇದ್ದವರು, ಇಲ್ಲಿನ ಸ್ಥಿತಿಗತಿ ಅವರಿಗೇನು ಗೊತ್ತು?" ಎತ್ತರದ ದನಿಯಲ್ಲಿ ಕೂಗಾಡತೊಡಗಿದರು.

ದೇವಿಕಾಗೆ ಏನೇನು ಅರ್ಥವಾಗಲಿಲ್ಲ.

"ಸುರುಚಿರಾ, ನನ್ನ ಪಾಡಿಗೆ ನನ್ನ ಬಿಟ್ಟು ಬಿಡು. ನಾನು ಮೊದ್ಲಿನಿಂದ ಮಾಡಿದಷ್ಟೆ ಅಲ್ವಾ?" ಅಷ್ಟರಲ್ಲಿ ಒಳಗೆ ಬಂದ ಉಮಾಶಂಕರ ದೀಕ್ಷಿತ್ "ಈಗ್ಲೂ ಅಷ್ಟೆ ಮಾಡು. ಅನಗತ್ಯವಾಗಿ ಬಿ.ಪಿ. ರೈಸ್ ಆಗೋದ್ರಿಂದ ಇಡೀ ಮನೆಯವ್ರಿಗೆ ಚಿಂತೆ. ನೀನು ಅಷ್ಟೆ ಸುರುಚಿರಾ, ಸಾಕಷ್ಟು ದಣಿದಿದ್ದೀಯ. ಈ ಹೋಟೆಲ್ ಕಾರ್ಯಭಾರ ನಿನ್ನ ತಲೆಗೆ ಕಟ್ಟಿಕೊಂಡು ಪರ್ಸ್‌ನಲ್ ಲೈಫ್ ಹಾಳು ಮಾಡ್ಕೊಂಡೆ. ಮುಂದೆ ಹಾಗಾಗ್ಬಾರ್ದು. ಪುಟ್ಟ ಮೊಮ್ಮಗುನ ಕೊಡೋ ಕಡೆ ಚಿಂತಿಸು" ಇಂಥದೊಂದು ಬಾಂಬ್ ಹಾಕಿ ಬಿಟ್ಟರು. ಅವಳಿಗೆ ತಡವರಿಸುವಂತಾಯಿತು. ತನ್ನ ಕಾರ್ಯಭಾರದ ಕೈಕಾಲು ಕತ್ತರಿಸುವ ಸನ್ನಾಹವಾ?

"ಸೋ ಸಾರಿ, ನಾನು ಸಾಕಷ್ಟು ಮುಳುಗಿ ಹೋಗಿದ್ದೀನಿ. ಈಗೀರೋ ಸ್ಥಿತಿಯಲ್ಲಿ ಹಿಂದಕ್ಕೆ ಸರಿಯೋಕ್ಕಾಗೊಲ್ಲ. ಇದೆಲ್ಲ ಮುಗೀಲಿ. ಆಮೇಲೆ ಮಗುವಿನ ಬಗ್ಗೆ ಯೋಚಿಸೋಣ. ಸಾಕಷ್ಟು ಲೋನ್‌ಗಳ್ನ ತೆಗೆದಿದ್ದೀನಿ. ಅದೆಲ್ಲ ತಿಳಿದರೇ ನಿಮ್ಗೆ ಹಾರ್ಟ್ ಅಟ್ಯಾಕ್ ಆಗ್ಬಿಡುತ್ತೆ" ರಾಗ ಎಳೆದಳು. ಒಂದು ರೀತಿಯ ಡಿಪ್ರೆಷನ್‌ಗೆ ಒಳಗಾಗಿದ್ದ ಮನುಷ್ಯ ಕೊಡವಿಕೊಂಡು ಮೇಲೆದ್ದಿದ್ದು ಹೇಗೆ? ಮುಖ ದಪ್ಪಗೆ ಮಾಡಿಯೇ ಹೊರಟಿದ್ದು ಸುರುಚಿರಾ.

"ಇರಲೀ ತಗೋ. ಈಗ ಏನ್ಮಾಡ್ಬೇಕೂಂತ ನಿನ್ನ ಅಭಿಪ್ರಾಯ?" ಹೆಂಡತಿಯ ಪಕ್ಕ ಕೂತು ಕೇಳಿದರು. "ಸದ್ಯಕ್ಕೆ ಎರಡು ಹೋಟೆಲ್‌ಗಳು ಹರಾಜಿಗೆ ಬರೋಕೆ ಮೊದ್ಲು ಮಾರಿ ಮಾನ ಉಳಿಸ್ಕೋಬೇಕು. ತುಂಬ ಲಾಸ್‌ನಲ್ಲಿ ನಡೀತಾ ಇದೆ. ಹೋಟೆಲ್, ಕೆಲ್ಸಗಾರರು ದೊಡ್ಡ ತಲೆನೋವು. ಸತೀಶ್ ಹೋಟೆಲ್ ಕಡೆ ಹೋಗೋಕೆ ನಿರಾಕರಿಸ್ತಾನೆ" ಮಾತಿನ ಧಾಟಿಯೇ ಅದು.

"ಆಮೇಲೆ ಮಾತಾಡೋಣ. ಇವಳಿಗೆ ಒಂದಿಷ್ಟು ರೆಸ್ಟ್ ಬೇಕು" ಎಂದು ಬಲವಂತವಾಗಿಯೇ ಹೊರಗಡೆ ಕಳಿಸಿ ಹೆಂಡತಿಯತ್ತ ತಿರುಗಿದ್ದು. ತೀರಾ ಬಳಲಿಕೆಯೇನು ಮುಖದ ಮೇಲೆ ಇರಲಿಲ್ಲ. "ನಾನು ಬಂದಿದ್ದೀನಲ್ಲ, ಇನ್ನ ನಿನಗ್ಯಾಕೆ ಚಿಂತೆ?" ದೇವಿಕಾ ಕೈಯನ್ನು ತಮ್ಮ ಕೈಯೊಳಗೆ ತಗೊಂಡರು. "ಆಮೇಲೆ ಸಮಸ್ಯೆಗಳು ಷುರುವಾಗಿದ್ದು. ಮದ್ವೆ ದಿನ ಒಂದು ಸಹಿ ಹಾಕಿದ್ದರಾಗಿತ್ತು. ಹೆಣ್ಣು ಕೊಡೋದು ಎಲ್ಲದರ ಬಗ್ಗೇನು ಯೋಚ್ಸೋದು ಏನು ತಪ್ಪಲ್ಲ. ಸುರುಚಿರಾ ಸ್ಥಿತಿ ರುಚಿರಾಗೆ ಬರೋದು ಅಚ್ಯುತನ್‌ಗೆ

ಇಷ್ಟವಿಲ್ಲ. ಎಲ್ಲ ತಲೆ ಮೇಲೆ ಹಾಕ್ಕೊಂಡು, ಸುರುಚಿರಾ ಸಾಕಾಗಿದ್ದಾಳೆ. ಒಂದೆರಡು ಸಲ ಅಬಾರ್ಷನ್ ಮಾಡ್ಸಿಕೊಂಡ್ಲು. ಇದೆಲ್ಲ ಯಾರಿಗೋಸ್ಕರ? ರುಚಿರಾ ಕೂಡ ಈ ಮನೆಗೆ ಹೊಂದಿಕೊಂಡಿದ್ದಾಳೆ. ಬೇರೆ ಹೆಣ್ಣು ಬಂದರೆ, ಡಿಫರೆನ್ಸಸ್ ಷುರುವಾಗುತ್ತೆ. ಒಂದು ತರಹ ಮನೆ ರಣರಂಗ. ಅದರ ಸೂಚನೆ ಈಗಾಗ್ಲೇ ಸಿಕ್ಕಿದೆ" ಎಂದರು ಸುಸ್ತಾದ ದನಿಯಲ್ಲಿ ದೇವಿಕಾ.

ಅಷ್ಟರಲ್ಲಿ "ಅತ್ತೆ, ಒಳ್ಗೇ ಬರಬಹುದಾ?" ನಂದಿತಾ ದನಿ.

"ಬೇಡಾಂತ ಹೇಳಿ. ಪ್ರತಿಯೊಂದರಲ್ಲೂ ಮೂಗು ತೂರಿಸ್ತಾಳೆ. ಇವಳಿಗೆ ಇದೆಲ್ಲ ಯಾಕೆ ಬೇಕು?" ಮಗ್ಗುಲಾಗಿ ಸಿಡುಕಿದರು ದೇವಿಕಾ. "ನೀವು ಅವ್ಳಿಗೆ ಪ್ರಾಮಿನೆನ್ಸ್ ಕೊಡ್ಬೇಡಿ. ಮುಂದೆ ನಮ್ಮಗಳಿಗೆ ತೊಂದರೆ. ನಾನು ಸನತ್‌ನ ಕರ್ಕಂಡ್ ಹೋಗಿ ಲಾಯರ್ ಮೀಟ್ ಮಾಡ್ತೀನಿ. ನಮ್ಮ ಕಂಪನಿ ಅಡ್ವೈಸರ್‌ನ ಒಂದಿಷ್ಟು ದೂರ ಇಡೋಣ" ಇಂಥದನ್ನೆಲ್ಲ ತಲೆಯಲ್ಲಿ ತುಂಬಿದ್ದಳು ಸುರುಚಿರಾ.

"ಬಾ... ನಂದೂ..." ಕೂಗಿದರು.

ನೀರು, ಮಾತ್ರೆಯ ಸಮೇತ ಬಂದ ನಂದಿತಾ "ಅತ್ತೆ, ಮಾತ್ರೆ ತಗೊಳ್ಳಿ" ಗೊಣಗಿದರೇ ವಿನಾ ಮೇಲೇಳಲಿಲ್ಲ. "ಇಲ್ಲಿ ಕೊಡು ನಂದಿತಾ, ಈ ಪದ್ಧತಿ ಇಲ್ಲಿಗೆ ಹೊಸ್ದು. ಇಂಥ ಸಂಬೋಧನೆ ಇವ್ಳಿಗೆ ಹೊಸ್ದು. ಮನೆಯವರೆಲ್ಲ ಇಂಥ ಫಾರ್ಮಾಲಿಟಿಸ್ ಇಲ್ಲ. ಅದಕ್ಕೆ ಬೇರೆ ಸರ್ವೆಂಟ್ಸ್ ಇದ್ದಾರೆ. ಅವರೇನಾದ್ರೂ ರಜೆಗೆ ಹೋದ ಸಂದರ್ಭದಲ್ಲಿ ನಮ್ಮ ಕಿಚನ್ ಇನ್‌ಛಾರ್ಜ್ ನೋಡ್ಕೋತಾರೆ. ದೇವಿಕಾಗೆ ಅದೇ ಅಭ್ಯಾಸ. ಸೊಸೆ ಎಂದು ಮಾತ್ರೆ ಕೊಟ್ಟು ಉಪಚಾರ ಮಾಡಿದ್ದಿಲ್ಲ."

ಗಂಡ ಈ ತರಹ ಮಾತಾಡೋದು ಕೇಳಿ ವಿಸ್ಮಿತರಾದರು.

"ಇಷ್ಟೊಂದು ಬದಲಾವಣೆನಾ?" ಎದ್ದು ಕೂತರು.

"ಮೊದ್ಲು ಮಾತ್ರೆ ತಗೊಂಡು ಮಲ್ಗು. ನಿನ್ನ ಸರ್ವೆಂಟ್ ರಜ ತಗೊಂಡಿದ್ದಾಳಂತೆ. ಹೆಚ್ಚು ಕಡ್ಮೆಯಾದರೆ ತಲೆ ಒತ್ತೋಕೆ, ಕಾಲು ಒತ್ತೋಕೆ ಯಾರಿಲ್ಲ" ಇಂದು ಹಂಗಿಸಿದರು. ಇಲ್ಲಿಗೆ ಬಂದ ಮೇಲೆ ಮೊದಲ ಸಲ ಹೆಂಡತಿಯ ಮೇಲೆ ಅಧಿಕಾರ ಚಲಾಯಿಸಿದರು. ಎದ್ದು ಕೂತ ದೇವಿಕಾ ಇವಳತ್ತ ನೋಟ ಹರಿಸಿ ನುಂಗಿ ಮಲಗಿದರು.

ತಾನೇ ಬಂದು ಹೊದ್ದಿಸಿದ ನಂದಿತಾ "ಒಂದೆರಡು ದಿನ ಉಪ್ಪು ನಿಲ್ ಮಾಡೀಂತ ಡಾಕ್ಟ್ರು ಹೇಳಿದ್ದಾರೆ. ಅದ್ನ ಕಟ್ಟುನಿಟ್ಟಾಗಿ ಪಾಲಿಸಿದರೆ ಒಳ್ಳೇದು" ಆಕೆ ಮಗ್ಗುಲಾಗಿ ಮಲಗಿದರು.

ಸೊಸೆಯ ಜೊತೆ ಹೊರಗೆ ಬಂದಾಗ ರುಚಿರಾ, ಸುರುಚಿರಾ ಕೂತು ಮಾತಾಡುತ್ತಿದ್ದರು. ಸುರುಚಿರಾ ಎತ್ತರದ ದನಿಯಲ್ಲಿ ಮಾತಾಡುವಳೇ. ಈಗ ಕಾದ ಕೆಂಡದ ಮೇಲೆ ನಿಂತಂಥ ಅನುಭವ. ಮ್ಯಾನೇಜರ್ ವೆಂಕಟ್ ಫೋನ್ ಮಾಡಿ "ಎಲ್ಲಾ ಉಲ್ಟಾ ಆಗೋಗಿದೆ. ಈಗ ಕೆಲ್ಸಗಾರರು ಬೇರೆ ತರಹ ಮಾತಾಡೋಕೆ ಷುರು ಮಾಡಿದ್ದಾರೆ. ಇದೆಲ್ಲ ಏನು?"

ಪ್ರಶ್ನಿಸಿದರು. ಎಲ್ಲಾ ಗೊಂದಲವೇ. ವಿವಾಹದ ಪ್ಲಾನ್ ಇವಳದೇನೆ? ಸದಾ ಗೆಲುವು ಅನುಭವಿಸಿ ಅಭ್ಯಾಸವಿದ್ದ ಸುರುಚಿರಾ ಆ ದಿನ ದಿಗ್ವಿಜಯವೆಂದು ಭಾವಿಸಿದ್ದೆ ತಪ್ಪಾಗಿ ಹೊಡೆತ ತಿಂದಿದ್ಳು. ಅಂದು ನಂದಿತಾ ದೀಕ್ಷಿತ್ ಕುಟುಂಬಕ್ಕೆ ಅಧಿಕೃತ ಪ್ರವೇಶ ದಕ್ಕಿಸಿಕೊಂಡಿದ್ದು ಇತಿಹಾಸ.

ದೀಕ್ಷಿತ್ ಮತ್ತು ನಂದಿತಾ ಬಂಗ್ಲೆಯಿಂದ ಹೊರಗೆ ಬಂದರು.

"ಕ್ಷಮ್ಸಿ ನಂದಿತಾ, ನಿನ್ನ ಇಕ್ಕಟ್ಟಿಗೆ ಸಿಕ್ಕಿಸಿ ಬಿಟ್ಟೆ, ತಾಳಿ ಕಟ್ಟಿದವನಿಂದ ನಿಂಗೆ ಭರ್ಜರಿ ಸ್ವಾಗತ ಸಿಗಬೇಕಿತ್ತು. ಆದರೆ..." ಅವರ ದನಿಯಲ್ಲಿದ್ದ ನೋವು ಗುರ್ತಿಸಿ ಹಸನ್ಮುಖಳಾಗಿಯೇ "ಅಷ್ಟೊಂದು ನೊಂದು ಕೊಳ್ಳೋ ಅಗತ್ಯವಿಲ್ಲ. ಇದೇನೂ ಅನಿರೀಕ್ಷಿತವಲ್ಲ. ಆದರೆ ನಾನು ತಿಳಿದುಕೊಂಡಿದ್ದಕ್ಕಿಂತ ನಿಮ್ಮ ಮಗ ತುಂಬ ಒಳ್ಳೆಯವರು. ಹತ್ತಿರದಲ್ಲಿದ್ದು ತಿಳಿಯೋ ಅವಕಾಶ" ಅಂದಳು.

ವಿಜಯದ ನಗೆ ಅವರ ಮುಖದ ಮೇಲೆ ತೇಲಿತು.

"ನಾನು ಅಂದ್ಕೊಂಡಿದ್ದಕ್ಕಿಂತ ಒಳ್ಳೆಯವಳು. ಅಷ್ಟೆ ಬುದ್ಧಿವಂತೆ. ನಿನ್ನ ಮೊದಲ ಸಜೆಷನ್ ಸಕ್ಸಸ್. ಎಲ್ಲರ ನಿರೀಕ್ಷೆ ತಲೆಕೆಳಗಾಗಿದೆ. ಕೆಲವರಿಗೆ ಮಾತ್ರ ಇದ್ರಿಂದ ಆಘಾತವಿರಬಹುದು, ಹೋಟೆಲ್‌ಗಳ ಕಾರ್ಮಿಕ ವರ್ಗ ಸಂತೋಷಿಸಿದೆ. ಅವರುಗಳು ನೂತನ ವಧು-ವರರಿಗೆ ಒಂದು ಪಾರ್ಟಿ ಅರೆಂಜ್ ಮಾಡಬೇಕೂಂತ ಬಂದಿದ್ರು. ಅದು ಕೂಡ ವಿಜಯದ ಇನ್ನೊಂದು ಮೆಟ್ಟಿಲು."

ಅಂದು ರಾತ್ರಿಯ ಡಿನ್ನರ್ ಕೂಡ ಬೇಡವೆನಿಸಿ ರೂಮಿಗೆ ಬಂದು ಕೂತಳು. ರುಚಿರಾ ರೂಮಿಗೆ ಬಂದು ಹಂಗಿಸಿದ್ದು ನೋವನ್ನು ತಂದಿತ್ತು. ಛಾನ್ಸ್ ಸಿಕ್ತೂಂತ ಹಸೆಮಣೆ ಮೇಲೆ ಕೂತು ತಾಳಿ ಕಟ್ಟಿಸಿಕೊಂಡೆ. ಅದ್ನ ನಾವು ಮಾತ್ರವಲ್ಲ ಸನತ್ ಕೂಡ ಮದ್ವೆ ಅಂದುಕೊಂಡಿಲ್ಲ. ಅದ್ರಿಂದ ನಿನ್ನ ಹೊರ್ಗೆ ಹಾಕೋದು ಸುಲಭ. ದೀಕ್ಷಿತ್ ಸಪೋರ್ಟ್ ಇದೇಂತ ಬಿಗೋದ್ಬೇಡ" ಒಂದು ರೀತಿಯ ಎಚ್ಚರಿಕೆ ನೀತಿ ಹೋಗಿದ್ದು ಭಯವೆನಿಸಲಿಲ್ಲ. ಪ್ರೀತಿಸಿ ವಿವಾಹದ ಬಾಗಿಲಲ್ಲಿ ನಿಂತವರ ಮಧ್ಯೆ ತಾನು ನಿಲ್ಲುವುದು ಸರಿಯೆನಿಸಲಿಲ್ಲ. ಆದರೆ ಒಬ್ಬಂಟಿಯಾದ ದೀಕ್ಷಿತರಿಗೆ ಮನೆಯವರೇ ಆದ ಒಬ್ಬರ ಸಪೋರ್ಟ್ ಬೇಕಿತ್ತು. ಅದು ಈಗ ನಂದಿತಾಯಿಂದ ಮಾತ್ರ ಸಾಧ್ಯ.

ಕೂತು ಸಾಕಾಗಿ ಬಾಲ್ಕನಿಯಲ್ಲಿ ಹೋಗಿ ನಿಂತವಳು ಕೆಳಗಿಳಿದು ಡೈನಿಂಗ್ ಹಾಲ್‌ಗೆ ಬಂದಾಗ, ಎಲ್ಲಾ ರೆಡಿ ಇತ್ತು. ಆದರೆ ಯಾರು ಇತ್ತ ಸುಳಿದಂಗೆ ಕಾಣಲಿಲ್ಲ. ಕುಕ್ ತನ್ನ ಮೊಬೈಲ್‌ನಲ್ಲಿ ಎಲ್ಲರಿಗೂ ಡಿನ್ನರ್ ಬಗ್ಗೆ ಜ್ಞಾಪಿಸಿ ಆಗಿತ್ತು.

"ಮೇಮ್‌ಸಾಬ್, ಇನ್ನ ಯಾರು ಡಿನ್ನರ್‌ಗೆ ಬಂದಿಲ್ಲ" ಅವನ ಅಸಿಸ್ಟೆಂಟ್ ಸುದ್ದಿ ಮುಟ್ಟಿಸಿದ. ಹೊರಗೆ ಬಂದಾಗ ಎದುರಾದವರು ಸತೀಶ್ ಮತ್ತು ಅಚ್ಯುತ. "ಹಲೋ..." ನಗು ಬೀರಿದ. ಯಾವ ಕಾರಣಕ್ಕೋ ಅವನಿಗೆ ನಂದಿತಾ ಇಷ್ಟವಾಗಿದ್ದಳು. "ನೀವು ಕೂತ್ಕೊಳ್ಳಿ ಭಾವ, ನಾನು ಅತ್ತೆ, ಮಾವನ್ನ ಕರ್ಕಂಡ್ ಬರ್ತೀನಿ" ನಡೆದವಳತ್ತ ನೋಡಿದ. ಆ ಸಂಬೋಧನೆಯಲ್ಲಿ ಆತ್ಮೀಯತೆ ಇದೆಯೆನಿಸಿತು.

"ಎಷ್ಟೊಂದು ಸಿಂಪಲ್! ಸಾಬ್, ಇಲ್ಲ ಸತೀಶ್ ಎಂದು ಕರೆಯಿಸಿಕೊಂಡೇ ಅಭ್ಯಾಸ. ನಂದಿತಾ ಬಂದ ಮೇಲೆ ನಂಗೊಂದು ಪೋಸ್ಟ್ ಕ್ರಿಯೇಟ್ ಮಾಡಿ ಅದಕ್ಕೆ ನಾಮಕರಣ ಮಾಡಿದ್ದಾಳೆ. ಐ ಲೈಕ್ ಹರ್" ಅಂದೇ ಬಿಟ್ಟ. ಅಚ್ಯುತನ್ ತಲೆ ಕೆಟ್ಟಿತು. "ಅವಳು ತನ್ನ ಪೊಜಿಷನ್ ಗಟ್ಟಿ ಮಾಡಿಕೊಳ್ಳುವುದಕ್ಕೆ ಇದೆಲ್ಲ ತಂತ್ರಗಳು. ಸುರುಚಿರಾ ತಾನು ಬುದ್ಧಿವಂತೆ ಅಂದುಕೊಂಡಿದ್ದಾಳೆ, ಆದರೆ ನಂದಿತಾ ಬುದ್ಧಿವಂತೆ. ಅವಳು ಬುದ್ಧಿಮತ್ತೆಯನ್ನು ದೀಕ್ಷಿತ್ ಉಪಯೋಗಿಸಿಕೊಳ್ಳುತ್ತಿದ್ದಾರೆ" ಇಂಥದೊಂದು ವಿಷಯ ಬಿತ್ತರಿಸಿದರು.

ಅಚ್ಚರಿಯೆನ್ನುವಂತೆ ದೀಕ್ಷಿತ್ ಮತ್ತು ದೇವಿಕಾನ ಕರೆ ತಂದು ನಾಲ್ವರಿಗೂ ಬಡಿಸಿದಳು. "ನೀನು ಕೂತ್ಕೋ" ಅಂದರು ದೀಕ್ಷಿತ್. ಪಲ್ಯ ಬಡಿಸುತ್ತಿದ್ದವಳು "ಇವತ್ತು ಊಟ ಬೇಡಾಂತ ಅನ್ನಿಸಿದೆ. ಬರೀ ಹಾಲು ಕುಡಿತೀನಿ" ಉಪಚಾರ ಮಾಡುತ್ತ ಎಲ್ಲರಿಗೂ ಅಚ್ಯುತನ್‌ಗೆ ಕೂಡ ಬಡಿಸಿದ್ದು ಇಲ್ಲಿ ಆಶ್ಚರ್ಯದ ಪ್ರಕರಣವೇ. ಒಟ್ಟಿಗೆ ಊಟ, ತಿಂಡಿಗೆ ಕೊಡುತ್ತಿದ್ದುದ್ದು ಕಮ್ಮಿ. ಅಕಸ್ಮಾತ್ ಕೂತರು ಒಬ್ಬೊಬ್ಬರಿಗೆ ಉಪಚಾರ ಅಂಥದೇನಿಲ್ಲ. ಬೇಕಾದ್ದು ಬಡಿಸಿಕೊಂಡು ಊಟ ಮಾಡುತ್ತಿದ್ದರು. ಮಾತು ಷುರುವಾದರೆ ದೊಡ್ಡ ದನಿಯಲ್ಲಿ ಸುರುಚಿರಾ ಎಲ್ಲರ ಬಾಯಿ ಮುಚ್ಚಿಸಿ ಎದ್ದು ಹೋಗುತ್ತಿದ್ದಳು.

ಅಂದರೆ ಈ ಮನೆಯಲ್ಲಿ ಎಲ್ಲರೂ ಅವಳಿಗೆ ಹೆದರುತ್ತಿದ್ದರು. ಅವಳು ಹೇಳಿದ ಕಡೆ ಸಹಿ ಹಾಕಬೇಕಾದ್ದೆ. ಇಲ್ಲದಿದ್ದರೆ ಆಕಾಶ, ಭೂಮಿ ಒಂದಾಗುತ್ತಿತ್ತು.

"ಅತ್ತೆ, ಇದ್ನ ಸ್ವಲ್ಪ ಹಾಕ್ಸಿಕೊಳ್ಳಿ. ಮೆಂತ್ಯೆ ಸೊಪ್ಪಿನ ಪಲ್ಯ ದೇಹಕ್ಕೆ ತುಂಬ ಒಳ್ಳೆದು" ಹತ್ತಿರ ನಿಂತು ಹೇಳಿದ ನಂದಿತಾ ಮಾತಿಗೆ ಸೋತರೋ, ಪಲ್ಯದ ರುಚಿಗೆ ಸೋತರೋ, ಮೌನವಹಿಸಿದಾಗ ತಾನೇ ಬಡಿಸಿದ ನಂದಿತಾ "ಚಿಕ್ಕಪ್ಪ, ನಿಮ್ಗೆ ಹಲ್ವಾ ತುಂಬ ಇಷ್ಟಾಂತ ನಂಗೆ ಗೊತ್ತು. ನಾಳೆ ನಾನು ಮಾಡ್ತೀನಿ. ಎಕ್ಸ್‌ಪರ್ಟ್ ಅಂತೇನಿಲ್ಲ, ಅಪ್ಪನಿಗೆ, ಅಣ್ಣನಿಗೆ ನಾನು ಮಾಡೋ ಹಲ್ವಾ ಇಷ್ಟ. ಪ್ರತೀಕ ಅಂತು ಫೋನ್ ಮಾಡಿದ ಕೂಡ್ಲೇ ಓಡಿ ಬರ್ತಾನೆ" ಮಾತು ಅಗತ್ಯವೆನಿಸಿ ಆಡಿದಳಷ್ಟೆ.

ಅಚ್ಯುತನ್ ಪ್ರತಿಕ್ರಿಯಿಸದೆ ಊಟ ಮುಗಿಸಿ ಎದ್ದರು. ಮೀಟಿಂಗ್‌ನಲ್ಲಿ ಅವಮಾನ ಮಾಡಿದ್ದು ಸಾಲದೆ, ಇವರನ್ನು ಒಂದು ಮಾತು ಕೇಳದೆ ಬೋನಸ್ ಘೋಷಿಸಿದ್ದರು. ಆ ಕಹಿಯನ್ನು ತುಂಬಿಕೊಂಡವರಿಗೆ ಊಟ ನಿಜವಾಗಿ ರುಚಿಸಲಿಲ್ಲ.

ಡೈನಿಂಗ್ ಹಾಲ್‌ನಿಂದ ಹೊರಗೆ ಬಂದ ನಂತರ ಅಳಿಯನನ್ನು ಹೊರಗೆ ಕರೆದೊಯ್ದು "ಸತೀಶ್, ಅಗತ್ಯಕ್ಕಿಂತ ಜಾಸ್ತಿಯಾಗಿ ಇಂಟರ್‌ಫಿಯರ್ ಆಗ್ತಾ ಇದ್ದಾಳೇಂತ ಅನ್ನಿಸೊಲ್ವಾ? ಇದು ಪರ್ಮನೆಂಟ್ ಜಾಬ್ ಅಲ್ಲ ಅಂತ ಅವಳಿಗೆ ಗೊತ್ತಿಲ್ವಾ?" ಕೇಳಿದರು. ಮೌನವಹಿಸಿದ. ಮೃದು ಸ್ವಭಾವ ಮಾತ್ರವಲ್ಲ, ಅಧ್ಯಾತ್ಮದಲ್ಲಿ ಒಲವು ಬೆಳೆಸಿಕೊಂಡಿದ್ದರಿಂದ ಲೌಕಿಕ ವ್ಯವಹಾರದಲ್ಲಿ ಹೆಚ್ಚಿಗೆ ಆಸಕ್ತಿವಹಿಸುತ್ತಿರಲಿಲ್ಲ.

"ತೀರಾ ಡಿಫರೆಂಟ್, ಫ್ಯಾಮಿಲಿ ಫೇಸ್. ಆತ್ಮೀಯ ಮಾತು, ಆ ಕಾರಣಕ್ಕೆ ಬೇಗ ಇಷ್ಟವಾಗಿ ಬಿಡ್ತಾಳೆ" ಎಂದ. ಅಚ್ಯುತನ್‌ಗೆ ತಲೆ ಚಚ್ಚಿಕೊಳ್ಳಬೇಕೆನಿಸಿತು. "ವೆರಿ ಬ್ಯಾಡ್, ನೀವು ಫೇವರ್ ಆಗಿಬಿಟ್ಟರೇ ನಮ್ಮ ಪ್ಲಾನ್ ಸಕ್ಸಸ್ ಆಗೋದು ಹೇಗೆ? ನಂದಿತಾ

ಇರವನ್ನೇ ವಿರೋಧಿಸಬೇಕು. ಮ್ಯೂಚ್ಯುವಲ್ ಕನ್ಸೆಂಟ್‌ನಿಂದ ಡೈವೋರ್ಸ್ ಬೇಗ ಸಿಗುತ್ತೆ. ಈ ಬಗ್ಗೆ ಯಾರೊಂದಿಗೆ ಮಾತಾಡೋದು?" ಬೇಸರ ವ್ಯಕ್ತಪಡಿಸಿದರು.

ಇದು ತನಗೇ ಕೇಳಿಸಲೇ ಇಲ್ಲವೆನ್ನುವಂತೆ ಹೋದ. ನಂದಿತಾನ್ನ ಹೊರ ಹಾಕುವ ಪಿತೂರಿಯಲ್ಲಿ ತಾನು ಪಾಲ್ಗೊಳ್ಳಬೇಕೆ? ಇಂಥ ಜಿಜ್ಞಾಸೆ ಷುರುವಾಯಿತು ಅವನಲ್ಲಿ.

ಸನತ್ ಇಂದು ತಡವಾಗಿಯೇ ಬಂದಿದ್ದು. ಪುಸ್ತಕ ತಿರುವುತ್ತಿದ್ದವಳು ಮೇಲೆದ್ದು "ನಿಮ್ಮ ಡಿನ್ನರ್‌ಗೆ ರೆಡಿ ಮಾಡ್ಲಾ?" ಕೇಳಿದಳು. ಹಿಂದಕ್ಕೆ ತಿರುಗಿದ. ಕಣ್ಣುಗಳಲ್ಲಿ ಪ್ರಕಾಶವಿದ್ದರು, ಬೆಳಕನ್ನು ಹರಡುತ್ತಿತ್ತೇ ವಿನಾ ಚುಂಬಕಗಳಾಗಿರಲಿಲ್ಲ. ಇಂಥ ಕೇಳೋದು, ಹೇಳೋದು ಏನು ಇರಲಿಲ್ಲ.

"ನಿನ್ಹತ್ರ ಮಾತಾಡ್ಬೇಕೂಂತ" ಅಂದ. ಸುರುಚಿರಾ, ರುಚಿರಾ ಅವನನ್ನು ಕಾಡಿ ಬಿಟ್ಟಿದ್ದರು. "ನೀವು ಡೈರೆಕ್ಟಾಗಿ ಅವಳಿಗೆ ಹೇಳಿ. ಸುಮ್ನೆ ಆಸೆಗಳನ್ನ ಬೆಳೆಸಿಕೊಳ್ಳೋದು ಬೇಡ. ಮದ್ವೆ ಆಕಸ್ಮಿಕವಾಗಿ, ಅವಿವೇಕದಿಂದ ನಡ್ದುಹೋಗಿದ್ದು. ದೊಡ್ಡ ಆಫೀಸರ್ ಮಗಳಾಗಿ ಯಾರ್ಗೂ ಇಷ್ಟವಿಲ್ಲದಿದ್ದರೂ ಬಂದಿದ್ದು ಯಾಕೇಂತ ಕೇಳು. ಒಂದಿಷ್ಟು ಅಮೌಂಟ್ ಕೊಟ್ಟು ಡೈವೋರ್ಸ್ ಪೇಪರ್ಸ್‌ಗೆ ಸಹಿ ಹಾಕಿಸಿ ಕೊಳ್ಳೋಣ" ಸುರುಚಿರಾ, ರುಚಿರಾ ಅವನ ಮುಂದೆ ಬಿಚ್ಚಿಟ್ಟ ಸುದ್ದಿ. ಅದು ಆಕಸ್ಮಿಕವಿರಬಹುದು. ಒಪ್ಪಿ ತಾನೇ ತಾಳಿ ಕಟ್ಟಿದ್ದು. ಇಂಥ ಪ್ರಶ್ನೆಗಳೆದ್ದಿತ್ತು ಅವನಲ್ಲಿ.

"ಖಂಡಿತ ಮಾತಾಡಿ ನಂಗೂ ಒಂದಿಷ್ಟು ವಿಚಾರಗಳು ಹೇಳೋದಿದೆ. ಇಲ್ಲಿಗಿಂತ ಡಿಫರೆಂಟಾದ ಪರಿಸರದಲ್ಲಿ ಬೆಳೆದು ಬಂದೋಳು. ಮೊದ್ಲು ನೀವೇ ಷುರು ಮಾಡಿ. ಊಟ ಮಾಡಿ ಮಾತಾಡಬಹುದು" ಇಂಥದೊಂದು ಸಲಹೆ ಕೊಟ್ಟಾಗ ಒಪ್ಪಿಕೊಂಡ. ಮೆಟ್ಟಿಲು ಇಳಿದು ಬರೋವಾಗ "ಅತ್ತೆ ಅವರಿಗೆ ಮೈಗೆ ಹುಷಾರಿಲ್ಲ. ಒಮ್ಮೆ ನೋಡಿದ್ದರೆ ಚೆನ್ನಿತ್ತು" ಇಂಥದೊಂದು ಸಲಹೆಗೆ ಚಕಿತನಾದ. ದೇವಿಕಾ ನರ್ಸಿಂಗ್ ಹೋಂಗೆ ಅಡ್ಮಿಟ್ ಆದ ವಿಷಯ ಕೂಡ ಗೊತ್ತಿರುತ್ತಿರಲಿಲ್ಲ. ಒಂದು ರೀತಿಯಲ್ಲಿ ಅಟ್ಯಾಚ್‌ಮೆಂಟ್ ಕಮ್ಮಿ. ಬಹುಶಃ ಆವೇಳೆಗೆ ನಿದ್ರಿಸಲಾದರೆ ದೀಕ್ಷಿತ್ ಹೊರಗೆದ್ದು ಬಂದವರಿಗೆ ಸಂಭ್ರಮಾಶ್ಚರ್ಯ. ಸಂತೋಷದಿಂದ ಅವರೆದೆ ಹಾರಿತು.

"ಅತ್ತೆನ ನೋಡ್ಬೇಕೂಂದ್ರು" ಅಂದಿದ್ದು ನಂದಿತಾ.

"ವೆರಿ ಗುಡ್, ವೆರಿಗುಡ್..." ಅನ್ನುತ್ತ ಒಳಗೆ ಕರೆದೊಯ್ದರು. ದೇವಿಕ ಕಣ್ಮುಚ್ಚಿ ಮಲಗಿದ್ದರು. ನಿದ್ರಿಸಿರಲಿಲ್ಲ. "ಮಾವ, ನಾನು ಬಿ.ಪಿ. ಚೆಕ್ ಮಾಡ್ಲಾ? ಅಪ್ಪನಿಗೆ ಬಿ.ಪಿ ಚೆಕ್ ಮಾಡುವುದು ಬೆಳಗಿನ ಒಂದು ಮುಖ್ಯವಾದ ಕೆಲ್ಸ" ಅಂದವಳು ಬಿ.ಪಿ. ಇನ್ಸ್ಟ್ರುಮೆಂಟ್ ತಂದಾಗ ಆಕೆ ಕಣ್ಣು ಬಿಟ್ಟು "ಬೇಡ... ಬೇಡ... ಬೆಳಿಗ್ಗೆ ಫ್ಯಾಮಿಲಿ ಡಾಕ್ಟ್ರು ಬರ್ತಾರೆ. ಒಬ್ಬ ಸಿಸ್ಟರ್‌ನ ಅಪಾಯಿಂಟ್‌ಮೆಂಟ್ ಮಾಡಿಕೊಂಡರಾಯ್ತು" ಎಂದರವರನ್ನು ಸುಮ್ಮನಾಗಿಸಿ ಚೆಕ್ ಮಾಡಿದಳು. ಬೆಳಿಗ್ಗೆಗಿಂತ ಕಡಿಮೆನೇ ಇತ್ತು. "ನೋ ಪ್ರಾಬ್ಲಮ್, ಬೆಳಿಗ್ಗೆ ಹೊತ್ಗೆ ನಾರ್ಮಲ್‌ಗೆ ಬಂದು ಬಿಡುತ್ತೆ" ಬಿ.ಪಿ. ಇನ್‌ಸ್ಟ್ರುಮೆಂಟ್ ಎತ್ತಿಟ್ಟಳು. ತೀರಾ ಸಾಮಾನ್ಯವಾದರೂ ಈ ಮನೆಯಲ್ಲಿ ಇದೊಂದು ವಿಶೇಷವೇ. ಹುಷಾರಿಲ್ಲದಿದ್ದರೆ ನರ್ಸಿಂಗ್

ಹೋಂಗೆ ಅಡ್ಮಿಟ್ ಆಗಬೇಕು, ಇಲ್ಲ ಶುಶ್ರೂಷೆಗೆ ಒಬ್ಬ ಸಿಸ್ಟರ್‌ನ ನೇಮಿಸ್ಕೋಬೇಕು. ಡಾಕ್ಟರ್ ಬೆಳಿಗ್ಗೆ, ಸಂಜೆ ಭೇಟಿ ಕೊಡಬೇಕು.

"ಹೇಗಿದ್ದಿ ಮಮ್ಮಿ?" ಕೇಳಿದ.

ಆಕೆಯ ಬಾಯಿಂದ ಮಾತುಗಳು ಹೊರಡಲಿಲ್ಲ. "ಕ್ವೈಟ್ ನಾರ್ಮಲ್. ಅಂಥದೇನು ಇಲ್ಲ. ಬಿ.ಪಿ. ಅದೊಂದು ಸಾಮಾನ್ಯ ಕಾಯಿಲೆ. ಮನಸ್ಥಿತಿಯನ್ನು ಅವಲಂಬಿಸಿರುತ್ತೆ" ಎಂದರು ಹೆಂಡತಿಯ ಕಡೆ ನೋಡಿ. "ಊಟ ಆಯ್ತ? ನೀನು ಡಿನ್ನರ್ ತಗೊಳ್ಳಿಲ್ಲ. ನಮ್ಮ ಮನೆಯಲ್ಲಿ ಇದೆಲ್ಲ ಗೊತ್ತಾಗೊಲ್ಲ" ಸಹಜವಾಗಿ ನುಡಿದರು.

ಇಬ್ಬರು ಕೋಣೆಯಿಂದ ಹೊರಗೆ ಬಂದಾಗ, ಸಂತೋಷ ತಡೆಯಲಾರದೆ ಕೂತರು. 'ಸಕ್ಸಸ್' ಎಂದು ಕೂಗಿ ಬಿಡಬೇಕೆನಿಸಿತು. ಉಮಾಶಂಕರ ದೀಕ್ಷಿತ್‌ಗೆ. ಅಡಿಗೆ ಡೈನಿಂಗ್ ಮೇಲೆ ಮುಚ್ಚಿಟ್ಟಿತ್ತು. ಒಂದು ಸಮಯ ದಾಟಿದರೇ ಕಿಚನ್ ಸ್ತಬ್ಧ. ಅವರುಗಳು ಊಟ ಮುಗಿಸಿ ಮಲಗಿಬಿಡುತ್ತಿದ್ದರು. ತಡವಾಗಿ ಬಂದವರು ಬಡಿಸಿಕೊಂಡು ಊಟ ಮಾಡಬಹುದು, ಇಲ್ಲ ಹಾಗೇ ಮಲಗಿದರು ಯಾರು ಕೇಳುತ್ತಿರಲಿಲ್ಲ. ಈ ವಿಷಯದಲ್ಲಿ ಅಂಥ ಸ್ವತಂತ್ರವಿತ್ತು.

ತಾನೆ ತಟ್ಟೆ ಹಾಕಿ ಬಡಿಸಿ, ಅವಳು ತನಗೊಂದು ತಟ್ಟೆ ಹಾಕಿಕೊಂಡು ಬಡಿಸಿಕೊಂಡಾಗ ಅವನ ಹುಬ್ಬೇರಿತು.

"ನಿನ್ನ ಡಿನ್ನರ್ ಆಗಿಲ್ವಾ?" ಕೇಳಿದ.

"ಹಸಿವು ಅಂತದೇನು ಇರ್ಲಿಲ್ಲ. ಅದು ನಂಗೆ ಒಬ್ಬೆ ಊಟ ಮಾಡಿಯೇ ಗೊತ್ತಿಲ್ಲ. ಅಪ್ಪ, ಅಣ್ಣ ಯಾರಾದ್ರೂ ಜೊತೆಗೆ ಇರಲೇಬೇಕು. ಆಗ ನೂರೆಂಟು ಚರ್ಚೆ" ಎನ್ನುತ್ತ ಬಡಿಸಿಕೊಂಡು ಮೌನವಾಗಿ ಊಟ ಮಾಡಿದಳು. ಬಲವಂತ ಮಾಡಿ ಪಲ್ಯ, ಮೊಸರು ಬಡಿಸಿದ್ದು, ಆಮೇಲೆ ಇಷ್ಟವೆನಿಸಿತು ಸನತ್‌ಗೆ.

ಬಡಿಸುವುದು, ಉಪಚರಿಸುವುದು ಗುಲಾಮಗಿರಿಯೆಂದು ಭಾವಿಸಿದ್ದ ಅಕ್ಕ ತಂಗಿಯರು ಅತ್ತ ತಲೆ ಹಾಕುತ್ತಿರಲಿಲ್ಲ. ಅದನ್ನೇ ದೇವಿಕಾ ತಲೆಗೂ ತುಂಬಿ ತಮ್ಮ ಹದ್ದು ಬಸ್ತಿನಲ್ಲಿ ಇಟ್ಟುಕೊಂಡಿದ್ದರು. ಅಂದರೆ ಮನೆಯ ಹೆಂಗಸರು ಇದರಿಂದ ದೂರ ಇದ್ದರು.

ಇಬ್ಬರು ರೂಮಿಗೆ ಬಂದರು. 'ಈ ರೂಮಿನಲ್ಲಿರೋದು ನಂಗೆ ಇಷ್ಟವಾಗೋಲ್ಲ' ಅಂದಿದ್ದ ಒಮ್ಮೆ. ಇದೊಂದು ದೊಡ್ಡ ಅವಮಾನವೇ. "ಇದು ಮಾವನವರ ಆರ್ಡರ್, ಜೊತೆ ನನ್ನ ಹಕ್ಕು ಕೂಡ. ನಿಮ್ಗೆ ಯಾವ್ದೇ ರೀತಿಯ ತೊಂದರೆ ಆಗ್ದಂಗೆ ಇರ್ತೀನಿ" ಅಂದಿದ್ದಳು. ನಂತರ ಅವರಿಬ್ಬರ ನಡುವೆ ಆ ಬಗ್ಗೆ ಮಾತುಕತೆ ನಡೆಯಲಿಲ್ಲ. ರುಚಿರಾದು ಸ್ವತಂತ್ರ ಮನಸ್ಸು. ಕೆಲವೊಮ್ಮೆ ಈ ಕೋಣೆಯಲ್ಲಿ ಬಂದು ಮಲಗಿಬಿಡುತ್ತಿದ್ದಳು. ಎಲ್ಲಾ ಕಿತ್ತು ಹಾಕುವುದು, ತೆಗೆದಿಡುವುದು, ಹುಡುಕುವುದು ಇಂಥದೆಲ್ಲ ಮಾಡುತ್ತಿದ್ದುಂಟು.

"ರುಚಿರಾ, ನಂಗೆ ಇಷ್ಟವಾಗೋಲ್ಲ ಇದೆಲ್ಲ. ಮೈಂಡ್ ಇಟ್" ಒಮ್ಮೆ ಹೇಳಿ ತನ್ನ ಪಾಡಿಗೆ ತಾನು ಓದುವುದರಲ್ಲಿ ಮಗ್ನಳಾಗಿದ್ದಷ್ಟೆ. ಕಿರಚಿದಳು, ಕೂಗಿದಳು. ಒದರಾಡಿದ ನಂತರವೇ ಸುಸ್ತಾಗಿದ್ದು. ಒಮ್ಮೆ ಅವಳತ್ತ ನೋಟ ಹರಿಸಿದ ಕೂಡಲೇ ಹೋಗಿದ್ದು.

ಆಮೇಲೆ ರೂಮಿಗೆ ಸನತ್ ಇದ್ದಾಗ ಮಾತ್ರ ಬರುತ್ತಿದ್ದಷ್ಟೆ. "ಏಯ್ ಸನತ್, ನಿನ್ನ ರೂಮಿನಿಂದ ಅವಳನ್ನು ಒದ್ದು ಹೊರ್ಗೆ ಹಾಕು" ಅಂದಿದ್ದಕ್ಕೆ ಅವನ ಉತ್ತರ ನೇರವಾಗಿತ್ತು. "ಅವ್ಳಿಗೆ ರೈಟ್ಸ್ ಇದೆ. ಆದರೆ ನಿನ್ನಂಗೆ ಕಾಡುವ ಹುಡ್ಗಿಯಲ್ಲ" ಎಂದು ಮೂಗು ಹಿಂಡಿ ರೇಗಿಸಿದ್ದ. ಅವಳಿಗೆ ಏನು ತೋಚದಂತಾಗಿತ್ತು.

ರೂಮಿನಿಂದ ಹೊರಗೆ ಹೋಗಿ ಬಾಲ್ಕನಿಯಲ್ಲಿ ಕೂತು ಮೊಬೈಲ್ ಬಟನ್‌ಗಳನ್ನೊತ್ತಿದಳು. "ಅಣ್ಣ, ನಿಂಗಿನ್ನು ನಿದ್ದೆ ಬಂದಿಲ್ಲ ಅಂದ್ಕೊಂಡೇ ಫೋನ್ ಮಾಡ್ದೆ. ಈಗ ತಾನೇ ಊಟ ಆಗಿದ್ದು" ಆಮೇಲೆ ಐದಾರು ನಿಮಿಷಗಳು ಮಾತಾಡಿದ ನಂತರವೇ ಫೋನ್ ಕಟ್ ಮಾಡಿ ಒಳಗೆ ಬಂದಿದ್ದು.

ಮೇಜಿನ ಮೇಲೆ ಅವಳದೇ ಪುಟ್ಟ ಲೈಬ್ರರಿ ಇತ್ತು. ಫ್ರೀಯಾಗಿದ್ದಾಗ ಹೆಚ್ಚಿನ ಸಮಯ ಕಳೆಯುತ್ತಿದ್ದುದ್ದು ಪುಸ್ತಕಗಳ ಮಧ್ಯೆ. ಹೆಚ್ಚಾಗಿ ಅಪ್ಪನ ನೆನಪು. ಅವರಿಗಾಗಿ ವಿವಾಹ ಮಾಡಿಕೊಳ್ಳದೇ ಉಳಿದು ಬಿಡೋಣವೆಂದು ಕೊಂಡಿದ್ದುಂಟು. ಹಲವು ಸಲ, ಅದಕ್ಕೆ ಅವರ ಒಪ್ಪಿಗೆ ಸಿಗುವುದಿಲ್ಲವೆಂದು ಗೊತ್ತಿತ್ತು.

ಮೌನವಾಗಿ ಒಂದಡೆ ಕೂತಳು.

ಇಂದು ಮೊಲದ ಸಲ ಎನ್ನುವಂತೆ ನಂದಿತಾ ಬಗ್ಗೆ ಯೋಚಿಸಿದ. ಅವಳು ಬಂದ ನಂತರ ರೂಮಿನ ರೂಪುರೇಶೆಗಳು ಬದಲಾಗಿತ್ತು. ವಾಚ್‌ನಲ್ಲಿದ್ದ ಹೂಗಳು ಪ್ರತಿದಿನ ಬದಲಾಗುತ್ತಿತ್ತು. ಆ ವ್ಯವಸ್ಥೆ ಎನ್ನುವುದೇ ಇರಲಿಲ್ಲ. ಎಷ್ಟೋ ಸಲ ಇವನ ಬಟ್ಟೆಗಳು ಡ್ರೈ ಕ್ಲೀನ್‌ಗೆ ಹೋಗುತ್ತಿರಲಿಲ್ಲ. ಅದಕ್ಕಾಗಿ ಆಳುಕಾಳುಗಳ ಮೇಲೆ ರೇಗಾಡಬೇಕಿತ್ತು. ಈಗ ಅಂಥ ತೊಂದರೆಗಳೇ ಇರಲಿಲ್ಲ.

"ನಂದಿತಾ..." ಕೂಗಿದ. ಸ್ವರದಲ್ಲಿ ಜೇನು ಇಲ್ಲದಿದ್ದರೂ ಬೇಸರ ಇರಲಿಲ್ಲ. "ನೀನು ಏನೋ ಮಾತಾಡಬೇಕೂಂತ ಇದ್ದೆ" ಕೇಳಿದ ಕೂಡಲೆ ಎದ್ದು ಬಂದು "ಈಗಾಗ್ಲೇ ಲೇಟಾಗಿದೆ. ನಿದ್ದೆಯ ಸಮಯ. ಹೇಳೋಕು, ಕೇಳೋಕು ಕೆಲವು ಸಮಯ ಮೂಡ್ ಬೇಕಾಗುತ್ತೆ. ಮತ್ತಷ್ಟು ನೀವು ಅಪ್‌ಸೆಟ್ ಆಗ್ಬಾರ್ದು" ಮೆಲ್ಲಗೆ ಹೇಳಿದಳು.

ಸನತ್‌ಗೂ ಯಾರೊಂದಿಗಾದರೂ ಮಾತು ಬೇಕೂಂತ ಅನ್ನಿಸಿತು.

"ಕೂತ್ಕೋ..." ಅಂದು ನಿನ್ನ ಹೆಸರಿನ ಪೂರ್ತಿ ಪರಿಚಯವೇ ನಂಗಿಲ್ಲ. "ನಿನ್ನ ಡ್ಯಾಡ್ ಫೋನ್ ಮಾಡಿದಾಗ ನಂದಿತಾ ಅಂದ್ರು. ನನ್ನ ಡ್ಯಾಡ್ ನಂದಿನಿ ಅಂತ ಕರೀತಾರೆ. ನಿನ್ನ ಚಿಕ್ಕಪ್ಪ ಫೋನ್ ವಿಚಾರಿಸಿದ್ದು... ನಂದೂ ಅಂತ. ನಂದಿತಾ... ನಂದಿನಿ.... ನಂದು... ಇದರಲ್ಲಿ ಪರ್‌ಫೆಕ್ಟ್ ಹೆಸರು ಯಾವ್ದು?"

ಸನತ್‌ನ ಪ್ರಶ್ನೆಗೆ ಅವಳಿಗೆ ನಗು ಬಂತು.

"ಅಂಥದೇನಿಲ್ಲ, ನಂದಿತಾ ಚಿರಂತನ್‌ದತ್ ಅಂತ ಎಜುಕೇಷನ್ ಸರ್ಟಿಫಿಕೇಟ್‌ನಲ್ಲಿ ನಮೂದಾಗಿರೋದು. ನಂದಿನಿ... ನಂದು... ಅದಕ್ಕೆ ಸಂಬಂಧಿಸಿದ್ದೆ. ಕಾಲೇಜ್ ಫ್ರೆಂಡ್ಸ್ ಕರೀತಾ ಇದ್ದಿದ್ದು ನಂದಿತಾ ಅಂತ್ಲೇ. ತೀರಾ ಪ್ರೀತಿ ಪಾತ್ರರು ಕರೆಯೋ ನಂದು, ನಂಗೆ

ತುಂಬ ಇಷ್ಟವಾಗಿ ಬಿಡುತ್ತಷ್ಟೆ" ಎಂದಳು ಹಗುರವಾಗಿ. ಈ ಎರಡು ಮಾತುಗಳಿಂದಲೇ ಅವರಿಬ್ಬರ ಮಧ್ಯದ ಬಿಗುವು ಸಡಿಲವಾಯಿತು.

ಆಮೇಲೆ ಸನತ್ ಮಾತಾಡಿದ.

"ದಟ್ಸ್ ಓಕೆ, ಪ್ರೈಮರಿ, ಮಿಡ್ಲ್ ಸ್ಕೂಲ್ ವಿದ್ಯಾಭ್ಯಾಸ ರೆಸಿಡೆನ್ಸಿಯಲ್ ಸ್ಕೂಲ್‌ನಲ್ಲಿ. ನಂತರ ವಿದ್ಯಾಭ್ಯಾಸ ಬೆಂಗಳೂರಿನಲ್ಲಿ. ಆಮೇಲೆ ಎಂ.ಬಿ.ಎ. ಲಂಡನ್‌ನಲ್ಲಿ. ನನ್ನ ಬೆಳವಣಿಗೆಯಲ್ಲಿ ಫ್ಯಾಮಿಲಿ ಎನ್ವರ್‌ಮೆಂಟ್ ಅಂಥ ಪಾತ್ರ ವಹಿಸಿಲ್ಲ. ಸುರುಚಿರಾ ತಂಗಿ ರುಚಿರಾ ನನ್ನೊಜ್ತೆ ಬೆಂಗಳೂರಿನಲ್ಲಿ ಕಲಿತಳು. ಅದಕ್ಕೆ ಸುರುಚಿರಾನೆ ಕಾರಣ. ಆಕೆ ನನ್ನ ಜೀವನ ಸಂಗಾತಿ ರುಚಿರಾ ಎಂದು ನಿರ್ಧರಿಸಿ ನಮ್ಮ ಮಧ್ಯೆ ಪ್ರೇಮ ಬೆಳೆಸಿ ವಿವಾಹದ ಹಂತಕ್ಕೆ ತಂದರು. ಆದರೆ ಅಂದು ನಡೆದು ಹೋದದದ್ದೆ ಬೇರೆ. ಇಡೀ ಸಂಭ್ರಮ ಅಸ್ತವ್ಯಸ್ತವಾಗಬಾರದೂಂತ ಎನ್ನಿಸಿ, ನಾನು ರುಚಿರಾಗೆ ಫೋನ್ ಮಾಡ್ದೆ. ಅವ್ಳು ಒಪ್ಪಲಿಲ್ಲ. ಆಮೇಲೆ ನಡೆದಿದ್ದು ನಿನಗೆ ಗೊತ್ತು. ಇಲ್ಲದ ತಪ್ಪಿಗೆ ನನ್ನ ಕನಸುಗಳು, ಕಲ್ಪನೆಗಳು ಛಿದ್ರವಾಯಿತು. ಆ ಬಗ್ಗೆ ನೋವಿದೆ. ಸ್ವಾರ್ಥಿಯಾಗದೆ ತನ್ನ ಪ್ರೀತಿ, ಪ್ರೇಮ ಜೊತೆಗಾರ್ತಿಯ ಬಗ್ಗೆ ತಲೆಕೆಡಿಸಿಕೊಳ್ಳುವುದರ ಜೊತೆಗೆ ನಂದಿತಾ ಬಗ್ಗೆ ಕೂಡ ಯೋಚಿಸಿದ್ದು ಗ್ರೇಟ್‌ನೆಸ್ ಎನಿಸಿತು.

"ಪ್ರೀತಿ, ಪ್ರೇಮ... ಲವ್ ಅಫೇರ್...! ಪ್ರೀತಿ, ಪ್ರೇಮದ ಬಗ್ಗೆ ನಂಗೆ ಅತ್ಯಂತ ಪವಿತ್ರವಾದ ಭಾವನೆ. ಅದೊಂದು ದಿವ್ಯತೆಯ ಪ್ರಾಕಾರ. ಪ್ರೀತಿ, ಪ್ರೇಮ ಹೃದಯಕ್ಕೆ ಸಂಬಂಧಿಸಿದ ಸೂಕ್ಷ್ಮ ಸಂಗತಿ ಎಲ್ಲ ಜೊತೆ, ಜೊತೆಯಾಗಿ ಓಡಾಟ, ವಯಸ್ಸಿನ ಆಕರ್ಷಣೆಯನ್ನು 'ಪ್ರೀತಿ' ಯೆಂದು ಕುಡಿ ನೋಟದಿಂದ, ನಾಲಿಗೆ ತುದಿಯಿಂದ ಅದರ ರಹಸ್ಯ ಭೇದಿಸುವ ಪರಿ ನನಗೆ ಗೊತ್ತಿಲ್ಲ. ಕವಿವರ್ಯ 'ರಸ ಸಾಗರದಲ್ಲಿ ತಾವರೆ ಅರಳಿತು. ಪ್ರೀತಿ ಅದರ ಹೆಸರು' ಅಂದಿದ್ದಾರೆ ನನ್ನ ಬಗ್ಗೆ ನೀವು ಯೋಚಿಸಿದಕ್ಕೆ ಧನ್ಯವಾದಗಳು. ಬೇರೆಯವರ ಬೇಸರ, ಉದಾಸೀನದ ಮಧ್ಯೆ ದಿನಗಳನ್ನು ದೂಡುವ ಇಚ್ಛೆ ನನಗಿಲ್ಲ. ನಿಮ್ಮ ಮತ್ತು ರುಚಿರಾ ಮಧ್ಯೆ ನಾನೆಂದು ಅಡ್ಡವಾಗಲಾರೆ. ನನ್ನ ಇರುವು ಈಗ ಅಗತ್ಯವಾಗಿದೆ. ನಿಮ್ಮ ಕೋಆಪರೇಷನ್ ಸಿಕ್ಕರೆ... ನಾನು ಆದಷ್ಟು ಬೇಗ ಈ ರೂಮಿನಿಂದ ಮಾತ್ರವಲ್ಲ ನಿಮ್ಮ ಬದುಕಿನಿಂದ ಸರಿದು ಹೋಗ್ತೀನಿ. ಬಹುಶಃ ಸಿಗಬಹುದು ಎನ್ನುವ ಭರವಸೆ ನಂದು. ನಿಮಗಿಂತ ತೀರಾ ಡಿಫರೆಂಟಾಗಿ ಬೆಳೆದವಳು ನಾನು. ತುಂಬು ಪ್ರೀತಿ, ಮಮತೆಯನ್ನು ನೀಡಿದ ತಂದೆ ನಂಗೆ ರೋಲ್ ಮಾಡೆಲ್. ನನ್ನಣ್ಣ... ಸಂದೀಪ್" ಗಂಟಲು ಗದ್ಗದವಾಯಿತು. ಕಣ್ಣಂಚು ತೇವವಾಯಿತು.

ಸಂಬಂಧಗಳ ನಡುವೆ ಇಷ್ಟರ ಮಟ್ಟಿಗಿನ ಅನ್ಯೋನ್ಯತೆ. ತಕ್ಷಣ ಚೇತರಿಸಿಕೊಂಡು ಮೇಲೆದ್ದು "ಸಾರಿ, ಮಾತಾಡಿದ್ದು ಜಾಸ್ತಿ ಆಯ್ತು. ನಿಮ್ಮ ಪರಿಸ್ಥಿತಿ ಅರ್ಥವಾಗುತ್ತೆ" ಎಂದು ನಾಲ್ಕು ಅರ್ಥಪೂರ್ಣ ಮಾತುಗಳನ್ನು ಹೇಳಿ "ಗುಡ್ ನೈಟ್" ಮಲಗಲು ಹೋದಳು.

ಇಡೀ ರಾತ್ರಿ ಯೋಚಿಸಿದ ಸನತ್.

ಸೋಫಾ ಮೇಲೆ, ಅಥವಾ ಈ ಬೆಡ್ ರೂಂ ಅಂಟಿಕೊಂಡಂತೆ ಇದ್ದ ಡ್ರೆಸ್ಸಿಂಗ್ ರೂಂನ ದಿವಾನ ಮೇಲೆ ಆರಾಮಾಗಿ ಮಲಗಿ ಬಿಡುವ ನಂದಿತಾ ಒಮ್ಮೆಯಾದರೂ ಮಂಚದ ತುದಿಯಲ್ಲಿ ಕೂಡ ಬಂದು ಕೂತವಳಲ್ಲ. ಮಲಗಿದ ಸನತ್ ರುಚಿರಾ ಮತ್ತು ನಂದಿತಾ ಬಗ್ಗೆ ಯೋಚಿಸತೊಡಗಿದ. ಷಾಪಿಂಗ್ ಎಂದು ಸದಾ ಪೀಡಿಸುವ ಅವಳನ್ನು ತೃಪ್ತಿಪಡಿಸುವುದೇ ದೊಡ್ಡ ಸಾಹಸ. ಸದಾ ಪ್ರೇಮ, ಪ್ರಣಯದ ಮೂಡ್‌ನಲ್ಲಿರೋ ಹೆಣ್ಣು.

"ನಂಗೆ ಪರ್‌ಫ್ಯೂಮ್ ತುಂಬ ಇಷ್ಟ" ದೇಹದ ತುಂಬ ಸುವಾಸನೆಯನ್ನು ತುಂಬಿಕೊಂಡೇ ಓಡಾಡುವ ಅವಳು ಬೇಗ ಬೋರ್ ಹೊಡೆಸಿ ಬಿಡುತ್ತಿದ್ದಳು. ಆಗಾಗ ಸತೀಶ್ "ನಾನಂತು ವೈರಾಗ್ಯದಿಂದ ಹಿಮಾಲಯಕ್ಕೆ ಹೋಗೋದು ಖಚಿತ. ಅದಕ್ಕಾಗಿ ಸುರುಚಿರಾ ಪಣ ತೊಟ್ಟಿದ್ದಾಳೆ" ಎನ್ನುತ್ತಿದ್ದ. ಅದೆಲ್ಲ ಜೋಕ್ ಎನಿಸುತ್ತಿತ್ತು. ಸುರುಚಿರಾ ವಾಕ್ ಸ್ಪೀಡ್ ಬಲ್ಲ. ಬಹುಶಃ ಸತೀಶ್ ಎಂದಾದರೂ ಮನೆ ಬಿಟ್ಟು ಹೋಗುವ ಛಾನ್ಸ್ ಉಂಟಾ? ಬೆಚ್ಚಿ ಬಿದ್ದ. ಮೊದಲ ಭಾರಿ ಮನೆಯವರ ಸ್ವಭಾವಗಳನ್ನು ಚಿಂತಿಸಲು ಷುರುಮಾಡಿದ್ದ.

ಇಡೀ ರಾತ್ರಿ ಅವನಿಗೆ ನಿದ್ರಿಸಲಾಗಲಿಲ್ಲ. ಬೆಳಗಿನ ಜಾಗಿಂಗ್‌ಗೆ ಎದ್ದು ಹೊರ ಬರುವ ವೇಳೆಗೆ ವರಾಂಡದಲ್ಲಿ ಕೂತ ಸತೀಶ್ ಮೇಲೆದ್ದ.

"ಹೊರಡೋಣ್ವಾ?"

"ಅದೇನು, ಇಲ್ಬಂದ್ ಕೂತೆ?" ಕೇಳಿದ್ದಕ್ಕೆ ನಿಟ್ಟುಸಿರು ದಬ್ಬಿದ. ಇಬ್ಬರು ಹೊರ ಬರುವ ವೇಳೆಗೆ ಅರಿಶಿನ, ಕುಂಕುಮದ ತಟ್ಟೆ ಹಿಡಿದು ಎದುರಾದ ನಂದಿತಾ ನಸು ನಗೆ ಬೀರಿದಳು. ಎಷ್ಟು ಪರಿಶುಭ್ರವಾಗಿ ಕಂಡಳೆಂದರೆ ಪುರಾಣಗಳಲ್ಲಿನ ಋಷಿ ಪತ್ನಿಯಂತೆ ಗೋಚರಿಸಿದಳು.

"ಗುಡ್ ಮಾರ್ನಿಂಗ್ ನಂದಿತಾ?" "ಗುಡ್ ಮಾರ್ನಿಂಗ್..." ಮುಗುಳ್ನಗೆ ಬೀರಿದಳು.

ಇಬ್ಬರು ಜಾಗಿಂಗ್ ಹೊರಟರು. ನಿರ್ದಿಷ್ಟ ಪ್ಲೇಸ್‌ನಲ್ಲಿ ಕೂತರು. "ಒಂದು ರೀತಿಯಲ್ಲಿ ಸುರುಚಿರಾ ವಾರ್ ಡಿಕ್ಲೇರ್ ಮಾಡಿದ್ದಾಳೆ. ಅವಳ ಅನುಮತಿ ಇಲ್ದೆ ಬೃಂದಾವನ, ತುಳಸಿ ಗಿಡ ಬಂದಿದ್ದು ತನ್ನ ಸೋಲಿನ ಸಂಕೇತ ಅಂತ ಭಾವಿಸಿದ್ದಾಳೆ. ಇಡೀ ರಾತ್ರಿ ಅದೇ ಗಲಾಟೆ. ಅದಕ್ಕೆ ಡ್ಯಾಡ್ ವಿರೋಧ. ಅವ್ರು ಈ ಮನೆಯಲ್ಲಿನ ಒಬ್ಬ ಪರ್ಸನ್ ಅಲ್ಲ, ಅವರ ಮಾತಿಗೆ ಅಷ್ಟೊಂದು ಮಹತ್ವ ಬೇಡಾನ್ನೋ ತೀರ್ಮಾನ ಅವಳದು." ಎಂದ ಸತೀಶ್ ಮುಖದಲ್ಲಿ ತೀವ್ರವಾದ ನೋವಿನ ಛಾಯೆ ಇತ್ತು. ಹೆಂಡತಿ ಹೇಳಿದಂತೆ ತಂದೆಯನ್ನು ಪ್ರತ್ಯೇಕಿಸಿ ನೋಡುವುದು ಸಾಧ್ಯವೇ?

ಮುಖ ಮೇಲೆತ್ತಿ ಭಾರವಾದ ಉಸಿರನ್ನೆಳೆದು ದಬ್ಬಿದ ಸನತ್ "ಹೌದು, ಮಮ್ಮಿ ನಂಗೆ ಅರ್ಥವಾಗ್ಲೇ ಇಲ್ಲ. ನಾನ್ಬಂದ್ಮೇಲೆ ಸುರುಚಿರಾನೆ ಎಲ್ಲಾ ಡಿಸಿಷನ್ ತಗೋತಾ ಇದ್ದಿದ್ದು. ಆ ಅಭ್ಯಾಸಕ್ಕೆ ಎಲ್ಲಾ ಒಗ್ಗಿಕೊಂಡಿದ್ರು. ನನ್ನ ಅತ್ಯಂತ ಸ್ನೇಹಪೂರ್ವಕವಾಗಿ ನೋಡಿಕೊಂಡ್ರು. ನಂಗೆ ಸಾಕಷ್ಟು ವಿಷ್ಯಗಳೇ ಗೊತ್ತಾಗಿಲ್ಲ. ಅಚ್ಯುತನ್ ಪ್ರತಿಯೊಂದರ ಕಾರ್ಯಭಾರ ವಹಿಸಿಕೊಂಡ್ರು, ನಂಗೂ ಕೆಲವೊಮ್ಮೆ ಅಸ್ಟ್ರೇಲಿಯಾಗೆ ಹೋಗಿ ಬಿಡಬೇಕೆನಿಸಿತು.

ಅದಕ್ಕೆ ಡ್ಯಾಡ್ ಒಪ್ಪೆ ಇರ್ಲಿಲ್ಲ. ಹೋಟೆಲ್‌ಗಳು ಲಾಸ್‌ನಲ್ಲಿ ನಡೀತಾ ಇದೆ. ಅದರ್ಮೇಲೆ ಮೀಟಿಂಗ್, ಚರ್ಚೆಗೆ ಕೂತಾಗ ಬರೀ ಕನ್‌ಫ್ಯೂಷನ್. ಸುರುಚಿರಾ ಮಾತಿಗೆ ಎಲ್ಲಾ ಯೆಸ್ ಎನ್ನುತ್ತಿದ್ದರು. ಇಲ್ಲಿ ವಿರೋಧ ಪಕ್ಷವಿಲ್ಲದ ಆಡಳಿತ ಪಕ್ಷದ ವಹಿವಾಟು" ಸನತ್ ಮುಕ್ತವಾಗಿ ತೋಡಿಕೊಂಡ. ನಂದಿತಾ ಅವನ ಮನದಲ್ಲಿ ಬೆಳಕಿನ ಸಣ್ಣ ಹಣತೆಯನ್ನು ಹಚ್ಚಿಟ್ಟಿದ್ದಳು. ಬೆಳಕು ಸಣ್ಣದಾದರೂ ಎಲ್ಲೆಡೆ ಪ್ರಸರಿಸಬಲ್ಲದು.

ಒಂದು ಗಂಟೆ ಎಲ್ಲಾ ವಿಷಯಗಳನ್ನು ಚರ್ಚಿಸಿದರು.

"ನಂಗಂತು ದೀಕ್ಷಿತ್ ಇಂಟರ್ ನ್ಯಾಷನಲ್ ಹರಾಜು ಆಗುವುದು ಇಷ್ಟವಿಲ್ಲ. ಇದ್ರಿಂದ ಡ್ಯಾಡ್ ಕನಸುಗಳು ಛಿದ್ರವಾಗುವುದಲ್ಲದೆ ದೀಕ್ಷಿತ್ ಕುಟುಂಬಕ್ಕೆ ಭವಿಷ್ಯದಲ್ದೇ ಹೋಗುತ್ತೆ"

ಜರ್ಮನಿ ಕಂಪನಿಯ ಸಹಕಾರದೊಂದಿಗೆ ಕಾರಿನ ಬಿಡಿಭಾಗಗಳ ತಯಾರಿಕೆ ಆರಂಭಿಸುವುದಕ್ಕೆ ಇವರೆಲ್ಲ ಪಾರ್ಟ್‌ನರ್ಸ್! ಅದರ ಸಲುವಾಗಿ ಚೆನ್ನೈ ಹೋಟೆಲ್‌ನ ಅಧಿಪತ್ಯ ರುಚಿರಾಗೆ ಬರಲಿಯೆನ್ನುವ ಪಟ್ಟು ಅಚ್ಯುತನ್‌ದು ಆಗಿತ್ತು. ಅದಕ್ಕೆ ಹೆಣ್ಣು ಮಕ್ಕಳ ಸಪೋರ್ಟ್. ಇವರಿಬ್ಬರನ್ನು ಒಟ್ಟೊಟ್ಟಿಗೆ ನಿಲ್ಲಿಸಿ ಯೋಜನೆಯನ್ನು ರೂಪಿಸಿದ್ದರು.

ಇಂದು ಮೊದಲ ಸಲ ಇದನ್ನೆಲ್ಲ ಚರ್ಚಿಸಿದರು.

ಸ್ವಲ್ಪ ತಡವಾಗಿ ಬಂದ ಅಣ್ಣ ತಮ್ಮಂದಿರಿಗೆ ಟೀ ಕುಡಿಯುತ್ತಿದ್ದ ದೀಕ್ಷಿತ್ "ವೆಲ್‌ಕಮ್, ಮೈ ಸನ್ಸ್... ನಂದಿತಾ ಕೈನ ಟೀ ಸಲುವಾಗಿಯಾದರೂ ಬೇಗ ಏಳಬೇಕೆಂದು ಮನಸ್ಸಾಗುತ್ತೆ" ಎಂದರು ಟೀ ಕಪ್ ಇಳಿಸುತ್ತ.

ನಂದಿತಾ ಇವರಿಬ್ಬರಿಗೂ ಟೀ ತರಲು ಒಳಗೆ ಹೋದಳು.

"ನಿಮ್ಮ ಫಾದರ್‌ನ ಸ್ವಲ್ಪ ಕನ್ವಿನ್ಸ್ ಮಾಡಿ. ನಾಳೆ ಆ ಬೃಂದಾವನ ಅಂಥದೇನು ಇರಕೂಡದು ನಮ್ಮ ಬಂಗ್ಲೆ ಗಾರ್ಡನ್‌ನಲ್ಲಿ. ಮೊದ್ಲು ರಿಮೂವ್ ಮಾಡೋಕೆ ಹೇಳಿದ್ದೀನಿ" ಎಚ್ಚರಿಸಿದ್ದಳು ಸುರುಚಿರಾ. "ಹೌದು, ಇದು ಪ್ರೆಸ್ಟೀಜಿಯಸ್ ವಿಷ್ಯ" ರುಚಿರಾ ತಾಕಿತು. ಇದು ಹೇಗೆ ಕೊನೆಗೊಳ್ಳಬಹುದು?

ನಂದಿತಾ ಕೊಟ್ಟ ಟೀ ಕುಟಿದ ನಂತರ ಮೂವರು ಹೊರಗೆ ಬಂದರು. ಮನೆಯ ಸ್ವಾಸ್ಥ್ಯ ಕೆಡುವುದು ಅಣ್ಣ ತಮ್ಮಂದಿಗೆ ಬೇಕಿರಲಿಲ್ಲ.

"ಈ ಬೃಂದಾವನ ಬೇರೆ ಕಡೆಗೆ ಷಿಫ್ಟ್ ಮಾಡಿಸಿದರೆ ಹೇಗೆ?" ಹಿಂದೆ ಬಂದು ನಿಂತ ಅಚ್ಯುತನ್‌ಗೆ ಹೇಳಿದರು. "ಬೃಂದಾವನ ಅತ್ಯಂತ ಶುಭಪ್ರದಂ ತುಳಸಿ ಪೂಜೆ ಹಿಂದಿನವರ ಸಂಪ್ರದಾಯಗಳಲ್ಲಿ ಒಂದು. ಈಗ ಇರೋ ಸಮಸ್ಯೆಗಳ ಪರಿಹಾರಕ್ಕೆ ದೇವರ ಆಶೀರ್ವಾದ ಕೂಡ ಬೇಕಾಗುತ್ತೆ" ಎಂದರು ಎಲ್ಲೋ ನೋಡುತ್ತ ದೀಕ್ಷಿತ್.

ಮಗಳ ಸ್ವಭಾವ ಬಲ್ಲ ಅಚ್ಯುತನ್‌ಗೆ ಪ್ರಾಣ ಸಂಕಟ.

"ಡ್ಯಾಡ್, ನಂಗೆ ಸ್ವಲ್ಪ ಕೆಲ್ಸ ಇದೆ" ಕಳಚಿಕೊಂಡ ಸತೀಶ್. ಆಧ್ಯಾತ್ಮಿಕತೆಯ ಬಗ್ಗೆ ಒಲುವು ಇದ್ದುದ್ದರಿಂದ ಒಂದು ರೀತಿಯ detachment ಬೆಳೆಸಿಕೊಳ್ಳಲು ಷುರು ಮಾಡಿದ್ದ.

ತುಳಸಿಯ ಪ್ರಾವಿತ್ರ್ಯತೆ, ದೈವಿಕತೆಯ ಬಗ್ಗೆ ಗೊತ್ತು. ಖಂಡಿತ ಹೆಂಡತಿಯ ಮುಂದೆ ನಿಂತು ವಿರೋಧಿಸಲಾರ, ವಾದಿಸಲಾರ. ಅವನ ಒಳ ಮನಸ್ಸಿನ ಪ್ರಕಾರ ಹಟಮಾರಿ, ಅವಿವೇಕಿ, ಸ್ವಾರ್ಥಿ ಹೆದರಿಕೆ ಇಲ್ಲದವಳು. ಇಷ್ಟೆಲ್ಲ ಸದ್ಗುಣಗಳು ಇರೋ ಹೆಂಡತಿಯ ಗಂಡನಿಗೆ ಸನ್ಯಾಸ ಅನಿವಾರ್ಯ, ಅಗತ್ಯ ಕೂಡ.

"ಅದನ್ನು ಬೇರೆ ಕಡೆ ಷಿಫ್ಟ್ ಮಾಡಿಸಿದರೆ ಹೇಗೆ?" ಅಚ್ಯುತನ್ ಪರಿಹಾರ ಸೂಚಿಸುವಂತೆ ಕಂಡರು "ಹಾಗೆಲ್ಲ ಷಿಫ್ಟ್ ಮಾಡಿಸೋಕ್ಕಾಗೊಲ್ಲ. ರ್‍ರೀ ಅಚ್ಯುತನ್ ಅಲ್ಲಿ ಬೆಂಕಿ ಹತ್ತಿ ಉರಿಯುತ್ತಾ ಇದೆ. ಇದ್ರಲ್ಲಿ ನೀವು ಯಾಕೆ ಮೂಗು ತೂರಿಸ್ತೀರಾ?" ಅಸ್ಟ್ರೇಲಿಯಾದಿಂದ ಹಿಂದುರಿಗಿದ ಮೇಲೆ ಇಷ್ಟು ಒರಟಾಗಿ ಕರಾರುವಾಕ್ಕಾಗಿ ಮಾತನಾಡಲು ಸಾಧ್ಯವಾಗಿತ್ತು. ಅದಕ್ಕೆ ಏನೋ ಬೇರೆ, ಬೇರೆ ಕಾರಣಗಳು ಇದ್ದರೂ ಅವರನ್ನುಸಪೋರ್ಟ್ ಮಾಡಲು ನಂದಿತಾ ಇದ್ದಳು. ಅವಳು ಪರಕೀಯಳಲ್ಲ. ಈ ಮನೆಯ ಸೊಸೆ. ಸುರುಚಿರಾಗೆ ಎಷ್ಟು ಹಕ್ಕು, ಅಧಿಕಾರಗಳು ಇರುತ್ತದೆಯೋ, ಅವಳಿಗೂ ಅಷ್ಟೆ. ಅಧಿಕಾರಗಳ ಜೊತೆ ಕರ್ತವ್ಯವನ್ನು ಒಪ್ಪಿಕೊಂಡಿದ್ದಳು.

ಬಹುಶಃ ಸುರುಚಿರಾ ಕಡೆ ನಿಲ್ಲುತ್ತಿದ್ದನೇನೋ, ರಾತ್ರಿ ನಂದಿತಾಳೊಂದಿಗೆ ಮಾತಾಡಿದ ಮೇಲೆ ಅವನಲ್ಲಿನ ಪ್ರೀತಿ, ಪ್ರೇಮವೆನ್ನುವ ಭ್ರಮೆ ಒಂದಿಷ್ಟು ಅಲುಗಾಡಿತ್ತು. ಚಿಂತನೆಯ ಹಕ್ಕಿಯೊಂದು ಮನದಲ್ಲಿ ಹಾರಾಡತೊಡಗಿತು.

ಈಗಾಗಲೇ ಅಚ್ಯುತನ್ ಬೃಂದಾವನ ತೆಗೆಸೋಕೆ ಕೆಲವು ಆಳುಗಳನ್ನು ಬರ ಹೇಳಿದ್ದ. ತೆಗೆಸಿ ಕೆಲಸ ಮುಗಿಸಿದರಾಯಿತು. ಮಿಕ್ಕಿದ್ದು ಮಗಳು ಮ್ಯಾನೇಜ್ ಮಾಡಿಕೊಳ್ಳುತ್ತಾಳೆಂದು ಅವರ ನಂಬಿಕೆ.

ಅವರುಗಳಿಗೆ ಸನ್ನೆ ಮಾಡುವ ಮೊದಲು ತಟ್ಟೆ ಹಿಡಿದುಕೊಂಡು ಬಂದ ನಂದಿತಾ ಅವರತ್ತ ನೋಟ ಬೀರಿ ಬೃಂದಾವನಕ್ಕೆ ಅರಿಶಿಣ, ಕುಂಕುಮ ಹಚ್ಚಿ ಹಾರ ಹಾಕಿ, ಗೆಜ್ಜೆ ವಸ್ತ್ರ ಹೂಗಳಿಂದ ಸಿಂಗರಿಸಿ, ಹಣ್ಣು ಕಾಯಿ ನೈವೇದ್ಯ ಮಾಡಿ ಭಕ್ತಿ ಪೂರ್ವಕವಾಗಿ ಬೇಡಿಕೊಂಡಳು. 'ವಿನಾಶದ ಅಂಚಿನಲ್ಲಿದ್ದ ದೀಕ್ಷಿತರ ಕುಟುಂಬ ಅದರಿಂದ ಹೊರಬರಬೇಕು. ತನ್ನ ತಂದೆಯ ಜೀವ ಕಾಪಾಡಿ ತಮಗೆ ಉಳಿಸಿಕೊಟ್ಟ ಆ ವ್ಯಕ್ತಿಯ ಋಣ ಸಂದಾಯ ಅಮ್ಮ ಅಪ್ಪನಿಂದ ಪಡೆದ ವಾಗ್ದಾನ' ಇದೆಲ್ಲರಿಂದ ದೀಕ್ಷಿತ್ ಕುಟುಂಬಕ್ಕೆ ಋಣಿಯಾಗಿದ್ದಳು.

"ಆವೋ...." ಅಚ್ಯುತನ್ ಗೇಟ್‌ನೊಳಕ್ಕೆ ಬಂದ ಜನರನ್ನು ಕೈ ಸನ್ನೆಯಿಂದ ಕರೆದು 'ಇದನ್ನು ತೆಗೆದು ಬೇರೆಡೆ ಇಡುವ ಬಗ್ಗೆ ಚರ್ಚಿಸುತ್ತಿದ್ದರು. 'ಮೂರು ಜನ ಕುಶಲ ಕೆಲಸಗಾರರು ಹಗಲು, ರಾತ್ರಿ ಕೆಲಸ ಮಾಡಿ ಭವ್ಯವಾಗಿ ರೂಪಿಸಿದ ಬೃಂದಾವನದಲ್ಲಿ ಗಿಡ ಹಾಕಿದಾಗ ಅವಳದು ಅದ್ಭುತ ಸಮಾಧಾನ. ಹಿಂದಿನ ನೆನಪು ಮರುಕಳಿಸಿತ್ತು. ಈಗ ಚಿರಂತನ್‌ದತ್ ವಾಸ ಮಾಡುತ್ತಿರುವ ಬಂಗ್ಲೆ ಕಟ್ಟುವಾಗಲೇ ಬೃಂದಾವನಕ್ಕೆಂದು ಒಂದು ಜಾಗವನ್ನು ನಿಗದಿ ಪಡಿಸುವುದರ ಜೊತೆಗೆ, ಬಂಗ್ಲೆ ಪೂರ್ತಿಯಾಗುತ್ತಿದ್ದಂಗೆ ಬೃಂದಾವನ ಸಿದ್ಧವಾಯಿತು. ನಂತರವೇ ಗೃಹ ಪ್ರವೇಶವಾಗಿದ್ದು. ಅದೆಲ್ಲ ಅವಳ ನೆನಪಿನಲ್ಲಿ ಇತ್ತು.

"ಕ್ಯಾ ಹೈ?" ಹಿಂದಿಯಲ್ಲೆ ಕೇಳಿದಳು.

ಮೇಸ್ತ್ರಿಯಾಗಿ ಬಂದಿದ್ದವನು ಅವಳಿಗೆ ವಿಷಯ ತಿಳಿಸಿ 'ಪೂಜೆ ಮಾಡೋ ಬೃಂದಾವನ ತೆಗೆಸೋದು ಸರಿಯಲ್ಲ' ಎನ್ನುವಂತೆ ವಿವರಿಸಿದಾಗ ಅಚ್ಯುತನ್ ಕಡೆ ತಿರುಗಿದಳು.

"ಯಾರು, ನಿಮ್ಗೆ ಬೃಂದಾವನ ತೆಗೆಸೋಕೆ ಹೇಳಿದ್ದು?" ಕೇಳಿದ ಕೂಡಲೇ "ಷಟಪ್, ಈ ಮನೆಯಲ್ಲಿ ಏನಾದ್ರೂ ಮಾಡೋಕೆ ಬೇರೆಯವರ ಪರ್ಮಿಷನ್ ಬೇಕಿಲ್ಲ. ಹತ್ತು ವರ್ಷದಿಂದ ನಾನು ಇಲ್ಲಿದ್ದೀನಿ. ಇದು ನನ್ನ ಮನೆ" ಅಧಿಕಾರವಿತ್ತು ಅವರ ದನಿಯಲ್ಲಿ. ಮಗಳ ಸಪೋರ್ಟ್ ಬೆಳೆಸಿಕೊಂಡ ಅಹಂಕಾರ.

"ಹತ್ತು ವರ್ಷದಿಂದ ನೀವು ಇಲ್ಲಿರಬಹುದು. ಈ ಬಂಗ್ಲೆ ನಿಮ್ಮದಲ್ಲ. ನಿಮ್ಮ ಮಗ್ಳು ದೀಕ್ಷಿತರ ಕುಟುಂಬದ ಒಬ್ಬ ಸದಸ್ಯಳೇ ವಿನಾ ಇಲ್ಲಿಯ ಯಜಮಾನಿ ಅಲ್ಲ. ಪ್ಲೀಸ್, ದಯವಿಟ್ಟು ನಿಮ್ಮ ಸ್ಥಾನ ಏನೂಂತ ಅರ್ಥಮಾಡ್ಕೊಳ್ಳಿ. ನೀವು ಹಿರಿಯರು ನಿಮ್ಮನ್ನು ಅಗೌರವಿಸೋದು ನಂಗಿಷ್ಟವಿಲ್ಲ" ಕರಾರುವಾಕ್ಕಾಗಿ ಹೇಳಿ ಒಳಗೆ ಹೋದಳು. ಮೊದಲ ಸಲ ಅಚ್ಯುತನ್ ಸ್ಥಾನದ ಬಗ್ಗೆ ನೆನಪಿಸಿದ್ದಳು.

ಕೆಲಸಗಾರರಿಗೂ ತುಳಸಿ ಗಿಡ ನೆಟ್ಟ ಬೃಂದಾವನ ತೆಗೆಯ ಬೇಕೆನಿಸಲಿಲ್ಲ. ಅದಕ್ಕಾಗಿಯೇ ಅನ್ಯ ಮತಸ್ಥರನ್ನು ಆಯ್ಕೆ ಮಾಡಿಕೊಂಡು ಬಂದಿದ್ದ ಅಚ್ಯುತನ್ ಚಕಿತರಾದರು. ಇದು ಭಾರತೀಯ ಸಂಸ್ಕೃತಿ. ಅದರ ಅರಿವು ಇಲ್ಲಿ ಹುಟ್ಟು ಬೆಳೆದವರಿಗೆಲ್ಲ ಇರುತ್ತೆ. ನಾಲ್ಕು ಒಳ್ಳೆಯ ಮಾಡುಗಳನ್ನಾಡಿದಾಗ ಪ್ರಸಾದಕ್ಕೆ, ಕೈಯೊಡ್ಡಿ ತಂದ ಪರಿಕರಗಳೊಂದಿಗೆ ಹಿಂದಿರುಗಿದರು.

ಅಚ್ಯುತನ್ ಮೈ ಪರಚಿಕೊಳ್ಳುವಂತಾಯಿತು. ಸ್ವಪ್ರತಿಷ್ಠೆಯ ಕೂಸು ಸುರುಚಿರಾ ಇದನ್ನು ಸಹಿಸಿಕೊಳ್ಳಲಾರಳೆಂದು ಗೊತ್ತು. ಆದರೆ ಸ್ವಲ್ಪ ಎಡವಿದರೆ ಮುಗ್ಗರಿಸಬೇಕಾದ್ದು ತಾವೇ ಎಂದುಕೊಂಡರು. 'ಆಫ್ಟರ್‌ಆಲ್' ಎಂದು ಭಾವಿಸಿದ್ದ ನಂದಿತಾನ ಹೇಗೆ ನಿವಾರಿಸಿಕೊಳ್ಳುವುದೆಂದು ಅರ್ಥವಾಗದಾದರು.

ನೇರವಾಗಿ ಮಗಳ ರೂಮಿಗೆ ಬಂದರು. ಅವಳಿಗಿನ್ನು ಸುಪ್ರಭಾತವಾಗಿರಲಿಲ್ಲ. ಇಷ್ಟ ಬಂದಾಗ ಏಳುವ ಅಭ್ಯಾಸ. ಅದನ್ನು ಆಕ್ಷೇಪಿಸುವವರು ಕೂಡ ಇರಲಿಲ್ಲ. ದೇವಿಕಾ ವೀಕ್! ಸತೀಶ್‌ಗೆ ಆಧ್ಯಾತ್ಮಿಕತೆಯ ಒಲವು. ಹೆಂಡತಿಯ ಬಗ್ಗೆ ಅವನ ಲಕ್ಷ್ಯ ಅಷ್ಟಕಷ್ಟೆ.

"ಸುರುಚಿರಾ... ಸುರುಚಿರಾ..." ಎಂದು ನಾಲ್ಕು ಸಲ ಕೂಗಿದ ನಂತರವೇ ಎದ್ದಿದ್ದು. "ಸುಮ್ನೆ ಯಾಕೆ ಡಿಸ್ಟರ್ಬ್ ಮಾಡ್ತೀರಾ?" ಒಂದು ರೀತಿಯ ಅಸಹನೆ. ಯಾವ ಕಟ್ಟು ಪಾಡಿನಲ್ಲಿ ಬೆಳೆದಿರಲಿಲ್ಲ. ಸದಾ ಕೈಯಲ್ಲಿ ಸಿಗರೇಟು ಹಿಡಿದು ಪ್ಯಾಂಟು, ಷರಟು, ಮೇಲೊಂದು ಅರ್ಧ ತೋಳಿನ ಕೋಟು ತೊಟ್ಟ ಮದರ್ ಮಕ್ಕಳಿಗೆಂದಿಗೂ ಗೈಡ್ ಮಾಡಿರಲಿಲ್ಲ. ಆಕೆ ಬೇರೊಂದು ರೀತಿಯ ಜೀವನವನ್ನು ಅಪ್ಪಿಕೊಂಡಿದ್ದರು.

ಅಲ್ಲೇ ಕೂತ ಅಚ್ಯುತನ್ "ಮೊದಲ ಸಲ ನಿಂಗೆ ಅವಮಾನವಾಗುವಂಥ ಕೆಲಸ ನಡೆದಿದೆ. ಬೃಂದಾವನ ತೆಗೆಯೋಕೆ ಬಂದ ಆಳುಕಾಳು ಹಾಗೆ ಹಿಂದಿರುಗಿದರು. ಅದನ್ನು ಬೇಡಾಂತ ಹೇಳಿದ್ದು ಯಾರು ಗೊತ್ತಾ? ಚಿರಂತನ್‌ದತ್ ಐ.ಎ.ಎಸ್ ಮುದ್ದಿನ ಮಗ್ಳು ನಂದಿತಾ" ಅಂದ ಕೂಡಲೆ ವಿಚಲಿತಳಾಗಿದ್ದು "ನೋ ಡ್ಯಾಡ್, ನಾನು ಹೇಳಿದ್ಮೇಲೆ

ಮುಗ್ದು ಹೋಯ್ತು. ಅದ್ನ ತೆಗೆಯಲೇ ಬೇಕು. ಹೇಳೋಕೆ ಅವಳ್ಯಾರು?" ಹ್ಲೂಂಕರಿಸಿದಳು.

"ಕೂಲ್ ಡೌನ್, ಮೈ ಡಾಟರ್! ಅವಳ್ಯಾರು ಅನ್ನೋಕೆ ಸಾಕಷ್ಟು ಸಾಕ್ಷಿಗಳು ಇವೆ. ಅಂದು ಸನತ್ ದೀಕ್ಷಿತ್ ಶಾಸ್ತ್ರೋಕ್ತವಾಗಿ ಮಾಂಗಲ್ಯಧಾರಣೆ ಮಾಡಿದ್ದಾನೆ, ಸಪ್ತಪದಿಗಳು ಜೊತೆಯಾಗಿ ತುಳಿದಿದ್ದಾರೆ. ಆದರೆ ರಹಸ್ಯ ಸ್ಥಳದಲ್ಲಿ ನಡೆದಿದ್ದಿಲ್ಲ, ಸಾವಿರಾರು ಜನ ನೆರೆದಿದ್ದ ವಿವಾಹದ ಮಂಟಪದಲ್ಲಿ. ದೀಕ್ಷಿತ್ ಮನೆತನದ ಎರಡನೆ ಸೊಸೆ ಅವಳು. ಈಗ ನೀನು ಹಟ ಹಿಡಿದರೇ, ಅವಳು ತಿರುಗಿ ಬೀಳಬಹುದು" ವಾಸ್ತವ ಸಂಗತಿಯನ್ನು ಮಗಳ ಮುಂದಿಟ್ಟರು.

ಸುರುಚಿರಾ ಎರಡು ಕೈಯಲ್ಲಿ ತಲೆ ಹಿಡಿದುಕೊಂಡು "ಈಗ ನಾನೇನು ಮಾಡ್ಲಿ, ಡ್ಯಾಡ್? ಅಂದು ನೀವು ನಾನು ಹಟ ಹಿಡಿಯದಿದ್ದರೇ, ನಂದಿತಾ ಈ ದೀಕ್ಷಿತ್ ಫ್ಯಾಮಿಲಿಯೊಳಕ್ಕೆ ಅಡಿಯಿಡಲು ಸಾಧ್ಯವಾಗ್ತಾ ಇರ್ಲಿಲ್ಲ. ಅಪ್ಪ ಮಗ್ಳು ಮ್ಯಾರೇಜ್ ಸಲುವಾಗಿ ಗೆಸ್ಟ್‌ಗಳಾಗಿ ಬಂದಿದ್ದು. ಈಗೇನ್ಮಾಡೋದು? ಈಗ ಮಮ್ಮಿ ಹೆಲ್ಪ್, ಸಜೆಷನ್ ಏನಾದ್ರೂ ಸಿಕ್ಕುತ್ತಾ? ಟ್ರೈ... ಮಾಡೋಣ್ವಾ?" ಇಂಥ ಒಂದು ಯೋಚನೆ ಅವಳಿಗೆ ಫ್ಲಾಶ್ ಆಯ್ತು.

ಅಚ್ಯುತನ್ ಮತ್ತಷ್ಟು ಮಂಕಾದರು. ಹೆಂಡತಿ ಒಳ್ಳೆ ರಿಪೋರ್ಟರ್. ಅಂದು ಹೆಸರು ಮಾಡಿದ್ದರು. ಕೆಲವು ವರದಿಗಳಿಗೆ ಬಹುಮಾನ ಬಂದಿತ್ತು ಕೂಡ. ಸಿಗರೇಟು ಡ್ರಿಂಕ್ಸ್ ಇಲ್ಲದೇ ದಿನಗಳು ಸರಿಯದು ಎನ್ನುವ ಹಂತಕ್ಕೆ ಬಂದಿದ್ದ ಆಕೆ ಯಾವುದೇ ನಿಯಮಗಳಿಗೆ ಬದ್ಧರಾಗಿರಲಿಲ್ಲ. ಗಂಡ, ಮಕ್ಕಳ ಬಗ್ಗೆ ತಲೆ ಕೆಡಿಸಿಕೊಳ್ಳದ ಪ್ರಬುದ್ಧೆ ಎಂದೂ ಅಪರೂಪಕ್ಕೆ ಫೋನ್ ಮಾಡಿದರು ಎರಡೇ ಮಾತು. ಏನಾದರೂ ಹೇಳೋಕೆ ಹೋದರೆ 'ಸ್ಟಾಪ್‌ಇಟ್ ಅಚ್ಯುತನ್, ನಂಗೆ ನಿನ್ನ ಸಂಸಾರದ ಬಗ್ಗೆ ಇಂಟರೆಸ್ಟ್ ಇಲ್ಲ' ಇಂಥದೊಂದು ಡೈಲಾಗ್ ಸಿದ್ಧವಾಗಿರುತ್ತಿತ್ತು.

"ನಂಗೇನು ಹಾಗೆ ಅನ್ನಿಸೊಲ್ಲ. ಸಾಕಷ್ಟು ಎಚ್ಚರಿಸಿದ್ದರು. ಮಗ್ಳು ವಿವಾಹಕ್ಕೆ ಬರೋ ಮನಸ್ಸು ಮಾಡಲಿಲ್ಲ. ಹಿಂದಿನ ದಿನನೇ ವಿಶ್ ಮಾಡಿ ನಂಗೆ ಪುರಸೊತ್ತಿಲ್ಲ ಅಂದ ಮಹಾರಾಯ್ತಿ– ಅಂಥವಳಿಂದ ಎಂಥ ನಿರೀಕ್ಷೆ? ಬಾಯಿಗೆ ಬಂದಿದ್ದು ಬಡಬಡಿಸಿ, ಆಮೇಲೆ ಮರ್ತೆ ಬಿಡ್ತಾಳೆ" ಎಂದರು ನಿಟ್ಟುಸಿರಿನೊಂದಿಗೆ.

"ಏನಿ ಹೌ, ಡ್ಯಾಡಿ... ನಾನು ಈಗ ಸೋಲೊಪ್ಪಿಕೊಂಡರೆ ಮುಂದೆ ಕಷ್ಟವಾಗುತ್ತೆ" ಮೇಲೆದ್ದ ಮಗಳನ್ನು ತಡೆದು "ಪ್ಲೀಸ್, ಈಗ ದೀಕ್ಷಿತ್ ಇಲ್ಲಿದ್ದಾರೆ. ಬರೀ ಭಾರತದ ಅಡ್ಮಿನಿಸ್ಟ್ರೇಷನ್‌ನಲ್ಲಿ ಮಾತ್ರವಲ್ಲ, ಬೇರೆ ವಿಷಯಗಳಲ್ಲೂ ತುಂಬ ಬುದ್ಧಿವಂತರೆಂದು ಹೆಸರು ಮಾಡಿದ ಚಿರಂತನ್‌ದತ್ ಐ.ಎ.ಎಸ್ ಬೆಂಬಲ ಅವ್ರಿಗೆ ಇದೆ. ದೀಕ್ಷಿತ್ ಹಳೇ ರೆಕಾರ್ಡ್ಸ್ ಕೆದಕಿಕೊಂಡು ಕೂತರೆ ಕಷ್ಟವಾಗುತ್ತೆ. ಈಗ ಸುಮ್ಮನಿದ್ದು ಬಿಡು" ಎಂದು ಸಮಾಧಾನಿಸಲು ಪ್ರಯತ್ನಿಸಿದರು. ಕೊನೆಗೆ ಮಗಳ ಕಾಲಿಡಿದರು ಎಂದರೆ ತಪ್ಪಾಗದು. ಅಷ್ಟು ಕೆಟ್ಟ ಹಟ ಸುರುಚಿರಾದು.

ಇವರುಗಳು ಹೊರ ಬರುವ ವೇಳೆಗೆ ದೀಕ್ಷಿತ್‌ರೊಂದಿಗೆ ಸತೀಶ್, ಸನತ್ ಹೊರಟಿದ್ದು ನೋಡಿ ಆಶ್ಚರ್ಯವೇ. ಯಾವಾಗಲೋ ಒಂದು ಸಲ ಹೋಗಿ ಎರಡು ಹೋಟೆಲ್‌ಗಳ

ಅಡ್ಮಿನಿಸ್ಟ್ರೇಷನ್ ಛೇಂಬರ್‌ಗಳಲ್ಲಿ ಒಂದೆರಡು ಗಂಟೆ ಕೂತು ಎದ್ದು ಬರುತ್ತಿದ್ದುದ್ದಷ್ಟೆ. ಎಲ್ಲಾ ಪವರ್ ಇದ್ದಿದ್ದು ಅಚ್ಯುತನ್‌ಗೆ ಮಾತ್ರ.

ಅಚ್ಯುತನ್ ಹೆಗಲ ಮೇಲೆ ಕೈಯಿಟ್ಟ ದೀಕ್ಷಿತ್ "ಸ್ವಲ್ಪ ನಿಮ್ಗೆ ರೆಸ್ಟ್ ಬೇಕು. ಫ್ಯಾಮಿಲಿ ಡಾಕ್ಟ್ರ ಹತ್ರ ನಿಮ್ಮ ಹೆಲ್ತ್‌ನ ಡಿಟೈಲ್ಸ್ ಕಲೆಕ್ಟ್ ಮಾಡಿಕೊಂಡಿದ್ದಾಳೆ ನಮ್ಮ ನಂದಿತಾ. ಸ್ವಲ್ಪ ದಿನ ಈ ರಿಸ್ಕ್‌ನ ಹುಡುಗರಿಗೆ ವಹಿಸಿ. ಹೇಗೂ ನೀವೊಂದು ತೀರ್ಮಾನಕ್ಕೆ ಬಂದಿದ್ದೀರಿ. ಒಂದೆರಡು ತಿಂಗ್ಳು ಹೇಗಾದ್ರೂ ಮ್ಯಾನೇಜ್ ಮಾಡ್ತೀನಿ. ನೀವು ರೆಸ್ಟ್ ತಗೊಳ್ಳಿ" ವಿಶ್ವಾಸದಿಂದಲೇ ಹೇಳಿದ್ದು. ಆ ಮನುಷ್ಯ ಸುಸ್ತಾದ. ತಮ್ಮ ಕಪಿ ಮುಷ್ಟಿಯಲ್ಲಿದ್ದ ಸಾಮ್ರಾಜ್ಯ ಬೇರೊಬ್ಬರ ಪಾಲಾಗುವುದು ಅವರಿಗೆ ಸೇರದು. ಇದರ ಸಲುವಾಗಿ ಮಗಳು ಆಡುತ್ತಿದ್ದ ಅವಮಾನದ ಮಾತುಗಳನ್ನು ಸಹಿಸಿಕೊಂಡಿದ್ದರು. ಆದರೆ ಆಗಿದ್ದೇನು? ಮೊನ್ನೆ ಬಂದ ನಂದಿತಾ ಇವರ ಸ್ಥಾನವನ್ನು ಪ್ರಶ್ನಿಸಿದಳು.

ಅಚ್ಯುತನ್ ಮುಖದ ಮೇಲೆ ಬೆವರಾಡಿದನ್ನ ಗಮನಿಸಿದ ನಂದಿತಾ ನೀರಿನ ಗ್ಲಾಸ್ ತಂದು ಅವರ ಮುಂದಿಡಿದು "ನೀವು ಮಾರ್ನಿಂಗ್ ಬಿ.ಪಿ. ಮಾತ್ರೆ ತಗೊಂಡಿಲ್ಲ" ನೆನಪಿಸಿದಕ್ಕೆ ಗಾಬರಿಯಾದರು. ಸಂತ ಮಗಳಿಗೆ ಗೊತ್ತಿಲ್ಲದ ವಿಷಯ. ನೀರನ್ನು ಕುಡಿದು ಗ್ಲಾಸ್‌ನ್ನು ಹಿಂದಿರುಗಿಸಿ ದೀಕ್ಷಿತ್ ಕೈ ಹಿಡಿದು ರೂಮಿಗೆ ಕರೆದೊಯ್ದರು.

"ಬೇಡ ದೀಕ್ಷಿತ್, ಹೋಟೆಲ್‌ಗಳ ಫೈನಾನ್ಶಿಯಲ್ ಸ್ಥಿತಿ ತೀರಾ ಹದಗೆಟ್ಟಿದೆ. ಹೇಗೂ ಇವೆರಡನ್ನು ಮಾರೋದೂಂತ ಆಗಿದೆ. ಆರಾಮವಾಗಿ ಮಾರಿ ಮಾರ್ಯಾದೆ ಉಳಿಸಿಕೊಳ್ಳೋಣ. NRI ನವರು ಅವುಗಳನ್ನು ಖರೀದಿಸೋಕೆ ಮುಂದೆ ಬಂದಿದ್ದಾರೆ" ಮನವೊಲಿಸುವ ಪ್ರಯತ್ನ ಮಾಡಿದರು. ಈ ಮಾತಿಗೆ ಮನೆಯ ಎಲ್ಲರ ಸಮ್ಮತ ಇತ್ತೆಂದು ಅವರಿಗೆ ಗೊತ್ತು. "ನೋಡೋಣ, ಯು ನೀಡ್ ರೆಸ್ಟ್. ಹೆಣ್ಣುಕೊಟ್ಟ ಮಾತ್ರಕ್ಕೆ ಆ ಕುಟುಂಬಕ್ಕೆ ನಿಮ್ಮನ್ನು ಅರ್ಪಿಸಿಕೊಂಡು ಬಿಡುವುದು ಬೇಡ. ದೇವರಿದ್ದಾನೆ. ಪ್ರತಿಯೊಂದು ದೇವರ ಇಚ್ಛೆಯ ಪ್ರಕಾರವೇ ನಡೆಯೋದು. ಅದಕ್ಕೆ ನಡೆದು ಹೋದ ವಿವಾಹವೇ ಒಂದು ಕಾರಣವೆನ್ನಬಹುದು. ಬಹುಶಃ ಹೆಚ್ಚು ಕಡಿಮೆ ಸುರುಚಿರಾನ್ನ ದೀಕ್ಷಿತ್ ಕುಟುಂಬಕ್ಕೆ ಕೊಟ್ಟಾಗಲೇ ನೀವು ರುಚಿರಾನು ಕೂಡ ಈ ಮನೆಯ ವಧುವೆಂದು ನಿರ್ಧರಿಸಿದ್ರಿ, ಅವ್ರ ಮನಸಿನಲ್ಲೂ ತಾವು ವಧು-ವರರು ಅನ್ನೋ ನಂಬಿಕೆನ ಹುಟ್ಟು ಹಾಕಿದ್ರಿ, ಬೆಳೆಸಿದ್ರಿ... ಆದರೆ ಕೊನೆ ಕ್ಷಣದಲ್ಲಿ ಆಗಿದ್ದೇನು? ನಾನು ನಾರ್ಮಲ್ಲಾಗಿ ಹೋಗಿ ನನ್ಮಗನಿಗೆ ನಿನ್ನ ಮಗಳನ್ನ ಕೊಡುಂತ ಕೇಳಿದ್ದರೆ, ಚಿರಂತನ ಒಪ್ತಾ ಇದ್ದನೋ ಇಲ್ವೋ? ಈ ಹುಡ್ಗಿ ಕೂಡ ಸದ್ಯಕ್ಕೆ ಒಪ್ಕೋತಾ ಇರಲ್ಲಿಲ್ಲ. ಆದರೆ ಆದದ್ದೇನು? ಮದ್ವೆಗಿಂತ ಬಂದ ಹುಡುಗಿ ಹಸೆಮಣೆಯೇರಿ ಈ ದೀಕ್ಷಿತ್ ಕುಟುಂಬದ ಸೊಸೆಯಾಗಿ ಬಿಟ್ಲು. ಅದಕ್ಕೆ ಏನನ್ನೋಣ?" ಒಂದು ಚಿತ್ರವನ್ನು ಅವರ ಮುಂದಿಟ್ಟರು ದೀಕ್ಷಿತ್.

ಅಚ್ಯುತನ್ ಮುಖ ಕಂದಿತು. ಕೆಟ್ಟ ಕನಸಿನಂತೆ ನಡೆದು ಹೋಗಿತ್ತು. ಒಂದ್ಹತ್ತು ನಿಮಿಷ ಮೊದಲು ಮಗಳೊಂದಿಗೆ ವಿವಾಹದ ಮಂಟಪಕ್ಕೆ ಬಂದಿದ್ದರೆ, ನಡೆಯುತ್ತಿದ್ದುದ್ದೇ ಬೇರೆ.

"ನೋ... ನೋ... ಅದ್ನ ಈಗ್ಲೂ ಮನೆಯವರು ಕನ್ಸಿಡರ್ ಮಾಡಿಲ್ಲ. ನಿಮ್ಮ ಸೊಸೆ ರುಚಿರಾನೇ. ಸನತ್‌ನ ಬಿಟ್ಟು ಅವ್ಳು ಬೇರೆಯವರನ್ನು ವಿವಾಹವಾಗೊಲ್ಲ. ದಯವಿಟ್ಟು ಹೇಗಾದ್ರು, ನಂದಿತಾಯಿಂದ ಸನತ್‌ಗೆ ಡೈವೋರ್ಸ್ ಕೊಡ್ಸಿ" ಎರಡು ಕೈಗಳನ್ನು ಹಿಡಿದುಕೊಂಡರು. ಎತ್ತರೆತ್ತರಕ್ಕೆ ಬೆಳೆದಿದ್ದ ಅಚ್ಯುತನ್ ಕುಬ್ಜನಾಗಿದ್ದ.

ಅಷ್ಟರಲ್ಲಿ ಮೊಬೈಲ್ ಸದ್ದು ಮಾಡಿದ್ದರಿಂದ ಹೊರಗೆ ಬಂದರು. ಹಾಲ್ ಸೋಫಾ ಮೇಲೆ ಕೂತಿದ್ದ ದೇವಿಕಾಗೆ ಯಾವುದೇ ರಿಸ್ಕ್‌ಗಳು ಬೇಕಿರಲಿಲ್ಲ. ಹಿಂದಿನ ನೆಮ್ಮದಿ ಈಗಿಲ್ಲವೆನಿಸಿತ್ತು. ಅಚ್ಯುತನ್ ಹೇಳಿದ ಕಡೆ ಸಿಗ್ನೇಚರ್, ಸೊಸೆ ಹೇಳಿದಂತೆ ದೊಡ್ಡ ದೊಡ್ಡ ಫಂಕ್ಷನ್ ಮತ್ತು ಪಾರ್ಟಿಗಳಲ್ಲಿ ಭಾಗವಹಿಸುವುದಷ್ಟೆ ಅವರ ಅಭ್ಯಾಸವಾಗಿತ್ತು. ಈಗ ಒಂದಲ್ಲ ಒಂದು ಅಹವಾಲು ಸೊಸೆಯಿಂದ.

"ನೀವ್ಯಾಕೆ, ನಿಮ್ಮ ಡ್ಯಾಡ್‌ಗೆ ಹೇಳೊಲ್ಲ? ಹೋಟೆಲ್ ಉದ್ಯಮ ಒಂದು ತರಹ ರಿಸ್ಕಿ. ಬಹುಶಃ ಇದು ಆಸ್ಟ್ರೇಲಿಯಾಂತ ತಿಳಿದಿದ್ದಾರೆ" ಮಕ್ಕಳ ಮುಂದೆ ಗೊಣಗಿ ಆಗಿತ್ತು.

ಸತೀಶ್ ಸ್ವಲ್ಪ ನೇರವಾಗಿಯೇ ಹೇಳಿದ್ದು.

"ನಂಗೆ ವ್ಯವಹಾರದಲ್ಲಿ ಇಂಟರೆಸ್ಟ್ ಇಲ್ಲಾಂತ ಎಷ್ಟೋ ಸಲ ಹೇಳಿದ್ದೀನಿ. ನಿರಂತರವಾಗಿ ಕಟ್ಟಿ ಹಾಕುವ ಪ್ರಯತ್ನ ಅಚ್ಯುತನ್ ಮತ್ತು ಸುರುಚಿರಾ ಮಾಡಿಲ್ಲ."

ಹೌದು, ಇದು ನಿಜವೇ! ಇವನು ಕೆಲವು ಆಧ್ಯಾತ್ಮಿಕ ಕೇಂದ್ರಗಳಿಗೆ ಕಾಯಂ ಪ್ರತಿನಿಧಿ. ಅಲ್ಲಿನ ಕಾರ್ಯಕ್ರಮಗಳಲ್ಲಿ ಭಾಗವಹಿಸುತ್ತಿದ್ದ. ಕೆಲವು ಪ್ರೋಗ್ರಾಂಗಳಲ್ಲಿ ಪ್ರವಚನ ನೀಡುತ್ತಿದ್ದ. ಒಂಟಿಯಾಗಿ ಕೂತು ಧ್ಯಾನ ಮಾಡುತ್ತಿದ್ದ. ಒಂದು ರೀತಿಯಲ್ಲಿ ಇದು ಸುರುಚಿರಾಗೆ ಅನುಕೂಲವಾಗಿತ್ತು. ಇಡೀ ದೀಕ್ಷಿತ್ ಸಮೂಹದ ವಹಿವಾಟನ್ನು ತನ್ನ ಕೈಯಲ್ಲಿಟ್ಟುಕೊಂಡು ಅಪ್ಪ, ಅಣ್ಣನನ್ನು ಭಾಗಸ್ಥರನ್ನಾಗಿ ಮಾಡಿಕೊಂಡಿದ್ದಕ್ಕೆ ಸತೀಶ್ನ ಸ್ವಭಾವ ಕೂಡ ಕಾರಣ.

ಸನತ್‌ಗೆ ಇದು ಯಾವುದು ಸರಿಯಾಗಿ ಅರ್ಥವಾಗಿರಲಿಲ್ಲ. ಇಷ್ಟೆಲ್ಲ ಜವಾಬ್ದಾರಿಗಳನ್ನು ನಿಭಾಯಿಸುತ್ತಿರುವ ಸುರುಚಿರಾ ಅಚ್ಯುತನ್ ಬಗ್ಗೆ ಹೆಚ್ಚಿನ ನಂಬಿಕೆ.

ರೂಮಿನಿಂದ ಬಂದ ದೀಕ್ಷಿತ್ "ಸತೀಶ್, ಸ್ವಲ್ಪ ಅಚ್ಯುತನ್‌ಗೆ ರೆಸ್ಟ್ ಬೇಕು. ಜವಾಬ್ದಾರಿನ ಅವ್ರಿಗೆ ವಹಿಸಿ ನೀವು ರೆಸ್ಟ್‌ನಲ್ಲಿದ್ದರೆ ಹೇಗೆ? ಒಂದಿಷ್ಟು ನಿಮ್ಮ ಕೋಆಪರೇಷನ್ ನಂಗೆ ಬೇಕು. ಅದು ಸಿಗುತ್ತೆ ಅನ್ನುವ ಭರವಸೆ ಕೂಡ" ಕೈ ನೀಡಿದರು ಮಕ್ಕಳತ್ತ. ಇಬ್ಬರು ಮುಖ ಮುಖ ನೋಡಕೊಂಡು "ನಮ್ಗೆ ವಸ್ತು ಸ್ಥಿತಿ ಸರ‍್ಯಾಗಿ ಗೊತ್ತಿಲ್ಲ. ಚೆನ್ನೈನಲ್ಲಿರೋ ದೀಕ್ಷಿತ್ ಇಂಟರ್ ನ್ಯಾಷನಲ್ ಹೋಟೆಲ್ ಮಾರಿದರೂ ಇದ್ನ ಉಳಿಸಿ ಕೊಳ್ಳೋಕ್ಕಾಗೊಲ್ಲಂತಾರೆ. ಇದ್ನ ಸಂಭಾಳಿಸೋ ಪ್ರಯತ್ನದಲ್ಲಿ ಸಿಕ್ಕಾಪಟ್ಟೆ ಲೋನ್ ತಂದಿದ್ದಾರೆ. ಅದಕ್ಕೆಲ್ಲ ಸುರುಚಿರಾ ಮಮ್ಮಿ ಕೈಯಲ್ಲಿ ಸಹಿ ಹಾಕಿಸೋದರ ಜೊತೆಗೆ..." ಮುಖ ಕಿವಿಚಿದ ಸತೀಶ್.

ನನ್ನ ಮಕ್ಕಳು ಇಷ್ಟೊಂದು ಬಕ್ರಾಗಳಾ? ಎನ್ನುವಂತೆ ಸಹಾನೂಭೂತಿಯಿಂದ ನೋಡಿದರು ದೀಕ್ಷಿತ್.

"ಆಗ ನೀವೇನು ಮಾಡ್ತಾ ಇದ್ರಿ? ಅಲ್ಲಿ ದುಡಿತಕ್ಕೆ ನಿಂತು ನಾನು ಇಲ್ಲಿನ ಸಾಮ್ರಾಜ್ಯ ವಿಸ್ತರಿಸುವುದು ನನ್ನ ಕನಸಾಗಿತ್ತು. ಆ ಬಗ್ಗೆ ನೀವು ಯಾರು ತಲೆ ಕೆಡ್ಸಿಕೊಳ್ಳಲಿಲ್ಲ. ಅಚ್ಯುತನ್, ಸುರುಚಿರಾ ಕೈ ಹಾಕದ ಚೆನ್ನೈನ 'ದೀಕ್ಷಿತ್ ಇಂಟರ್ ನ್ಯಾಷನಲ್ ಹೋಟೆಲ್' ಹೆಸರಿನ ಜೊತೆ ಒಳ್ಳೆ ಲಾಭ ಗಳಿಸುತ್ತೆ. ಮ್ಯಾನೇಜ್‌ಮೆಂಟ್ ಮತ್ತು ಹೋಟೆಲ್ ಕಾರ್ಮಿಕರ ಮಧ್ಯೆ ಉತ್ತಮವಾದ ಬಾಂಧವ್ಯ ಇದೆ. ಇದೆಲ್ಲ ಅಲ್ಲಿ ಸಾಧ್ಯವಾಗಿದ್ದು, ಇಲ್ಲಿ ಯಾಕೆ ಸಾಧ್ಯವಾಗಲಿಲ್ಲ? ಮನೆ ಮೇಲೆ ಕೂಡ ಲೋನ್ ತೆಗೆದಿದೆ. ಯಾಕೆ? ನಿನ್ನಮ್ಮ ಒಬ್ಬ ಬುದ್ಧಿಗೇಡಿ, ಅವಿವೇಕಿ ಹೇಳಿದಕ್ಕೆಲ್ಲ ಹ್ಞೂಂ ಗುಟ್ಟಿ ತೋರಿಸಿದ ಕಡೆ ಸಹಿ ಹಾಕಿದ್ಲು. ಇದಕ್ಕೆ ಪರ್ಮಿಷನ್ ಕೊಟ್ಟವರಾರು? ಅವಳಿಗೆ ಕೊಟ್ಟ ಪವರ್ ಆಫ್ ಅಟಾರ್ನಿ ಕ್ಯಾನ್ಸಲ್ ಮಾಡಿದ್ದೀನಿ. ಹೋಟೆಲ್ ಹರಾಜಾದರೆ ಮಾರಿ ಹೋದರೆ ಕೆಲ್ಸ ಮಾಡೋ ಕಾರ್ಮಿಕರು ಫುಟ್‌ಪಾತ್‌ಗೆ ಎಸೆಯಲ್ಪಡುತ್ತಾರೆ. ಆ ಬಗ್ಗೆ ಯೋಚಿಸಿದ್ದೀರಾ? ಮಿಸ್ಟರ್ ಸತೀಶ್‌ದೀಕ್ಷಿತ್, ಬರೀ ಆಧ್ಯಾತ್ಮಿಕತೆ ಹಿಡಿದು ಹೋದರೆ ಸಾಲದು. ಆ ಜನಗಳ ಬಗ್ಗೆ ಯೋಚ್ಸಿ" ಎಂದು ಮಕ್ಕಳನ್ನು ಜಾಡಿಸೊಗೆದುಬಿಟ್ಟರು.

ಸತೀಶ್, ಸನತ್‌ಗೆ ಬಾಯಿ ತೆರೆಯಲಾಗಲಿಲ್ಲ. ದೀಕ್ಷಿತ್ ಸಮಾಧಾನಕ್ಕೆ ಬಂದು ಉಸುರಿದರು.

"ಹೋಟೆಲ್ ಕಾರ್ಮಿಕ ವರ್ಗದ ಜೊತೆ ಮ್ಯಾನೇಜ್‌ಮೆಂಟ್‌ನೋರು ಕೈ ಜೋಡಿಸಿ ಸನತ್‌ದೀಕ್ಷಿತ್ ಮತ್ತು ಶ್ರೀಮತಿ ನಂದಿತಾ ದೀಕ್ಷಿತ್‌ಗೆ ಒಂದು ಪಾರ್ಟಿ ಕೊಡೋ ತೀರ್ಮಾನ ಮಾಡಿದ್ದಾರೆ. ಅವರ ಸಂತೋಷವನ್ನು ಯಾಕೆ ಬೇಡಾಂತ ಅನ್ನಲಿ? ಇದಕ್ಕೆ ನಿಮ್ಮ ಒಪ್ಗೆ ಇದೇಂತ ಅಂದುಕೊಂಡಿದ್ದೀನಿ" ಹೇಳಿ ಹೊರ ನಡೆದರು.

ಸತೀಶ್ ಕೋಣೆಗೆ ಹೋಗಿ ಕೂತು ಬಿಟ್ಟ, ತಂದೆ ಹೇಳಿದ ಇನ್ನೊಂದು ಮಾತು ಅವನನ್ನು ಕುಟುಕುತ್ತಿತ್ತು. "ಯಾವ ದೇಶದ ಪ್ರಬುದ್ಧ ವರ್ಗದ ಜನತೆಯು ನಿದ್ರಾವಶ ಸ್ಥಿತಿಯಲ್ಲಿರುತ್ತದೆಯೋ, ಅಂಥ ದೇಶದ ಮೇಲೆ ಪದೇ ಪದೇ ಆಕ್ರಮಣಗಳಾಗುತ್ತದೆ ಅನ್ನೋದು ಚಿಂತಕರ ಅಭಿಪ್ರಾಯ. ಇಲ್ಲಿ ನೀವು ನಿದ್ರಾವಶ ಸ್ಥಿತಿಯಲ್ಲಿ ಇದ್ದೀರಿ. ಪರಕೀಯ ಜನ ಆಕ್ರಮಣ ಮಾಡಿ ಈ ದೀಕ್ಷಿತ್ ಸಾಮ್ರಾಜ್ಯನ ಅಲ್ಲಾಡಿಸಿ ಬಿಟ್ಟರು. ಅದಕ್ಕೆ ನಾನು ಅವಕಾಶ ಕೊಡೊಲ್ಲ. ನನ್ನ ಧಮನಿಯಲ್ಲಿ ಉಸಿರು ಇರೋವರ್ಗೂ ಹೋರಾಡ್ತೀನಿ" ಪಣ ತೊಟ್ಟು ನುಡಿದ ಮಾತುಗಳು ಶೂಲದಂತೆ ಚುಚ್ಚಿ ನರಳಿಸಿತು.

ಏನಾಗಿದೆ, ಏನಾಗುತ್ತಿದೆ? ಎಂದಾದರೂ ಚಿಂತಿಸಿದ್ದುಂಟಾ? 'ದೀಕ್ಷಿತ್ ಹೋಟೆಲ್ ಇಂಟರ್ ನ್ಯಾಷನಲ್' ಕೆಲಸ ಮಾಡುವ ಕಾರ್ಮಿಕರು ಬೀದಿಯ ಪಾಲಾಗಬಾರ್ದು. ಅಲ್ಲಿ ಕೆಲಸ ಮಾಡಿದ್ದು ಮಾನವೀಯತೆ ಮುಂದೇನು? ಸುರುಚಿರಾ ಬಂದು ಎದುರು ನಿಂತಂತಾಯಿತು. ಅವಳ ವಾಗ್ಧಾಳಿ, ಪ್ರಖರತೆಗೆ ಸಿಡಿದು ಹೋಗಬೇಕಾದ್ದೆ. ಅಷ್ಟು ಕರಾರುವಾಕ್ಕಾಗಿ ಮಾತುಗಳನ್ನು ಹೊರಡಿಸುತ್ತಿದ್ದ ವೇಗಕ್ಕೆ ಅವಳ ಎದುರು ನಿಲ್ಲಲಾಗುತ್ತಿರಲಿಲ್ಲ. ಇನ್ನು ದೇವಿಕಾ ಬಗ್ಗೆ ಅವನೇನು ಹೇಳಲಾರ. ಆರಾಮಾಗಿ ಡ್ರೆಸ್ ಮಾಡಿಕೊಂಡು, ಸೊಸೆಯ ಜೊತೆ ದೊಡ್ಡ ದೊಡ್ಡ ಸಮಾರಂಭಗಳಿಗೆ ಹೋಗಲು ಮಾತ್ರ ಲಾಯಕ್ ಅನ್ನುವಂಥ ವರ್ತನೆ.

ಸತೀಶ್ ತಲೆ ಸಿಡಿಯತೊಡಗಿತು. ನೇರವಾಗಿ ಆಶ್ರಮಕ್ಕೆ ಹೋಗಿಬಿಟ್ಟ.

ದೇವಿಕಾ ಸೋತವರಂತೆ ಕೂತ ಕಡೆಯಿಂದ ಅಲ್ಲಾಡಲಿಲ್ಲ. ಸ್ವಂತ ಯೋಚನೆಗಳೆ ಅವರಲ್ಲಿ ಇಲ್ಲದಂತಾಗಿತ್ತು. ಸುರುಚಿರಾ ಮತ್ತು ಅಚ್ಯುತನ್ ಹೇಳುವುದೆಲ್ಲ ಸರಿಯೆನ್ನುವ ತೀರ್ಮಾನಕ್ಕೆ ಬಂದಿತ್ತು ಅವರ ಮಿದುಳು.

ಸುರುಚಿರಾ ಬಂದು ಅವರ ಎದುರು ಕೂತು "ದೇವಿಕಾ, ನೀವು ಸುಮ್ನೆ ಕೂತರೇ, ಎಲ್ಲಾ ಹಾಳಾಗುತ್ತೆ. ಅಚ್ಯುತನ್ ಹೋಟೆಲ್‌ಗಳ ಮಾರಾಟದ ಮಾತುಕತೆ ಮುಗ್ಸಿ ಅಡ್ವಾನ್ಸ್ ತಗೊಂಡಿದ್ದಾರೆ. ಆದ್ರೂ ಪೂರ್ತಿ ಏನು ತೀರೋಲ್ಲ. ಈ ಬಂಗ್ಲೆ ಮೇಲು ಲೋನ್ ಇದೆ" ಎಂದಾಗ ಆಕೆಗೆ ಕಕ್ಕಾಬಿಕ್ಕಿ. ಯಾಕೋ ಇದೊಂದು ಹೊಸ ವಿಷಯವೆನಿಸಿತು.

"ಬಂಗ್ಲೆ ಮೇಲೆ ಲೋನ್ ಇದ್ಯಾ? ಅಯ್ಯೋ, ನಂಗೆ ಈ ವಿಷ್ಯ ಗೊತ್ತೇ ಇಲ್ಲ. ಅದು ಅವರಿಗೆ ತಿಳಿದಿದ್ಯಾ? ಕೊಂಡು ಬಿಡ್ತಾರಷ್ಟೆ" ಭಯಪಟ್ಟರು ದೇವಿಕಾ.

ಸುರುಚಿರಾ ಮುಖ ಕೋಪದಿಂದ ಕೆಂಪಾಯಿತು. ದೀಕ್ಷಿತ್‌ನ ಸಹಿಸಿಹೊಳ್ಳುವುದೇ ಕಷ್ಟವಾಗಿತ್ತು. 'ಆ ಮನುಷ್ಯ ಹೊರಟು ಹೋದರೆ, ಎಲ್ಲಾ ನಾವು ಅಂದ್ಕೊಂಡಂಗೆ. ಇಲ್ಲದಿದ್ದರೆ ಕಷ್ಟವಾಗುತ್ತೆ. ಆ ಮನುಷ್ಯ ಹುಷಾರಾಗೋ ಮೊದ್ಲು ಎಲ್ಲಾ ಪತ್ರಗಳಿಗೂ ಸಹಿ ಹಾಕಿಸಿಕೊಂಡು ಬಿಡು" ಅಚ್ಯುತನ್ ಮಗಳ ಕಿವಿಯಲ್ಲಿ ಉಸುರಿದ್ದರು ಗುಟ್ಟಾಗಿ.

"ಯಾಕೆ ಇಷ್ಟೊಂದು ಎಗ್ಸೈಟ್ ಆಗ್ತೀರಾ? ಬಂಗ್ಲೇ ನಿಮ್ಮ ಹೆಸರಿನಲ್ಲಿದೆ. ನಿಮ್ಗೆ ಬಿಟ್ಟು ಬೇರೆಯವ್ರಿಗೆ ಲೋನ್ ಕೊಡ್ತಾರಾ? ಯಾಕೆ ಕೊಂದು ಬಿಡ್ತಾರೆ? ಇವರು ಆರಾಮಾಗಿ ಹೋಗಿ ಆಸ್ಟ್ರೇಲಿಯಾದಲ್ಲಿ ಕೂತರು. ಇಲ್ಲಿ ನಾವೆಷ್ಟು ಕಷ್ಟಪಟ್ವಿಂತ ಗೊತ್ತಾ? ನಾನು, ಅಚ್ಯುತನ್ ರಿಸ್ಕ್ ತಗೊಳ್ಳದಿದ್ದರೆ, ಟೋಟಲ್ಲಾಗಿ ಹೋಗಿ ಫುಟ್‌ಪಾತ್‌ನಲ್ಲಿ ಇರಬೇಕಿತ್ತು. ದೀಕ್ಷಿತ್ ಕುಟುಂಬದ ಮಾನ, ಮರ್ಯಾದೆಯೆಲ್ಲ ಹರಾಜಾಗಿಬಿಡ್ತಾ ಇತ್ತು. ನೀವು ನರ್ವಸ್ ಆಗೋ ಅಗತ್ಯವಿಲ್ಲ. ನಾನು ದೀಕ್ಷಿತ್ ಹತ್ರ ನೇರವಾಗಿ ಮಾತಾಡ್ತೀನಿ,. ಸತೀಶ್ ಈ ವಯಸ್ಸಿನಲ್ಲಿ ಮಗನಿಗೆ ಜೊತೆಯಾದರೆ ಸಾಕು."ಮುಲಾಜಿಲ್ಲದೆ ಹೇಳಿದಳು. ಮೊದಲು ಹಿತವಾಗಿರುತ್ತಿದ್ದ ಸೊಸೆಯ ಮಾತುಗಳು ಗಂಡನ ಸುದ್ದಿಗೆ ಬಂದ ಕೂಡಲೇ ಶೂಲಗಳಾಗಿತ್ತು ಒಳಗೊಳಗೆ ಹೆದರಿದರು.

"ಈ ಹೆಣಗಾಟವೆಲ್ಲ ಸಾಕು ಬಿಡು. ಇವೆಲ್ಲ ಮಾರಿ ಹೋದರೆ ಹೋಗ್ಲಿ, ಆರಾಮಾಗಿ ಚೆನ್ನೈಗೆ ಹೋಗಿ ಬಿಡೋಣ" ಎಂದರು ಭಯ ಮಿಶ್ರಿತ ಸ್ವರದಿಂದ.

ಮೂತಿ ತಿರುಗಿಸಿ ಕಾಲು ಮೇಲೆ ಕಾಲು ಹಾಕಿಕೊಂಡು ಕೂತ ಸುರುಚಿರಾ "ಮೊದ್ಲು ಇವೆಲ್ಲ ಮಾರಿಯಾಗಬೇಕಲ್ಲ. ಅದಕ್ಕೆ ನಿಮ್ಮ ಗಂಡ ದೀಕಿತ್ ಅಡ್ಡಗಾಲಾಗಿದ್ದಾರೆ. ಜೊತೆಗೆ ಚಿರಂತನ್‌ದತ್ ಮಗ್ಳು ಬಂದು ಕೂತಿದ್ದಾಳೆ. ಹೇಗೆ ಅವಳನ್ನು ನಿವಾರಿಸಿಕೊಳ್ಳೋದು. ಅಂದೇ ನೀವು ಅವಳಿಲ್ಲಿ ಬರಕೂಡದೂಂತ ಹೇಳಬೇಕಿತ್ತು. ಹೋಗ್ಲಿ ಸನತ್‌ಗೆ ಏನಾಗಿದೆ? ರುಚಿರಾನೆ ಅವ್ನ ಹೆಂಡ್ತಿ ಅಂತ ಎಂದೋ ತೀರ್ಮಾನವಾಗಿತ್ತಲ್ಲ, ಆ ಬಗ್ಗೆ ಕಾಮನ್‌ಸೆನ್ಸ್ ಇಲ್ವಾ? ವಿರೋಧಿಸಬೇಕಿತ್ತು. ಅವಳು ಆರಾಮಾಗಿ ಅವನ ಬೆಡ್ ರೂಂನಲ್ಲಿ ಪ್ರತಿಷ್ಠಾಪಿಸಲ್ಪಟ್ಟಾಗ, ಒದ್ದು ಹೊರ್ಗೆ ಹಾಕಿಸಬೇಕಿತ್ತು" ಮಾತಾಡುತ್ತಲೇ ಹೋದಳು. ದೇವಿಕಾ

ಎರಡು ಕೈಯಲ್ಲೂ ತಲೆ ಹಿಡಿದುಕೊಂಡರು. ಇಂಥ ಸಮಯದಲ್ಲಿ ಕರೆದೊಯ್ದು ನರ್ಸಿಂಗ್ ಹೋಂನಲ್ಲಿ ಅಡ್ಮಿಟ್ ಮಾಡಿಬಿಡುವುದು ಈವರೆಗೂ ನಡೆದು ಬಂದಿದ್ದು.

ಆದರೆ ಅಂಥ ನಿರ್ಣಯ ತೆಗೆದುಕೊಳ್ಳುವ ಮುನ್ನ ಒಳ ಬಂದ ಡಾಕ್ಟರ್ "ಈಗ ತಾನೇ ಶ್ರೀಮತಿ ನಂದಿತಾ ಸನತ್ ಫೋನ್ ಮಾಡಿದ್ರು. ಅವ್ರಿಗೆ ಹೆಚ್ಚಿನ ಟೆನ್‌ಷನ್ ಬೇಡಾಂತ ಸಾಕಷ್ಟು ಸಲ ಹೇಳಿದ್ದೀನಿ" ಸ್ವಲ್ಪ ಬೇಸರದಿಂದ ಏಳುವ ವೇಳೆಗೆ ನಂದಿತಾ ಬಂದು ನಿಂತಳು. ಬಿ.ಪಿ. ಚೆಕ್‌ಅಪ್ ಮಾಡಿದ ಡಾಕ್ಟರ್ "ಹಲೋ ನಂದಿತಾ ಸನತ್, ಯಾವಾಗ ಬಂದಿದ್ದು? ಮತ್ತೊಮ್ಮೆ ಭರ್ಜರಿ ಊಟ ಹಾಕಿಸ್ತೀನಿಂತ ದೀಕ್ಷಿತ್‌ರು ಹೇಳಿದ್ದಾರೆ, ನಂದು ಉಡುಪಿ. ಈ ಕಡೆ ಬಂದು ಇಪ್ಪತ್ತು ವರ್ಷಗಳಾದ್ರೂ ಕನ್ನಡ ಭಾಷೆಯ ಮೇಲಿನ ಪ್ರೇಮ ಕಮ್ಮಿಯಾಗಿಲ್ಲ. ಇಲ್ಲಿನ ದಾಲ್, ರೊಟಿ, ಪರೋಟಕ್ಕೆ ಹೊಂದಿಕೊಂಡಿಲ್ಲ" ನಗುತ್ತ ಮೇಲೆದ್ದವರು ದೇವಿಕಾ ಬಗ್ಗೆ ಒಂದಿಷ್ಟು ಹೇಳಿ "ಹಿಂದೆ ದೀಕ್ಷಿತರು ಇಲ್ಲಿ ಇರ್ಲಿಲ್ಲ. ಒಂದಷ್ಟು ಒತ್ತಡ ಜಾಸ್ತಿ ಇತ್ತು ಶ್ರೀಮತಿ ದೀಕ್ಷಿತರ ಮೇಲೆ. ಇನ್ಮೇಲೆ ಒಂದಿಷ್ಟು ಕಡ್ಮೆ ಮಾಡಿಕೊಳ್ಳಿ. ನಮ್ಮ ಬೆಂಗಳೂರು ಹುಡ್ಗಿ ತುಂಬ ಜಾಣೆಯಾಗಿ ಕಾಣ್ತಾಳೆ" ಒಂದು ಮೆಚ್ಚುಗೆಯ ಮಾತನ್ನು ಉರುಳಿಸಿದರು. ನಿಂತ ಸುರುಚಿರಾ ಮೈಯೆಲ್ಲ ಬೆಂಕಿ ಹತ್ತಿಕೊಂಡಂತಾಯಿತು.

"ನಿಮ್ದು ಮಾತು ಜಾಸ್ತಿಯಾಯಿತು. ನಾನು ಫೋನ್ ಮಾಡದ ಹೊರತು ಯಾಕ್ಬಂದ್ರಿ?" ಅಂದೇ ಬಿಟ್ಟಳು. ಅವಳ ನಾಲಿಗೆ ಉದ್ದವೆಂದು ಎಲ್ಲರಿಗೂ ಗೊತ್ತು. ಕೆಲವರಿಗೆ ಅದನ್ನು ಸಹಿಸಿಕೊಳ್ಳುವುದು ಅನಿವಾರ್ಯ. ಆದರೆ ಫ್ಯಾಮಿಲಿ ಡಾಕ್ಟರಿಗೆ ಆ ಅನಿವಾರ್ಯತೆ ಇಲ್ಲ. "ಮೈಂಡ್ ಯುವರ್ ಟಂಗ್. ನಿಮ್ಮ ಮಾತುಗಳಿಗೆ ನಾನು ಬೆಲೆ ಕೊಡುವ ಅಗತ್ಯವಿಲ್ಲ" ಎಂದರು ದುರಗುಟ್ಟಿಕೊಂಡು ನೋಡುತ್ತ.

ಇವಳ ಪರವಾಗಿ ನಂದಿತ ಕ್ಷಮೆ ಕೋರಿ ಧನ್ಯವಾದ ಅರ್ಪಿಸಿ ಕಾರಿನವರೆಗೂ ಹೋಗಿ ಬೀಳ್ಕೊಟ್ಟು ಬಂದು "ಏಳಿ ಅತ್ತೆ, ನಿಮ್ಗೆ ಕಂಪ್ಲೀಟ್ ರೆಸ್ಟ್ ಬೇಕೂಂತ ಹೇಳಿದ್ದಾರೆ. ಪ್ಲೀಸ್..." ಕೈ ಹಿಡಿದು ಎಬ್ಬಿಸಿಕೊಂಡು ಹೋದ ನಂದಿತಾ ಒಮ್ಮೆ ಹಿಂದಿರುಗಿ ಸುರುಚಿರಾ ಅತ್ತ ನೋಡಿದಳು ಅಷ್ಟೆ. ಆ ನೋಟದಲ್ಲಿ ಇದ್ದಿದ್ದು ಏನು? ಉದಾಸೀನವಾ, ತಿರಸ್ಕಾರವಾ, ಕೋಪವಾ? ಇಲ್ಲ ಇವೆಲ್ಲ ಮಿಶ್ರಿತವಾದ ಇನ್ನೊಂದು ಭಾವವಾ? ಅವಳಿಗೆ ತಲೆ ಕೆಟ್ಟಂತಾಯಿತು. 'ಸೋಲು' ಎನ್ನುವ ಪದವೆ ಅವಳಿಗೆ ಇಷ್ಟವಾಗುತ್ತಿರಲಿಲ್ಲ.

ದೇವಿಕಾನ ಮಾತ್ರೆ ನುಂಗಿಸಿ ಮಲಗಿಸಿ ಅವರ ಪಕ್ಕವೆ ಕೂತಳು. ಬಂಗ್ಲೆಯ ಮೇಲೆ ಲೋನ್ ತೆಗೆದಿರೋದು ಅವರಿಗೆ ಗೊತ್ತಿರಲಿಲ್ಲ. ಈ ಬಂಗ್ಲೆಯನ್ನು ಹೆಂಡತಿಗಾಗಿ ಕಟ್ಟಿಸಿ, ಆಕೆಯ ಹೆಸರಿನಲ್ಲಿ ರಿಜಿಸ್ಟ್ರೇಷನ್ ಮಾಡಿಸಿಕೊಟ್ಟ ದಿನ ದೀಕ್ಷಿತ್ ಆರ್ದ್ರತೆಯಿಂದ ದೇವಿಕಾ ಕೈ ಹಿಡಿದು "ಮಕ್ಳು ಮಾತ್ರವಲ್ಲ, ಈ ಬಂಗ್ಲೆ ಕೂಡ ನಮ್ಮ ಪ್ರೀತಿಯ ದ್ಯೋತಕಾಂತ ತಿಳ್ಕೋ. ಇದು ನನ್ನ ಕಾಸ್ಲೀ ಉಡುಗೊರೆ. ಹೇಗೆ ಜೋಪಾನ ಮಾಡ್ತೀಯೋ ನೋಡ್ತೀನಿ" ಎಂದಿದ್ದರು. ಇಂದು ವಿವೇಕ ಮರಳಿದಂತಾಯಿತು. ಕಣ್ಣೀರು ಸುರಿಸೋಕೆ ಷುರು ಮಾಡಿದರು.

"ಯಾಕೆ ಅಳ್ತೀರಾ? ಟೆನ್‌ಷನ್ ಒಳ್ಳೆದಲ್ಲಾಂತ ಡಾಕ್ಟ್ರ ಹೇಳಿದ್ದಾರೆ, ಈಗ ಮಾವ

ಆಸ್ಟ್ರೇಲಿಯಾದಲ್ಲಿ ಇಲ್ಲ, ಇಲ್ಲೇ ಇದ್ದಾರೆ. ಅವರೆಲ್ಲ ಮ್ಯಾನೇಜ್ ಮಾಡ್ತಾರೆ" ಕೈ ಹಿಡಿದು ಸಾಂತ್ವನಿಸಿದಳು.

ಇದು ಅವರಿಗೆ ಹೊಸ್ದು. ಡಾಕ್ಟರ್ ಬರುತ್ತಿದ್ದರು. ಶುಶ್ರೂಷೆಗೆ ಅನಿವಾರ್ಯವೆಂದರೆ ನರ್ಸ್‌ನ ಅಪಾಯಿಂಟ್ ಮಾಡುತ್ತ ಇದ್ದರು. ಇಲ್ಲ ಆಳುಕಾಳು ಅಡಿಗೆ ಮನೆ ಜವಾಬ್ದಾರಿ ಹೊತ್ತವರು ನೋಡಿಕೊಳ್ಳುತ್ತಿದ್ದರು. ಗಂಡು ಮಕ್ಕಳ ಬಳಿಯಲ್ಲಿ ಕೂಡ ಅಷ್ಟೊಂದು ಇಂಟಿಮೆಸಿ ಬೆಳೆಸಿಕೊಂಡಿರಲಿಲ್ಲ. ಮಾತು, ಷಾಪಿಂಗ್, ಓಡಾಟ ಪ್ರತಿಯೊಂದಕ್ಕೂ ಸುರುಚಿರಾ, ರುಚಿರಾರನ್ನೇ ಅಭ್ಯಾಸ ಮಾಡಿಕೊಂಡಿದ್ದರು. ಆದರೆ ಇಂಥ ಸಮಯಗಳಲ್ಲಿ ಯಾರು ಬಂದು ಹತ್ತಿರ ಕೂಡುತ್ತಿರಲಿಲ್ಲ.

ಇಂದು ನಂದಿತಾ ಹತ್ತಿರ ಕೂತಿದ್ದು ಧೈರ್ಯ ಹೇಳಿದಳು ಒಂದು ವಿಚಿತ್ರ ರೀತಿಯ ಅನುಭೂತಿಯನ್ನೊದಗಿಸಿತು. ಆರಾಮಾಗಿ ಅವಳ ಕೈ ಹಿಡಿದು ಕಣ್ಮುಚ್ಚಿದರು.

ಡಾಕ್ಟರ್ ವಿಷಯ ತಿಳಿಸಿದ್ದರಿಂದ ಗಾಬರಿಯಿಂದಲೇ ಬಂದರು ದೀಕ್ಷಿತ್. ಅಕ್ಕ, ತಂಗಿ ಹಾಲ್‌ನಲ್ಲಿ ಕೂತು ಚರ್ಚಿಸುತ್ತಿದ್ದವರು ಇವರು ಬಂದರೆಂದು ಮಾತುಗಳು ನಿಲ್ಲಿಸಲಿಲ್ಲ. ಅದಕ್ಕೆ ಕಾರಣ ಅಚ್ಯುತನ್ ತಿಳಿಸಿದ ವಿಷಯ 'ದೀಕ್ಷಿತ್ ಆಡಿಟರ್‌ನ ಕರೆಸಿ ಕೊಂಡಿದ್ದಾನೆ. ಹಳೆಯ ಕತಡಗಳೆಲ್ಲ ಈಚೆಗೆ ಬಂದಿದೆ. ಮ್ಯಾನೇಜರ್‌ನ ಕರೆಸಿಕೊಂಡು ಕೂಡಿಸಿಕೊಂಡು ಪ್ರತಿಯೊಂದು ದಾಖಲೆಗೂ ಹತ್ತಾರು ಪ್ರಶ್ನೆಗಳು. 'ವೆಸ್ಟ್ ದೀಕ್ಷಿತ್ ಇಂಟರ್ ನ್ಯಾಷನಲ್ ಫೈವ್ ಸ್ಟಾರ್ ಹೋಟೆಲ್‌ನಲ್ಲಿ ಬೀಡು ಬಿಟ್ಟಿದ್ದಾನೆ. ಸನತ್, ಇದೆಲ್ಲ ಏನು ಹೇಳುತ್ತೆ ಗೊತ್ತಾಗಿ ವಿರೋಧ ಬಂದರೂ ಚಿಂತಿಲ್ಲ. ದೇವಿಕಾ ಕೈಯಲ್ಲಿ ಸಹಿ ಹಾಕಿಸಿಕೊಂಡ ಪತ್ರಗಳು ನಿನ್ನಲ್ಲಿ ಇವೇ, ತಾನೇ?' ಇಂಥದೊಂದು ಎಚ್ಚರಿಕೆ ನೀಡಿದ್ದರಿಂದ ಕಾದ ಸೀಸ ಮಿದುಳನ್ನು ಹೊಕ್ಕಂತಾಗಿತ್ತು ಅವಳಿಗೆ. ಅದಕ್ಕಾಗಿಯೇ ಅಕ್ಕ, ತಂಗಿ ಜಗಳ ಷುರು ಮಾಡಿದ್ದರು ಸಣ್ಣಗೆ.

ಆಮೇಲೆ ನಿಧಾನವಾಗಿಯಾದರೂ ಸುರುಚಿರಾ ಎದ್ದು "ತುಂಬ ಎಗ್ಸೈಟ್ ಆದಂಗೆ ಕಾಣ್ತೀರಾ? ಅದಕ್ಕೆ ನಿಮ್ಗೆ ಆ ವ್ಯವಹಾರಗಳು ಬೇಡ. ನಾನು ಮ್ಯಾನೇಜ್ ಮಾಡ್ಕೋತೀನಿಂತ ಹೇಳಿದ್ದು" ಅಂದಳು.

"ನೋ , ಅದನ್ನಲ್ಲ! ನಾನು ಇಲ್ಲಿದ್ದು ಕೂಡ ಅಂಥ ರಿಸ್ಕನ್ನು ನಿನ್ನ ತಲೆ ಮೇಲೆ ಹಾಕೋದು ಸರಿಯಲ್ಲ. ಸತೀಶ್, ಸನತ್ ಆ ತಪ್ಪು ಮಾಡಿದ್ದಾರೆ. ಅದ್ನ ಮುಂದುವರಿಯೋಕೆ, ಬಿಡಬಾರ್ದಷ್ಟೆ. ಎಲ್ಲಿ ದೇವಿಕಾ? ಡಾಕ್ಟ್ರು ಬಂದಿದ್ದಾರಂತಲ್ಲ?" ಎಂದರು ದೀಕ್ಷಿತ್.

ಈಗ ಅರ್ಥವಾಯಿತು ಅವಳಿಗೆ ವಿಷಯ.

"ಅದು ನಿಮ್ಮವರ್ಗ್ಗೂ ಬಂತಾ? ಅದನ್ನೆಲ್ಲ ನಾನು ಮ್ಯಾನೇಜ್ ಮಾಡಿಕೋತಾ ಇದ್ದೆ. ಇತ್ತೀಚಿನ ವ್ಯವಹಾರಗಳಿಂದ ದೇವಿಕಾ ಬೇಸತ್ತಿದ್ದಾರೆ. ಹಿಂದೆ ತುಂಬ ಆರಾಮಾಗಿ ಇದ್ರು. ನೀವು ಬಂದ್ಮೇಲೆ ಅವ್ರ ಆರೋಗ್ಯ ಕೈ ಕೊಡ್ತಾ ಇದೆ. ಮಧ್ವೆ ದಿನ ನಡೆದು ಹೋದುದನ್ನ ತುಂಬ ಹಚ್ಚಿಕೊಂಡಿದ್ದಾರೆ. ನಂದಿತಾ ಬಂದಿದ್ದಂತು ಅವ್ರಿಗೆ ಪೂರ್ತಿ ಇಷ್ಟವಿಲ್ಲ" ಎಲ್ಲಾ ಒಟ್ಟಿಗೆ ಒದರಿದ ಸೊಸೆಯನ್ನು ನೋಡಿ ಸಂತಾಪಗೊಂಡರು. "ಇರಲಿ

ಬಿಡು" ಅಂದುಕೊಂಡು ಹೆಂಡತಿಯ ರೂಮಿಗೆ ಬಂದರು. ಅಲ್ಲೇ ನಂದಿತಾ ಇದ್ದಳು. ದೇವಿಕಾ ಕಣ್ಮುಚ್ಚಿ ಮಲಗಿದ್ದರು ಮುಖದಲ್ಲಿ ಭಯದ ನೆರಳು ಇದ್ದುದ್ದನ್ನು ಗುರ್ತಿಸಿದರು.

"ಸ್ವಲ್ಪ ಬಿ.ಪಿ. ಜಾಸ್ತಿ ಇತ್ತು. ಈಗ ನಿದ್ದೆ ಮಾಡ್ತಾ ಇದ್ದಾರೆ" ಅವರ ಕೈಯನ್ನು ಸರಿಸಿ ಮೇಲೆದ್ದು ಅತ್ಯಂತ ಮೃದುವಾಗಿ ಪಿಸುಗುಟ್ಟಿ "ಈಗ ಅವರು ನೀವು ಮಾತಾಡಿಸೋದ್ರಿಂದ ಡಿಸ್ಟರ್ಬ್ ಆಗ್ತಾರೆ. ತಾವಾಗಿ ಎದ್ದಮೇಲೆ ಮಾತಾಡಬಹುದು" ಹೊರಗೆ ಕರೆತಂದಳು.

ಇಬ್ಬರು ಬಂದು ಹೊರಗಿನ ಬಾಲ್ಕನಿಯಲ್ಲಿ ನಿಂತರು.

"ಏನಾಯ್ತು?" ವಿಚಾರಿಸಿದರು ಆತಂಕದಿಂದ.

ಎಲ್ಲಾ ತಿಳಿಸಿ "ಈ ಬಂಗ್ಲೆ ಮೇಲೆ ಲೋನ್ ತೆಗೆದಿರೋದು ಅವರಿಗೆ ಗೊತ್ತಿರಲಿಕ್ಕಿಲ್ಲ. ಆ ವಿಷಯ ಪ್ರಸ್ತಾಪದ ನಂತರ ಡಿಸ್ಟರ್ಬ್ ಆಗಿದ್ದು. ಯಾವುದೇ ಪತ್ರಗಳು ತಮ್ಮಲ್ಲಿ ಇಲ್ಲಾಂತ ಬಡಬಡಿಸ್ತಾ ಇದ್ರು. ಇಲ್ಲಿ ಅತ್ತೆ ಮುಗ್ಧತೆಯನ್ನು ದುರುಪಯೋಗ ಪಡಿಸಿಕೊಂಡಿದ್ದಾರೆ. ಇದ್ರಲ್ಲಿ ನಿಮ್ಮ ತಪ್ಪೇ ಹೆಚ್ಚಾಗಿದೆ. ಬಂದು... ಬಂದಾಗಲೆಲ್ಲ... ಪ್ರತಿಯೊಂದಕ್ಕೂ ಚೆಕ್ ಮಾಡಿದ್ದರೆ ಇಂಥ ಪರಿಸ್ಥಿತಿ ಒದಗಿ ಬರುತ್ತಿರಲಿಲ್ಲ. ನಿಮ್ಮ ಮಕ್ಳು ಕೂಡ ಯಾವ್ದೇ ಜವಾಬ್ದಾರಿ ಹೊತ್ತುಕೊಳ್ಳದೆ ಡೀಸೆಂಟಾಗಿದ್ದು ಬಿಟ್ಟರು. ಬೇರೆಯವರ ಅಪರಾಧಕ್ಕಿಂತ...." ನಿಲ್ಲಿಸಿದಳು ಮುಂದೆ ಆಡಬಹುದಾದ ಮಾತುಗಳಿಗೆ ಅಡ್ಡಕಟ್ಟೆ ಹಾಕಿದ್ದು.

ದೀಕ್ಷಿತ್ ಕೋಪಗೊಳ್ಳಲಿಲ್ಲ. ವಿವೇಕಿ, ಸತ್ಯವನ್ನು ಧಾರಾಳ ಮನಸ್ಸಿನಿಂದ ಒಪ್ಪಿಕೊಂಡರು. ಸದ್ಯದ ಸಿಚ್ಯುವೇಷನ್ ವಿವರಿಸಿದರು.

"ನಂದು, ನಾನು ಸನತ್ ಮದ್ವೆ ಇನ್ವಿಟೇಷನ್ ಕೊಡೋಕೆ ಬಂದಾಗ ನಿನ್ನ ಒಂದ್ಮಾತು ಕೇಳಿದ್ದೆ. ನಿನ್ನಪ್ಪನ ಋಣ ಸಂದಾಯಕ್ಕೆ ನಿನ್ನ ಸೊಸೆಯಾಗಿ ಕೇಳ್ತಾ ಇದ್ದೆ ಅಂದಿದ್ದಕ್ಕೆ, ನೀನು ಅಪ್ಪನ ಒಪ್ಪಿಗೆಗೆ, ನನ್ನ ಸಮ್ಮತವೆ ಅಂದಿದ್ದೆ. ಅದ್ನ ನೀನು ಉಳಿಸಿಕೋಬೇಕು. ನೀನು ದೀಕ್ಷಿತ್ ಸೊಸೆ, ಚಿರಂತನ್ ಮಗ್ಳು. ಖಂಡಿತ ಸೋಲೊಪ್ಪಿಕೊಂಡು ಸನತ್‌ನ ರುಚಿರಾಗೆ ಒಪ್ಪಿಸಬಾರ್ದು. ಅವರಿಬ್ಬರ ನಡ್ವೆ ಪ್ರೇಮ ಇದ್ದಿದ್ದರೆ, ಅಂದಿನ ವಿವಾಹ ನಿಲ್ತಾ ಇರ್ಲಿಲ್ಲ. ಆಸ್ತಿಗೋಸ್ಕರ ನಡೆಸಿದ ಮಸಲತ್ತು. ಇನ್ನೊಬ್ಬ ಹೆಣ್ಣು ಈ ಮನೆಗೆ ಬರೋದು ಸುರುಚಿರಾ, ಅಚ್ಯುತನ್‌ಗೆ ಇಷ್ಟವಿಲ್ಲ. ಅಂದು ಕೊಟ್ಟ ಮಾತು ಉಳಿಸ್ಕೋಬೇಕು". ಇಂಥದೊಂದು ಲಕ್ಷ್ಮಣ ರೇಖೆಯನ್ನು ಅವಳ ಮುಂದೆ ಎಳೆದರು.

"ಆಯ್ತು ಬಿಡಿ" ಅಂದಳು ಅರೆಮನಸ್ಸಿನಿಂದ.

ಕನಿಷ್ಠ ಲಾಕರ್ ಕೀ ಬಂಚ್ ಕೂಡ ದೇವಿಕಾ ಹತ್ತಿರ ಇರಲಿಲ್ಲ. ಆ ಬಗ್ಗೆ ವಿಚಾರಿಸಿದಾಗ ಸುರುಚಿರಾ ಕೈ ಆಡಿಸಿ ಬಿಟ್ಟಳು. "ಬೇಡ ದೀಕ್ಷಿತ್, ಇದನ್ನೆಲ್ಲ ಹ್ಯಾಂಡಲ್ ಮಾಡೋಕೆ ನಂಗೆ ಬಿಟ್ಟು ಬಿಡಿ. ಹೋಟಲ್‌ಗಳಂತು ಮಾರುವುದು ಶತಃಸಿದ್ಧ. ಈಗಾಗಲೇ ಜರ್ಮನಿಯ ಒಂದು ಕಂಪನಿಯ ಜೊತೆ ಒಪ್ಪಂದ ಮಾಡಿಕೊಂಡಿದ್ದೀವಿ. ನಿಮ್ಗೂ ಹಣ ಹಾಕಿದರೆ ಒಂದಷ್ಟು ಷೇರುಗಳನ್ನು ಕೊಡ್ತೀವಿ. ಅದಕ್ಕೆ ಒಂದು ಕಂಡೀಷನ್. ಸನತ್ ಲೀಗಲ್ಲಾಗಿ ನಂದಿತಾಗೆ ಡೈವೋರ್ಸ್ ಕೊಡ್ಬೇಕು. ರುಚಿರಾನ ಮದ್ವೆ ಆಗಬೇಕು. ಇನ್ನೊಂದು ಹೆಣ್ಣು

ಈ ಸಾಮ್ರಾಜ್ಯನ ಪ್ರವೇಶಸೋದನ್ನ ನಾನು ಒಪ್ಪೊಲ್ಲ" ಏಕಾಏಕಿ ಸಮರ ಸಾರಿದಾಗ ದಿಗ್ಮೂಢರಾದರು.

ಇನ್ನ ಪೂರ್ತಿ ಚಿತ್ರ ಅವರಿಗೆ ಸಿಕ್ಕಿರಲಿಲ್ಲ. ಮೌನವಹಿಸಿದರು.

"ಪ್ಲೀಸ್ ಮಾವ, ಲಾಕರ್ ಅತ್ತೆಯವರ ಹೆಸರಿನಲ್ಲಿ ತಾನೇ ಇರೋದು? ಕೀ ಕಳೆದಿದೆಯೆಂದು ಬ್ಯಾಂಕ್ ಮ್ಯಾನೇಜರ್‌ಗೆ ಒಂದು ಅಪ್ಲಿಕೇಷನ್ ಕೊಡೋಣ. ನಾನು ತಿಳಿದಷ್ಟು ಮಟ್ಟಿನ ಬುದ್ಧಿವಂತೆ ಕೂಡ ಅಲ್ಲ. ಸದ್ಯಕ್ಕೆ ಅತ್ತೆ ಯಾವ್ದೇ ಪತ್ರಗಳಿಗೆ ಸಹಿ ಹಾಕದಂತೆ ನೋಡಿಕೋಬೇಕು" ಅಂದಳು ನಂದಿತಾ.

ಅದು ಸರಿಯೆನಿಸಿತು ಕೂಡ ದೀಕ್ಷಿತ್‌ಗೆ.

ಒಂಟಿಯಾಗಿ ಹೋಗಿ ಕೂತು ಕೋಣೆಯಲ್ಲಿ ಚಿಂತಿಸಿದಳು. ರಾಖಿ ಜೊತೆ ಸುರುಚಿರಾ, ರುಚಿರಾ ಕೂಡ ಅವಳ ಮುಂದೆ ಬಂದು ನಿಂತಂತಾಯಿತು. ಮೂರು ಜನಾನು ಒಂದೇ ಅಚ್ಚಿನಲ್ಲಿ ಎರೆದ ಪ್ರತಿಮೆಗಳು. ಮೂವರ ಮನಸ್ಥಿತಿಗಳು ಒಂದೇ.

ಬಹಳ ಹೊತ್ತು ಚಿಂತಿಸಿದಳು.

ಕರುಣೇಶ್ವರದ ಅರ್ಚಕರು ಮೊದಲು ವಿಷಯವನ್ನು ಮುಟ್ಟಿಸಿದ್ದು ಚಿರಂತನ್‌ದತ್‌ಗೆ. "ದೊಡ್ಡ ಅನಾಹುತವಾಗಿದೆ. ತಕ್ಷಣ ಹೊರಟು ಬನ್ನಿ. ನಾನು ಯಾರ್ಗೂ ಇನ್ನು ಹೇಳಿಲ್ಲ. ಆಕೆಯ ಮಗನಿಗೂ ವಿಷಯ ಮುಟ್ಸಿ. ಬೇಗ ಬಂದಷ್ಟು ... ಒಳ್ಳೇದು."

ಅವರಿಗೆ ದಿಕ್ಕೇ ತೋಚದಂತಾಯಿತು. ನೋವು, ದುಃಖ, ಸಂಕಟದ ಜೊತೆ ಆತಂಕವೂ ಕೂಡ. ಆದರೆ ಮೌನವಾಗಿ ಕೂಡುವುದಕ್ಕೆ ಇದು ಸಮಯವಲ್ಲವೆನಿಸಿ ತಕ್ಷಣ ಮೊಬೈಲ್ ಬಟನ್‌ಗಳನ್ನೊತ್ತಿ "ಸಂದೀಪ್ ತಕ್ಷಣ ಹೊರಟು ಬಾ" ಅಂದವರು ದೀಕ್ಷಿತ್‌ಗೆ ಫೋನಾಯಿಸಿ "ಇನ್ನ ಅರ್ಧಗಂಟೆಯಲ್ಲಿ ದೆಹಲಿಯಿಂದ ಫ್ಲೈಟ್ ಹೊರಡುತ್ತೆ. ಅದರಲ್ಲಿ ನೀನು ನಂದಿತಾನ ಇಲ್ಲಿಗೆ ಕಳ್ಸಿಕೊಡು. ನಾನು ಸ್ವಲ್ಪ ನಿಧಾನವಾಗಿ ವಿಷಯನ ತಿಳಿಸ್ತೀನಿ" ಎಂದು ಸಮಯ ನೋಡಿಕೊಂಡು ನಂತರ ಕರುಣಾಕರ, ಮಾಲಿನಿಯನ್ನು ಒಂದು ನಿರ್ದಿಷ್ಟವಾದ ಸ್ಥಳಕ್ಕೆ ಬರುವಂತೆ ತಿಳಿಸಿ "ಆಮೇಲೆ ಎಲ್ಲಾ ಹೇಳ್ತೀನಿ. ಬಿ ಕ್ವಿಕ್ ಕರುಣಾ, ದೊಡ್ಡ ಅನಾಹುತವಾಗಿದೆ" ಅಷ್ಟೆ ನುಡಿದಿದ್ದು.

ಒಂದೆರಡು ಗಂಟೆಯಲ್ಲಿ ಕಾರು ಕರುಣೇಶ್ವರದ ಹಾದಿಯಲ್ಲಿತ್ತು. ಮಾಲಿನಿ, ಕರುಣಾ ಹೃದಯವನ್ನು ಅಂಗೈಯಲ್ಲಿ ಇಟ್ಟುಕೊಂಡು ಕೂತಿದ್ದರು. ಆದರೆ ಯಾರಿಗೂ ಚಿರಂತನ್‌ದತ್‌ನ ಪ್ರಶ್ನಿಸಲಾಗಲಿಲ್ಲ. ಎರಡು ದಿನದ ಹಿಂದೆ ಗಿರಿಜಮ್ಮ ತಾನು ಕರುಣೇಶ್ವರಕ್ಕೆ ಹೋಗಿ ಬರುವುದಾಗಿ ಹಟ ಮಾಡಿದಾಗ, ಪ್ರತೀಕ ಕರೆದೊಯ್ದಿದ್ದ. ಆದರೆ ಹಿಂದುರುಗಿರಲಿಲ್ಲ. 'ಒಂದು ನಾಲ್ಕು ದಿನ ಬಿಟ್ಟು ಬರ್ತೀನಿ. ಈ ಜಾಗ ಏನೋ ಒಂದು ತರಹ ಶಾಂತಿ, ನೆಮ್ಮದಿಯನ್ನು ಕೊಡುತ್ತೆ. ಎಂದು ಅರ್ಚಕರ ಮನೆಯಲ್ಲಿ ಉಳಿದುಕೊಂಡಿದ್ದರು. ಹಿಂದಿನ ದಿನ ಪ್ರತೀಕನ ಮೊಬೈಲ್‌ಗೆ ಫೋನ್ ಮಾಡಿ ಸಾಕಷ್ಟು ಸಮಯ ಮಾತಾಡಿದರು. "ಮಾಲಿನಿ ನಿನ್ನ ಹೆತ್ತಾಕೆ. ಆಕೆಯ ಕನಸುಗಳು, ಕನವರಿಕೆಗಳು ಎಲ್ಲಾ ನಿನ್ನ

ಸುತ್ತುವರಿದುಕೊಂಡೇ ಇರುತ್ತೆ. ಸುಮ್ನೆ ಜೋರು, ಜಗಳ ಅಂಥದೆಲ್ಲ ಬೇಡ" ಬುದ್ಧಿ ಹೇಳಿದ್ದರು. ಅದನ್ನು ತಕ್ಷಣ ಫೋನ್ ಮಾಡಿ ಸಂದೀಪನಿಗೆ ಹೇಳಿಕೊಂಡಿದ್ದ.

"ಭಾವ, ಅತ್ತೆ ಹುಷಾರಾಗಿದ್ದಾರ?" ಮೆಲ್ಲಗೆ ಮಾಲಿನಿ ಪ್ರಸ್ತಾಪಿಸಿದರು.

ಅಲ್ಪ ಸ್ವಲ್ಪ ಸುದ್ದಿ ತಿಳಿದಿದ್ದ ಸಂದೀಪ್ ದುಃಖವನ್ನು ನುಂಗಿಕೊಂಡು "ಅಲ್ಲಿ ನೋಡ್ತೀರಲ್ಲ!" ಅಷ್ಟೇ ನುಡಿದಿದ್ದು. ಆಕೆಯ ಬಗ್ಗೆ ಕೋಪವೇ.

ಪ್ರತೀಕನನ್ನು ಏರ್‌ಪೋರ್ಟ್‌ಗೆ ಕಳಿಸಿ ನಂದಿತಾನ ರಿಸೀವ್ ಮಾಡ್ಕೊಂಡು ಕರುಣೇಶ್ವರಕ್ಕೆ ಕರೆ ತರುವಂತೆ ಹೇಳಿದಾಗಲೇ ಇವರಿಗೆ ಅನುಮಾನ. ಕರುಣಾಕರ ಭೂಮಿಗೆ ಇಳಿದು ಹೋಗಿದ್ದ. ಈಚೆಗೆ ಗಿರಿಜಮ್ಮ ತೀರಾ ಮಂಕಾಗಿರುತ್ತಿದ್ದರು. ಮಾತಿಲ್ಲ, ಕತೆಯಿಲ್ಲ. ಮಗ ಮಾತಾಡಲು ಹೋದರೆ ಎದ್ದು ಹೋಗುತ್ತಿದ್ದರು. ಸೊಸೆಯ ಬಳಿ ಮಾತಂತು ಇಲ್ಲ.

"ನಿಮ್ಮಮ್ಮ ತುಂಬ ಮಾವನನ್ನ ಹಚ್ಚಿಕೊಂಡುಬಿಟ್ಟಿದ್ದಾರೆ. ಪೇಪರ್‌ನಲ್ಲಿ ಒಂದು ಪ್ರಕಟಣೆ ಕೊಡ್ಬೇಕಿತ್ತು. ಆಕೆ ನಗು ನಗುತ್ತಾ ಇದ್ದರೆ ತಾನೆ ನಮ್ಗೇ ಶ್ರೇಯಸ್ಸು" ಇಂಥ ಬಿನ್ನಾಣದ ಮಾತುಗಳನ್ನಾಡಿ ಆದಷ್ಟು ತಮ್ಮ ತಹಬಂಧಿಯಲ್ಲಿ ಇಟ್ಟುಕೊಳ್ಳಲು ಪ್ರಯತ್ನಿಸಿದರು ಗಂಡನನ್ನು.

ಕರುಣೇಶ್ವರಕ್ಕೆ ಮುಟ್ಟುವ ವೇಳೆಗೆ ಸೂರ್ಯ ಪಶ್ಚಿಮಕ್ಕೆ ವಾಲಿದ್ದ. ಸಂದೀಪ್ ಇಳಿದು ಡೋರ್ ತೆಗೆದ. ಮ್ಲಾನವದನರಾಗಿ ಇಳಿದ ಚಿರಂತನ್‌ದತ್ ಆಕಾಶದತ್ತ ನೋಡಿದರು. ಅಲ್ಲಲ್ಲಿ ಮೋಡಗಳು ಸೆಣಸಾಟ.

"ಕರುಣಾ..." ಕೂಗಿದರು. ಇಳಿದು ಬಂದವನ ಹೆಗಲ ಮೇಲೆ ಕೈಯಿಟ್ಟು "ಧೈರ್ಯ ತಂದ್ಕೋ. ಇನ್ನ ನಿನ್ನಮ್ಮ ಇಲ್ಲ..." ಅಷ್ಟು ನುಡಿದವರೇ ಕೆಳ ತುಟಿಯನ್ನು ಹಲ್ಲಿನಡಿಯಲ್ಲಿ ಕಚ್ಚಿಡಿದು ಮುಂದಕ್ಕೆ ನಡೆದಾಗ ಕುಸಿದ ಕರುಣಾಕರನನ್ನು ಮಾಲಿನಿ, ಸಂದೀಪ್ ಎಬ್ಬಿಸಿ ಕರೆ ತಂದರು.

ದೇವಸ್ಥಾನದ ಅರ್ಚಕರು ಓಡಿ ಬಂದು ವಿವರಿಸಿದಾಗ ಚಿರಂತನ್‌ದತ್ ಬೆಚ್ಚಿ ಬಿದ್ದರು. ಬೀಭತ್ಸ ಸಾವು. ದೇವಸ್ಥಾನಕ್ಕೆ ಅಷ್ಟು ದೂರದಲ್ಲಿ ಒಂದು ನಿರ್ಜನದ ಜೊತೆ ನಾಲ್ಕು ಮರಗಳ ಮಧ್ಯೆ ತೆಂಗಿನ ಚಿಪ್ಪು, ತೆಂಗಿನಗರಿಗಳ ನಡುವೆ ಮಲಗಿ ಸೀಮೆಎಣ್ಣೆಯನ್ನು ಸುರಿದು ಬೆಂಕಿ ಹಚ್ಚಿಕೊಂಡು ಅಗ್ನಿಗೆ ಅರ್ಪಿಸಿಕೊಂಡ ತಾಯಿ ಪ್ರಾಣ ಇಲ್ಲೆಲ್ಲೋ ಅಲೆದಾಡುತ್ತಿರಬೇಕು. ಆದರೆ... ಎಲ್ಲಿ?

ಸಹಜವಾಗಿ ಸತ್ತಿದ್ದರೆ ಚಿರಂತನ್‌ದತ್ ಈ ಪರಿ ದುಃಖಿಸುತ್ತಿರಲಿಲ್ಲ. ಆಕಾಶ ಭೂಮಿ ಒಂದಾಗಿ ಘಟಸ್ಫೋಟವಾಗಿ ಬಿಟ್ಟಿತ್ತು. ಬಿಕ್ಕಿ ಬಿಕ್ಕಿ ರೋದಿಸಿದರು. ಎರಡನೆ ಸಲ ತಮ್ಮ ತಾಯಿಯನ್ನು ಕಳೆದುಕೊಂಡಿದ್ದರು ಚಿರಂತನದತ್.

ಅರ್ಚಕರು ಸಂತೈಸಿ ಅಷ್ಟು ದೂರಕ್ಕೆ ಕರೆದೊಯ್ದು "ಆಕೆ ತುಂಬ ನೊಂದಿದ್ರು. ಮಗನಿಂದ ಅಗ್ನಿ ಸಂಸ್ಕಾರ ಆಕೆಗೆ ಬೇಕಿರಲಿಲ್ಲ. ಇಲ್ಲೇ ನೀವು ಮಿಕ್ಕ ಸಂಸ್ಕಾರ ಮುಗಿಸಿಬಿಡಿ" ಎಂದರು.

ಕಾನೂನು ಬಲ್ಲ ಚಿರಂತನ್‌ದತ್ ಸಮ್ಮತಿ ನೀಡದಿದ್ದರೂ, ದೇವಸ್ಥಾನದ ಕಿಟಕಿಯಲ್ಲಿ ಸಿಕ್ಕ ಚೀಟಿಯಲ್ಲಿದ್ದ ವಿಷ್ಯ ಇಷ್ಟೆ.

"ಚಿರಂತನ, ಬದುಕು ಬೇಡಾಂತ ಅನಿಸಿದೆ. ಅನಗತ್ಯವಾಗಿ ಯಾರಿಗೂ ತೊಂದರೆ ಬೇಡ. ನೀನೆ ನನ್ನ ಕೊನೆಯ ವಿಧಿಗಳನ್ನು ಪೂರೈಸು" ಎಂದಿದ್ದರು.

ಹೆಚ್ಚು ಕಡಿಮೆ ಮುಕ್ಕಾಲು ಭಾಗ ಬೆಂದು ಹೋಗಿದ್ದ ಶವವನ್ನು ಶಾಸ್ತ್ರೋಕ್ತವಾಗಿ ಸ್ಮಶಾನಕ್ಕೆ ಸಾಗಿಸಿ ಅಂತಿಮ ಸಂಸ್ಕಾರಗಳನ್ನು ಪೂರೈಸಿದ್ದು ಚಿರಂತನ್‌ದತ್. ಕರುಣಾಕರ ದುಃಖ ಮುಗಿಲು ಮುಟ್ಟಿತ್ತು. ಎದೆ ಬಡಿದು ಕೊಳ್ಳುತ್ತಿದ್ದರು. ಚಿತೆಗೆ ಹಾರಲು ಪ್ರಯತ್ನಿಸಿದಾಗ ಮಾತ್ರ ಚಿರಂತನ್‌ದತ್ ಕೆನ್ನೆಗೆರೆಡು ಬಿಗಿದು ಕೂಡಿಸಿದ್ದರು. ಇದಕ್ಕೆ ಮೊದಲೇ ಬಂದ ನಂದಿತಾ, ಪ್ರತೀಕ ಸದ್ದಾಗದಂತೆ ಅಳುತ್ತಿದ್ದರು.

ಸುತ್ತಮುತ್ತಲಿನ ಜನ ಕಣ್ಣೀರಿಟ್ಟರು. ವರ್ಷಗಳ ಕಾಲ ತಮ್ಮೊಂದಿಗೆ ಬಾಳಿದ ಗಿರಿಜತ್ತೆ ಚಿಕ್ಕಮ್ಮ... ದೊಡ್ಡಮ್ಮ... ಅಜ್ಜಿ... ಎಲ್ಲರಿಗೂ ವಿದಾಯ ಹೇಳಿ ಹೊರಟು ಬಿಟ್ಟಿದ್ದರು. ಕೆಲವರಂತು ಬಿಕ್ಕಿ ಬಿಕ್ಕಿ ಅತ್ತರು.

ಸಾವು ಅದೆಷ್ಟು ವಿಚಿತ್ರ. ಅದು ಯಾವ ಯಾವ ರೂಪದಲ್ಲಿ ನಮ್ಮ ಮುಂದೆ ಪ್ರತ್ಯಕ್ಷವಾಗುತ್ತೆ. ನೀರವತೆಯ ನಡುವೆ ಸದ್ದಿಲ್ಲದೆ ಬಂದು ಆಕ್ರಮಿಸುವ ಸಾವು ಅತ್ಯಂತ ಶಾಂತ. ಆಕಸ್ಮಿಕಗಳು. ಅವಘಢಗಳು ಬೇರೆ. ಆದರೆ ಇಳಿ ವಯಸ್ಸಿನಲ್ಲಿ ಗಿರಿಜಮ್ಮ ಈ ರೀತಿ ನಿರ್ಧಾರಗಳು ಕೈಗೊಳ್ಳಲು ಬಲವಾದ ಕಾರಣವಿರಬೇಕು.

ಪ್ರತೀಕನನ್ನಂತು ಸಂತೈಸಲು ಸಾಧ್ಯವಿಲ್ಲವಾಯಿತು.

"ಅಜ್ಜಿನ ಕೊಂದವಳು ನನ್ನಮ್ಮ! ಮಾನಸಿಕವಾಗಿ ಹಿಂಸಿಸಿ.... ಹಿಂಸಿಸಿ ಕೊಂದು ಬಿಟ್ಟಳು" ಎಲ್ಲರ ಎದುರಿಗೆ ಛೀಮಾರಿ ಹಾಕಿದಾಗ ಬೆಪ್ಪಾದರು. ಅದನ್ನು ಕೆಲವರು ನಂಬಿದರು ಕೂಡ. ನಂದಿತಾ ಬಲವಂತವಾಗಿಯೇ ಅವನನ್ನು ಎಳೆದೊಯ್ದದ್ದು.

ಚಿರಂತನ್‌ದತ್ ಮಾತಿಲ್ಲದೆ ಎಲ್ಲಾ ಮಾಡಿ ಮುಗಿಸಿದರು. ವೈಕುಂಠ ಸಮಾರಾಧನೆ ವೇಳೆಗೆ ದೀಕ್ಷಿತ್ ಮಧ್ಯೆ ಎರಡು ಸಲ ಬಂದು ಹೋಗಿದ್ದರು. ವೈರಾಗ್ಯ ಅಪ್ಪಿಕೊಂಡ ಗೆಳೆಯನ ಮುಂದೆ ಏನು ಹೇಳಲಾರದೆ ತಡವರಿಸಿದ್ದುಂಟು.

ಅಂದು ಬೆಳಿಗ್ಗೆ... ಬೆಳಿಗ್ಗೆಯೇ ಫೋನ್‌ನಲ್ಲಿ ವಿಚಾರಿಸಿದ್ದು ಸತೀಶ್ "ಐ ಯಾಮ್ ಸಾರಿ, ನಂದಿತಾ. ಡ್ಯಾಡ್ ನೀವು ತುಂಬ ಅಪ್‌ಸೆಟ್ ಆಗಿರೋ ಬಗ್ಗೆ ತಿಳಿಸಿದ್ರು. 'ಈ ಜಗತ್ತಿನಲ್ಲಿ ಅತ್ಯಂತ ಅದ್ಭುತ ಸಂಗತಿ ಯಾವುದು? ಎನ್ನುವ ಪ್ರಶ್ನೆಗೆ ಧರ್ಮರಾಯ 'ಪ್ರತಿದಿನ ಅದೆಷ್ಟೋ ಜೀವಿಗಳು ಸಾಯುತ್ತಿರುವುದನ್ನು ನೋಡುತ್ತಿದ್ದರೂ ಬದುಕಿರುವ ಮಂದಿ ತಾವು ಶಾಶ್ವತವೆಂದು ತಿಳಿಯುತ್ತಾರೆ. ಇದಕ್ಕಿಂತ ಅದ್ಭುತ ಇನ್ನೇನಿದೆ?" ಎಂದು ಉತ್ತರಿಸಿದನಂತೆ. ಹುಟ್ಟಿನಿಂದಲೇ ಸಾವು ನಮ್ಮನ್ನು ಹಿಂಬಾಲಿಸುತ್ತಿರುತ್ತದೆ. ಆದರೆ ಲೌಕಿಕ ಪ್ರಪಂಚ ನಮ್ಮನ್ನು ಎಷ್ಟರ ಮಟ್ಟಿಗೆ ಆವರಿಸಿಕೊಂಡಿರುತ್ತದೆಯೆಂದರೆ ಸಾವಿನ ಇರುವನ್ನೇ ಮರೆತು ಬಿಟ್ಟಿರುತ್ತೇವೆ. ನಿಮ್ಮಜ್ಜಿಗೆ ವಯಸ್ಸಾಗಿತ್ತು. ಅವರ ಸಾವು ನಿರೀಕ್ಷಿತವೇ ಅಲ್ಲವೇ? ಪ್ಲೀಸ್, ಸಮಾಧಾನ ಮಾಡ್ಕೊಳ್ಳಿ. ನಿಮ್ಮ ಡ್ಯಾಡ್‌ಗೆ ಸಮಾಧಾನ ಮಾಡಿ. ಎಂದು...

ಬರ್ತೀರಾ?" ವಿಚಾರಿಸಿದ. ಬೇರೆಯ ಸಮಯದಲ್ಲಾಗಿದ್ದರೆ ಪುಲಕಿತಳಾಗಿ ಬಿಡುತ್ತಿದ್ದಳೇನೋ, ಆದರೆ ಸಮಾಧಾನವೆನಿಸಿತು.

"ಫೋನ್ ಮಾಡ್ತೀನಿ" ಅಂದಳು ಮೆಲ್ಲಗೆ.

"ಆದಷ್ಟು ಬೇಗ ಬನ್ನಿ. ಅದ್ಭುತವಾದದ್ದೇನೋ ಕಳೆದು ಹೋಗಿದೆ ಅನ್ನಿಸೋಕೆ ಷುರುವಾಗಿದೆ. ಕಮ್ ಸೂನ್" ಫೋನ್ ಕಟ್ ಮಾಡಿದ. ಅಚ್ಚರಿಯೆನಿಸಿತು. ದೊಡ್ಡ ಬಾಯಿನ ಸ್ವಪ್ರತಿಷ್ಠೆಯ ಸುರುಚಿರಾಗೆ ಮೃದು ಮನಸ್ಸಿನ ಆಧ್ಯಾತ್ಮಿಕದಲ್ಲಿ ಬದುಕಿನ ಹುಡುಕಾಟ ನಡೆಸಿರುವ ಸತೀಶ್ ಅಂಥ ಗಂಡ ದೀಕ್ಷಿತ್ ಕುಟುಂಬದಲ್ಲಿ ಇಳಿಜಾರಿಕೆಗೆ ಅದೊಂದು ಕಾರಣವೆನಿಸಿತು.

ಬರೀ ಮೌನದ ಮಧ್ಯೆ ದಿನದೂಡಲು ಹೊರಟಿರುವ ಚಿರಂತನದತ್ ಜೀವ ಸಂಚಾರದ ಅಗತ್ಯವಿತ್ತು. ಮೆಲ್ಲಗೆದ್ದು ತಂದೆಯ ರೂಮ್ಗೆ ಹೋದಾಗ ಮೇಲಕ್ಕೆ ಮುಖ ಮಾಡಿ ವಿರಾಮ ಛೇರ್‌ನಲಿ ಕಣ್ಮುಚ್ಚಿದ್ದರು.

"ಅಪ್ಪ..." ಅವರ ಕಾಲಿನ ಬಳಿ ಹೋಗಿ ನೆಲದಲ್ಲಿ ಕೂತು ಅವರ ತೊಡೆಯ ಮೇಲೆ ತಲೆ ಇಟ್ಟಾಗ ಕೈ ಅಲ್ಲಿ ಹೋಯಿತು. "ಸಾರಿ ಮಗಳೇ, ನಂಗೆ ಚಿಕ್ಕಮ್ಮನ ಸಾವನ್ನ ಇನ್ನು ಜೀರ್ಣಿಸಿಕೊಳ್ಳೋಕೆ ಆಗ್ತಾ ಇಲ್ಲ. 'ಚಿಂತು, ಕರುಣೇಶ್ವರಕ್ಕೆ ಹೋಗ್ತಾ ಇದ್ದೀನಿ' ಅಂದು ಫೋನಿಟ್ಟರು. ಮತ್ತೆ ಆ ಧ್ವನಿಯನ್ನು ನಾನು ಕೇಳಲೇ ಇಲ್ಲ. ಚಿಕ್ಕಪ್ಪನಿಗಾಗಿ ಕಾಯ್ತಾ ಇದ್ದರು. ಅಲ್ಲೇ ಆ ಪುಟ್ಟ ಅಂಗ್ಡಿಯಲ್ಲೇ ಅಲ್ಲಿನ ಜನರ ನಡ್ವೆ ಇದ್ದಿದ್ದರೆ ಇನ್ನಷ್ಟು ಕಾಲ ಬದುಕ್ತಾ ಇದ್ದರೇನೋ! ಈ ಎನ್ವರ್‌ಮೆಂಟ್‌ನಲ್ಲಿ ಅವ್ರಿಗೆ ಉಸಿರಾಡೋದು ಕಷ್ಟವಾಯ್ತು. ಎಷ್ಟು ರೋಸಿ ಹೋಗಿದ್ರೆ, ಬೆಂಕಿ ಹಚ್ಚಿಕೊಂಡು ಸಾಯ್ತಾ ಇದ್ದರು. ಎಂಥ ಭಯಾನಕ ಮರಣ. ಬೆಂಕಿಯ ಕೆನ್ನಾಲಿಗೆಯ ಮಧ್ಯೆ ಆ ಜೀವವಿದ್ದ ದೇಹ ಹೇಗೆ ಒದ್ದಾಡಿರಬೇಕು?" ಅವರ ಕಣ್ಮುಂದೆ ಕತ್ತಲು ಮುಸುಕಿತು. ಮನತಪ್ತಗೊಂಡಿತು.

ನಂದಿತಾಳ ಬಾಯಿಂದ ಮಾತುಗಳೇ ಬರಲಿಲ್ಲ. ಮಾನಸಿಕವಾಗಿ ಹಿಂಸೆ ಅನುಭವಿಸುತ್ತಿದ್ದಳು. ಕಣ್ಣಿಂದ ಹರಿದ ನೀರು ಅವರ ತೊಡೆಯನ್ನು ಸೋಕಿತು.

"ನನ್ನಮ್ಮನ ಸಾವು ನಂಗೆ ಗೊತ್ತಿಲ್ಲ. ತಾಯಿ ವಾತ್ಸಲ್ಯ ಸಿಕ್ಕಿದ್ದು ಅವರಿಂದಲೇ. ಜಗತ್ತಿನಲ್ಲಿ ದೇವರು ಎಲ್ಲಾ ಕಡೆ ಇರೋದಿಕ್ಕೆ ಸಾಧ್ಯವಿಲ್ಲಾಂತ ತಾಯಿ ಹೃದಯದಲ್ಲಿ ಇಡ್ತಾನಂತೆ. 'ಅಮ್ಮ' ಅನ್ನೋ ಸಂಬೋಧನೆಯಲ್ಲಿ ಇರೋ ಆನಂದ" ಮಾತು ನಿಂತಿತು. ಹೃದಯ ತುಂಬಿ ಬಂತು. ತೊಂಬತ್ತರಷ್ಟು ಬೆಂದು ಹೋದ ದೇಹನ ಅವರಿಂದ ಮರೆಯಲು ಸಾಧ್ಯವಿರಲಿಲ್ಲ. "ಹೇಗೆ ಮರೆಯಲೀ, ನಂದು. ನನ್ನಿಂದ ಸಾಧ್ಯವಾಗ್ತಾ ಇಲ್ಲ. ಆಕೆನಾ ಇಲ್ಲಿ ಇರಿಸಿಕೊಳ್ಳೋ ಆಸೆ ಇತ್ತು. ಮಗನಿಗೆ ಅದು ಅವಮಾನಂತ ತಿಳಿದ್ರು. ಸ್ವಾಭಿಮಾನಿ ಹೆಣ್ಣು. ಈ ನಷ್ಟದ ಮುಂದೆ ಜಗತ್ತಿನಲ್ಲಿ ಯಾವ ನಷ್ಟವು ಇಲ್ಲ" ಕಣ್ಣೀರು ಸುರಿಸಿ ಬಿಟ್ಟರು.

"ಅಪ್ಪ, ಹುಟ್ಟಿದ ಮೇಲೆ ಮರಣ ಶತಃಸಿದ್ದ. ಅಜ್ಜಿಯ ಸಾವು ಈ ರೀತಿ ಕೊನೆಗೊಳ್ಳಬಾರ್ದಿತ್ತು. ಸಮಯ ಅಮೂಲ್ಯ ಅಲ್ವಾ? ನೀವು ಟೋಟಲೀ ಸಮಾಜ ಮುಖಿ. ನಿಮ್ಮಿಂದ ನೆರವು ಪಡೆದುಕೊಳ್ಳೋ ಜನ ಇದ್ದಾರೆ. ನೀವು ಹೀಗೆ ಕೂತರೇ ಹೇಗೆ? ಅಣ್ಣ

ಅಂತು ಮಾತಾಡೋದೆ ನಿಲ್ಲಿಸಿದ್ದಾನೆ."

ಮಗಳ ಮಾತುಗಳಿಂದ ಸ್ವಲ್ಪ ಎಚ್ಚರಿಕೆ ಮೂಡಿತು. ವ್ಯಥೆ, ಗೋಳಾಟದಿಂದ ಆಕೆಯೇನು ಮರಳಿ ಬರೋಲ್ಲ. ಸಾಧ್ಯವಾಗದೆಂದು ತಿಳಿದು ಬೆನ್ನುಟ್ಟುವುದು ವಿವೇಕವಿಲ್ಲವೆನಿಸಿತು.

"ಯು ಆರ್ ಕರೆಕ್ಟ್, ನಾನು ಕೂಡ ಅರವತ್ತು ದಾಟಿದವನು. ಹೆಚ್ಚು ವೈಯಕ್ತಿಕ ಜವಾಬ್ದಾರಿಗಳ ಕಡೆ ಗಮನ ಕೊಡಬೇಕು. ಪುಣ್ಯ ಸಂದೀಪ್ ಅನ್ನೋ ಅನಾಮಿಕ ಹುಡ್ಗಿಯ ಬಗ್ಗೆ ಫೋನ್ ಬರದಿದ್ದರೆ, ಅದಕ್ಕಿಂತ ನಾವು ಹೋಗದೆ ಇದ್ದಿದ್ದರೆ ರಾಖಿ ಮತ್ತು ಸಂದೀಪ್ ವಿವಾಹ ನಡ್ದು ಹೋಗ್ತಾ ಇತ್ತು. ಜೊತೆಗೆ ನಿನ್ನ ಯಶವಂತ್‌ಗೆ ತಂದುಕೊಳ್ಳೋದರ ಮುಖಾಂತರ ಅಂಕಣಕೊಪ್ಪದ ಚಿರಂತನ್ ಫ್ಯಾಮಿಲಿಗೆ ಮಂಗಳವಾಡಿ ಬಿಡೋ ಉದ್ದೇಶವಿದ್ದ ಈ ಜನ ಯಾವ್ದೇ ಫೋನ್ ಕಾಲ್‌ಗೆ ಹೆದರಿಬಿಟ್ರು. ಆದರೆ ಇಲ್ಲಿ ನಿನ್ನ ವಿಷ್ಯದಲ್ಲಿ ತಪ್ಪು ಮಾಡಿದೆನೇನೋ!" ಅನುಮಾನದ ರಾಗ ಹಾಡಿದರು ಮತ್ತೆ.

ನಂದಿತಾ ಗಂಭೀರವಾದಳು. ಸದ್ಯಕ್ಕೆ ಕನಿಷ್ಟ ಮೂರು ವರ್ಷ ವಿವಾಹ ಮುಂದೂಡುವ ಬಯಕೆ ಇತ್ತು. ತಂದೆಯ ಬಗ್ಗೆ ಬರೆಯಬೇಕೆಂದು ನಿರ್ಧರಿಸಿದ್ದಾಗಲೇ, ಜಗತ್ತಿನ ಎಲ್ಲಾ... ಅಂದರೆ ಎಲ್ಲಾ ಪ್ರಕಟವಾದ ಶ್ರೇಷ್ಠ ವ್ಯಕ್ತಿಗಳ ಆತ್ಮಕಥನಗಳನ್ನು ಓದುವ ಆಸೆ ಇತ್ತು. ಅದು ಮುಂದೂಡಲ್ಪಟ್ಟಿರಬೇಕು. ಆದರೆ ಕೆಲವು ಕಾಲ ದೀಕ್ಷಿತ್‌ಗೆ ಬೆಂಬಲವಾಗಿ ನಿಲ್ಲುವುದು ಅವಳ ಉದ್ದೇಶವಾಗಿತ್ತೇ ವಿನಾ ಸನತ್ ಮತ್ತು ರುಚಿರಾ ಪ್ರೇಮದ ನಡುವೆ ಗೋಡೆಯಾಗಲು ಅವಳಿಗಿಷ್ಟವಿಲ್ಲ. ಆದರೆ ದೀಕ್ಷಿತ್‌ಗೆ ಕೊಟ್ಟ ಮಾತು ಪಲಾಯನವಾದ ಬೇಡೆವೆನಿಸಿತು.

"ಖಂಡಿತ ಇಲ್ಲಪ್ಪ! ಎಂದಿನ ಋಣ ಭಾರಕ್ಕೆ ಆ ಕ್ಷಣದಲ್ಲಿ ಅವರ ಮಾನ, ಮಾರ್ಯಾದೆ ಕಾಪಾಡುವುದು ನಿಮ್ಮ ಕರ್ತವ್ಯವಾಗಿತ್ತು. ದೀಕ್ಷಿತ್ ಇಂಟರ್‌ನ್ಯಾಷನಲ್ ಹೋಟೆಲ್‌ಗಳು ಅವನ ಕನಸಿನ ಕೂಸುಗಳು. ಅದು ಅವ್ರ ಕಣ್ಮುಂದೆ ಸಾಯಬಾರ್ದು. ಅವರಿಗೆ ಅವರ ಸಾಮರ್ಥ್ಯವನ್ನು ಎಚ್ಚರಿಸುವಂಥ ವ್ಯಕ್ತಿಯ ನೆರವು ಬೇಕಾಗುತ್ತೆ. ಅದನ್ನು ನಾನು ಮಾಡ್ತಾ ಇದ್ದೀನಿ. ಆ ಬಗ್ಗೆ ನಂಗೆ ಸಂತೋಷ ಕೂಡ ಇದೆ. ಇನ್ನೊಂದು ವಿಷಯ ಸುರುಚಿರಾ ನನ್ನ ಅಪರಾಧಿ ಸ್ಥಾನದಲ್ಲಿ ನಿಲ್ಲಿಸಿ ಆಗಾಗ ಗೋಳಾಡುತ್ತಾಳೆ, ಧಮಕಿ ಹಾಕ್ತಾಳೆ. ತಾನು ಸೇಡು ತೀರಿಸಿಕೊಂಡು ಇಲ್ಲಿಂದ ಹೊರ್‍ಗೆ ಹಾಕಿಸ್ತೀನಿಂತ ಶಪಥ ಮಾಡಿದ್ದಾಳೆ. ರುಚಿರಾಂತು ಭಗ್ನ ಪ್ರೇಮಿಯಂತೆ ಹಾರಾಟ ಷುರು ಮಾಡಿದ್ದಾಳೆ. ಹಟ, ಮಾತು, ಅಹಂಕಾರದ ಮುದ್ದೆಗಳೇ ಹೊರತೆ ಬುದ್ಧಿವಂತರಲ್ಲ. ಆದರೆ ತಾವು ಬುದ್ಧಿವಂತರೆಂದು ತಿಳಿದಿದ್ದಾರೆ. ಅದಕ್ಕೆ ದೇವಿಕಾರವರು ವಿಪುಲ ಅವಕಾಶ ಒದಗಿಸಿ ಕೊಟ್ಟಿದ್ದಾರೆ. ಎಲ್ಲಾ ಅಚ್ಯುತನ್ ಕೈಯಲ್ಲಿಟ್ಟು ತಾವು ಬರೀ ಗೊಂಬೆಯಾಗಿದ್ದಾರೆ. ಆಕೆ ಕೂಡ ತುಂಬ ಡಲ್. ಸತೀಶ್‌ಗೆ ಇಂಟರೆಸ್ಟಿಲ್ಲ. ಸನತ್‌ಗೆ ಜವಾಬ್ದಾರಿಯನ್ನು ಗುರುತು ಮಾಡಿಕೊಳ್ಳುವವರಿಲ್ಲ. ಟೋಟಲ್ಲಾಗಿ ಮೂರು ಹೆಣ್ಣು ಮಕ್ಕಳನ್ನು ಎದುರು ಹಾಕಿಕೊಳ್ಳಲು ಇಷ್ಟವಿಲ್ಲ. ಇದು ಅವರ ಮನೆಯ ವ್ಯಕ್ತಿಗಳ ಸೂಕ್ಷ್ಮ ಪರಿಚಯ. ಈಗಾಗಲೇ ಎರಡು ಹೋಟೆಲ್‌ಗಳನ್ನು ವಿದೇಶಿ ಕಂಪನಿಗಳಿಗೆ ಮಾರಾಟ ಮಾಡಲು ಒಳಗೊಳಗೆ ಅಗ್ರಿಮೆಂಟ್ ಮಾಡಿಕೊಂಡಿರುವ ಅಚ್ಯುತನ್ ಜರ್ಮನಿ ಸಹಯೋಗದೊಂದಿಗೆ ಕಾರಿನ ಬಿಡಿ ಭಾಗಗಳನ್ನು ತಯಾರಿಸುವ ಒಂದು ಫ್ಯಾಕ್ಟರಿ

ಪ್ರಾರಂಭಿಸುವ ಸನ್ನಾಹದಲ್ಲಿ ಇದ್ದಾರೆ. ಅದು ಸುರುಚಿರಾ ಮತ್ತು ರುಚಿರಾ ಹೆಸರಿನಲ್ಲಿ ಇರುತ್ತೆ. ಜೊತೆಗೆ ಚೆನ್ನೈನಲ್ಲಿರುವ ಹೋಟೆಲ್‌ನ ಮದ್ವೆಯ ನೆಪದಲ್ಲಿ, ಮಗಳ ಹೆಸರಿಗೆ ಹಸ್ತಾಂತರಿಸುವ ಪ್ಲಾನ್ ಅವರದು ಆಗಿತ್ತು. ಒಂಟಿಯಾಗಿದ್ದ ದೀಕ್ಷಿತ್‌ರಿಂದ ವಿರೋಧ ವ್ಯಕ್ತವಾಗೊಲ್ಲ ತಿಳಿದಿದ್ದೇ ತಪ್ಪಾಯ್ತು. ದೈವ ಗೆಳೆಯನ ರೂಪದಲ್ಲಿ ಅವರ ನೆರವಿಗೆ ಧಾವಿಸಿತು. ಈ ಬಗ್ಗೆ ತಲೆ ಕೆಡಿಸಿಕೊಳ್ಳಬಹುದಾಗಿದ್ದೇನಿಲ್ಲ. ಒಂದಿಷ್ಟು ಮೃದುತ್ವ ಬಿಟ್ಟು ಹೋರಾಟದ ಮನೋಭಾವ ಬೆಳೆಸಿಕೊಳ್ಳಬೇಕು" ಸಾಕಷ್ಟು ಹೇಳಿದಳು.

ಕೂತು ಅಪ್ಪ, ಮಗಳು ಅಲ್ಲಿನ ಎಷ್ಟೋ ವಿಷಯಗಳನ್ನು ಮಾತಾಡಿದರು. ಮನೆಯಲ್ಲಿದ್ದ ವ್ಯಕ್ತಿಗಳ ಆಳ, ಅಗಲ, ವಿಶೇಷತೆಗಳನ್ನು ತರ್ಕಿಸಿ ತಂದೆಯ ಮುಂದೆ ಹರಡಿದ್ದಳು. ಅಲ್ಲಿನ ಓರೆ, ಕೋರೆಗಳ ಜೊತೆ ಕೊರತೆಗಳನ್ನು ಒಂದು ಪಟ್ಟಿ ಮಾಡಿದ್ದನ್ನು ನೋಡಿ ಕಣ್ಣರಳಿಸಿ ಚಿರಂತನ್‌ದತ್ ಮಗಳ ಕೆನ್ನೆ ತಟ್ಟಿದರು.

"ಗುಡ್, ನಾನು ತಿಳಿದಿದ್ದಕ್ಕಿಂತ ಹೆಚ್ಚು ಬುದ್ಧಿವಂತೆ. ದೀಕ್ಷಿತ್ ಪ್ರತಿಸಲ ಫೋನ್ ಮಾಡಿದಾಗಲೂ ನಿನ್ನನ್ನು ಯಾವಾಗ ಕಳಿಸ್ತೀಯಾಂತ ಕೇಳ್ತಾ ಇರ್ತಾನೆ? ನಾನೇನು ಹೇಳಿಲ್ಲ" ಅಂದರು. ಮಗಳನ್ನು ಬಿಟ್ಟಿರುವುದು ಕಷ್ಟ. ಆದರೆ ಅದು ಅನಿವಾರ್ಯ. ಆಮೇಲೊಂದು ಪ್ರಶ್ನೆ ಮಾಡಿದರು. "ಸನತ್ ಮತ್ತು ರುಚಿರಾ ಪ್ರೇಮ, ಪ್ರೀತಿ ಅಂಥದ್ದರ ಬಗ್ಗೆ ನಂಗೇನು ಗೊತ್ತಿಲ್ಲ. ಆದರೆ ಸನತ್ ನಿನ್ನ ಬಗ್ಗೆ?"

ಒಂದೆರಡು ನಿಮಿಷದ ಮೌನದ ನಂತರ "ಬಹುಶಃ ಅವ್ರು ಆಂದೋಳನದಲ್ಲಿ ಇದ್ದಂಗೆ ಕಾಣುತ್ತೆ. ಗುಡ್ ಜಂಟಲ್ ಮೆನ್. ಸ್ಯಾಡಿಸ್ಟ್ ಅಲ್ಲ. ಬಹುಶಃ ರೆಸಿಡೆನ್ಸಿಯಲ್ ಶಾಲೆ ನಂತರ ಕಾಲೇಜು, ಹಾಸ್ಟಲ್‌ಗಳಲ್ಲಿ ದಿನ ಕಳೆದಿದ್ದರಿಂದ ಹೆತ್ತವರ ಪ್ರೀತಿ, ಮಮತೆ ಸಿಕ್ಕಿದ್ದಿಲ್ಲ. ಸ್ವಲ್ಪ ಹೆಚ್ಚಿನ ಸ್ನೇಹ, ಸಲಿಗೆ ಅತ್ತಿಗೆಯಲ್ಲಿ ಮಾತ್ರ. ರುಚಿರಾ ಮತ್ತು ಸನತ್ ಮಧ್ಯೆ ಪ್ರೀತಿ ಬೆಳೆಸಿದವರು, ಪೋಷಿಸಿದವರು ಅದು ಸಂಬಂಧವಾಗಿ ಉಳಿಯಲು ಎಲ್ಲಾ ಪ್ರಯತ್ನ ಮಾಡಿದವರು ಸುರುಚಿರಾ. ಅದರ ಹಿಂದೆ ದೊಡ್ಡ ಸ್ವಾರ್ಥ ಇಟ್ಟುಕೊಂಡ ಸೊಸೆ. ಅಲ್ಲಿ ದೈವದ ಕೈವಾಡದಿಂದ ಅವಿವೇಕಿಯಾಗಿ, ರುಚಿರಾ ದೀಕ್ಷಿತ್ ಫ್ಯಾಮಿಲಿಯ ಸೊಸೆಯಾಗದೇ ಹೋಗಿದ್ದಕ್ಕೆ ಕಾರಣ ಅಪ್ಪ, ಮಗಳೇ. ಈಗ್ಲೂ ನನ್ನ ಇರವನ್ನು ಸಹಿಸೋಲ್ಲ. ಅಂದಿನ ಮದ್ವೆನ ಕನ್ಸಿಡರ್ ಮಾಡಿಲ್ಲಾಂತ ಹೇಳಿ... ಹೇಳಿ... ಸಾಕಾಗಿದ್ದಾರೆ" ಸಂಪೂರ್ಣ ಪರಿಸ್ಥಿತಿಯ ವಿವರ ಕೊಟ್ಟಳು.

ಚಿರಂತನ್‌ದತ್ ಮುಖ ಚಿಕ್ಕದಾಯಿತು.

"ಅಂದರೆ ನೀನು ಇಕ್ಕಟ್ಟಿನಲ್ಲಿ ಸಿಕ್ಕಿ ಹಾಕಿಕೊಂಡಿದ್ದಿ. ಅವಮಾನ... ಅಂಥದಕ್ಕೆಲ್ಲ..." ಅಂದ ಕೂಡಲೇ "ಇಲ್ಲಪ್ಪ, ನಾನು ಹಾಗೇನು ತಿಳ್ದುಕೊಂಡಿಲ್ಲ. ನೀವು ವರೀ ಮಾಡ್ಕೋಬೇಡಿ. ನೀವು ಬರೆದಿಟ್ಟ ಪುಟಗಳನ್ನು ತಿರುವಿ ಹಾಕಿದೆ. ಬದುಕಿನಲ್ಲಿ ಬಂದು ಹೋದ, ಅಂದರೆ ಬಾಲ್ಯದಲ್ಲಿ ನಂತರದ ಕಾಲೇಜು ದಿನಗಳಲ್ಲಿ ಒಡನಾಡಿಗಳು ತುಂಬ... ತುಂಬ... ಚೆನ್ನಾಗಿದೆ. ಈ ಬುಕ್ 'ಚಿರಂತನ್' ಆದಷ್ಟು ಬೇಗ ಪ್ರಕಟವಾಗಬೇಕು" ಉತ್ಸಾಹವಿತ್ತು ಅವಳ ದನಿಯಲ್ಲಿ.

ಆಮೇಲೆ ಅರ್ಧಗಂಟೆಯಲ್ಲಿ ಫೋನ್ ಮಾಡಿದ ದೀಕ್ಷಿತ್ "ಯಾವಾಗ ಕಳಿಸುತ್ತಿ? ಮನೆಯಲ್ಲಿ ಜೀವಂತಿಕೆ ಇಲ್ಲದಂತಾಗಿದೆ. ದೇವಿಕಾ ಕೂಡ ಯಾವಾಗ ಬರ್ತ್ತಾಳೇಂತ ವಿಚಾರಿಸಿದ್ದು ರೆಕ್ಕೆಗಳು ಮೂಡಿದಂತಾಗಿದೆ. ಐ ಯಾಮ್ ವೆರಿ ಹ್ಯಾಪಿ" ತಮ್ಮ ಸಂತೋಷವನ್ನು ಹಂಚಿಕೊಂಡಾಗ, ಏನು ಹೇಳಬೇಕೋ ಚಿರಂತನ್‌ದತ್‌ಗೆ ಅರ್ಥವಾಗದಿದ್ದರೂ "ಅದೊಂದು ಷಾಕ್‌ನಿಂದ ನಂದಿತಾ ಹೊರ ಬಂದಿಲ್ಲ. ಸಮಯ ಬೇಕೂಂತ ಅನಿಸುತ್ತೆ. ನಂದಿತಾನ ವಿಚಾರಿಸ್ತೀನಿ" ಅಂದರು. ಈಗಿನ ಎಲ್ಲಾ ವಿದ್ಯಾಮಾನಗಳ ಬಗ್ಗೆ ಹೇಳಿಕೊಳ್ಳುವುದರ ಜೊತೆಗೆ "ನಂದೂ ಕೊಟ್ಟ ಐಡಿಯಾ ಸಕ್ಸಸ್ ಆಗಿದೆ. ಒಂದಿಷ್ಟು ಪ್ರಯತ್ನಪೂರ್ವಕವಾಗಿ ಸತೀಶ್‌ನ ಎಳೆದೊಯ್ದು ಅಚ್ಯುತನ್ ಸೀಟು ಮೇಲೆ ಕೂಡಿಸಿದೆ. ಅವನ ಮನಸ್ಥಿತಿಯಲ್ಲಿ ಅದಕ್ಕೆ ವಿರೋಧವಿದ್ದರು, ಒಗ್ಗಿಕೊಳ್ಳುವ ಪ್ರಯತ್ನದಲ್ಲಿ ಇದ್ದನೆನಿಸುತ್ತೆ. ವಿವಾಹವಾಗಿ ಇಲ್ಲಿಗೆ ಬಂದ ಸುರುಚಿರಾ ತನ್ನ ಹತೋಟಿಯಲ್ಲಿ ತಗೊಂಡಾಗ ಎಲ್ಲರಿಗಿಂತ ಹೆಚ್ಚು ಖುಷಿ ಪಟ್ಟೋನು ನಾನೇ. ಮಾತುಗಾರಿಕೆ ಜೊತೆಗೆ ಧೈರ್ಯದ ಹೆಣ್ಣಾಗಿದ್ದುದ್ದರಿಂದ ಸಮರ್ಥವಾಗಿ ನಿರ್ವಹಿಸಬಲ್ಲಳೆಂಬ ನಂಬಿಕೆಯಿಂದ ನಿಶ್ಚಿಂತನಾಗಿದ್ದೆ. ಆದರೆ ಆಗಿರೋದು ದೊಡ್ಡ ಅನಾಹುತ" ಹೇಳುತ್ತಲೇ ಹೋದರು. ಆದರೆ ಯಾಕೋ ಪೂರ್ತಿ ಕೇಳಲಾಗಲಿಲ್ಲ. "ಇಡ್ತೀನಿ ಕಣೋ, ಫೋನ್" ಇಟ್ಟೇ ಬಿಟ್ಟರು.

ದೀಕ್ಷಿತ್ ಮಾತು ಜಾಸ್ತಿಯೆಂದು ಗೊತ್ತು. ಒಬ್ಬ ಐ.ಎ.ಎಸ್ ಅಧಿಕಾರಿ ಮತ್ತು ಹೋಟೆಲ್ ಉದ್ಯಮಿಯ ನಡುವಿನ ಸ್ನೇಹ, ಆಕಸ್ಮಿಕವೆನಿಸಿದರು ಬಹಳ ಕಾಲ ಬಾಳಿಕೆ ಬಂದಿತ್ತು.

ಸಂಜೆ ಬಂದ ಪ್ರತೀಕ ಬಹಳ ಗಲಾಟೆ ಮಾಡಿ ಅವಳನ್ನು ಹೊರಗೆ ಕರೆದೊಯ್ದ. ಅಜ್ಜಿ ಸತ್ತ ಮೇಲೆ ತೀರಾ ಅಸ್ತವ್ಯಸ್ತವಾಗಿದ್ದ. ಮನೆಯವರ ಮೇಲೆ ಉರಿದು ಬೀಳುತ್ತಿದ್ದ. ಅವರ ಮಾತೆಂದರೆ ಲೆಕ್ಕವಿಡದಷ್ಟರ ಮಟ್ಟಿಗೆ ಬೆಳೆದಿದ್ದ. ಕರುಣಾಕರ, ಮಾಲಿನಿ ಕಂಗೆಟ್ಟಿದ್ದರು. ಇಲ್ಲಿಯವರೆಗೂ ಫಿರ್ಯಾದು ಒಯ್ಯಲಾರದ ಸ್ಥಿತಿಯಲ್ಲಿದ್ದರು. ಇವರು ಗಟ್ಟಿಯಾಗಿ ಅವರತ್ತ ಬೆಟ್ಟು ಮಾಡದಿದ್ದರು ಅಪರಾಧಿಗಳು.

ಬೈಕನ್ನು ಒಂದು ದೇವಸ್ಥಾನದ ಮುಂದೆ ನಿಲ್ಲಿಸಿ ಇಳಿದ.

"ಈ ಸಮಯದಲ್ಲಿ ದೇವಸ್ಥಾನದ ಬಾಗಿಲು ತೆಗೆದಿರೊಲ್ಲ, ದೇವರ ದರ್ಶನ ಆಗೊಲ್ಲ." ಎಂದಳು ಇಳಿದು. ಮಾತಾಡದೇ ಬೈಕನ್ನು ಪಾರ್ಕಿಂಗ್ ಸ್ಪಾಟ್‌ಗೆ ತಳ್ಳಿ ಬಂದ. "ಅಕ್ಕ, ಇಲ್ಲೇ ಎಲ್ಲಾದ್ರೂ ಕೂತುಕೊಳ್ಳೋಣ. ನಿನ್ಹತ್ರ ಮಾತಾಡೋದಿದೆ." ಅಂದವನ ಕಣ್ಣುಗಳು ತೀರಾ ಕಳೆಗೆಟ್ಟಿದ್ದಂತೆ ಕಂಡಿತು. ಸರಿಯೆನ್ನುವಂತೆ ತಲೆಯಾಡಿಸಿದ ನಂತರ ಹತ್ತಾರು ಮೆಟ್ಟಿಲುಗಳನ್ನು ಹತ್ತಿ ದೇವಸ್ಥಾನದ ಮುಂಭಾಗದ ಗಾರ್ಡನ್‌ಗೆ ಹೋದರು. ಸುಂದರವಾದ ಗಾರ್ಡನ್, ತೀರಾ ಅಚ್ಚುಕಟ್ಟಾಗಿ ಇಟ್ಟುಕೊಂಡಿದ್ದರು.

ಮರದ ಕೆಳಗಿನ ಸಿಮೆಂಟ್ ಬೆಂಚಿನ ಮೇಲೆ ಕೂತರು. ಸಂಜೆ ನಾಲ್ಕರ ನಂತರದ ಸಮಯ. ಬಿಸಿಲಿನ ಪ್ರಖರತೆ ಹೆಚ್ಚೆನಿಸಲಿಲ್ಲ. ಮೋಡಗಳ ಆಟದಲ್ಲಿ ಸೂರ್ಯ ಆಗಾಗ ಕಣ್ಣಾಮುಚ್ಚಾಲೆಯಾಡುತ್ತ ಇದ್ದ.

"ಹೇಗಿದ್ದಾರೆ, ಚಿಕ್ಕಪ್ಪ, ಚಿಕ್ಕಮ್ಮ? ನಾನು ಫೋನ್ ಮಾಡಿಲ್ಲ. ಬರೋ ಮನಸ್ಸು ಕೂಡ ಆಗಲಿಲ್ಲ" ಎಂದಳು ಭಾರವಾದ ದನಿಯಲ್ಲಿ. ನಂದಿತಾಳ ಎರಡು ಕೈಗಳನ್ನು ಹಿಡಿದುಕೊಂಡು ಜೋರಾಗಿ ಅತ್ತ. "ಅಜ್ಜಿನ ಕೊಂದವರು ಇವರೇ! ಹೋಗಿ ಪೊಲೀಸ್‌ಗೆ ಕಂಪ್ಲೇಂಟ್ ಕೊಟ್ಟು ಬಿಡ್ಲಾ, ಅನಿಸುತ್ತೆ" ಪ್ರತೀಕನ ಅಂದೋಲನ, ದುಃಖ ಅರ್ಥವಾದರು ಈಗ ಮತ್ತೊಂದು ಅನಾಹುತವಾಗಬಾರದು. "ಬೀ ಕಾಮ್, ಏನೇನೋ ಯೋಚ್ನೆ ಮಾಡ್ಬೇಡ. ಅಜ್ಜಿನ ಸರ್ಯಾಗಿ ನೋಡಿಕೊಂಡಿಲ್ಲ ಅನ್ನೋ ಮಾತನ್ನು ಅರ್ಥಮಾಡಿಕೊಂಡರು ಹೆತ್ತ ತಾಯಿ ಸಾವನ್ನು ಬಯಸೋಂಥ ಕಟುಕರಲ್ಲ" ಸಮಾಧಾನ ಹೇಳುವ ಪ್ರಯತ್ನ ಅವಳದು.

ಪ್ರತೀಕ ಒಂದೇ ಸಮ ಬಡಬಡಿಸಿದ. ಮಾಲಿನಿ ನೇರವಾಗಿ ಏನು ಅಂದು ಮಾಡದಿದ್ದರೂ ತಮ್ಮ ಮಾತು, ನಡತೆಯಿಂದ ಮಾನಸಿಕವಾಗಿ ಹಿಂಸಿಸಿದ್ದರು.

"ಈಗ್ಹೇಳು, ಇಂಥ ಪರಿಸರದಲ್ಲಿ ಅಜ್ಜಿ ಹೇಗೆ ಇರ್ತಾರೆ? ಶಾಂತವಾದ ಜೀವನವನ್ನು ನಡೆಸುತ್ತಿದ್ದ ಆಕೆಯನ್ನು ತಂದು ಕುದಿಯೋ ಎಣ್ಣೆಯಲ್ಲಿ ಹಾಕಿಬಿಟ್ಟರು" ಬಡಬಡಿಸಿದ ಅವನಲ್ಲಿ ದುಃಖ ಮಾತ್ರವಲ್ಲ, ರೋಷವು ಇತ್ತು.

"ಅದೆಲ್ಲ ಮುಗಿದ ಕತೆ ಪ್ರತೀಕ. ಹಾಗಂತ ನೀನು ಹೆತ್ತವರನ್ನು ನೋಯಿಸೋದು, ನಿನ್ನ ನೀನು ಹಿಂಸಿಸಿಕೊಳ್ಳೋದು ಸರಿಯಲ್ಲ. ಅವರುಗಳು ಮಾಡಿದ ತಪ್ಪನ್ನು ನೀನು ಮಾಡ್ಬೇಡ" ಬುದ್ಧಿ ಹೇಳಿದಳು. ಮೌನವಾಗಿ ಕೇಳಿದ.

ಬಹುಶಃ ಎಲ್ಲಾ ಹೇಳಿಕೊಂಡ ಮೇಲೆ ಅವನ ಮನದ ಕುದಿ ಕಡಿಮೆಯಾಗಿರಬಹುದು. ಮೇಲೆಕ್ಕೆದ್ದ. "ನಾನು ಸರ್ಯಾಗಿ ಊಟ, ತಿಂಡಿ ಮಾಡಿ ಎಷ್ಟೋ ದಿನವಾಯ್ತು. ಇಲ್ಲೇ ಎಲ್ಲಾದ್ರೂ... ಏನಾದ್ರೂ ತಿನ್ನೋಣ" ಎಂದು ಬಲವಂತವೇರಿದಾಗ ಹತ್ತಿರದ ಗಾರ್ಡನ್ ರೆಸ್ಟೋರಂಟ್‌ಗೆ ಹೋದರು.

ತಿಂಡಿಗೆ ಆರ್ಡರ್ ಮಾಡಿ ಕೂತಿದ್ದ ಪ್ರತೀಕ ಇನ್ನೊಂದು ಟೇಬಲ್‌ನಲ್ಲಿ ಕೂತಿದ್ದ ಗೆಳೆಯನನ್ನು ನೋಡಿ ಮಾತಾಡಿಸಿ ಬರಲು ಮೇಲೆದ್ದು "ಅಕ್ಕ ಒಂದ್ನಿಮಿಷ" ಹೊರಟ. ಇವಳ ನೋಟ ಅನಾಯಾಸವಾಗಿ ಬರುತ್ತಿದ್ದ ಜೋಡಿಯ ಮೇಲೆ ನೆಟ್ಟಿತು. ಸನತ್ ಮತ್ತು ರುಚಿರಾ. ಅವಳು ತನ್ನ ಬಲಗೈನಿಂದ ಅವನ ತೋಳನ್ನು ಬಳಸಿ ನಗು, ಮಾತಿನೊಂದಿಗೆ ಹೆಜ್ಜೆ ಹಾಕುತ್ತಿದ್ದಳು. 'ನಾವಿಬ್ರೂ ಲವರ್ಸ್, ನೀನು ಕಟ್ಟಿಸಿಕೊಂಡ ತಾಳಿಗೆ ಏನು ಅರ್ಥವಿಲ್ಲ. ನೀನಾಗಿ ಹೊರಟರೆ ಒಳ್ಳೆಯದು' ನೇರವಾಗಿ ಹೇಳಿದ್ದು ದಿಟ್ಟೆ.

ಒಂದು ಸಣ್ಣ ಮುಗುಳ್ನಗು ತುಟಿಯಂಚಿನಲ್ಲಿ ಹಾದು ಹೋದರು ಒಳಗಡೆ ವಿಚಿತ್ರವಾದ ತಳಮಳ. ಹೋಗಿ ಮಾತನಾಡಿಸುವುದಾ? ಅಗತ್ಯವಿಲ್ಲವೆನಿಸಿತು. ಕೈಯೊರೆಸಿಕೊಳ್ಳುತ್ತ ಬಂದ ಪ್ರತೀಕ ಕೂತ.

"ಅಕ್ಕ ಏನಾದ್ರೂ ತಿಂಡಿಗೆ ಆರ್ಡರ್ ಮಾಡು. ಇವತ್ತೆ ಹಸಿವು ಅನ್ನೋದು ಕಾಣಿಸಿಕೊಂಡಿರೋದು" ಅಂದ. ಅವನನ್ನು ದಿಟ್ಟಿಸಿದಳು. ಚಟುವಟಿಕೆಯಿಂದ ಆರೋಗ್ಯವಾಗಿ ಓಡಾಡಿಕೊಂಡಿದ್ದವ ದೀರ್ಘಕಾಲ ಕಾಯಿಲೆ ಮಲಗಿ ಎದ್ದವನಂತೆ ಕಂಡ. "ನಿಂಗೇನು

ಬೇಕೋ, ಅದನ್ನೇ ಆರ್ಡರ್ ಮಾಡು" ಅಂದಳು.

ವೆಯಿಟರ್ ಬಂದು ಆರ್ಡರ್ ತಗೊಂಡು ಹೋದ. ಅತ್ತಿತ್ತ ನೋಟ ಹರಿಸುತ್ತಿದ್ದ ಪ್ರತೀಕ "ಅಕ್ಕ, ಭಾವ..." ಅಂದವನೆ ಇವಳು ಏನಾದರೂ ಹೇಳುವ ಮುನ್ನ ಅತ್ತ ಹೋದ. ಚಲನಚಿತ್ರದ ಸೀನಿನಂತೆ ಅವಳೆದ್ದು ಹೋಗಿ ತಲೆ ಮರೆಸಿಕೊಳ್ಳಲಿಲ್ಲ. ಮತ್ತೆ ಯಾವುದೇ ರೀತಿ ವರ್ತಿಸಲಿಲ್ಲ. ಅತ್ಯಂತ ಶಾಂತವಾಗಿ ಮೊದಲಿನಂತೆ ಕೂತಿದ್ದಳು.

" ಬನ್ನಿ... ಭಾವ..." ಎಂದು ಕೈ ಹಿಡಿದು ಎಳೆದುಕೊಂಡೆ ಬಂದಿದ್ದು. ಹುಡುಗುತನ ಮೀರಿ ಅವನೇನು ಬೆಳೆದಿರಲಿಲ್ಲ. ಸನತ್‌ಗೆ ಇದೊಂದು ಹೊಸ ಇನ್ಸಿಡೆಂಟ್ 'ಭಾವ' ಎನ್ನುವ ಸಂಭೋದನೆಯಿಂದ ಮೊದಲ ಬಾರಿ ಕರೆಸಿಕೊಂಡಿದ್ದ. ಅರ್ಥೈಸಿಕೊಳ್ಳುವ ಮೊದಲು ನಂದಿತಾ ಮುಂದೆ ನಿಂತಿದ್ದ.

'ಹಾಯ್ ನಂದಿತಾ..." ಅಂದ. ತಂದೆ ಸಮಯ ಸಿಕ್ಕಾಗಲೆಲ್ಲ ಚಿರಂತನ್‌ದತ್ ಮತ್ತು ಅವರ ಮಗಳು ಬಗ್ಗೆ ಸಾಕಷ್ಟು ಹೇಳಿದ್ದರಿಂದ ಮಾತ್ರವಲ್ಲ ನಂದಿತಾ ಅವನೊಂದಿಗೆ ನಡೆದುಕೊಳ್ಳುತ್ತಿದ್ದ ರೀತಿಯಿಂದ ಮಾತ್ರವಲ್ಲ, ಅವಳ ಚುರುಕುತನ, ತೋರ್ಪಡಿಸುವ ಆತ್ಮೀಯತೆಯಿಂದ ಒಂದು ರೀತಿಯ ಭಾವನೆಗಳು ಅರಳಿತ್ತು "ಓ ಯಾವಾಗ್ಬಂದ್ರಿ?" ಎದ್ದು ನಿಂತಳು.

"ರುಚಿರಾ ಫ್ರೆಂಡ್ ಮ್ಯಾರೇಜ್ ಇತ್ತು. ಇಲ್ಲೇ ಓದಿದ್ದರಿಂದ ಅವಳ ಫ್ರೆಂಡ್ಸ್ ಸಂಖ್ಯೆ ಜಾಸ್ತಿ ಇದೆ. ಅದಕ್ಕೆ ಎರಡು ದಿನ ನಿಂತಿದ್ದು" ಸಮಾಧಾನವಾಗಿ ಹೇಳಿದ.

ಪ್ರತೀಕ ಮೊದಲ ಸಲ ದಿಢೀರೆಂದು ಅವರಿಬ್ಬರ ಮಧ್ಯೆ ಪ್ರವೇಶಿಸಿದ. "ವಿವಾಹದ ನಂತರ ಮೊದಲ ಸಲ ನೀವು ಭೇಟಿಯಾಗಿರೋದು. ನಮ್ಜೊತೆ ಕೂತು ಏನಾದ್ರೂ ತಗೋಬೇಕು" ಎಂದವ ಅವನ ಕೈಯನ್ನು ಇನ್ನು ಹಿಡಿದೆ ಇದ್ದ ಪ್ರತೀಕ. "ಪ್ಲೀಸ್, ಇಲ್ಲಿ ಅಕ್ಕ ಕೂತಿದ್ದಾರೆ, ಮಾವನ ಊರಿಗೆ ಬಂದವರು..." ಮೆಲ್ಲಗೆ ಅವನ ಕೈ ಸರಿಸಿದ.

"ಸಾರಿ, ರುಚಿರಾ ಆ ಟೇಬಲ್‌ನಲ್ಲಿ ಇದ್ದಾಳೆ"

"ಓ.ಕೆ.." ಮುಗುಳ್ನಗೆ ಬೀರಿ "ಪ್ರತೀಕ ಕೂತ್ಕೋ"ಅಂದ ಕೂಡಲೇ ಸುಮ್ಮನೆ ಕೂತವನ ಮುಖದಲ್ಲಿ ಅಸಮಾಧಾನವಿತ್ತು. ಬಂದ ವೆಯಿಟರ್‌ಗೆ ಅವಳೇ ತಿಂಡಿಗೆ ಹೇಳಿ "ಹೊಟ್ಟೆ ಹಸಿವುಂತ ಕರ್ಕಂಡ್ ಬಂದೆ. ಸದ್ಯಕ್ಕೆ ಆ ಕೆಲ್ಸ, ಆಮೇಲೆ ಮಾತಾಡೋಣ" ಅಂದ ಕೂಡಲೆ ಮೌನವಾದ. ಆಗಾಗ ಅವನ ನೋಟ ಆ ಕಡೆ ಹರಿದು ಹಿಂದಕ್ಕೆ ಬರುತ್ತಿತ್ತು. ಬರೀ ಜ್ಯೂಸ್ ತರಿಸಿಕೊಂಡು ಕುಡಿಯುತ್ತಿದ್ದ ಸನತ್ ಮನ ಮಿಡುಕಿತು. ಜಾಗಿಂಗ್ ಮುಗಿಸಿ ಬರುವ ವೇಳೆಗೆ ಟೀ ತಂದಿಡುತ್ತಿದ್ದ ದೃಶ್ಯವನ್ನು ನೆನಪಿಸಿಕೊಂಡ. ಅವಳು ಅಲ್ಲಿ ಇಲ್ಲದ್ದು ಅವನನ್ನು ಕೂಡ ಕಾಡಿತ್ತು. ಒಂದೇ ಬೆಡ್ ರೂಂ– ಆದರೆ ಅವಳ ವರ್ತನೆ ಅವನಿಗೆ ಇಷ್ಟವಾಗಿತ್ತು. "ಜಸ್ಟ್ ಎ ಮಿನಿಟ್.." ಮೇಲೆದ್ದವನ ಕೈ ಹಿಡಿದಳು ರುಚಿರಾ. ಈಗಾಗಲೇ ಗಮನಿಸಿದ್ದಳು. "ನೋ, ನೀವ್ಹೋಗಿ ಮಾತಾಡಿಸಿದರೆ ಅವಳನ್ನು ಎನ್‌ಕರೇಜ್ ಮಾಡಿದಂತಾಗುತ್ತೆ. ಅದು ಬರೀ ಆಕ್ಸಿಡೆಂಟ್ ಮಾತ್ರ' ತೀಕ್ಷ್ಣವಾಗಿತ್ತು ಅವಳ ವಾಯ್ಸ್ ಮೆಲ್ಲಗೆ ಅವಳ ಕೈ ಪಕ್ಕಕ್ಕೆ ಸರಿಸಿ "ನಂದಿತಾ ನನ್ನ ಡ್ಯಾಡ್ ಕ್ಲೋಸ್ ಫ್ರೆಂಡ್ ಮಗ್ಳು.

ಅಂದು ದೀಕ್ಷಿತ್ ಫ್ಯಾಮಿಲಿ ಮರ್ಯಾದೆನ ಕಾಪಾಡಿದವರನ್ನು ನೆಗ್ಲೆಕ್ಟ್ ಮಾಡೋಕ್ಕಾಗೊಲ್ಲ. ಡೋಂಟ್‌ಶೌಟ್" ಎಚ್ಚರಿಸುವಂತೆ ನುಡಿದ. ಅಕ್ಕ, ತಂಗಿಯ ಬಾಯಿ ಜಾಸ್ತಿಯೆಂದು ಅವನಿಗೆ ಗೊತ್ತು.

ನೇರವಾಗಿ ಬಂದವನು ಆ ಟೇಬಲ್‌ನಲ್ಲಿ ಕೂತು "ಹೇಗಿದ್ದಾರೆ, ನಿಮ್ಮ ಫಾದರ್?" ವಿಚಾರಿಸಿದ. ದೋಸೆ ಮುರಿಯುತ್ತಿದ್ದವಳು ಮೆಲ್ಲಗೆ ತಲೆಯೆತ್ತಿ "ಅವರಿನ್ನು ಆ ಷಾಕ್‌ನಿಂದ ಚೇತರಿಸಿಕೊಂಡಿಲ್ಲ. ನಮ್ಮ... ಪ್ರತೀಕ.." ಅವನತ್ತ ನೋಟ ಹರಿಸಿದ್ದು ಅಂದಿನ ಪೂರ್ಣ ದೃಶ್ಯಾವಳಿಗಳಿಗೆ ಅವನು ಪ್ರೇಕ್ಷಕನಾಗಿದ್ದುಂಟು.

"ಐ ಯಾಮ್ ಸಾರಿ, ನಾನು ಸಲಿಗೆ ವಹಿಸಿದ್ದು ನಿಮ್ಗೆ ಇಷ್ಟವಾಗಿಲ್ಲಾಂತ ಕಾಣಿಸುತ್ತೆ. ರಿಯಲೀ.. ಸಾರಿ... ನಿಮ್ಗೇ ಏನಾದ್ರೂ ತರಿಸೋಣ್ವಾ?" ಕೇಳಿದ. ಅವನ ಹೆಗಲ ಮೇಲೆ ಕೈ ಹಾಕಿ "ಥ್ಯಾಂಕ್ಯೂ, ಈಗ್ಬೇಡ. ಏನು ಓದ್ತಾ ಇದ್ದೀಯ?" ವಿಚಾರಿಸಿದ. ತಿಂಡಿ ತಿನ್ನುವ ಕಾಯಕ ಮುಂದುವರಿಸಲಾಗಲಿಲ್ಲ ನಂದಿತಾಗೆ. ಹೋಗಿ ಕೈ ತೊಳೆದು ಬಂದು "ಟೀ, ತಗೋತೀರಾ?" ವಿಚಾರಿಸಿ "ನಾನು ರುಚಿರಾ ಅವ್ರನ್ನ ಹೋಗಿ ಕರೆಯಲಾ?" ಅಂದಿದ್ದಕ್ಕೆ ಬೇಡವೆಂದು ತಲೆಯಾಡಿಸಿದ. ಆ ವೇಳೆಗೆ ಅದೃಶ್ಯಳಾದವಳು ಹೊರಗೆ ಬಂದು ಸಂಪೂರ್ಣ ವಿವರಗಳನ್ನು ಮೊಬೈಲ್ ಮೂಲಕ ಅಕ್ಕನಿಗೆ ರವಾನಿಸಿದ್ದು ಮಾತ್ರವಲ್ಲ, ಮೊಬೈಲ್‌ನಲ್ಲಿ ತೆಗೆದ ಫೋಟೋಗಳನ್ನು ಸಾಕ್ಷಿಗಾಗಿ ರವಾನಿಸಿದ್ದಳು. ಅಲ್ಲಿ ಬೆಂಕಿ ಹತ್ತಿ ಕೊಂಡಿತ್ತು.

ಬೆಂಗಳೂರು ರುಚಿರಾಗೆ ಹೊಸದಲ್ಲ. ಫ್ರೆಂಡ್ಸ್ ಜೊತೆ, ಒಂಟಿಯಾಗಿ ಕೂಡ ಸುತ್ತಾಡಿ ಅಭ್ಯಾಸವಿತ್ತು. ಆ ಬಗ್ಗೆ ತಲೆ ಕೆಡಿಸಿಕೊಳ್ಳುವ ಅಗತ್ಯವಿರಲಿಲ್ಲ.

ಮೂವರು ಹೊರಗೆ ಬಂದರು. ಸೌಜನ್ಯಕ್ಕಾಗಿ ಒಂದು ಇನ್ವಿಟೇಷನ್ ಅಗತ್ಯವಿತ್ತು. "ಒಮ್ಮೆ ಮನೆಗೆ ಬನ್ನಿ" ಅಂದಳು.

"ಷ್ಯೂರ್, ರಾತ್ರಿ ಬರ್ತೀನಿ. ಬೆಳಗಿನ ಫ್ಲೈಟ್‌ಗೆ ಟಿಕೇಟ್ ಬುಕ್ ಆಗಿದೆ. ಡ್ಯಾಡ್ ಕೂಡ ನಿನ್ತಂದೇನ ಮೀಟ್ ಮಾಡೋಕೆ ಹೇಳಿದ್ದಾರೆ" ವಾಚ್ ಕಡೆ ನೋಡಿದ. 'ಒಂದು ಮೂವೀ ನೋಡೋದಿದೆ' ರುಚಿರಾ ಮಾತು ನೆನಪಿಸಿಕೊಂಡ.

"ಹೇಗೆ ಹೋಗ್ತೀರಾ?" ವಿಚಾರಿಸಿದ.

"ನನ್ನ ಬೈಕ್‌ನಲ್ಲಿ" ಹೇಳಿದ ಪ್ರತೀಕ.

ಈಗೇನು ಮಾಡೋದು ಎನ್ನುವಂತೆ ನಂದಿತಾ ಅತ್ತ ನೋಡಿದ. "ನೀವು ಬರೋದಾದ್ರೆ, ಟ್ಯಾಕ್ಸಿಯಲ್ಲಿ ಹೋಗೋಣ. ಪ್ರತೀಕ ಬೈಕಿನಲ್ಲಿ ಬರ್ತಾನೆ" ನಂದಿತಾ ಸೂಚಿಸಿದ್ದಕ್ಕೆ ಅವನ ಒಪ್ಪಿಗೆ ಇತ್ತು. ಪ್ರತೀಕನಿಗೆ ಖುಷಿಯೇ. ಆದರೆ ಒಂದು ತರಹ ಮುಖ ಮಾಡಿದ. ಅವನ ಭುಜದ ಮೇಲೆ ಕೈಯಿಟ್ಟು "ಸೀದಾ 'ಚಿರಂತನ'ಕ್ಕೆ. ರಾತ್ರಿ ಊಟ ನಮ್ಮಲ್ಲೆ ನಾನು ಬೇಕಾದರೆ ಚಿಕ್ಕಮ್ಮನಿಗೆ ಫೋನ್ ಮಾಡ್ತೀನಿ."

ಇಬ್ಬರು ಟ್ಯಾಕ್ಸಿ ಹತ್ತಿದರು. ಬಹುಶಃ ಪ್ರೇಮಿಸಿದ ರುಚಿರಾ ಬಗ್ಗೆ ಮರುಕವೆ. ಅಲ್ಲಿ ಬೇರೆ ಉದ್ದೇಶವಿದ್ದುದ್ದರಿಂದ ಅದನ್ನು ಪ್ರೇಮ-ಪ್ರೀತಿಯೆಂದು ಕನ್ಸಿಡರ್ ಮಾಡಬಾರದೆನಿಸಿತ್ತು

ನಂದಿತಾಗೆ.

"ಅಲ್ಲಿ ಎಲ್ಲಾ ಹೇಗಿದ್ದಾರೆ? ಮಾವನವರು, ಭಾವನವರು ಫೋನ್ ಮಾಡಿದ್ರು" ಅವನಿಗೆ ಮೊದಲ ಪ್ರಶ್ನೆ. "ಕ್ವೈಟ್, ನಾರ್ಮಲ್. ಮಾವನವರು, ಭಾವನವರು..." ಒಂದು ರೀತಿಯ ನಗೆ ಅವನ ತುಟಿಗಳ ಮೇಲೆ ಅರಳಿತು. "ಯೆಸ್, ನೀವು ತಾಳಿ ಕಟ್ಟಿದ್ದರಿಂದ ಷುರುವಾದ ಸಂಬಂಧಗಳು ಉಮಾಶಂಕರ ದೀಕ್ಷಿತರು ನನಗೆ ತಂದೆಯ ಸ್ಥಾನದಲ್ಲಿರುವ ಮಾವನವರು. ಇನ್ನ ನಿಮ್ಮಣ್ಣ ನಂಗೆ ಭಾವ. ಬೇರೆಯವರನ್ನು ಈ ರೀತಿ ಸಂಬೋಧಿಸಿದ್ದರು, ಅಲ್ಲಿ ಭಾವ, ಸಂಬಂಧ ಯಾವ್ದು ಇರೋದಿಲ್ಲ. ಒಂದು ರೀತಿಯಲ್ಲಿ ಬಾಂಧವ್ಯದ ಲೆಕ್ಕಾಚಾರ" ಹೇಳಿದರು. "ಡ್ಯಾಡ್, ಮಾಮ್ ಬಿಟ್ಟರೆ ಮಿಕ್ಕವರೆಲ್ಲ ಅಂಕಲ್, ಆಂಟೀ.... ಕಸಿನ್ ಇಷ್ಟರ ಒಳಗೆ ಮುಗ್ದು ಹೋಗುತ್ತೆ. ಮಮ್ಮಿ ಕಡ್ಮೆಯಾಗಿ... ದೀಕ್ಷಿತ್ ದೇವಿಕಾ ಅನ್ನೋದೆ ಅಭ್ಯಾಸವಾಗಿದೆ" ಮನ ಬಿಚ್ಚಿ ಹೇಳಿದ. ಅವಳು ಪ್ರತಿಕ್ರಿಯಿಸಲಿಲ್ಲ. ಭಾವ ತುಂಬಿದ ಸಂಬಂಧದ ಪದಗಳೇ ಸತ್ತು ಹೋಗುತ್ತಿತ್ತು. ಆ ಬಗ್ಗೆ ಆಳವಾಗಿ ಮಾತಾಡುತ್ತಿದ್ದುದ್ದು ಚಿರಂತನ ದತ್.

ಹೊರಗಡೆಯ ಬಾಲ್ಕನಿಯಲ್ಲಿ ಅಡ್ಡಾಡುತ್ತಿದ್ದ ಅವರಿಗೆ ಸನತ್ ಮತ್ತು ನಂದಿತಾನ ನೋಡಿ ವಿಸ್ಮಯ. ಕೆಲವು ಕ್ಷಣಗಳು ಇದೆ ಭ್ರಮೆಯೆನಿಸಿದ್ದುಂಟು.

"ಅಪ್ಪ... ನಿಮ್ಮ" ಪೂರ್ತಿ ಮಾಡಲಿಲ್ಲ. ಸ್ನೇಹಿತರ ಮಗನೆಂದು ಹೇಳಿ ಅಂದು ನಡೆದ ವಿವಾಹ ಸಂಬಂಧವಲ್ಲವೆಂದು ಹೇಳುವುದು ಅವಳಿಗೆ ಸಮ್ಮತವಲ್ಲ. ಪ್ರೇಯಸಿಯ ಜೊತೆ ಬೆಂಗಳೂರಿಗೆ ಬಂದವನಿಗೆ ತಾನು ಪತ್ನಿಯೆಂದು ಹೇಳಿ ಮುಜುಗರ ಪಡಿಸುವುದು ಕೂಡ ಇಷ್ಟವಿಲ್ಲ.

"ಹಲೋ, ಸನತ್ ...." ಎಂದು ಕೈ ಕುಲುಕಿ ಭುಜದ ಮೇಲೆ ಕೈ ಹಾಕಿ "ನಿನ್ನಪ್ಪ ದೀಕ್ಷಿತ್ ಅರ್ಧಗಂಟೆಯ ಮೊದ್ಲು ಫೋನ್ ಮಾಡಿದ್ದ. ಆದರೆ ನೀನು ಬೆಂಗಳೂರಿಗೆ ಬಂದಿರೋ ವಿಷಯ ತಿಳಿಸಲಿಲ್ಲ" ಅಚ್ಚ ಕನ್ನಡದಲ್ಲಿ ಕೇಳಿದರು. ತಾನು ಐ.ಎ.ಎಸ್. ಮಾಡಿದವ ಎನ್ನುವ ದಿಮಾಕ್ ಇರಲಿಲ್ಲ.

ಅವರಿಬ್ಬರನ್ನು ಅಲ್ಲಿಯೆ ಬಿಟ್ಟು ಒಳಗೆ ಹೋದಳು. ಸನತ್‌ಗೆ ಸೇಬಿನ ಜ್ಯೂಸ್ ಮಾತ್ರ ಇಷ್ಟವೆಂದು ಅವಳಿಗೆ ಗೊತ್ತು. ಸೇಬಿನ ಜ್ಯೂಸ್ ಮಾಡಿಕೊಂಡು ಬರುವ ವೇಳೆಗೆ ಇಬ್ಬರು ಕೂತು ಮಾತಾಡುತ್ತಿದ್ದರು.

"ಬರೋಕೆ ಮೊದ್ಲು ಜ್ಯೂಸ್ ಆಗಿತ್ತು" ಅಂದ ಗ್ಲಾಸ್ಗೆ ಕೈ ಹಾಕುತ್ತ.

'ಇದೊಂದು ಫಾರ್ಮಾಲಿಟಿ. ಕೆಲವೊಮ್ಮೆ ಶಿಕ್ಷೆಯಾಗಿ ಪರಿವರ್ತನೆಗೊಳ್ಳುತ್ತೆ. ನಿನ್ನಪ್ಪ ಅಸ್ಟ್ರೇಲಿಯಾದಲ್ಲಿ ಅಷ್ಟು ವರ್ಷವಿದ್ರೂ, ಇಂದಿಗೂ ಟೀಗೆ ಅಂಟಿಕೊಂಡೇ ಇದ್ದಾನೆ. ನಮ್ಮ ನಂದು ಮಾಡೋ ಟೀ ಅವ್ನಿಗೆ ಇಷ್ಟ" ಎಂದರು ಜ್ಯೂಸ್ ಸಿಪ್ ಮಾಡುತ್ತ.

ಸನತ್ ಕೂಡ ಜ್ಯೂಸ್ ಮುಗಿಸಿ ಏಳುವವನೇ. ಆ ವೇಳೆಗೆ ಪ್ರತೀಕ ಬಂದ. "ಇವ್ನು ನನ್ನ ತಮ್ಮ ಕರುಣಾಕರ. ಒಬ್ನೆ ಮಗ" ಪರಿಚಯಿಸುವ ವೇಳೆಗೆ ಬಂದ ಸಂದೀಪ್‌ಗೆ

ಅಚ್ಚರಿಯೇ. ಇದು ಹೇಗೆ? ಯಾರು ಉತ್ತರ ಹೇಳಬೇಕು? "ನನ್ಮಗ ಸಂದೀಪ್. ಇಂಡಸ್ಟ್ರೀಯಲ್ ಇಂಜಿನಿಯರಿಂಗ್ ಮಾಡ್ಕೊಂಡು ಕೆಲ್ಸ ಮಾಡ್ತಾ ಇದ್ದಾನೆ" ಪರಿಚಯಿಸಿದರು.

ಆ ಮದುವೆಯಲ್ಲಿ ಸಂದೀಪ್ ಇರಲಿಲ್ಲ. ನಡೆದಿದ್ದ ಸಂಗತಿ ಗೊತ್ತಿತ್ತು. ಅದರ ಬಗ್ಗೆ ಬೇಸರ, ಆಕ್ರೋಶವೇ. ಯಾರ ತಪ್ಪು ಇಲ್ಲದೆಯಾರದೋ ನಿರ್ದೇಶನದಂತೆ ನಡೆದು ಹೋಗಿತ್ತು. ದೈವದ ಪಗಡೆಯಾಟದಲ್ಲಿ ಮನುಷ್ಯರು ಬರೀ ಕಾಯಿಗಳು.

ಸನತ್ ಕೈ ಕುಲುಕಿ ನಗುತ್ತ ಮಾತಾಡಿಸಿದ. ಆ ಕ್ಷಣ ನಂದಿತಾಗೆ ಒಳ್ಳೆಯ ವರ ಅನಿಸಿತು. 'ಯಾವ್ದೇ ತೀರ್ಮಾನಕ್ಕೆ ಬರೋಕ್ಕಾಗೊಲ್ಲ ಅಣ್ಣ. ಸದ್ಯದ ಪರಿಸ್ಥಿತಿಯಲ್ಲಿ ಅಲ್ಲಿ ನನ್ನ ಅಗತ್ಯವಿದೆ. ಆದರೆ ಅವರಿಬ್ಬರ ಮಧ್ಯೆ ಮಾತ್ರ ನಾನು ಗೋಡೆಯಾಗಿರೋಕೆ ಇಷ್ಟಪಡೊಲ್ಲ. ನನ್ನ ಬದ್ಕಿನ ಬಗ್ಗೆ ಚಿಂತೆ, ಗಾಬರಿ ಅಂಥದೇನಿಲ್ಲ' ಎಂದಿದ್ದಳು ನಂದಿತಾ ಆರಾಮಾಗಿ. ಮೇಲ್ಮುಖಕ್ಕೆ ಅದನ್ನೆಲ್ಲ ಸೀರಿಯಸ್ಸಾಗಿ ತಗೊಂಡಿಲ್ಲವೆನ್ನುವಂತೆ ವರ್ತಿಸುತ್ತಿದ್ದಳು.

ಸಂದೀಪ್ ತನ್ನ ರೂಂಗೆ ಕರೆದೊಯ್ದ. ಕಂಪ್ಯೂಟರ್‌ನಲ್ಲಿ ತಾನು ಮಾಡಿದ ಅವಿಷ್ಕಾರಗಳನ್ನು ತೋರಿಸಿದ. ಅಲ್ಲಿ ಇದ್ದಿದ್ದು ನಗುತ್ತಿದ್ದ ನಂದಿತಾನ ಭಾವಚಿತ್ರದ ಫ್ರೇಮ್.

"ನನ್ನ ವರ್ಕ್‌ಗೆ ಇನ್ಸ್‌ಪಿರೇಷನ್ ನನ್ನ ತಂಗಿನೇ!" ಫೋಟೋ ಫ್ರೇಮ್ ಕೈಗೆತ್ತಿಕೊಂಡು ನುಡಿದು ಅಲ್ಲೇ ಮೊದಲಿನ ಸ್ಥಾನದಲ್ಲಿ ಇಟ್ಟ. "ತಾಜಾ ಕ್ರಿಯೇಟಿವಿಟಿ ಅವಳದು. ನನ್ನ ತಂದೆಯ ಆತ್ಮಚರಿತ್ರೆ ಬರೆಯೋ ಸಲುವಾಗಿ ಅವ್ರು ಹುಟ್ಟಿದ ಊರಾದ ಅಂಕಣಕೊಪ್ಪಕ್ಕೆ ಹೋಗಿ ಪ್ರತಿಯೊಂದು ಡೀಟೈಲ್ಸ್ ಕಲೆಕ್ಟ್ ಮಾಡಿಕೊಂಡು ಬಂದ್ಲು. ಬರವಣಿಗೆ ಮೊದಲಿಟ್ಟವಳು ಇದೊಂದು ವರ್ಷ ಓದು ಕೂಡ ಮುಂದುವರಿಸದೆ, ವಿವಾಹ ಕೂಡ ಪುಸ್ತಕ ಬಿಡುಗಡೆಯಾದ ನಂತರವೆ ಅನ್ನೊದೊಂದು ಅವಳ ತೀರ್ಮಾನವಾಗಿತ್ತು" ಎಂದ. ಹೇಳಬೇಕು, ಹೇಳಬಾರದಂತೇನು ಇರಲಿಲ್ಲ. ಸಹಜವಾದ ನುಡಿಗಳು. 'ಸಾರಿ' ಅನ್ನುವುದಕ್ಕೆ ಕೂಡ ಸನತ್‌ನಿಂದಾಗಲಿಲ್ಲ.

ಇಬ್ಬರು ಬಂದು ಬಾಲ್ಕನಿಯಲ್ಲಿ ನಿಂತರು. ಹನಿಯುತ್ತಿದ್ದ ಮಳೆ ಜೋರಾಗಿ ರಭಸಕ್ಕೆ ಬಂದು ನಿಂತಿತು. ಸನತ್ ಮಾತುಗಳಲ್ಲಿಯೇ ಸಂದೀಪ್ ಗುರ್ತಿಸಿದ. ಬಹುಶಃ ಅವನ ಬೆಳವಣಿಗೆಗೆ ಪೂರ್ತಿ ಹೊರಗಡೆಯೇ. ದೀಕ್ಷಿತ್ ಹೋಟೆಲ್ ಇಂಟರ್ ನ್ಯಾಷನಲ್ ಎಲ್ಲಾ ವ್ಯವಹಾರಗಳು ಅವನಿಗೆ ಗೊತ್ತಿಲ್ಲ! ಈಗ ಲಾಸ್‌ನಲ್ಲಿ ನಡೀತಾ ಇದೆ ಅನ್ನುವುದನ್ನು ಕೂಡ ಅವನೇ ಹೇಳಿದ.

ಅಷ್ಟರಲ್ಲಿ ಸುಮಾರು ಸಲ ರುಚಿರಾಯಿಂದ ಫೋನ್ ಬಂದಿತ್ತು. ನಂಬರ್ ನೋಡಿಯೇ ಕಟ್ ಮಾಡಿದ್ದ.

"ಬೆಳಗಿನ ಫ್ಲೈಟ್‌ಗೆ ಹೊರಡ್ತಾ ಇದ್ದೀನಿ" ಅಂದ ಹೊರಡುವ ಸೂಚನೆ ಕೊಡುತ್ತ "ಷ್ಯೂರ್, ಹೇಗೂ ಬಂದಿದ್ದೀರಾ, ಡಿನ್ನರ್ ನಮ್ಮಲ್ಲಿಯೇ. ಈಗಾಗ್ಲೇ ನಂದು ಆ ಏರ್ಪಾಟಿನಲ್ಲಿ ಇರ್ತಾಳೆ. ಗೆಸ್ಟ್‌ಗಳು ಬಂದರೆ ಅವ್ಳಿಗೆ ಸಂಭ್ರಮ. ಇದು ನನ್ನಮ್ಮನ ಸ್ವಭಾವದಂತೆ. ಅದೇ ಪಡಿಯಚ್ಚು ಇವಳು. ಅಮ್ಮ ಒಬ್ಬ ಐ.ಎ.ಎಸ್ ಆಫೀಸರ್ ಹೆಂಡ್ತಿಯಾದರೂ ಭಾರತೀಯತೆ, ಶಿಸ್ತು, ಪರಂಪರೆಯನ್ನು ಗೌರವಿಸುವಂಥವಳು. ಹಾಗೇ ಮಕ್ಕಳನ್ನು ಬೆಳೆಸಿದ್ದು ಕೂಡ.

ಅನ್ಯೋನ್ಯ ದಾಂಪತ್ಯ ನಮ್ಮಪ್ಪ, ಅಮ್ಮನದು. ನಮ್ಗೆ ಬುದ್ಧಿ ಬಂದ ಮೇಲೆ ಆಕೆ ಸತ್ತಿದ್ದು. ಅಪ್ಪನ ಷೂ ಸದ್ದು ಕೇಳಿದರೆ ಅಮ್ಮ ನಾಚಿ ಕೆಂಪಾಗಿ ಬಿಡುತ್ತಿದ್ದು ಆಗ ಅರ್ಥವಾಗದಿದ್ದರೂ, ಈಗ ಅರ್ಥವಾಗುತ್ತಿದೆ" ಸಂದೀಪ್ ಹೇಳಿಕೊಂಡಿದ್ದನ್ನ ಅತ್ಯಂತ ಶ್ರದ್ಧೆಯಿಂದ ಆಲಿಸಿದ.

ಬಂದ ಅಳಿಯನಿಗೆ ಔತಣದ ಊಟ ರೆಡಿಯಾಗಿದ್ದನ್ನ ಗಮನಿಸಿದರು ಚಿರಂತನ. ಪ್ರತೀಕ ಬಂದ ಕೂಡಲೇ ಚಾಚು ತಪ್ಪದೆ ವರದಿ ಒಪ್ಪಿಸಿದ್ದ. ಅಂದರೆ ರುಚಿರಾ ಆಗಮನವಾಗಿದೆ. ಆದರೂ ಸನತ್ ಬಂದಿದ್ದು ಒಂದು ರೀತಿಯ ಬದಲಾವಣೆಯ ಸೂಚನೆಯೆನಿಸಿತು.

ಡಿನ್ನರ್ ಮುಗಿಸಿಕೊಂಡು ಹೊರಟಾಗ, ಸಂದೀಪ್ ತಾನೇ ಕಾರಿನಲ್ಲಿ ಒಯ್ದು ಹೋಟಲ್ ಮುಂದೆ ಇಳಿಸಿ ಬಂದ. ರಾಖಿಯ ನೆನಪಾಯಿತು. ಮಾಡರ್ನ್‌ಕಲ್ಚರ್‌ನಲ್ಲಿ ಬೆಳೆದವರು ರಾಯ್ ಫ್ಯಾಮಿಲಿ ಮುಂದಿನ ಜನರೇಷನ್ ಸೆಕ್ಯೂರಿಟಿ ಸಲುವಾಗಿಯೇ ಕೆಲವು ಲಕ್ಷ್ಮಣರೇಖೆಗಳನ್ನು ಹಾಕಿತ್ತು. ಸರಿ, ತಪ್ಪುಗಳ ನಿರ್ಣಯದ ಬಗ್ಗೆ ತಲೆಕೆಡಿಸಿಕೊಳ್ಳಲಿಲ್ಲ.

* * *

ಕರುಣಾಕರ ಕೆಲಸಕ್ಕೆ ಹೋಗಿ ಒಂದು ತಿಂಗಳಾಗಿತ್ತು. ಅದಕ್ಕೆ ಮೊದಲು ಹದಿನೈದು ದಿನಗಳ ರಜ. ಚಿರಂತನ್‌ದತ್ ಇದ್ದುದ್ದರಿಂದ ದೊಡ್ಡ ಗಂಡಾಂತರದಿಂದ ಪಾರಾದರು. ಅಂದಿನ ದೃಶ್ಯ ಅವರನ್ನೆಷ್ಟು ಕಾಡುತ್ತಿತ್ತೆಂದರೆ ಬೆಂಕಿಯ ಮಧ್ಯೆ ಬೇಯುತ್ತಿದ್ದ ಅಮ್ಮನ ಕಣ್ಣಲ್ಲಿ ಕಾಣುತ್ತಿದ್ದುದ್ದು ಅಪಾರವಾದ ನೋವು, ಸಂಕಟ, ನಿದ್ರಿಸಲಾಗುತ್ತಿರಲಿಲ್ಲ. ಮಾತ್ರೆ ನುಂಗಿ ಮಲಗಿದರೂ ಯಾವುದೋ ಗಳಿಗೆಯಲ್ಲಿ 'ಅಮ್ಮ' ಎಂದು ಎದ್ದು ಕೂಡುತ್ತಿದ್ದರು. ಆಗ ಮಾಡಿದ ತಪ್ಪನ್ನು ಕ್ಷಮಿಸಲು ಅಮ್ಮ ಇದ್ದಳು. ಈಗ ಮಾಡಿದ ಮಹಾಪರಾಧವನ್ನು ಕ್ಷಮಿಸುವವರಾರು?

ಕಾಲೇಜಿಗೆ ಹೊರಟ ಮಾಲಿನಿ ಮಂಕಾಗಿ ಕೂತಿದ್ದ ಗಂಡನ ಬಳಿ ಕೂತು "ಹೀಗೆ ಮನೆಯಲ್ಲಿದ್ದರೇ, ಮಂಕಾಗಿ ಬಿಡ್ತೀರಿ. ಪ್ಲೀಸ್ ಕೆಲ್ಸಕ್ಕೆ ಹೋಗಿ" ರಿಕ್ವೆಸ್ಟ್‌ಗೆ ತಲೆಯೆತ್ತಿದ ಕರುಣಾಕರ ಕಣ್ಣುಗಳಲ್ಲಿ ನೋವಿನಿಂದ ಕೂಡಿದ ಪರಿಹಾಸ್ಯವಿತ್ತು. "ನಿಂಗೆ ಈಗ್ಲೂ ಅಂಥ ಆಸೆ ಇದ್ಯಾ? ನಂಗೆ ಹೊರ್ಗೆ ಮುಖ ತೋರಿಸೋಕೆ ನಾಚ್ಕೆ ಆಗತ್ತೆ. ಎಲ್ಲರೂ ತಾಯಿಯನ್ನು ಕೊಂದವನೂಂತ ಬೆಟ್ಟು ಮಾಡ್ತಾರೆ" ಅಂದ ಗಂಡನ ಬಾಯಿ ಮುಚ್ಚಿ "ನೀವೆಲ್ಲಿ ಕೊಂದಿರೀ? ಅವರು ಸತ್ತಾಗ ನೀವು ಇಲ್ಲೇ ಇದ್ದಿರಲ್ಲ. ಏನೇನೋ ಯೋಚ್ನೆ ಮಾಡ್ಬೇಡಿ. ಸತ್ತವರು ಎಂದಾದ್ರೂ ವಾಪಸ್ಸು ಬರ್ತಾರ? ಅವ್ರ ಸಾವಿಗೆ ಅವರೇ ಕಾರಣ. ನಮ್ಗೂ ಅದಕ್ಕೂ ಸಂಬಂಧವಿಲ್ಲ" ಮೇಲೆದ್ದು ಸಿಡುಕಿದರು. ಮೊದಲೇ ಅಪರಾಧ ಭಾವದಿಂದ ನರಳುತ್ತಿದ್ದ ಆಕೆಗೆ ಗಂಡ ಪದೇ ಪದೇ ಗಿರಿಜಮ್ಮನ ಸಾವಿನ ಪ್ರಸ್ತಾಪವೆತ್ತುವುದು ಬೇಡವಾಗಿತ್ತು.

"ಒಂದ್ನಾಲ್ಕು ದಿನ ಎಲ್ಲಾದ್ರೂ ಹೋಗಿ ಬರೋಣ್ವಾ?" ಕೇಳಿದಕ್ಕೆ ಇಣುಕಿದ್ದು ವಿಷಾದವೇ. "ಎಲ್ಲಿಗೆ ಹೋಗ್ತೀಯಾ? ಈ ನೋವು, ದುಃಖ, ವೇದನೆಯಿಂದ ತಪ್ಪಿಸಿಕೊಳ್ಳಲು ಪರಲೋಕಕ್ಕೆ ಹೋದರೂ ಬೆನ್ನಟ್ಟಿ ಬರುತ್ತೆ. ನಾನು ಅಮ್ಮನ ಇಲ್ಲಿಗೆ ಕರ್ಕಂಡ್ ಬರ್ಬಾದಿತ್ತು. ಸುತ್ತ ಮುತ್ತಲಿನ ಜನ ಇಲ್ಲೇ ಅಂಗಡಿ, ಮನೆಗೆ ಜಾಗ ಕೊಡ್ತೀವಿ, ಇರಲಿಂದ್ರು, ಬಹುಶಃ

ಅಲ್ಲಿದಿದ್ದರೆ, ಅಮ್ಮ ಇಂಥ ಪ್ರಯತ್ನ ಮಾಡ್ತಾ ಇರಲಿಲ್ಲ" ಮತ್ತದೇ ಕಣ್ಣಿರು. ಮಾಲಿನಿಗೆ ತಲೆ ಚಿಟ್ಟು ಹಿಡಿದು ಹೋಗಿತ್ತು. ಈ ಹ್ಯಾಂಗೋವರಿನಿಂದ ಗಂಡನನ್ನು ಹೇಗೆ ಹೊರ ತುರುವುದುಎನ್ನುವ ಚಿಂತೆಯಾಗಿತ್ತು.

"ಅವೆಲ್ಲ ಹಾಳಾಗ್ಲಿ! ಪ್ರತೀಕನನ್ನ ನೋಡಿದ್ದೀರಾ? ನನ್ಹತ್ರ ಅವನು ಸರ್‍ಯಾಗಿ ಮಾತಾಡಿ ಶತಮಾನವಾಗಿದೆಯೆನಿಸುತ್ತೆ. ಈಚೆಗೆ ನಾನು ಮಾತಾಡಿಸಿದ್ರು ದುರುಗುಟ್ಟಿಕೊಂಡು ನೋಡ್ತಾನೆ. ದಯವಿಟ್ಟು ಅವನನ್ನು ಹತ್ತಿರ ಕೂಡಿಸಿಕೊಂಡು ಮಾತಾಡಿ. ಏನೋ ಪರೀಕ್ಷೆ ಮುಗಿದಿದೆ ಅನ್ನೋದೆ ಸಮಾಧಾನ" ಮಗನನ್ನು ಜ್ಞಾಪಿಸಿದರು. ಕರುಣಾಕರ ಮಾತೇ ಆಡಲಿಲ್ಲ.

"ಆ ದಿನ, ಅಣ್ಣ ಅವನನ್ನು ಸಮಾಳಿಸದಿದ್ದರೆ, ಮುಲಾಜಿಲ್ಲದೆ ಅಮ್ಮನ ಸಾವಿಗೆ ನಾನೇ ಕಾರಣಾಂತ ಪೋಲಿಸ್‌ಗೆ ಕಂಪ್ಲೇಂಟ್ ಕೊಟ್ಟು ಜೀವನ ಪೂರ್ತಿ ಪೋಲಿಸ್, ಕೋರ್ಟ್ ಅಂತ ಅಲೆಯೋ ಹಾಗೆ ಮಾಡಿ ಬಿಡ್ತಾ ಇದ್ದ. ಅಂದು ಬಚಾವ್ ಆಗಿದ್ದು ಅಣ್ಣನಿಂದ. ಇಲ್ಲ, ಕರುಣೇಶ್ವರದ ಜನ ನಮ್ಮನ್ನು ಚಚ್ಚಿ ಹಾಕ್ತಾ ಬಿಡ್ತಾ ಇದ್ರು" ಅಂದಿನ ಪರಿಸ್ಥಿತಿಯನ್ನು ನೆನಪಿಸಿದರು. ಸಾಕಷ್ಟು ಸಲ ಕೇಳಿ ಕೇಳಿ ಮಾಲಿನಿಗೆ ಹಳತಾಗಿದ್ದರು ಇಂದಿಗೂ ಹೆದರುತ್ತಿದ್ದುದ್ದುಂಟು.

ಆಮೇಲೆ ಎಷ್ಟೋ ಮಾತಾಡಿದರು. ಕಣ್ಣೀರು ಸುರಿಸಿದರು. ಹೇಗಾದರೂ ಮಾಡಿ ಪ್ರತೀಕನನ್ನು ಮನೆಯಲ್ಲಿ ಕಟ್ಟಿ ಹಾಕಬೇಕೆನ್ನುವ ನಿರ್ಣಯಕ್ಕೆ ಬಂದರು. ಆ ವಿಚಾರದಲ್ಲಿ ನಂದಿತಾ ಕೂಡ ನೆರವು ಬೇಡುವ ಸ್ಥಿತಿಯಲ್ಲಿ ಅವರು ಇದ್ದರು.

ನಂದಿತಾಗೆ ಫೋನ್ ಮಾಡಿದರು ಮಾಲಿನಿ. "ಹೇಗಿದ್ದಿ?" ವಿಚಾರಿಸಿದ ಕೂಡಲೇ "ಚೆನ್ನಾಗಿದ್ದೀನಿ, ಚಿಕ್ಕಮ್ಮ. ಈ ಕಡೆ ಚಿಕ್ಕಪ್ಪ ಕೂಡ ಬರಲಿಲ್ಲ. ಪ್ರತೀಕ ಹೇಗಿದ್ದಾನೆ? ಸದ್ಯಕ್ಕೆ ಕಂಪ್ಯೂಟರ್‌ಗೆ ಜಾಯಿನ್ ಆಗ್ತೀನಿಂತ ಹೇಳಿದ್ದ" ಇಂದೇ ಅವಳು ಇಷ್ಟು ಮಾತಾಡಿದ್ದು. ಮಾಲಿನಿ ಎದೆ ಧಸಕ್ಕೆಂದಿತು. "ಹಾಗಾದ್ರೆ ಪ್ರತೀಕ ಅಲ್ಲಿ ಇಲ್ವಾ? ಅವನು ಮನೆಗೆ ಬಂದೇ ಇಲ್ಲ."

ನಂದಿತಾಗೆ ಪರಿಸ್ಥಿತಿ ಅರ್ಥವಾಯಿತು.

"ಫ್ರೆಂಡ್ಸ್ ರೂಂನಲ್ಲಿ ಇದ್ದಾನೇನೋ? ಹೇಗೂ ಹಾಲಿಡೇಸ್. ಮುಂದಿನ ಫ್ಯೂಚರ್‌ಗಾಗಿ ಏನಾದ್ರೂ ಪ್ಲಾನ್ ಮಾಡಿರಬೇಕು. ಫೋನ್ ಇಡ್ತೀನಿ" ಎಂದು ಇಟ್ಟೇ ಬಿಟ್ಟಳು. ಆಕೆಯೊಂದಿಗೆ ಮಾತು ಬೇಡವಾಗಿತ್ತು. "ಅಕ್ಕ, ಅಜ್ಜಿನ ಸರ್ವೆಂಟ್ ತರಹ ನಡ್ಸಿಕೊಂಡಿದ್ದಾಳೆ ಮಮ್ಮಿ. ಪೇಯಿಂಗ್ ಗೆಸ್ಟ್‌ಗೆ ಕೇಳಿದ್ದು ಮಾಡಿ ಹಾಕೋ ಕುಕ್ ಆಗಿದ್ದಳು, ಅಜ್ಜಿ. ನಾನು ಟೂರ್ ಹೋಗಿದ್ದಾಗ ನನ್ನ ರೂಂನ ಯಾರಿಗೋ ಫ್ರೆಂಡ್‌ಗೆ ಕೊಟ್ಟು ಅಜ್ಜಿನ ಹೊರ್ಗೆ ಮಲಗಿಸಿದ್ದು ನಂಗೆ ಜ್ಞಾಪ್ಕ ಇದೆ. ಆ ಪಾಪದಲ್ಲಿ ಬೆಂದು ಗಂಡ, ಹೆಂಡ್ತಿ ಭಸ್ಮವಾಗಿಬಿಡಬೇಕು" ರೋಷದಿಂದ ಪ್ರತೀಕ ಹಲ್ಲು ಕಡಿದಾಗ ಬೆಪ್ಪಾಗಿದ್ದಳು. ಅವರುಗಳು ಬಗ್ಗೆ ಬೇಸರವೇ. ತಂದೆಯ ನಂತರ ಹೆಚ್ಚು ಆತ್ಮೀಯ ವ್ಯಕ್ತಿ ಚಿಕ್ಕಪ್ಪ ತಾನಾದರೂ ಫೋನ್ ಮಾಡಿ, ಬನ್ನಿ ಎನ್ನುತ್ತಿದ್ದ ನಂದಿತಾ ಅದನ್ನೆಲ್ಲ ಬಂದ್ ಮಾಡಿದ್ದು ದೃಢ ಚಿತ್ತದಿಂದ.

ರಾತ್ರಿ ಒಂಬತ್ತರ ಸುಮಾರಿಗೆ ಬಂದ ಕರುಣಾಕರ, ಮಾಲಿನಿ ಇಬ್ಬರು ಬಂದಾಗ ಮೂವರು ಊಟದ ಟೇಬಲ್ಲಿನ ಮುಂದಿದ್ದರು.

"ಓ ಕರುಣಾ... ಮಾಲಿನಿ... ಬನ್ನಿ ಊಟ ಮಾಡೋಣ" ಅಂದವರು ಅವರಿಗೂ ತಟ್ಟೆ ಹಾಕಿಸಿದರು. ಊಟವಾದ ನಂತರ ಮಾತು ಎಂದು ನಿಶ್ಚಯಿಸಿಕೊಂಡು ಬಂದು ಊಟಕ್ಕೆ ಕೂತರು. ಬಲವಂತವಾಗಿ ತುತ್ತನ್ನು ಇಳಿಸಿದ್ದು ಆ ಬಗ್ಗೆ ಯಾರೇನು ಮಾತಾಡಲಿಲ್ಲ.

ಡೈನಿಂಗ್ ಹಾಲ್‌ನಿಂದ ಹೊರಗೆ ಬಂದು ಹಾಲ್‌ನಲ್ಲಿನ ಸೋಫಾ ಮೇಲೆ ಕೂತ ನಂತರ ವಿಚಾರಿಸಿದರು.

"ಏನು ವಿಷ್ಯ?"

ಗಂಡ, ಹೆಂಡತಿ ಮುಖ ಮುಖ ನೋಡಿಕೊಂಡರು. ಕರುಣಾಕರ ತುಟಿಗಳು ಅಲುಗಾಡಲಿಲ್ಲ. "ಭಾವ,ಪ್ರತೀಕ ಮನೆಗೆ ಬಂದಿಲ್ಲ" ಎಂದರು ಮಾಲಿನಿ.

"ಮೊನ್ನೆ ಒಂದು ದಿನ ಇಲ್ಲಿದ್ದ. ಆಮೇಲೆ ಅಲ್ಲಿಗೆ ಬಂದನಲ್ಲ. ಈಗ ಎಲ್ಲಿದ್ದಾನೆ?" ಕೇಳಿದರು, ಚಿರಂತನ ಸಮಚಿತ್ತದಿಂದ. ತಮ್ಮನಿಗೆ ಕೆನ್ನೆಗೊಡೆಯುವಂಥ ಕೋಪ. ಅದರಿಂದ ಪ್ರಯೋಜನವಿಲ್ಲವೆಂದು ಅರಿತಿದ್ದರು. ಆದರೂ ಬೇಸರ ಅಂಥದೇನು ಕಡಿಮೆಯಾಗಿರಲಿಲ್ಲ.

"ಮನೆಗೆ ಬಂದಿಲ್ಲ, ಅವ್ನು ಫ್ರೆಂಡ್ ರೂಮಿನಲ್ಲಿದ್ದಾನೆ. ಕಾಲ್ ಸೆಂಟರ್‌ನಲ್ಲಿ ಕೆಲ್ಸಕ್ಕೆ ಸೇರಿಕೊಂಡಿದ್ದಾನೆ" ಎಂದಿದ್ದು ಮಾಲಿನಿಯೇ. ಚಿರಂತನ್‌ದತ್ ಹುಬ್ಬುಗಳು ಸಂಕುಚಿಸಿತು. "ವಾಟ್, ಕಾಲ್‌ಸೆಂಟರ್‌ಗೆ ಹೋಗ್ತಾ ಇದ್ದಾನಾಂತೆ? ಸಿ.ಇ.ಟಿ. ಎಗ್ಸಾಮ್‌ಗೆ ಪ್ರಿಪೇರ್ ಆಗ್ತಾ ಇರ್ಬಹುದೂಂತ ಅಂದಿಕೊಂಡಿದ್ದೆ. ಎನಿಥಿಂಗ್ ರಾಂಗ್?" ಕೇಳಿದರು.

ಮಾಲಿನಿ ಗಳಗಳ ಅಳೋಕೆ ಷುರು ಮಾಡಿದರು.

"ಏನೋ, ಇದೆಲ್ಲ?" ಹುಬ್ಬು ಗಂಟಿಕ್ಕಿದರು.

ಕರುಣಾಕರ ಎದ್ದು ಅಣ್ಣನ ಕಾಲುಗಳನ್ನು ಹಿಡಿದು "ನೀವೇ ಪ್ರತೀಕನನ್ನು ನಮ್ಗೆ ಉಳಿಸಿಕೊಡಬೇಕು. ಅಮ್ಮ ತೀರಿಕೊಂಡ ಮೇಲೆ ರೂಡ್ ಆಗಿಬಿಟ್ಟಿದ್ದಾನೆ. ತಾನಾಗಿ ಮಾತಾಡೊಲ್ಲ. ನಾವು ಮಾತಾಡಿಸಿದರೆ, ಅಷ್ಟಕಷ್ಟೆ. ತುಂಬ ತೀಕ್ಷ್ಣವಾಗಿ ಮಾತಾಡ್ತಾನೆ. ನಂಗೇನೋ ದಿಕ್ಕು ತೋಚದಂತಾಗಿದೆ" ಜೋರಾಗಿ ಅಳೋಕೆ ಷುರು ಮಾಡಿದರು.

"ಏಳು ಕರುಣಾ! ಇದೆಲ್ಲ ಏನು? ಹೆತ್ತವರು ನೀವೇ ಅವನನ್ನು ಕೂಡಿಸಿಕೊಂಡು ಕೇಳಬೇಕು, ಬುದ್ಧಿ ಹೇಳಬೇಕು, ಎಲ್ಲಿ ತಪ್ಪಿದೇಂತ ಹುಡುಕಾಡಿ ತಿದ್ದಬೇಕು. ಮೊದ್ಲು ಅವನನ್ನು ಕರೆಸಿ ಕೂಡಿಸಿಕೊಂಡು ವಿಚಾರ್ಸಿ. ಅದು ಬಿಟ್ಟು ಅಳು ಅಂಥದಕ್ಕೆಲ್ಲ ಏನಾದ್ರೂ ಅರ್ಥವಿದ್ಯಾ?" ಕೇಳಿದರು ಬೇಸರದಿಂದ.

ಬಾಯಿ ಬಿಡಲು ಅವರಿಬ್ಬರಿಗೆ ಭಯ.

"ನೀವೇ ಅವನಿಗೆ ಬುದ್ಧಿ ಹೇಳಬೇಕು. ಅವ್ನ ಫ್ರೆಂಡ್ಸ್ ಸರ್ಕಲ್ ಸರಿಯಿಲ್ಲಾಂತ

ಕಾಣಿಸುತ್ತೆ. ನಮ್ಮ ಮಾತು ಕೇಳೊಲ್ಲ. ನೀವೆ ಸರಿ ಮಾಡಬೇಕು. ಅವ್ನ ಭವಿಷ್ಯಕ್ಕಾಗಿ ನಾನು ಮಾಡಿದ್ದೆಷ್ಟು..." ಮತ್ತೇನೋ ಷುರು ಮಾಡಿದರು ಮಾಲಿನಿ.

"ಮಾಲಿನಿ... ಸಾಕು! ಹೆತ್ತವರಿಗೆ ಅದು ಅನಿವಾರ್ಯ. ಆ ಬಗ್ಗೆ ಹೆಚ್ಚು ನಾನು ಇನ್ನ ಚೇತರಿಸಿಕೊಂಡಿಲ್ಲ, ಅಂಥದರಲ್ಲಿ ಆ ಹುಡ್ಗ ಡಿಸ್ಟರ್ಬ್ ಆಗಿರೋದು ಸಹಜ. ತಾನಾಗಿ ಸರಿ ಹೋಗ್ತಾನೆ" ಸಮಾಧಾನ ಹೇಳಿದರು. ತಮ್ಮ, ನಾದಿನಿಯ ಬಗ್ಗೆ ಚಿರಂತನರಿಗೆ ಬೇಸರವೇ. "ಈಗಾಗಲೇ ಹತ್ತೂವರೆ ಆಯ್ತು. ಆರಾಮಾಗಿ ಮಲ್ಗಿ. ಬೆಳಿಗ್ಗೆ ಅವನನ್ನು ಇಲ್ಲಿಗೆ ಕರೆಸೋಣ" ಅಷ್ಟು ಹೇಳಿ ಎದ್ದು ಹೋದರು. ಮಿಕ್ಕಿದ್ದು ಸಂದೀಪ್ ಮತ್ತು ನಂದಿತಾ ಸಮಾಳಿಸಬೇಕು.

ಅವರಿಬ್ಬರು ನಂದಿತಾನೇ ಹಿಡಿದರು.

"ಹೇಗಾದ್ರು ಪ್ರತೀಕ ಮನೆಗೆ ಬರೋಂಗೆ ಮಾಡು. ಕೆರಿಯರ್ ಬಗ್ಗೆ ಯೋಚಿಸ್ಲಿ, ಕಾಲ್‌ಸೆಂಟರ್‌ಗೆ ಹೋಗೋದು ಬೇಡ. ನಮ್ಮಿಬ್ಬರ ದುಡಿಮೆ ಅವನ ಸಲುವಾಗಿ? ಅಲ್ವಾ?" ರಿಕ್ವೆಸ್ಟ್ ಮಾಡಿಕೊಂಡರು.

ಸಂದೀಪ್ ಮಧ್ಯೆ ಪ್ರವೇಶಿಸಿ "ನಾನು ಪ್ರತೀಕನನ್ನು ಮನೆಗೆ ಕರ್ಕಂಡ್ ಬಂದು ಬಿಡ್ತೀನಿ" ಭರವಸೆ ಕೊಟ್ಟ ನಂತರ ಅವರು ಇರು ಎಂದರೂ ಕೇಳದೇ ಹೊರಟೇ ಬಿಟ್ಟರು. ಅವನು ನಿಟ್ಟುಸಿರು ದಬ್ಬಿದ.

ಇಬ್ಬರು ನೋವು, ವೇದನೆ ನುಂಗಿದರು.

ಕೆಲವು ದಾರ್ಶನಿಕರ ಗ್ರಂಥಗಳನ್ನು ಇತ್ತೀಚೆಗೆ ಸಂದೀಪ್ ಕೋಣೆಯಲ್ಲಿ ನೋಡಿದ್ದಳು. ಹಿಂದೆ ಇರಲಿಲ್ಲ. ಇದೊಂದು ಹೊಸ ರೀತಿಯ ಬೆಳವಣಿಗೆ ಆತಂಕ ಪಡುವಂಥದೇನಿರಲಿಲ್ಲ. ದಾರಿ ಕವಲೊಡದಂತೆ ಕಂಡಿತ್ತು. ಆ ಬಗ್ಗೆ ಪ್ರಶ್ನಿಸಬೇಕೆನಿಸಿತು.

ಬಂದ ನಂದಿತಾ ಆ ಗ್ರಂಥಗಳನ್ನೆಲ್ಲ ತಿರುವಿ ಹಾಕಿ "ಅಣ್ಣ, ಮೊದ್ಲು ನಿನ್ನ ಪ್ರೊಫೆಷನ್‌ಗೆ ಸಂಬಂಧಪಟ್ಟ ಪುಸ್ತಕಗಳನ್ನು, ಸಿ.ಡಿ ಗಳನ್ನು ಮಾತ್ರ ನೋಡಿದ್ದೆ. ಫಿಲಾಸಫಿ ಬಗ್ಗೆ ಹೆಚ್ಚು ಆಸಕ್ತಿ ಬೆಳೆಸಿಕೊಂಡಂಗೆ ಕಾಣ್ತೀಯ. ಇದ್ನ ವೈರಾಗ್ಯದ ಸೂಚನೆ ಅಂದುಕೊಳ್ಳಲಾ?" ಕೇಳಿದಳು. ಕಂಪ್ಯೂಟರ್ ಆಫ್ ಮಾಡಿ ಅವಳತ್ತ ತಿರುಗಿ "ಯು ಆರ್ ಕರೆಕ್ಟ್, ಅಜ್ಜಿ ಸಾವನ್ನು ನೋಡಿದ ನಂತರ ಗೋಜಲು ಗೋಜಲೆನಿಸಿತು. ಒಂದು ರೀತಿಯಲ್ಲಿ ಹುಡುಕಾಟ ಷುರುವಾದರು, ನನ್ನಲ್ಲಿ ಸಾಕಷ್ಟು ಬದಲಾವಣೆ ಬಂದಿದೆ. ಅಪ್ಪ ಕೂಡ ತಾವು ಹುಟ್ಟಿ ಬೆಳೆದ ಅಂಕಣಕೊಪ್ಪದ ಬಗ್ಗೆ ಯೋಚ್ಸೋಕೆ ಷುರು ಮಾಡಿದ್ದಾರೆ. ಮೊದಲು ಅವರ ಬರವಣಿಗೆ ಮುಗೀಬೇಕು. ಫೆಂಟಾಸ್ಟಿಕ್, ಎಷ್ಟೊಂದು ವಿಷಯಗಳನ್ನು ಕಲೆ ಹಾಕಿದ್ದಿ. ಆಗಿನದೇ ಸ್ವಾರಸ್ಯ!" ವಿಷಯಾಂತರ ಮಾಡಿದ. ಆ ಬಗ್ಗೆ ಚರ್ಚಿಸಬೇಕೆನಿಸಿತು.

ಅಣ್ಣ, ತಂಗಿ ಕೂತು ಸಾಕಷ್ಟು ಹೊತ್ತು ಮಾತಾಡಿದರು.

"ಸನತ್ ರಿಯಲೀ ಜಂಟಲ್‌ಮೆನ್ ಅನಿಸಿತು. ಈಗ ರುಚಿರಾ ಜೊತೆಯಲ್ಲಿ ಬೆಂಗಳೂರಿಗೆ ಬಂದಿದ್ದಾನೆ. ವಾಟ್ ಎಬೌಟ್ ಯು? ಒಮ್ಮೆ ಕೇಳಿ ಬಿಡಲಾಂತ

ಅನ್ನಿಸಿದ್ದುಂಟು?" ಎಂದ ಒಂದಿಷ್ಟು ಉದ್ವೇಗದಿಂದ.

ಎರಡು ನಿಮಿಷದ ಮೌನದ ನಂತರ "ಎಷ್ಟೊಂದು ಅನಿರೀಕ್ಷಿತ ಅಣ್ಣ. ಗೆಸ್ಟ್‌ಗಳ ಗುಂಪಿನಲ್ಲಿದ್ದ ಚಿರಂತನ್‌ದತ್ ಮಗಳು ಹಸೆಮಣೆಯೇರಿ ದೀಕ್ಷಿತ್‌ಗೆ ಸೊಸೆಯಾಗಿ ಬಿಡೋದೂಂದರೇನು? marriages are made in heaven ಅನ್ನೋ ಮಾತು ಖಂಡಿತ ನಿಜಾಂತ ಅನ್ನಿಸುತ್ತೆ. ಶೋಭಾಯಮಾನವಾಗಿದ್ದ ಭರ್ಜರಿ ಕಲ್ಯಾಣ ಮಂಟಪ, ವಿವಾಹ ನಿಂತು ಅಲ್ಲೋಲ ಕಲ್ಲೋಲವಾದರೆ ನಾನು ಆತ್ಮಹತ್ಯೆ ಮಾಡ್ಕೋತೀನಿ, ಅಂದಿನ ಋಣ ತೀರ್ರುಂತ ಪಟ್ಟು ಹಿಡಿದಾಗ ಎಲ್ಲ ಅನಿವಾರ್ಯವಾಗಿ ಬಿಡ್ತು. ರುಚಿರಾ ವಿವಾಹದ ದಿನ ವಧುವಿನ ಅಲಂಕಾರಕ್ಕಾಗಿ ಸಾಕಷ್ಟು ಒಡ್ವೆ, ಸೀರೆಗಳನ್ನು ಖರೀದಿಸೋದಕ್ಕೆ, ಇಡೀ ತಿಂಗ್ಳು ಷಾಪಿಂಗ್ ಮಾಡಿದ್ದಳಂತೆ. ಹೆಚ್ಚು ಕಡಿಮೆ ವಿವಾಹದ ದಿನದ ವಧುವಿನ ಅಲಂಕಾರಕ್ಕಾಗಿ ಕೊಂಡ ಚಿನ್ನಾಭರಗಣಗಳೆಲ್ಲ ಅವಳ ಮೈ ಮೇಲಿತ್ತು. ಎಲ್ಲಕ್ಕೂ ಸೂತ್ರಧಾರಿಣಿಯಾದ ಸುರುಚಿರಾ ಹಟ, ಯೋಜನೆಗೆ ಬಲಿಯಾದ್ಲು. ಈಗ ಚಡಪಡಿಕೆ, ಆ ವಿವಾಹದ ಕನ್ಸಿಡರ್ ಮಾಡೋಲ್ಲಾಂತ ಗೋಳಾಡ್ತಾಳೆ. ಅದು ಸಾಧ್ಯನಾ? ನಾನಂತು ದೀಕ್ಷಿತ್ ಕುಟುಂಬದ ಕಿರಿ ಸೊಸೆ. ಅದನ್ನ ಅರಗಿಸಿಕೊಳ್ಳಲಾರದೆ ಒದ್ದಾಡ್ತಾ ಇದ್ದಾರೆ" ಬಹಳ ನಿಧಾನವಾಗಿ ಬಿಡಿಸಿ ಹೇಳಿದಳು.

"ಮುಂದಿನ ಯೋಜನೆ" ನಕ್ಕು ಬಿಟ್ಟು.

"21ನೇ ಶತಮಾನದ ವೈಜ್ಞಾನಿಕ ಯುಗದಲ್ಲಿ ಇದ್ದರು, ಭಗವಂತನ ಚದುರಂಗದಲ್ಲಿ ಮನುಷ್ಯರು ದಾಳಗಳೆ. ಮಲಕ್ಕೋ, ಹೊತ್ತಾಯ್ತು" ಸಂದೀಪ್‌ನ ಮಲಗಿಸಿ ಹೊದ್ದಿಸಿ ತನ್ನ ರೂಮಿಗೆ ಹೋದಳು.

ಮಧ್ಯರಾತ್ರಿ ಮೊಬೈಲ್ ಸದ್ದಾದಾಗ ಅಚ್ಚರಿಯೆನಿಸಿತು. ಅದನ್ನು ಅವಳು ಉಪಯೋಗಿಸುತ್ತಿದ್ದುದ್ದು ಕಡಿಮೆಯೆ. ಹೆಚ್ಚುಚ್ಚು ಫೋನ್ಮಾಡುತ್ತಿದ್ದುದ್ದು ಪ್ರತೀಕನೇ. ಸ್ವಲ್ಪ ಗಾಬರಿಯಿಂದಲೇ ಎದ್ದಳು.

"ಸಾರಿ, ಫಾರ್ ದ ಡಿಸ್ಟರ್ಬೆನ್ಸ್" ಸನತ್ ಮಧುರ ಸ್ವರ. ಅವಳ ಮೈ ಮನ ಪುಳಕಗೊಂಡಿತ್ತು. ಎಷ್ಟೇ ಭಾವನೆಗಳು ಬೆಳೆಸಿಕೊಳ್ಳಬಾರದೆಂದು ತಡೆದರು ತಾನಾಗಿ ಹುಟ್ಟಿಕೊಂಡು ಬೆಳೆಯುತ್ತಿತ್ತು. "ಹಲೋ..." ಅಂದಳು ನಿಧಾನವಾಗಿ.

"ನಿನ್ಹತ್ರ ಮಾತಾಡಬೇಕೂಂತ ಅನ್ನಿಸ್ತು. ಏನು ತೊಂದರೆ ಇಲ್ಲ ತಾನೇ?" ಕೇಳಿದ ಸನತ್. ಅವಳೆದೆ ತುಂಬಿ ಬಂತು. ಕೈ ಹಿಡಿದವನಿಂದ ಈ ಬೇಡಿಕೆ? ತೀರಾ ಎಮೋಷನಲ್ ಆಗದೆ "ಇಲ್ಲ, ಮಾತಾಡಿ" ಅಂದಳು.

ಐ ಲೈಕ್ ಯು, ನಂದಿತಾ. ನಿನ್ನ ಪ್ರತಿಯೊಂದು ನಡೆ ನುಡಿಗಳು ನಂಗೆ ಇಷ್ಟವಾಗ್ತಾ ಇದೆ. ಸತೀಶ್ ನಿನ್ನ ಬೆಳಗಿನ ಟೀಗೆ ಚಡಪಡಿಸ್ತಾ ಇದ್ದಾನೆ. ಗುಡ್ ನೈಟ್" ಇಟ್ಟುಬಿಟ್ಟ.

ಈ ಸಂತೋಷದ ಅಮಲು ಮರುದಿನ ಛಿದ್ರ ಛಿದ್ರವಾಯಿತು.

"ಸಾರಿ ಕಣೋ, ಚಿರಂತನ... ನಮ್ಮ ಸುರುಚಿರಾ ದೇವಸ್ಥಾನದಲ್ಲಿ ಗುಟ್ಟಾಗಿ ಸನತ್

ಮತ್ತು ರುಚಿರಾ ವಿವಾಹ ಮಾಡಿ ಮುಗಿಸಿದ್ದಾಳಂತೆ."

ಮೊದಲು ಚಿರಂತನ ಷಾಕಾದರು. "ಷಟಪ್, ಐ ಸೇ ಈಗೇನಾಯ್ತು? ಲೀಗಲ್ಲಾಗಿ ನಂದಿತಾನೇ ನಿನ್ನ ಸೊಸೆ. ಹಕ್ಕು, ಅಧಿಕಾರ ಅವಳದೆ. ಡೋಂಟ್ ವರೀ. ಬರೀ ಸನತ್ ಸಾಕಾಗಿದ್ದರೆ, ಅಂದೇ ವಿವಾಹವಾಗಿ ಬಿಡ್ತಾ ಇರೋಳು. ಅವಳ ನಿರೀಕ್ಷೆ ಇದಲ್ಲ, ಬಿಡು. ಸುಮ್ನೆ ತಲೆ ಕೆಡಿಸ್ಕೋಬೇಡ" ಫೋನ್ ಕಟ್ ಮಾಡಿದರು. ಅದರೂ ಅವರ ಮನ ಮಿಡುಕಿತು. ಇದು ಹೇಗೆ ಸಾಧ್ಯ? ಸುರುಚಿರಾ ಹಬ್ಬಿಸಿದ ರೂಮರಾ?

ಹಕ್ಕು, ಅಧಿಕಾರದ ಜೊತೆ ಯಾವ ಹೆಣ್ಣಿಗಾದರೂ ಗಂಡನ ಪ್ರೀತಿ, ವಿಶ್ವಾಸದ ಅಗತ್ಯವು ಇರುತ್ತೆ. ಇಲ್ಲಿ ಸೋಲಾಗುವುದು ಅವರಿಗೆ ಇಷ್ಟವಾಗಲಿಲ್ಲ.

ಕಾಫಿ ತಂದ ಮಗಳನ್ನೇ ಕೇಳಿದರು.

"ನೀನು ಯಾವಾಗ ಹೋಗ್ತೀ? ದೀಕ್ಷಿತ್ ನನ್ನ ಕಾಡೋಕೆ ಷುರು ಮಾಡಿದ್ದಾನೆ. ಇಲ್ಲಿಗಿಂತ ನಿನ್ನ ಅಗತ್ಯ ಅಲ್ಲಿಗೆ ಹೆಚ್ಚಾಗಿದೆ. ರಿಸ್ಕ್ ಜಾಸ್ತಿಯಾದರೆ ದೀಕ್ಷಿತ್ ಆತ್ಮಹತ್ಯೆ ಮಾಡ್ಕೋತಾನೆ. ಹಿಂದೆ ಇಂಥ ಪ್ರಯತ್ನಗಳು ಅವನಿಂದ ಆಗಿದೆ. ಸ್ವಲ್ಪ ಎಚ್ಚೆತ್ತುಕೊಂಡು ಹಟ ಮಾಡಿ ಚಿಕ್ಕಮ್ಮನ್ನ ನನ್ನ ಬಳಿ ಇಟ್ಕೊಂಡಿದ್ದರೆ ಇಂಥದೊಂದು ದುರಂತ ತಪ್ಪಿಸಬಹುದಿತ್ತು. ಮಾಲಿನಿ, ಕರುಣಾ ಮಾತ್ರವಲ್ಲ ನನ್ನನ್ನ ಅಪರಾಧಭಾವ ಕಾಡ್ತಾ ಇದೆ. ಅಂದು ಧೈರ್ಯದಿಂದ ಸೊಸೆಯಾಗಲು ಹಸೆಮಣೆ ಏರಿದೆ. ಆ ಸ್ಥಾನ ನೀನು ಉಳ್ಸಿಕೊಳ್ಳಬೇಕು. ನಿನ್ನಲ್ಲಿ ಸಂಸ್ಕಾರ, ಒಳ್ಳೆಯತನದ ಜೊತೆ ಬುದ್ಧಿವಂತಿಕೆ ಕೂಡ ಇದೆ" ಎಂದರು ಮಗಳ ಮೇಲೆ ಅಭಿಮಾನ ತೋರಿಸುತ್ತ.

ಅವಳಿಗೂ ಅದು ಸರಿಯೆನಿಸಿತು. ತಂದೆಯ ಆತ್ಮಚರಿತ್ರೆ ಪ್ರಕಟವಾಗಬೇಕೆನ್ನುವುದು ಅವಳ ಆಂಬಿಷನ್. ಈಚೆಗೆ ಅಂದರೆ ಗಿರಿಜಮ್ಮ ಸಾವಿನ ನಂತರ ಆ ಕಡೆ ತಂದೆ ಗಮನ ಕೊಡದ್ದು ಆತಂಕಕ್ಕೆ ಕಾರಣವಾಗಿತ್ತು.

"ಬರವಣಿಗೆ..." ಅಂದು ನಿಲ್ಲಿಸಿದಾಗ ಎದ್ದು ಅವಳ ಭುಜದ ಮೇಲೆ ಕೈಯಿಟ್ಟು "ಷ್ಯೂರ್... ಖಂಡಿತ ಬರೆದು ಮುಗಿಸ್ತೀನಿ. ಅದ್ರಿಂದ ಯಾರ್ಗೆ ಉಪಯೋಗವಾಗುತ್ತೋ, ಇಲ್ಲವೋ! ನನ್ನ ಮಟ್ಟಿಗೆ ಒಂದು ಅವಲೋಕನ. ಲೆಕ್ಕಾಚಾರ ಅಂದ್ಕೋ. ಎಲ್ಲಿ ಸೋಲು, ಎಲ್ಲಿ ಗೆಲುವು ಎನ್ನುವ ಲೆಕ್ಕಾಚಾರದ ಡೀಟೆಲ್ಸ್ ಸಿಕ್ಕುತ್ತೆ. ಎಷ್ಟು ಕೊಟ್ಟಿದ್ದು, ಎಷ್ಟು ಸಿಕ್ಕಿದ್ದು ಅನ್ನೋದರ ಜೊತೆಗೆ ನನ್ನ ಬದುಕಿನ ಸಾಕ್ಷಾತ್ಕಾರ ಪರಾಮರ್ಶೆ ಮಾಡಿಕೊಂಡಾಗ, ಮುಂದಿನ ದಿನಗಳನ್ನು ಅರ್ಥಪೂರ್ಣವಾಗಿ ಕಳೆಯಬಹುದು. ಬಾಲ್ಯ ವ್ಯಕ್ತಿಯ ಮುಂದಿನ ಜೀವನವನ್ನು ಹೇಗೆ ನಿರ್ದೇಶಿಸುತ್ತೆ ಅನ್ನೋದು ಮುಖ್ಯವಾಗುತ್ತೆ" ಒಂದೊಂದೆ ಎಳೆ ಬಿಡಿಸಿಟ್ಟರು. ಸಂತೋಷದಿಂದ ತಂದೆಯನ್ನು ಅಪ್ಪಿಕೊಂಡಳು.

ತಂದೆ, ಮಗಳು ಬಹಳ ಹೊತ್ತು ಕೂತು ಮಾತಾಡಿದರು.

"ಕರುಣಾ, ಮಾಲಿನಿ ಎದ್ದಿದ್ದಾರೇನೋ ನೋಡು" ಅಂದಾಗಲೇ ಅವರ ನೆನಪಾಗಿದ್ದು. "ರಾತ್ರಿ ಹೊರಟರು. ಮೊದಲಿನ ಹಾಗೆ ಮುಕ್ತವಾಗಿ ವರ್ತಿಸಲು ಅವರಿಂದಾಗುತ್ತಿಲ್ಲ. ಅದರಿಂದ ಮುಕ್ತರಾಗಲು ಸಾಕಷ್ಟು ದಿನಗಳೇ ಬೇಕೇನೋ, ರಾತ್ರಿನೇ ಅವ್ನ ಮೊಬೈಲ್‌ಗೆ

ಟ್ರೈ ಮಾಡ್ದೆ. ಸ್ವಿಚ್ ಆಫ್ ಆಗಿತ್ತು. ಹೆಚ್ಚಿನ ಕಾಲ್‌ಸೆಂಟರ್‌ಗಳಲ್ಲಿ ರಾತ್ರಿ ಶಿಫ್ಟ್ ಕೆಲ್ಸನೇ ಹೆಚ್ಚು. ಈಗ ನೋಡ್ತೀನಿ" ಹೊರಗೆ ಬಂದು ಪ್ರಯತ್ನಿಸಿದಳು.

"ಪ್ರತೀಕ , ನಾನು ನಂದು ಮಾತಾಡ್ತಾ ಇರೋದು. ಒಂದರ್ಧ ಗಂಟೆ ಮಾತಾಡಬೇಕಲ್ಲ. ನಿನ್ನ ದೊಡ್ಡಪ್ಪ ಕೂಡ ಕಾಯ್ತಾ ಇದ್ದಾರೆ. ಬ್ರೇಕ್‌ಫಾಸ್ಟ್‌ಗೆ ಇಲ್ಲಿಗೆ ಬಾ"

ಅಕ್ಕ ಅಂದರೆ ಪ್ರೀತಿಯ ಜೊತೆ ಗೌರವವು ಕೂಡ "ಬರ್ತೀನಕ್ಕ" ಎಂದು ಒಪ್ಪಿಗೆ ಸೂಚಿಸಿದನ್ನ ತಂದೆಗೆ ಮುಟ್ಟಿಸಿ "ಅಪ್ಪ, ಚಿಕ್ಕಪ್ಪ, ಚಿಕ್ಕಮ್ಮನ ಕರೆಸಲಾ?" ವಿಚಾರಿಸಿದಾಗ 'ಹ್ಞೂಂ' ಅಂದರು. "ಮಧ್ಯೆ.. ಮಧ್ಯೆ... ಇದು ರಿಪೀಟ್ ಆಗ್ಬಾರದು. ಅವ್ನ ಕೆರಿಯರ್ ದೃಷ್ಟಿಯಿಂದಲೂ ಇದು ಒಳ್ಳೆಯದಲ್ಲ. ಇಬ್ಬರನ್ನು ಬರೋದಿಕ್ಕೆ ಹೇಳು" ಅಂದರು.

ಮೊದಲು ಮಾಲಿನಿ ಫೋನ್ ಎತ್ತಿದರು. "ನಿನ್ನ ಚಿಕ್ಕಪ್ಪ ಮಾತಾಡ್ತಾರಂತೆ" ತಲೆ ತಪ್ಪಿಸಿಕೊಂಡರು. ಆಕೆಗೆ ಭಯ ಶುರುವಾಗಿತ್ತು. ಪ್ರತೀಕ ಮುಲಾಜಿಲ್ಲದೆ ಮುಖದ ನೀರನ್ನಿಳಿಸುತ್ತಿದ್ದ. ಈಗ ರೆಡ್ ಹ್ಯಾಂಡಾಗಿ ಸಿಕ್ಕಿ ಹಾಕಿಕೊಂಡಂಗಾಗುತ್ತೆ. ಆಮೇಲೆ ತಮ್ಮ ಸ್ಥಿತಿ! ಅದು ಬೇಡವಾಗಿತ್ತು. "ಚಿಕ್ಕಪ್ಪ, ನೀನು ಚಿಕ್ಕಮ್ಮ ಬನ್ನಿ. ಪ್ರತೀಕ ಕೂಡ ಬರ್ತಾನೆ" ಅಂದ ಕೂಡಲೇ ಕರುಣಾಕರ ಒಪ್ಪಿಗೆ ಸೂಚಿಸಿದರು. ಆದರೆ ಮಾಲಿನಿ "ಇಬ್ರೂ ಯಾಕೆ? ನೀವೆ ಹೋಗಿ ಕರ್ಕಂಡ್ ಬಂದು ಬಿಡಿ. ನಂಗೆ ಒಂದೇ ಸಮ ತಲೆ ನೋವು" ತಪ್ಪಿಸಿಕೊಂಡರು.

ಹೊರಟವರು ಹಿಂದಕ್ಕೆ ಬಂದು "ನಂಗಿಂತ ನಿಂಗೆ ಹೆಚ್ಚು ಅಂಟಿಕೊಂಡವ. ನೀನು ಎರಡು ಮಾತು ಜಾಸ್ತಿಯಾಡಿದರೂ ಪರ್ವಾಗಿಲ್ಲ. ಅಣ್ಣನನ್ನು ಕಂಡರೆ ಅವನಿಗೆ ಸ್ವಲ್ಪ ಭಯ. ಒರಟಾಗಿ ಬಿಹೇವ್ ಮಾಡೊಲ್ಲ" ಮನವೊಲಿಸುವ ಪ್ರಯತ್ನ.

"ಅದೆಲ್ಲ ಹಿಂದಾಯ್ತು. ಈಗ ನನ್ಕಂಡ್ರೆ ಗುರ್ ಅಂತಾನೆ. ಪ್ಲೀಸ್... ನೀವೆ ಹೋಗಿ" ಬಿಲ್ ಕುಲ್ ಮಾಲಿನಿ ಹೊರಡಲು ಒಪ್ಪಲಿಲ್ಲ. "ಹೌದು, ಮಾಲಿನಿ ನಿನ್ನ ಬಗ್ಗೆ ದ್ವೇಷ ಕಾರೋಕೆ ಮತ್ತೊಂದು ಕಾರಣವಿದೆ. ನಾನು ಮಮ್ಮಿನ ಬೈಕ್ ಮೇಲೆ ಕರ್ಕಂಡ್ ಹೋದರೆ, ಬೇರೆ ಪುಂಡು ಪೋಕರಿಗಳು, ಸ್ವಲ್ಪ ವಯಸ್ಸಾದ್ರೂ... ಪರಮಾಯಿಶಿ ಮಾಲು. ಗಂಟೆಗೆಷ್ಟು, ರಾತ್ರಿಗೆಷ್ಟುಂತ ಕೇಳ್ತಾರಂತೆ. ಅಂದಿನಿಂದಲೇ ನಿನ್ನ ಬಗ್ಗೆ ಜಿಗುಪ್ಸೆಗೊಂಡಿರೋದು. ಹೊರ್ಗಿನ ಚಟುವಟಿಕೆಗಳನ್ನು ಮಾತ್ರವಲ್ಲ, ಜನ ವೇಷ-ಭೂಷಣಗಳನ್ನು ನೋಡಿ ಮರ್ಯಾದೆ ಕೊಡ್ತಾರೆ. ಮಗನ ಜೊತೆ ಹೋಗುವಾಗ 'ಅಮ್ಮ'ನಾಗಿ ಕಾಣಬೇಕೆಂದು ಬಯಸೋದು ತಪ್ಪಲ್ಲ" ಅಂದೇಬಿಟ್ಟರು. ಒಳಗೆ ಕುದಿಯುತ್ತಿದ್ದುದ್ದನ್ನ ಹೊರಗೆ ಚೆಲ್ಲಲೇ ಬೇಕಿತ್ತು. ಎಂದಾದರೊಮ್ಮೆ ಈ ಮಾತುಗಳನ್ನು ಮಗ ಹೆಂಡತಿಯ ಮುಖದ ಮುಂದೆ ಹೇಳಿ ಅವಮಾನಿಸುವುದು ಬೇಡವಾಗಿತ್ತು.

ಮಾಲಿನಿ ಕುಸಿದು ಕೂತರು. ಮಗ ಎದುರು ನಿಂತು ಕಪಾಳಕ್ಕೆ ಬಾರಿಸಿದಂತಾಗಿತ್ತು. ಇಂಥದೊಂದು ಯೋಚನೆ ಬಂದಿದ್ದೇ ಇಲ್ಲ. ಎಲ್ಲರಂತೆ ತಾನು ಚಿಕ್ಕ ವಯಸ್ಸಿನವಳಾಗಿ ಕಾಣಬೇಕು, ಚೆಂದವಾಗಿರಬೇಕು. ಅಲಂಕರಿಸಿಕೊಳ್ಳುತ್ತಿದ್ದು ತಪ್ಪೇನಿಲ್ಲ ಎನ್ನುವ ಭಾವದಿಂದ ಬದುಕುತ್ತಿದ್ದ ಆಕೆಗೊಂದು ಬಲವಾದ ಪೆಟ್ಟು ಕೊಟ್ಟಿದ್ದು ಹೆತ್ತ ಮಗ.

ಕಾಂಪೌಂಡ್ ಗೇಟಿನವರೆಗೂ ಹೋಗಿ ಹಿಂದಕ್ಕೆ ಬಂದ ಕರುಣಾಕರ" ಮಾಲು, ನಾನು ನಿನ್ನನ್ನೇನು ತಪ್ಪು ತಿಳಿದಿದ್ದಿಲ್ಲ. ಈ ಮಾತುಗಳು ಅವನಿಂದ ಮುಂದೊಂದು ದಿನ ಅವನಿಂದ ಅವಮಾನಿತಳಾಗಬಾರದೆಂದೇ ಹೇಳಿದ್ದು. ತಾಯಿ ಮಗನ ಸಂಬಂಧ ಮುಕ್ತವಾಗಿರಬೇಕೂಂದರೆ, ಮಗ ನಿಂಗೆ ಹೆಚ್ಚು ಅರ್ಥವಾಗಿರಬೇಕೆಂದು ಈ ಮಾತುಗಳ್ನ ಹೇಳಿದೆ ಅಷ್ಟೆ. ಅವನಲ್ಲಿನ ಕಹಿಗಳು ಕಡ್ಮೆಯಾದರೆ ಹೆತ್ತಮ್ಮನ ಮಡಿಲ ಮಗನಾಗ್ತಾನೆ, ಪ್ರತೀಕ. ಇದ್ನ ನೀನು ಹೇಗೆ ತಗೋತಿಯೋ ಏನೋ. ನೆಗೆಟಿವ್ ಆಗಿ ಯೋಚ್ನಬೇಡ, ಒಂದಿಷ್ಟು ಪಾಸಿಟಿವ್ ಆಗಿರು. ನಾನು ಪ್ರತೀಕನ್ನ ಕರ್ಕಂಡ್ ಬಂದು ಒಪ್ಪಿಸ್ತೀನಿ. ಹೇಗೆ ಸಮಾಳಿಸ್ತಿಯೋ, ಏನೋ! ಭುಜ ತಟ್ಟಿ ನಡೆದರು. ಮನಸ್ಸಿಗೆ ಇಷ್ಟು ವರ್ಷ ಹರ್ಷ, ಉಲ್ಲಾಸ ತುಂಬಿದ ಮಗ ಮುಂದೆ ಅವನು ಕೊಡುವ ಅವಮಾನವನ್ನು ನುಂಗಿಕೊಳ್ಳಬೇಕು ಎನ್ನುವ ನಿರ್ಧಾರಕ್ಕೆ ಬಂದರು.

ಮುಖ ಕಂಡ ಕೂಡಲೆ ನಂದಿತಾ ವಿಚಾರಿಸಿದ್ದು ಮಾಲಿನಿಯನ್ನ. "ಎಲ್ಲಿ ಚಿಕ್ಕಮ್ಮ? ಪ್ರತೀಕ ಬಂದಿದ್ದಾನೆ. ಆಕೆ ಬಂದಿದ್ದರೆ ಚೆನ್ನಿತ್ತು" ಅಂದು ಸುಮ್ಮನಾದಳು. ಹೆಚ್ಚು ಹೆಚ್ಚು ಜಗಳಕ್ಕೆ ಬೀಳುತ್ತಿದ್ದರು ತಾಯಿ, ಮಗ ಎಂದು ಅವಳಿಗೆ ಗೊತ್ತಿತ್ತು.

"ಎಲ್ಲಿದ್ದಾನೆ ಪ್ರತೀಕ?" ಕರುಣಾಕರ ಕಣ್ಣಲ್ಲಿ ನೀರಾಡಿತು. "ನೀನೆ ಪ್ರತೀಕನ್ನ ನಮ್ಗೆ ಉಳ್ಸಿಕೊಡಬೇಕು. ಇರೋನೊಬ್ಬ ನಮ್ಮಿಂದ ದೂರವಾದ ಮೇಲೆ ನಾವು ಯಾಕೆ ಬದ್ಕಬೇಕು?" ಅವಳೆರಡು ಕೈಗಳನ್ನು ಹಿಡಿದು ಕಣ್ಣೀರಿಟ್ಟರು. "ಅಪ್ಪಿಗೆ ಎಷ್ಟೋ ಸಲ ಹೇಳಿದ್ದೆ. ಒಮ್ಮೆ ಕರುಣೇಶ್ವರಕ್ಕೆ ಮಾಲಿನಿಯನ್ನು ಕರ್ಕಂಡ್ ಹೋಗಿ ಬಾ ಅಂತ. ಆಮೇಲೆ ತಿಂಗಳು ವರ್ಷದವರೆಗೂ ನಂಗೆ ಸಿಕ್ತಾ ಇರ್ಲಿಲ್ಲ. 'ಮಾಲಿನಿ ಬೇಡ ಅಂದ ಕಾರಣ ಇಟ್ಕೊಂಡು ಶತ್ರುತ್ವ ಸಾಧಿಸಿದ್ದ ವರ್ಷಾನುಗಟ್ಲೇ.. ಆಗ ಚಿಕ್ಕಪ್ಪ, ಚಿಕ್ಕಮ್ಮ ಮೊಮ್ಮಗನನ್ನ ನೋಡಬೇಕೆಂದು ಹಂಬಲಿಸಿದ್ದೆಷ್ಟು?" ಎಷ್ಟೋ ಸಲ ಈ ಮಾತುಗಳನ್ನು ಮಗಳ ಮುಂದೆ ಹೇಳಿದ್ದ ಚಿರಂತನ್‌ದತ್‌ರಿಗೆ ಕೋಪವಿತ್ತು ತಮ್ಮನ ಮೇಲೆ.

ಸಂದೀಪ್ ಬೇಗ ಹೊರಟ. ಅವನ ಕುತ್ತಿಗೆಯಲ್ಲಿ ತುಳಸಿ ಮಾಲೆ ನೋಡಿ ಹುಬ್ಬೇರಿಸಿದ್ದರು ಕರುಣಾಕರ. 'ಇದೇನಿದು? ಎನ್ನುವಂತೆ ನೋಡಿದಾಗ ನಂದಿತಾ ಮುಗುಳ್ನಗೆ ಬೀರಿದಳಷ್ಟೆ. ಒಂದೇ ಡೈನಿಂಗ್ ಟೇಬಲ್ ಮುಂದೆ ಕೂತು ಬ್ರೇಕ್‌ಫಾಸ್ಟ್ ತಗೊಂಡರು. ಅಪ್ಪ, ಮಗ ಒಬ್ಬರ ಮುಖವನ್ನೊಬ್ಬರು ತಪ್ಪಿಸುತ್ತಿದ್ದರು.

ಆಮೇಲೆ ಮುಂದಿನ ಸಿಟ್ಟಿಂಗ್ ರೂಂನಲ್ಲಿ ಕೂತ ಚಿರಂತನ್‌ದತ್ ಪ್ರತೀಕನನ್ನು ಕರೆದು ತಮ್ಮ ಮುಂದೆ ಕೂಡಿಸಿಕೊಂಡರು. ಕರುಣಾಕರ ಗುಬ್ಬಚ್ಚಿಯಂತೆ ಸೋಫಾ ಅಂಚಿಗೆ ಕೂತರು.

"ನೀನು ಮನೆಗೆ ಹೋಗಿಲ್ವಂತೆ, ಎಲ್ಲಿಗೆ ಹೋಗಿದ್ದೆ?" ನೇರವಾಗಿಯೇ ಕೇಳಿದರು. ಪೂರ್ತಿ ತಲೆ ತಗ್ಗಿಸಿ ಕೂತವನು "ನನ್ನ ಫ್ರೆಂಡ್ ರೂಮ್‌ನಲ್ಲಿದ್ದೆ. ನಂಗೆ ಮನೆಗೆ ಹೋಗೋಕೆ ಇಷ್ಟವಾಗ್ತಾ ಇಲ್ಲ, ದೊಡ್ಡಪ್ಪ. ಗಂಡ ಹೆಂಡ್ತಿ ಸೇರಿ ನನ್ನ ಅಜ್ಜಿನ ಕೊಂದು ಬಿಟ್ರು." ಜೋರಾಗಿ ಅಳ ತೊಡಗಿದ. ಆಮೇಲೆ ಚಿರಂತನ ಅವನ ಪಕ್ಕ ಹೋಗಿ ಕೂತು

ಎದೆಗೊರಗಿಸಿಕೊಂಡು ಕಣ್ಣೀರು ತೊಡೆದು "ನಿಂಗೆ ಅಜ್ಜಿ, ನಿನ್ನಪ್ಪನಿಗೆ ಅಮ್ಮ. ನಿನ್ನಮ್ಮ ಅವಳ ಸೊಸೆ. ಅಂಥದರಲ್ಲಿ ಅವರು ಹಾಗೆ ಯೋಚಿಸೋಕೆ ಕೂಡ ಸಾಧ್ಯವಿಲ್ಲ" ಸಂತೈಸಲು ನೋಡಿದರು.

ಪ್ರತೀಕ ಅಳುತ್ತಲೇ ದೊಡ್ಡ ಅರೋಪದ ಪಟ್ಟಿಯನ್ನೇ ಮಾಡಿದ. ಹಂತ ಹಂತವಾಗಿ ತೊಂದರೆ ಕೊಡುತ್ತ ಹೋದ ಹೆಂಡತಿಯನ್ನು ಪ್ರೋತ್ಸಾಹಿಸದಿದ್ದರು ಮೌನವಾಗಿದ್ದ ತಂದೆಯನ್ನು ದೊಡ್ಡ ಅಪರಾಧಿ ಸ್ಥಾನದಲ್ಲಿ ನಿಲ್ಲಿಸಿದ್ದ.

"ಇದರಲ್ಲಿ ಯಾವ್ದು ಸುಳ್ಳು ಇಲ್ಲ ದೊಡ್ಡಪ್ಪ. ಅಜ್ಜಿಗೋಸ್ಕರ ಫ್ಲಾಟ್ ಮಾರಿ ಮನೆ ಕೊಂಡಿದ್ದಲ್ಲ. ಅಜ್ಜಿ ದುಡ್ಡು ಎತ್ತಿ ಹಾಕೋಕೆ ಒಂದು ಪ್ಲಾನ್ ಅಷ್ಟೆ ಆಗಿತ್ತು. ಅಜ್ಜಿ ಎಷ್ಟೋ ದಿನ ಊಟ ಮಾಡ್ತಾ ಇರಲಿಲ್ಲ. ಅದನ್ನೆಲ್ಲ ನೋಡೋಕೆ ಈ ಕರುಣಾಕರರಿಗೆ ಸಮಯವಿಲ್ಲ. ಬರೀ ಎಸ್.ಎಲ್.ಎಲ್.ಸಿ. ಮಾಡಿ ಟೆಂಪರರಿ ಐದು ನೂರು ಸಂಬಳಕ್ಕೆ ಸೇರಿದ ಹೆಂಡತಿ ಈ ಎತ್ತರಕ್ಕೆ ಬೆಳೆದಿದ್ದು ದೊಡ್ಡ ವಿಷ್ಯವಾಗಿತ್ತು. ಮಾಡಿದೆಲ್ಲ ಸರಿಯೆನ್ನುವ ಸರ್ಟಿಫಿಕೇಟು. ಮುಲಾಜಿಲ್ಲದೆ ಹೆತ್ತವರನು ಕಡೆಗಣಿಸಿದವರಿಗೆ ದೇವರು ಅವ್ರ ಮಕ್ಕಳಿಂದಲೇ ಶಿಕ್ಷೆ ಕೊಡಿಸ್ತಾನೆ" ಕಣ್ಣೀರು ಸುರಿಸುತ್ತ ಒದರಾಡಿದ ಪ್ರತೀಕ ಬಂದು ಚಿರಂತನ ಕಾಲುಗಳನ್ನಿಡಿದು ಬೋರೆಂದು ಅಳೋಕೆ ಷುರು ಮಾಡಿದ.

ಚಿರಂತನ ಸ್ತಬ್ಧರಾದರು. ಅವನ ಮಾತುಗಳಲ್ಲಿ ಸತ್ಯವಿತ್ತು. ದ್ರವಿಸಿ ಹೋದರು. ಎಷ್ಟೊಂದು ಅಕ್ಕರೆ ಆಕೆಗೆ. "ಏಯ್, ಒಂದು ದಿನ ಉಳ್ಕೋ. ಎಣ್ಣೆಯೊತ್ತಿ ನೀರು ಹಾಕಿ ಹೋಳಿಗೆ ಮಾಡಿ ಬಡಿಸ್ತೀನಿ" ಶುದ್ಧ ತಣ್ಣನೆಯ ತಾಯ ವಾತ್ಸಲ್ಯ ಹರಿಸುತ್ತಿದ್ದ ಆಕೆ ಬೆಂಕಿ ಹಚ್ಚಿಕೊಂಡು ಹೋಗಬೇಕಾದರೆ ಎಷ್ಟೊಂದು ಅವಮಾನ, ನೋವು ಭರಿಸಿರಬೇಕು.

ಪ್ರತೀಕನ್ನ ತಬ್ಬಿಕೊಂಡು ತಾವು ಅವನೊಂದಿಗೆ ಕಣ್ಣೀರು ಸುರಿಸಿದರು. ಹೃದಯ ಕಲುಕುವಂಥ ದೃಶ್ಯ. ತುಟಿ ಕಚ್ಚಿ ಅಳು ನುಂಗಿದ ನಂದಿತಾ "ಅಪ್ಪ, ಸಮಾಧಾನ ಮಾಡ್ಕೊಳ್ಳಿ" ಎಂದು ಪ್ರತೀಕನನ್ನು ಎಬ್ಬಿಸಿದಾಗ ತಬ್ಬಿಕೊಂಡು ಅತ್ತ.

ಅಂತು ಗಂಟೆಗಟ್ಟಲೇ ಸಮಾಧಾನ ಮಾಡಿ ಪ್ರತೀಕನನ್ನು ಕರುಣಾಕರನೊಂದಿಗೆ ಕಳುಹಿಸಿ ಕೊಡುವ ವೇಳಗೆ ಸುಸ್ತಾದರು.

ಬಂದ ಮಗನನ್ನು ತಬ್ಬಿಕೊಂಡು ಮಾಲಿನಿ ಕಣ್ಣಿರು ಸುರಿಸಿದರು. ಅವನು ಕಲ್ಲಾಗಿದ್ದ. ಮಾತೇ ಇಲ್ಲ. ರೂಮಿಗೆ ಹೋಗಿ ಬಾಗಿಲು ಹಾಕಿಕೊಂಡ.

ಅಷ್ಟರಲ್ಲಿ ನಂದಿತಾ ಫೋನ್ ಮಾಡಿ "ಚಿಕ್ಕಮ್ಮ ಅವ್ನು ತುಂಬ ಅಪ್‌ಸೆಟ್ ಆಗಿದ್ದಾನೆ. ಸುಮ್ನೆ ಪ್ರಶ್ನಿಸೋದು ಬೇಡ. ತಾನಾಗಿ ಸರಿಹೋಗ್ತಾನೆ" ಎಂದು ಹೇಳಿದಳು.

ವಿಪರೀತವಾದ ಅಪರಾಧಭಾವದಿಂದ ನರಳುತ್ತಿದ್ದ ಕರುಣಾಕರ ಫ್ಯಾಕ್ಟರಿಗೆ ಹೋಗತೊಡಗಿದರು. ಮಗ ಮಾಡಿದ ಅಪರಾಧ ಪಟ್ಟಿ ಅವರಿಗೆ ತಿಳಿಯದ್ದು ಎಷ್ಟೋ ಇತ್ತು. ಪೇಯಿಂಗ್ ಗೆಸ್ಟ್ ಆಗಿ ಸೇರಿಕೊಂಡಿದ್ದ ಲಾವಣ್ಯ ಮತ್ತು ಅವಳ ಫ್ರೆಂಡ್ಸ್ ತಿಂದ ತಟ್ಟೆ, ಲೋಟಗಳನ್ನು ಗಿರಿಜಮ್ಮ ಸ್ವತಃ ತೊಳೆದಿದ್ದರು. ಉಪವಾಸ ಮಲಗಿದ್ದುಂಟು.

ಒಂದೊಂದು ಭಯಂಕರ ಕನಸಾಗಿ ಕಾಡುತ್ತಿತ್ತು. ಎಷ್ಟೇ ನಿದ್ದೆ ಮಾಡಲು ಪ್ರಯತ್ನಿಸಿದರು, ಕಣ್ಣು ಮುಚ್ಚಿದರು. ಬೆಂಕಿಯ ಮಧ್ಯೆ ಉರಿಯುತ್ತಿದ್ದ ಅಮ್ಮ ಬಂದು ಎದುರು ನಿಲ್ಲುತ್ತಿದ್ದರು.

"ಕಾಲ ಎಲ್ಲಾ ಮರೆಸುತ್ತೆ. ನಡೆದದ್ದು ನಡೆದು ಹೋಗಿದೆ. ಆ ಬಗ್ಗೆ ಚಿಂತಿಸೋದ್ರಲ್ಲಿ ಅರ್ಥವಿಲ್ಲ. ಪ್ರತೀಕನತ್ತ ಗಮನಹರಿಸಿ. ಅವನ ಜಾಗದಲ್ಲಿ ನಿಂತು ಯೋಚ್ಸಿ" ಚಿರಂತನ್‌ದತ್ ಬುದ್ಧಿವಾದವಾಗಿತ್ತು.

ಅಂದು ಫ್ಯಾಕ್ಟರಿಯಿಂದ ಹೊರ ಬರುವ ವೇಳೆಗೆ ಹಿಂದೆ ಫ್ಲಾಟ್‌ನಲ್ಲಿದ್ದ ನೆರೆಯ ಫ್ಲಾಟ್‌ನ ಜೈನ್ "ನಿಮ್ಮ ಸಲುವಾಗಿಯೇ ಕಾದಿದ್ದೆ. ಈ ಕಡೆ ನನ್ನ ಹೆಂಡ್ತಿ ಬಳಗದ ಮನೆ ಇತ್ತು. ಅವಳೇ ನೆನಪಿಸಿದ್ದು. ಹೇಗೂ ನಿಮ್ಮ ಮನೆಗೆ ಹೊರಟಿದ್ದು, ನನ್ನ ವೆಹಿಕಲ್‌ನಲ್ಲಿಯೇ ಹೋಗೋಣ" ಎಂದು ಹತ್ತಿಸಿಕೊಂಡು ದಾರಿಯಲ್ಲಿ "ನಿಮ್ಮ ಹೆಂಡ್ತಿ ಒಂದು ನೆಕ್‌ಲೆಸ್ ಮಾಡಿಸಿದರಂತಲ್ಲ, ಆ ಡಿಸೈನ್ ನೆಕ್‌ಲೆಸ್ ಬೇಕೂಂತ ಅವಳ ಹಟ. ಸಾಕಷ್ಟು ತೋರಿಸಿ ಸೋತೆ. ಕಡೆಗೆ ನಿಮ್ಮದನ್ನ ಒಯ್ದು ತೋರಿಸಿ ಅದೇ ಪ್ಯಾಟರ್ನ್ ಮಾಡೋದೂಂತ ತೀರ್ಮಾನ ಮಾಡ್ದೆ. ದಿನವು ಇದೊಂದು ಗಲಾಟೆ" ಎಂದರು. ಕರುಣಾಕರರಿಗೆ ಆಶ್ಚರ್ಯ. ಫ್ಲಾಟ್ ಮಾರಿದ್ದು, ಮನೆ ಕೊಳ್ಳಲು ಸಾಲದೆ ಬಂದ ಹಣಕ್ಕೆ ಸಾಲ ಮಾಡಿದ್ದುಂಟು. ಅಂಥದರಲ್ಲಿ ಒಡವೆ ಮಾಡಿಸಿದ್ದು ಸಾಧ್ಯವಿಲ್ಲವೆನಿಸಿತು.

"ನೋ, ಈಚೆಗೆ ನೆಕ್‌ಲೇಸ್ ಅಂಥದೇನು ಮಾಡಿಸಿಲ್ಲ. ವಿಶೇಷ ಸಂದರ್ಭಗಳಲ್ಲಿ ಧರಿಸೋಕ್ಕಂತ ಕೆಲವು, ಗಿಲೀಟು ಒಡ್ವೆ ತಂದಿಟ್ಟುಕೊಂಡಿದ್ದಾಳೆ. ಇದು ನಂಗೆ ಸರಿ ಬರೋಲ್ಲ. ಹಾಗೆಂದು ಅಂದು ಆಡಿ ನೋಯಿಸೋ ಸ್ವಭಾವ ನಂದಲ್ಲ" ಎಂದ ಕರುಣಾಕರ.

ಜೈನ್ ಮುಲಾಜಿಲ್ಲದೆ ಆ ಮಾತುಗಳನ್ನ ತಳ್ಳಿ ಹಾಕಿದರು.

"ನಿಮ್ಮವರ್‍ಗೂ ವಿಷಯ ಬಂದಿಲ್ಲ ಅಷ್ಟೆ. ತರೋ ದಿನ ನನ್ನ ಮಿಸೆಸ್ ಜೊತೆಯಾಗಿ ಹೋಗಿ ನೇರವಾಗಿ ನಮ್ಮ ಫ್ಲಾಟ್‌ಗೆ ಲಕ್ಷ್ಮಿ ತರಹ ಒಡ್ವೆಗಳು ಬಂದಿದ್ದು. ಹಳೆಕಾಲದ ಆಭರಣಗಳನ್ನು ಮುರಿಸಿ ಮಾಡಿಸಿದರಂತೆ" ಜೈನ್ ನಗುವಿನಲ್ಲಿ ಸಮರ್ಥಿಸಿಕೊಂಡರು.

ಅಮ್ಮನ ಹತ್ತಿರ ಹಳೆ ಕಾಲದ ಒಡವೆಗಳು ಇದ್ದಿದ್ದು ಗೊತ್ತಿತ್ತು. ಆದರೆ ಆ ಬಗ್ಗೆ ಎಂದು ಯೋಚಿಸಿರಲಿಲ್ಲ. ಎರಡು ದಿನ ಹಿಂದೆ ಯಾವುದೋ ಕಾರಣಕ್ಕೆ "ಅಮ್ಮ, ಟ್ರಂಕ್‌ನಲ್ಲಿ ಚಿನ್ನದ ಒಡ್ವೆಗಳನ್ನು ಇಟ್ಟುಕೊಂಡಿದ್ಲು. ಚಿನ್ನಕ್ಕೆ ಈಗ ಒಳ್ಳೆ ರೇಟ್ ಬಂದಿದೆ. ಮಾರಿ ಹಣ ಒಟ್ಟು ಮಾಡೋಣ. ಪ್ರತೀಕನ ವಿದ್ಯಾಭ್ಯಾಸಕ್ಕೆ ಉಪಯೋಗಕ್ಕೆ ಬರುತ್ತೆ" ಎಂದಾಗ ಮಾಲಿನಿ "ಎಲ್ಲಾ ತೆಗ್ದು ನೋಡ್ದೆ. ಏನು ಇರಲಿಲ್ಲ. ಅವನ್ನೆಲ್ಲ ಕರುಣೇಶ್ವರಕ್ಕೆ ತಗೊಂಡು ಹೋಗಿ, ಯಾರಿಗೆ ಕೊಟ್ಟರೋ, ಇಲ್ಲ ಮೊಮ್ಮಗ್ಳು ನಂದಿತಾ ಅಂದರೆ ಪಂಚಪ್ರಾಣ. ಅವ್ಳಿಗೆ ಕೊಟ್ಟಿರಬೇಕೆಂದು" ತೇಲಿಸಿ ಬಿಟ್ಟಿದ್ದರು ಮಾಲಿನಿ.

ಈಗ ಅವರಿಗೆ ಅರ್ಥವಾಯಿತು. ಹೆಂಡತಿಯ ಒಂದು ಮುಖದ ಪರಿಚಯ ಮಾತ್ರವಿತ್ತು. ಅಷ್ಟರಲ್ಲಿ ಸುಖವಾಗಿದ್ದರು. ಆದರೆ ಸರಿಯಾಗಿ ಆಕೆಗೆ ಇನ್ನೊಂದು ಮುಖವಿದೆಯೆಂದು ಗೊತ್ತಾಯಿತು. ಮನೆ ಅಷ್ಟು ದೂರವಿದೆ ಎಂದಾಗ ಇಳಿದುಕೊಂಡು ಬಿಟ್ಟರು.

"ಜೈನ್ ನೀವ್ಹೋಗಿ ಕಲೆಕ್ಟ್ ಮಾಡ್ಕೊಳ್ಳಿ. ಎ.ಟಿ.ಎಮ್.ನಿಂದ ಹಣ ಡ್ರಾ ಮಾಡಿ ತರೋಕೆ ಹೇಳಿದ್ಲು. ನಾನ್ಹೋಗಿ ತಗೊಂಡು ಬರ್ತೀನಿ. ನೀವು ಹೋಗಿರಿ, ನಾನು ಸಿಕ್ಕ ವಿಷಯ ಹೇಳ್ಬೇಡಿ. ನನ್ನ ಜ್ಞಾಪ್ಕ ಶಕ್ತಿನೇ ಕಮ್ಮಿಂತ ದೂರೋಕೆ ಷುರು ಮಾಡ್ತಾಳೆ" ಎಂದರು ತಮಾಷೆಯಾಗಿ.

ಅಲ್ಲೇ ಹತ್ತಿರದಲ್ಲೇ ಇದ್ದ ಪಾರ್ಕ್‌ನಲ್ಲಿ ಹೋಗಿ ಕೂತರು. ಪ್ರತೀಕ ಉದ್ವೇಗದಲ್ಲಿ ಮಾಡಿದ ಹೆಂಡತಿಯ ಆಪಾದನೆಗಳನ್ನು ಒಂದು ಬದಿಗಿಟ್ಟಿದ್ದರು. ಚಿರಂತನ್‌ದತ್ ಕೂಡ. "ಗಂಡ ಹೆಂಡತಿ ವಿರಸ ತಂದ್ಕೋಬೇಡಿ. ಅದ್ರಿಂದ ಯಾವ್ದೇ ಪ್ರಯೋಜನವಿಲ್ಲ. ಬುದ್ಧಿವಂತಿಕೆಯಿಂದ ಸಂಸಾರ ಮಾಡು" ವಿವೇಕ ಬೋಧಿಸಿದ್ದರು.

ಒಂದರ್ಧ ಗಂಟೆ ಬಿಟ್ಟು ಬಂದಾಗ ಜೈನ್ ಕೂತಿದ್ದರು. ತೆರೆದಿಟ್ಟ ನೆಕ್‌ಲೆಸ್ ಬಾಕ್ಸ್ ಟೀಪಾಯಿ ಮೇಲಿತ್ತು. ಟೀ ಕುಡಿಯುತ್ತಿದ್ದವರು ಕಪ್ ಇಳಿಸಿ "ಬನ್ನಿ... ಬನ್ನಿ... ಅಲ್ಲಿ ದಿನಕ್ಕೆ ಎರಡು ಸಲವಾದ್ರೂ ಒಬ್ಬರಿಗೊಬ್ಬರು ನೋಡ್ತಾ ಇದ್ವಿ, ಮಾತಾಡ್ತಾ ಇದ್ವಿ" ರಾಗ ತೆಗೆದರು. ಕರುಣಾಕರ ಅಲ್ಲೇ ಕೂತರು. ನೆಕ್‌ಲೇಸ್ ಬಾಕ್ಸ್ ಕೈಗೆ ತಗೊಂಡು ನೋಡಿ ಕೆಳಗಿಳಿಸಿದರು. ಮಾಡಿದ ಜ್ಯೂವೆಲರ್‌ನ ಚಿಹ್ನೆಯನ್ನು ಒಂದು ಕಡೆ ಮುದ್ರಿಸಿದ್ದನ್ನ ಗಮನಿಸಿ ಅಲ್ಲೇ ಇಟ್ಟಿದ್ದು ಚಿನ್ನದ ಒಡವೆಯೆಂದು ಅನುಮಾನವೇ ಇರಲಿಲ್ಲ.

ಹೊರಟ ಜೈನ್‌ನ ಗಂಡ-ಹೆಂಡತಿ ಬೀಳ್ಕೊಟ್ಟು ಒಳಗೆ ಬಂದರು. "ಈ ಆರ್ಟಿಫಿಷಿಯಲ್ ಒಡ್ವೇ ಮಾದರಿಗೆ ಕೊಟ್ಟು ಚಿನ್ನದ್ದು ಮಾಡಿಸ್ತಾರಂತೆ" ಅಂದ ಹೆಂಡತಿಯ ಕಡೆ ಒಮ್ಮೆ ನೋಟ ಹರಿಸಿ "ಪ್ರತೀಕ ಮನೆಗೆ ಬಂದಿದ್ನಾ? ಕಾಲ್ ಸೆಂಟರ್‌ಗೆ ಹೋಗಿ ಆರೋಗ್ಯ ಹಾಳು ಮಾಡ್ಕೋಬೇಡಾಂತ ಒಂದಿಷ್ಟು ಬುದ್ಧಿ ಹೇಳ್ಬೇಕಿತ್ತು ಎಂದರು ನಿರುತ್ಸಾಹದಿಂದ.

"ಇಲ್ಲ, ಮನೆಗೆ ಬರ್ತಾನೇಂತ ಅನ್ನೋದೊಂದೆ ನೆಮ್ದಿ. ಮೊದ್ಲಿನಂತೆ ಆಗ್ತಾನೆ ಅನ್ನೋ ನಂಬಿಕೆ ಇಲ್ಲ. ಶತ್ರು ತರಹ ನೋಡ್ತಾನೆ. ನನ್ನ" ಕಣ್ಣಿಗೆ ಕರ್ಚಿಫ್ ಹಚ್ಚಿದರು. "ಮಾಡಿದ್ದುಣ್ಣೋ ಮಹರಾಯ ಅಷ್ಟೆ. ಯಾವುದರಿಂದಲೂ ತಪ್ಪಿಸಿಕೊಳ್ಳೋಕೆ ಆಗೊಲ್ಲ" ಅಷ್ಟು ಹೇಳಿ ಎದ್ದು ಹೋದರು.

ಮಾಲಿನಿ ಬಂದು ಹೊರಗೆ ನಿಂತರು ಮಗನ ಹಾದಿ ಕಾಯುತ್ತ.

* * *

ನಂದಿತಾ ಫ್ಲೈಟ್‌ನಿಂದ ಇಳಿದಾಗ ರಿಸೀವ್ ಮಾಡಿಕೊಳ್ಳೋಕೆ ಬಂದಿದ್ದು ಸತೀಶ್. "ಹಾಯ್ ನಂದಿತಾ, ನಿನ್ನ ಡ್ಯಾಡ್ ಫೋನ್ ನಂಗೆ ಸಿಕ್ತು. ವೆಲ್ ಕಮ್ ಟು ದೀಕ್ಷಿತ್ ಫ್ಯಾಮಿಲಿ" ಸ್ವಾಗತಿಸಿದ. ಆಧ್ಯಾತ್ಮಿಕವಾಗಿ ಅವನ ಮನಸ್ಸಿನ ಮಾತುಗಳನ್ನು ಹೇಳಿಕೊಳ್ಳಲು ಯಾರು ಇರಲಿಲ್ಲ. ಆದರೆ ನಂದಿತಾಗೆ ಆಸಕ್ತಿ ಇದ್ದುದ್ದರಿಂದ ಆಗಾಗ ಕೂತು ಚರ್ಚಿಸಿದ್ದರಿಂದ ಇಷ್ಟವಾಗಿದ್ದಳು.

"ಹೇಗಿದ್ದಾರೆ?" ಬರುತ್ತ ಕೇಳಿದಳು.

"ಕ್ವೈಟ್ ನಾರ್ಮಲ್ ಅನಿಸುತ್ತೆ" ಎಂದು ನಸುನಕ್ಕ.

ದೀಕ್ಷಿತ್ ಆವರಣಕ್ಕೆ ಬಂದಾಗ, ಅವಳಿಗಿದ್ದ ಆತಂಕ ಪರಿಹಾರವಾಯಿತು. ಬೃಂದಾವನ ಅದು ಇದ್ದ ಜಾಗದಲ್ಲೇ ಇತ್ತು. ಇದೊಂದು ಗೆಲುವಿನ ಹೆಜ್ಜೆಯೇ! ಶ್ರೀಹರಿಗೆ ಅತ್ಯಂತ ಪ್ರಿಯಳಾದ ತುಳಸಿ ಅಲ್ಲಿದ್ದಳು. ಇದನ್ನು ಅವಳಮ್ಮ ಬಾಲ್ಯದಲ್ಲಿಯೆ ನೆಟ್ಟು ಬೆಳೆಸಿದ್ದು ಹೆಮ್ಮರವಾಗಿತ್ತು.

ಆದರೆ ಮೊದಲು ಎದುರಾಗಿದ್ದು ರುಚಿರಾ.

"ಯಾಕ್ಬಂದ್ರಿ? ಮತ್ತೆ ಬರೊಲ್ಲಾಂತ ಅಂದುಕೊಂಡಿದ್ದೆ" ಚುಚ್ಚಿದಳು. "ಈ ಪ್ರಶ್ನೆ, ಮಾತು ನಂಗಾ, ನಿಮಗಾ? ಇಲ್ಲಿಗೆ ಬರೋದಿಕ್ಕೆ ನಂಗೆ ಕಾರಣ ಇದೆ. ನಾನು ಈ ಮನೆಯ ಸೊಸೆ. ಇನ್ನ ನೀವು ಇರೋದಿಕ್ಕೆ ನಂಗೆ ಕಾರಣ ಗೊತ್ತಿಲ್ಲ" ಅಂದು ಅವಳು ನೇರವಾಗಿ ಹೋಗಿದ್ದು ದೀಕ್ಷಿತರ ರೂಮಿಗೆ. ಅಲ್ಲಿ ನೀರವತೆ, ನಿರ್ಜನತೆ ರಾಜ್ಯವಾಳುತ್ತಿತ್ತು.

ನೇರವಾಗಿ ದೇವಿಕಾ ರೂಮಿಗೆ ಹೋದಳು. ಅವರು ಎಲ್ಲಿಗೋ ಹೊರಟಂಗೆ ಸಿದ್ಧವಾಗಿ ಕೂತಿದ್ದವರು ಇವಳನ್ನು ನೋಡಿ ಬೆಚ್ಚಿದರು. 'ಅವಳು ಇನ್ನು ಇಲ್ಲಿಗೆ ಬರೋಲ್ಲ. ಸನತ್‌ನ ಡೈವೋರ್ಸ್‌ಗೆ ರುಚಿರಾ ಒಪ್ಪಿಸಿದ್ದಾಳೆ. ಹೆಚ್ಚು ಸ್ವಾಭಿಮಾನ ಇರೋ ಹೆಣ್ಣು. ಅವಮಾನ ಅನುಭವಿಸುವಂಥ ಗ್ರಹಚಾರ ಏನು ಬಂದಿದೆ ಅವಳಿಗೆ?' ಸುರುಚಿರಾ ಅಂದಿದ್ದ ಮಾತುಗಳು ಹುಸಿಯಾಗಿ ಸಾಕ್ಷಾತ್ ನಂದಿತಾ ಅವರ ಮುಂದೆ ನಿಂತಿದ್ದಳು.

"ಹೇಗಿದ್ದೀರಾ ಅತ್ತೆ?" ಬಗ್ಗಿ ನಮಸ್ಕರಿಸಿದಳು.

"ನೀನು ಇಲ್ಲಿಗೆ ಬರೊಲ್ಲಾಂತ ಸುರುಚಿರಾ ಹೇಳಿದಳಲ್ಲ!"

"ಅವ್ರಿಗೆ ಕನಸು ಬಿದ್ದಿರಬೇಕು. ಎಲ್ಲಾ ಕನಸುಗಳು ನನಸಾಗೋಲ್ಲ. ನೀವು ಹೇಗಿದ್ದೀರಾ? ಚೆಕಪ್‌ಗೆ ಹೋಗಿದ್ರಾ?" ವಿಚಾರಿಸಿದಳು. ಆಕೆ ಅವಾಕ್ಕಾದರು.

ರೂಮಿಗೆ ಹೋಗಿ ಆಗಿರೋ ಬದಲಾವಣೆಗಳನ್ನು ನೋಡಿಕೊಂಡು ಒಂದು ಹಂತದಲ್ಲಿ ಸರಿಪಡಿಸಿದ್ದು ಅತ್ಯಂತ ಬುದ್ಧಿವಂತಿಕೆಯಿಂದ ಸುಗಂಧರಾಜ ಹೂವಿನ ವಾಸನೆಯೆಂದರೆ ಸನತ್‌ಗೆ ತುಂಬ ಇಷ್ಟವೆಂದು ಗುರ್ತಿಸಿದ್ದರಿಂದ, ಮುಂದಿನ ಗಾರ್ಡನ್‌ನ ಒಂದು ಮೂಲೆಯಲ್ಲಿ ಬೆಳೆಸಿದ್ದು ಮಾತ್ರವಲ್ಲ, ಹೂ ಗೊಂಚಲು ಅರಳಿದಾಗ ತಾನೇ ಕಿತ್ತು ತಂದು ತನ್ನ ರೂಮಿನ ಗಾಜಿನ ವಾಜ್‌ನಲ್ಲಿ ಜೋಡಿಸಿಟ್ಟು ಕೊಳ್ಳುತ್ತಿದ್ದನ್ನು ಗಮನಿಸಿದ್ದರಿಂದ, ಇಂದು ಗಾರ್ಡನ್‌ನಲ್ಲಿ ತುಸು ಬಿರಿದು ವಾಸನೆಯನ್ನು ಪ್ರಸರಿಸುತ್ತಿದ್ದ ಹೂ ಗೊಂಚಲನ್ನು ಕಿತ್ತು ತಂದು ವಾಜ್‌ನಲ್ಲಿಟ್ಟಳು. ಅದ್ಭುತವಾದ ಆಹ್ಲಾದಕರವಾದ ಸುವಾಸನೆಯೆ.

ರುಚಿರಾ ಅಲ್ಲಲ್ಲಿ ಕಿತ್ತೆಸೆದಿದ್ದ ಮ್ಯಾಗಝೀನ್ ಸರ್ವೆಂಟ್ ಕೈಗೆ ಕೊಟ್ಟು ಅವಳ ರೂಮಿಗೆ ಕಳುಹಿಸಿ ನಿಡುಸುಯ್ದಳು. 'ಯಾವುದೋ ಆದರ್ಶನ ಬೆನ್ನು ಹತ್ತಿ ಹಿಂದಕ್ಕೆ ಸರಿಯ ಕೂಡದು. 'ಇದು ತಂದೆಯ ಆಜ್ಞೆ. ಹಿಂದಿನ ಬಾರಿ ಸ್ವಲ್ಪ ಉದ್ವಿಗ್ನತೆಯಿಂದ "ನಂದು, ಈಗಾಗಲೇ ರುಚಿರಾಗು ಸತನ್‌ಗೂ ವಿವಾಹ ಮಾಡಿ ಮುಗ್ಸಿದ್ದೀನಿ. ಷುರು ಮಾಡಿದ್ದಾಳೆ. ಅವಳೊಬ್ಬ ತಲೆಕೆಟ್ಟ ಹೆಂಗ್ಸು. ಅಂಥ ಅವಿವೇಕಕ್ಕೆ ಕೈ ಹಾಕಿದರು ಹೆಚ್ಚಲ್ಲ. ಆದರೆ ಅಗ್ನಿಸಾಕ್ಷಿಯಾಗಿ ಸಾವಿರಾರು ಜನರ ಮುಂದೆ ಸನತ್ ಕೈ ಹಿಡಿದವಳು ಅನ್ನೋದು ಮರೀಬೇಡ. ಅಲ್ಲಿ ನಿನ್ನ ತಂದೆಯ ಮರ್ಯಾದೆ ಪ್ರಶ್ನೆ ಇದೆ. ನಿಂತು ಮಗಳನ್ನು

ಧಾರೆಯೆರೆದು ಕೊಟ್ಟಿದ್ದಾರೆ." ಎಂದು ಬಡಬಡಿಸಿ ರಾತ್ರಿ ನಿದ್ದೆ ಇಲ್ಲದೆ ಒದ್ದಾಡುವಂತೆ ಮಾಡಿದ್ದರು.

ಇವಳು ಕೆಳಗಿಳಿದು ಬರುವ ವೇಳೆಗೆ ಕಿಚನ್ ಇನ್‌ಛಾರ್ಜ್ ಅಯ್ಯರ್ ಬಂದು ನಿಂತರು.

"ಹೇಳಿ..." ಅಂದಳು.

"ಸ್ವಲ್ಪ ಹೆಚ್ಚಿಗೆ ಉಪ್ಪು ಬಳಸೋಕೆ ಷುರು ಮಾಡಿದ್ದಾರೆ ದಂಪತಿಗಳು" ಎಂದು ಹರಕು ಮುರುಕು ಇಂಗ್ಲಿಷ್‌ನ ಜೊತೆ ಒಂದಿಷ್ಟು ಹಿಂದಿ, ಅದರ ನಡುವೆ ಒಂದೆರಡು ಕನ್ನಡ ಪದ ಪ್ರಯೋಗಗಳು. ವಿಚಿತ್ರವೆನಿಸುತ್ತಿದರು ಆರಾಮಾಗಿ, ಇವಳನ್ನೇ ಸೇರಿಸಿಕೊಂಡು ಎಲ್ಲರಿಗೂ ಅರ್ಥವಾಗುತ್ತಿತ್ತು.

"ನಾನು ನೋಡ್ತೀನಿ" ಮೆಲ್ಲನೆ ಉಸುರಿದಳು.

ಇದನ್ನೆಲ್ಲ ಯಾರಿಗೆ ಹೇಳುವುದೆಂದು ಗೊಣಗಿದ. ಸದಾ ಕೋಪದಿಂದ ಓಡಾಡುವ ಅಕ್ಕ ತಂಗಿಯರನ್ನು ಮಾತಾಡಿಸುವುದೇ ಕಷ್ಟವೆಂದಿದ್ದು.

ರುಚಿರಾ ರಾತ್ರಿ ಸನತ್‌ನೊಂದಿಗೆ ಬಂದಿದ್ದು. ಅವನನ್ನು ಹಿಂಬಾಲಿಸುತ್ತಿದ್ದುದ್ದು ಅಕ್ಕನ ಸೂಚನೆಯಂತೆಯೇ. ಹೊರಗಡೆ ಏನೋ ತಿಂದು ಬಂದಿದ್ದರ ಜೊತೆಗೆ ಅವಳ ಅತಿರೇಕ ಚೇಷ್ಟೆಗಳು, ಬಡಬಡಿಕೆಗೆ ಬೇಸತ್ತು ಹೋಗಿದ್ದವ ನೇರವಾಗಿ ರೂಮ್ಗೆ ಬಂದು ಬಾಗಿಲು ಹಾಕಿಕೊಂಡು ಒಂದಡೆ ಕೂತ. ಮುಕ್ತವಾಗಿ ಮನದ ಮಾತುಗಳನ್ನು ಹೇಳಿಕೊಂಡರು, ಅರ್ಥಮಾಡಿಕೊಳ್ಳುವಷ್ಟು ಪ್ರಬುದ್ಧಳಲ್ಲ ತಾನು ಎಂದು ರುಚಿರಾ ಸ್ಪಷ್ಟಪಡಿಸಿದ್ದಳು.

ಮಂಚದ ಕಟ್ಟಿಗೆ ಒರಗಿ ಕಣ್ಮುಚ್ಚಿದ.

ದೀಕ್ಷಿತ್ ಹರಡಿದ ಲೆಕ್ಕಾಚಾರ ಪತ್ರಗಳು ತಾಳೆಯಾಗುತ್ತಿರಲಿಲ್ಲ ಮಾತ್ರವಲ್ಲ, ಏನೇನೋ ಗುಟ್ಟುಗಳನ್ನು ರಟ್ಟು ಮಾಡುತ್ತ ಹೋಗುತ್ತಿದ್ದರಿಂದ ವಿಚಲಿತನಾಗಿದ್ದ. ಅವನಿಗೂ ಹೋಟೆಲ್‌ಗಳು ಮಾರಿ ಹೋಗುವುದು ಇಷ್ಟವಿಲ್ಲವೆನಿಸತೊಡಗಿತು. ರಾಷ್ಟ್ರೀಕೃತ ಬ್ಯಾಂಕ್ ಗಳಿಂದ ಮಾತ್ರವಲ್ಲ. ಬೇರೆ ಬೇರೆ ಕಡೆಯಿಂದ ಲೋನ್‌ಗಳನ್ನು ಪಡೆದು ಬಡ್ಡಿ ಹೆಚ್ಚಿಸಿದ್ದು ಅಚ್ಯುತನ್ ಸಾಧನೆ. ಇದನ್ನೆಲ್ಲ ನಾವು ಯಾಕೆ ಗಮನಿಸಲಿಲ್ಲ. ಇಂಥ ಹಲವಾರು ಪ್ರಶ್ನೆಗಳು ಕೆಲವು ದಿನದಿಂದ ಅವನಲ್ಲಿ ಉದ್ಭವಿಸತೊಡಗಿತ್ತು.

"ಡಿನ್ನರ್‌ಗೆ ರೆಡಿ ಮಾಡ್ಲಾ?" ನಂದಿತಾಳ ದನಿಗೆ ತಲೆಯೆತ್ತಿದ. ಅರಿವಾಗದಂತೆ ಅವನ ಮುಖ ಅರಳಿತು."ಅಪ್ಪಿಗೆ ಒಳ್ಳೆ ಡೋಸ್ ಕೊಟ್ಟಿದ್ದೀನಿ. ಇಲ್ಲಿಗೆ ಮತ್ತೆ ಬರೊಲ್ಲ. ರಾಯ್ ಫ್ಯಾಮಿಲಿಯ ಯಶವಂತ್ ನಂದಿತಾನ ಇಷ್ಟಪಟ್ಟು ವಿವಾಹದ ಆಫರ್ ಕೊಟ್ಟಾಗ ಅಪ್ಪ, ಮಗಳು ನಿರಾಕರಿಸಿದರಂತೆ. ಅಂಥ ದಿಮಾಕಿನ ಸ್ವಾಭಿಮಾನಿ ಚಿರಂತನ್‌ದತ್ ಮಗಳು. ಇಲ್ಲಿ ಈ ಅವಮಾನ ಸಹಿಸಿಕೊಂಡು ಎಲ್ಲಾ ಕಳೆದುಕೊಂಡು ಬೀದಿಯಲ್ಲಿ ನಿಂತವರ ಜೊತೆ ಬದುಕೋ ಕರ್ಮ ಅವಳಿಗ್ಯಾಕೆ?" ಸ್ವತಃ ಸುರುಚಿರಾ ಅಚ್ಯುತನ್ ಮುಂದೆ ಹೇಳುತ್ತಿದ್ದಿದ್ದನ್ನು ಕೇಳಿಸಿಕೊಂಡಿದ್ದು ಆಕಸ್ಮಿಕವಾಗಿ. ಅಪ್‌ಸೆಟ್ ಆಗಿದ್ದು ಅರ್ಥವಾಗದ ತಳಮಳ.

ಈಗ ಒಂದು ರೀತಿಯ ರೋಮಾಂಚನ "ಓ, ಯಾವಾಗ್ಬಂದಿದ್ದು! ಡ್ಯಾಡಿ ಕೂಡ ನೀನು ಬರೋ ವಿಷ್ಯ ಹೇಳಿಲ್ಲ" ಅಂದ ಅತ್ಯಂತ ನವಿರಾದ ಹರ್ಷ ಅವನ ದನಿಯಲ್ಲಿತ್ತು. ಮೂರ್ಖ ಹೆಣ್ಣು ಸುರುಚಿರಾ ರಾಯ್ ಫ್ಯಾಮಿಲಿ ಯಶವಂತ್‌ನ ಸುದ್ದಿ ತೆಗೆದು ನಂದಿತಾ ತೂಕವನ್ನು ಹೆಚ್ಚಿಸಿದ್ದಳು.

"ಸಂಜೆ, ಬಹುಶಃ ನಾನು ಬಂದಿರೋದು ಅವ್ರಿಗೂ ಗೊತ್ತಿದ್ಯೋ ಇಲ್ವೋ? ನಿಮ್ಮ ಡಿನ್ನರ್‌ಗೆ ರೆಡಿ ಮಾಡ್ಲಾ?" ಮತ್ತೆ ಕೇಳಿದರು. ಇಂಥ ಪದ್ಧತಿಗಳು ಇಲ್ಲಿ ಇರಲಿಲ್ಲ. ಸರ್ವೆಂಟ್ಸ್ ಅಥವಾ ಅಯ್ಯರ್ ವಿಚಾರಿಸೋರು. 'ಬೇಡ' ಎಂದರೆ ಬಲವಂತವಿರಲಿಲ್ಲ.

ಬಹುಶಃ ನಂದಿತಾ ಕೇಳದಿದ್ದರೆ, ಅವನು ಡೈನಿಂಗ್ ಹಾಲ್‌ಗೆ ಹೋಗೋ ಕಷ್ಟ ತೆಗೆದುಕೊಳ್ಳುತ್ತಿರಲಿಲ್ಲ. ಕೆಲವು ಮಾತುಗಳ ಸಲುವಾಗಿಯಾದರೂ ಡಿನ್ನರ್ ಬೇಕೂಂತ ಅನ್ನಿಸಿತು.

"ಓ.ಕೆ... ಮೇಲೆದ್ದ.

ಇಲ್ಲಿ ಇನ್ನೊಂದು ಮೆಚ್ಚುವಂಥ ವ್ಯವಸ್ಥೆ ಇತ್ತು. ಯಾವುದೇ ರೂಮುಗಳಿಗೆ ಬ್ರೇಕ್‌ಫಾಸ್ಟ್, ಡಿನ್ನರ್ ಸಪ್ಲೆ ಆಗುತ್ತಿರಲಿಲ್ಲ. ಪ್ರತಿಯೊಬ್ಬರು ಡೈನಿಂಗ್ ಹಾಲ್‌ಗೆ ಬರಬೇಕು, ಬಡಿಸಿಕೊಂಡು ತಿನ್ನಬಹುದು. ಇಲ್ಲ ಬಡಿಸುವುದಕ್ಕೆ ಅಯ್ಯರ್ ನಿಲ್ಲುತ್ತಿದ್ದರು.

ಇಬ್ಬರು ಕೆಳಗೆ ಬಂದರು. ಇನ್ನು ದೀಕ್ಷಿತ್ ಬಂದಿಲ್ಲದಿದ್ದುದ್ದು ಅವಳ ಗಮನದಲ್ಲಿತ್ತು. ಸಮಯ ನೋಡಿ ಫೋನ್‌ನ ಬಟನ್‌ಗಳನ್ನೊತ್ತಿದಳು.

"ಮಾವ, ನಾನು ನಂದಿತಾ. ಮನೆಯಿಂದ ಅಂದರೆ 'ದೀಕ್ಷಿತ್ ಪ್ಯಾಲೇಸ್' ಈಗಾಗಲೇ ಹತ್ತಾಗಿ ಹೋಯ್ತು. ಆಮೇಲೆ ಎಲ್ಲಾ ಲೇಟಾಗಿ ಬಿಡುತ್ತೆ. ಅತ್ತೆಯವರು ನಿಮ್ಮ ಬಗ್ಗೆ ಯೋಚ್ನೋಕೆ ಷುರು ಮಾಡ್ತಾರೆ" ಎಂದಳು.

"ನಂದೂ ಬೇಡಾ, ಅಂಥ ಸೆಂಟಿಮೆಂಟ್ಸ್ ನಮ್ಮಲ್ಲಿಲ್ಲ. ನಾನು ಆಸ್ಟ್ರೇಲಿಯಾದಲ್ಲಿದ್ದಾಗ್ಲೂ ಅವಳಾಗಿ ಫೋನ್ ಮಾಡಿ ವಿಚಾರಿಸುತ್ತಿದ್ದುದ್ದೇ ಕಡಿಮೆ. ಇಲ್ಲಿ ಮಟ್ಟ ಮುಟ್ಟೋವರ್ಗೂ ನಂಗೇನು ಹೇಳಲೇ ಇಲ್ಲ. ಬೇಗ ಬರ್ತೀನಿ" ಅಂತ ಫೋನ್ ಕಟ್ ಮಾಡಿದರು. ಬಹುಶಃ ಇವಳು ಹೋಗದಿದ್ದರೆ ರಾತ್ರಿ ಹೋಟೆಲ್ ವಿ.ಐ.ಪಿ. ಸೂಟ್‌ನಲ್ಲಿ ಉಳಿದುಕೊಂಡು ಬಿಡುತ್ತಿದ್ದರು.

ಅಯ್ಯರ್ ತಲೆ ಹೊರ ಹಾಕಿ "ಬಡಿಸಲಾ... ಅಮ್ಮ?" ಕೇಳಿದರು. "ಬೇಡ ನಾನು ಬಡಿಸ್ತೀನಿ, ನೀವು ಮಲಗಿಕೊಳ್ಳಿ. ಫಳಾರ ಆಯಿತಾ?" ವಿಚಾರಿಸಿದಳು ತಟ್ಟೆ ಹಾಕುತ್ತ. "ಮೈ ಗಾಡ್, ಇನ್ನು ಅಯ್ಯರ್ ಎದ್ದಿದ್ದಾರೆ ಅನ್ನೋದೆ... ಪುಣ್ಯ. ರಾತ್ರಿ ಆ ರಿಸ್ಕ್ ತಗೊಳ್ಳೊಲ್ಲ" ಎನ್ನುತ್ತ ಕೂತ.

ಅಂಥ ಅಭ್ಯಾಸವಿಲ್ಲದಿದ್ದರೂ "ನಿನ್ನ... ಡಿನ್ನರ್..." ಕೇಳಿದ.

"ಇನ್ನು ಇಲ್ಲ, ರಿಟೈರ್ಡ್ ಆದ್ಮೇಲೆ... ನನ್ನ ಊಟ. ತಿಂಡಿಯೆಲ್ಲ ಅಪ್ಪನ ಜೊತೆಯಲ್ಲಿ. ಈಗ ಅಣ್ಣ ಬೆಂಗಳೂರಿಗೆ ಬಂದ್ಮೇಲೆ, ಅವನು ಜೊತೆಗೆ ಇರ್ತಾನೆ. ಅಕಸ್ಮಾತ್ ಅವರಿಬ್ರೂ

ಇಲ್ಲದಿದ್ದಾಗ ಪ್ರತೀಕನನ್ನು ಕರೆಸ್ಕೋತೀನಿ. ಈಗ ಮಾವ ಬರ್ತಾರೆ. ಅವರ ಜೊತೆಯಲ್ಲಿ" ನಸು ನಗುತ್ತ ಬಡಿಸಿದಳು. ಪರೋಟ, ದಾಲ್, ಸಬ್ಜಿ ಬಡಿಸಿದಾಗ ಕೈ ಅಡ್ಡ ಹಿಡಿದು "ಅಂದು ನಿಮ್ಮ ಮನೆಯಲ್ಲಿ ಡಿನ್ನರ್ ಚೆನ್ನಾಗಿತ್ತು. ಅನ್ನ, ಸಾಂಬರ್ ಕೂಡ ಹೆಚ್ಚು ರುಚಿಯಾಗಿತ್ತು. ದೆಹಲಿಯಲ್ಲಿ ಉಳಿಯೋದ್ರಿಂದ ಪರೋಟ, ದಾಲ್, ಸ್ವೀಟ್ಸ್ ಡಿನ್ನರ್‌ಗೆ ಹೆಚ್ಚು. ಆದರೆ ನಮ್ಮ ಅಯ್ಯರ್ ಊಟ ಮಾತ್ರ ಅನ್ನ, ಸಾಂಬರ್" ಹೇಳಿದ. ಇದನ್ನೆಲ್ಲ ಅವನೆಂದು ಯಾರ ಮುಂದು ಹೇಳಿಕೊಂಡಿರಲಿಲ್ಲ. ಅಂಥ ಅವಕಾಶವು ಸಿಕ್ಕಿರಲಿಲ್ಲ. ಇಂಥವರ ಬಗ್ಗೆ ಯಾರಿಗೂ ಇಂಟರೆಸ್ಟಿಲ್ಲ.

ಹಾಟ್‌ಬಾಕ್ಸ್ ತೆಗೆದು ನೋಡಿ "ಅನ್ನಾನು ಇದೆ. ಅದನ್ನೇ ಬಡಿಸ್ತೀನಿ" ಅಂದಾಗ, ಅದನ್ನು ಹಾಕಿಸಿಕೊಂಡು ಊಟ ಮುಗಿಸುವ ವೇಳೆಗೆ ಸುರುಚಿರಾ, ರುಚಿರಾ ಒಟ್ಟಿಗೆ ಬಂದರು. ಅವರ ಮುಖಗಳು ಧಗಧಗನೆ ಉರಿಯುತ್ತಿತ್ತು.

ಸನತ್ ಅವರೊಂದಿಗೆ ಕನಿಷ್ಠ ಮಾತಾಡುವ ರಿಸ್ಕ್ ಕೂಡ ತಗೊಳ್ಳೊದೇ ಎದ್ದು ಹೋದ. ರುಚಿರಾ ಕಾಡುವುದು ಹೆಚ್ಚಾಗಿತ್ತು. ಕೆಲವೊಮ್ಮೆ ರಾತ್ರಿ ವೇಳೆ ಅವಳನ್ನು ರೂಮಿನಿಂದ ಹೊರ ಹಾಕುವುದು ಕೂಡ ಕಷ್ಟವಾಗಿತ್ತು. ತಿಳವಳಿಕೆ ಹೇಳಬೇಕಾದ ಹಿರಿಯರು ಗಪ್‌ಚಿಪ್, ಹತಾಶಗೊಂಡ ಸುರುಚಿರಾ ಇಂಥದೊಂದು ಲಿಬರ್ಟಿ ಕೊಟ್ಟು ಎನ್‌ಕರೇಜ್ ಮಾಡುತ್ತಿದ್ದುದ್ದು ಅದಕ್ಕೆಲ್ಲ ಕಾರಣ.

"ರುಚಿರಾ, ಹೋಗಿ ಸನತ್‌ನ ಕರ್ಕಂಡ್ ಬಾ" ಇಂಥದೊಂದು ಆಜ್ಞೆ ಹೊರಟಿತು ಅಕ್ಕನಿಂದ ತಂಗಿಗೆ. "ಸಾರಿ, ನಂಗೆ ಮೊದ್ಲು ಏನಾದ್ರೂ ತಿನ್ನಬೇಕೆನಿಸಿದೆ" ತಟ್ಟೆ ಹಾಕಿಕೊಂಡಾಗ ತಲೆಗೊಂದು ಮೊಟಕಿ" ಸ್ಟುಪಿಡ್, ನೀನು ತೀರಾ ಲೇಜಿ" ಅಷ್ಟು ಸಾಕಿತ್ತು ಇಬ್ಬರ ಮಧ್ಯೆ ಜಗಳ ಷುರುವಾಗೋಕೆ ಇದು ಅಭ್ಯಾಸವಿದ್ದುದ್ದರಿಂದ ಯಾರು ಇಣಕಿ ನೋಡಲಿಲ್ಲ. ಅಂಥ ಸಂದರ್ಭಗಳಲ್ಲಿ ಅಚ್ಯುತನ್ ಬಂದು ಜಗಳ ಬಿಡಿಸಬೇಕಿತ್ತು.

ಇಂದು ಅವರು ಇರದಿದ್ದರಿಂದ ಸ್ವಲ್ಪ ದೊಡ್ಡ ಜಗಳವಾಗಿ ಇಬ್ಬರು ಎಲ್ಲಾ ಎಸೆದಾಡಿ ಬಿಟ್ಟರು. ಬಂದು ನೋಡಿದ ಅಯ್ಯರ ಮುಸುಗೊದ್ದು ಮಲಗಿದರು. 'ಪೆರುಮಾಳ್, ಇವರಿಬ್ಬರು ಹೊರಗೆ ಹೋದರೆ ಈ ಮನೆಗೆ ಕ್ಷೇಮ' ಎಂದು ದೇವರಲ್ಲಿ ಬೇಡಿಕೊಳ್ಳುತ್ತಿದ್ದರು.

'ದೀಕ್ಷಿತ್ ಪ್ಯಾಲೇಸ್' ತುಂಬ ವಿಶಾಲವಾದ ದೊಡ್ಡ ಬಂಗ್ಲೆ. ಬಾಗಿಲುಗಳು ಹಾಕಿಕೊಂಡ ರೂಮಿಗಳನ್ನ ಈ ಜಗಳ ಪ್ರವೇಶಿಸುತ್ತಿದ್ದು ಅಪರೂಪ.

ದೀಕ್ಷಿತರ ಆಗಮನವನ್ನು ಎದುರು ನೋಡುತ್ತಿದ್ದ ಬಾಲ್ಕನಿಯಲ್ಲಿ ನಿಂತಿದ್ದ ನಂದಿತಾ ಕೆಳಗಿಳಿದು ಬಂದು "ಬೇಗ, ಡ್ರೆಸ್ ಛೇಂಜ್ ಮಾಡ್ಕೊಂಡು ಬಂದ್ಬಿಡಿ. ನಾನು ಊಟಕ್ಕೆ ರೆಡಿ ಮಾಡ್ತೀನಿ" ಎಂದು ಡೈನಿಂಗ್ ಹಾಲ್ ಪ್ರವೇಶಿಸಿದಳು. ಗಾಬರಿಯಾಗಿದ್ದು ಎಲ್ಲಾ ಚೆಲಾಪಿಲ್ಲಿ!

ಮಲಗಿದ್ದ ಸರ್ವೆಂಟ್ಸ್ ಎಬ್ಬಿಸಿ ಎಲ್ಲಾ ಅಚ್ಚುಕಟ್ಟು ಮಾಡುವ ವೇಳೆಗೆ ಬಂದ ದೀಕ್ಷಿತ್ ಮುಖದಲ್ಲಿ ವಿಷಾದವಿತ್ತು. ಇಲ್ಲಿಗೆ ಬಂದ ಮೇಲೆ ಇಂಥದನ್ನು ಸಾಕಷ್ಟು ಸಲ ನೋಡಿದ್ದರು. ವಿಷಾದ ಅವರ ಮುಖವನ್ನು ಸವರಿ ನೋಡಿತು.

"ಕೂತ್ಕೊಳ್ಳಿ, ಬರೀ ಐದು ನಿಮಿಷ ಸಾಕು" ಚಕಚಕನೆ ಓಡಾಡಿದ ಅವಳು ಅಯ್ಯರ್ ಕೈಯಲ್ಲಿ ಬಿಸಿ ಪರೋಟ ಮಾಡಿಸಿ ಫ್ರಿಜ್‌ನಲ್ಲಿದ್ದ ಪಲ್ಯ, ದಾಲ್ ಅಂಥದನ್ನು ಬಡಿಸಿದಳು.

"ನನ್ನ ನಿರೀಕ್ಷೆಗಿಂತ ಹೆಚ್ಚಿಗೆ ಫೈನಾನ್ಸಿಯಲ್ ಸಿಚ್ಯುಯೇಷನ್ ಹಾಳಾಗಿದೆ. ಹೋಟಲ್‌ಗಳು ಬ್ಯಾಂಕುಗಳ ಸಾಲದಲ್ಲಿದ್ದರು. ಪ್ರೈವೇಟ್ ಫೈನಾನ್ಸಿಯಲ್ ಕಂಪನಿಗಳಲ್ಲಿ ಹೆಚ್ಚಿನ ಬಡ್ಡಿಗೆ ಸಾಲ ತೆಗೆದಿದ್ದಾರೆ. ಅದಕ್ಕೆ ಸಂಬಂಧ ಪಟ್ಟವರನ್ನೆಲ್ಲ ಡಾಕ್ಯುಮೆಂಟ್ಸ್ ಸಹಿತ ನಮ್ಮಂದೆ ತಂದು ನಿಲ್ಲಿಸಿದ್ರು. I am shoked" ತೀರಾ ಕೆಂಗೆಟ್ಟಂತೆ ನುಡಿದು ಅರ್ಧ ಊಟದಲ್ಲೆ ಎದ್ದರು.

ಬಂದ ಅಚ್ಯುತನ್ ತಮ್ಮ ಗೆಲುವನ್ನು ಸುರುಚಿರಾ ಮುಂದೆ ಗುಸುಗುಸು ಬಣ್ಣಿಸುತ್ತಿದ್ದರು. "ಇನ್ನೇನು ಮಾಡ್ತಾನೆ, ಹೋಟಲ್‌ಗಳನ್ನು ಮಾರದೆ ವಿಧಿಯೆ ಇಲ್ಲ. ನೋಡು ಹೆಂಗೆ ಬೀಳಿಸ್ತೀನಿಂತ. ಕೈಯಲ್ಲಿರೋದೆಲ್ಲ ಚೆಲ್ಲಿದರು, ಉಳಿಸಿಕೊಳ್ಳೋದು ಕಷ್ಟ. ತೀರಾ ಎಲ್ಲಾ ಕಳೆದುಕೊಂಡು ಈ ದೀಕ್ಷಿತ್ ಪ್ಯಾಲೇಸ್' ಒಂದು ಉಳಿಸಿಕೊಂಡರೆ ಹೆಚ್ಚು" ಇದು ಬಹಳ ಹೊತ್ತಿನವರೆಗೂ ನಡದೆ ಇತ್ತು. ಅಂತು ಎಲ್ಲಾ ಸಂತೋಷದ ಅಮಲಿನಲ್ಲಿ ತೇಲಾಡಿದರು.

ರೂಮಿಗೆ ಬರುವ ವೇಳೆಗೆ ಸನತ್ ಮಲಗಿದ್ದ. ಆದರೆ ನಿದ್ರಿಸಿರಲಿಲ್ಲ. ಪೂರ್ಣ ಪ್ರಮಾಣದಲ್ಲಿಯೆ ಅವನಿಗೆ ಗೊತ್ತಾಗಿತ್ತು. ಮುಂದೇನು? ಸ್ವಂತ ವ್ಯವಹಾರದಲ್ಲಿ ಇದನ್ನೆಲ್ಲ ನಿಭಾಯಿಸಲು ಗೊತ್ತಿರಲಿಲ್ಲ. ಎಲ್ಲಾ ಲೆಕ್ಕಾಚಾರದಿಂದ ದೂರವಿಟ್ಟ ಅಚ್ಯುತನ್, ಸುರುಚಿರಾ ಬುದ್ಧಿವಂತರೆ.

ಬಾಲ್ಕನಿಯಲ್ಲಿ ಹೋಗಿ ನಿಂತಳು. ಸುರುಚಿರಾ ಉದ್ದೇಶ ಸ್ಪಷ್ಟವಾಗಿತ್ತು. ಸಮಸ್ತಕ್ಕೂ ಅಧಿಪತಿಯಾಗಿ ಮೆರೆಯಬೇಕೆನ್ನುವ ಹುನ್ನಾರದ ಜೊತೆ ದೀಕ್ಷಿತ್ ಫ್ಯಾಮಿಲಿ ತನ್ನ ಮುಷ್ಟಿಯಲ್ಲಿರಬೇಕೆಂಬ ಆಲೋಚನೆ.

ಮುಂದೇನು? ದೇವಿಕಾ ಕಣ್ಮುಂದೆ ನಿಂತರು. ಇಷ್ಟೊಂದರ ಒಡತಿ ಕನಿಷ್ಠ ಜವಾಬ್ದಾರಿ ಇಲ್ಲದೆ ವರ್ತಿಸಿದ್ದು ತೀರಾ ಜುಗುಪ್ಸೆಯೆನಿಸಿತು. ಹೆಚ್ಚಿಗೆ ಸಿಟ್ಟು ಬಂದಿದ್ದು ಸತೀಶ್, ಸನತ್ ಮೇಲೆ. ಅಷ್ಟೆ ಕೋಪ ದೀಕ್ಷಿತರ ಮೇಲು.

"ಹಲೋ, ನಿದ್ದೆ ಬರಲಿಲ್ಲವಾ?" ಪಕ್ಕದಲ್ಲಿ ಬಂದು ನಿಂತು ಸನತ್ ಪ್ರಶ್ನಿಸಿದನು. "ನಂದಿತಾ, ನಿನ್ಹತ್ರ ಮಾತಾಡೋದಿದೆ" ಅಂದು ಹೋಗಿ ಗ್ರೀನ್ ಮಂಟಪದಲ್ಲಿನ ಉಯ್ಯಾಲೆ ಮೇಲೆ ಕೂತ.

ಅಲ್ಲೇ ಮೂಲೆಯಲ್ಲಿದ್ದ ಛೇರ್ ಮೇಲೆ ಕೂತಳು.

"ಸಾರಿ, ಎಕ್ಸ್‌ಟ್ರಿಮ್ಲಿ ಸಾರಿ, ನಿಂಗೆ ತಿಳಿದಿದ್ಯೋ ಇಲ್ವೋ? ಹೆಸರಾಂತ ದೀಕ್ಷಿತ್ ಇಂಟರ್ ನ್ಯಾಷನಲ್ ಹೋಟೆಲ್‌ಗಳ ಮಾರಿ ಹೋಗೋ ಸಿದ್ಧತೆಯಲ್ಲಿ. 'ದೀಕ್ಷಿತ್ ಪ್ಯಾಲೇಸ್' ಕೂಡ ಆ ಸುಳಿಯಲ್ಲೇ ಇದೆ. ಡ್ಯಾಡ್ ತುಂಬ ಅಪ್‌ಸೆಟ್ ಆಗಿದ್ದಾರೆ. ನಮ್ಮಿಂದ ಅಚ್ಯುತನ್ ಎಲ್ಲಾ ಮುಚ್ಚಿಟ್ರು. ನಾನು ಇಲ್ಲಿಗ್ಬಂದ್ ಎರಡ್ವರ್ಷ ಆಯ್ತು. ಆಗ ನಂಗೆ ಗೊತ್ತಾಗಿದ್ದರು ಏನು ಮಾಡೋಕೆ ಆಗ್ತಾ ಇರಲಿಲ್ಲ. ಟೋಟಲಿ ಅನ್ಯಾಯವಾಗಿದ್ದು

ನಿಂಗೆ" ಎಂದವನ ದನಿ ಭಾರವಾಗಿತ್ತು.

ಅರ್ಥಮಾಡಿಕೊಳ್ಳಲು ನಿಮಿಷಗಳು ಬೇಕಿತ್ತು.

"ಹಾಗೂ, ಹೀಗೋ ಅಂದುಕೊಂಡರೂ, ದೊಡ್ಡ ರೀತಿಯಲ್ಲಿ ಅನ್ಯಾಯವಾಗಿಲ್ಲ. ವಿವಾಹ ಅನ್ನೋ ಕಲ್ಪನೆ, ಕನಸು ಕಾಣೋಕೆ ಮೊದ್ಲು ಹಸೆಮಣೆ ಹತ್ತಿದ್ದು. ನನ್ನ ಪ್ರೀತಿಯ ಲೆಕ್ಕಾಚಾರವೆ ಬೇರೆ. ನಂಗೆ ಲವ್ ಮ್ಯಾರೇಜ್‌ನಲ್ಲಿ ಅಂಥ ಇಂಟರೆಸ್ಟಿಲ್ಲ. ಮುಲಾಜಿಲ್ಲದೆ ಅಪ್ಪ ಹೇಳಿದವರಿಗೆ ಹಾರ ಹಾಕಿ ಬಿಡ್ತಾ ಇದ್ದೆ. ಇಲ್ಲೂ ಕೂಡ ಅಷ್ಟೆ. ಮಾವ ಅಂದರೆ ನಿಮ್ಮ ತಂದೆಯವರು ನಿಮ್ಮ ವಿವಾಹಕ್ಕೆ ಆಹ್ವಾನಿಸಲು ಇನ್ವಿಟೇಷನ್ ಹಿಡಿದು ಬಂದಾಗ, ನಂಗೆ ಇನ್ನೊಬ್ಬ ಮಗ ಇದ್ದಿದ್ದರೆ, ಹಿಂದಿನ ಋಣ ಸಂದಾಯಕ್ಕಾಗಿ ನಿನ್ನ ಮಗಳನ್ನು ಸೊಸೆಯಾಗಿ ಕಳ್ಕೊಂತ ಕೇಳ್ತಾ ಇದ್ದೆ ಅನ್ನೋದರ ಜೊತೆಗೆ ನನ್ನ ಪ್ರಶ್ನೆ ಮಾಡಿದ್ರು. 'ಆಗ ನೀನೇನು ಮಾಡ್ತಾ ಇದ್ದೆ?' ನಾನು ತಕ್ಷಣ ಅಪ್ಪ ಒಪ್ಪಿದರೆ ನಿಮ್ಮ ಸೊಸೆ ಆಗೋಕೆ ಸಿದ್ಧ ಅಂತ ಅಂದ ಘಳಿಗೆ ಅದನ್ನು ನಿಜ ಮಾಡೋಕೆ ಬಹಳ ದಿನ ಕಾಯಲಿಲ್ಲ" ಎಂದವಳು ಮುಕ್ತವಾಗಿ.

ಆ ಮಬ್ಬು ಬೆಳಕಿನಲ್ಲಿ ಕಣ್ಣರಳಿಸಿ ನೋಡಿದ. ತೀರಾ ಚಂಚಲವಲ್ಲದ ಕಣ್ಣುಗಳು ಆತ್ಮ ವಿಶ್ವಾಸವನ್ನು ಪ್ರತಿಫಲಿಸುತ್ತಿತ್ತು.

ಅಷ್ಟರಲ್ಲಿ ಅವನ ಮೊಬೈಲ್ ಸದ್ದು ಮಾಡಿತು. ತೀರಾ ಚಂಚಲವಲ್ಲದ ಕಣ್ಣುಗಳು ಆತ್ಮವಿಶ್ವಾಸವನ್ನು ಪ್ರತಿಫಲಿಸುತ್ತಿತ್ತು.

ಅಷ್ಟರಲ್ಲಿ ಅವನ ಮೊಬೈಲ್ ಸದ್ದು ಮಾಡಿತು. ಈ ತರಹ ಸಮಯವಲ್ಲದ ಸಮಯದಲ್ಲಿ ಫೋನ್ ಮಾಡುವುದು ರುಚಿರಾ ಅಥವಾ ಸುರುಚಿರಾ ಎಂದು ಅವನಿಗೆ ಗೊತ್ತು.

"ಹಲೋ...." ಅಂದ.

"ಡ್ಯಾಡ್, ನಿಮ್ಮನ್ನು ಕೇಳ್ಗೆ ಕರೀತಾ ಇದ್ದಾರೆ" ರುಚಿರಾ ಹೇಳಿದ್ದು.

"ಸಾರಿ, ಈಗ ನಿದ್ದೆ! ಏನಿದ್ರೂ ಬೆಳಿಗ್ಗೆನೇ. ಡಿಸ್ಟರ್ಬ್ ಮಾಡಬೇಡ" ಫೋನ್ ಕಟ್ ಮಾಡಿದ. ನಂದಿತಾ ಹೋಗಿ ಮಲಗಿದಳು. ದೀಕ್ಷಿತ್ ಹೇಳಿದ್ದರ ಬಗ್ಗೆ ಅವಳ ಮನ ಹೊಯ್ದಾಡುತ್ತಿತ್ತು. ಎರಡು ಹೋಟಲ್‌ಗಳು ಪವರ್ ಆಫ್ ಅಟಾರ್ನಿಯನ್ನು ಹೆಂಡತಿಯ ಹೆಸರಿಗೆ ಮಾಡಿದ್ದರು. 'ದೀಕ್ಷಿತ್ ಪ್ಯಾಲೇಸ್' ಇದ್ದಿದ್ದು ಆಕೆಯ ಹೆಸರಿನಲ್ಲಿ. ಈಗಾಗಲೇ ಬ್ಯಾಂಕ್ ಹೋಟಲ್‌ಗಳ ಸಮಸ್ತ ಆಸ್ತಿಯನ್ನು ತನ್ನಲ್ಲಿ ಇರಿಸಿಕೊಂಡಿದ್ದರೆ, ಬೇರೆಯವರು ಯಾವ ಪ್ರಾಪರ್ಟಿಯ ಮೇಲೆ ಲೋನ್ ಕೊಟ್ಟರು? ಇಂಥದೊಂದು ಜಿಜ್ಞಾಸೆ ಶುರುವಾಯಿತು.

ಇಡೀ ರಾತ್ರಿ ಪೂರ್ತಿ ನಿದ್ರಿಸಲಾಗಲಿಲ್ಲ. ಬಹಳ ಬೇಗನೆ ಎದ್ದವಳು ಸ್ನಾನ, ಪೂಜೆ ಎಲ್ಲಾ ಮುಗಿಸಿ ದೀಕ್ಷಿತ್ ಏಳುವುದಕ್ಕಾಗಿ ಕಾದು ಕೂತಳು.

ಬಂದ ಅಯ್ಯರ್ ಕಣ್ಣರಳಿಸಿ "ಇಷ್ಟು ಬೇಗ ಎದ್ದೆ?" ಅಂದರು. ಬೃಂದಾವನಕ್ಕೆ

ಪ್ರದಕ್ಷಿಣೆ ಹಾಕುತ್ತ "ನಂಗೆ ಅಪ್ಪನ ಜೊತೆ ವಾಕ್ ಹೋಗಿ ಅಭ್ಯಾಸ. ಈಗ ಮಾವನವರಿಗಾಗಿ ಕಾಯ್ತಾ ಇದ್ದೀನಿ" ಅಂದಳು ಉತ್ಸಾಹದಿಂದ.

ಪ್ರದಕ್ಷಿಣೆ ಮುಗಿಸಿ ಬಂದ ಅಯ್ಯರ್ ಬಹಳ ನೋವಿನಿಂದ ಈ ಮನೆಯ ಸೊಸೆಯ ಅತಿರೇಕಗಳನ್ನು ಹೇಳಿಕೊಂಡರು. ಮೌನವಾಗಿ ಆಲಿಸಿದಳಷ್ಟೆ.

ಹೊರಗಿನ ಗಾರ್ಡನ್‌ನಲ್ಲಿ ಅಡ್ಡಾಡುತ್ತಿದ್ದ ನಂದಿತಾನ ನೋಡಿ ಕಣ್ಣರಳಿಸಿ "ನಂದೂ ಡಾಟರ್, ರಾತ್ರಿಯೆಲ್ಲ ನಿದ್ದೆ ಮಾಡಿದಂಗಿಲ್ಲ" ಅಂದಾಗ ಮುಗುಳ್ನಗೆ ಬೀರಿದರು. ಇವರಿಬ್ಬರನ್ನು ಹೊತ್ತ ಕಾರು ದೀಕ್ಷಿತ್ ಪ್ಯಾಲೇಸ್‌ನಿಂದ ಹೊರಗೆ ಹೋಯಿತು.

ಒಂದು ಜಾಗದಲ್ಲಿ ನಿಲ್ಲಿಸಿ ಇಬ್ಬರು ಇಳಿದರು.

"ಮಾವ, ನಿಮ್ಗೆ ಅತ್ತೆ ಹಿಂದೆ ಎಂದಾದ್ರೂ ಸಹಿ ಹಾಕಿಕೊಟ್ಟ ಪತ್ರವಿದ್ಯಾ?" ಕೆದಕಿದರು. ಅವರು ತೀರಾ ತಲೆ ಕೆಡಿಸಿಕೊಂಡಂಗೆ ಬ್ಯಾಂಕ್ ಸಾಲ ಬಿಟ್ಟು ಬೇರೆಯವರಿಂದ ಪಡೆದ ಅಧಿಕ ಮೊತ್ತದ ಸಾಲದ ಬಗ್ಗೆ ವಿವರಿಸಿ "ಯದ್ವಾ ತದ್ವಾ ಬಡ್ಡಿ, ಅದು ಅಸಲಿನ ಮೇಲೆ ಹೋಗಿ ಕೂತಿದೆ" ಲೆಕ್ಕಾಚಾರದ ಶೀಟನ್ನ ಅವಳ ಮುಂದಿಟ್ಟು "ಎಲ್ಲಾ ಮಾರಿ ಚೆನ್ನೈಗೆ ಹೋಗಿ ಬಿಡೋಣಾಂತ. ಐ ಯಾಮ್ ಟೆರಿಬ್ಲೀ ಅಪ್‌ಸೆಟ್" ನೋವಿನಿಂದ ಮುಖ ಕಿವಿಚಿದರು.

"ನೋ, ಮಾವ! ಖಂಡಿತ ಸೋಲು ಒಪ್ಪಿಕೊಳ್ಳುವುದು ಬೇಡ" ಒಂದು ಯೋಜನೆಯನ್ನು ಅವರ ಮುಂದಿಟ್ಟಳು. "ಮೊದ್ಲು, ಅತ್ತೆಗೆ ಹೋಟಲ್‌ಗಳ ಮೇಲಾಗಲೀ, 'ದೀಕ್ಷಿತ್ ಪ್ಯಾಲೇಸ್' ಮೇಲಾಗಲೀ ಯಾವುದೇ ಹಕ್ಕಿಲ್ಲವೆಂದು ಮಾತುಗಳಲ್ಲಿ ಘೋಷಿಸಿ ಬಿಡಿ" ಇದು ಮುಂದಿನ ಯೋಜನೆಯ ಒಂದು ಪ್ರಾರಂಭವಷ್ಟೆ.

ಆ ದಿನ ಸಂಜೆಯ ವೇಳೆಗೆ ಇದೆಷ್ಟು ಆಘಾತವಾಗಿ ಪರಿಣಮಿಸುತ್ತಿತ್ತೆಂದರೆ ಅಚ್ಯುತನ್ ಸುಸ್ತಾದರು. ಷಟಲ್ ಕಾಕ್ ಆಡುತ್ತಿದ್ದ ಮಗಳ ಬಳಿ ಓಡಿ ಹೋಗಿ "ಷಾಕಿಂಗ್ ನ್ಯೂಸ್, ದೇವಿಕಾಗೆ ಬರೆದು ಕೊಟ್ಟಿದ್ದ ಪವರ್ ಆಫ್ ಅಟಾರ್ನಿಯನ್ನು ವರ್ಷದ ಹಿಂದೆಯೇ ಕ್ಯಾನ್ಸಲ್ ಮಾಡಿದ್ದರಂತೆ. ಈ ವಿಷಯ ನಮ್ಮ ನೋಟಿಸ್‌ಗೆ ಬಂದಿಲ್ಲ. ಕಂಪನಿ ಲೀಗಲ್ ಅಡ್ವೈಸರ್ ಕಂಪನಿಗಳಿಗೆ ತಿಳಿಸಿದ್ದಾರಂತೆ' ಎಂದು ಅಲ್ಲೇ ಕೂತು ತಲೆಯ ಮೇಲೆ ಕೈಹೊತ್ತರು.

"ವಾಟ್ ಆರ್ ಯು ಟಾಕಿಂಗ್? ನಾನ್ಸ್‌ನ್ಸ್. ಲಾಯರ್ ಸೇಟಿ ನಮಗ್ಯಾಕೆ ಈ ವಿಷ್ಯ ತಿಳಿಸ್ಲಿಲ್ಲ. ನಾನು ಅವರನ್ನೇನು ಸುಮ್ನೆ ಬಿಡೋಲ್ಲ" ರೊಚ್ಚಿಗೆದ್ದಂತೆ ಬಡಬಡಿಸಿದರು. "ಷಟಪ್, ನೀನೊಬ್ಬ ತಲೆಕೆಟ್ಟ ಹೆಣ್ಣು. ನಿನ್ನ ಹಟ, ಅವಿವೇಕದಿಂದ ಎಲ್ಲಾ ಹಾಳಾಯ್ತು. ಈಗ ಚೆನ್ನೈನ ಹೋಟೆಲ್ ನಂದಿತಾ ಹೆಸರಿಗೆ ಬರೆದು ಕೊಟ್ಟಿದ್ದಾರೆ. ಮುಗೀತಲ್ಲ, ನಿನ್ನ ಹಣೆಬರಹ? ಮುಂದೇನು?"

ಸ್ವಲ್ಪ ಹೊತ್ತು ಸುರುಚಿರಾ ಬೆಪ್ಪಾದಂತೆ ಕೂತಳು.

"ಪ್ಲಾನ್ ಹಾಕಿದ್ದು ನಾನು. ಕ್ಯಾಷ್ ಆಗಿದ್ದು ನಂದಿತಾ ಹೆಸರಿಗೆ ನಾನೇನು ಸುಮ್ನೆ

ಬಿಡ್ತೀನಾ?" ಬ್ಯಾಟನ್ನು ಒಂದು ಕಡೆ ಎಸೆದು ತನ್ನ ಹ್ಯಾಂಡ್ ಬ್ಯಾಗ್ ಎತ್ತಿಕೊಂಡು ಮೊಬೈಲ್ ಆನ್ ಮಾಡಿದಾಗ ಅಚ್ಯುತನ್ ಕಿತ್ತುಕೊಂಡು "ಸ್ವಲ್ಪ ಸುಮ್ನೇ ಇರಿ. ನೆನ್ನೆ ದಿನ ದೀಕ್ಷಿತ್ ನನ್ನೆಲ್ಲ ಮಾತಿಗೆ ಒಪ್ಪಿಗೆ ಸೂಚಿಸಿದ್ದ. ಆದರೆ ಈ ರೀತಿಯ ಬೆಳವಣಿಗೆ. ಸಾಲ ಕೊಟ್ಟ ಜನ ನಿನ್ನ ಅತ್ತೆ ಸಹಿ ಮಾತ್ರ ಅಲ್ಲ, ನಿನ್ನ ಸಹಿನು ಹಾಕ್ಸಿಕೊಂಡಿದ್ದಾರೆ. ಅವ್ರು ಬಂದ್ ನಿನ್ನನ್ನೇ ಮುತ್ತಿಕೊಳ್ಳೋದು" ಎಚ್ಚರಿಸಿದರು. ಮೊಬೈಲ್‌ನ ಹ್ಯಾಂಡ್ ಬ್ಯಾಗ್‌ಗೆ ಸೇರಿಸಿ ತಂದೆಯ ಜೊತೆ ಕಾರಿನತ್ತ ನಡೆದಳು.

ಅಂದಿನ ಮಧ್ಯಾಹ್ನ ಮನೆಯವರನ್ನೆಲ್ಲ ಮೀಟಿಂಗ್‌ಗೆ ಕೂಡಿಸಿಕೊಂಡರು. ನಂದಿತಾನ ನೋಡಿದ ಕೂಡಲೇ ತಕರಾರು ತೆಗೆದಿದ್ದು ಸುರುಚಿರಾ "ನಂದಿತಾ, ನಮ್ಮ ಫ್ಯಾಮಿಲಿಗೆ ಸೇರಿದವಳಲ್ಲ. ಅಂದು ನಡೆದಿದನ್ನ ನಾವು ವಿವಾಹವೆಂದು ಕನ್ಸಿಡರ್ ಮಾಡಿಲ್ಲ" ಅಂದ ಕೂಡಲೇ ದೀಕ್ಷಿತ್ ಎಲ್ಲರ ಮುಖಗಳನ್ನು ನೋಡಿದರು.

"ನಾವು ಅಂದರೆ, ಯಾರೂಂತ? ನಾನು, ದೇವಿಕಾ ನಿಂತು ಧಾರೆಯೆರಸಿಕೊಂಡು ಸೊಸೆಯಾಗಿ ಸ್ವೀಕರಿಸಿದ್ದೀವಿ" ಮೊದಲು ಪ್ರತಿಭಟನೆ ದೀಕ್ಷಿತರಿಂದ. "ಮಾಂಗಲ್ಯ ಕಟ್ಟಿ, ಸಪ್ತಪದಿ ತುಳಿದ ಮೇಲೆ ಅವ್ಳು ನನ್ನ ಮಡದಿ. ಈ ದೀಕ್ಷಿತ್ ಕುಟುಂಬಕ್ಕೆ ಸೇರಿದವಳು" ಸನತ್ ಖಚಿತವಾಗಿ ಹೇಳಿದಾಗ ಸುರುಚಿರಾ ಮಾತ್ರವಲ್ಲ, ಅಚ್ಯುತನ್ ರುಚಿರಾಗೆ ದಿಗ್ಭ್ರಮೆ.

"ನೋ... ನೋ... ನಾನು ಯಾರ್ಗೂ ಸನತ್‌ನ ಬಿಟ್ಟುಕೊಡೋಲ್ಲ" ರುಚಿರಾ ಬಂದು ಸನತ್‌ನ ತೋಳಿಗೆ ಜೋತು ಬಿದ್ದಾಗ "ಮಿಸ್ಟರ್ ಅಚ್ಯುತನ್, ರುಚಿರಾ ಈ ಕುಟುಂಬಕ್ಕೆ ಸೇರಿದವಳಲ್ಲ, ಮೊದ್ಲು ಇಲ್ಲಿಂದ ಹೊರ್ಗೆ ಕಳಿಸು. ಇಲ್ಲದಿದ್ದರೇ ನಾವೇ ಎದ್ದು ಹೋಗ್ತೀವಿ" ಆಜ್ಞೆಯಂತಿತ್ತು. ದೀಕ್ಷಿತ್ ಮಾತುಗಳು.

ಈ ಅಕ್ಕ, ತಂಗಿಯರನ್ನು ಸಮಾಳಿಸುವುದು ಅಷ್ಟೊಂದು ಸುಲಭವಾ? ಅಲ್ಲಿಂದ ಮೊದಲು ಎದ್ದು ಹೋದವರು ದೀಕ್ಷಿತ್. ನಂತರ ಅತ್ತಿತ್ತ ನೋಡಿ ಎದ್ದು ಹೋಗಿದ್ದು ಸನತ್, ಹಿಂಬಾಲಿಸಿದ್ದು ದೇವಿಕಾ. ಸತೀಶ್ ನಂದಿತಾಳತ್ತ ನೋಡಿ ಮುಗುಳ್ನಗು ಬೀರಿ ಮೇಲೆದ್ದ.

"ಸುರುಚಿರಾ ಟೂ ಮಚ್. ನಂದಿತಾ ಈ ಕುಟುಂಬಕ್ಕೆ ವರವಾಗಿ ಬಂದಿದ್ದಾಳೆ" ಅಂದವನನ್ನು ಸುರುಚಿರಾ ಎದ್ದು ಕೈ ಹಿಡಿದು ನಿಲ್ಲಿಸಿದಾಗ "ನಂಗೆ ಅವಮಾನವಾಗಿದೆ" ತಡೆದವಳನ್ನು ಸರಿಸಿ ನಡೆದ. ಮತ್ತೆ ಹಿಂದಕ್ಕೆ ಬಂದು "ನಂದಿತಾ, ಡ್ಯಾಡ್ ಕರೀತಾ ಇದ್ದಾರೆ" ಅವಳನ್ನು ಕರೆದೊಯ್ದ.

ಆಮೇಲೆ ಅಚ್ಯುತನ್ ರುಚಿರಾನ ಸುಮ್ಮನಾಗಿಸಿ ಸುರುಚಿರಾನ ಕರೆದೊಯ್ದರು. "ಈಗ ನಿಂಗೆ ಇರೋ ಹಕ್ಕನ್ನು ಕಳೆದುಕೊಳ್ತೀಯ. ಎಲ್ಲಾ ಒಟ್ಟಾಗಿದ್ದಾರೆ. ಸಾಕಷ್ಟು ತಿಳ್ದುಕೊಂಡಿದ್ದಾರೆ. ಪ್ಲೀಸ್..." ಬೇಡಿಕೆಯ ಅವಳ ಮನವನ್ನು ಒಲಿಸಿದ್ದು.

"ಒಂದಿಷ್ಟು ವಿವೇಕದಿಂದ ವರ್ತಿಸಬೇಕು. ಇಲ್ಲ, ನಮ್ಮ ಕನಸುಗಳು ಭಗ್ನವಾಗುತ್ತೆ" ಮಗಳ ಕಿವಿಯ ಬಳಿ ಪಿಸುಗುಟ್ಟಿದರು.

ಎಲ್ಲಾ ಮುಂದಿನ ಸಿಟ್ಟಿಂಗ್ ರೂಂನಲ್ಲಿ ಒಟ್ಟಾದರು. ಎಲ್ಲಾ ವಿಷಯವನ್ನು ಎಲ್ಲರ

ಮುಂದಿಟ್ಟು ಅಭಿಪ್ರಾಯ ಕೇಳಿದರು.

"ಈಗೇನು, ಮಾಡೋದು?"

"ಮಾರಿ ಬಿಡೋದೆ, ಇಲ್ಲದಿದ್ದರೇ ಹೋಟೆಲ್‌ಗಳ ಹರಾಜ್‌ಗೆ ಬರುತ್ತೆ" ಮೊದಲು ತಮ್ಮ ಅಭಿಪ್ರಾಯ ವ್ಯಕ್ತಪಡಿಸಿದ್ದು ಅಚ್ಯುತನ್ ಅದನ್ನು ಸಮರ್ಥಿಸಿದ್ದು ಸುರುಚಿರಾ "ಸಾಕಷ್ಟು ಅನುಭವಿಸಿದ್ದೀನಿ. ಎಲ್ಲಾ ಮಾರಿ ಬಿಡೋಣ. ಈಗಾಗಲೇ ಅಚ್ಯುತನ್ ಅಡ್ವಾನ್ಸ್ ತಗೊಂಡಿದ್ದಾರೆ. ಹರಾಜ್‌ಗೆ ಬಂದರೆ ಅವಮಾನ."

ದೀಕ್ಷಿತರು ಎಲ್ಲರ ಮುಖ ನೋಡಿದರು. ನಂದಿತಾ ಮಾತ್ರ ತುಟಿ ತೆರೆದಿದ್ದು "ಮಾರೋಕೆ ತೀರ್ಮಾನಿಸಿರುವ ಹಣದ ಎರಡರಷ್ಟು ಹೋಟೆಲ್‌ಗಳು ಹರಾಜಾದರೇ ಬರುತ್ತೆ. ಇಲ್ಯಾಕೆ ನಾವು ನಷ್ಟ ಮಾಡಿಕೋಬೇಕು? ಮಾರೋದು ಬೇಡ. ಹರಾಜ್ ಆಗ್ದಂಗೆ ನೋಡಕೊಳ್ಳೋಣ. ಮಿಸ್ಟರ್ ಉಮಾಶಂಕರ ದೀಕ್ಷಿತರ ಕನಸಿನ ಕೂಸುಗಳು. ಅದ್ನ ಉಳಿಸಿಕೊಳ್ಳಬೇಕಾದ್ದು ಮನೆಯವರ ಕರ್ತವ್ಯ. ಅದಕ್ಕೆ ಬದ್ಧರಾಗಬೇಕು ಕೂಡ. ಬೇರೆ ಫೈನಾನ್ಸಿಯರ್‌ನಿಂದ ಪಡೆದಿರೋದು ಬ್ಲಾಕ್ ಮನಿ. ಅತ್ತೆಯವರಿಗೆ ರೈಟ್ಸ್ ಇಲ್ದೇ ಇರೋವಾಗ ಕೊಟ್ಟಿದ್ದಾರೆ. ಅವರೇನು ಕೋರ್ಟ್‌ಗೆ ಹೋಗೋಕ್ಕಾಗೊಲ್ಲ. ಹಾಗಂತ ಅವ್ರ ಹಣಕ್ಕೆ ಮೋಸವೇನು ಬೇಡ. ಟೈಮ್ ಕೇಳಬಹುದು. ಬಡ್ಡಿ ಅಂಥದ್ದು ಆಗೊಲ್ಲಾಂದರೆ ಒಪ್ಕೋತಾರೆ. ಸಾಧ್ಯವಾದಷ್ಟು ಹಣಾನ ಬ್ಯಾಂಕ್‌ಗೆ ಕಟ್ಟಿದರೇ ಸಮಯ ಸಿಗುತ್ತೆ. ಹೋಟಲ್‌ಗಳು ನಮ್ದು ಮಾತ್ರವಲ್ಲ, ಅಲ್ಲಿ ದುಡಿಯುವ ಪ್ರತಿಯೊಬ್ಬರದು. ಏಕಾಏಕಿ ಮಾರಿ ಅವರುಗಳನ್ನು ಬೀದಿ ಪಾಲು ಮಾಡುವುದು ಬೇಡ. ಎಲ್ಲಾ ಕ್ಷಮ್ಸಿ. ನಾನು ಈ ಕುಟುಂಬಕ್ಕೆ ಸೊಸೆಯಾಗಿ ಮಾತ್ರವಲ್ಲ, ಕಾರ್ಮಿಕರ ಪರವಾಗಿ ನಿಂತು" ಎಂದು ವಿನಮ್ರತೆಯಿಂದಲೇ ಹೇಳಿದ್ಲು. ಚಮತ್ಕಾರಕ್ಕೆ ಅಚ್ಯುತನ್ ದಂಗಾದರು.

ಅದು ದೀಕ್ಷಿತ್‌ಗೆ ಸರಿಯೆನಿಸಿತು. ಸತೀಶ್ "ಓಕೇ' ಎನ್ನಲು ಸಿದ್ಧ ಸನತ್ ಇನ್ನುಗೊಂದಲದಲ್ಲಿದ್ದ.

"ಇಂಪಾಸಿಬಲ್, ಇದಕ್ಕೆ ನನ್ನ ಒಪ್ಗೆ ಇಲ್ಲ. ಈಗಾಗ್ಲೇ ನಾವು ತೀರ್ಮಾನ ತಗೊಂಡು ಅಡ್ವಾನ್ಸ್ ಕಲೆಕ್ಟ್ ಮಾಡಿಕೊಂಡಿದ್ದೀವಿ" ಎಂದ ಉದ್ವೇಗದಿಂದ ಅಚ್ಯುತನ್.

ಮೇಲೆದ್ದ ಸತೀಶ್ "ಯಾರನ್ನ ಕೇಳಿ ಮಾಡಿಕೊಂಡ್ರಿ? ಎಷ್ಟೋ ಪತ್ರಗಳ ಸಹಿ ಫೋರ್ಜರಿ. ಅರಾಮಾಗಿ ಅಪ್ಪ, ಮಗ್ಳು ಕಟಕಟೆಯಲ್ಲಿ ಒಳ್ಗೆ ಹೋಗ್ಬಿಡ್ತೀರ" ಮೊದಲ ಸಲ ಹೆಂಡತಿಗೆ ಛೀಮಾರಿ ಹಾಕಿ ಎದ್ದು ಹೋಗುವ ಮುನ್ನ "ಡ್ಯಾಡ್, ನಾವು ಹೋಟೆಲ್‌ಗಳ್ನ ಮಾರೋದು ಬೇಡ. ನಂದಿತಾ ಹೇಳಿದ ತರಹ ಮ್ಯಾನೇಜ್ ಮಾಡೋಣ. ಯು ಡೋಂಟ್ ವರಿ ಡ್ಯಾಡ್. ನಿಮ್ಮ ಕನಸುಗಳನ್ನು ನಾವು ನಾಶ ಮಾಡೋಲ್ಲ. ಒಂದು ಹಂತಕ್ಕೆ ಬರೋವರ್ಗೂ ನಾನು ಸನತ್ ಎಚ್ಚರದಿಂದ ಇರ್ತೀವಿ. ಅಚ್ಯುತನ್‌ನ ವಜಾ ಮಾಡಿಬಿಡಿ" ಎಂದು ಹೇಳಿದ.

ಆಮೇಲೆ ಸುರುಚಿರಾ ಆರ್ಭಟ ಕೇಳುವರು ಯಾರು ಇರಲಿಲ್ಲ. ಅಪ್ಪ, ಮಗಳು ಒಂದೊಂದು ಕಡೆ ಕೂತು ಕಣ್ಣೀರಿಟ್ಟರು.

ಸತೀಶ್ ಮತ್ತು ಸನತ್ ಬೆಳಗಿನ ವಾಕ್ ಮುಗಿಸಿ ಬರುವ ವೇಳೆಗೆ ಸಣ್ಣನೆಯ ಧ್ವನಿಯಲ್ಲಿ ಹಾಡುತ್ತ ಬೃಂದಾವನ ಪ್ರದಕ್ಷಿಣೆ ಹಾಕುತ್ತಿದ್ದಳು ನಂದಿತಾ. 'ಗಂಧ ಪರಿಮಳ ವಸ್ತ್ರವರವಿದ್ದು, ಚಂದುಳ್ಳ ಆಭರಣ ಧೂಪ, ದೀಪಗಳಿದ್ದು ಬೃಂದಾವನ ಶ್ರೀ ತುಳಸಿಯಿಲ್ಲದ ಪೂಜೆ, ಒಲ್ಲನೋ ಶ್ರೀಹರಿ ಕೊಳ್ಳನೋ' ಎಂದು ಹಾಡುತ್ತಿದ್ದುದ್ದು ಅತ್ಯಂತ ಮಧುರವಾಗಿತ್ತು.

"ಹಾಯ್... ನಂದು; ಹಿಂದಿನಿಂದ ಬಂದ ದನಿಗೆ ಇವರಿಬ್ಬರು ಹಿಂದಿರುಗಿ ನೋಡಿದರೆ, ನಂದಿತಾ ಹಾರಿ ಹೋಗಿ ಚಿರಂತನ್‌ದತ್‌ನ ಅಪ್ಪಿಕೊಂಡ ಅವಳ ಕಣ್ಣುಗಳಿಂದ ಆನಂದಾಬಾಷ್ಪಗಳು. "ಸರ್‌ಪ್ರೈಜ್ ಮಾಡೋಣಾಂತ ಬಂದೇ ಮಗಳೆ" ಮಗಳ ಬೆನ್ನನ್ನು ಸವರುತ್ತಿದ್ದವರು ಇವರತ್ತ ನೋಟ ಹರಿಸಿ "ಹಲೋ ಸತೀಶ್.... ಸನತ್" ಅಂದರು. ತುಂಬು ಆತ್ಮೀಯತೆಯ ಸ್ವರದಲ್ಲಿ.

"ಬನ್ನಿ, ಅಪ್ಪ... ಟ್ಯಾಕ್ಸಿಯಲ್ಲಿ ಬಂದ್ರಾ?" ಕೇಳಿದಳು ಅವರ ಕೈಯಲ್ಲಿನ ಬ್ರೀಫ್‌ಕೇಸನ್ನು ತೆಗೆದುಕೊಳ್ಳುತ್ತ "ದೀಕ್ಷಿತ್ ಷ್ಯೂಟ್ ಮಾಡಿ ಬಿಡ್ತಾನೆ." ನಗೆ ಹರಿಸಿದರು. ಬಿಟ್ಟ ಕಣ್ಣುಗಳನ್ನು ಹರಿಸಿದರು. ಇನ್ನು ಚಿರಂತನ್‌ದತ್ ಮುಖದಲ್ಲಿ ಆರೋಗ್ಯ ಪೂರ್ಣ ಯೌವ್ವನದ ಕಳೆಯೆ. "ನಾವು ತುಂಬ ಲಕ್ಕಿ" ಅಂದ ಕೂಡಲೆ ಅವರುಗಳ ಕೈ ಕುಲುಕುತ್ತಿದ್ದ ಅವರು ಮಗಳತ್ತ ನೋಟ ಹರಿಸಿ "ನಾನು ಅದೃಷ್ಟವಂತ. ಜಗಳವಾಡೋಕೆ ಜಾನಕಿ ಇಲ್ಲ" ನಗು ಹರಿಸಿದರು. ಅದರಲ್ಲಿ ಇದ್ದಿದ್ದು ವಿಷಾದ.

ಆಮೇಲೆ ಗೆಳೆಯನನ್ನು ಬರ ಮಾಡಿಕೊಂಡ ದೀಕ್ಷಿತ್‌ರ ಮಾತೇ ಮಾತು. ಸಂಕಷ್ಟ ಸ್ಥಿತಿಯಲ್ಲಿ ಎಲ್ಲಾ ನೆರವನ್ನು ನೀಡಿದ ಸ್ನೇಹಿತ. ಅಚ್ಚಾಗಿ ಬಂದ ಆತ್ಮಚರಿತ್ರೆಯನ್ನು ಮಗಳ ಕೈಯಲ್ಲಿಟ್ಟರು ಚಿರಂತನ್‌ದತ್.

"ಆಗ್ಲೇ ಮುದ್ರಣವಾಗಿದೆ" ಸಂತೋಷದಿಂದ ಕುಣಿದಾಡುವಂತಾಯಿತು ನಂದಿತಾಗೆ. ತುಟಿಗಳನ್ನು ಕಚ್ಚಿಡಿದು ಪುಟಗಳನ್ನು ತಿರುವಿದಳು. ಚಿರಂತನ್‌ದತ್ ಬಾಲ್ಯದ ಫೋಟೋಗಳಿಂದ ಹಿಡಿದು ಎಲ್ಲಾ, ಅಂಕಣಕೊಪ್ಪದಲ್ಲಿ ತೆಗೆದ ಫೋಟೋಗಳೇ, ಸಾಲೇ ... ಸಾಲು... ಬಾಲ್ಯದ ಒಡನಾಟದ ಪುಟಗಳಲ್ಲಿ ಭವಾನಿಯ ಫೋಟೋ ಕೂಡ. ಎಂಥ ಅದ್ಭುತ "ನಂಗೆ ತುಂಬ ಸಂತೋಷವಾಗಿದೆ" ತಂದೆಯನ್ನು ಅಪ್ಪಿಕೊಂಡಳು. ಅಪ್ಪ, ಮಗಳು ಕಣ್ಣೀರು ಸುರಿಸಿದರೆ, ನೋಡುತ್ತಿದ್ದವರ ಹೃದಯಗಳು ಭಾರವಾಗಿತ್ತು. 'ಫೆಂಟಾಸ್ಟಿಕ್, ಯಾವುದಾದ್ರೂ ಚಲನಚಿತ್ರದಲ್ಲಿ ಇಂಥ ದೃಶ್ಯ ಕಂಡರೆ ಪ್ರೇಕ್ಷಕರ ಸಮೂಹವೆ ನಿಬ್ಬೆರಗಾಗಬೇಕು' ಎಂದುಕೊಂಡ ಸನತ್.

"ಈ ಪುಸ್ತಕನ ಬಿಡುಗಡೆ ಮಾಡೊರು ಅಂಕಣಕೊಪ್ಪದ ರಂಗ, ಭವಾನಿ ದಂಪತಿಗಳು. ನನ್ನ ಗೆಳೆಯ ದೀಕ್ಷಿತ್ ಚೀಫ್ ಗೆಸ್ಟ್" ಅಂದ ಕೂಡಲೇ ತಡೆದ ನಂದಿತಾ "ಪ್ಲೀಸ್, ಗೆಸ್ಟ್ ಲೀಸ್ಟ್‌ನಲ್ಲಿ ನನ್ನ ಹೆಸರು ಬೇಡ. ನಿಮ್ಮ ಮಗಳೆಂದು ದೊಡ್ಡ ಸ್ಥಾನ ಇದೆ ನಂಗೆ" ಎಂದಳು.

ಪುಸ್ತಕ ಬಿಡುಗಡೆಯ ಅದ್ದೂರಿ ಸಮಾರಂಭಕ್ಕೆ ರಾಜ್ಯಪಾಲರು, ಕೇಂದ್ರ ಸಚಿವರು ಬರುತ್ತಿದ್ದರು. ಇನ್ವಿಟೇಷನ್ ದೀಕ್ಷಿತ್ ಕೈಯಲ್ಲಿಟ್ಟಾಗ ಅಪ್ಪಿಕೊಂಡು ಬಿಟ್ಟರು.

"ಯು ಆರ್ ಗ್ರೇಟ್, ಕಣೋ"

ಅಂದೇ ಹಿಂದಿರುಗುವ ಇಚ್ಛೆ ವ್ಯಕ್ತಪಡಿಸಿದ ಚಿರಂತನ್‌ದತ್ "ನಂದಿತಾನ ಕರ್ಕಂಡ್ ಹೋಗ್ತೀನಿ. ಅವಳಿಗೆ ಅಂಥದೊಂದು ಯೋಚನೆ ಹೊಳೆಯದಿದ್ದರೆ, 'ಚಿರಂತನ್' ಹೊರಗೆ ಬರ್ತಾ ಇರಲಿಲ್ಲ. ಐಯಾಮ್ ರಿಯಲೀ ಹ್ಯಾಪಿ. ಈ ಪುಸ್ತಕ ಬರೆದು ಮುಗಿಸುವವರೆಗೂ ನನ್ನ ಜೊತೆಯಲ್ಲೇ ಇರ್ಬೇಕಾಗಿತ್ತು" ದನಿ ತಗ್ಗಿತು.

ಆದರೆ ದೀಕ್ಷಿತ್ "ಸನತ್, ಅವಳನ್ನು ಒಟ್ಟಿಗೆ ಕಳುಹಿಸ್ತೀನಿ" ಈಗಿನ್ನು ಅವಳ ಅಗತ್ಯವಿದೆಯೆಂದು ನಿಲ್ಲಿಸಿಕೊಂಡರು. ಅಂದು ಅವಳಿಗೆ ಖುಷಿಯೋ... ಖುಷಿ. ಜೊತೆಗೆ ಸಂದೀಪ್ ಫೋನ್ ಮಾಡಿ "ಪ್ರತೀಕನ ರಿಸಲ್ಟ್ ಬಂದಿದೆ. ನಿಜ್ವಾಗ್ಲೂ ಫೇಲ್ ಆಗಿದ್ದಾನೆ. ಆ ಬಗ್ಗೆ ಅವನಿಗೆ ರಿಗ್ರೆಟ್ಸ್ ಇಲ್ಲ. ಕಾಲ್ ಸೆಂಟರ್‌ಗೆ ಕೆಲ್ಸಕ್ಕೆ ಹೋಗ್ತಾ ಇದ್ದಾನೆ. ಬರೀ ಅವ್ನು ಚಿಕ್ಕಪ್ಪನ ಮನೆಗೆ ಲಾವಣ್ಯ ತರಹ ಪೇಯಿಂಗ್ ಗೆಸ್ಟ್, ಮೊನ್ನೆ ಚಿಕ್ಕಮ್ಮನಿಗೆ ನೇರವಾಗಿಯೇ "ನನ್ನ ರೂಮು ಖಾಲಿ ಮಾಡ್ತೀನಿ. ಬೇರೆ ಯಾರನ್ನಾದ್ರೂ ಪೇಯಿಂಗ್ ಗೆಸ್ಟ್‌ಗಳಾಗಿ ಸೇರ್ಸಿಕೊಳ್ಳಿ. ನಂಗೆ ಇಲ್ಲಿಗೆ ಬಂದರೆ ಮನಃಶಾಂತಿ ಇರೋಲ್ಲ. ಹುಚ್ಚನಾಗಿ ಬಿಡ್ತೀನಿ, ನನ್ನ ಬದುಕೋಕೆ ಬಿಡೀಂತ ಅತ್ತನಂತೆ. ಸದ್ಯಕ್ಕೆ ಅವ್ರಿಂದ ದೂರ ಇರೋದು ಸರಿಯೆನಿಸುತ್ತೆ' ಇಂಥದೊಂದು ಸುದ್ದಿ ಬಿತ್ತರಿಸಿದಾಗ ಸಪ್ಪಗಾದಳು.

'ಅಕ್ಕ, ಅಕ್ಕ' ಎಂದು ವರದಿ ಒಪ್ಪಿಸುತ್ತಿದ್ದ ಪ್ರತೀಕ ಅವಳ ಕಣ್ಮುಂದೆ. ಗಿರಿಜಮ್ಮನ ಸಾವಿನ ಆಘಾತದಿಂದ ತಪ್ಪಿಸಿಕೊಳ್ಳಲು ಅವನಿಗೆ ವರ್ಷಗಳೇ ಬೇಕೇನೋ ಅನಿಸಿತು.

ಬಿಡುಗಡೆ ಮುನ್ನ ಕೈ ಸೇರಿದ 'ಚಿರಂತನ' ಅವಳ ಪಾಲಿಗೆ ಬಲು ಅಮೂಲ್ಯ ಅಂದು ಸನತ್ ಬಂದಾಗ ಹನ್ನೊಂದು. ಅಚ್ಯುತನ್ ಹೊರ ಹಾಕಿದ್ದರಿಂದ ವಿರೋಧಿಸಿ ಅವರ ತಂದೆಯ ಜೊತೆ ಮುಂಬಯಿಗೆ ಹೋಗಿದನ್ನ ಯಾರು ಅಷ್ಟಾಗಿ ಹಚ್ಚಿಕೊಂಡಿರಲಿಲ್ಲ.

"ನಂದು.... ನಂದಿನಿ... ನಂದಿತಾ... ಹೇಗೆ ಕರೆದರೆ ನಿಂಗಿಷ್ಟ?

ಓದುವುದರಲ್ಲಿ ತಲ್ಲೀನಳಾಗಿದವಳ ಹಿಂದೆ ನಿಂತು ಬೆಚ್ಚಿ ಹಿಂದಿರುಗಿದವಳ ಕಣ್ಣುಗಳಲ್ಲಿ ಹರ್ಷದ ಹೊಳಪು ಪ್ರಜ್ವಲಿಸುತ್ತಿತ್ತು. "ಸಾರಿ, ನೀವು ಬಂದಿದ್ದೆ ಗೊತ್ತಾಗಲಿಲ್ಲ" ಅಂದವಳ ಮುಖದಲ್ಲಿ ನವಿರಾದ ಲಜ್ಜೆ ಇತ್ತು. 'ನಂದು ನೀನು ಜಾನಕಿ ಪಡಿಯಚ್ಚು. ಇದನ್ನು ಅವಳ ತಂದೆ ಹೇಳಿದರೆ, ಅಂಕಣಕೊಪ್ಪದ ಹಿರಿಯ ನಾಗರಿಕರು ಈ ವಯಸ್ಸಿನಲ್ಲಿ ಜಾನಕಿ ಹೀಗೆ ಇದ್ಲು. ವ್ಯತ್ಯಾಸ ಕಾಣೋಲ್ಲ' ಹೇಳಿದನ್ನ ಕೇಳಿದ್ದಳು. ಆ ಮಾತುಗಳ ನೆನಪು ಕೂಡ ಹಾಯೆನಿಸುತ್ತಿತ್ತು.

"ಡ್ಯಾಡ್ ನಿನ್ನ ಡಿಸ್ಟರ್ಬ್ ಮಾಡಬೇಡಾಂತ ಹೇಳಿದ್ದಾರೆ. ಆದರೆ ಇಂದೇ ಒಂದಿಷ್ಟು ರಿಲ್ಯಾಕ್ಸ್. ನಾವು ಹೋಟೆಲ್‌ಗಳನ್ನು ಮಾತ್ರವಲ್ಲ, 'ದೀಕ್ಷಿತ್ ಪ್ಯಾಲೇಸ್'ನ ಉಳಿಸಿಕೊಳ್ಳಬಹುದೆಂಬ ನಂಬಿಕೆ. ಬ್ಯಾಂಕ್‌ಗೆ ಹೋಗಿ ಸಾಕಷ್ಟು ಮಾತುಕತೆ ನಡ್ಸಿದ್ದೀನಿ. ಕೊನೆಯ ಕಂತಾಗಿ ಆಸ್ಟ್ರೇಲಿಯಾದಿಂದ ತಂದ ಹಣಾನ ಸದ್ಯದ ಸಮಸ್ಯೆಗಳಿಗೆ ಉಪಯೋಗಿಸಬಹುದೆಂದು ತೀರ್ಮಾನ ಮಾಡಿದಾರೆ. ರಿಯಲಿ ಐ ಯಾಮ್ ಹ್ಯಾಪಿ" ಅವನ ಮುಖದಲ್ಲಿ ಓರಿಜಿನಲ್ ಸಂತೋಷವಿತ್ತು.

'ಚಿರಂತನ'ವನ್ನು ಅವನ ಮುಂದಿಡಿದಳು. ಅಕ್ಕರೆಯಿಂದಲೇ ಪುಟಗಳನ್ನು ತಿರುವಿ "ಅಂದಿನ ಮುಖ್ಯ ಭಾಷಣಕಾರಳು ನೀನಂತೆ. ರಿಯಲೀ ಫೆಂಟಾಸ್ಟಿಕ್. ಮತ್ತೊಂದು ಪುಟ ಮಗುಚಿದ.

'ಈ ಚಿರಂತನದ ಆಸೆ ಹೊತ್ತು, ಅದನ್ನು ನನ್ನಲ್ಲಿ ಚಿಗುರಿಸಿದ ನನ್ನ ಮಗಳು ನಂದಿತಾಗೆ. ಸೂರ್ಯನ ಪ್ರಖರತೆಗೆ ಆರಾಮಾಗಿ ಅರಳುವ ನಮ್ಮ ದಾಂಪತ್ಯ ಸರೋವರದ ಪುಟ್ಟ ತಾವರೆ' ಎಂದಿತ್ತು.

ಅದನ್ನು ಅವಳ ಮುಂದಿಡಿದ ಸಂತೋಷ, ಗಾಬರಿಯ ಜೊತೆ ಇಷ್ಟು ದೊಡ್ಡ ಹೊರೆ. ಅಮ್ಮನ ಹಿಂದೆ ಮುಂದೆ ತಾವರೆ ಹಿಡಿದು ಓಡಾಡುತ್ತಿದ್ದ ದಿನಗಳು ನೆನಪಿನಲ್ಲಿ ಹಾದು ಹೋದವು. 'ಚಿರಂತನ'ವನ್ನು ಎದೆಗೆ ಅಪ್ಪಿಕೊಂಡಳು. ಧನ್ಯತೆಯ ಕ್ಷಣಗಳನ್ನು ಇಬ್ಬರು ಕೂಡಿಯೆ ಅನುಭವಿಸಿದ್ದು.

* * *